ನೀಲಾಂಜನ

ಸಾಯಿಸುತೆ

ಸುಧಾ ಎಂಟರ್‌ಪ್ರೈಸಸ್
ನಂ. 761, 8ನೇ ಮೈನ್, 3ನೇ ಬ್ಲಾಕ್,
ಕೋರಮಂಗಲ, ಬೆಂಗಳೂರು – 560 034.

Neelanjana (Kannada): a social novel written by Smt. Saisuthe; published by Sudha Enterprises, # 761, 8th Main, 3rd Block, Koramangala, Bangalore - 560 034.

ಪ್ರಥಮ ಮುದ್ರಣ	:	1999
ದ್ವಿತೀಯ ಮುದ್ರಣ	:	2011
ತೃತೀಯ ಮುದ್ರಣ	:	2021
ಪುಟಗಳು	:	244
ಬೆಲೆ	:	ರೂ. 195
ಉಪಯೋಗಿಸಿದ ಕಾಗದ	:	70 ಜಿ.ಎಸ್.ಎಂ. ಮ್ಯಾಪ್‌ಲಿಥೋ
ಮುಖಪುಟ ವಿನ್ಯಾಸ	:	ಪ.ಸ. ಕುಮಾರ್
ಹಕ್ಕುಗಳು	:	ಲೇಖಕಿಯವರದು

ಸಗಟು ಮಾರಾಟಗಾರರು
ವಸಂತ ಪ್ರಕಾಶನ
360, 10ನೇ 'ಬಿ' ಮುಖ್ಯರಸ್ತೆ, 3ನೇ ಬ್ಲಾಕ್,
ಜಯನಗರ, ಬೆಂಗಳೂರು – 560 011
ದೂರವಾಣಿ : 080-22443996/40917099
ಮೊ: 7892106719
email : vasantha_prakashana@yahoo.com
website: www.vasanthaprakashana.com

ಅಕ್ಷರ ಜೋಡಣೆ :
ಸುಧಾ ಎಂಟರ್‌ಪ್ರೈಸಸ್

ಮುದ್ರಣ :
ಶ್ರೀನಿವಾಸ ಬೈಂಡಿಂಗ್ ವರ್ಕ್ಸ್

ಮುನ್ನುಡಿ

ಪ್ರಿಯ ಓದುಗರಲ್ಲಿ

ಈ ಕಾದಂಬರಿಯ ಬರವಣಿಗೆಯಲ್ಲಿ ಹೆಚ್ಚಿನ ಆಸ್ಥೆ ವಹಿಸಿದ್ದುಂಟು. ಎಲ್ಲಾ ಆದರೂ ಇಷ್ಟೇನಾ ಎನ್ನುವ ಭಾವ ಮನುಷ್ಯನಲ್ಲಿ ಸಹಜವಾಗಿದೆ. ಸಂಬಂಧಗಳಿಗಿಂತ, ವಸ್ತುಗಳನ್ನು ಪ್ರೀತಿಸುವುದು ಹೆಚ್ಚಾಗಿದೆಯೆನಿಸಿತು.

ನೋವು, ನಿರಾಸೆ ಹೆಚ್ಚಿದಾಗ ಅಧ್ಯಾತ್ಮ ಕೈ ಬೀಸಿ ಕರೆಯುತ್ತೆ. ಆ ಕಡೆ ಹೊರಟರೆ, ಇಲ್ಲದಿದ್ದರೇ....ಎರಡನ್ನೂ ವಿಶ್ಲೇಷಿಸಿದ್ದೀನಿ. ಚಿಂತನೆಗೆ ಒಡ್ಡುವ ಹಲವಾರು ಪಾತ್ರಗಳನ್ನು ಹೆಕ್ಕಿಕೊಂಡಿದ್ದಿದೆ. ಇದು ತಮ್ಮದೇ ಪಾತ್ರ ಎಂದ ಓದುಗರು ಇದ್ದಾರೆ.

ಈ ಮೊದಲ ಮುದ್ರಣದ ಪ್ರತಿಗಳನ್ನು ಪ್ರೀತಿಯಿಂದ ಕೊಂಡು ಓದಿದ್ದೀರಿ. ಈ ಸಲವೂ ಸುಧಾ ಎಂಟರ್‌ಪ್ರೈಸಸ್ ಉತ್ಸಾಹಿ ಪ್ರಕಾಶಕರಾದ ಶ್ರೀ ಕೆ.ಎಸ್. ಮುರಳಿಯವರು ಅಚ್ಚು ಮಾಡಿದ್ದಾರೆ.

ಅದ್ಭುತ ಕಲಾವಿದರಾದ ಶ್ರೀ ಪ.ಸ. ಕುಮಾರ್ ಮುಖಚಿತ್ರ ರಚಿಸಿದ್ದಾರೆಂದರೆ ಮತ್ತಷ್ಟು ಸೊಗಸು. ಎಲ್ಲರಿಗೂ ವಂದನೆಗಳು.

– ಸಾಯಿಸುತೆ

"ಸಾಯಿಸದನ"
12, 2ನೇ ಮುಖ್ಯರಸ್ತೆ, 2ನೇ ಅಡ್ಡರಸ್ತೆ,
ಮಾರುತಿನಗರ, ಕೋಗಿಲೆ ಕ್ರಾಸ್, ಯಲಹಂಕ
ಓಲ್ಡ್ ಟೌನ್, ಬೆಂಗಳೂರು – 560064.
ದೂ: 080–28571361
Email: saisuthe1942@gmail.com

ನಮ್ಮಲ್ಲಿ ದೊರೆಯುವ ಸಾಯಿಸುತೆಯವರ ಇತರ ಕೃತಿಗಳು

ಸಮ್ಮಿಲನ
ನನ್ನೆದೆಯ ಹಾಡು
ಮಧುರ ಆರಾಧನ
ಜೀವನ ಸಂಧ್ಯ
ಶ್ವೇತ ಗುಲಾಬಿ
ಮಿಡಿದ ಶ್ರುತಿ
ಮೇಘವರ್ಷಿಣಿ
ನವಚೈತ್ರ
ಪೂರ್ಣೋದಯ
ಅಪೂರ್ವ ಮೈತ್ರಿ
ನಿಶೆಯಿಂದ ಉಷೆಗೆ
ಸಪ್ತರಂಜನಿ
ವಸುದೈವ ಕುಟುಂಬ
ಪ್ರೇಮಸಾಫಲ್ಯ
ಸದ್ಗೃಹಸ್ಥೆ
ನಾ ನಿನ್ನ ಧ್ಯಾನದೊಳಿರಲು
ಕಾರ್ತೀಕದ ಸಂಜೆ
ಸುಪ್ರಭಾತದ ಹೊಂಗನಸು
ಕರಗಿದ ಕಾರ್ಮೋಡ
ಹೃದಯ ರಾಗ
ಅಮೃತಸಿಂಧು
ಬಣ್ಣದ ಚುಂಬಕ
ಸ್ವರ್ಣ ಮಂದಿರ
ಗಿರಿಧರ
ಶ್ರೀರಸ್ತು ಶುಭಮಸ್ತು
ಗಂಧರ್ವಗಿರಿ
ಶುಭಮಿಲನ
ಸಪ್ತಪದಿ
ಚೈತ್ರದ ಕೋಗಿಲೆ
ಬೆಳ್ಳಿದೋಣಿ
ವಿವಾಹ ಬಂಧನ
ಮಂಗಳ ದೀಪ
ಡಾ॥ ವಸುಧಾ
ಮುಂಜಾನೆಯ ಮುಂಬೆಳಕು
ಸೊಬಗಿನ ಪ್ರಿಯದರ್ಶಿನಿ
ರಾಗಬೃಂದಾವನ
ಬಿಳಿ ಮೋಡಗಳು
ಅನುಬಂಧದ ಕಾರಂಜಿ
ಮಿಂಚು
ನಾಟ್ಯಸುಧಾ
ಪಸರಿಸಿದ ಶ್ರೀಗಂಧ
ಬೆಳದಿಂಗಳ ಚೆಲುವೆ
ಸಪ್ನ ಸಂಭ್ರಮ
ವರ್ಷಬಿಂದು
ನನ್ನ ಭಾವ ನಿನ್ನ ರಾಗ
ಸುಮಧುರ ಭಾರತಿ

ಮೌನ ಆಲಾಪನ	ಮಧುರಿಮ
ಮತ್ತೊಂದು ಬಾಡದ ಹೂ	ನೀಲ ಆಕಾಶ
ಶಿಶಿರದ ಇಂಚರ	ಮಧುರ ಗಾನ
ರಜತಾದ್ರಿಯ ಕನಸು	ಪುಷ್ಕರಿಣಿ
ಶಿಲ್ಪ ತರಂಗಿಣಿ	ಅಭಿಲಾಷ
ನೀಲಾಂಜನ	ಭಾವ ಸರೋವರ
ಪ್ರಿಯ ಸಖಿ	

ಸಾಯಿಸುತೆಯವರ
ಮುಂದಿನ ಹೊಸ ಕಾದಂಬರಿ
"ಅನುಪಲ್ಲವಿ"

ಈ ಊರಿನಲ್ಲಿ ಕೆಲವು ಅಂದರೆ ಈಚೆಗೆ ಶುರುವಾದ ಹೋಟೆಲ್‌ಗಳಿದ್ದರೂ, ಸತ್ಯನಾರಾಯಣ ಭವನಕ್ಕೆ ಇದ್ದ ಜನಪ್ರಿಯತೆಯನ್ನು ಕುಗ್ಗಿಸಲಾಗಿರಲಿಲ್ಲ. ಅದರ ಪ್ರಸಿದ್ಧಿಗೆ ಅಲ್ಲಿನ ಶುಚಿ, ರುಚಿಯ ಜೊತೆ ಮಾಲೀಕ ಸತ್ಯನಾರಾಯಣ ಕಾರಣವೆಂದು ಯಾರಾದರೂ ಹೇಳಬಹುದು. ಸಾತ್ವಿಕ ಮನುಷ್ಯ, ವ್ಯವಹಾರಿಕವಾಗಿ ಅಷ್ಟೇನು ಜಾಣನಲ್ಲವೆಂದುಕೊಂಡರೂ ವ್ಯಾಪಾರದ ಭರಾಟೆಯಲ್ಲಿ ಈ ಹೋಟೆಲನ್ನು ಮೀರಿಸುವುದು ಯಾರಿಂದಲೂ ಸಾಧ್ಯವಿರಲಿಲ್ಲ. ಸದಾ ಗಿರಾಕಿಗಳಿಂದ ತುಂಬಿರುತ್ತಿತ್ತು. ಊರಿನ ಜನರೆಲ್ಲ ಪರಿಚಿತರೇ. ಅದಕ್ಕೆ ಕಾರಣ ಹೋಟೆಲ್‌ಗೆ ಇದ್ದ ಇತಿಹಾಸ.

ರಾತ್ರಿ ಹತ್ತರ ಸುಮಾರಿಗೆ ಕಡೆಯ ಬಸ್ಸು ಬರುತ್ತಿತ್ತು. ನಂತರವೇ ಗಿರಾಕಿಗಳನ್ನು ನೋಡಿಕೊಂಡು ಹೋಟೆಲ್ ಬಾಗಿಲು ಹಾಕುತ್ತಿದ್ದದ್ದು. ವರ್ಷದಲ್ಲಿ ಕೆಲವು ಸಲ ಬರುವ ಮಗನಿಗಾಗಿ ಕಾಯುವುದು ಉಂಟು.

ಗಲ್ಲದ ಮೇಲೆ ಕೂತು ದುಡ್ಡು ಎಣಿಸುತ್ತಿದ್ದ ಸತ್ಯನಾರಾಯಣನ ಎದುರು ಬಂದು ನಿಂತ ಚಂದ್ರು, ಯಜಮಾನರೇ, ಇವತ್ತು ಬಸ್ಸು ಬರೋ ಹಂಗೆ ಕಾಣ್ತಿಲ್ಲ ಎಂದ. ಅವನು ಇಲ್ಲಿ ಕೆಲಸಕ್ಕೆ ನಿಂತು ಮೂರು ವರ್ಷವಾಗಿತ್ತು. ಆಯ್ತು, ನಾನು ಎದ್ದೇ. ಪಾತ್ರೆ ತೊಳೆದ ಕೆಲ್ಸ ಮುಗೀತಾ? ಎಲ್ಲಾ ಎತ್ತಿಟ್ಟು ತೊಳ್ದು ಮಲ್ಗೀ ಹಣವನ್ನು ಚೀಲಕ್ಕೆ ಹಾಕಿಕೊಂಡು ಮೇಲೆದ್ದರು. ಎಲ್ಲರದು ಊಟ ಆಯ್ತಾ? ಇನ್ನೊಮ್ಮೆ ಕೇಳಿಯೇ ಹೋಟೆಲ್‌ನಿಂದ ಹೊರ ಬಿದ್ದಿದ್ದು. ಮನೆಯೇನು ದೂರವಿರಲಿಲ್ಲ. ಜೋರಾಗಿ ಕೂಗಿದರೇ ಹೋಟೆಲ್‌ಗೆ ಕೇಳಿಸುತ್ತಿತ್ತು. ಮನೆಯಲ್ಲಿ ಇದ್ದಿದ್ದು ಅವರು, ಅವರ ಹೆಂಡತಿ ಮಾತ್ರ. ಮಗ ಈಗ ದೂರದ ಸಿಟಿಯಲ್ಲಿ ಓದುತ್ತಿದ್ದ. ಹೈಸ್ಕೂಲು ಮೆಟ್ಟಿಲು ಹತ್ತೋಕ್ಕೋಸ್ಕರವೇ ಅವನು ಊರು ಬಿಟ್ಟಿದ್ದ. ಇವರುಗಳು ಅವನ ಖರ್ಚು ಪೂರೈಸಬೇಕು. ಅವನು ಆಗಾಗ ಇವರುಗಳ ಬಲವಂತಕ್ಕೆ ಹಬ್ಬಕ್ಕೋ, ಹರಿದಿನಕ್ಕೋ, ಇಲ್ಲ ತೀರಾ ಹಣದ ಅಗತ್ಯ ಬಂದಾಗ ಬಂದು ಹೋಗುತ್ತಿದ್ದ. ಈ ಊರು, ಹೋಟೆಲ್ ಮೇಲೆ ಅವನೇನು ಹೆಚ್ಚಿನ ಒಲುಮೆ ಬೆಳೆಸಿಕೊಂಡಿಲ್ಲವೆಂದು ಜನರ ಅಂಬೋಣ. ಅದನ್ನು ಹೆತ್ತವರ ಮನ ಒಪ್ಪುತ್ತಿರಲಿಲ್ಲ.

"ಸುಕನ್ಯ" ಕೂಗುತ್ತಲೇ ಒಳಗಡಿಯಿಟ್ಟರು. ಇದು ಅವರ ಪದ್ಧತಿ. ಹೋಟೆಲ್ ವ್ಯಾಪಾರ ಬಿಟ್ಟರೆ ಸಮಸ್ತವು ಹೆಂಡತಿಯೇ ಅವರ ಪಾಲಿಗೆ. ಸಾರು ಬಿಸಿ ಮಾಡುತ್ತಿದ್ದ ಆಕೆ ಹೊರಗೆ ಬಂದರು. "ನೀವಿನ್ನು ಬರೋದು ಲೇಟಾಗುತ್ತೆ ಅಂದ್ಕೊಂಡೆ. ಇನ್ನು ಬಸ್ಸು ಬಂದಂಗಿಲ್ಲ. ಸುಮ್ನೇ ಹಣಕ್ಕೆ ಬರೋ ಬದ್ಲು ಮುರುಳಿ ಒಮ್ಮೆ ಬಂದ್ಹೋಗ್ಬಾರ್ದ ?" ತೋಡಿಕೊಂಡರು ಸುಕನ್ಯ. ಆ ಬಗ್ಗೆ ಸತ್ಯನಾರಾಯಣ ಹೆಂಡತಿಯ ಮನ ನೋಯುವಂತೆ ಮಾತಾಡರು. "ಅವ್ನಿಗೂ ಕಾಲೇಜು ಅಂಥ, ಇಂಥದ್ದು ಇರುತ್ತಲ್ಲ" ಮಾತು ಜಾರಿಸಿದರು.

ಗಂಡ ಕೈ ಕಾಲು ತೊಳೆದು ಬರುವ ವೇಳೆಗೆ ಅನ್ನದ ತಪ್ಪಲೆ, ಸಾರಿನ ತಪ್ಪಲೆ ತಂದಿಟ್ಟುಕೊಂಡು ಕೂತಿದ್ದ ಸುಕನ್ಯ ಡಿಗ್ರಿ ಕಲಿತಾಕೆ. ಮೊದ ಮೊದಲು ಕಷ್ಟವೆನಿಸಿದರೂ ನಂತರ ಈ ಬದುಕಿಗೆ ಹೊಂದಿಕೊಂಡಿದ್ದರು.

ತಾವೇ ಎರಡು ಎಲೆ ಹಾಕಿದರು ಸತ್ಯನಾರಾಯಣ, "ನಿನ್ಮಗ ಆರಾಮಾಗಿದ್ದಾನೆ. ಊಟ, ತಿಂಡಿ ಬಿಟ್ಟು ಕೊರಗೋದೇಕೆ ? ಹೇಗೂ, ಕೈ ತುಂಬ ಕೆಲ್ಸ ಇದೆ. ಎರ್ಡು ಹೊತ್ತು ಲಕ್ಷಣವಾಗಿ ಊಟ ಮಾಡು. ದೇವರೇನು ಕಮ್ಮಿ ಮಾಡಿಲ್ಲ!" ಪ್ರೀತಿಯಿಂದ ಗದರಿಕೊಂಡರು. ನಂತರ ಲಕ್ಷಣವಾಗಿ ಊಟ ಮಾಡಿದರು ನಗು ನಗುತ್ತಾ. ಹೋಟೆಲ್‌ನಲ್ಲಿ ನಡೆದ ಸಣ್ಣಪುಟ್ಟ ಘಟನೆಗಳೆಲ್ಲ ಹೆಂಡತಿಗೆ ತಮಾಷೆಯಾಗಿ ಹೇಳುತ್ತಿದ್ದರು.

ಸುಕನ್ಯ ಎಲೆ ಎಸೆಯಲು ಹೊರಗೆ ಬರುವ ವೇಳೆಗೆ ಹೋಟೆಲ್‌ನಲ್ಲಿ ಕೆಲಸ ಮಾಡುವ ಮಲ್ಯ ಬಂದ. "ಬಸ್ಸು ಇಲ್ಲೆಲ್ಲೋ ಹತ್ತಿರದಲ್ಲಿ ಕೆಟ್ಟು ನಿಂತಿದೆಯಂತೆ. ಬರಾಬರೀ ಐವತ್ತು ಜನ ಹಸ್ಕೊಂಡ್ ಬಂದು ಕೂತಿದ್ದಾರೆ. ಅದ್ನ ಯಜಮಾನ್ರಿಗೆ ಹೇಳೋಣಾಂತ್ಬಂದೇ" ಎಂದು ಕಣ್ಣುಗಳನ್ನೊಸಕಿಕೊಂಡ. ಅವನಿಗೆ ನಿದ್ದೆ. ಎಲ್ಲಾ ಸೇರಿ ಬಂದವರನ್ನು ಕಳುಹಿಸಲು ಪ್ರಯತ್ನಿಸಿ, ಸೋತು ಹೋಗಿಯೇ ಇಲ್ಲಿಗೆ ಬಂದಿದ್ದು.

ಸುಕನ್ಯ ಕೈ ತೊಳೆದು ಹೋಗಿ ಗಂಡನಿಗೆ ವಿಷಯ ಮುಟ್ಟಿಸಿದರು. ಇಂಥದೇನು ಹೊಸದಲ್ಲ. ಊರಿನಲ್ಲಿ ಬೇರೆ ಹೋಟೆಲ್‌ಗಳು ಇದ್ದರೂ 'ಸತ್ಯ ನಾರಾಯಣ ಭವನಕ್ಕೆ' ಹುಡುಕಿಕೊಂಡು ಬರುತ್ತಾ ಇದ್ದರು.

ಮೊಳೆಗೆ ತಗುಲಿ ಹಾಗಿದ್ದ ಷರಟನ್ನು ಹಾಕಿಕೊಂಡ ಸತ್ಯನಾರಾಯಣ "ಬರ್ತೀನಿ, ನಡಿ" ಕಳುಹಿಸಿ ಹೊರಟವರು ನಿಂತು "ಬಾಗ್ಲು ಹಾಕ್ಕೋ, ಬರೋದು ಲೇಟಾಗ್ಬಹ್ದು" ಎಂದರು.

"ಐವತ್ತು ಜನಕ್ಕೆ ಊಟ, ತಿಂಡಿ ಅಂದರೇ ಹೇಗೆ ? ನಮ್ಮ ಹೋಟೆಲ್‌ನಲ್ಲಿ ಇರೋದು ಚಂದ್ರು, ಮಲ್ಯನ ಬಿಟ್ಟರೇ... ತಟ್ಟೆ ಲೋಟ ತೊಳೆಯೋ ಲಕ್ಕ. ಅವ್ರಿಗೂ ನಿದ್ದೆ ಸಮಯ. ವೀರಶೈವ ಕಾಫಿ ಭವನಕ್ಕೆ ಕಳ್ಸಿಬಿಡಿ. ಇಡೀ ಮನೆಯವ್ರು ಕಲೆತು ಮಾಡಿ ಬಡಿಸ್ತಾರೆ" ಒಂದು ಸಲಹೆಯನ್ನು ಸುಕನ್ಯ ಕೊಟ್ಟರು. ಕೆಲವೊಮ್ಮೆ ಇವು ನಡೆಯಲಿಕ್ಕಿರಲಿಲ್ಲ. "ಆಯ್ತು, ನಿನ್ನಪಾಡಿಗೆ ನೀನು ಬಾಗ್ಲು ಹಾಕ್ಕೊಂಡ್ ಮಲಕ್ಕೋ."

ಗಂಡ ಹೋಗುತ್ತಿದ್ದುದ್ದನ್ನ ನೋಡಿದರು ಸುಕನ್ಯ. ಐದಕ್ಕೆ ಎದ್ದರೇ ರಾತ್ರಿ ಹತ್ತರ ನಂತರವೇ ದೇಹವನ್ನು ಹಾಸಿಗೆಯ ಮೇಲೆ ಚೆಲ್ಲುತ್ತಿದ್ದುದು; ಒಂದು ರೀತಿಯಲ್ಲಿ

ಕರ್ಮಯೋಗಿ. ಎಂಥ ಸಮಯದಲ್ಲೂ ಸಿಡುಕಿದ ವ್ಯಕ್ತಿಯಲ್ಲ. ಮೊದಲು ತೀರಾ ಮುಂಗೋಪವಿತ್ತಂತೆ. ಈಚೆಗೆ ಮನ ಪಕ್ವವಾದಂತೆ ಅವರು ಕೂಡ ಬದಲಾಗಿದ್ದರು.

ಹೋಟೆಲ್ ಬಳಿಗೆ ಬರುವ ವೇಳೆಗೆ ಒಂದು ಹಿಂಡು ಜನ ಇದ್ದರು. ಹುಡುಗರೇ ಜಾಸ್ತಿ ಇದ್ದಿದ್ದು. ವಿದ್ಯಾರ್ಥಿಗಳ ಟೂರ್ ಪ್ರೋಗ್ರಾಂ ಎಂದುಕೊಡರು.

ಒಬ್ಬ ಮಾಸ್ಟರ್ ಮುಂದಕ್ಕೆ ಬಂದು, ''ಅರ್ಧ ಕಿಲೋಮೀಟರ್ ದೂರದಲ್ಲಿ ಬಸ್ಸು ಕೆಟ್ಟೋಯ್ತು. ಹೇಗೂ ರಾತ್ರಿ ಮನೆಗೆ ಹಿಂದಿರುಗುತ್ತೀವಲ್ಲ, ತಿಂಡಿ ವ್ಯವಸ್ಥೆ ಮಾಡ್ಕೊಂಡು ಬಂದಿಲ್ಲ. ಡ್ರೈವರ್ ಮೆಕ್ಯಾನಿಕ್‌ನ ಕರ್ಕಂಡ್ ಬರ್ತೀನಿಂತ ಹೋಗಿದ್ದಾನೆ. ಯಾವಾಗ ಬರ್ತಾನೋ, ಏನೋ. ದಯವಿಟ್ಟು ಹುಡುಗರಿಗೆ ಏನಾದ್ರೂ ಊಟದ ವ್ಯವಸ್ಥೆ ಮಾಡ್ಬೇಕಲ್ಲ'' ಎಂದು ಹೇಳಿದರು. ಎರಡುಗಂಟೆಯಿಂದ ಅವರಿಗೆ ಹುಡುಗರನ್ನು ಸುಧಾರಿಸಿ ಸಾಕಾಗಿತ್ತು. ಜೊತೆಗೆ ಹಸಿವು ಬೇರೆ.

''ಸ್ವಲ್ಪ ನೋಡೋಣ, ಏನಿಲ್ಲವೋ ! ಎಲ್ಲಾ ಒಳಗಡೆ ಕೂತ್ಕೊಳಿ'' ಒಳ ನಡೆದರು. ಇದ್ದ ಮೂವರು ಹೊಟ್ಟೆ ತುಂಬ ಉಣ್ಣುವುದರ ಜೊತೆಗೆ ಹೊರಗಡೆ ಮಲಗುವ ನಾಯಿಗಳಿಗೆ ಒಂದಿಷ್ಟು ಹಾಕಿ ಉಳಿಸಿದ್ದು ತೀರಾ ಕಡಿಮೆಯೇ. ಬೆಂಚು ಮೇಲೆ ಮಲಗಿದ್ದ ಚಂದ್ರು ಕಡೆ ನೋಡಿದರು. ಮಲ್ಯ ಹೇಳಿದ, ''ಶ್ರೀ ವೀರಶೈವ ಹೋಟೆಲ್‌ನಲ್ಲಿ ಸಾಕಷ್ಟು ಜನ ಇದ್ದಾರೆ. ಬೇಗ್ನೆ ಏನಾದ್ರು ಮಾಡ್ತಾರೆ''.

''ಹೋಗೋ ಸಾಕು, ಈರುಳ್ಳಿ ಬೇಗ ಹೆಚ್ಚು'' ಗದರಿದರು.

ಷರಟು ಬಿಚ್ಚಿ ಅಲ್ಲೇ ನೇತು ಹಾಕಿ ಡಬ್ಬದಲ್ಲಿದ್ದ ರವೆಯನ್ನು ಬಾಣಲಿಗೆ ಸುರಿದು ಒಂದು ವಸ್ತ್ರವನ್ನು ಸೊಂಟಕ್ಕೆ ಬಿಗಿದುಕೊಂಡು ಹೊರಗೆ ಬಂದರು. ಇದ್ದ ಬೆಂಚುಗಳ ಮೇಲೆ ಕೆಲವು ಹುಡುಗರು ಕೂತಿದ್ದರೆ, ಮಿಕ್ಕವರು ಸೋತವರಂತೆ ನೆಲದ ಮೇಲೆ ಕೂತಿದ್ದರು. ಕರೆ ತಂದ ಇಬ್ಬರು ಮೇಷ್ಟ್ರುಗಳು ಚಡಪಡಿಸುತ್ತ ಅತ್ತಿಂದಿತ್ತ ಇತ್ತಿಂದತ್ತ ಓಡಾಡುತ್ತಿದ್ದರು. ಪೇಚಾಟ, ಆತಂಕದ ಜೊತೆ ಸುಸ್ತಾದ ಹುಡುಗರ ಹೊಟ್ಟೆಗಳನ್ನು ತುಂಬುವುದು ಅವರುಗಳ ಕರ್ತವ್ಯವಾಗಿತ್ತು.

''ಉಪ್ಪಿಟ್ಟು ಮಾಡಿದರೆ ನಡೆಯುತ್ತ ? ಸ್ವಲ್ಪ ಅನ್ನ ಸಾರು ಇದೆ. ತುಂಬ ಹೊಟ್ಟೆ ಹಸಿವಿರೋ ನಾಲ್ಕು ಹುಡುಗರಿಗೆ ಬಡ್ಸಬಹುದು'' ಎಂದಾಗ ಮಾಸ್ಟರ್ ಸದಾಶಿವಯ್ಯ ''ಇಂಥದ್ದು ಅನ್ನೋದೇನ್ಬೇಡ.ಏನಿದ್ರೂ.... ಆಯ್ತು ! ಸ್ವಲ್ಪ ಬೇಗಾದರೆ ಅನ್ಕೂಲ'' ಪ್ರಾರ್ಥೇಯ ಪಟ್ಟರು. ಕೆಲವು ವಿದ್ಯಾರ್ಥಿಗಳಂತೂ ಹಸಿವು ತಾಳದೇ ಅಲೋಕೆ ಷುರು ಮಾಡಿಬಿಟ್ಟಿದ್ದರು. ''ಆಗುತ್ತೆ.... ಆಗುತ್ತೆ'' ಎಂದು ಮಲಗಿದ್ದ ಚಂದ್ರು ತೋಳು ಮೇಲೆ ಕೈಯಿಟ್ಟಾಗ ಬೆಚ್ಚಿದವನಂತೆ ಎದ್ದು ಕೂತು ಕಣ್ಣು ಹೊಸಕ ತೊಡಗಿದ ''ಒಂದಿಷ್ಟು ಮಲ್ಯನಿಗೆ ಸಹಾಯ ಮಾಡು'' ಅವನನ್ನು ಒಳಗೆ ಕಳಿಸಿ ''ಕೂತ್ಕೊಳಿ ಮೇಷ್ಟ್ರೇ, ನೋಡಿದರೇ ಎಲ್ಲಾ ಹಸಿದಿದ್ದಾರೆ. ಒಬ್ರಿಗೆ ಬಡ್ಸಿ ಮಿಕ್ಕವರ್ನ ಕೂಡ್ಸೋದು ಸರಿ ಕಾಣೋಲ್ಲ'' ಎಂದು ಉಸುರಿ ಒಳಗೆ ಹೋದರು.

ಚಂದ್ರು ಕೈಗಳು ಬಹು ಚುರುಕು. ಈರುಳ್ಳಿ, ಹಸಿಮೆಣಸಿನಕಾಯಿ ಮೇಲೆ ಎಷ್ಟು ಬೇಗ ಚಾಕು ಆಡಿತಂದರೇ, ಐದು ನಿಮಿಷದಲ್ಲಿ ರಾಶಿಯಾಯಿತು. ಒಂದು ಟವಲು ಸುತ್ತಿಕೊಂಡು ಒಗ್ಗರಣಗೆ ಇಟ್ಟ, ಎಣ್ಣೆ ಕಾದು ಸಾಸಿವೆ ಸಿಡಿಯುವ ವೇಳೆಗೆ ಉದ್ದಿನ ಬೇಳೆ, ಕಡ್ಲೆ ಬೇಳೆ ಹಾಕಿ ಹೆಚ್ಚಿಟ್ಟ ಈರುಳ್ಳಿ, ಹಸಿ ಮೆಣಸಿನಕಾಯಿ ಕರಿಬೇವಿನ ಸೊಪ್ಪಿನೊಂದಿಗೆ ಎಣ್ಣೆಯಲ್ಲಿ ಸುರಿದಾಗ ಕೆಲವು ಹುಡುಗರು ಅಡಿಗೆ ಮನೆಯ ಬಾಗಿಲಿಗೆ ಬಂದು ನಿಂತರು.

ಚಂದ್ರು, ಹುಡುಗರು ತುಂಬ ಹಸಿದ್ಕೊಂಡಿದ್ದಾರೆ. ಉಳಿದ ಮೈಸೂರು ಪಾಕ್, ಬೇಸನ್ ಲಾಡುಗಳ್ನ ಕೊಂಡ್ಹೋಗು ಹೇಳಿ, ಒಗ್ಗರಣೆಯಲ್ಲಿ ಕೈಯಾಡಿಸತೊಡಗಿದರು ಸತ್ಯನಾರಾಯಣ. ಕೆಲವೊಮ್ಮೆ ಕೂಡ ಕಾರ್ಯನಿರತರಾಗಬೇಕಿತ್ತು. ಅದೇನು ಅವರಿಗೆ ಬೇಜಾರಿನ ವಿಷಯವಲ್ಲ, ಎಂದೂ ಗೊಣಗಿದ್ದು ಕೂಡ ಇಲ್ಲ.

ಮೈಸೂರು ಪಾಕ್ ಬೇಸನ್‌ಲಾಡುಗಳ ತಟ್ಟೆಗಳನ್ನು ಖಾಲಿ ಮಾಡಿದ ಚಂದ್ರು. ಸರಿಯಾಗಿ ಎಣಿಸಿಕೊಂಡು ಲೆಕ್ಕವಿಟ್ಟುಕೊಂಡಿದ್ದ. ಇಂದು ಮಾಡಿದ ಸಿಹಿ ತಿಂಡಿಗಳು ಇಂದೇ ಖರ್ಚಾಗಿದ್ದು ಅವರಿಗೆ ಸಂತೋಷದ ವಿಷಯವೇ.

ಉಪ್ಪಿಟ್ಟು ಸಿದ್ಧವಾಗಿ ಬಂತು. ಬಾಳೆಯೆಲೆ ಚೂರುಗಳನ್ನು ಹರಡಿ ಒಂದು ಕಡೆಯಿಂದ ಬಡಿಸತೊಡಗಿದರೇ, ಹುಡುಗರು ಎಲೆಗಳನ್ನು ಖಾಲಿ ಮಾಡುತ್ತಿದ್ದರು. ಅವರವರ ಮನೆಗಳಿಂದ ಕೊಂಡು ಹೋದ ತಿಂಡಿಗಳನ್ನು ತಿಂದು ಮುಗಿಸಿದ್ದರು. ಡ್ಯಾಮ್‌ನಲ್ಲಿ, ಅವರುಗಳೂ ಯಾರೂ ಶ್ರೀಮಂತರ ಮಕ್ಕಳು ಅಲ್ಲ, ಓದುತ್ತಿದ್ದುದು ಸರ್ಕಾರಿ ಮಿಡಲ್ ಸ್ಕೂಲ್‌ನಲ್ಲಿ ಈ ಟೂರ್ ಪ್ರೋಗ್ರಾಂಗೋಸ್ಕರ ಮನೆಯಲ್ಲಿ ಕಾಡಿ ಬೇಡಿ ಹಣವನ್ನು ಹೊಂದಿಸಿಕೊಂಡು ಬಂದು ಕೊಟ್ಟಿದ್ದರು. ಇವೆಲ್ಲ ಅವರುಗಳಿಗೆ ಅಪರೂಪವೇ.

ಎಲ್ಲಾ ತಿಂದು ಕೈಗಳನ್ನು ತೊಳೆದು ಬಂದ ಮೇಲೆ ಮೇಷ್ಟರು ತಮ್ಮ ಜೇಬಿನಲ್ಲಿದ್ದ ಹಣವನ್ನು ತೆಗೆದು ಪ್ರತಿಯೊಬ್ಬರ ಬಳಿಯು ವಸೂಲು ಮಾಡಿದರೂ ಸಿಕ್ಕಿದ್ದು ಅತ್ಯಲ್ಪವೇ. ಅವರಿಗೆ ಸಂಕೋಚವೆನಿಸಿತು. ವಿದ್ಯಾರ್ಥಿಗಳ ಜೊತೆ ಮೂವರು ಉಪಾಧ್ಯಾಯರು, ಒಬ್ಬ ಜವಾನ ಸೇರಿ ನಲ್ವತ್ತು ಮಂದಿ ಪ್ಲೇಟಿನ ಲೆಕ್ಕದ ಮೇಲಲ್ಲ ತಿಂಡಿ ತಿಂದಿದ್ದು, ಹೊಟ್ಟೆ ಬಿರಿಯ ಉಪ್ಪಿಟ್ಟು ಹಾಕಿಸಿಕೊಂಡು ಪಾತ್ರೆ ಖಾಲಿ ಮಾಡಿದ್ದರು. ಜೊತೆಗೆ ನಲ್ವತ್ತು ಬೇಸನ್ ಲಾಡು, ಇಪ್ಪತ್ತೊಂಬತ್ತು ಮೈಸೂರು ಪಾಕು ಪೀಸುಗಳು ಇಷ್ಟಕ್ಕೂ ಮೇಷ್ಟರು ಕೊಟ್ಟ ಹಣವೆಷ್ಟು ಗೊತ್ತಾ? ಚಿಲ್ಲರೆಯೆಲ್ಲ ಸೇರಿ ಬರೀ ನೂರ ಇಪ್ಪತ್ಮೂರು ರೂಪಾಯಿ ಎಪ್ಪತ್ತೈದು ಪೈಸೆ. ಚಂದ್ರು ಗುರ್ ಅಂದ.

ಏನ್ರೀ ಇದು? ಇದು ಪುಗಸಟ್ಟೆ ಊಟ ಹಾಕೋ ಧರ್ಮಛತ್ರವಲ್ಲ ಕಾಸುಗೆ ಅನ್ನ ಮಾರೋ ಹೋಟೆಲ್. ಒಬ್ಬೊಬ್ರು ಮೂರು ಮೂರು ಪ್ಲೇಟ್ ಉಪ್ಪಿಟ್ಟು ತಿಂದಿದ್ದೀರಾ! ಇನ್ನ ಸಿಹಿ ತಿಂಡಿ ಬೆಲೆ ಎಷ್ಟು ಗೊತ್ತಾ? ಅದೇ ನೂರು ಚಿಲ್ಲರೆ ಆಗೋಯ್ತು. ಅದು ಈ ಸರಿ ರಾತ್ರಿಯಲ್ಲಿ ಯಾರು ಮಾಡಿ ಬಡುಸ್ತಾರೆ? ರೋಪ್ ಹಾಕಿದ. ಮಿಕ್ಕಿದ್ದನ್ನು ಇವನಿಗೆ ಒಪ್ಪಿಸಿ ಸತ್ಯನಾರಾಯಣ ಮನೆಗೆ ಹೋಗಿ ಆಗಿತ್ತು.

ಮತ್ತೆ ಇಬ್ಬರು ಮೇಷ್ಟರುಗಳು ತಮ್ಮ ಜೇಬಿನಲ್ಲಿದ್ದ ನೂರರ ಚಿಲ್ಲರೆ ಗೊಣಗುತ್ತಲೇ ಹೊರಗೆ ತೆಗೆದರು. ಚಂದ್ರು ಒಪ್ಪಬೇಕಲ್ಲ, ಸತ್ಯನಾರಾಯಣರ ಧಾರಾಳತನ ಗೊತ್ತು. ಆದರೆ ಚಂದ್ರು ಹಾಗಲ್ಲ, ತೀರಾ ವ್ಯವಹಾರಿ.

ಅವನನ್ನು ಒಪ್ಪಿಸಲು ಸಾಧ್ಯವಾಗದೇ ಮೇಷ್ಟರುಗಳು ಸತ್ಯನಾರಾಯಣನನ್ನು ಹುಡುಕಿಕೊಂಡು ಮನೆಗೆ ಬಂದರು. ತಮ್ಮ ಸ್ಥಿತಿಯನ್ನು ಹೇಳಿಕೊಂಡರು.

ಸರ್ಕಾರಿ ಸ್ಕೂಲಿನಲ್ಲಿ ಓದೋ ಬಡ ವಿದ್ಯಾರ್ಥಿಗಳು ಇವರು. ಹೇಗೋ ರಾತ್ರಿ ಊಟಕ್ಕೆ ಮನೆಗೆ ಹೋಗ್ಬಿಡೋ ಲೆಕ್ಕಚಾರಾವಿದ್ದುದ್ದರಿಂದ ಚಿಲ್ಲರೆ ಪಲ್ಲರೆ ಬಿಟ್ಟು ಹುಡುಗರ ಹತ್ರ ಏನಿಲ್ಲ, ನಾವು ಅನ್ಕೂಲವಂತ ಜನವೇನು ಅಲ್ಲ, ಬಸ್ಸು ಕೆಟ್ಟು ನಿಂತಾಗ ರಿಪೇರಿಗೆ ಬೇಕೂಂತ ಡ್ರೈವರು ದುಡ್ಡು ಇಸ್ಕಂಡ್ ಬಿಟ್ಟ ಇರೋದು ಇಷ್ಟೇ. ಇಷ್ಟರ ಮೇಲೆ ನಮ್ಹತ್ರ ಏನಿಲ್ಲ.

ಮೇಷ್ಟು ಹಿಂದೆ ಗುಂಪು ಕಟ್ಟಿಕೊಂಡಿದ್ದ ವಿದ್ಯಾರ್ಥಿಗಳನ್ನು ನೋಡಿದರು. ಈ ವಯಸ್ಸಿನಲ್ಲಿ ಅವರ ಸ್ಥಿತಿ ನಿಕೃಷ್ಟವಾಗಿತ್ತು. ವಾರಾನ್ನ, ಉಪವಾಸಗಳ ನಡುವೆಯೇ ತಮ್ಮ ವಿದ್ಯಾಭ್ಯಾಸ ಮುಗಿಸಿದ್ದರು.

ಪರ್ವಾಗಿಲ್ಲ ಬಿಡಿ ಎಂದವರು ಚಂದ್ರು ಕೊಟ್ಟ ಹಣದಲ್ಲಿ ನೂರು ರೂಪಾಯಿನ ಒಂದು ನೋಟು ವಾಪಸ್ಸು ಕೊಟ್ಟು ಸಿಟಿ ತಲುಪೋವರ್ಗೂ ನಿಮ್ಹತ್ರ ಇರ್ಲಿ. ಮೇಷ್ಟರುಗಳ ಹಣೆಯಲ್ಲಿ ಬೆವರು ಕಾಣಿಸಿಕೊಂಡಿತು. ದೊಡ್ಡ ಪಂಚಾಯಿತಿ ಆಗಬಹುದೆಂದು ತಿಳಿದಿದ್ದು ಇಷ್ಟು ನಿರಾಳವಾಗಿ ಪರಿಹಾರವಾದದ್ದು ಆಶ್ಚರ್ಯವೆನಿಸಿತು. ಹೆಚ್ಚು ಮಾತು ಸತ್ಯನಾರಾಯಣರಿಗೆ ಬೇಡವೆನಿಸಿತು, ಹೋಗ್ಬನ್ನಿ ಬೇಕಾದರೆ ನಿಮ್ಮ ಬಸ್ಸು ರಿಪೇರಿಯಾಗೋವರ್ಗೂ ಹೋಟೆಲ್‌ನಲ್ಲಿರಿ. ಹೊರ್ಗಡೆ ಚಳಿ ಇದೆ ಅಂದರು ಸರಳವಾಗಿ.

ಎಲ್ಲಾ ಬಸ್ಸು ಹತ್ರ ಹೋಗ್ಬಿಡ್ತೀವಿ. ಹೊತ್ತಿಲ್ದ ಹೊತ್ತಿನಲ್ಲಿ ಇಷ್ಟು ಜನರ ಹಸಿವು ತೀರಿಸಿದ್ದೀರಿ. ನಿಮ್ಮ ಉಪಕಾರನ ಹೇಗೆ ಮರ್ಯ್ಯೋದು? ಇನ್ನೊಬ್ಬ ಮೇಷ್ಟರು ಬಾಯಿ ಬಿಟ್ಟರು ಇದೆಂಥ ಉಪಕಾರ! ನಮ್ಮ ಕಸುಬು ಇದು. ಇಲ್ಲಿ ಹನ್ನೆರಡು ಹೋಟೆಲ್‌ಗಳಿವೆ. ಅವ್ರುಗಳು ಕೂಡ ಇಷ್ಟೇ ಮಾಡ್ತಾ ಇದ್ರು ಎಂದರು ಸತ್ಯನಾರಾಯಣ. ಬೇರೆಯವರ ಹೊಗಳಿಕೆ ಅವರನ್ನು ಕುಬ್ಜರನ್ನಾಗಿಸುತ್ತಿತ್ತು.

ಅವರುಗಳನ್ನು ಕಳುಹಿಸಿ ಬಂದಾಗ ಚಂದ್ರು ಕೂಡ ಹಿಂಬಾಲಿಸಿದವನು, ಯಜಮಾನ್ರೇ, ಅವ್ರು ತಿಂದ ಬೇಸನ್ ಲಾಡು, ಮೈಸೂರು ಪಾಕ್ ದುಡ್ಡು ಕೂಡ ಬರ್ಲಿಲ್ಲ ಎಂದ ಅಸಮಾಧಾನದಿಂದ.

ಹೋಗ್ಲಿ ಬಿಡು, ಇದ್ದಿದ್ರೆ ಕೊಟ್ಟು ಹೋಗಿರೋರು. ಒಂದ್ಸಲ ನನ್ಹತ್ರ ಕಾಸು ಇರ್ಲಿಲ್ಲ, ಹಸಿವು ತಡಿಲಾರ್ದೇ ಒಂದು ಹೋಟೆಲ್‌ಗೆ ನುಗ್ಗಿ ಪಟ್ಟಾಗಿ ತಿಂದು ಕೈಯಾಡಿಸಿದೆ, ಒಂದ್ವಾರ ದೋಸೆ ಹಿಟ್ಟು ರುಬ್ಬಿಸಿದ್ರು. ಇಷ್ಟು ಜನನಾ ಇಟ್ಕಂಡ್ ನೀನೇನು ಮಾಡ್ತೀಯಾ? ಹೊತ್ತು ಜಾಸ್ತಿ ಆಯ್ತು, ಹೋಗಿ ಮಲ್ಗು ಅವನನ್ನು ಕಳಿಸಿದರು.

ಹಾಸಿಗೆಯ ಮೇಲೆ ಕೂತ ಸುಕನ್ಯ ನಗುತ್ತ "ಮೊನ್ನೆ ಮೊನ್ನೆ ಹೋಟಲಿಟ್ಟ ರುದ್ರಪ್ಪ ನಾಲ್ಕು ಸೀಮೆ ಹಸು ಕೊಂಡ್ಕೊಂಡಿದ್ದಾರೆ. ನಾವಿನ್ನು ಮಾಡುಗೆ ಹೊದಿಸಿರೋ ಜಿಂಕ್ ಷೀಟ್‌ನ ಬದಲಾಯಿಸೋಕ್ಕಾಗಿಲ್ಲ. ಎಲ್ಲಾ ಅದೇ ಅಂದ್ಕೋತಾರೆ" ಅಂದರು. ಗಂಡನ ಧಾರಾಳತನದ ಜೊತೆ ಮಗನ ಖರ್ಚು ವೆಚ್ಚಗಳನ್ನು ಪೂರೈಸಲು ಸೋತು ಹೋಗಿದ್ದರು. ಮುರುಳಿಗೆ ಸದಾ ಶ್ರೀಮಂತಿಕೆಯ ಗುಂಗು. ಅದೇ ರೀತಿ ಬದುಕುವ ವಾಂಛಲ್ಯ.

"ಆಗುತ್ತೆ ಎಲ್ಲಾ ಆಗುತ್ತೆ. ಅದ್ಕೂ ಕಾಲ ಕೂಡಿ ಬರ್ಬೇಕು. ಮುರುಳಿಯಿಂದ ಮತ್ತೊಂದು ಪತ್ರ ಬಂದಿದೆ. ಅವ್ನಿಗೆ ತಕ್ಷಣ ಹಣ ಬೇಕಂತೆ. ಎಲ್ಲಿ ಹೊಂಚೋದೂಂತ ಗೊತ್ತಾಗ್ತಾ ಇಲ್ಲ. ಕೆಲವರಿಂದ ಪಡೆದ ಸಾಲ ಇನ್ನೂ ಕೊಟ್ಟಿಲ್ಲ. ಮತ್ತೆ ಮತ್ತೆ ಹೇಗೆ ಕೇಳೋದು ?" ಚಿಂತಿತರಾಗಿ ಮಲಗಿದವರು ಎರಡು ಕೈಗಳನ್ನು ಬೆಸೆದು ತಲೆಯ ಕೆಳಗಿಟ್ಟುಕೊಂಡರು.

"ಬನ್ನೀಂತ ಬರ್ದು ಬಿಡಿ. ಹೇಗೂ ಓದಿದ್ದು ಮುಗೀತಲ್ಲ"

ಹೆಂಡತಿಯ ಮಾತಿಗೆ ನಿಟ್ಟುಸಿರು ದಬ್ಬಿದರು. ಅವನು ಯಾವಾಗಲೂ ವಿಳಾಸ ಕೊಡುತ್ತಿರಲಿಲ್ಲ! ಸತ್ಯನಾರಾಯಣ್‌ಗೆ ಹೋಗಲು ಪುರಸೊತ್ತಿಲ್ಲ. ಮಗ ಕೇಳಿದಷ್ಟು ಹಣ ಒದಗಿಸೋದು ಅವರ ಕೆಲಸ.

"ಹೋದ್ಸಲ ಬರ್ದ ಪತ್ರ ವಾಪ್ಸು ಬಂತು. ಆ ವಿಳಾಸಕ್ಕೆ ಕಳಿಸಿದ ಹಣ ಮಾತ್ರ ತಲುಪಿದೆ. ನಂಗೆ ಅವ್ನ ಅರ್ಥವಾಗ್ಲಿಲ್ಲ" ನೋವಿನಿಂದ ನುಡಿದರು.

ಸುಕನ್ಯ ಸುಮ್ಮನೆ ಮಲಗಿದರು. ಮುರುಳಿಯದು ಸ್ವಲ್ಪ ಹಟದ ಸ್ವಭಾವ. ಸದಾ ಮೊದಲ ಸಾಲಿನಲ್ಲಿ ತರಗತಿಯಲ್ಲಿ ಕೂಡಬೇಕೆಂಬ ತಕರಾರಿನ ಜೊತೆ, ಬುದ್ಧಿ ಬಂದ ನಂತರ ಐರನ್ ಮಾಡದೇ ಬಟ್ಟೆ ಹಾಕುತ್ತಿರಲಿಲ್ಲ. ಉತ್ತಮ ದರ್ಜೆಯ ಶ್ರೀಮಂತರ ಮನೆಯ ಮಕ್ಕಳು ಹಾಕಿಕೊಳ್ಳುವಂಥ ಷೂ ಚಪ್ಪಲಿಗಳೇ ಬೇಕು. ಹೋಟೆಲ್ ಕಡೆ ತಲೆ ಹಾಕುತ್ತಿರಲಿಲ್ಲ. ಅಪ್ಪಿ ತಪ್ಪಿ ಏನಾದರೂ ಕೆಲಸ ಹೇಳಿದರೇ ವಿರೋಧಿಸುತ್ತಿದ್ದ. ತಾಳ್ಮೆ ಕಳೆದುಕೊಂಡು ಸತ್ಯನಾರಾಯಣ ಸುಕನ್ಯ ಬಡಿದಿದ್ದುಂಟು. ಆದರಿಂದೇನು ಅವನ ಸ್ವಭಾವ ಬದಲಾಗಲಿಲ್ಲ. ಮಿಡ್ಲ್‌ಸ್ಕೂಲ್ ಪಾಸಾದ ಕೂಡಲೇ ಸಿಟಿಯಲ್ಲಿ ಓದಬೇಕೆಂದು ಹಟವಿಡಿದು ಉಪವಾಸ ಕೂತ. ಅಲ್ಲಿ ಹಾಸ್ಟೆಲ್‌ನಲ್ಲಿ ಬಿಡಬೇಕಾಯಿತು. ರಜೆಗಳಲ್ಲಿ ಬಂದರೂ ಇಲ್ಲಿ ಬಗ್ಗುತ್ತಿರಲಿಲ್ಲ. ಸದಾ ಶ್ರೀಮಂತಿಕೆಯ ಕನಸು ಕಾಣುತ್ತಿದ್ದ. ಉಳ್ಳವರ ಕಡೆ ಬೊಟ್ಟು ತೋರಿಸಿ ಇವರನ್ನು ಹಂಗಿಸುತ್ತಿದ್ದ. ಇದೆಲ್ಲ ಆರಾಮಾಗಿ ಅವನಲ್ಲಿ ಬೆಳೆದುಕೊಂಡು ಬಂದಿತ್ತು.

ನಿದ್ದೆ ಬಾರದೆ ಹೊರಳಾಡಿ ಸುಕನ್ಯ ಎದ್ದು ಕೂತಾಗ "ಯಾಕೆ ನಿದ್ದೆ ಬರ್ಲಿಲ್ವಾ ?" ಹೇಗಾದ್ರೂ ಹಣನ ಜೊತೆಮಾಡಿ ಕಳಿಸ್ತೀನಿ. ಸುಮ್ನೇ ಚಿಂತೆ ಮಾಡ್ಬೇಡ" ಉಸುರಿದರು ಸತ್ಯನಾರಾಯಣ. ಕೈ ಹಿಡಿದವಳ ಮೇಲೆ ವಿಪರೀತ ಪ್ರೇಮ. ಒಂಟಿಯಾಗಿ ಕಷ್ಟಗಳನ್ನೆದುರಿಸಿ ಬಂದವರಿಗೆ ಮದುವೆಯಾದ ಮೇಲೆ ಸಂಗಾತಿ ಸಿಕ್ಕಿದ್ದು ನಂತರದ ಕಷ್ಟಗಳಿಗೆ.

ಸತ್ಯನಾರಾಯಣ್ ತಾಯಿ ತೀರಿಕೊಂಡಾಗ ಹದಿನಾಲ್ಕರ ಹರೆಯ. ತೀರಾ ವಾತ್ಸಲ್ಯಮಯಿ ತಾಯಿದರೆ, ತಂದೆ ಬೇಜವಾಬ್ದಾರಿಯ ಸೋಮಾರಿ. ಹಿಂದಿನವರು

ಕಾಯಿದ್ದಿಟ್ಟ ಆಸ್ತಿಯನ್ನು ಮುಗಿಸುವ ಪ್ರಯತ್ನದಲ್ಲಿದ್ದರೇ ವಿನಃ ಎಂದೂ ಭವಿಷ್ಯದ ಬಗ್ಗೆ ತಲೆ ಕೆಡಿಸಿಕೊಂಡ ಪುಣ್ಯಾತ್ಮನಲ್ಲ. ಮೂರೆಲೆಯ ಆಟದ ಜೊತೆ ಪೋಲಿ ಜೋಕ್‌ಗಳನ್ನೊಡೆಯುತ್ತಲೆ ಇಡೀ ಜೀವನವನ್ನು ಕಳೆದ ಪುಣ್ಯಾತ್ಮ. ಮನೆ ತುಂಬ ಅಜ್ಜಿ, ಚಿಕ್ಕಪ್ಪ, ಚಿಕ್ಕಮ್ಮ ಅವರ ಮಕ್ಕಳು ಎಲ್ಲಾ ಇದ್ದರೂ ಹದಿನೈದನೇ ವಯಸ್ಸಿನಲ್ಲಿ ಮನೆ ಬಿಟ್ಟು ಹೊರ ಬರಬೇಕಾಯಿತು. ನಂತರ ಓದಿದ್ದು ಸ್ವಸಾಮರ್ಥ್ಯದಿಂದ. ಸಣ್ಣ ಪುಟ್ಟ ಕೆಲಸಗಳನ್ನು ಮಾಡಿಕೊಂಡು ಓದಿದರೂ, ಎಂ.ಎ. ಮುಗಿದ ನಂತರ ಕೆಲಸ ಸಿಗಬಹುದೆಂಬುದು ಮರೀಚಿಕೆಯಾಯಿತು. ಪಾರ್ಟ್ ಟೈಂ ಉಪನ್ಯಾಸಕನ ಹುದ್ದೆ ಸಿಕ್ಕಿದಾಗ ಸುಕನ್ಯ ಕುತ್ತಿಗೆಗೆ ತಾಳಿ ಬಿಗಿದಾಗಿತ್ತು. ಆ ಕೆಲಸ ಬೇಗ ಹೋಯಿತು. ಸ್ವಾಮಿಗಳು ನಡೆಸುತ್ತಿದ್ದ ಒಂದು ಕಾಲೇಜಿನಲ್ಲಿ ಅಪಾಯಿಂಟ್-ಮೆಂಟಾದರೂ ಅಲ್ಲಿನವರ ಕಿರುಕುಳ ಸಹಿಸಲಾರದೆ ಹೊರಗೆ ಬಂದರು. ಈಗ ಒಂಟಿಯಲ್ಲ ಎಲ್ಲೋ ಇದ್ದು ದಿನ ಕಳೆಯಲು. ಸಣ್ಣಪುಟ್ಟ ವ್ಯಾಪಾರಕ್ಕೆ ತೊಡಗುವಾಗ ಹೆಂಡತಿಯ ಮೈಮೇಲಿನ ಚಿನ್ನ ಮಾರಿ ಹೋಗಿ ಹೆಣ್ಣುಕೊಟ್ಟ ಮಾವನ ಮನೆಯಿಂದ ದೂರಾದರು. ಮುಂದೇನು ? ಮುಂದೇನು ? ಇಂಥ ಸ್ಥಿತಿಯಲ್ಲಿದ್ದಾಗ ಒಬ್ಬ ಹಿತೈಷಿಗಳು ಒಂದು ಮಾರ್ಗ ಸೂಚಿಸಿದರು.

"ನಿನ್ನ ಹೆಂಡ್ತಿ ಸೊಗಸಾಗಿ ತಿಂಡಿಗಳ್ನ ಮಾಡ್ತಾಳಂತೆ. ಜೀವನ ನಿರ್ವಹಣೆಗೆ ಯಾವ ಕೆಲ್ಸವಾದ್ರೇನು ! ತಿಂಡಿಗಳ್ನ ಮನೆಯಲ್ಲಿ ಮಾಡ್ಸಿ ಆಸ್ಪತ್ರೆ, ಕೋರ್ಟು ಮುಂತಾದ ಕಡೆ ತಗೊಂಡ್ಹೋಗಿ ಮಾರ್ಬಹುದು. ಚಿಕ್ಕದಾಗಿ ಷುರುವಾಗಿದ್ದೇ ದೊಡ್ಡದಾಗುತ್ತೆ."

ಅವರಿದ್ದ ಸ್ಥಿತಿಯಲ್ಲಿ ಅದು ಸರಿಯೆನಿಸಿತು. ಅಷ್ಟೋ ಇಷ್ಟೋ ವ್ಯಾಪಾರ ಆಗೋದು. ಅಷ್ಟರಲ್ಲಿ ಒಂದು ರೀತಿಯಲ್ಲಿ ಸುಕನ್ಯ ಬಿಕ್ಕಿ ಬಿಕ್ಕಿ ಅಳುತ್ತ, "ನಾವು ಯಾವುದಾದ್ರೂ ಸಣ್ಣ ಊರಿಗೆ ಹೋಗ್ಬಿಡೋಣ. ಇಲ್ಲಿ ಮೇಷ್ಟ್ರು ಕೊಡಬಳ ನಿಪ್ಪಟ್ಟು ಮಾಡ್ತಾರೇಂತ ಎಲ್ಲಾ ಆಡಿಕೋತಾರೆ" ಅಂದಾಗ ಉತ್ತೇಕ್ಷಿಸಿದರು. ಆಮೇಲೆ ಸರಿಯೆನಿಸಿತು. ಆಗ ಅಷ್ಟಷ್ಟು ಲಗೇಜ್ ತಗೊಂಡು ಬಂದು ನಾರಾಯಣಪುರದಲ್ಲಿ ನಿಂತರು.

ಖಾಲಿ ಜಾಗದಲ್ಲಿ ಹಸಿ ಇಟ್ಟಿಗೆಯಲ್ಲಿ ನಾಲ್ಕು ಗೋಡೆಗಳನ್ನೆತ್ತರಿಸಿ, ಮೇಲೆ ಹೆಂಚು ಹಾಕಿ ಸತ್ಯನಾರಾಯಣ ಭವನ ಪ್ರಾರಂಭಿಸಿಬಿಟ್ಟರು. ಮೊದಲು ವ್ಯಾಪಾರ ಆಮೆ ವೇಗದಲ್ಲಿ ಶುರುವಾದರು, ನಂತರ ಸುಧಾರಿಸಿತು. ಹೆಂಡತಿ ಮಾಡುತ್ತಿದ್ದ ತಿಂಡಿಗಳನ್ನೆಲ್ಲ ಬಹಳ ಬೇಗ ಕಲಿತರು. ಎಲ್ಲಾ ಸರ್ಟಿಫಿಕೇಟ್ಸ್‌ನ ಹಳೆಯ ಟ್ರಂಕಿನೊಳಗೆ ಹಾಕಿ ತಾನು ಓದಿದ್ದೀನಿ ಎನ್ನುವುದನ್ನೆ ಮರೆತರು. ಎರಡು ವರ್ಷದಲ್ಲಿ ಹೋಟೆಲಿದ್ದ ಜಾಗ ಕೊಂಡರು. ನಂತರ ಐದಂಕಣದ ಸ್ವಂತ ಮನೆ ಆಯಿತು. ಹೋಟೆಲ್‌ನ ಒಂದು ಕೋಣೆಯಲ್ಲಿದ್ದ ತಮ್ಮ ಸಂಸಾರವನ್ನು ಮನೆಗೆ ಷಿಫ್ಟ್ ಮಾಡಿದರು. ಸ್ವಲ್ಪ ಮಟ್ಟಿಗೆ ಅವು ಸುಖದ ದಿನಗಳೇ. ಅಷ್ಟಿಷ್ಟು ಚಿನ್ನ ತಂದು ಹಾಕಿದರು ಹೆಂಡತಿಗೆ. ಅವರ ಜೀವನ ಮಟ್ಟ ಸುಧಾರಿಸಿದರೂ ಮಕ್ಕಳಿಲ್ಲವೆಂಬ ಬೇಸರ. ಹೆಂಡತಿ ವ್ರತ, ಪೂಜೆ, ಆಸ್ಪತ್ರೆಯ ತಿರುಗಾಟಕ್ಕಾಗಿ ಸಾಕಷ್ಟು ಹಣ ಖರ್ಚು ಮಾಡಿದ ನಂತರವೇ ವಂಶೋದ್ಧಾರಕನ ಮುಖ ಕಂಡಿತು. ಆಮೇಲೆ ಖರ್ಚು

ಒಂದೇ ಸಮ ಬೆಳೆಯಿತು. ಒಬ್ಬನೇ ಮಗ, ಅತಿ ಮುದ್ದು ಪ್ರೀತಿ ಅವನನ್ನು ಹಟಮಾರಿಯನ್ನಾಗಿ ಮಾಡಿತು. ಆದಾಯ ಮೀರಿ ಬೆಳೆದ ಖರ್ಚು ಇನ್ನು ಕಡಿಮೆಯಾಗಿರಲಿಲ್ಲ.

ನನಗೊಂದು ಕೆಲ್ಸ ಸಿಕ್ಕ ಕೂಡ್ಲೇ ನಿಮ್ಮನ್ನ ಕರ್ಕೊಂಡ್ಹೋಗ್ತೀನಿ. ಈ ಹೋಟೆಲ್ ಸಂಪಾದ್ನೆಯೇ ಬೇಡ. ಇದ್ರ ದುಡಿಮೆಯಿಂದ ನಮ್ಗೇನು ಸಿಕ್ಕಿದೆ? ಬಂದಾಗ ಪ್ರತಿಸಲವೂ ಇಂಥ ಮಾತುಗಳನ್ನಾಡುತ್ತಿದ್ದ.

ಮಗನ ಸ್ವಭಾವ ಬಲ್ಲ ಸತ್ಯನಾರಾಯಣ್‌ಗೆ ಅಂಥ ಭರವಸೆಯೇನು ಇರಲಿಲ್ಲ. ಆದರೂ ಅವನಿಗೊಂದು ಕೆಲಸ ಸಿಗಲಿದೆಯೆಂದು ದೇವರಲ್ಲಿ ಪ್ರಾರ್ಥನೆ. ಕೆಲಸದ ಹುಡುಕಾಟ ನಂತರದ ದಿನದಲ್ಲಿ ತನಗಾದ ಅನುಭವಗಳು ಮಗನಿಗೆ ಆಗದೇ ಇರಲಿಯೆಂಬುದೇ ಅವರ ಉದ್ದೇಶ.

❑ ❑ ❑

ವಿಶ್ವ ಮುರುಳಿ ಕಡೇ ಬಸ್ಸಿನಲ್ಲಿ ಬಂದಿಳಿದಾಗ ಸತ್ಯನಾರಾಯಣ ಭವನ ಇನ್ನು ತೆಗೆದೇ ಇತ್ತು. ಬಂದ ಕೆಲವರು ಕಾಫಿಗಾಗಿ ಬಂದಾಗ ಹಣವನ್ನು ಎಣಿಸುತ್ತಿದ್ದರು ಸತ್ಯನಾರಾಯಣ.

ಹೇಗಿದೆ ವ್ಯಾಪಾರ? ಸ್ವರ ಕೇಳಿದಾಗ ಸತ್ಯನಾರಾಯಣ ತಲೆಯೆತ್ತಿ ಛೇರ್‌ನಿಂದ ಎದ್ದರು. ಪರ್ವಾಗಿಲ್ಲ, ನೀವು ಬಂದಿದ್ದೇ ಗೊತ್ತಾಗ್ಲಿಲ್ಲ. ಚಂದ್ರು ಕಾಫಿ ತಗೊಂಡ್ಬಾರೋ ಕೂಗಿ ಹೇಳಿದರು. ಇಲ್ಲಿಗೆ ಬಂದಾಗ ಪಂಡಿತರು ಸಾಕಷ್ಟು ಸಹಾಯ ಮಾಡಿದ್ದರು. ಈಗಲೂ ಮಗನಿಗಾಗಿ ಸಾಲ ಮಾಡಿದ್ದು ಇವರಲ್ಲೇ.

ಬನ್ನಿ, ಕೂತ್ಕೊಳ್ಳಿ ಕರೆದೊಯ್ದರು ಖಾಲಿಯಿದ್ದ ಛೇರ್ ಕಡೆಗೆ. ಅವರಿಗೆ ಇಲ್ಲಿನ ಕಾಫಿಯೆಂದರೆ ಮಹಾನ್ ಇಷ್ಟ. ದಿನಕ್ಕೊಮ್ಮೆಯಾದರೂ ಬಂದು ಕುಡಿಯುತ್ತಿದ್ದುದು ಅವರ ಅಭ್ಯಾಸ. ಜೊತೆಗೆ ಒಂದಿಷ್ಟು ಮಾತಾಡಿ ಕಷ್ಟ ಸುಖ ವಿಚಾರಿಸುತ್ತಿದ್ದರು. ಅವರಿಗೆ ಸರಿ ಹೋಗದ್ದು ಮುರುಳಿಯ ನಡವಳಿಕೆಯೇ! ದುಂದು ವೆಚ್ಚ ಇಷ್ಟವಾಗುತ್ತಿರಲಿಲ್ಲ.

ಚಂದ್ರು ಕಾಫಿ ತಂದಿಟ್ಟು ಹೋದ ಮೇಲೆ ಈ ವರ್ಷ ಮೊಮ್ಮಗ್ಳ ಮದ್ವೆ ಮಾಡ್ಬೇಕು. ಮಗ ಸಂಬಂಧಗಳ್ನ ಹುಡುಕ್ತಾ ಇದ್ದಾನೆ. ಈಗ್ಲೇ ನಿನ್ನ ಕಿವಿ ಮೇಲೆ ಈ ಮಾತು ಹಾಕೋದು ಒಳ್ಳೆದೂಂತ ಅನ್ನಿಸ್ತು ಅರ್ಥಪೂರ್ಣವಾಗಿ ಹೇಳಿದರು. ಕೊಡಬೇಕೆಂದ ಸಾಲವನ್ನು ಜ್ಞಾಪಿಸುವ ರೀತಿ ಇದು.

ಆಯ್ತು, ಗಂಡೇನಾದ್ರೂ ಗೊತ್ತಾಯ್ತು? ಕಳವಳಗೊಳ್ಳದೆ ಕೇಳಿದರು ಸತ್ಯನಾರಾಯಣ.

ಕಾಫಿ ಲೋಟ ಖಾಲಿಯಾದ ನಂತರವೇ ಹೇಳಿದ್ದು ನೋಡ್ತಾ ಇದ್ದಾನೆ. ಒಬ್ಬೆ ಮಗ್ಳು ಚೆನ್ನಾಗಿ ಕೊಟ್ಟು ಬಿಟ್ಟು ಮಾಡ್ತಾನೆ. ಒಂದ್ಸಲ ನನ್ಹೆಗೆ ಮುರುಳಿ ಜಾತ್ಕ ಕೊಟ್ಟಿದ್ದೆ. ಮೊನ್ನೆ ಸಿಕ್ತು ನೋಡು. ಮೊಮ್ಮಗ್ಳ ಜಾತ್ಕದ ಜೊತೆ ನೋಡ್ದೇ. ಬಹಳ ಪ್ರಶಸ್ತವಾಗಿದೆ. ನೀನು ಮನಸ್ಸು ಮಾಡಿದರೆ, ಅವ್ನು ನಮ್ಮ ಮನೆಯ ಅಳಿಯ ಆಗ್ತಾನೆ.

ಸತ್ಯನಾರಾಯಣ ಏನು ತಬ್ಬಿಬ್ಬಾಗಲಿಲ್ಲ. ಪಟ್ಟ ಕಷ್ಟಗಳು ಅನುಭವಿಸಿದ ಕಿರುಕುಳಗಳು, ಎದುರಾದ ವ್ಯಕ್ತಿಗಳು – ಎಲ್ಲದರಿಂದ ಪಾಠ ಕಲಿತಿದ್ದರು.

''ಕೆಲ್ಸ ಹುಡ್ಕೋ ಓಡಾಟದಲ್ಲಿದ್ದಾನೆ. ಅದೊಂದು ಜವಾಬ್ದಾರಿ ನಮ್ಮ ಮೇಲಿದೆ. ಈ ಸಲ ಬಂದಾಗ ಈ ವಿಷ್ಯ ಪ್ರಸ್ತಾಪ ಮಾಡ್ತೀನಿ. ಅವ್ನು ಒಪ್ಕೊಂಡರೆ ಮುಗೀತು'' ಸಹಜವಾಗಿ ಹೇಳಿದರು.

ಅದೂ ಇದೂ ಪ್ರಸ್ತಾಪಿಸಿದ ನಂತರ ಮೇಲೆದ್ದ ಪಂಡಿತರು 'ನಿನ್ಮಗ ಕಡೇ ಬಸ್ಸಿನಲ್ಲಿ ಬಂದಿದ್ದು ನೋಡ್ದೇ. ನಾಳೆನೇ ವಿಷ್ಯನ ಪ್ರಸ್ತಾಪಿಸು. ಕೆಲ್ಸಕ್ಕಾಗಿ ತಲೆ ಕೆಡ್ಸಿಕೊಳ್ಳೋದೇನ್ಬೇಡ. ನಮ್ಮನ್ಯಾಯ ಬೆಲೆ ಅಂಗಡಿ ಇದೆ. ಜೊತೆಗೆ ಊರ ಮುಂದಿನ ತೋಟ ಅವ್ನ ಉಸ್ತುವಾರಿಗೆ ಬಿಡ್ತೀವಿ. ಚಿನ್ನ ಬೆಳ್ಳಿಗೆ ಕೊರತೆ ಇಲ್ಲ. ಮದ್ವೆ ಖರ್ಚೆಲ್ಲ ನಮ್ದೇ. ಸಂಬಂಧ ಬೆಳೆದ್ಮೇಲೆ ನೀನೇನು ಸಾಲ ವಾಪ್ಸು ಮಾಡೋದ್ಬೇಡ. ಸಿಟಿವಾಸ ಬೇಕೂಂದ್ರೆ ಅಲ್ಲೇ ಒಂದ್ಮನೆ ಕೂಡ ಕೊಡ್ಸಿಕೊಡ್ತೀವಿ. ಜಾನಕಿಗೂ ಪಟ್ಟಣದ ವಾಸ ಅಂದರೇ... ಇಷ್ಟ'' ನಿಂತೇ ಮದುವೆ ಮಾತಾಡಿ ಮುಗಿಸಿಬಿಟ್ಟರು. ಸತ್ಯನಾರಾಯಣ ತುಟಿ ತೆರೆಯಲಿಲ್ಲ. ಇನ್ನಷ್ಟು ಪಿಸ ಪಿಸನೆ ಹೇಳಿ ಹೊರಟಾಗ ಒಂದೇ ಮಾತು ಉಸುರಿದರು. ''ನಾನು ತಗೊಂಡ ಸಾಲಕ್ಕೂ ಬೆಳೆಸೋ ಸಂಬಂಧಕ್ಕೂ ಜೊತೆ ಮಾಡೋದ್ಬೇಡ. ಹೇಗಾದ್ರೂ ವಿವಾಹದ ಹೊತ್ಗೇ ಹೊಂದಿಸಿ ಕೊಟ್ಬಿಡ್ತೀನಿ.''

ಪಂಡಿತರು ಜೋರಾಗಿ ನಕ್ಕರು. ಎಂಬತ್ತೈದರ ಸುಮಾರಿನ ಮನುಷ್ಯನಾದರೂ ಗಟ್ಟಿ ಮುಟ್ಟಾಗಿದ್ದರು. ಅವರ ಓಡಾಟಕ್ಕೆ ಮಿತಿಯೇ ಇರಲಿಲ್ಲ.

''ಸತ್ಯನಾರಾಯಣ, ನಿನ್ನ ವಿಷ್ಯ ನಂಗೆ ಗೊತ್ತಿಲ್ವಾ ? ನಿನ್ನ ಆತ್ಮಭಿಮಾನಕ್ಕೆ ಯಾಕೆ ಧಕ್ಕೆ ತರ್ಲಿ. ನೀನು ಕೊಡೋದು ಕೊಡು ನಾವು ಕೊಟ್ಕೋತೀವಿ'' ಅಂದರು. ಇನ್ನೇನು ಮದುವೆ ನಿಶ್ಚಯವಾಗಿಯೇ ಬಿಟ್ಟಿತು ಅನ್ನೋ ರೀತಿಯಲ್ಲಿ ಮಾತಾಡಿದರು. ಮಾತು ಬೆಳೆಸುವ ಇಚ್ಛೆ ಸತ್ಯನಾರಾಯಣ್‌ಗೆ ಇರಲಿಲ್ಲ ''ನಡೀರೀ... ಹೋಗುವ'' ಎಂದು ಚಂದ್ರು ಕೈಗೆ ಬೀಗದ ಕೈ ಕೊಟ್ಟು ಹೊರಟರು. ಮಗನ ಮುಖ ನೋಡಿ ಆರು ತಿಂಗಳಾಗಿತ್ತು. ಹೋಟೆಲ್‌ನ ಮುಂಭಾಗದಿಂದಲೇ ಮನೆಗೆ ಹೋಗಬೇಕಿತ್ತು ಎಂದುಕೊಂಡರೂ ಒಂದು ಕ್ಷಣದ ನಂತರ ತಳ್ಳಿಹಾಕಿ ತಲೆ ಬಗ್ಗಿಸಿಕೊಂಡು ಹೊರಟರು. ದಾರಿಯುದ್ದಕ್ಕೂ ಪಂಡಿತರು ಹೇಳಿದ್ದನ್ನು ಹ್ಞೂಗುಟ್ಟಿದರು. ಮೊಮ್ಮಗಳು ಜಾನಕಿಯನ್ನು ಮುರುಳಿಗೆ ಕೊಟ್ಟು ಮದುವೆ ಮಾಡುವ ಸದುದ್ದೇಶ ಅವರಿಗಿದೆಯೆಂದು ಪೂರ್ತಿ ವ್ಯಕ್ತವಾಯಿತು. ಅಂಥ ಆಸೆ ಸತ್ಯನಾರಾಯಣ ಎಂದೂ ಮಾಡಿದ್ದಿಲ್ಲ. ನಾರಾಯಣಪುರದಲ್ಲೇ ಪಂಡಿತರ ಮನೆಯವರು ಸಿರಿವಂತರು.

ಇಂದು ಮನೆಯವರೆಗೂ ಬಂದ ಪಂಡಿತರು ಆ ವೇಳೆಯಲ್ಲೂ ಒಳಗೆ ಬಂದರು ''ಹೇಗಿದ್ದಿ ಮುರುಳಿ ? ನಮ್ಮಗಳ ನೆನಪಿದ್ಯಾ ?'' ಅಂದ ಕೂಡಲೇ ಕೂತಿದ್ದವನು ಮೇಲೆದ್ದ. ''ಇಲ್ದೇ ಏನು ! ಅಷ್ಟೇ ಅಂದಿದ್ದು. ಅವರು ಇನ್ನು ನಾಲ್ಕು ಮಾತಾಡಿಯೇ ಹೋಗಿದ್ದು.

ಕರೆತಂದಿದ್ದ ಗೆಳೆಯನನ್ನು ಪರಿಚಯಿಸಿದ ''ಇವ್ನು ವಿಶ್ವ, ನನ್ನ ಕ್ಲೋಸ್ ಫ್ರೆಂಡ್. ಈಗ ಇವ್ನ ರೂಮಿನಲ್ಲೇ ಇರೋದು'' ಅಂದಾಗ ಸತ್ಯನಾರಾಯಣ ಆತ್ಮೀಯತೆಯ ನೋಟ ಹರಿಸಿ ''ತುಂಬ... ತುಂಬ ಸಂತೋಷ ! ಈಗ್ಲೇ ತುಂಬ ಸಮಯವಾಗಿದೆ. ಮೊದ್ಲು ಊಟ ಮುಗ್ಸಿ ಕೊಳ್ಳಿ'' ಎಂದು ಬೆನ್ನು ತಟ್ಟಿಯೇ ಹಿತ್ತಲಿಗೆ ಹೋಗಿದ್ದು.

''ನಿಮ್ತಂದೆ ಪರ್ವಾಗಿಲ್ಲ ಕಣೋ !'' ವಿಶ್ವ ಮೆಲ್ಲನುಸುರಿದ.

ಮುರುಳಿ ಪ್ರತಿಕ್ರಿಯಿಸಲಿಲ್ಲ. ತಂದೆಯ ಮೇಲೆ ಅವನಿಗೆ ಬೇಸರವೇ. ಶ್ರೀಮಂತ ಯುವಕರ ಮೋಜಿನ ಜೀವನಕ್ಕೆ ಮಾರು ಹೋಗಿದ್ದ. ಅವನಿಗೆ ಬೇಕಾಗಿರೋದು ಅಂತಹ ಬದುಕೇ. ಬಿ.ಕಾಂ. ಮುಗಿದ ಕೂಡಲೇ ''ಯಾವುದಾದ್ರೂ ಕೆಲ್ಸ ನೋಡ್ಕೋ. ತಂದೆ ಹೇಳಿದಾಗ ಹಟ ಮಾಡಿ ಎಂ.ಕಾಂ.ಗೆ ಸೇರಿಕೊಂಡ. ಅವನಿಗೆ ದೊಡ್ಡ ನೌಕರಿ ಬೇಕಿತ್ತು. ಬರೀ ಊಟ ಬಟ್ಟೆಗಾಗಿ ನೌಕರಿ ಮಾಡುವುದು ಅವನಿಗಿಷ್ಟವಿಲ್ಲ. ಇದನ್ನು ಎಷ್ಟೋ ಸಲ ತಾಯಿಯ ಮುಂದೆ ವ್ಯಕ್ತಪಡಿಸಿದ್ದ. ಆಕೆ ಈ ವಿಷಯದಲ್ಲಿ ನಿಸ್ಸಹಾಯಕಿ.

ಮೂರು ಎಲೆ ಹಾಕೋ ವೇಳೆಗೆ, ಕೈಕಾಲು ತೊಳೆದು ಬಂದ ಸತ್ಯನಾರಾಯಣ ತಾವೇ ನೀರಿಟ್ಟು ಅಡಿಗೆಯ ಪಾತ್ರೆಗಳನ್ನು ತಂದಿಟ್ಟು ಉಪ್ಪಿನ ಕಾಯಿ ಬಡಿಸಿದ ನಂತರವೇ ಕೂತಿದ್ದು.

''ಹೇಗಿದ್ದಿ? ಏನು ತೊಂದರೆ ಇಲ್ವಾ ?'' ಮಗನನ್ನು ಕೇಳಿದರು.

''ಅಂಥದೇನಿಲ್ಲ'' ಅಷ್ಟೆ ಅಂದಿದ್ದು.

ಬರೀ ನಾಲ್ಕು ಮಾತುಗಳ ನಡುವೆ ಊಟ ಮುಗಿಯಿತು. ಇದ್ದಿದ್ದು ಒಂದು ರೂಮು. ಇಬ್ಬರಿಗೂ ಹಾಸಿಗೆ ಬಿಡಿಸಿಕೊಟ್ಟು ಬಂದು ನಡು ಮನೆಯಲ್ಲಿ ಕೂತರು. ಸುಕನ್ಯ ಊಟ ಮುಗಿಸಿ ಎರಡು ಲೋಟ ಹಾಲಿಡಿದು ಬಂದರು.

''ಮುರುಳಿ ನೀನು, ನಿನ್ನ ಫ್ರೆಂಡ್ ತಗೊಳ್ಳಿ'' ಹೇಳಿದರು ಆಕೆ.

ಈ ವಾತಾವರಣಕ್ಕೆ ಪೂರ್ತಿ ಹೊಂದಿಕೊಂಡಿದ್ದ ಸುಕನ್ಯ ತಾನು ಕಲಿತಾಕೆಯೆನ್ನುವ ಬಿಮ್ಮು ಇರಲಿಲ್ಲ. ವಿಶ್ವನ ಜೊತೆ ಮುರುಳಿ ಕೂಡ ಬಂದು ಕೂತ. ಕೆದಕಿ ಕೆದಕಿ ಕೇಳುವುದು ಸತ್ಯನಾರಾಯಣಗೆ ಸರಿಬರದು. ಅವರು ಅಂಥದ್ದನ್ನು ಎದುರಿಸಿಯೇ ಇಲ್ಲಿಯವರೆಗೂ ಬಂದಿದ್ದು.

ನೋಟ ಎತ್ತಿ ಇಳಿಸಿ ಮಾಡುತ್ತಿದ್ದ ವಿಶ್ವ. ಅಂಗೈಗಳನ್ನು ನೋಡುತ್ತ ''ನಾನು ಮುರುಳಿ ಐದು ವರ್ಷದಿಂದ ಸ್ನೇಹಿತ್ರು. ಸಾಕಷ್ಟು ಸಹಾಯ ಮಾಡಿದ್ದಾನೆ. ಈಗ ನಂಗೆ ಸಣ್ಣದೊಂದು ಕೆಲಸ ಸಿಕ್ಕಿದೆ. ಅಪ್ಪ ಅಮ್ಮ ಇಲ್ಲ. ಬಂಧು ಬಳಗ ಅನ್ನಿಸ್ಕೊಂಡ ಜನರ ಸಂಪರ್ಕ ಇಲ್ಲ. ನಾನೇ ಇವ್ನ ಹಿಂದೆ ಬಿದ್ದು ಬಂದೆ'' ಹೇಳಿಕೊಂಡ.

''ತುಂಬ ಸಂತೋಷ ! ನಾಲ್ಕು ದಿನ ಇದ್ದೋಗಿ. ನಮ್ಗೆ ಇರೋ ಸಂಪತ್ತೆಲ್ಲ ಇಷ್ಟೇ. ಏನೇನು ಸಂಕೋಚ ಪಟ್ಕೋಬೇಡ ಎಂದು ನುಡಿದರು ಸತ್ಯನಾರಾಯಣ ಹೊರಗೆ ಬಂದು ನಿಂತರು. ಅವರದು ಕೂಡ ವಿಶ್ವನ ಸ್ಥಿತಿಯೇ.

ತಣ್ಣನೆಯ ಗಾಳಿ ಪಿಸುಗುಟ್ಟುತ್ತಿದ್ದಾಗ ಎಷ್ಟೋ ಹೊತ್ತು ಅಲ್ಲಿಯೇ ನಿಂತರು. ಮಲಗುವ ಮುನ್ನ ಪಂಡಿತರ ಮಾತುಗಳನ್ನು ಹೆಂಡತಿಯ ಕಿವಿಯ ಮೇಲೆ ಹಾಕಿದರು.

''ಹೇಳಿ, ಅವ್ರ ಅಭಿಪ್ರಾಯ ತಿಳ್ಕೋ. ಅವ್ರ ಪ್ರಕಾರ ಅವರ ಮನೆಯಲ್ಲಿ ಉಳ್ದ ತೋಟ, ನ್ಯಾಯ ಬೆಲೆ ಅಂಗ್ಡೀ ನೋಡಿಕೊಳ್ಳೋದು ಮಾತ್ರ ಬೇಡ. ಸ್ವಾಭಿಮಾನ ಒಂದು ಅಮೂಲ್ಯವಾದ ಆಭರಣ. ಎಲ್ಲಾ ಕಡೆಯು ಇದು ಸಲ್ಲುತ್ತೆ. ಇದ್ಕೇ ಬೆಲೆನೂ ಜಾಸ್ತಿ.''

ಆಕೆಗೂ ಸರಿಯೆನಿಸಿತು. ಮಗ ಬಂದಾಗಲೆಲ್ಲ ವಿವಾಹದ ಪ್ರಸ್ತಾಪ ಮಾಡುತ್ತಿದ್ದರು. ಪ್ರತಿ ಭಾರಿಯೂ ನಕಾರವೇ. 'ಮೊದ್ಲು ನಂಗೆ ಒಂದು ಒಳ್ಳೆ ಕೆಲ್ಸ ಸಿಗ್ಬೇಕು. ನಂತರವೇ ಮಿಕ್ಕಿದ್ದೆಲ್ಲ' ಎಂದು ತಳ್ಳಿ ಹಾಕುತ್ತಿದ್ದ. ಜಾನಕಿ ಒಳ್ಳೆಯ ಹುಡುಗಿ, ಚೆನ್ನಾಗೂ ಇದ್ದಳು. ಅವರದು ಕೂಡ ಒಪ್ಪಿಗೆಯೇ. ಬೆಳಿಗ್ಗೆ ಮಾತಾಡಬೇಕೆಂದು ತೀರ್ಮಾನಿಸಿದರು.

ಆರಕ್ಕೆಲ್ಲ ಸ್ನಾನ ಮುಗಿಸಿ ಸತ್ಯನಾರಾಯಣ ಹೋಗುವ ವೇಳೆಗೆ ಚಂದ್ರು ಎಲ್ಲರನ್ನು ಎಬ್ಬಿಸಿ, ಕಾಫಿ ಡಿಕಾಕ್ಷನ್ ಹಾಕಿ ತಿಂಡಿ ಮಾಡುವ ಹಾದಿಯಲ್ಲಿ ಇರುತ್ತಿದ್ದ. ಅವನು ಸೋಮಾರಿಯಲ್ಲ. ಕೊಟ್ಟ ಸಂಬಳಕ್ಕಷ್ಟೇ ಕೆಲಸ ಎನ್ನುವ ವಿಧಾನ ಅವನದಲ್ಲ.

ಗಂಡ ಹೋದ ಮೇಲೆ ಚಟ್ನಿ ರುಬ್ಬಿಟ್ಟು ನೀರೊಲೆಗೆ ಇನ್ನಷ್ಟು ಉರಿ ಹಾಕಿದ ಸುಕನ್ಯ ರೂಮಿನ ಬಾಗಿಲ ಬಳಿ ನಿಂತು ''ಆಗ್ಲೇ ಎಂಟು ಗಂಟೆ ಆಯ್ತು'' ಕೂಗಿ ಎಬ್ಬಿಸಿದರು. ಮಗನ ಬಗ್ಗೆ ಆಕೆಗೆ ಗೊತ್ತು. ಕೆಲವೊಮ್ಮೆ ಬಂದ ದಿನನೇ ಹೊರಟು ಬಿಡೋನು. ಎರಡು ದಿನ ನಿಲ್ಲಬೇಕೆಂದರೆ ಆಕೆ ಕಣ್ಣೀರಿನ ಕಾರಂಜಿ ಚಿಮ್ಮಬೇಕು.

''ಸಾರಿ.... ಅಮ್ಮ'' ಹೊರಗೆ ಬಂದು ಹೇಳಿದವನು ನಾಲಿಗೆ ಕಚ್ಚಿಕೊಂಡ. ''ದಯವಿಟ್ಟು ಏನು ತಿಳ್ಕೋಬೇಡಿ. ಯಾಕೋ ಎಚ್ಚರವೇ ಆಗಿಲ್ಲ. ನಿಮ್ಮ ಕೈನ ಊಟ ಮಾಡಿದ್ಮೇಲೆ, ತಾಯಿ ಹೊಟ್ಟೆಯಲ್ಲಿನ ಹಸುಳೆಯ ಸ್ಥಿತಿ ಆಯ್ತು'' ಕತ್ತು ತೂರಿಸಿಕೊಳ್ಳುತ್ತ ಇದಿಷ್ಟು ಹೇಳಿದವನು ವಿಶ್ವ. ಆಕೆ ಮುಗುಳ್ನಕ್ಕರು ''ಪರ್ವಾಗಿಲ್ಲ ತಕ್ಷಣ ಎಲ್ಲಿ ಮುರುಳಿ ಹೊರಟು ಬಿಡ್ತಾನೋಂತ ಎಬ್ಬಿಸ್ದೇ. ಹಂಡೆಯಲ್ಲಿ ಬಿಸಿ ನೀರಿದೆ. ಸಂಕೋಚ ಬೇಡ, ಆರಾಮಾಗಿ ಸ್ನಾನ ಮಾಡ್ಕೋ'' ಎಂದು ಅಡಿಗೆ ಮನೆಗೆ ಹೋದರು.

ತಿಂಡಿ, ಅಡಿಗೆಯಲ್ಲಿ ಪಳಗಿದ ಕೈ ಸುಕನ್ಯದು. ಕಾಯಿ ಹೊಬ್ಬಟ್ಟು ಕಜ್ಜಾಯ ಕಾಯಿ ಕಡಬು, ಬೇರೆ ರೀತಿಯ ಉಂಡೆಗಳೆಲ್ಲ ಆಕೆಯ ಕೈಯಿಂದ ತಯಾರಾಗಿ ಹೋಟೆಲ್‌ಗೆ ಹೋಗುತ್ತಿತ್ತು. ಈಚೆಗಂತು ಸತ್ಯನಾರಾಯಣ ಏನು ಮಾಡಲು ಬಿಡರು.

ಮಗನಿಗೆ ಇಷ್ಟಾಂತ ಮಸಾಲೆ ರೊಟ್ಟಿ ಮಾಡಿ, ಬದನೆಕಾಯಿ ಎಣ್ಣೆಗಾಯಿ ಮಾಡಿಡುವ ವೇಳೆಗೆ ಮುರುಳಿ ಕೂಡಎದ್ದು ಸ್ನಾನ ಮಾಡಿಕೊಂಡು ಬಂದು ಅಡಿಗೆ ಮನೆಯಲ್ಲಿ ಇಣಕಿದ ನಂತರವೇ ನಡುಮನೆಯಲ್ಲಿ ಕೂತಿದ್ದು. ವಿಶ್ವ ಅವನನ್ನು ಮೊಣಕೈನಿಂದ ತಿವಿದ.

''ಏನಾದ್ರೂ, ಅಮ್ಮನಿಗೆ ಸಹಾಯ ಮಾಡ್ಬೋಗು'' ಕಿವಿಯ ಬಳಿ ಪಿಸುಗುಟ್ಟಿದ.

ನೀರು, ರೊಟ್ಟಿ ಎಣ್ಣೆಗಾಯಿ ಪಾತ್ರೆಗಳನ್ನು ಹೊರಗೆ ತಂದಿಟ್ಟುಕೊಂಡು ಎಲೆ ಹಾಕಿ, ನೀರು ತುಂಬಿಟ್ಟ ನಂತರ ''ಯಾಕೋ, ಒಂದು ತರಹ ಇದ್ದೀ ?'' ಕೇಳಿದರು ಮಮತೆ ಯಿಂದ. ಅವನು ಬಾಯಿ ಬಿಡಲಿಲ್ಲ. ಆದರೂ ರೊಟ್ಟಿ ಎಣ್ಣೆಗಾಯಿ ಮೇಲೇನು ಕೋಪ ಮಾಡಿ ಕೊಳ್ಳದೇ ಆರಾಮಾಗಿ ಇಳಿಸತೊಡಗಿದ. ಆ ವೇಳೆಗೆ ಬೆಣ್ಣೆ, ಮೊಸರು ಹಿಡಿದು ಬಂದ ಚಂದ್ರು ಮೂಗರಳಿಸಿದ.

''ಯಜಮಾನ್ರು ಕೊಟ್ಬಾಂದ್ರು'' ಅಲ್ಲಿಟ್ಟಾಗ ಎದ್ದು ಹೋದ ಸುಕನ್ಯ ತೆಗೆದಿಟ್ಟ ರೊಟ್ಟಿ

ಮತ್ತು ಎಣ್ಣೆಗಾಯಿಯನ್ನು ಅವನಿಗೆ ಕೊಟ್ಟರು. ''ನೀವುಗಳು ತಿಂದ್ಕೊಳ್ಳಿ ಅವ್ರೇನು ಬೆಳಗಿನ ಹೊತ್ತು ಏನು ತಿನ್ನೊಲ್ಲ'' ಅವನ ಮುಖವಂತೂ ಮೊರದಗಲವಾಯಿತು. ''ತರಕಾರಿ ಇನ್ನೂ ಬಂದಿರ್ಲಿಲ್ಲ. ತೋಟದ ಕಡೆ ಹೋಗ್ಬರ್ಲ ಅಂತ ನಿಮ್ಮನ್ನ ಕೇಳೂಂದ್ರು.''

''ಮನೆಯಲ್ಲೆ ಸಾಕಷ್ಟಿದೆ'' ಎನ್ನುವ ವೇಳೆಗೆ ಕೈ ತೊಳೆದು ಬಂದ ವಿಶ್ವ ''ಅಮ್ಮ ನಾನು ಇವ್ನ ಜೊತೆ ಹೋಟೆಲ್‌ವರ್ಗ್ಗೂ ಹೋಗ್ಬರ್ತೀನಿ'' ಎಂದವ ಹೊರಟೆ ಬಿಟ್ಟ. ತಾಯಿ ಮಗನೊಂದಿಗೆ ಮಾತಾಡಲೆನ್ನುವುದು ಅವನ ಅಭಿಪ್ರಾಯ. ಅಂಥ ಭಾಗ್ಯ ಅವನಿಗಿಲ್ಲ.

''ನಿನ್ನ ಫ್ರೆಂಡ್ ತುಂಬ ಬುದ್ಧಿವಂತ. ಆದಿರ್ಲಿ ಯಾಕೋ ಒಂದು ತರಹ ಇದ್ದೀ ಯ'' ತಲೆ ಸವರಿ ಕೇಳಿದರು ಸುಕನ್ಯ. ಅವನೊಂದು ರೀತಿಯ ಭ್ರಮೆಯಲ್ಲಿದ್ದ. ಕಾರು, ಬಂಗ್ಲೆಯ ಶ್ರೀಮಂತ ಜೀವನದ ಕನಸ್ಸಿನಲ್ಲಿದ್ದವನ ಕಣ್ಣುಗಳಿಗೆ ಪರೆ ಕವಿದುಕೊಂಡಿತ್ತು. ಕೈ ತೊಳೆದು ಬಂದವನು ತಾಯಿಯ ಮುಂದೆ ಕೂತ ''ನಾನು ಹಣಕ್ಕೆ ಬರೆದಿದ್ದೆ. ಅಲ್ಲೇನು ಮಾವನ ಮನೆ ಇದ್ಯಾ ಪುಗಸಟ್ಟೆ ಊಟ ಹಾಕೋಕ್ಕೆ? ನಾನು ಉಪವಾಸ ಬೀಳ್ಬೇಕಾಗುತ್ತೆ'' ಕೋಪ ತೋರಿದ.

ಸುಕನ್ಯ ಹತ್ತು ನಿಮಿಷಗಳಷ್ಟು ಕಾಲ ಮೌನವಹಿಸಿದರು. ಹೋಟೆಲ್‌ನಲ್ಲಿ ಒಳ್ಳೆ ವ್ಯಾಪಾರ ಇತ್ತು. ಆದರೆ ಆದಾಯ ಕಡಿಮೆ. 'ಶ್ರೀ ವೀರಶೈವ ಭವನ' ಷುರುವಾದ ಮೇಲೆ ಪೆಟ್ಟು ಬಿದ್ದಿತು. ಈಚೆಗೆ ಸ್ವಲ್ಪ ಸುಧಾರಿಸಿಕೊಂಡರೂ, ವ್ಯಾಪಾರದಲ್ಲಿ ಕಾಂಪಿಟೇಷನ್ನೆ. ಇಲ್ಲಿಗಿಂತ ತಿಂಡಿ, ಕಾಫಿಯ ಬೆಲೆ ಅಲ್ಲಿ ಕಡಿಮೆಯಾಗಿರುತ್ತಿದ್ದರಿಂದ ಕೆಲವರು ಅಲ್ಲೆ ಹೋದರು. ಮತ್ತೆ ಕೆಲವರು ಮೂಗೆಳೆಯುತ್ತಿದ್ದರು. 'ನಿಮ್ಗಿಂತ ಅಲ್ಲಿ ಎಲ್ಲಾ ತಿಂಡಿ ಬೆಲೆ ಕಮ್ಮಿ 'ಸತ್ಯನಾರಾಯಣ ಅವರುಗಳ ಮಾತಿಗೆ ಬೇಸರಪಟ್ಟುಕೊಳ್ಳುತ್ತಿರಲಿಲ್ಲ. 'ಇರ್ಲಿ ಇದು ಅವ್ರ ವ್ಯಾಪಾರ' ಅಷ್ಟಕ್ಕೆ ಮುಗಿಸುತ್ತಿದ್ದರು. ಕಾರಣ, ಗಿರಾಕಿಗಳಿಗೆ ಗೊತ್ತು ಊಟ, ತಿಂಡಿ, ಕಾಫಿ ಕ್ವಾಲಿಟಿ ಎಂದೂ ಸತ್ಯನಾರಾಯಣ ಭವನದಲ್ಲಿ ಕೆಡುತ್ತಿರಲಿಲ್ಲ. ಇಡ್ಲಿ ಸೈಜ್ ಆಗಲಿ ಕೊಡೋ ತಿಂಡಿಯ ಕ್ವಾಂಟಿಟಿ ಆಗಲಿ ಎಂದು ಕಡಿಮೆ ಮಾಡುತ್ತಿರಲಿಲ್ಲ. ಅದೊಂದು ಹೊಡೆತವೇ ಇವರಿಗೆ. ಹೆಚ್ಚು ಲಾಭ ಸಿಗುತ್ತಿರಲಿಲ್ಲ.

ಇತ್ತೀಚಿನ ವಿದ್ಯಮಾನಗಳೆಲ್ಲ ಮಗನಿಗೆ ವಿವರಿಸಿದರು. ''ಎಷ್ಟೋ ಸಲ ನಿನಗೆ ಸಾಲ ಮಾಡಿಯೇ ಹಣ ಕಳಿಸಿದ್ದು. ಅದೊಂದು ದೊಡ್ಡ ಪಟ್ಟಿಯಾಗಿದೆ. ಅದೆಲ್ಲ ಯಾವಾಗ ತೀರೋದು ? ಇದ್ನೆಲ್ಲ ನೀನು ಯಾಕೆ ಯೊಚ್ಸೋಲ್ಲ'' ಅಷ್ಟು ಎನ್ನುವ ವೇಳೆಗೆ ಎಗರಿ ಬಿದ್ದ.

''ನಾನೇನು ಅಲ್ಲಿ ಮೋಜು ಮಾಡ್ತ ಇಲ್ಲ. ಎಷ್ಟು ಕಡೆ ಕೆಲ್ಸಕ್ಕೆ ಅಪ್ಲಿಕೇಷನ್ ಹಾಕಿದ್ದೀನಿ ಗೊತ್ತಾ. ಅಲ್ಲಿ ನನ್ನಂಥವರು ಲಕ್ಷ ಲಕ್ಷ ಮಂದಿ. ನಮ್ಮಂಥವ್ರು ಭೂಮಿಗೆ ಬರಲೇ ಬಾರ್ದು'' ಬಡಬಡಿಸಿದ ಮಗನನ್ನು ನೋಡಿದರು ಸುಕನ್ಯ. ಆಕೆಯ ಪ್ರಕಾರ ಮಗನದು ದುಂದು ವೆಚ್ಚವೇ.

''ಎಲ್ಲ ಸಿಗೋವರ್ಗ್ಗೂ ಇಲ್ಲೇ ಇರು.''

''ಇಲ್ಲಿಗೆ ತಂದು ನಂಗೆ ಕೆಲ್ಸ ಕೊಡ್ತಾರ? ಈ ಕರ್ಮಕ್ಕೆ ಹಗ್ಲು ರಾತ್ರಿ ಯಾಕೆ ಓದಬೇಕಿತ್ತು. ನಾನಂತು ಇಲ್ಲಿರೋ ಪೈಕಿಯಲ್ಲ. ಇಲ್ಲೇನು ನಮ್ಗೆ ಲಕ್ಷ ಲಕ್ಷದ ಆಸ್ತಿ ಇದ್ಯಾ. ಏನಿದೆ ಮಣ್ಣು ?'' ಸ್ವರವೇರಿಸಿದ.

''ಏನು ಇಲ್ದೇ ಇರ್ಬಹ್ದು. ಎರಡೊತ್ತು ಊಟಕ್ಕಂತು ಮೋಸ ಇಲ್ಲ. ನಿಮ್ಮಪ್ಪ ಕೂಡ ಕಲಿತವರೇ'' ಬುದ್ಧಿ ಹೇಳುವ ಪ್ರಯತ್ನ ಮಾಡಿದರು.

''ನಂಗೇ ಹಳೇ ಪುರಾಣಗಳು ಬೇಡ. ಆಗ ಸ್ವಲ್ಪ ತಾಳ್ಮೆ ವಹಿಸಿ ಒಂದ್ಕೆಲ್ಸ ಹುಡ್ಕಿಕೊಂಡಿದ್ದರೇ, ಇಲ್ಲಿ ಇದ್ದ ಕೆಲ್ಸನ ಬುದ್ಧಿವಂತಿಕೆಯಿಂದ ಉಳ್ಸಿಕೊಂಡಿದ್ದರೆ ಇಂದು ಪಾಡು ಪಡಬೇಕಿರ್ಲಿಲ್ಲ. ಎಲ್ಲಾ ನನ್ನ ಕರ್ಮ. ರೇಗಿಕೊಂಡು ಹೊರಗೆ ಹೋದ.

ಮಗನ ಸ್ವಭಾವ ಬಲ್ಲ ಆಕೆಗೇನು ಆಶ್ಚರ್ಯವಾಗಲಿಲ್ಲ. ಇಂದು ಬಾಯಿ ಬಿಟ್ಟೇ ದೂಷಿಸಿದ್ದ. ಅವನ ಪಾಲಿಗೆ ಇವರಿಬ್ಬರೂ ಅಪರಾಧಿಗಳು !

ಹತ್ತು ನಿಮಿಷದಲ್ಲಿ ಹಿಂದಕ್ಕೆ ಬಂದು ತಾಯಿಯ ಎರಡು ಕೈಗಳನ್ನು ಹಿಡಿದುಕೊಂಡು ಗೊಳೋ ಎಂದು ಅತ್ತ ''ನನ್ಕೈಯಲ್ಲಿ ನೋಡೋಕ್ಕಾಗೋಲ್ಲ. ಅಣ್ಣ ಎಂ.ಎ. ಕಲಿತು ಹೋಟೆಲ್ ದಂಧೆನ ಅಪ್ಪಿಕೊಂಡಿದ್ದಾಯ್ತು. ನನ್ನ ಬದ್ಕು ಕೂಡ ಅಷ್ಟಕ್ಕೆ ಸೀಮಿತವಾಗ್ಬೇಕಾ ? ನೋ.. ನೋ'' ಹಣೆ ಚಚ್ಚಿಕೊಂಡ. ಕೂದಲು ಕಿತ್ತುಕೊಂಡ.

ತಕ್ಷಣ ಆ ಮಗನ ಕೈಗಳನ್ನು ಹಿಡಿದುಕೊಂಡ ಸುಕನ್ಯ ''ಬೇಡ ಕಣೋ, ನಿಂಗೆ ಹೇಗೆ ಬೇಕೋ ಹಾಗೆ ಬದ್ಕೋ. ನಮ್ಮಿಂದ ಆಗೋಷ್ಟು ಸಹಾಯ ಮಾಡ್ತೀವಿ.'' ಪೂರ್ಣವಾಗಿ ಭರವಸೆ ಕೊಟ್ಟನಂತರ ತಾಯಿಯ ಕೈಗಳನ್ನು ಕಣ್ಣಿಗೊತ್ತಿಕೊಂಡು ''ಮೊದ್ಲು ದೊಡ್ಡ ನೌಕರಿ ಸಂಪಾದಿಸ್ಕೋಬೇಕು. ಕಾರು, ಬಂಗ್ಲೆ ಅಂಥದ್ದೆಲ್ಲ ಬೇಕು. ನಿಮ್ಮಗಳ್ನ ಸುಖವಾಗಿ ನೋಡ್ಕೋಬೇಕು. ಅಣ್ಣ ಈಗ್ಲೂ ಒಲೆಯ ಮುಂದೆ ನಿಂತು ಕೆಲ್ಸ ಮಾಡೋದು ನಂಗಿಷ್ಟವಾಗೋಲ್ಲ'' ತಾಯಿಯ ಅಂಗೈಗಳನ್ನು ಹಿಡಿದು ನೋಡಿದ. ಮೊದ ಮೊದಲು ಇಡ್ಲಿ ಹಿಟ್ಟು ದೋಸೆ ಹಿಟ್ಟನ್ನು ಕೈಯಲ್ಲಿ ರುಬ್ಬುತ್ತಿದ್ದುದು ಅವನಿಗೆ ಜ್ಞಾಪಕವಿತ್ತು. ''ಛೆ....'' ಮತ್ತಷ್ಟು ಕಣ್ಣೀರು ಮಿಡಿದ.

ತಾಯಿ ಮಗ ಕೂತು ಎಷ್ಟೋ ಮಾತಾಡಿದರು. ಅವನ ಆಸೆ ಆಕಾಂಕ್ಷೆಗಳು ಮುಗಿಲಿಗೆ ಏಣಿ ಹಾಕುವಂತಿತ್ತು. ಏರಲು ಸುಲಭವೇ ? ಅನುಮಾನಿಸಿತು ಆಕೆಯ ಮನಸ್ಸು.

''ಮುರುಳಿ, ಸದ್ಯಕ್ಕೆ ಒಂದು ಸಣ್ಣ ಉದ್ಯೋಗ ನೋಡ್ಕೋ. ಆಮೇಲೆ ಮಿಕ್ಕಿದ್ದೆಲ್ಲ ಯೋಚ್ಸಬಹ್ದು. ಸಾಲ ಬೆಳಿತಾ ಹೋಗಿದೆ. ಅದೆಲ್ಲ ನಿಂಗೇಂತ ಮಾಡಿದ್ದೆ. ನಿಮ್ಮಣ್ಣ ಎಷ್ಟೋ ಪ್ರಯತ್ನ ಮಾಡ್ತಾರೆ, ಏನು ಉಳಿಸೋಕ್ಕಾಗ್ತ ಇಲ್ಲ'' ಅರ್ಥವಾಗುವಂತೆ ಹೇಳಿದರು.

ಮುರುಳಿ ಕಣ್ಣೀರು ಬತ್ತಿಹೋಯಿತು. ಉರಿದು ಬಿದ್ದ.

''ಒಂದು ಸಣ್ಣ ಹೋಟೆಲ್ ಷುರು ಮಾಡಿದವ್ರು ಲಕ್ಷಾಧೀಶರಾಗಿದ್ದಾರೆ. ಮೊನ್ನೆ ಮೊನ್ನೆ ಹೋಟೆಲಿಟ್ಟ ವೀರಶೈವ ಕೆಫೆಯವ್ರು ಮಗನ್ನ ಮೆಡಿಕಲ್ ಓದಿಸ್ತಾ ಇದ್ದಾರೆ. ಅದು ಮೆರಿಟ್ ಸೀಟು ಅಲ್ಲ, ಡೊನೇಷನ್ ಕೊಟ್ಟು ಸೇರ್ಸಿದ್ದಾರೆ. ಅವ್ರಿಗೆ ಆಗಿದ್ದು ನಮ್ಗೆ ಯಾಕೆ ಆಗಿಲ್ಲ! ವ್ಯವಹಾರ ಜ್ಞಾನ ಕಡ್ಮೆ'' ಅಂದ ಕೂಡಲೇ ಸುಕನ್ಯ ಎದ್ದು ಹೊರಗೆ ಹೋದರು. ಸಿನಿಮಾದಲ್ಲಿನ ತಾಯ ಪಾತ್ರವಾಗಿದ್ದರೆ ಕೆನ್ನೆಯ ಮೇಲೆ ಬೆರಳು ಮೂಡುವಂತೆ 'ಛಳ್' ಎನಿಸುತ್ತಿತ್ತು. ಸುಕನ್ಯ ಆ ಪೈಕಿ ಹೆಣ್ಣಲ್ಲ.

ಒಂದು ಕಡೆ ಕೂತು ಕಣ್ಣೀರು ಸುರಿಸಿದರು. ಹೆಸರು, ಪ್ರತಿಷ್ಠೆಗಾಗಿ ದಾನ ಮಾಡುವಂಥ ಮನುಷ್ಯರಲ್ಲ ಸತ್ಯನಾರಾಯಣ. ಹಿಂದೆ ಹಸಿವಿನ ಬೇಗೆಯಲ್ಲಿ ಬೆಂದವರು. ಈಗ ಯಾರಾದರೂ ಹಸಿದು ಬಂದರೇ ಕರಗುತ್ತಿದ್ದರು. ಹಸಿದ ಮನುಷ್ಯನಿಗೆ ಅನ್ನ ನೀಡದ ಯಾವ ನ್ಯಾಯವನ್ನು ಅವರು ಒಪ್ಪರು.

ಹಿತ್ತಲಲ್ಲಿ ಕೂತ ತಾಯಿಯನ್ನರಸಿಕೊಂಡು ಬಂದ ಮುರುಳಿ ಆಕೆಯ ಬಳಿ ಕೂತ. ಸುಕನ್ಯ ಕಣ್ಣಲ್ಲಿ ಈಗ ನೀರು ಬರಲಿಲ್ಲ.

"ಅಣ್ಣನ್ನ ಅಂದಿದ್ದಕ್ಕೆ ಬೇಜಾರಾಯ್ತಾ? ಅವ್ರಿಗೆ ಆಳುಕಾಳುಗಳನ್ನು ದುಡಿಸ್ಕೋಳೋದು ಗೊತ್ತಿಲ್ಲ. ಮಾಡ್ದ ತಿಂಡಿಯೆಲ್ಲ ಅವ್ರು ತಿಂದರೇ ನಮ್ಗೇ ಲಾಭ ಬರೋದಾದ್ರು ಹೇಗೆ ? ತಿಂಡಿಯೆಂದರೆ ಇಷ್ಟೇ ಕೊಡ್ಬೇಕು ಅನ್ನೋ ನಿಯಮ ಇದೆ. ಇಲ್ಲ ರಾತ್ರಿ ಉಳಿದ ಅನ್ನಕ್ಕೆ ವಗ್ಗರಣೆ ಹಾಕ್ಬೇಕು. ಸಾರು, ಹುಳಿ ಚೆಲ್ಲದೆ ಅದ್ನೇ ಅವ್ರಿಗೆ ಹಾಕ್ಬೇಕು. ಅದ್ಬಿಟ್ಟು ಮಾಡೋ ತಿಂಡಿ ಕೊಡೊದೂಂದರೇ ಹೇಗೆ ? ಇದ್ನೆಲ್ಲ ನಂಗೆ 'ವೀರಶೈವ ಕೆಫೆ'ಯ ಮುರುಗೇಶ್ ಹೇಳಿದ್ದು. ಅಲ್ಲಿದೇ ನಷ್ಟದ ಪಾಯಿಂಟ್ ಹಣ ಬೇಕೂಂದೆನೇ ಹೊರತು ನಿಮ್ಮನ್ನು ಸಾಲ ಮಾಡಿಕೊಡೂಂತ ನಾನೇನು ಹೇಳ್ಲಿಲ್ಲ. ಈಗ ತೀರಿಸೋದು ಕೂಡ ನಿಮ್ಮ ಬಾಧ್ಯತೆ. ನಾನೇನ್ಮಾಡ್ಲಿ?" ಅಂದ ಖಾರವಾಗಿ ಈಗಿನ ಪರಿಸ್ಥಿತಿಗೆ ನೇರವಾಗಿ ಅವರನ್ನೆ ಹೊಣೆಯಾಗಿಸಿದ.

ಮಗನನ್ನು ನೋಡಿದರು ಸುಕನ್ಯ. ತಮ್ಮ ಮಿತಿಗೆ ಮೀರಿ ಸುಖವಾಗಿ ಅವನನ್ನು ಬೆಳೆಸಿದ್ದರು. ಕೇಳಿದ ಸೌಲಭ್ಯಗಳನ್ನು ಒದಗಿಸಿದ್ದರು. ಎಲ್ಲಿದೆ ತಪ್ಪು ? ತಪ್ಪು ಕಂಡು ಹಿಡಿಯುವುದು ಕಷ್ಟವೆನಿಸಿತು. ಪ್ರತಿಯೊಬ್ಬ ತಾಯ್ತಂದೆಯರು ಇಂಥ ಒಂದು ಪ್ರಶ್ನೆಯನ್ನು ಒಂದಲ್ಲ ಒಂದು ಸಲ ನಮಗೆ ತಾವೇ ಹಾಕಿಕೊಳ್ಳಬೇಕಾಗಬಹುದೆಂದುಕೊಂಡರು.

"ಆಯ್ತು, ನೀನಿರೋ ಮನಃಸ್ಥಿತಿಯಲ್ಲಿ ಏನ್ಹೇಳಿದ್ರು ಕೂಡ ಪ್ರಯೋಜನವಿಲ್ಲ. ಆ ವಿಷ್ಯ ಬಿಡು. ನಿಂಗೆ ಸ್ವಲ್ಪನಾದರೂ ಕೆಲ್ಸ ಸಿಗ್ಬಹ್ದು. ಪಂಡಿತರ ಮೊಮ್ಮಗ್ಳು ಜಾನಕಿಯನ್ನು ನೀನು ನೋಡಿದ್ದೀಯಲ್ಲ. ಅವರಾಗಿ ವಿವಾಹದ ಪ್ರಸ್ತಾಪ ಮಾಡಿದ್ದಾರೆ. ಹೇಗೂ ಬಂದಿದ್ದೀಯಾ. ಅದೊಂದು ಕೆಲ್ಸ ಮುಗ್ಸಿಬಿಡು. ನಿಂಗೆ ನೌಕರಿ ಸಿಗೋವರ್ಗೂ ಆ ಹುಡ್ಗಿ ಇಲ್ಲೇ ಇರ್ತಾಳೆ" ಪ್ರಸ್ತಾಪಿಸಿದರು. ಸುಮ್ಮನೇ ಕೂತ. ಮುಗುಲಿಗೆ ಏಣಿ ಹಾಕಿದ್ದ ಅವನಿಗೆ ಇರು ರುಚಿಸಲಿಲ್ಲ.

"ಸದ್ಯಕ್ಕೆ ಅಂಥ ಮಾತು ಇಲ್ಲ!" ಎದ್ದವನನನ್ನು ಕೂಡಿಸಿ "ನಿಂಗೆ ಇಲ್ಲಾಂತ ಹೇಳ್ಬಹ್ದು. ನಮ್ಗಂತು ಇದೆ. ವಿವಾಹದ ವಿಷ್ಯದಲ್ಲಿ ಬಲವಂತವಿಲ್ಲ. ಒಮ್ಮೆ ಹೋಗ್ಬರೋಕೇನು ತೊಂದರೆ ಇಲ್ವಲ್ಲ. ನಿನ್ನ ಫ್ರೆಂಡ್ ಕೂಡ ಇರೋದ್ರಿಂದ ಸಜೆಷನ್ ಪಡ್ಕೋಬಹ್ದು" ಹೇಳಿದರು.

ಅವನ ಮುಖ ಗಡಿಗೆ ಗಾತ್ರವಾಯಿತು. ಮುರುಳಿಯ ಅಳತೆಗೆ ಈ ಊರಿನ ಜನ ಸಿಗರು. ಅವನ ಯೋಜನೆ ಬಹಳ ದೊಡ್ಡದು, ವಿಸ್ತಾರವಾದದ್ದು.

"ಆ ಪಂಡಿತ ಕೃತಜ್ಞತೆ ಹಗ್ಗದಲ್ಲಿ ಅಣ್ಣನ್ನ ಬಿಗಿತಾ ಇದ್ದಾನ ? ಅನ್ನ ಸಾಲ ಬಿಸಾಕಿದ್ರಾಯ್ತು" ಮುಖ ಕೆಂಪಗೆ ಮಾಡಿಕೊಂಡ.

ತಕ್ಷಣ ಸುಕನ್ಯಗೆ ಏನು ಹೇಳಬೇಕೋ ತೋಚಲಿಲ್ಲ. ಮಗ ಹೇಳಿದ್ದು ಒಂದು ಪಾಯಿಂಟ್ ಇರಬಹುದು. ಅಷ್ಟಕ್ಕೋಸ್ಕರ ಮಗನ ವೈವಾಹಿಕ ಬದುಕನ್ನು ಬಲಿ ಕೊಡುವಷ್ಟು ಮೂರ್ಖರಲ್ಲ.

''ಆ ಮಾತುಗಳೆಲ್ಲ ಬೇಡ. ಒಮ್ಮೆ ಹೋಗ್ಬರೋಣ. ನಿಂಗೆ ಜಾನಕಿ ಇಷ್ಟವಾದರೇ, ಹ್ಞೂ ಅನ್ನು, ಇಲ್ಲಾಂದರೇ ನಿಶ್ಚಿಂತೆಯಿಂದ ಬೇಡಾನ್ನು, ನಿನ್ನ ಪ್ರಕಾರ ಸಾಲ ಮಾಡಿದವ್ರು ನಾವು. ಅದು ತೀರಿಸಬೇಕಾದವ್ರು ನಾವು. ಅದ್ಕು ಇದ್ಕು ಸಂಬಂಧ ಕಲ್ಪಿಸೋಕೆ ಹೋಗ್ಬೇಡ. ಇದ್ನ ನಾನೇನು ಕೋಪದಿಂದ ಆವೇಶದಿಂದ ಹೇಳ್ತಾ ಇಲ್ಲ. ನನ್ನ ದಿಕ್ಕಿನಲ್ಲಿ ನಿಂತು ನಾನು ಯೋಚ್ಸೋದೆ ಸರೀಂತ ವಾದ ಮಾಡೋಲ್ಲ. ನೀನು ನಿಂತ ಜಾಗದಿಂದ ನಿನ್ನ ಚಿಂತನೆ ಸರಿ ಇರ್ಬಹ್ದು. ನಿಂಗೆ ಇಷ್ಟವಾದ್ದು ಏನಾದ್ರೂ ಮಾಡ್ತೀವಿ'' ಒಳಗೆದ್ದು ಹೋದರು ಸುಕನ್ಯ. ತೀರಾ ವಿವೇಕದಿಂದ ಯೋಚಿಸುವಂಥ ಗುಣ ಹುಟ್ಟಿದ ಮನೆಯಿಂದಲೇ ಬಂದಿತ್ತು. ಕಲಿತ ಹೆಣ್ಣು. ಕಲಿಕೆಯಿಂದರೇ ಲೆಕ್ಕಾಚಾರದ ಓದಲ್ಲ. ಬುದ್ಧಿಗೆ ಕಸರತ್ತು ಹಚ್ಚುವ ವಿವೇಕ ಬೆಳೆಸುವಂಥ ಪುಸ್ತಕಗಳನ್ನು ಓದಿಕೊಂಡಿದ್ದರು. ಇಲ್ಲದಿದ್ದರೇ ಡಿಗ್ರಿಯಾದ ಹೆಣ್ಣು ನಾರಾಯಣಪುರದಂಥ ಪುಟ್ಟ ಊರಿನಲ್ಲಿ ಗಂಡನ ಜೊತೆ ಜೀವನ ನಡೆಸಲು ಸಾಧ್ಯವಿರಲಿಲ್ಲ.

ಮುರುಳಿ ಸಾಕಷ್ಟು ಹೊತ್ತು ಅಲ್ಲಿಯೇ ಕೂತ. ಅವನಿಗೆ ಶ್ರೀಮಂತ ಬದುಕು ಇಷ್ಟ ಐಷಾರಾಮ ಜೀವನ ನಡೆಸುವವರತ್ತ ಅಸೂಯೆಯಿಂದ ನೋಡುತ್ತಿದ್ದ ಅವರಿಗೆ ಸಿಕ್ಕಿದ್ದು ತಮಗ್ಯಾಕೆ ಸಿಗಲಿಲ್ಲ. ದೇವರು ಈ ರೀತಿ ತಾರತಮ್ಯ ಯಾಕೆ ಮಾಡುತ್ತಾನೆ ? ಇಂಥ ಪ್ರಶ್ನೆಗಳನ್ನು ಪದೇ ಪದೇ ಹಾಕಿಕೊಳ್ಳುತ್ತಿದ್ದನು.

ಭುಜದ ಮೇಲೆ ಕೈ ಬಿದ್ದಾಗ ಬೆಚ್ಚಿದ ''ಯಾಕೋ, ಇಲ್ಲಿ ಕೂತು ಕನಸು ಕಾಣ್ತಾ ಇದ್ದಿ? ನಿಮ್ಮ ಹೋಟೆಲ್‌ಗೆ ಹೋಗಿದ್ದೆ. ಇಡ್ಲಿ, ಕೇಸರಿಬಾತ್ ಎಲ್ಲಾ ಇಳಿಸ್ದೇ ಎರಡೆರಡು ತಟ್ಟೆ. ಎಂಥ ರುಚಿ ಮಾರಾಯ ! ಸಿಟಿಯಲ್ಲೆಲ್ಲ ಹುಡ್ಕಿದ್ರೂ .... ಇಂಥ ರುಚಿ ಇರೋ ತಿಂಡಿ ಸಿಗೊಲ್ಲ'' ಎನ್ನುತ್ತ ಅವನ ಪಕ್ಕದಲ್ಲಿಯೇ ಕೂತ ವಿಶ್ವ.

ಅವನ ಮುಖದಲ್ಲಿ ಉತ್ಸಾಹ ಮೂಡಲಿಲ್ಲ. ಇಲ್ಲಿಗೆ ಬಂದರೂ ಮುರುಳಿ ಹೋಟೆಲ್‌ಗೆ ಹೋಗುತ್ತಿರಲಿಲ್ಲ. ಅದೇ ಹಳೆ ಟೇಬಲ್, ಬೆಂಚುಗಳು, ಬಣ್ಣಗೆಟ್ಟ ಗೋಡೆಗಳು ಇವೆಲ್ಲ ಇಷ್ಟವಾಗುತ್ತಿರಲಿಲ್ಲ. ಏನೇನು ಬದಲಾವಣೆ ಇರಲಿಲ್ಲ.

''ಯಾಕೋ, ಒಂದು ತರಹ ಇದ್ದೀಯಾ ! ನೀನು ಅದೃಷ್ಟವಂತ ಕಣೋ'' ಎಲ್ಲೆಡೆ ನೋಟ ಹರಿಸಿ ಹೇಳಿದಾಗ ''ಸಾಕು ನನ್ನ ಅದೃಷ್ಟ ಯಾರ್ಗೂ ಬೇಡ. ಎಲ್ಲೆಲ್ಲ ಸುತ್ತಾಡಿದೆ'' ಮಾತು ಬದಲಾಯಿಸಿದ.

ಇವನನ್ನು ಮನೆಯಲ್ಲಿಯೇ ಬಿಟ್ಟು ತಂದೆಯನ್ನರಸಿಕೊಂಡು ಹೋಟೆಲ್‌ಗೆ ಹೋದ. ಸಿಹಿ ತಿಂಡಿಗಳನ್ನು ಅವರೇ ಮಾಡುತ್ತಿದ್ದುದು ಒಳಗಡೆ. ಅಂಥ ಸಮಯದಲ್ಲಿ ಗಿರಾಕಿಗಳಿಂದ ಹಣ ವಸೂಲಿ ಮಾಡಿ ಗಲ್ಲಕ್ಕೆ ಹಾಕುತ್ತಿದ್ದ ಚಂದ್ರು.

''ಬನ್ರಣ್ಣ ಸ್ಪೆಷಲ್ ಕಾಫಿ ತಂದು ಕೊಡ್ಲಾ?'' ಚಂದ್ರು ಸಂಭ್ರಮದಿಂದ ಬಂದಾಗ ''ನೀನೆ ಕುಡಿ. ಎಲ್ಲಿ ಅಣ್ಣ?'' ಒಳಗೆ ಹೋದ.

ಒಂದು ಪಂಚೆಯುಟ್ಟು ಷರಟು ಕೂಡ ಬಿಚ್ಚಿ ಹಾಕಿ ಲಾಡು ಉಂಡೆಗಳನ್ನು ಕಟ್ಟುತ್ತಿದ್ದ ಸತ್ಯನಾರಾಯಣ್ ಮಗನತ್ತ ನೋಟ ಹರಿಸಿ ''ಕೂತ್ಕೋ ಬಾ. ವಿಶ್ವ ಮನೆಗೆ ಬಂದ್ಯಾ?'' ವಿಚಾರಿಸಿದ್ದಕ್ಕೆ ಪ್ರತಿಕ್ರಿಯಿಸದೆ ಅಲ್ಲೆ ಇದ್ದ ಒಂದು ಸ್ಟೂಲನ್ನು ಎತ್ತಿಹಾಕಿಕೊಂಡು ತಂದೆಯ ಮುಂದೆ ಕೂತ.

ಏನೋ ವಿಷಯವಿದೆಯೆಂದು ಅವರಿಗೆ ಗೊತ್ತು. ಹಣಕ್ಕಾಗಿ ಬರೆದಿದ್ದ. ಕಳಿಸಲು ಅವರಿಂದಾಗಿರಲಿಲ್ಲ. ಇಲ್ಲೆ ಸಾಕಷ್ಟು ತಾಪತ್ರಯಗಳು. ಪ್ರತಿಯೊಂದು ಪದಾರ್ಥಗಳ ಬೆಲೆಯೂ ಏರುತ್ತಿತ್ತು. ಅದಕ್ಕನುಗುಣವಾಗಿ ಒಮ್ಮೆಲೆ ತಿಂಡಿಯ ಬೆಲೆ ಜಾಸ್ತಿ ಮಾಡಲು ಸಾಧ್ಯವಿರಲಿಲ್ಲ. ಸಿಟಿಯಲ್ಲಿನ ಹೋಟೆಲ್‌ನ ಬಿಜಿನೆಸ್‌ಗೂ ಇಂಥ ಸಣ್ಣ ಊರುಗಳಲ್ಲಿನ ಬಿಜಿನೆಸ್‌ಗೂ ವ್ಯತ್ಯಾಸವಿತ್ತು. ಇಲ್ಲಿ ಎಲ್ಲರೂ ಪರಿಚಿತರೇ. ತಿಂಡಿಯ ಬೆಲೆ ಹೆಚ್ಚು ಮಾಡಿದಾಗ ತಿಂದು ಹಿಂದಿನ ಬೆಲೆಯನ್ನೆ ಕೊಟ್ಟು ಹೋಗುವಂಥ ಸಾಧಾರಣ ಜನ ಇದ್ದರು. ಕೆಲವರು ಸಾಲ ಹೇಳಿ ಹೋಗುತ್ತಿದ್ದರು. ಅದನ್ನು ಹಲವರು ಪ್ರಾಮಾಣಿಕವಾಗಿ ಕೊಡುತ್ತಿದ್ದರು. ಮಿಕ್ಕವರು ಈ ಕಡೆ ಬರುವುದನ್ನು ಬಿಟ್ಟು ವೀರಶೈವ ಭವನದ ಕಡೆ ಹೋಗುತ್ತಿದ್ದರು. ಇವನ್ನೆಲ್ಲ ಸಂಭಾಳಿಸಿಕೊಂಡೇ ಹೋಗುತ್ತಿದ್ದುದು. ಇಂದು ಮಗನಿಗೆ ಇದೆಲ್ಲ ತಿಳಿಸಿದರು.

''ಹಣ ಆಡ್ಜೆಸ್ಟ್‌ಆಗ್ಲಿಲ್ಲ! ಪಂಡಿತರ ಮೊಮ್ಮಗ್ಳಿಗೆ ವಿವಾಹ ಏರ್ಪಾಟಾಗುತ್ತಿದೆಯಂತೆ. ನೆನ್ನೆ ರಾತ್ರಿ ಬಂದು ಹೇಳೋದ್ರು. ಅವ್ರು ನಿನ್ನನ್ನ ಕೂಡ ಸೂಕ್ತ ವರಾಂತ ನಿರ್ಧರಿಸಿದ್ದರೆ. ನಾನು ಅವ್ರಿಗೆ ಒಂದಕ್ಕೆಲ್ಲ ಸಿಕ್ಲೀಂತ ಹೇಳ್ದೆ. ಏನೇನೋ ಹೇಳಿದ್ರೂ'' ಹೇಳುತ್ತಲೇ ತಮ್ಮ ಕೆಲಸ ಮುಂದುವರಿಸಿದ್ದರು.

ಮಗುಮ್ಮಾಗಿ ಕೂತ. ಈ ವಿಷಯ ರುಚಿಸಲಿಲ್ಲವೆಂದು ಅರ್ಥವಾಯಿತು ಸತ್ಯನಾರಾಯಣ್‌ಗೆ. ಬಲವಂತ ಮಾಡುವ ಉದ್ದೇಶ ಅವರಿಗಿರಲಿಲ್ಲ.

''ಅಣ್ಣ ನಿಮ್ಹತ್ರ ಪರ್ಸನಲ್ಲಾಗಿ ಮಾತಾಡ್ಬೇಕು'' ಅಂದ.

''ಆಯ್ತು.....'' ಮೇಲೆದ್ದವರು ಚಂದ್ರುನ ಅಲ್ಲಿ ಕೂಡಿಸಿ ಹೊರಗಿನ ಉಸ್ತುವಾರಿಯನ್ನು ಮಲ್ಯನಿಗೆ ವಹಿಸಿ ''ಹೋಗೋಣ ನಡೀ'' ಕೈ ತೊಳೆದು ಬಂದವರು ಗೂಟಕ್ಕೆ ನೇತು ಹಾಕಿದ ಷರಟನ್ನು ತೆಗೆದು ಹಾಕಿಕೊಂಡು ತಟ್ಟೆಯಲ್ಲಿ ಒಂದು ಲಾಡು ಉಂಡೆ ಇಟ್ಟು ಅವನ ಮುಂದಿಟ್ಟರು. ಮುರುಳಿ ಮುಟ್ಟಲಿಲ್ಲ ''ಮನೆಯಲ್ಲಿ ತಗೋತೀನಿ'' ಅಂದ.

ಈ ಪುಟ್ಟ ಹೋಟೆಲ್‌ನ ಎಷ್ಟೇ ಸ್ವಚ್ಛಗೊಳಿಸಿದರು ನೊಣ, ಸೊಳ್ಳೆ ಅಂಥದೆಲ್ಲ ಇರುತ್ತಲೆ ಇತ್ತು. ಸ್ವಚ್ಛತೆಗಾಗಿಯೇ ಸತ್ಯನಾರಾಯಣ ಬಹಳ ಶ್ರಮ ವಹಿಸುತ್ತಿದ್ದರು. ಇಲ್ಲಿ ಕೆಲಸ ಮಾಡುವವರು ದಿನ ಸ್ನಾನ ಮಾಡಿ ಒಗೆದ ಬಟ್ಟೆಗಳನ್ನು ಧರಿಸಬೇಕೆಂಬ ತಾಕೀತು ಮಾಡಿದ್ದರು. ಅದು ರಾಷ್ಟ್ರಪತಿ ಸುಗ್ರೀವಾಜ್ಞೆಯೆನ್ನುವಂತೆ ಎಲ್ಲರು ಪಾಲಿಸಬೇಕು.

ತಂದೆ ಮಗ ಸತ್ಯನಾರಾಯಣ ಭವನದಿಂದ ಹೊರ ಬಂದರು. ಎಲ್ಲಾ ಸಣ್ಣ ಊರುಗಳಲ್ಲಿಯೂ ಇರುವಂತೆ ಹೊಲ, ತೋಟ, ಗದ್ದೆ ಊರ ಸುತ್ತಲೂ ಇತ್ತು. ಸ್ವಲ್ಪ ಹತ್ತಿರದಲ್ಲೇ ಇದ್ದ ಹುಣಸೇ ತೋಪಿನತ್ತ ನಡೆದರು. ಈ ಸಮಯದಲ್ಲಿ ಅಲ್ಲಿ ಜನರ ಓಡಾಟ ಕಡಿಮೆಯೇ.

ವಿಶಾಲವಾದ ಹುಣಸೇ ಮರದ ನೆರಳಿನಲ್ಲಿ ಅಲ್ಲೇ ಇದ್ದ ಕಲ್ಲು ಮೇಲೆ ಕೂತು, ಮಗನನ್ನು ಕೂಡುವಂತೆ ಹೇಳಿದರು. ಅವನಿಗೆ ತಂದೆಯ ಮುಖವನ್ನು ನೋಡಿ ಮಾತಾಡುವುದು ಸಾಧ್ಯವಿರಲಿಲ್ಲ.

''ನಾನು ಕೆಲಸಕ್ಕೋಸ್ಕರ ಪ್ರಯತ್ನ ಮಾಡ್ತಾನೆ ಇದ್ದೀನಿ'' ಹೇಳಿದ ತಂದೆಗೆ ಬೆನ್ನು ಹಾಕಿ '' ಅದು ನಂಗೂ ಗೊತ್ತು. ನಿನ್ನ ವಯಸ್ಸಿನಲ್ಲಿ ನಾನು ಇಂಥ ಪಡಿಪಾಟಲು ಪಟ್ಟೆ! ಆ ಬಗ್ಗೆ ಏನು ಹೇಳೋದ್ಬೇಡ. ಛೇರ್ಮನ್ ರಾಘವಯ್ಯ ನಿನ್ನಂದ್ ನೋಡೋಕೆ ಹೇಳಿದ್ದಾರೆ'' ಅಂದರು.

''ನಂಗೆ ಇಷ್ಟವಿಲ್ಲ. ಅವ್ನ ಹತ್ರ ಗುಮಾಸ್ತ ಕೆಲ್ಸ ಮಾಡ್ಬೇಕು. ಅವ್ನ ದೌಲತ್‌ಗೆ ಮಣೆ ಹಾಕ್ಬೇಕು. ಅವ್ನು ಹೇಳಿದ್ದಕ್ಕೆಲ್ಲ ಹ್ಞೂಗುಟ್ಟಬೇಕು. ಇದೆಲ್ಲ ನನ್ನಿಂದ ಆಗೋಲ್ಲ'' ಥಟ್ಟನೇ ಹೇಳಿದ.

ಸತ್ಯನಾರಾಯಣ ಅರ್ಥ ಮಾಡಿಕೊಂಡರು. ಒಂದು ಕಾಲೇಜಿನಲ್ಲಿ ಟೆಂಪರರಿ ಅಪಾಯಿಂಟ್ ಆದಾಗ ಆತ್ಮಾಭಿಮಾನ ಕಳೆದುಕೊಳ್ಳುವಂಥ ಎಷ್ಟೋ ಘಟನೆಗಳು ನಡೆದಿದ್ದವು. ಅದರ ನೋವೆಷ್ಟೆಂದು ಅವರಿಗೆ ಗೊತ್ತು.

''ಬೇಡ ಬಿಡು ! ಮನಸ್ಸಿಗೆ ವಿರುದ್ಧವಾಗಿ ಕೆಲ್ಸ ಮಾಡೋದು ಕಷ್ಟ ಆಯ್ತು. ಮುಂದಿನ ನಿನ್ನ ಯೋಜನೆ ಏನು ? ಕೆಲ್ಸ ಸಿಗುವ ಭರವಸೆ ಏನಾದ್ರೂ ಸಿಕ್ಕಿದ್ಯಾ ?'' ಶಾಂತವಾಗಿ ಕೇಳಿದರು.

ಬಂದು ತಂದೆಯ ಎರಡು ಕೈಗಳನ್ನು ಹಿಡಿದುಕೊಂಡ ''ನಾನು ಸಾಕಷ್ಟು ಪ್ರಯತ್ನಪಡ್ತಾ ಇದ್ದೀನಿ. ಖಂಡಿತ ನಂಗೆ ಕೆಲ್ಸ ಸಿಕ್ಕೆ ಸಿಗುತ್ತೆ. ಈ ನಾರಾಯಣಪುರಕ್ಕೆ ಗುಡ್ ಬೈ ಹೊಡೆದು ಬಿಟ್ಟು ಹೋಗ್ಬಿಡೋಣ'' ಆವೇಗದಿಂದ ಹೇಳಿದ. ಮಗನ ಉತ್ಸಾಹಕ್ಕೆ ತಣ್ಣೀರೆರಚಲು ಇಷ್ಟವಾಗಲಿಲ್ಲ ಅವರಿಗೆ.

''ಆಗ್ಲಿ ವಿಶ್ ಯು ಆಲ್ ದಿ ಬೆಸ್ಟ್, ಮೊದ್ಲು ನಿಂಗೆ ಕೆಲ್ಸ ಸಿಕ್ಕೀ ಆಮೇಲೆ ಮಿಕ್ಕಿದ್ದೆಲ್ಲ ಯೋಚ್ಸೋಣ'' ಭುಜದ ಮೇಲೆ ಕೈಯಾಡಿಸಿದರು.

ನೇರವಾಗಿ ತಂದೆ, ಮಗ ಮನೆಗೆ ಬರುವ ವೇಳೆಗೆ ಪಂಡಿತರು ಮಗನೊಂದಿಗೆ ಕೂತಿದ್ದರು. ಸತ್ಯನಾರಾಯಣಗೆ ಅವರು ಬಂದ ಕಾರಣ ಗೊತ್ತಿತ್ತು. ಅಮ್ಮನ ಮೂಲಕ ಮುರುಳಿಗೂ ಗೊತ್ತಿರುತ್ತದೆಯೆಂದು ಭಾವಿಸಿದರು.

''ಅಂತು ತಂದೆ, ಮಗ ಒಟ್ಟಿಗೆ ಬಂದ್ರಿ. ಇದು ತುಂಬ ಒಳ್ಳೆಯ ಲಕ್ಷಣವೇ'' ಪಂಡಿತರು ಸಂತೋಷ ವ್ಯಕ್ತಪಡಿಸಿದರು. ಸ್ವಲ್ಪ ಇರುಸು ಮುರುಸಾಗಿದ್ದು ಮುರುಳಿಗೆ. ಮದುವೆಯ ಬಗ್ಗೆಯು ಅವನದೇ ಆದ ಒಂದು ಯೋಜನೆ ಇತ್ತು, ಕನಸ್ಸಿತ್ತು. ಅವನ ಆಸೆ, ಆಕಾಂಕ್ಷೆಯ ಮುಗಿಲಿಗೆ ವಿವಾಹವನ್ನು ಕೂಡ ಏಣಿಯಾಗಿ ಉಪಯೋಗಿಸಿಕೊಳ್ಳುವ ಇಚ್ಛೆ

ಅವನದು. ಹೇಗಾದರೂ ಸರಿ, ಈ ತರಹದ ಜೀವನವನ್ನು ಅಪ್ಪಿಕೊಳ್ಳಲಾರ. ಸಣ್ಣ ಬಳ್ಳಿ ಸಿಕ್ಕರೂ ಮೇಲಕ್ಕೇರುವ ಉತ್ಸಾಹ - ಇಂಥ ಕಸುಗಾರರು ಸಾಕಷ್ಟು ಇರಬಹುದು. ಅಡ್ಡ ದಾರಿ ಹಿಡಿದರೇ ಮಾತ್ರ ಸಮಾಜಕ್ಕೂ, ದೇಶಕ್ಕೂ ಹಾನಿ.

ಒಳಗೆ ಹೊರಟ ಮುರುಳಿನ ಹಿಡಿದು ಕೂಡಿಸಿಕೊಂಡರು ಪಂಡಿತರು. ತಮ್ಮ ಮುಂದೆ ಬೆಳೆದ ಹುಡುಗನೆಂಬ ಸ್ನೇಹ, ಸಲಿಗೆಯ ಜೊತೆ ಸಾಕಷ್ಟು ಈ ಕುಟುಂಬಕ್ಕೆ ನೆರವಾಗಿದ್ದೀವಿ ಎನ್ನುವ 'ಅಹಂ' ಕೂಡ.

''ಕೂತ್ಕೋಳಯ್ಯ, ಯಾಕೆ ತಪ್ಪಿಸ್ಕೊಂಡ್ ಓಡಿ ಹೋಗ್ತೀಯಾ! ಇನ್ನು ಕೆಲ್ಸ ಸಿಕ್ಕಿಲ್ಲ. ನಿಧಾನವಾಗಿ ಸಿಗ್ಲೀ, ಅದ್ರಿಂದ ಏನು ಅಂಥ ತೊಂದರೆ ಇಲ್ಲ. ನೇರವಾಗಿ ವಿಷ್ಯಕ್ಕೆ ಬಂದ್ಬಿಡ್ತೀನಿ. ನಮ್ಮ ಜಾನಕಿನ ನಿಂಗೆ ಕೊಡ್ಬೇಕನ್ನೋ ತೀರ್ಮಾನ ಮಾಡಿದ್ದೀವಿ. ನಿನ್ನ ಒಪ್ಪಿಗೆಯ ಸಂಕೇತ ಬೇಕು'' ನೇರವಾಗಿ ವಿಷಯವನ್ನು ಮಂಡಿಸಿದರು ಪಂಡಿತರು.

ಎದುರಿಗೆ ನಿಂತ ತಾಯಿ ಕಡೆ ನೋಡಿದ. ನೀನು ನನ್ನ ನೆರವಿಗೆ ಬಾ ಎನ್ನುವ ಉದ್ದೇಶ ಅವನ ಕಣ್ಣುಗಳಲ್ಲಿನ ಭಾವನೆ ಸೂಚಿಸುತ್ತಿತ್ತು.

''ಅದ್ನ ನಾನು ಹೇಳ್ದೇ. ಮೊದ್ಲು ಕೆಲ್ಸ ಸಿಗ್ಲೀಂತಾನೆ'' ಸುಕನ್ಯ ಉಸುರಿದರು.

''ಅದ್ನ ನಾನು ಹೇಳಿದ್ನಲ್ಲ! ನೋಡಮ್ಮ, ಸುಕನ್ಯ ನಾಳೆ ವಧುನ ನೋಡೋ ಶಾಸ್ತ್ರ ಇಟ್ಕೋಳೋಣ. ಮಿಕ್ಕಿದ್ದು.... ನಂಗಿರ್ಲಿ, ನಾನು ನೋಡದ ಮುರುಳೀನಾ! ಅವ್ನು ಜಾನಕಿನ ಸಾಕಷ್ಟು ಸಲ ನೋಡಿದ್ದಾನೆ. ಆದ್ರೂ ಶಾಸ್ತ್ರ ಸಂಪ್ರದಾಯ ಪಾಲಿಸ್ಬೇಕಲ್ಲ. ನಾಳೆ ನೀವುಗಳು ಜಾನಕಿನ ನೋಡೋಕೆ ಬರ್ತೀರಾ ಅಷ್ಟೇ'' ಎದ್ದೇ ಬಿಟ್ಟರು. ಅವರ ಮಗ ಕೂಡ ಇನ್ನಷ್ಟು ಹೇಳಿ ಹೋದ.

ಮುರುಳಿಗೆ ತಲೆ ಪರಚಿಕೊಳ್ಳುವಂತಾಯಿತು. ಜಾನಕಿನ ನೋಡಿದ್ದ. ಚೆನ್ನಾದ ಹುಡುಗಿಯೇ. ಆ ಬಗ್ಗೆ ಇನ್ನೊಂದು ಮಾತಾಡಬೇಕಿರಲಿಲ್ಲ. ಆದರೂ ಈ ನಾರಾಯಣ ಪುರದ ಹೆಣ್ಣು ಅವನಿಗೆ ಬೇಡ. ಇದಕ್ಕೆ ಹೆಚ್ಚು ಕಾರಣಗಳನ್ನು ಕೊಡಲಾರ.

ಅವರುಗಳು ಹೊರಟ ಮೇಲೆ ''ಏಯ್....'' ಎಂದು ಕೂಗಿದ ವಿಶ್ವ ಗೆಳೆಯನ ಕೈ ಕುಲುಕಿದ ''ಆರಾಮಾಗಿ ಮದ್ವೆ ಆಗ್ಬಿಡು. ಆಮೇಲೆ ಕೆಲ್ಸ ತಾನಾಗಿ ಸಿಗುತ್ತೆ. ಇಡೀ ದಿನ ಎಂಗೇಜ್ ಆಗಿರ್ಬಹುದ್ದು'' ಕೈ ಕುಲುಕಿದ. ಅವನ ಹಸ್ತದಲ್ಲಿ ಬಿಸಿಯೇರದೆ ಜೀವವಿದ್ದಂಗೆ ಕಾಣಲಿಲ್ಲ. ಮತ್ತೊಮ್ಮೆ ಅವನ ಕೈ ತೆಗೆದು ಪರೀಕ್ಷಿಸಿ ''ಯಾಕೋ ಏನಾಯ್ತು? ದೇವರೇ...'' ತಲೆ ಚಚ್ಚಿಕೊಂಡು ಉಸ್ಸೆಂದು ಕೂತಾಗ ದಂಪತಿಗಳು ಅಲ್ಲಿರಲಿಲ್ಲ. ವಿಶ್ವ ಅವರನ್ನು ಮೆಚ್ಚಿಕೊಂಡಿದ್ದ. ಕೆಲವೊಮ್ಮೆ ಮುರುಳಿಯ ಅದೃಷ್ಟದ ಬಗ್ಗೆ ಅಸೂಯೆಯೂ ಮೂಡುತ್ತಿತ್ತು.

''ಏನಾಯ್ತೊ?'' ಮೆಲ್ಲಗೆ ಅವನ ಪಕ್ಕ ಕೂತು ಪಿಸುದನಿಯಲ್ಲಿ ಕೇಳಿದ.

ಒಳಗೆ ಹೋದ ಸತ್ಯನಾರಾಯಣ ಸೇರಿಸಿಟ್ಟ ಅಷ್ಟಿಷ್ಟು ಹಣವನ್ನು ಹೆಂಡತಿಯ ಕೈಗೆ ಕೊಟ್ಟು ''ಇದ್ನ ಮುರುಳಿಗೆ ಕೊಡು. ಈಗಿನ ಬೆಳವಣಿಗೆಯಿಂದ ಮುಂದೆ ಪಂಡಿತರಲ್ಲಿ ಹಣ

ಕೇಳೋಕ್ಕಾಗೋಲ್ಲ. ಚಂದ್ರು ಅಮ್ಮನಿಗೆ ಕಾಯಿಲೆನಂತೆ. ಅವ್ನ ಊರಿನಿಂದ ಒಬ್ಬ ಆಳು ಬಂದಿದ್ದ. ಈಗ ನಾವೇ ಅವ್ನಿಗೆ ಸಹಾಯ ಮಾಡ್ಬೇಕು. ಇದೆಲ್ಲ ಮುರುಳಿಗೆ ಅರ್ಥವಾಗ್ದು. ಹಾಗಂತ ಭಾವಿಸೋದು ಕೂಡ ತಪ್ಪು. ನಾನ್ಹೋಗ್ತೀನಿ. ಮಧ್ಯಾಹ್ನ ಒಂದ್ಹತ್ತು ಜನ ಊಟಕ್ಕೆ ಬರ್ತಾರೇಂತ ಛೇರ್ಮನ್ ಹೇಳಿ ಕಳಿಸಿದ್ದಾರೆ. ಆ ಏರ್ಪಾಟು ನೋಡ್ಬೇಕು'' ಎಂದವರು ಹೊರಟರು.

ಅವರಿಗೆ ಹಿಂದೆ ಅನ್ನದ ಸಮಸ್ಯೆಯಾಗಿತ್ತು. ಆಗ ಡಿಗ್ರಿಯ ಸರ್ಟಿಫಿಕೇಟ್ಸ್ ಅವೆಲ್ಲ ಏನು ಅನ್ನಿಸಲಿಲ್ಲ. ಭ್ರಮೆ ಬಿಟ್ಟು ಹೊಟ್ಟೆಯ ಪಾಡಿಗೆ ಸತ್ಯನಾರಾಯಣ ಭವನ ತೆಗೆದಿದ್ದರು.

ಹೊರಗೆ ಬಂದವರು ನಗು ಮುಖದಿಂದ ಮುರುಳಿ, ವಿಶ್ವನನ್ನು ಮಾತಾಡಿಸಿಯೇ ಹೋಗಿದ್ದು. ಈಗ ಬಂದು ಹೋಗಿದ್ದರಿಂದ ಮಧ್ಯಾಹ್ನ ಊಟಕ್ಕೆ ಬರರು.

''ಅಮ್ಮ ನಂದು ಹಳೆದೊಂದು ಕುತ್ತಿಗೆ ಚೈನ್ ಇತ್ತಲ್ಲ ಏನಾಯ್ತು'' ಕೇಳಿದ ಮುರುಳಿ. ಹುಳಿಯಲ್ಲಿ ಸೌಟಾಡಿಸುತ್ತಿದ್ದ ಸುಕನ್ಯ ''ಬೀರು ಕೆಳಗಿನ ಡ್ರಾಯರ್‌ನಲ್ಲಿರಬೇಕು ನೋಡು'' ಎಂದರು ಅಲ್ಲಿಂದಲೇ.

ಮುರುಳಿ ಎಲ್ಲಾ ಕಿತ್ತು ಹರಡುವ ವೇಳೆಗೆ ಸ್ವತಃ ಪಂಡಿತರೇ ಮತ್ತೆ ಬಂದು ''ಸ್ವಲ್ಪ ಬಾರಯ್ಯ'' ಎಂದು ಬಲವಂತದಿಂದ ಅವನನ್ನು ಎಳೆದುಕೊಂಡು ಹೋದಾಗ ವಿಶ್ವ ಅಯೋಮಯವಾಗಿ ಅದೆಲ್ಲ ಜೋಡಿಸುವಾಗ ತಾನೊಂದು ಕೈ ಹಾಕಿದರು ಬಂದು ಸುಕನ್ಯ ''ನಾನು ಎಲ್ಲಾ ತೆಗೆದಿಡ್ತೀನಿ ಬಿಡು'' ಸಂಕೋಚದಿಂದ ಉಸುರಿದರು.

''ಪರ್ವಾಗಿಲ್ಲ ನಾನೆಲ್ಲ ಜೋಡಿಸ್ತೀನಿ. ನಂಗೆ ಒಂದ್ಲೋಟ ಕಾಫಿ ಮಾಡಿ ಕೊಡಿಮ್ಮ'' ರಿಕ್ವೆಸ್ಟ್ ಮಾಡಿಕೊಂಡ ''ಖಂಡಿತ'' ಸುಲೋಚನ ನಗುತ್ತ ಎದ್ದು ಹೋದರು.

ಆಕೆ ಬರುವ ವೇಳೆಗೆ ಫೈಲ್ ತೆರೆದಿದ್ದವನು ರಪ್ಪನೆ ಮುಚ್ಚಿದ. ಬಲವಂತದಿಂದ ಉಗುಳು ನುಂಗಲಾಗಲಿಲ್ಲ. ಹಣೆಯಲ್ಲಿ ಬೆವರಿನ ಸಾಲು. ಫೈಲು ತೆರೆದಿದ್ದದ್ದೊಂದು ತಪ್ಪು. ಕಂಡಿದ್ದಕ್ಕೆ ಷಾಕ್ ಆಗಿದ್ದ.

''ಅಮ್ಮ ಕ್ಷಮಿಸಿ ಬಿಡಿ'' ಫೈಲು ಕೆಳಗಿಟ್ಟು ಎರಡು ಕೈಲು ತಲೆ ಹಿಡಿದುಕೊಂಡ ''ತಗೋ ಅದೇನು ಅಂಥ ಇಂಪರ್ಟಟೆಂಟ್ ಫೈಲ್ ಅಲ್ಲ ಬಿಡು. ಬರೀ ಸರ್ಟಿಫಿಕೇಟ್ಸ್ ಇದೆ'' ನಿರಾಳವಾಗಿ ಉಸುರಿದರು.

ನಿಧಾನವಾಗಿ ಉಗುಳು ಗಂಟಲಲ್ಲಿ ಇಳಿಯಿತು. ಅಲ್ಲೇ ಇದ್ದ ನೀರನ್ನು ತೆಗೆದು ಕುಡಿದ. ಸುಧಾರಿಸಿಕೊಳ್ಳಲು ಕ್ಷಣಗಳು ಬೇಕಾಯಿತು. ಇಷ್ಟು ಸ್ನೇಹದಲ್ಲೂ ಮುರುಳಿ ಹೇಳಿದ್ದು ತನಗೆ ತೀರಾ ಕಡಿಮೆಯೆನಿಸಿತು. ಕಾಫಿ ಕುಡಿದ ನಂತರ ಕೆಳಗೆ ಬಿದ್ದಿದ್ದನ್ನೆಲ್ಲ ಜೋಡಿಸುತ್ತಿದ್ದ ಸುಕನ್ಯನ ನೋಡಿದ. ತೀರಾ ಸಾಧಾರಣ ವೇಷ ಭೂಷಣಗಳು, ಸಣ್ಣ ಊರಿಗೆ ಅನುಸಾರವಾಗಿ 'ಡಿಗ್ರಿ ಕಲಿತ ಹೆಣ್ಣು' ಡಿಸ್ಟಿಂಕ್ಷನ್‌ನಲ್ಲಿ ಎಂ.ಎ. ಮಾಡಿದ ಸತ್ಯನಾರಾಯಣ ಅತ್ತೇ ಬಿಟ್ಟ

''ವಿಶ್ವ ಯಾಕಪ್ಪ ?'' ಕೇಳಿದರು ಗಾಬರಿಯಿಂದ.

ಕಣ್ಣೀರು ತೊಡೆದುಕೊಂಡು ಪ್ರಯತ್ನಪೂರ್ವಕವಾಗಿ ನಗುವ ಪ್ರಯತ್ನ ಮಾಡಿದ ''ಅಣ್ಣಾವ್ರು ಎಂ.ಎ. ಮಾಡಿದ್ದಾರೆ. ನೀವು ಬಿ.ಎಸ್ಸಿ ಅಯ್ಯೋ ನಂಗೆ ನಂಬೋಕೆ ಆಗ್ತಾ ಇಲ್ಲ'' ಉದ್ವೇಗಗೊಂಡ.

''ಅದೇನು ಅಂಥ ಅಚ್ಚರಿಯದ ವಿಷ್ಯ ! ಅವ್ರು ಸಾಕಷ್ಟು ಪ್ರಯತ್ನ ಮಾಡಿದ್ರು ಕೆಲ್ಸ ಸಿಕ್ಕಿದ್ದುಂಟು. ಏನೇನೋ ರಾಜಕೀಯ! ಕಡೆಗೆ ಇಲ್ಬಂದು ನಿಂತ್ವಿ. ಅನ್ನ ನೀಡದ ಸರ್ಟಿಫಿಕೇಟ್ ಬಗ್ಗೆ ಅವ್ರಿಗೇನು ಒಲವಿಲ್ಲ ಅದ್ರಿಂದ ಈಗ ನಮ್ಗೆ ತಾನೆ ಏನು ಪ್ರಯೋಜನ'' ನಿಶ್ಚಿಂತೆಯಿಂದ ನುಡಿದ ಆಕೆಯ ಮುಖ ನೋಡಿದ. ಅಲ್ಲಿ ಸ್ವಚ್ಛವಾದ ಬೆಳಕು. ಬೆಡಗು, ಪ್ರತಿಷ್ಠೆ . ಬಿನ್ನಾಣವಿಲ್ಲದ ಒರಿಜಿನಾಲಿಟಿ ಇತ್ತು ''ಅಮ್ಮ ಯು ಆರ್ ಗ್ರೇಟ್'' ಉದ್ಗರಿಸಿದ.

ಮುಗುಳ್ನಗೆ ಬೀರಿ ಒಳಗೆ ಹೋದರು ಸುಕನ್ಯ.

ರೂಮಿನಿಂದ ಬಂದ ವಿಶ್ವ ನಡುಮನೆಯಲ್ಲಿ ಕೂತ. ಅವನ ಮೈಯಲ್ಲಿ ಇನ್ನ ಕಂಪನ. ಹರ್ಷ. ಆವೇಗ - ಚಡಪಡಿಸಿ ಬಿಟ್ಟ ಮುರುಳಿ ಎಷ್ಟೊಂದು ಅದೃಷ್ಟವಂತ. ಕಣ್ತುಂಬಿ ಬಂದ ಅಶ್ರುಧಾರೆಯನ್ನು ತೊಡೆದುಕೊಂಡ. ಏನೋ ಆಯೋಮಯದ ಸ್ಥಿತಿ. ಅರ್ಧಗಂಟೆಯ ನಂತರ ಅಡಿಗೆ ಮನೆಯ ಬಾಗಿಲಲ್ಲಿ ನಿಂತ.

''ಅಮ್ಮ ಒಳ್ಗಡೆ ಬರಬಹುದಾ ?'' ಕೇಳಿದ.

''ಖಂಡಿತ ಬಾ'' ಎಂದರು ಹೋಳಿಗೆ ಮೊಗಚುತ್ತ.

ಒಳಗೆ ನುಗ್ಗಿದ ವಿಶ್ವ ಅಲ್ಲೆ ಹತ್ತಿರದಲ್ಲಿ ಕೂತ. ''ನನ್ನ ಬಗ್ಗೆ ನೀವೇನು ಕೇಳ್ಲಿಲ್ಲ'' ಅಂದ ಗಂಟಲು ಸರಿಪಡಿಸಿಕೊಳ್ಳುತ್ತ. ಬಿಸಿ ಹೋಳಿಗೆಯನ್ನು ಮೊಗಚುವ ಕೈಯಿಂದ ತೆಗೆದು ತಟ್ಟೆಗೆ ಹಾಕಿ ಅದರ ಮೇಲೆ ಒಂದಿಷ್ಟು ತುಪ್ಪ ಹಾಕಿ ಅವನಿಗೆ ಕೊಟ್ಟರು. ''ನೀನು ನಮ್ಮ ಮುರುಳಿ ಫ್ರೆಂಡ್ ಅಷ್ಟು ಸಾಕು. ನಿಂಗೆ ಏನಾದ್ರೂ ಹೇಳ್ಬೇಕೂಂತ ಅನ್ನಿಸಿದರೇ ಹೇಳು.''

ಎರಡು ಹೋಳಿಗೆ ತಿಂದು ತಟ್ಟೆಯನ್ನು ತೊಳೆದಿಟ್ಟು ಬಂದು ಹೂರಣದ ಉಂಡೆಗಳನ್ನು ಮಾಡಿಡುತ್ತ ''ಅಮ್ಮ ನಂಗ್ಯಾರು ಇಲ್ಲ, ಎಲ್ಲೋ ಊಟ ಮಾಡಿ ಯಾರದೋ ಕರುಣೆಯಲ್ಲಿ ಬೆಳ್ದು ದೊಡ್ಡವನಾದೆ. ಮುರುಳಿ ಕೂಡ ನಂಗೆ ಎಷ್ಟೋ ಸಲ ಸಹಾಯ ಮಾಡಿದ್ದಾನೆ. ನಾನೊಬ್ಬ... ಅನಾಥ ! ದೇವರು ನಂಗೆ ಶ್ರೀಮಂತಿಕೆ ಕೊಡದಿದ್ರೂ ಕನಿಷ್ಟ ಹೆತ್ತವರನ್ನಾದ್ರೂ ಕೊಡ್ಬೇಕಿತ್ತು. ತುಂಬ... ತುಂಬ ನಿರ್ದಯಿ'' ಕಣ್ಣೀರು ಸುರಿಸಿದಾಗ ಸುಕನ್ಯ ಎದೆ ತೇವವಾಯಿತು.

''ಸಮಾಧಾನ ಮಾಡ್ಕೋ ವಿಶ್ವ. ಅವ್ರೂ ಕೂಡ ನಿನ್ನ ಸ್ಥಿತಿಯಲ್ಲೇ ಬೆಳೆದವರು'' ಅನ್ನುವ ವೇಳೆಗೆ ಮುರುಳಿ ಬಂದಾಗಿತ್ತು. ಅವನ ಮುಖದಲ್ಲಿ ಬೆಂಕಿಯ ಪ್ರಜ್ವಲನೆ ಇತ್ತು. ತಕ್ಷಣ ಹಿಂದಕ್ಕೆ ಹೋಗಿ ನಡುಮನೆಯಲ್ಲಿ ಕೂತ. ಇಲ್ಲಿಗೆ ಬಂದಿದ್ದೇ ತಪ್ಪು ಎನ್ನುವಂತೆ

ಯೋಚಿಸುತ್ತಿದ್ದ. ಆದರೆ ಅಲ್ಲಿ ಇವನ ಊಟ ತಿಂಡಿ ಖರ್ಚು ವೆಚ್ಚಗಳಿಗೆ ಹಣದ ಅಗತ್ಯವಿತ್ತು. ಅದಕ್ಕಾಗಿ ತಾಯ್ತಂದೆಯರನ್ನು ಆಶ್ರಯಿಸಬೇಕಿತ್ತು. ಹಾಗೆಂದು ಅವರ ಮೇಲೆ ಪ್ರೀತಿ ಇಲ್ಲವೆಂದಲ್ಲ. ಬಡತನ ಮಧ್ಯಮ ದರ್ಜೆಯ ಜೀವನ ಅವನಿಗೆ ಬೇಕಿಲ್ಲ.

ವಿಶ್ವನ ಜೊತೆ ಸುಕನ್ಯ ಕೂಡ ಹೊರಗೆ ಬಂದ. ಏಕೈಕ ಸಂತಾನದ ಮೇಲೆ ಅಪಾರವಾದ ಪ್ರೀತಿ ವಾತ್ಸಲ್ಯವೇ. ತಮಗಾಗಿ ಹತ್ತು ರೂಪಾಯಿ ಖರ್ಚು ಮಾಡಲು ಹಿಂಜರಿಯುವ ಅವರು ಮಗನಿಗಾಗಿ ವ್ಯಯಿಸಲು ಹಿಂಜರಿಯುತ್ತಿರಲಿಲ್ಲ.

''ಮುರುಳಿ ಯಾಕೆ ?'' ಕೇಳಿದರು ಚುಟುಕಾಗಿ.

''ಮಹಾನ್ ದೊಡ್ಡ ಸಾಹುಕಾರ ನಂಗೆ ಕೊಡೋ ತೋಟ, ನ್ಯಾಯ ಬೆಲೆ ಅಂಗ್ಡಿಯನ್ನೆಲ್ಲ ತೋರಿಸ್ಕೊಂಡ್ಬಂದ. ಈಗಾಗ್ಲೇ ವಿವಾಹ ನಿಶ್ಚಯವಾದಂಗೆ ಮಾತಾಡ್ತಾರೆ'' ಕೋಪದಿಂದ ಮಾತಾಡಿದ.

ವಿಶ್ವ ಅವನ ಕೈ ಕುಲುಕಿಯೇ ಬಿಟ್ಟ ''ಕಂಗ್ರಾಜುಲೇಷನ್. ನಿನ್ನ ಎಲ್ಲಾ ತಾಪತ್ರಯಗಳು ಬಗೆ ಹರಿದಂಗೆ. ನಂಗೂ ಅಣ್ಣ ಒಂದ್ಕೆಲ್ಸ ಕೊಟ್ಟುಬಿಟ್ರೇ ಇಲ್ಲೇ ಇದ್ಕೋತೀವಿ'' ತಮಾಷೆ ಮಾಡಿದ.

ಧುಮುಗುಟ್ಟುತ್ತಿದ್ದ ಅವನ ಮುಖದಲ್ಲಿ ಅಸಹನೆ ಬಹಳ ಸ್ಪಷ್ಟವಾಗಿತ್ತು. ''ಏನಿದೆ, ನಾರಾಯಣಪುರದಲ್ಲಿ ಮಣ್ಣಾಗಟ್ಟಿ, ಅವ್ರು ಕೊಡೋದೆಲ್ಲ, ಸಿಟಿಯಲ್ಲಿನ 30 x 40 ಸೈಟಿಗೆ ಸಮನಾಗೋಲ್ಲ. ಬರೀ ಭೈರಿಗೆ'' ಸಿಡಿದು ಬಿದ್ದ.

''ಅಷ್ಟೇ ತಾನೆ ! ಬರೀ ಹೇಳಿದ್ದಾರೆ. ಕೇಳೋದು ಬಿಡೋದು ನಿನ್ನಿಷ್ಟ ಅದಕ್ಯಾಕೆ ಇಷ್ಟೊಂದು ಕೋಪ'' ಶಾಂತವಾಗಿ ಹೇಳಿದರು ಸುಕನ್ಯ. ಪಂಡಿತರು ಸ್ವಲ್ಪ ಮಾತಿನ ಮನುಷ್ಯನೆಂದು ಆಕೆಗೆ ಗೊತ್ತು.

ಬಿಸಿ ಹೋಳಿಗೆಯನ್ನು ತಟ್ಟೆಯಲ್ಲಿ ಹಾಕಿಕೊಂಡು ಬಂದು ಮಗನ ಮುಂದಿಟ್ಟು ''ಬಿಸಿಯಾಗಿದೆ, ತಗೋ. ಸುಮ್ನೆ ತಲೆ ಕೆಡ್ಸಿಕೊಳ್ಳೋದ್ಬೇಡ. ನಿನ್ತಂದೆ ಅಂತು ಬಲವಂತ ಮಾಡೋಲ್ಲ'' ತುಪ್ಪ ಹಾಕಿ ಉಪಚರಿಸಿದರು. ಅಮ್ಮನ ಕೈನ ಹೋಳಿಗೆ ಅವನಿಗೆ ವಿಪರೀತ ಇಷ್ಟ ಮತ್ತೆರಡು ಹೋಳಿಗೆ ವಿಶ್ವನಿಗೂ ಬಂತು. ಅವನು ಹಿಂದೂ ಮುಂದೂ ನೋಡದೇ ಲೊಟ್ಟೆಹೊಡೆಯುತ್ತ ತಿಂದ.

ಗೆಳೆಯರಿಬ್ಬರು ಹೊರಗೆ ಹೋದರು. ಮಾರ್ಗ ಮಧ್ಯದಲ್ಲಿ ಮುರುಳಿಯ ಎರಡು ಕೈಗಳನ್ನು ಹಿಡಿದುಕೊಂಡು ''ಏಯ್ ನಂಗೆ ಹೇಳಲೇ ಇಲ್ವಲ್ಲೋ! ನಿನ್ತಂದೆ ಎಂ.ಎ. ಮಾಡಿದ್ದಾರೆ. ನಿಮ್ಮನ್ನು ಗ್ರಾಜುಯೇಟ್. ವಿದ್ಯೆ ಇಲ್ದ ಜನಾ ಸುಳ್ಳು ಹೇಳ್ಕೊಂಡ್ ಮೆರೀತಾರೆ. ಅಂಥದ್ದರಲ್ಲಿ ನಿಮ್ಮಪ್ಪ ಅಮ್ಮನ ಸರಳತನ ನೋಡಿ ಆಶ್ಚರ್ಯವಾಯ್ತು'' ಸಂತೋಷ ತಡೆದುಕೊಳ್ಳಲಾರದೇ ಹೇಳಿದ.

''ಬಿಡೋ, ಎಷ್ಟು ವಿದ್ಯೆ ಇದ್ದರೇನು! ನೋಡಿದ್ದೆಯಲ್ಲ ಹೋಟೆಲ್! ಅದ್ರಲ್ಲಿ

ದುಡಿದು ಉದ್ಧಾರವಾದದ್ದೇನು ? ಇಂದಿಗೂ ನಮ್ಮಪ್ಪ ಒಲೆ ಮುಂದೆ ಮುಂದೆ ನಿಂತು ಸ್ವೀಟ್ಸ್ ಮಾಡ್ತಾರೆ. ನಿರಂತರ ದುಡಿಮೆಯಿಂದ ಸಿಕ್ಕಿದ್ದೇನು ?'' ನಿರಾಶೆಯಿಂದ ನುಡಿದ. ತಲೆ ಕೊಡವಿದ ವಿಶ್ವ. ಇದನ್ನು ಅವನು ಒಪ್ಪಲಾರ.

''ಸಾಕು ಸುಮ್ನಿರೋ, ಅವ್ರ ಅನ್ನ ಅವರು ಸಂಪಾದಿಸ್ಕೊಂಡಿದ್ದಾರೆ. ನಾಲ್ಕು ಜನಕ್ಕೆ ಅನ್ನಕ್ಕೆ ದಾರಿ ಮಾಡಿ ಕೊಟ್ಟಿದ್ದಾರೆ. ನಿನ್ನಂಥ.... ಸುಪುತ್ರನ್ನ ಎಂ.ಕಾಮ್. ವರ್ಗೂ ಗ್ಗಿ ನಿನ್ನ ಬೇಕು ಬೇಡಗಳನ್ನು ಪೂರೈಸಿದ್ದಾರೆ. ಇದೇನು ಕಡ್ಮೇ ವಿಷ್ಯನ ?'' ಮುಷ್ಟಿ ಬಿಗಿದು ಹೆಬ್ಬೆಟ್ಟು ಎತ್ತಿ ಗಟ್ಟಿಸಿ ಕೇಳಿದ.

ಮುರುಳಿ ತಲೆ ಕೊಡವಿದ. ಇಷ್ಟು ಅವನಿಗೆ ಎಂದೂ ಸಂತೃಪ್ತಿಯನ್ನು ತಂದಿಲ್ಲ ಮುಂದೂ ತರೋಂಥ ಮನಸತ್ವವಲ್ಲ. ''ನಮ್ತಂದೆಗೆ ವ್ಯವಹಾರಿಕ ಜ್ಞಾನ್ಮೆಯ ಕೊರತೆ ಇದೆ. ನಾಲ್ಕು ಜನಕ್ಕೆ ಮೂರ್ಹೊತ್ತು ಹೊಟ್ಟೆ ತುಂಬ ಊಟ. ಅವ್ರುಗಳ ಕಷ್ಟ ಸುಖಕ್ಕೆ ಅಯ್ಯೋ ಅಂತಾರೆ. ಈ ಗುಣಗಳೇ ಮೇಲೇರೋಕೆ ಬಿಡ್ಲಿಲ್ಲ'' ಎಂದ ಬೇಸರದಿಂದ.

''ಅಯ್ಯೋ ಈಡಿಯಟ್! ಅವ್ರು ಕಷ್ಟ ಪಟ್ಟಿದ್ದಾರೆ. ಕಷ್ಟಪಡೋ ಜನನ ಕಂಡರೇ ಮರುಕ. ಇದು ಮನುಷ್ಯತ್ವದ ಲಕ್ಷಣ ಕಣೋ. ಅಲ್ಲಿ ಅವ್ರಿಗೆ ಹೆಸರಿನ ಆಸೆ ಇಲ್ಲ, ತಾನು ಮಹಾನ್ ಮಾನವಂತ ಎನ್ನುವ ಬಿಗುಮಾನವಿಲ್ಲ. ನಿಜ್ವಾಗ್ಲೂ ನಂಗೇನಾದ್ರೂ ಅವಕಾಶವಿದ್ದಿದ್ದರೆ ಮ್ಯಾನ್ ಆಫ್ ದಿ ಡಿಕೇಡ್... ದಶಕದ ವ್ಯಕ್ತಿ ಅಂತ ಘೋಷಿಸಿ ಬಿಡ್ತಾ ಇದ್ದೆ. ಎಂಥ ಉತ್ತಮ ವ್ಯಕ್ತಿತ್ವದ ಮನುಷ್ಯ'' ಅಭಿಮಾನದಿಂದ ಹೊಗಳಿದ. ಇವು ಉತ್ಪ್ರೇಕ್ಷೆಯ ಮಾತುಗಳಲ್ಲ.

''ಸಾಕು ಬಿಡು....'' ಕೊಡವಿಕೊಂಡು ನಡೆದ.

''ಜಾನಕಿ ಚೆನ್ನಾಗಿಲ್ವಾ ?'' ಮೆಲ್ಲಗೆ ಪ್ರಶ್ನಿಸಿದ.

''ನೋಡಿದ್ದೆ. ಚೆನ್ನಾಗಿರಬಹುದು. ಆದರೆ ನಾನಂತು ಮದ್ವೆ ಆಗೋಕೆ ಸಿದ್ಧವಿಲ್ಲ. ಅವ್ರು ನಂಗೆ ಕೊಡೋ ವರೋಪಚಾರ ಒಂದು 'ಓಪೆಲ್ ಅಸ್ಟ್ರಾ' ಕಾರಿನ ಬೆಲೆಯಲ್ಲ'' ನಿಟ್ಟುಸಿರು ದಬ್ಬಿದ.

ವಿಶ್ವ ಮುಖ ತಿರುವಿದ. ಆಸೆ ಸಹಜ; ದುರಾಸೆ ಮಾತ್ರ ಹಾನಿ. ನಾರಾಯಣ ಪುರದಿಂದ ಹಣ ಬರದಿದ್ದರೇ ಮುರುಳಿ ಉಪವಾಸ ಬೀಳಬೇಕಿತ್ತು. ಅಂಥವನು ಈ ತರಹ ಮಾತಾಡುವುದು ಸರಿಯಲ್ಲವೆನಿಸಿದರೂ ಹರ್ಟ್ ಮಾಡಲು ಇಚ್ಛೆಸಲಿಲ್ಲ.

''ನಾನು ಕಾಮೆಂಟ್ ಮಾಡೋಕೆ ಇಷ್ಟಪಡೋಲ್ಲ. ಒಮ್ಮೆ ನೋಡ್ದೋದ್ರಿಂದ ತಲೆ ಬಿಸಿಯೇನಿಲ್ವಲ್ಲ! ನಿನ್ತಂದೆ, ತಾಯಿ ಮಾತಿಗೆ ಬೆಲೆ ಕೊಟ್ಟಂಗಾಗುತ್ತೆ. ಅವ್ರು ಇಲ್ಲೆ ಇರೋದ್ರಿಂದ ಊರಿನ ಜನರ ಸಹಾಯ, ನೆರವು ಎಲ್ಲಾ ಬೇಕಾಗುತ್ತೆ. ಪ್ಲೀಸ್ ಅರ್ಥ ಮಾಡ್ಕೋ'' ಸ್ನೇಹಿತನ ತೋಳು ಹಿಡಿದುಕೊಂಡ. ಒಂದಿಷ್ಟು ರಾಜಿಯಾದ.

ಅಲ್ಲಿ ಇಲ್ಲಿ ಸುತ್ತಾಡಿದರು. ಹೋಟೆಲತ್ತ ಹೋಗಲು ಇಷ್ಟಪಡಲಿಲ್ಲ ಮುರುಳಿ. ವಿಶ್ವ ಅತ್ತ ನಡೆದ. ಸತ್ಯನಾರಾಯಣ ಬಗ್ಗೆ ಗೌರವಾಭಿಮಾನಗಳು ಮೂಡಿದವು.

ಗಲ್ಲದ ಮೇಲೆ ಕೂತಿದ್ದ ಸತ್ಯನಾರಾಯಣ್ ನಸು ನಗೆ ಬೀರಿ ಬರಮಾಡಿಕೊಂಡರು ''ಬಾಪ್ಪ ವಿಶ್ವ... ನಮ್ಮ ಚಂದ್ರು ವೆಜಿಟೆಬಲ್ ಬೊಂಡ ಹಾಕ್ತ ಇದ್ದಾನೆ. ಅವ್ನ ಕೈನ ಬೋಂಡಾಗೆ ವಿಶಿಷ್ಟ ರುಚಿ'' ಗಲ್ಲಾ ಇಳಿದು ಬಂದವರು ಅಡಿಗೆ ಮನೆಗೆ ಕರೆದೊಯ್ದರು. ಆದಷ್ಟು ಸ್ವಚ್ಛವಾಗಿತ್ತು. ಮಾಡುಗೆ ಹೆಂಚು ಹೊದಿಸಿದ್ದರೂ ಸಿಮೆಂಟ್ ನೆಲ ಮಾತ್ರ ಫಳ ಫಳ ಎನ್ನುತ್ತಿತ್ತು.

ಅಲ್ಲೇ ಒಂದು ಛೇರ್ ತಂದು ಹಾಕಿ ''ಸ್ವಲ್ಪ ರುಚಿ ನೋಡು'' ಆಗ ತಾನೇ ತೆಗೆದ ಬೋಂಡಗಳನ್ನು ತಟ್ಟೆಗೆ ಹಾಕಿ, ಚಟ್ನಿ ಹಾಕಿ ಕೊಟ್ಟರು ''ತಿಂತಾ ಇರು, ಬಂದೇ'' ಹೊರಗೆ ಹೋದರು.

ಇಪ್ಪತ್ತರ ಹರೆಯದ ಚಂದ್ರು ದಷ್ಟಪುಷ್ಟವಾಗಿ ಬೆಳ್ಳಗೆ ಇದ್ದ. ಸಿನಿಮಾದ ಚಾಕೊಲೇಟ್ ಹೀರೋ ತರಹ ಕಾಣಿಸುತ್ತಿದ್ದ. ಬೋಂಡ ಮುರಿದು ಚಟ್ನಿಯ ಸಮೇತ ನಾಲಿಗೆಯ ಮೇಲೆ ಇಟ್ಟುಕೊಂಡವನು 'ಹ್ಹಾ' ಎಂದ.

''ಬಿಸಿ ಸಾರ್, ನಿಧಾನವಾಗಿ ತಿನ್ನಿ'' ಅಂದ ಚಂದ್ರು ಕಳ್ಳೆಯ ಹಿಟ್ಟಿನಲ್ಲಿ ಕೈ ಅದ್ದಿ ಹದ ನೋಡುತ್ತಿದ್ದ ''ಅಣ್ಣ ಬರ್ಲಿಲ್ವಾ ?'' ಅದು ಮುರುಳಿಯನ್ನು ಉದ್ದೇಶಿಸಿ ಎಂದುಕೊಂಡ ''ಯೋಗ ಬೇಕಯ್ಯ, ಇಂಥ ಬಿಸಿ ಬಿಸಿ ಬೊಂಡ ನಿಮ್ಮುಂದೆ ಕೂತು ತಿನ್ನೋ ಅದೃಷ್ಟ ಅವ್ನಿಗಿಲ್ಲ. ಯಾವ್ದೂ ಮುಫತ್ತಾಗಿ ಸಿಗೋಲ್ಲ. ತರಕಾರಿ ಹಚ್ಚುವಾಗ ಅಮ್ಮನಿಗೆ ಒಂದಿಷ್ಟು ಹೆಲ್ಪ್ ಮಾಡಿದ್ದೆ. ನೋ ಫ್ರೀ ಲಂಚ್' ಅನ್ನೋದೊಂದು ಮಾತಿಗೆ ಇಂಗ್ಲೀಷ್‌ನಲ್ಲ'' ಅಂದ ಬೋಂಡ ಬಾಯಿಗಿಟ್ಟುಕೊಳ್ಳುತ್ತ.

ಚಂದ್ರು ಮತ್ತೆರಡು ಬೊಂಡಗಳನ್ನು ತಂದು ''ತಿನ್ನಿ, ನಮ್ಮ ಯಜಮಾನ್ರು ಒಂದ್ಸಲ... ಒಂದ್ಮಾತು ಹೇಳಿದ್ರು. ಎಮರ್ಸನ್ ಅನ್ನೋ ಮಹಾನುಭಾವ ಒಂದ್ಮಾತು ಹೇಳಿದ್ರಂತೆ 'God sell everything at fair price' ಇಲ್ಲಿ ಕಾಸಿಗೆ ತಕ್ಕ ಕಜ್ಜಾಯವಲ್ಲ ಮನಸ್ಸಿನಂತೆ ರುಚಿ'' ಎಂದ ಚಂದ್ರುನ ಬಿಟ್ಟ ಕಣ್ಣುಗಳಿಂದ ನೋಡಿದ್ದ ವಿಶ್ವ.

ಅವನದೊಂದು ವ್ಯಥೆಯ ಕಥೆ. ಅಪ್ಪ ಸಂಪಾದನೆ ಅಷ್ಟಕಷ್ಟೆ ಅಮ್ಮ ರೋಗಿ. ಒಬ್ಬ ಅಕ್ಕ, ಮೂವರು ತಂಗಿಯರು. ಯಾರೂ ಸರಿಯಾಗಿ ಓದಲಿಲ್ಲ. ಅವರೆಲ್ಲರ ಅರ್ಥ ಜವಾಬ್ದಾರಿ ಇವನ ಮೇಲೆ. ಕಷ್ಟಕ್ಕೆ ಮೀರಿ ಸಂಬಳ ಕೊಡೋ ಧಣಿಯೆಂದು ಅಭಿಮಾನದಿಂದ ಕಣ್ಣೀರು ಮಿಡಿಯುತ್ತ ಹೊಗಳಿಕೊಂಡ.

ಹೊರಗೆ ಬರುವ ವೇಳೆಗೆ ವಿಶ್ವನ ಅಭಿಮಾನದ ಉದ್ದಗಲಕ್ಕೂ ಬೆಳೆದು ನಿಂತಿದ್ದರು ಸತ್ಯನಾರಾಯಣ. ವಿದ್ಯಾವಂತ ಮಾತ್ರವಲ್ಲ ಉತ್ತಮ ಸಂಸ್ಕಾರವಂತರೆಂದುಕೊಂಡ. ಸ್ವಲ್ಪ 'ಈಡಿಯಟ್' ಆಗಿ ಕಂಡಿದ್ದು ಮುರುಳಿಯೇ.

ಆರಾಮಾಗಿ ತಿಂದು ಹೊರಗೆ ಬಂದಾಗ ಸತ್ಯನಾರಾಯಣ ಒಂದು ಮೂಲೆಯಲ್ಲಿ ಕೂತು ಏನೋ ಮಾತಾಡುತ್ತಿದ್ದರು. ಅದರ ಅರ್ಥ ತಿಳಿದಾಗ ವಿಶ್ವನ ಎದೆ 'ಝುಗ್'

ಎಂದಿತು. ಸ್ವಂತವಾದ ಹೋಟೆಲ್ ಮತ್ತು ಅದರ ಜಾಗದ ಮೇಲೆ ಹಣ ತೆಗೆದು ಪಂಡಿತರ ಬಾಕಿ ಚುಕ್ತಾ ಮಾಡಲು ನಿರ್ಧರಿಸಿದ್ದರು. ಹೆಣ್ಣು ನೋಡಲು ಹೋಗುವ ಮುನ್ನ ಈ ಕೆಲಸ ಮಾಡಿ ಮುಗಿಸುವ ತಯಾರಿ ಅವರದು. ಮುರುಳಿಯ ಮೇಲೆ ಅವರುಗಳು ಯಾವುದೇ ರೀತಿಯ ಅಧಿಕಾರ ಚಲಾಯಿಸಲು, ಒತ್ತಡವೇರಲು ಅವಕಾಶ ಕೊಡಬಾರದೆಂಬುದೇ ಅವರ ಅನಿಸಿದೆ. ಎಲ್ಲಕ್ಕಿಂತ ಆತ್ಮಾಭಿಮಾನ ಹೆಚ್ಚಿನದೆಂಬುದು ವ್ಯಕ್ತವಾಯಿತು.

''ಅಣ್ಣ...'' ಎಂದ ನಿಂತು. ನಸುನಗೆಯಿಂದ ಎದ್ದು ಬಂದ ಸತ್ಯನಾರಾಯಣ ''ಹೇಗಿತ್ತು ನಮ್ಮ ಚಂದ್ರು ಕೈನಾ ಬೋಂಡದ ರುಚಿ ?'' ಹಸನ್ಮುಖರಾಗಿ ವಿಚಾರಿಸಿದಾಗ ಅವನ ಕಣ್ಣುಗಳಲ್ಲಿ ನೀರಾಡಿತು. ''ತುಂಬ... ತುಂಬ ಚೆನ್ನಾಗಿತ್ತು, ನಾಲ್ಕು ದಿನ ನಿಮ್ಮ ಹೋಟೆಲ್‌ನ ತಿಂಡಿ ತಿಂದರೇ ನಾನೆಲ್ಲಿ ಇಲ್ಲಿ ಉಳ್ದುಬಿಡ್ತೀನೋ ಅನ್ನೋ ಭಯ. ಹೇಗೂ ನಾಳೆ ಹೊರಡ್ತಾ ಇದ್ದೀವಿ. ಅಮ್ಮ ಹೋಳಿಗೆ ಮಾಡಿದ್ದಾರೆ ಎಲ್ಲಾ ಜೊತೆಯಲ್ಲಿ ಮಾಡೋಣ'' ಅಂದ ಮೆಲ್ಲಗೆ.

ಅವನನ್ನು ಕಣ್ಣಲ್ಲಿ ತುಂಬಿಕೊಳ್ಳುವಂತೆ ನೋಡಿದರು ಸತ್ಯನಾರಾಯಣ ''ಸಾರಿ ವಿಶ್ವ, ಈಗ ಒಂದಿಷ್ಟು ಕೆಲ್ಸ ಇದೆ. ಈ ಸಮಯದಲ್ಲಿ ಗಿರಾಕಿಗಳು ಜಾಸ್ತಿ. ರಾತ್ರಿ ಆ ಕಾರ್ಯಕ್ರಮ ಇಟ್ಕೊಳ್ಳೋಣ. ಸುಕನ್ಯ ಕಾಯ್ತ ಇರ್ತಾಳೆ. ಹೋಗಿ ಊಟ ಮಾಡಿ'' ಎಂದರು.

''ಬಹುವಚನ ಸಲ್ಲದು. ಮುರುಳಿನ ಸಂಬೋಧಿಸಿದಂಗೆ ನನ್ನನ್ನು ಕರೀರಿ. ನಂಗೆ ಅದೇ ಇಷ್ಟ'' ಎಂದವ ಅಲ್ಲಿ ನಿಲ್ಲದೇ ಹೊರಟ ಅವನನ್ನು ನೋಡಿದರು. 'ಒಂಟಿತನ, ಅನಾಥ ಪ್ರಜ್ಞೆಯ ನೋವು, ಎಂಥದೆಂದು ಅವರಿಗೆ ಗೊತ್ತು. ನಿಟ್ಟುಸಿರು ದಬ್ಬಿ ಅರ್ಧದಲ್ಲಿಯೇ ನಿಂತ ಮಾತುಕತೆಯನ್ನು ಪೂರ್ಣಗೊಳಿಸಲು ಹೋದರು.

ವಿಶ್ವ ಬಂದಾಗ ಮುರುಳಿ ತನ್ನ ಕನಸುಗಳನ್ನು ತಾಯಿಗೆ ಹೇಳುತ್ತಿದ್ದ. ಆಕೆ ಚೆಂಡು ಹೂ ಮುಡಿಯುವಂಥ ಅವಿದ್ಯಾವಂತೆಯಲ್ಲ. ಅಚ್ಚರಿ ತುಂಬಿಕೊಂಡಾಗಲಿ ಬೆರಗಿನಿಂದಾಗಲಿ ಮಗನ ಮಾತುಗಳನ್ನು ಕೇಳುತ್ತಿರಲಿಲ್ಲ.

''ಬಾ ವಿಶ್ವ, ನಿಂಗೋಸ್ಕರನೇ ಕಾಯ್ತ ಇದ್ವಿ'' ಎದ್ದು ಹೋದರು.

ಬಾಳೆಯೆಲೆ ಹಾಕಿ ನೀರಿಟ್ಟರು. ಇಲ್ಲಿ ಬಾಳೆಯೆಲೆಗೆ ಬರವಿಲ್ಲ. ಸುತ್ತಮುತ್ತಲು ಬಾಳೆಯ ತೋಟಗಳು. ಹೋಟೆಲ್‌ಗಾಗಿ ಎಲೆಗಳು ಬರುತ್ತಿದ್ದರಿಂದ ಮನೆಗೂ ಕೂಡ ಅದೇ ಸಪ್ಲೈಯಾಗುತ್ತಿತ್ತು.

ತೊವ್ವೆ, ಪಾಯಸ, ಹೋಳಿಗೆ, ಪಲ್ಯ, ಕೋಸಂಬರಿ, ಕೂಟುನ ಔತಣವೇ ಎಲೆಗಳನ್ನು ಅಲಂಕರಿಸಿದಾಗ ವಿಶ್ವನ ಬಾಯಿಂದ ಮಾತೇ ಹೊರಡಲಿಲ್ಲ. ಕಾಟಾಚಾರಕ್ಕೆ ಮಾಡಿದ್ದಲ್ಲ. ಅಡಿಗೆಯಲ್ಲಿ ಸುಕನ್ಯ ತಮ್ಮ ಮಮತೆಯನ್ನು ಬೆರೆಸಿಯೇ ಬಡಿಸಿದರು ಇಂದಿನ ಊಟ ವಿಶ್ವ ಜನ್ಮದಲ್ಲಿ ಎಂದೂ ಮರೆಯಲಾರ. ಸ್ನೇಹಿತರು ಪಟ್ಟಾಗಿ ಹೊಡೆದರು.

ಅಷ್ಟರಲ್ಲಿ ಆತುರಾತುರವಾಗಿ ಬಂದ ಸತ್ಯನಾರಾಯಣ ಹೆಂಡತಿಯನ್ನು ಹಿತ್ತಲಿಗೆ ಕರೆದೊಯ್ದು ಮಾತಾಡಿ ಬಂದವರೇ ಪಂಡಿತರ ಮನೆಗೆ ಹೋದರು ಅವರ ಸಾಲ ಚುಕ್ತಾ

ಮಾಡಲು. ಹೋಟೆಲ್ ಮೇಲೆ ಹಣ ತೆಗೆದಾಗ ನೋವಿತ್ತು. ಆದರೆ ಈ ಪರಿಸ್ಥಿತಿಯಲ್ಲಿ ಅದು ಅನಿವಾರ್ಯ.

''ಅದೇನು ಅರ್ಜೆಂಟಾಗಿ ಬಂದ ಅಣ್ಣ ಹಾಗೇ ಹೋದ್ರು'' ಕೇಳಿದ ಮುರುಳಿ.

'ಒಂದಿಷ್ಟು ಪಂಡಿತರ ಮನೆಗೆ ಹೋಗೋದಿತ್ತೂಂತ ಹೇಳ್ಹೋದ್ರು'' ಎಂದರು ಸುಕನ್ಯ.

''ಈಗ ಅಂಥ ಅರ್ಜೆಂಟ್ ಇರುತ್ತೆ ಬಿಡಮ್ಮ, ಮಾಡಿದ ಸಾಲಕ್ಕೆ ಮುಗ್ಗ ಒತ್ತೆ ಇಟ್ಟರೇ ಸಾಕು. ಅಲ್ಲಿಗೆ ಅವ್ರ ಸಾಲನು ತೀರುತ್ತೆ. ಆರಾಮಾಗಿ ತಲೆ ಮೇಲಿನ ಜವಾಬ್ದಾರಿಯನ್ನ ಅವ್ರ ಮೇಲೆ ಹಾಕ್ಬಿಡಬಹುದ್ದು'' ಅಂದೇ ಬಿಟ್ಟ, ಅಲ್ಲಿ ವಿಶ್ವ ಇದ್ದಾನೆ ಅನ್ನೋದು ಮರೆತು.

ಬೇರೆಯವರ ಹಾಗೆ ಸುಕನ್ಯ ಉದ್ವೇಗಗೊಳ್ಳಲಿಲ್ಲ.

''ಪ್ರತಿಯೊಬ್ಬರು ಸುಲಭವಾದ ದಾರಿಯನ್ನೆ ಆಯ್ದುಕೊಳ್ಳೋದು. ಅದ್ರಲ್ಲಿ ತಪ್ಪೇನಿದೆ?'' ಎದ್ದು ಹೋರು ಸುಕನ್ಯ. ಅವರ ಮನಸ್ಸಿಗೆ ತುಂಬಾ ನೋವಾಗಿತ್ತು. ತನ್ನ ಬಗ್ಗೆ ಎಂದೂ ಯೋಚಿಸದ ಪತಿಯ ಬಗ್ಗೆ ಎಂಥ ದೋಷಾರೋಪಣೆ - ಕಣ್ಣೀರು ಮಿಡಿದು ಸಮಾಧಾನ ತಂದುಕೊಂಡರು.

ವಿಶ್ವ ಹಣೆ ಗಟ್ಟಿಸಿಕೊಂಡ ''ನೀನು ತುಂಬ ಸಿನಿಕ್ ಕಣೋ. ದೇವರು ನಡ್ಯೋಕೆ ಹೆದರೋ ಜಾಗದಲ್ಲಿ ಮೂರ್ಖರು ನಡೀತಾರಂತೆ. ನೀನು ಆ ಪೈಕಿ. ನಿನ್ನ ತಂದೆನಾ ಅಂಡರ್ ಎಸ್ಟಿಮೇಟ್ ಮಾಡ್ತಾ ಇದ್ದೀಯಾ. ಅಯ್ಯೋ... ಅಯ್ಯೋ...'' ತಲೆಯ ಮೇಲೆ ಕೈಯಿಟ್ಟುಕೊಂಡು ಕೂತು ಬಿಟ್ಟ.

ಆಮೇಲೆ ಅರ್ಧಗಂಟೆಯಲ್ಲಿ ಬಂದ ಸತ್ಯನಾರಾಯಣ ''ಮುರುಳಿ, ಪಂಡಿತರ ಸಾಲ ಚುಕ್ತಾ ಆಗಿದೆ. ನೀನೇನು ಅವ್ರ ಮುಂದೆ ಕೃತಜ್ಞತೆಯಿಂದ ನಿಲ್ಲಬೇಕಿಲ್ಲ. ಹೋಟೆಲ್‌ಗೆ ಹೋಗ್ಬೇಕು'' ಹೊರಟೇ ಬಿಟ್ಟರು.

ಅವನ ಚಪ್ಪಲಿಯಿಂದ ಅವನೇ ಹೊಡೆದು ಕೊಂಡಂತಾಯಿತು ಮುರುಳಿಗೆ. ತುಟಿ ಬಿಚ್ಚದೆ ಕೂತ. ಮರುದಿನ ಪಂಡಿತರ ಮನೆಗೆ ಹುಡುಗಿಯನ್ನು ನೋಡಲು ಬರುವುದಾಗಿ ಒಪ್ಪಿಗೆ ನೀಡಿದ್ದರಿಂದ ಇಡೀ ಕುಟುಂಬವೇ ಹೊರಟಿತು ಹೂ ಹಣ್ಣುಗಳೊಂದಿಗೆ. ದೊಡ್ಡದಾದ ಮನೆ. ಈಚೆಗೆ ಸೋಫಾ, ಟೀಪಾಯಿ ಅಂಥದೆಲ್ಲ ತರಿಸಿಹಾಕಿ, ತಾವು ಬದಲಾಗಿದ್ದೇವೆ ಎನ್ನುವಂತಿತ್ತು. ಪಂಡಿತರಿಗೆ ಒಂದು ಗಂಡು, ಒಂದು ಹೆಣ್ಣು ಸಂತಾನ. ಅವರ ಮಗನಿಗೆ ಒಬ್ಬಳೇ ಮಗಳು ಜಾನಕಿ. ಅವರೇನು ಕಾಲೇಜಿಗೆ ಕಳಿಸಲು ಹಿಂದೆಗೆದಿರಲಿಲ್ಲ, ಅವಳೇ ಪಿ.ಯು.ಸಿ. ದಾಟಲಾರದೆ ಮನೆಯಲ್ಲಿ ಉಳಿದಿದ್ದಳು. ನೋಡಲು ಚೆನ್ನಾಗಿಯೇ ಇದ್ದಳು. ಈಗಿನ ಮುರುಳಿಯ ಮನಸ್ಥಿತಿಗೆ ಅವಳು ರಂಭೆಯಾದರೂ ಒಪ್ಪಿಗೆಯಾಗುತ್ತಿರಲಿಲ್ಲ.

ತಾವು ಕಂಡ ಹುಡುಗಿ ಜಾನಕಿ ಸೊಸೆಯಾಗುವುದು ಸತ್ಯನಾರಾಯಣ ದಂಪತಿಗಳಿಗೆ ಸಮ್ಮತವೇ.

"ಹಳೇ ಸಂಪ್ರದಾಯಗಳೇನು ಇಲ್ಲ. ಜಾನಕಿಯೊಂದಿಗೆ ಮಾತಾಡಬಹುದು" ಪಂಡಿತರೇ ಘೋಷಿಸಿದರು. ಸತ್ಯನಾರಾಯಣ ಹಣ ತಂದು ಕೊಟ್ಟ ಮೇಲೆ ಅವರು ಸ್ವಲ್ಪ ಮೆತ್ತಗಾಗಿದ್ದರು.

"ಚಿಕ್ಕವಳಿದ್ದಾಗ ಮಾತಾಡಿದ್ದೀನಿ. ಇನ್ನೊಮ್ಮೆ ಬಂದಾಗ ಮಾತಾಡ್ತೀನಿ. ನಂಗೆ ಕೆಲ್ಸ ಸಿಗೋವರ್ಗ್ಗೂ ವಿವಾಹ ಸಾಧ್ಯವಿಲ್ಲ" ಮುರುಳಿನೇ ಹೇಳಿದ. ಸತ್ಯನಾರಾಯಣ್‌ಗೆ ಸರಿಯೆನಿಸಲಿಲ್ಲ "ನೀವಿಬ್ರು ಪರಸ್ಪರ ನೋಡಿದ್ದೀರಿ. ಒಪ್ಪಿಗೆಯೆನಿಸಿದರೇ ಆಮೇಲೆ ನಡೆಯಬಹುದಾದ ವಿವಾಹದ ಬಗ್ಗೆ ಮಾತಾಡೋಣ. ಪಂಡಿತರೇ, ನೀವು ಜಾನಕಿ ಒಂದು ದಿನ ಯೋಚಿಸಲು ಬಿಟ್ಟು ನಾಳೆ ವಿಚಾರ್ಸಿ. ಅವ್ನು ಹೋಗೋ ಮುಂದು ತಿಳ್ಸಿ ಹೋಗ್ತಾನೆ. ಆಮೇಲೆ ಉಳಿದ ವಿಷ್ಯ ಮಾತಾಡೋಣ" ಎಂದು ಮೇಲೆದ್ದರು.

ಮನೆಗೆ ಬಂದ ಕೂಡಲೇ "ನಾನು ಬಲವಂತಕ್ಕೋಸ್ಕರ ಬಂದಿದ್ದು. ನಂಗೆ ಪಂಡಿತರ ಮನೆಯಲ್ಲಿ ವಿವಾಹವಾಗೋ ಇರಾದೆ ಇಲ್ಲ" ಅತ್ಯಂತ ಸ್ಪಷ್ಟವಾಗಿ ಹೇಳಿದ. "ಸರಿ ಬಿಡು ಹೇಳಿದರಾಯ್ತು" ಅಷ್ಟು ಹೇಳಿ ಸತ್ಯನಾರಾಯಣ ಹೋದರು. ಇಂಥ ಒಂದು ಅಂದಾಜು ಅವರಿಗಿತ್ತು. ಸರಿಯೋ ತಪ್ಪೋ ಎಂದು ತೀರ್ಮಾನಿಸಲಾರದೆ ಹೋದರು.

ಹುಡುಗನಾಗಿದ್ದಾಗಿನಿಂದ ಅವನ ನಡವಳಿಕೆಯನ್ನು ಗಮನಿಸಿದ್ದರು. ಶಾಲೆಯಲ್ಲಿ ಸಿರಿವಂತರ ಮನೆಯ ಹುಡುಗರು ತೊಡುವಂಥ ಬಟ್ಟೆಗಳನ್ನು ಕೇಳುತ್ತಿದ್ದ. ಕೆಲವು ಬೇಡಿಕೆಗಳು ಅತಿಯೆನಿಸಿದರೂ ಪೂರೈಸಬೇಕಾದ ಅಗತ್ಯವಿತ್ತು.

ರಾತ್ರಿ ಸತ್ಯನಾರಾಯಣ ಮನೆಗೆ ಹೋಗುವ ಮುನ್ನ ಚಂದ್ರುನ ಕರೆದು "ಇದ್ನೆಲ್ಲ ತಗೊಂಡ್ಹೋಗಿ ಮನೆಯಲ್ಲಿ ಕೊಟ್ಬಾ" ಕಳಿಸಿದರು ಲಾಡು ಉಂಡೆ ಕರ್ಜಿಕಾಯಿ ಮುಂತಾದವುನ್ನೆಲ್ಲ ಮಗ ಒಯ್ಯಲಿಯೆಂದು. ಇಂದು ಒಂದು ರೀತಿಯ ಆಂದೋಲನ ಅವರಲ್ಲಿ. ಸಿಂಗಾರಯ್ಯನಲ್ಲಿ ಮಾಡಿದ ಸಾಲವನ್ನು ಯಾರೂ ಹಿಂದಿರುಗಿಸಲಾರದ ಮನೆ ಜಮೀನುಗಳನ್ನು ಬಿಟ್ಟು ಕೊಡಬೇಕೆಂಬ ಪ್ರತೀತಿ ಇತ್ತು. ಆದರೂ ಅರ್ಜೆಂಟಿಗೆ ಅವನನ್ನು ಬಿಟ್ಟು ನಾರಾಯಣಪುರದಲ್ಲಿ ಸಾಲ ಕೊಡುವವರಾರು ಇರಲಿಲ್ಲ.

ಇಂದು ಎಂದಿಗಿಂತ ಲೇಟಾಗಿ ಮನೆಗೆ ಹೋಗಿದ್ದು.

"ಅಣ್ಣ, ನಾನೆ ಈಗ ಬರ್ತಾ ಇದ್ದೆ. ರಾತ್ರಿ ನಮ್ಜೊತೆ ಊಟ ಮಾಡೋ ಭರವಸೆ ಕೊಟ್ಟಿದ್ರಿ" ಜ್ಞಾಪಿಸಿದ್ದು ವಿಶ್ವ. ತಲೆಯ ಮೇಲೆ ಹೋಯಿತು ಸತ್ಯನಾರಾಯಣ ಕೈ "ರಾತ್ರಿಯ ಊಟಕ್ಕೆ ಹೆಚ್ಚು ಜನ ಗಿರಾಕಿಗಳು ಬಂದಿದ್ದರಿಂದ ಮರ್ತೇ ಬಿಟ್ಟೆ. ನಿಮ್ದೆಲ್ಲ ಊಟ ಆಯಿತಲ್ಲ" ಪಂಚಾಡಿಕೊಂಡರು.

ಸುಕನ್ಯ ಮೂರು ಎಲೆ ಹಾಕಿದರು.

ವಿಶ್ವ ಊಟ ಮುಗಿಯುವವರೆಗೂ ಹರಟಿದ. ಮಧ್ಯ ಮಧ್ಯ ಒಂದೊಂದು ಮಾತಾಡಿದ ಮುರುಳಿ. ಸತ್ಯನಾರಾಯಣ ಕೂಡ ಮಾತಾಡಿದರು. ಸಂಭ್ರಮದಿಂದ ಓಡಾಡಿ ಬಡಿಸಿದರು ಸುಕನ್ಯ.

''ಬೆಳಗಿನ ಮೊದಲ್ನೆ ಬಸ್ಸಿಗೆ ಹೋಗ್ತಾ ಇದ್ದೀವಿ. ನಂಗೆ ಕೆಲ್ಸ ಸಿಕ್ಕ ಕೂಡಲೇ ನಿಮ್ಮನ್ನ ಕರೆಸಿಕೊಂಡ್ಬಿಡ್ತೀನಿ. ಈಗ್ಲೂ ನೀವು ಒಲೆ ಮುಂದೆ ನಿಂತು ಕೆಲ್ಸ ಮಾಡೋದು ನಂಗಿಷ್ಟವಾಗಲ್ಲ'' ಹೇಳಿದ ಮುರುಳಿ ಹೊರಗೆ ಹೋದ.

ಸತ್ಯನಾರಾಯಣ ಬಳಿ ಕೂತ ವಿಶ್ವ. ಅವನ ಮನದಲ್ಲಿದ್ದ ಒಂದೆರಡು ಪ್ರಶ್ನೆಗಳಿಗಾದರೂ ಉತ್ತರ ಪಡೆಯಬೇಕೆಂಬುದು ಅವನ ಇರಾದೆ.

''ದಯವಿಟ್ಟು ಏನು ತಿಳ್ಕೋಬೇಡಿ, ಅಣ್ಣ. ಫಸ್ಟ್ ಕ್ಲಾಸ್‌ನಲ್ಲಿ ಎಂ.ಎ. ಮಾಡಿದ ನಿಮ್ಗೆ ಈಗಿನ ವೃತ್ತಿ ಬದ್ಲು ಬೇಸರ ಆಗಿರಬಹುದ್ದು'' ಮೆಲ್ಲಗೆ ಷುರು ಮಾಡಿದ ಸತ್ಯನಾರಾಯಣ ತುಟಿಗಳ ಮೇಲೆ ನಗು ಇಣಕಿತು. ''ಈಗ ಅಂಥದೇನಿಲ್ಲ, ನಾನೊಬ್ಬ ಮೇಷ್ಟ್ರು ಆಗ್ಬೇಕೂತ ವಿದ್ಯಾಭ್ಯಾಸದ ದಿನಗಳಲ್ಲಿ ಕನಸು ಕಂಡಿದ್ದುಂಟು. ಅದಕ್ಕಾಗಿ ಸಾಕಷ್ಟು ಪ್ರಯತ್ನಪಟ್ಟೆ. ಟೆಂಪರರಿ ಉಪನ್ಯಾಸಕನಾಗಿದ್ದಾಗ ನಮ್ಮ ಸುಕನ್ಯ ತಂದೆ ಸಾಕಷ್ಟು ಆಸೆ ಇಟ್ಕಂಡ್ ಮಗ್ಳನ ಧಾರೆಯೆರೆದು ಕೊಟ್ರು. ಆ ವೃತ್ತಿ ನಿಲ್ಲಲಿಲ್ಲ. ಒಬ್ಬನಾಗಿದ್ದಾಗ ಇದ್ದ ಚಿಂತನೆ ಆಮೇಲೆ ಬದಲಾಯ್ತು. ಹೊಟ್ಟೆದೇ ಪ್ರಶ್ನೆ ಆಯ್ತು. ಹೇಗಾದ್ರೂ ಅದ್ನ ತುಂಬಿಸಬೇಕಲ್ಲ. ಎರಡು ತುತ್ತು ಅನ್ನ ಕೊಡೋ ಯಾವ ನೌಕರಿಯಾದ್ರೂ ಮಾಡೋಕೆ ಮುಂದಾದೆ. ಕಡೆಗೆ ಹೋಟೆಲ್ ವೃತ್ತಿಗೆ ಇಳಿದೆ. ತೀರಾ ನಿರಾಸೆಯಾಗಿದ್ದರೆ ಅವಳಿಗೆ ಮಾತ್ರ. ನಾನು ಈಗ ಏನು ದೊಡ್ಡದಾಗಿ ಯೋಚ್ಸೊಲ್ಲ. ಕೋಟ್ಯಂತರ ಜನರ ಬದ್ಕಿನಂಗೆ ನಮ್ದು. ದೇಶಕ್ಕೆ, ಸಮಾಜಕ್ಕೆ ನಾವು ಏನು ಮಾಡೋಕ್ಕಾಗದಿದ್ರೂ ಖಂಡಿತ ಹೊರೆ ಆಗೊಲ್ಲ. ಭವಿಷ್ಯದ ಬಗ್ಗೆ ಏನೇ ಯೋಜನೆ ಹಾಕ್ಕೊಂಡರೂ ಅದು ಪರಿಪೂರ್ಣವಾಗಿ ಯಶಸ್ವಿಯಾಗೋಲ್ಲ. ಏಕೆಂದರೆ ಒಂದು ಅನಿರೀಕ್ಷಿತ ಅನ್ನೋದು ಇದ್ದೇ ಇರುತ್ತೆ. ಅದು ನಮ್ಮ ಯೋಜನೆಯನ್ನು ನಮ್ಮ ಚಿಂತನೆಯಂತೆ ಆಗಗೊಡೊಲ್ಲ. ಇದು ನನ್ನ ಅನುಭವ'' ಎಂದರು. ಅವರ ಮಾತುಗಳಲ್ಲಿ ಆಳವಿತ್ತು ವಿವೇಕವಿತ್ತು.

ಅಷ್ಟರಲ್ಲಿ ಬಂದ ಚಂದ್ರು ''ಅಣ್ಣ, ಊರಿನಿಂದ ಆಳು ಬಂದಿದ್ದಾನೆ. ನಾನು ಈಗಿಂದಿಗ್ಲೇ ಹೋಗ್ಬೇಕು'' ಎಂದಾಗ ಸತ್ಯನಾರಾಯಣ ಅವನ ಜೊತೆ ಸತ್ಯನಾರಾಯಣ ಭವನಕ್ಕೆ ಹೋದರು.

ಒಳಗೆ ಬಂದ ಮುರುಳಿ ''ವೀರಶೈವ ಕೆಫೆ ಮಹದೇವಯ್ಯ ಸಿಕ್ಕಿದ್ರು'' ಅನ್ನುವ ವೇಳೆಗೆ ಸುಕನ್ಯ ''ಅವರಂಗೆ ಮನುಷ್ಯತ್ವ ಮರ್ತು ನಡೆದುಕೊಳ್ಳೋದು ನಿನ್ತಂದೆಯಿಂದ ಸಾಧ್ಯವಿಲ್ಲ. ಹೊತ್ತಾಯ್ತು ಮಲಕ್ಕೋ'' ಮಗನ ಬಾಯಿ ಮುಚ್ಚಿಸಿದರು.

ಬೆಳಗಿನ ಮೊದಲ ಬಸ್ಸಿಗೆ ಹೊರಟಾಗ ನೋಟುಗಳ ಕಂತೆಯನ್ನು ಮಗನ ಕೈಯಲ್ಲಿಟ್ಟ ಸತ್ಯನಾರಾಯಣ ''ಆರೋಗ್ಯ ಜೋಪಾನ ಆಗಾಗ ಪತ್ರ ಬರೀ'' ಎಂದರಷ್ಟೆ.

ಸುಕನ್ಯ ಕನಿಷ್ಟ ಒಂದು ವಾರಕ್ಕಾಗುವಷ್ಟು ಕರಿದ ತಿಂಡಿಯನ್ನು ಕಟ್ಟಿಕೊಟ್ಟಿದ್ದರು. ಕಣ್ತುಂಬಿ ಅವರಿಗೆ ನಮಸ್ಕರಿಸಿದ ವಿಶ್ವನ ಕಂಠ ತುಂಬಿ ಬಂದಿತ್ತು. ತಾಯ್ತಂದೆಯರ ಪ್ರೀತಿ, ಕರ್ತವ್ಯವನ್ನು ಕಂಡ ಅವನು ದಿಗ್ಭ್ರಾಂತನಾಗಿದ್ದ: ಅಷ್ಟೇ ಕೋಪ ಗೆಳೆಯನ ಬಗ್ಗೆ.

❑ ❑ ❑

ಅಂದು ಕೆಲಸ ಮುಗಿಸಿಕೊಂಡು ಹಿಂದಿರುಗುವ ವೇಳೆಗೆ ಒಂದು ಜೊತೆ ಮಿರ ಮಿರ ಮಿಂಚುವ ಕಾಸ್ಟಿಯಾದ ವಿಂಡ್‌ಸರ್ ಷೂಸ್ ಬಾಗಿಲಲ್ಲೇ ಕಂಡ. ಸಾವಿರಕ್ಕೆ ಮಿಕ್ಕಿ ಅದರ ಬೆಲೆ ಇರಬಹುದು. ಎರಡು ಸೆಟ್ ಬಟ್ಟೆಗಳನ್ನು ಕೂಡ ಕೊಂಡುಕೊಂಡಿದ್ದ ಮುರುಳಿ ಸಿಳ್ಳೆ ಹಾಕುತ್ತಾ ಕ್ರಾಪ್ ಬಾಚುತ್ತಿದ್ದ.

''ಏನೋ ಇದೆಲ್ಲ! ನಿಂಗೆ ನಾಚ್ಕೆ ಆಗೋಲ್ವಾ ? ಅಯೋಗ್ಯ. ನಿನ್ತಂದೆ ಹೋಟೆಲ್ ಮೇಲೆ ಹಣ ತೆಗೆದಿದ್ದಾರೆ. ಆ ಬಗ್ಗೆ ನಿಂಗೆ ಸ್ವಲ್ಪ ಕೂಡ ಕಾಳಜಿ ಇಲ್ಲ ಕೋಪದಿಂದ ಬಯ್ದ.

ಮುರುಳಿ ತಕ್ಷಣ ತನ್ನ ಬಟ್ಟೆಗಳನ್ನು ತಂದು ಅವನ ಮುಂದೆ ಹಾಕಿದ ''ನೋಡು ಹೇಗಾಗಿದೆ ! ತೀರಾ ಗತಿಗೆಟ್ಟವರು ಹಾಕ್ಕೋಬೇಕು ಇದ್ನ, ನಾಳೆಯೊಂದು ಇಂಟರ್‌ವ್ಯೂಗೆ ಹೋಗ್ಬೇಕು. ಮೊದ್ಲು ನಂಗೊಂದು ಕೆಲ್ಸ ಸಿಗ್ಲಿ....'' ಕನಸು ಕಂಡವನಂತೆ ಹೇಳಿದ.

ವಿಶ್ವ ತಲೆ ಚಚ್ಚಿಕೊಂಡ. ಆದರೆ ಅವನ ಗೆಳೆತನ ಬಿಡಲಾರ. ಉಡುಪು, ಶ್ರೀಮಂತಿಕೆಯ ತೋರಿಕೆಯ ಮೇಲಿನ ಆಸಕ್ತಿಯನ್ನು ಯಾರು ಬದಲಾಯಿಸಲು ಸಾಧ್ಯವಿಲ್ಲವೆಂದು ಮನಗೊಂಡ.

''ಒಂದ್ಮಾತು ಇನ್ನು ಯಾವತ್ತು ನೀನು ಹಣಕ್ಕಾಗಿ ನಾರಾಯಣಪುರಕ್ಕೆ ಪತ್ರ ಬರೀ ಬಾರ್ದು. ನಿಂಗೆ ಬುದ್ಧಿ ಶರೀರ ಎಲ್ಲಾ ಕೊಟ್ಟಿದ್ದಾನೆ ದೇವರು'' ಮೂದಲಿಸಿ ಅವನಿಂದ ಭಾಷೆ ತೆಗೆದುಕೊಂಡ.

ಹತ್ತಿರದ ಹೊಟೆಲ್‌ಗೆ ಹೋಗಿ ಡಬ್ಬಿಯಲ್ಲಿ ಸಾರು ತಂದು ಬಿಸಿ ಅನ್ನ ಮಾಡಿಕೊಂಡು ಊಟ ಮಾಡಿದರು. ಸುಕನ್ಯ ಕಟ್ಟಿಕೊಟ್ಟಿದ್ದ ತಿಂಡಿ ಮುಗಿದು ಹೋಯಿತು. ತಂದ ಹಣವನ್ನು ಬಟ್ಟೆ, ಷೂಗೆ ಹಾಕಿಕೊಂಡು ಖಾಲಿ ಕೈಯಾಗಿದ್ದ ಮುರುಳಿ.

''ಇವತ್ತು ಪೂರ್ತಿ ತಲೆ ಕೆಟ್ಟುಹೋಗಿದೆ ಕಣೋ. ಸ್ಟಾಫ್ ಜಾಸ್ತೀಂತ ಹೊಸ್ದಾಗಿ ಕೆಲ್ಸಕ್ಕೆ ತಗೊಂಡಿರೋ ಜನನಾ ತೆಗ್ದು ಬಿಡ್ತಾರಂತೆ. ಆ ಕೆಲ್ಸ ಗಿಟ್ಟಿಸೋಕೆ ಎಷ್ಟೊಂದು ಕಷ್ಟಪಟ್ಟಿದ್ದೀವಿ. ಈಗ ಆ ಕೆಲ್ಸ ಹೋಯ್ತೂಂದರೆ ಮತ್ತೆ ಮೊದಲ್ನಿಂದ ಷುರು ಮಾಡ್ಬೇಕಾಗುತ್ತೆ'' ವ್ಯಸನದಿಂದ ನುಡಿದ ವಿಶ್ವ.

ಅವನಿಗಿಂತ ಹೆಚ್ಚು ಹೆದರಿದವನು ಮುರುಳಿ. ಈಗ ಇರೋ ಈ ಸಣ್ಣ ರೂಮಿನಂಥ ಮನೆಗೆ ಬಾಡಿಗೆ ಕೊಡುತ್ತಿದ್ದವನು ವಿಶ್ವನೇ. ಅಂತು ಏನೊಂದು ವಿಚಾರಿಸದೇ ಎರಡು ಹೊತ್ತು ಹಾಕುತ್ತಿದ್ದ. ಮುಂದೇನು ? ಕಾಯ ಕಷ್ಟ ಮಾಡುವ ಅಭ್ಯಾಸ ಅವನಿಗಿಲ್ಲ. ತಂದೆ ಕಳಿಸುತ್ತಿದ್ದ ದುಡ್ಡಿನಲ್ಲಿ ಆರಾಮಾಗಿ ಓದಿಕೊಂಡಿದ್ದವ.

''ಮುಂದೇನು ?'' ಆತಂಕದಿಂದ ಕೇಳಿದ ಮುರುಳಿ.

''ಅಯ್ಯೋ ಬೆಪ್ಪೆ, ಯಾಕೆ ಇಷ್ಟೊಂದು ಭಯ. ನಾವೇನು ಕಾರ್ಗಿಲ್ಲು ಗಡಿಯಲ್ಲಿ ಇದ್ದೀವಾ! ನಿರಂತರ ಪ್ರಾಣವನ್ನು ಪಣವಿಟ್ಟು ಓಡಾಡೋ ಸೈನಿಕರಿಗೆ ಇಲ್ದ ಬಯ ಸೇಫಾಗಿರೋ ನಮಗ್ಯಾಕೆ ? ಇಷ್ಟಕ್ಕೂ ಕೆಲ್ಸದಿಂದ ತೆಗೆದರೆ, ಬೇರೆ ಕೆಲ್ಸ ಹುಡ್ಕಿಕೋಬಹುದ್ದು'' ಧೈರ್ಯ ಹೇಳಿದ ನಗುತ್ತ.

ನಾಲ್ಕಾರು ಕಡೆ ಇಂಟರ್‌ವ್ಯೂಗೆ ಹೋಗಿ ಬಂದು ಸೋತ. ಎಂ.ಕಾಮ್. ಸರ್ಟಿಫಿಕೇಟ್ಸ್‌ಗೆ ಯಾವುದೇ ಬೆಲೆ ಬರಲಿಲ್ಲ. ಪೈಸೆ ಇಲ್ಲದಂಗೆ ಹಣ ಕರಗಿ ಹೋಯಿತು. ಬರುವಾಗ ಸುಕನ್ಯ ಕಣ್ಣಲ್ಲಿ ನೀರು ಕಂಡಿದ್ದ. ಮತ್ತೆ ಹಣಕ್ಕೆ ಬರೆಯಬೇಕೆನಿಸಲಿಲ್ಲ ಮುರುಳಿಗೆ.

ಅಂದು ವಿಶ್ವ ಬಂದಾಗ ತೀರಾ ಸುಸ್ತಾಗಿದ್ದ. ತಿಂಗಳ ಸಂಬಳ ಜೇಬಿನಲ್ಲಿತ್ತು. ಹೊರಗೆ ಹೋಗಿ ಊಟ ಮಾಡಿಕೊಂಡು ಬರೋದೆಂದು ತೀರ್ಮಾನಿಸಿಕೊಂಡು ಬಂದಿದ್ದ.

''ಮುರುಳಿ, ಬೇಗ ರೆಡಿಯಾಗು. ಉಳಿದ ಅನ್ನನ ನಾಳೆ ಬೆಳಿಗ್ಗೆ ವಗ್ಗರಣೆ ಹಾಕ್ಕಂಡ್ ತಿನ್ನಬಹುದು. ಈಗ ಹೊರಗಡೆ ಹೋಗಿ ಊಟ ಮಾಡ್ಬರೋಣ'' ಹೇಳಿದ. ಮಲಗಿದ್ದ ಮುರುಳಿ ಎದ್ದು ಕೂತ ''ನಾನು ಈಜಿಯಾಗಿ ನಂಗೆ ಕೆಲ್ಸ ಸಿಗಬಹುದ್ದಂತ ಅಂದ್ಕೊಂಡಿದ್ದೆ. ಬಿ.ಕಾಮ್ ಮಾಡಿದಾಗ್ಲೇ ಬಿಟ್ಟಿದ್ರೂ ಅಂತ ಲಾಸ್ ಏನು ಆಗ್ತಾ ಇರ್ಲಿಲ್ಲ'' ಬೇಸರದಿಂದ ನುಡಿದ.

ವಿಶ್ವನಿಗೆ ನಗು ಬಂತು, ಆದರೆ ನಗಲಿಲ್ಲ. ಗೆಳೆಯನ ಆಸೆ, ಆಕಾಂಕ್ಷೆಗಳು ಅಂತರಿಕ್ಷದಲ್ಲೇ ಇರುತ್ತದೆಯೆಂದು ಅವನಿಗೆ ಗೊತ್ತು. ಇದೊಂದು ರೀತಿಯ 'ಹುಚ್ಚು' ಎನಿಸಿದರೂ, ಈಗ ಸಾಧಾರಣ ಸ್ಥಾನದಲ್ಲಿದ್ದ ಎಷ್ಟೋ ವ್ಯಕ್ತಿಗಳು ಕೋಟ್ಯಧೀಶರಾಗಿರು ವುದು ಸುಳ್ಳೇನು ಅಲ್ಲ. ಮುರುಳಿಯ ಬದುಕಿನಲ್ಲಿ ಅದೃಷ್ಟದ ಪವಾಡ ನಡೆಯ ಬೇಕೆಂದುಕೊಂಡ.

ಇಬ್ಬರು ಮಹಡಿಯ ಮೇಲಿನ ಪುಟ್ಟ ರೂಮಿನಿಂದ ಹೊರ ಬಿದ್ದಾಗ, ಮೆಟ್ಟಿಲು ಬಳಿಯೇ ಕಾದು ನಿಂತಿದ್ದ ಓನರ್. ಇಂದು ಸಂಬಳವಾಗಿದ್ದು ಗೊತ್ತಿತ್ತು. ಈಗ ವಸೂಲು ಮಾಡಿಕೊಳ್ಳದಿದ್ದರೇ, ಮುಂದಿನ ತಿಂಗಳಿಗೆ ವಾಯಿದೆ ಬೀಳುತ್ತದೆಯೆಂದು ಗೊತ್ತು. ರೂಮಿನ ಓನರ್ ವೆಂಕಟಾಚಲ ಬುದ್ಧಿವಂತರು.

ನೂರರ ಹತ್ತು ನೋಟುಗಳನ್ನು ಎಣಿಸಿ ಅವರ ಕೈಯಲ್ಲಿಟ್ಟು ಮಾತಾಡದೇ ಮುಂದಡಿ ಇಟ್ಟ ವಿಶ್ವ. ಭವಿಷ್ಯದ ಬಗ್ಗೆ ಅಂಥ ದೊಡ್ಡ ಆಸೆಯೇನು ಇಟ್ಟುಕೊಂಡಿರಲಿಲ್ಲ.

''ಅಬ್ಬ ಈ ಸಣ್ಣ ರೂಮಿಗೆ ಸಾವಿರ ರೂಪಾಯಿ ಬಾಡ್ಗೇ. ಏನು ಅನುಕೂಲವಿದೆ ?'' ಮುರುಳಿಯ ಮಾತುಗೆ ವಿಶ್ವ ನಕ್ಕ. ''ಒಳ್ಳೆ ಹಾಸ್ಟೆಲ್‌ನಲ್ಲಿದ್ಕೊಂಡು ಊರಿನಿಂದ ಹಣ ತರಿಸಿಕೊಂಡು ಓದಿದ್ದೀಯ. ನಾವಿರೋ ಮನೆಗೆ ಈಗ ಸಾವಿರ ರೂಪಾಯಿ ಬಾಡ್ಗೇ ಕೊಡೋ ಜನ ಇದ್ದಾರೆ. ನಂಗೆ ಇನ್‌ಕಮ್‌ನಲ್ಲಿ ಅದೇ ಜಾಸ್ತಿ'' ಅಂದ ವಾರೆ ನೋಟ ಬೀರುತ.

ನಡದೇ ಇಬ್ಬರು ಹೋಟೆಲ್‌ಗೆ ಹೋಗಿ ಆರಾಮಾಗಿ ಊಟ ಮಾಡಿದರು. ಮುರುಳಿಗೆ ನಾರಾಯಣಪುರಕ್ಕೆ ಹಿಂದಿರುಗುವ ಇಚ್ಛೆ ಇಲ್ಲವೆಂದು ವ್ಯಕ್ತವಾಗಿತ್ತು.

ಹೋಟೆಲ್‌ನಿಂದ ಹೊರ ಬಂದಾಗ ಸಣ್ಣಗೆ ತುಂತುರು ಷುರುವಾಗಿತ್ತು, ಸಾಲಾಗಿ ನಿಂತ ಕಾರುಗಳತ್ತ ಮುರುಳಿಯ ನೋಟವಿತ್ತು.

''ಅಂಥ ಒಂದು ಕಾರು ಇದ್ದಿದ್ದರೇ, ಬೇಗ ಹೋಗಬಹುದಿತ್ತು'' ಎಂದು ಮಂಪರಿ ನಲ್ಲಿದ್ದಂಗೆ ನುಡಿದಾಗ ವಿಶ್ವ ಉಸಿರೆಳೆದು ದಬ್ಬಿದ ''ಮೊದ್ಲು, ಒಂದು ಕೆಲ್ಸ, ಎರಡೊತ್ತು ಊಟ, ಓಡಾಡೋಕೆ ಒಂದು ಸೆಕೆಂಡ್ ಹ್ಯಾಂಡ್ ಮೊಪೆಡ್ ಬಗ್ಗೆ ಯೋಚ್ಸು'' ಕಟುವಾಗಿ ಹೇಳಿದ.

''ಅಂಥ ಜೀವನಾನ ನಾನು ಯಾವತ್ತು ಇಷ್ಟಪಡೋಲ್ಲ'' ಉದ್ವಿಗ್ನನಾದ. ''ಬಿಡು ಅದಕ್ಕೆ ಆಯುಸ್ಸು ಕೂಡ ತೀರಾ ಕಡ್ಮೆ. ಅಂಥ ಹಣ ಸುಖ ಕೊಡ್ಬಹ್ದು ನೆಮ್ದಿನ ಕಿತ್ಕೊಳ್ಳುತ್ತೆ'' ಬುದ್ಧಿ ಹೇಳಿದ.

''ದಿಢೀರ್ ಶ್ರೀಮಂತನಾಗೋಕೆ ಕೆಲವು ಮಾರ್ಗಗಳಿವೆ. ಅವು ನಿನ್ನಿಂದ ಆಗೋಲ್ಲ ಬಿಡು. ಅವಕ್ಕೆ ಆಯುಸ್ಸು ಕೂಡ ತೀರಾ ಕಮ್ಮಿ. ಅಂಥ ಹಣ ಸುಖ ಕೊಡ್ಬಹ್ದು. ನೆಮ್ದಿನ ಕಿತ್ತು ಕೊಳ್ಳುತ್ತೆ'' ಬುದ್ಧಿ ಹೇಳಿದ.

ಸ್ವಲ್ಪ ಮಳೆ ಕಮ್ಮಿ ಆಯಿತು. ಇಬ್ಬರು ರೋಡಿಗಿಳಿದಾಗ ನಿಂತ ಕಾರುಗಳನ್ನು ಒಂದೊಂದಾಗಿ ಸವರಿ ನೋಡಿದ. ಇದೇನು ಈ ಹೊತ್ತಿನ ಆಸೆಯಲ್ಲ. ಸಿರಿವಂತಿಕೆಯ ಆಸೆ ಎಳೆತನದಲ್ಲಿಯೇ ಅವನಲ್ಲಿ ಮೊಳಕೆಯೊಡೆದು ಈಗ ಹೆಮ್ಮರವಾಗಿ ಬೆಳೆದಿತ್ತು. ಅದನ್ನು ಸ್ವತಃ ಅವನು ಕೂಡ ಕಿತ್ತೆಸೆಯಲಾರ. ತಾನಾಗಿ ಒಣಗಲು ವಜ್ರಾಯುಧವೇ ಬೇಕಾಗಿತ್ತು.

ಮಾರನೇ ದಿನ ವಿಶ್ವ ಕೆಲಸಕ್ಕೆ ಹೋದ ನಂತರ ಮುರುಳಿ ಹೋಗಿ ಒಂದು ಪೇಪರ್ ಕೊಂಡು ತಂದ. ಕ್ಲಾಸಿಫೈಡ್ ಕಾಲಂನಲ್ಲಿ ಕೆಲವನ್ನ ಅಂಡರ್‌ಲೈನ್ ಮಾಡಿದ. 'ಅಲಕಾ ಪತ್ರಿಕೆಯ' ಒಂದು ಅಡ್ವಟೈರ್ಸ್‌ಮೆಂಟ್ ಇತ್ತು. ವಿಶ್ವ ಆ ಪೇಪರ್‌ನ ಪ್ರೆಸ್‌ನಲ್ಲಿಯೇ ಕೆಲಸ ಮಾಡುತ್ತಿದ್ದುದು. ಸದ್ಯಕ್ಕೆ ಅವನ ಖರ್ಚುಗಳಿಗಾಗಿಯಾದರೂ ಹಣ ಬೇಕಿತ್ತು. ಊರಿಗೆ ಬರೆಯುವ ಧೈರ್ಯವಿಲ್ಲ. ವಿಶ್ವ ಪೂರೈಸಲಾರ, ಈಗ ಗೆಳೆಯನಿಂದ ಏನಾದರೂ ಸಹಾಯವಾಗಬಹುದೇನೋಂತ ಉತ್ಸಾಹಗೊಂಡ. ತಕ್ಷಣ ಹೋಗಿ ಒಂದು ಅಪ್ಲಿಕೇಷನ್ ಕಂಪ್ಯೂಟರ್ ಕಂಪೋಸ್ ಮಾಡಿಸಿ ಪ್ರಿಂಟ್ ತೆಗೆಸಿಕೊಂಡು ತಂದ.

ವಿಶ್ವ ಬಂದ ಕೂಡಲೇ ಅವನ ಮುಂದಿಟ್ಟ.

''ಈಗ ನಿನ್ನಹೆಲ್ಪ್ ಖಂಡಿತ ಬೇಕು. ಅಲಕಾ ಪತ್ರಿಕೆಯ ಸರ್ಕ್ಯುಲೇಷನ್ ಮ್ಯಾನೇಜರ್‌ಗಾಗಿ ಕಾಲಫರ್ ಮಾಡಿದ್ದಾರೆ'' ಉತ್ಸಾಹದಿಂದ ಹೇಳಿದಾಗ, ಅವನು ಹಣೆಯೊತ್ತಿಕೊಂಡ ''ಈ ವರ್ಷದಲ್ಲಿ ಒಂದತ್ತು ಬಾರಿಯಾದ್ರೂ ಪ್ರಕಟಣೆ ಕೊಟ್ಟಿದ್ದಾರೆ. ಒಬ್ಬರನ್ನು ಅಪಾಯಿಂಟ್ ಮೆಂಟ್ ಮಾಡ್ಕೊಂಡಿದ್ದು ಇಲ್ಲ. ಎಕ್ಸ್‌ಪೀರಿಯನ್ಸ್ ಇರೋ ಹ್ಯಾಂಡ್‌ಗಳೇ ಬಂದಿದ್ರು. ಒಬ್ಬರನ್ನು ಕೂಡ ತಗೊಳ್ಳಿಲ್ಲ. ದುಡ್ಡಿರೋರ ರೀತಿ ನೀತಿಗಳೇ ಗೊತ್ತಾಗೊಲ್ಲ'' ಬೇಸರ ವ್ಯಕ್ತಪಡಿಸಿದ.

''ಎನಿ ಹೌ ನಂಗೋಸ್ಕರ ಖಂಡಿತ ಏನಾದ್ರೂ ಮಾಡ್ಬೇಕು'' ದುಂಬಾಲು ಬಿದ್ದ. 'ಹ್ಞೂ' ಗುಟ್ಟಿದ ವಿಶ್ವ ''ಶಿವಶಂಕರ್ ತೀರಾ ಕಮರ್ಷಿಯಲ್ ಮೈಂಡ್ ವ್ಯಕ್ತಿ. ಹಣದ ಬಗ್ಗೆ ತುಂಬ ಪ್ರೀತಿ ಇರೋ ಮನುಷ್ಯ ಅಂದ್ಕೊಂಡ್ರೂ ವರ್ಕರ್ಸ್‌ನ ಬಹಳ ಚೆನ್ನಾಗಿ ನೋಡ್ಕೋತಾರೆ. ಯಾರ್ದೇ ವಿವಾಹವಾಗ್ಲೀ ಪರ್ಸನಲ್ಲಾಗಿ ಗಿಫ್ಟ್ ಕೊಡ್ತಾರೆ. ಇಲ್ಲೆ ಇದ್ದರೇ ಆ ಸಮಾರಂಭಗಳಲ್ಲಿ ಭಾಗವಹಿಸುತ್ತಾರೆ. ತಾರತಮ್ಯ ತೋರದೆ ಕೆಲಸಗಾರರ ಬಗ್ಗೆ ನಡ್ಕೋತಾರೆ. ಕೆಲವೊಮ್ಮೆ ಅಷ್ಟೇ ಸ್ಟ್ರಿಕ್ಟ್. ಇದೆಲ್ಲ ಇರಬೇಕಾದ ಸ್ವಭಾವವೇ. ನಂಗೆ ಅವ್ರ

ವೈಯಕ್ತಿಕ ಪರಿಚಯ ಅಷ್ಟಾಗಿಲ್ಲ. ಅದ್ರಲ್ಲು ನಂದೇನಾದ್ರೂ ಅಲ್ಲಿ ಇಂಪಾರ್ಟೆಂಟ್ ಪೊಜಿಷನ್ನು ನಿಂಗೆ ಸಹಾಯ ಮಾಡೋಕೆ ? ಇದೆಲ್ಲ ಮೈಂಡ್‌ನಲ್ಲಿ ಇರ್ಲೀ'' ಹೇಳಿದ.

ಅಂತು ಮರುದಿನ ಅಪ್ಲಿಕೇಷನ್ ಸ್ವತಃ ಒಯ್ದು ಕೊಟ್ಟು ಬಂದ ಮುರುಳಿ ಬಸ್ ಸ್ಟಾಪಿನಲ್ಲಿ ಹೋಗಿ ನಿಂತ. ಬಸ್ಸಿಗಾಗಿ ಕಾಯೋ ಜನಕ್ಕಿಂತ ಕಾರಿನಲ್ಲಿ ಓಡಾಡೋ ಜನರ ಕಡೆಯೇ ಅವನ ನೋಟ. ಕನಿಷ್ಟ ಒಂದು ಮಾರುತಿಯಾದ್ರೂ ತನ್ನಿಂದ ಕೊಳ್ಳುವಂತಾದರೇ! ಅದಕ್ಕೆ ಎಷ್ಟು ವರ್ಷಗಳು ಆಗಬಹುದು? ನಿರಾಸೆಯಿಂದ ನಡೆದೇ ಹೊರಟ.

ಇಂದು ವಿಶ್ವ ಬೇಗ ಹೋಗಿದ್ದರಿಂದ ಅವನೇ ಅನ್ನಕ್ಕೆ ಇಟ್ಟ. ಅವನ ವಿದ್ಯಾಭ್ಯಾಸವೆಲ್ಲ ಹಾಸ್ಟೆಲ್‌ನಲ್ಲಿಯೇ ಮುಗಿದಿತ್ತು. ಪರೀಕ್ಷೆ ಮುಗಿದ ಮೇಲೆ ಎತ್ತಂಗಡಿಯೆನ್ನುವಂತೆ ಇಲ್ಲಿಗೆ ಬಂದಿದ್ದ. ಒಂದು ವಿಶೇಷ ಸಂದರ್ಭದಲ್ಲಿ ಇವರಿಬ್ಬರು ಗೆಳೆತನವಾದುದ್ದರಿಂದ ಇಷ್ಟು ಬೆಸುಗೆ ಸಾಧ್ಯವಾಗಿತ್ತು.

ಇದ್ದ ಒಂದು ಸಣ್ಣ ಕೆಲಸ ಕಳೆದುಕೊಂಡಿದ್ದ ವಿಶ್ವ. ಮೂರು ದಿನ ಉಪವಾಸವಿದ್ದು ಒಂದು ಸಂಜೆ ತಲೆ ತಿರುಗಿ ಬಿದ್ದಿದ್ದ ಬಸ್‌ಸ್ಟಾಪ್‌ನ ಬಳಿ ಆಗ ಇವನ ನೆರವಿಗೆ ಬಂದಿದ್ದು ಮುರುಳಿ. ನರ್ಸಿಂಗ್ ಹೋಂಗೆ ಆಟೋದಲ್ಲಿ ಒಯ್ದು ಡ್ರಿಪ್ಸ್ ಹಾಕಿಸಿದ್ದ. ಆಮೇಲು ಇವನಿಗೆ ಕೆಲಸ ಸಿಗುವವರೆಗೂ ಹಣದ ಸಹಾಯ ಮಾಡಿದ್ದ. ಆಮೇಲೆ ವಿಶ್ವ ದಿನಕ್ಕೊಮ್ಮೆಯಾದರೂ ಕಾಲೇಜಿನ ಕಾರಿಡಾರ್‌ನಲ್ಲಿಯೋ ಇಲ್ಲ ಹಾಸ್ಟೆಲ್‌ನಲ್ಲಿಯೋ ಅವನ್ನು ಭೇಟಿಯಾಗುತ್ತಿದ್ದ. ಈಗಿನದು ಹಿಂದಿನಂಗೆ ಹಣಕ್ಕೆ ಪತ್ರ ಬರೆದರೇ ಕಳಿಸೋದಿಕ್ಕೆ ಕಷ್ಟವಾಗುತ್ತೆ'' ಹೇಳಿದರು.

ಮುರುಳಿ ಬಡಿಸಿಕೊಂಡು ಊಟ ಮಾಡಿದ. ಅವನಮ್ಮ ಹಿಂದಿನ ದಿನ ''ಹೋಟೆಲ್ ತುಂಬಿರುತ್ತೆ ಮಾಡಿದ ತಿಂಡಿ ಖರ್ಚಾಗುತ್ತೆ. ಆದ್ರೂ ಲಾಭ ಕಮ್ಮಿ. ಇದ್ನೆಲ್ಲ ಮನಸ್ಸಿನಲ್ಲಿ ಇಟ್ಕೋ. ಹೋಟೆಲ್ ಮೇಲೂ ಸಾಲ ತೆಗೆದಿದ್ದಾರೆ. ಹಿಂದಿನಂಗೆ ಹಣಕ್ಕೆ ಪತ್ರ ಬರೆದರೇ ಕಳಿಸೋದಿಕ್ಕೆ ಕಷ್ಟವಾಗುತ್ತೆ'' ಹೇಳಿದ್ದರು.

ಸಿಟ್ಟಿನಿಂದ ಕುದಿದ. ದಿಂಬುಗಳನು ಎಸೆದಾಡಿದ. ಇವನ ಕ್ಲಾಸ್‌ಮೇಟ್ಸ್ ಕೆಲವರು ಲಕ್ಷಾಧೀಶರ ಮಕ್ಕು. ಅವ್ರ ಐಷಾರಾಮ ಜೀವನ ನೋಡಿ ಬೆಚ್ಚಿ ಬಿದ್ದಿದ್ದ. ಅದರಲ್ಲಿ ಫಿಫ್ಟಿ ಪರ್ಸೆಂಟ್ ಕೂಡ ಬದುಕಲು ಸಾಧ್ಯವಿಲ್ಲವಲ್ಲ ಎದು ತಪಿಸುತ್ತಿದ್ದ. ಅಂಥ ಸಂದರ್ಭದಲ್ಲಿ ದೇವರನ್ನು ಅಪರಾಧದ ಸ್ಥಾನದಲ್ಲಿ ನಿಲ್ಲಿಸುತ್ತಿದ್ದ ತಲೆ ಕೆಟ್ಟಂತಾಗುತ್ತಿತ್ತು.

ಆರಾಮಾಗಿ ಮಲಗಿದ. ಒಂದು ಕಾರು, ಬಂಗ್ಲೆ ಕನಿಷ್ಟ ಕೆಲವು ಸಾವಿರಗಳ ಆದಾಯವಿಲ್ಲದಿದ್ದರೇ, ಅದೆಂಥ ಜೀವನ ? ಕಾಯ ಕಷ್ಟ ಪಟ್ಟು ಬದುಕುವ ಜನರಿಗೆ ಯಾಕೆ ಬುದ್ಧಿ ಇಲ್ಲ ? ಈ ತರಹ ನಿಕೃಷ್ಟ ಸ್ಥಿತಿಯಲ್ಲಿ ಜೀವಿಸಲು ಜೀವನದ ಬಗ್ಗೆ ಅವರಿಗೆ ಇರುವ ಆಸಕ್ತಿಯೇನು ಇಂಥ ವಿಚಾರಧಾರೆ ಅವನ ಮನದಲ್ಲಿ ಹರಿದಾಡುತ್ತಿತ್ತು.

ಇಂದು ವಿಶ್ವ ಬರೋವಾಗ ಒಂದು ಡಜನ್ ಬಾಳೆಹಣ್ಣು ಹಿಡಿದು ಬಂದಿದ್ದ. ಅವನು ಖರ್ಚು ತಗ್ಗಿಸುವುದು ಅನಿವಾರ್ಯವಾಗಿತ್ತು. ಬರೋ ಸಂಬಳದಲ್ಲಿ ಮುರುಳಿಗೆ

ಕೆಲಸ ಸಿಗೋವರ್ರೂ ಅವನನ್ನು ಸಾಕಬೇಕಿತ್ತು. ಅವನ ತಾಯ್ತಂದೆಯರ ಋಣ ಬರೀ ಅವನ ಮೇಲೆ ಮಾತ್ರವಲ್ಲ. ತನ್ನ ಮೇಲೆ ಕೂಡ ಇದೆಯೆನ್ನುವುದು ಅವನ ಭಾವನೆ.

''ಅಪ್ಲಿಕೇಷನ್ ಕೊಟ್ಟಿಂದೆ. ನಂಗೆ ಈ ಕೆಲ್ಸ ಸಿಗಬಹುದೆಂಬ ಗ್ಯಾರಂಟಿ ಇದೆ ಎಂದಾಗ, ಅವನ ಪಕ್ಕದಲ್ಲಿಯೇ ಕೂತ ವಿಶ್ವ ''ಬೆಸ್ಟ್ ಆಫ್ ಲಕ್, ನಿಂಗೆ ಬೇಗ ಕೆಲ್ಸ ಸಿಗ್ಲೀ ಅನ್ನೋದೆ ನನ್ನ ಹಾರೈಕೆ. ಇವತ್ತು ತುಂಬ ಲೇಟಾಯಿತಮ್ಮ'' ಅವಲತುತ್ತೊಂಡ. ಅವನಿಗೆ ಸಣ್ಣಪುಟ್ಟ ಕೆಲಸ ಸೂಚಿಸಲೇ ಹಿಂಜರಿಕೆ.

''ಊಟ ಆಯಿತಲ್ಲ, ಊರಿಗೆ ಪತ್ರ ಬರೆದಿದ್ಯಾ ?'' ಕೇಳಿದ.

''ಇಲ್ಲ, ಬರೋಂಥ ವಿಷ್ಯವು ಏನಿಲ್ಲ. ಸರ್ಯಾಗಿ ವ್ಯವಹಾರ ನಡೆಸದೇ ಆದಾಯವನ್ನೆಲ್ಲ ಹಾಳು ಮಾಡ್ಕೊಂಡ್ರು. ನಂಗೆ ಒಂದ್ಕೆಲ್ಸ ಸಿಕ್ಕಿದ ಕೂಡ್ಲೇ ಹೋಗಿ ಕರ್ಕಂಡ್ ಬಂದ್ಬಿಡ್ತೀನಿ. ಇಲ್ಲೆ ಆರಾಮಾಗಿರ್ಲಿ'' ಎಂದ ಆವೇಗದಿಂದ.

ಗೆಳೆಯನನ್ನು ದಿಟ್ಟಿಸಿ ನೋಡಿದ ವಿಶ್ವ. ಅವನು 'ಬುದ್ದುವಿನಂತೆ ಕಂಡ. ಬರುತ್ತಿದ್ದ ಹಣದಲ್ಲಿ ಹಾಸ್ಟೆಲ್‌ನಲ್ಲಿದ್ದುಕೊಂಡು ಜೀವನ ನಿಭಾಯಿಸುತ್ತಿದ್ದ ಈಗ ಇವನು ಕೆಲಸ ಹುಡುಕಿಕೊಂಡು ಸ್ವಂತ ಸಂಪಾದನೆಯಿಂದ ತಾಯಿ ತಂದೆಯರನ್ನು ಕರೆತಂದು ಜೀವನ ನಿರ್ವಹಿಸುವುದಕ್ಕೂ ತೀರಾ ಕಷ್ಟವೆಂದು ಗೊತ್ತು.

''ಆಯ್ತು, ನನ್ನ ನಿರಂತರವಾಗಿ ಅನಾಥ ಪ್ರಜ್ಞೆ ಹಿಂಸಿಸುತ್ತಲೇ ಬಂದಿದೆ. ನಾನು ನಿಮ್ಜೊತೆ ಇರೋಕೆ ಅವಕಾಶ ಮಾಡ್ಕೊಡು. ಬಂದ ಸಂಬಳನ ಅಮ್ಮನ ಕೈಯಲ್ಲಿಟ್ಟು ಇನ್ನೊಬ್ಬ ಮಗನಂತೆ ಆರಾಮಾಗಿದ್ದು ಬಿಡ್ತೀನಿ'' ಅಂದ. ಇವು ಮೇಲ್ಮುಖವಾಗಿ ಹೊಮ್ಮಿದ ಮಾತುಗಳಲ್ಲ; ವಿಶ್ವನ ಅಂತರಾಳದಲ್ಲಿ ಅಂಥದೊಂದು ಆಸೆ ಇತ್ತು.

ಇಬ್ಬರು ಕೂತು ಬಹಳ ಹೊತ್ತು ಮಾತಾಡಿದರು. ನಾಲ್ಕು ಬಾಳೆಹಣ್ಣು ತಿಂದು ವಿಶ್ವ ಊಟ ಬೇಡವೆಂದ. ಮುರುಳಿ ಊಟ ಮುಗಿಸಿ ನಾಲ್ಕು ಬಾಳೆಹಣ್ಣು ಮುಗಿಸಿದ.

''ಕೆಲ್ಸ ಸಿಕ್ಕರೆ ನಂಗೆ ಎಷ್ಟು ಸಂಬಳ ಸಿಗ್ಬಹ್ದು ?'' ಕೇಳಿದ.

ವಿಶ್ವನಿಗಂತು ರೇಗಿ ಹೋಯಿತು. ''ಮೊದ್ಲು ಆ ಕೆಲ್ಸ ಸಿಗ್ಲಿ, ಮೇಲೆ ಸಂಬಳದ ಬಗ್ಗೆ ತಲೆ ಕೆಡಿಸ್ಕೋಬಹ್ದು. ಕೆಲ್ಸದ ಜೊತೆ ಅಲ್ಲೋ ಇಲ್ಲೋ ಒಂದಿಷ್ಟು ಪಾರ್ಟ್ ಟೈಮ್ ಕೆಲ್ಸ ಮಾಡಿದರೇ ಎರಡು ಹೆತ್ತು ಊಟ ಮಾಡ್ಕಂಡ್ ಬದ್ಕಬಹ್ದು'' ಬೇಸರದಿಂದಲೇ ಹೇಳಿ, ''ಬೆಳಿಗ್ಗೆ ಒಂದು ಪತ್ರ ಬರೀ. ನಿನ್ನ ಯೋಗ ಕ್ಷೇಮ ತಿಳ್ಯೋ ಧಾವಂತ ಸದಾ ಅವ್ರಿಗೆ ಇರುತ್ತೆ. ಅಷ್ಟು ಒಳ್ಳೆ ತಂದೆ ತಾಯಿ ನಿಂಗೆ ಇದ್ದಾರಲ್ಲ ಅನ್ನ ಹೊಟ್ಟೆಯುರಿ ನಂಗೆ.''

''ಹೌದೌದು, ನಾನು ಸದಾ ಕಾರಿನಲ್ಲೇ ಓಡಾಡ್ತೀನಿ. ಇದ್ಕಿಂತ ಅದೃಷ್ಟ ಬೇಕಾ ?'' ಸಿಡಿದು ಬಿದ್ದು ಎದ್ದು ಹೋದ. ಸಾಮಾನ್ಯ ರೇಖೆಯಲ್ಲಿನ ಜನರ ಹೊಟ್ಟೆಯಲ್ಲಿ ಹುಟ್ಟಿದ್ದಕ್ಕೆ ಆಕ್ರೋಶವಿತ್ತು.

ಇಂದು ಅಸಹ್ಯಪಟ್ಟುಕೊಂಡ ಸ್ನೇಹಿತನ ಬಗ್ಗೆ ವಿಶ್ವ.

ಆದರೂ ಮರುದಿನ ಅವನಿಗೆ ಮನಿಯಾರ್ಡರ್ ಬಂತು. ಹಿಂದೆ ಸದ್ಯ ಅವನ ಖರ್ಚುಗಳಿಗೆ ಹಣ ಬಂತಲ್ಲ ಎಂದು ಸಂತೋಷಿಸುತ್ತಿದ್ದ. ಇಂದು ನೋವಿನಿಂದ ಚಡಪಡಿಸಿದ.

''ಹಣ ತಗೋಬಾರ್ದಿತ್ತು. ಮುರುಳಿ ವಯಸ್ಸಾದಂತೆ ಸೋಲುವ ತಂದೆಯ ತೋಳುಗಳಿಗೆ ವಿಶ್ರಾಂತಿ ಕಲ್ಪಿಸಬೇಕೇ ವಿನಃ ಆ ದುಡಿಮೆಯಿಂದ ಊಟ ಮಾಡ್ಬಾರ್ದು. ಇಲ್ಲಿ ಹೇಗೋ ಆಗ್ತಾ ಇತ್ತು. ಅಲ್ಲಿ ಅವ್ರುಗಳು ತುಂಬ ಸಾಲ ಮಾಡ್ಕೊಂಡಿದ್ದಾರೆ. ಇದೆಲ್ಲ ನಿಂಗೆ ಗೊತ್ತಿಲ್ವಾ?'' ಮೂದಲಿಸಿದ. ಮುರುಳಿ ಏನು ಹೇಳುವ ಸ್ಥಿತಿಯಲ್ಲಿರಲಿಲ್ಲ. ''ಸಾರಿ, ಇದೇ ಕೊನೆ ಸಲ'' ಅಷ್ಟು ಹೇಳಿ ನೋಟುಗಳನ್ನು ಎಣಿಸಿ ಜೇಬಿಗಿಟ್ಟುಕೊಂಡ.

ಒಂದಿಷ್ಟು ಸಾಮಾನಿಡಿದು ಬಂದ. ಹೊಸ ಕರ್ಚಿಫ್, ಸಾಕ್ಸ್, ಶಾಂಪು ಮುಂತಾದವನ್ನೆಲ್ಲ ಕೊಂಡು ತಂದಿಟ್ಟುಕೊಂಡ. ವಿಶ್ವ ಆ ಬಗ್ಗೆ ಪ್ರತಿಕ್ರಿಯಿಸಲಿಲ್ಲ.

❑ ❑ ❑

ಸತ್ಯನಾರಾಯಣ ಮನೆಗೆ ಬಂದಾಗ ರಾತ್ರಿ ಹತ್ತಿರ ಸಮೀಪ. ಒಂದು ಹತ್ತು ಕೆ.ಜಿ. ಬೂಂದಿಗೆ ಆರ್ಡರ್ ಬಂದಿದ್ದರಿಂದ, ಅವರೇ ಮಧ್ಯಾಹ್ನದಿಂದ ಒಲೆಯ ಮುಂದೆ ಕೂತಿದ್ದರು. ಇಂದು ಸ್ವಲ್ಪ ದಣಿವೆನಿಸಿದ್ದಕ್ಕೆ ಕಾರಣ ಬಡ್ಡಿಯ ವಸೂಲಿಗಾಗಿ ಬಂದಿದ್ದ ಪಂಡಿತರು, ಅವರ ಮಗ ತಾವಾಗಿ ಎಂದೂ ಹಣದ ಬಗ್ಗೆ ಕೇಳುತ್ತಿರಲಿಲ್ಲ. ಇಷ್ಟೇ ಬಡ್ಡಿ ಕೊಡಬೇಕೆಂಬ ನಿರ್ಬಂಧವಿರಲಿಲ್ಲ. ಈಗಿನದು ಹಾಗಲ್ಲ ಆ ಮನುಷ್ಯ ಮೂವತ್ತು ದಿನ ಎಣಿಸಿಕೊಂಡು ಬಡ್ಡಿಗೆ ಬರುತ್ತಿದ್ದ. ಜೊತೆಗೆ ಆಗಾಗ ಬಂದು ತಿಂದು ಕುಡಿದು ಹೋಗುವ ಕಾಫಿ, ತಿಂಡಿಗೆ ಹಣ ಕೊಡುತ್ತಿರಲಿಲ್ಲ. ಇವೆಲ್ಲ ಚಿಕ್ಕ ಸಮಸ್ಯೆಗಳಾಗಿ ಕಂಡರೂ ಮಾಸಿಕವಾಗಿ ತೀವ್ರತರನಾದ ಒತ್ತಡ ಬಿದ್ದಿತ್ತು.

ಬಟ್ಟೆ ಬದಲಾಯಿಸಿ ಕೈಕಾಲು ತೊಳೆದವರೇ ಮಲಗಿ ಬಿಟ್ಟರು ಸತ್ಯನಾರಾಯಣ. ಹಸಿವೆನಿಸಲಿಲ್ಲ.

''ಸುಕನ್ಯ, ನಿನ್ನ ಊಟ ಆಯ್ತು?'' ಕೇಳಿದರು.

ಆಕೆ ಮಾತೇ ಆಡಲಿಲ್ಲ. ಕೈ ಹಿಡಿದ ಹೆಂಡತಿಯನ್ನು ಸುಖವಾಗಿ ನೋಡಿಕೊಳ್ಳುತ್ತಿಲ್ಲ ವೆಂಬ ಕೊರಗಿತ್ತು.

''ಬನ್ನಿ, ಊಟ ಮಾಡೋಣ'' ಹತ್ತಿರ ಬಂತು ಕೂತರು.

''ಪ್ಲೀಸ್, ಬೇಡಾಂತ ಅನ್ನಿಸ್ತಾ ಇದೆ. ನೀನು ಮಾತ್ರ ಉಪವಾಸ ಮಲಕ್ಕೋಬಾರ್ದು. ನಂಗೆ ಅರ್ಥವಿಲ್ಲದ ಫಾರ್ಮಾಲಿಟೀಸ್ ಇಷ್ಟವಾಗೊಲ್ಲ. ಇದುವರೆಗ್ಗೇ ನಂಗೋಸ್ಕರ ಯಾಕೆ ಊಟಕ್ಕೆ ಕಾಯ್ತೀಯಾ!'' ಎಂದು ಭಾರವಾದ ಉಸಿರು ದಬ್ಬಿ ಕಣ್ಮುಚ್ಚಿಕೊಂಡರು.

ಗಂಡನ ಮನಸ್ಸು ಸರಿಯಾಗಿಲ್ಲವೆಂದು ಸುಕನ್ಯಗೆ ಅರ್ಥವಾಯಿತು. ತೀರಾ ಹಸಿದು ಕಂಗಾಲಾದ ಹೊಟ್ಟೆಗೆ ಆಹಾರ ಹಾಕದಿದ್ದರೇ ಮರುದಿನ ಸುಸ್ತು, ಸಂಕಟ ಇಂಥದ್ದೆಲ್ಲ. ಇದು ಸಂಸಾರಕ್ಕೆ ಸಮಸ್ಯೆಯಾಗಬಾರದೆಂದು ತಾವು ಊಟ ಮಾಡಿಕೊಂಡು ಹಾಲಿಡಿದು

ಬಂದಾಗ ಸತ್ಯನಾರಾಯಣ ಒಳ್ಳೆಯ ನಿದ್ದೆಯಲ್ಲಿದ್ದರು. ಎಬ್ಬಿಸುವುದು ಬೇಡವೆಂದು ಹಾಲು ಮುಚ್ಚಿಟ್ಟು ಬಂದು ಮಲಗಿದರು. ಇಂದು ವಿಶ್ವ, ಮುರುಳಿ ಕೂಡಿಯೇ ಬರೆದಿದ್ದ ಪತ್ರ ಬಂದು ತಲುಪಿತ್ತು. ಮುರುಳಿ ತನಗೆ ಕೆಲಸದ ಬಗ್ಗೆ ಭರವಸೆಯಿಂದ ಬರದಿದ್ದರೆ ವಿಶ್ವ ಗ್ಯಾರಂಟಿ ಜೊತೆಗೆ ತಾನು ಕೂಡ ಇಲ್ಲಿ ತಮ್ಮಗಳ ಜೊತೆ ಇರಿಸಿಕೊಳ್ಳಬೇಕೆಂದು ಬೇಡಿಕೊಂಡಿದ್ದ. ಅದನ್ನೆಲ್ಲ ಗಂಡನ ಬಳಿ ಹೇಳಿಕೊಳ್ಳಬೇಕೆಂದು ಕೊಂಡಿದ್ದು ನಿರಾಶೆಗೊಳಿಸಿದರು ತಲೆ ಕೆಡಿಸಿಕೊಳ್ಳಲಿಲ್ಲ. ಅಂಥ ಆತುರದ ಸ್ವಭಾವವಲ್ಲ ಸುಕನ್ಯದು.

ಐದು ಜನ ಹೆಣ್ಣು ಮಕ್ಕಳಲ್ಲಿ ನಾಲ್ಕನೆಯವಳಾಗಿ ಜನಿಸಿದ್ದಳು. ಮೂರು ಹೆಣ್ಣು ಮಕ್ಕಳಿಗೆ ಮದುವೆ ಮಾಡಿ ದಣಿದಿದ್ದ ಅವಳಪ್ಪ ಟೆಂಪರರಿ ಉಪನ್ಯಾಸಕನಾಗಿ ಕೆಲಸ ಮಾಡುತ್ತಿದ್ದ ಸತ್ಯನಾರಾಯಣ ದೇವರಂತೆ ಕಂಡ. ಎಲ್ಲಿ ಗಂಡು ಕೈ ತಪ್ಪಿ ಹೋದಾನೆಂದು ಅರ್ಜೆಂಟಾಗಿ ವಿವಾಹ ಮಾಡಿ ಮುಗಿಸಿದ್ದರು. ಆಮೇಲೆ ಇಲ್ಲಿ ಹೋಟೆಲಿಟ್ಟು ತಳವೂರಿದ ಮೇಲೆ ಒಂದೆರಡು ಸಲ ಪೇಚಾಡಿಕೊಂಡಿದ್ದರು.

''ನಿನ್ನ ಅಕ್ಕಂದಿರ ಗಂಡಂದಿರಿಗೆಲ್ಲ ಸರ್ಕಾರಿ ನೌಕರ ಇದೆ. ನಿನ್ನ ವಿಷ್ಯದಲ್ಲಿ ಹೀಗಾಯಿತಲ್ಲ'' ಎಂದು ಕಣ್ಣೀರು ಮಿಡಿದಾಗ ಸುಕನ್ಯ ತಾನೇ ಸಮಾಧಾನಿಸಿ ಕಳಿಸಿದ್ದಳು. ಅಪ್ಪ ಅಮ್ಮ ತೀರಿ ಕೊಂಡ ಮೇಲೆ ಅವರ ತಾಪತ್ರಯಗಳೇ ಜಾಸ್ತಿಯಾಗಿರಬೇಕು, ಈ ಕಡೆ ಬರುವುದನ್ನೇ ಕಮ್ಮಿ ಮಾಡಿದ್ದರು.

ಬೆಳಿಗ್ಗೆ ಸುಕನ್ಯಗೆ ಎಚ್ಚರವಾಗುವ ಮುನ್ನವೇ ಸತ್ಯನಾರಾಯಣ ಎದ್ದು ಹಂಡೆಗೆ ನೀರು ಸೇದಿ ಹಾಕಿ ಉರಿ ಹಾಕಿ, ತಾವು ತಣ್ಣೀರಿನಲ್ಲಿಯೇ ಸ್ನಾನ ಮುಗಿಸಿ ಅಡಿಗೆಗೆ ಬೇಕಾದ ನೀರನ್ನು ಕೂಡ ತಂದಿಟ್ಟಿದ್ದರು.

''ಅಲ್ಲಿ ಮಾಡೋದು ಸಾಲ್ದುಂತ ಇಲ್ಲೂ ಕೆಲ್ಸ ಮಾಡ್ಬೇಕಾ ? ರಾತ್ರಿ ನಿದ್ದೆ ಬಂದಿದ್ದು ತಡವಾಗಿದ್ರಿಂದ ಎಚ್ಚರವಾಗಿದ್ದು ಕೂಡ ತಡವಾಯ್ತು. ಸಾರಿ...'' ಎಂದಾಗ ಹೆಂಡತಿಯ ಸಮೀಪಕ್ಕೆ ಬಂದ ಸತ್ಯನಾರಾಯಣ ಕೆನ್ನೆ ಸವರಿ ''ನೀನು ನಂಗೆ ತುಂಬ ಇಷ್ಟವಾಗಿದ್ದಿ. ಇದು ಎಲ್ಲರ ಬದ್ಕಿನಲ್ಲು ಸಾಧ್ಯವಿಲ್ಲ. ನಾಲ್ಕಾರು ವರ್ಷ ಪ್ರೇಮಿಸಿ ಒಬ್ಬರನ್ನೊಬ್ಬರು ಅರ್ಥಮಾಡಿ ಕೊಂಡ ದಂಪತಿಗಳು ವಿವಾಹವಾದ ತಿಂಗಳಲ್ಲಿಯೇ, ಆಗಿ ಹೋದ ವಿವಾಹಕ್ಕಾಗಿ ಪಶ್ಚಾತ್ತಾಪ ಪಡ್ತಾರೆ.. ಮುಂದಿನ ದಿನಗಳಿಗಾಗಿ ವ್ಯಥೆಪಡ್ತಾರೆ. ನನ್ನ ಜೀವನದಲ್ಲಿ ಹಾಗೇ ಆಗಿಲ್ಲ. ಬೇಗ ಹೋಗೋದಿದೆ'' ಹೆಗಲ ಮೇಲೆ ಟವಲು ಹಾಕಿಕೊಂಡು ಹೊರಟೇ ಬಿಟ್ಟರು ಸತ್ಯನಾರಾಯಣ. ಎರಡು ತುತ್ತಿಗಾಗಿ ಸಣ್ಣ ಹೋಟೆಲ್ ತೆಗೆದ ಅವರಿಗೆ ಅದೇ ಸಂಪೂರ್ಣ ಎಲ್ಲವು ಆಗಿತ್ತು.

ಕೂತು ಮುರುಳಿ ವಿಶ್ವನಿಗೆ ಒಂದು ಪತ್ರ ಬರೆದು ಬಂದ ಚಂದ್ರುವಿನ ಕೈಯಲ್ಲಿ ಪೋಸ್ಟ್‌ಗೆ ಕಳಿಸಿದರು. ಅವರಿಗೂ ಮಗ ಉದ್ಯೋಗಸ್ಥನಾದರೇ ಅವನೊಂದಿಗೆ ಹೋಗಿ ಉಳಿದು ಸೊಸೆ, ಮೊಮ್ಮಕ್ಕಳೊಂದಿಗಿನ ಭವ್ಯವಾದ ಕನಸ್ಸನ್ನು ಕಂಡಿದ್ದರು. ಎಡಬಿಡದೇ ರಾತ್ರಿ ಹಗಲು ದುಡಿಯುವ ಸತ್ಯನಾರಾಯಣ ಮೈ ಮನಗಳು ವಿಶ್ರಾಂತಿ ಬಯಸುತ್ತದೆಯೆಂದು ಆಕೆಗೂ ಗೊತ್ತು.

❑ ❑ ❑

ಇಂಟರ್‌ವ್ಯೂಗೆ ಹೊರಟಾಗ ''ವಿಶ್ ಯು ಬೆಸ್ಟ್ ಆಫ್ ಲಕ್, ಬಹಳ ಪ್ರಯಾಸದಿಂದ ಯಜಮಾನ್ರುನ ಮೀಟ್ ಆದೆ, ಆದರೆ ಮಾತನಾಡಲಿಕ್ಕಾಗಲಿಲ್ಲ. ಮ್ಯಾನೇಜರ್‌ನ ರಿಕ್ವೆಸ್ಟ್ ಮಾಡ್ಕೊಂಡಿದ್ದೀನಿ. ನಿನ್ನ ಅದೃಷ್ಟ ಹೇಗಿದ್ಯೋ'' ಎಂದು ವಿಶ್ವ ಬೀಳ್ಕೊಟ್ಟ.

ಜೀವನದಲ್ಲಿ ಅನಿರೀಕ್ಷಿತಗಳು ಹೇಗೆ ಎದುರಾಗುತ್ತದೆಯೆನ್ನುವುದಕ್ಕೆ ಇವನು ಮ್ಯಾನೇಜರ್ ರೂಮಿನ ಬಳಿಗೆ ಹೋಗಿದ್ದು ಕಾರಣವಾಯಿತು. ''ಸಾರಿ, ರಿಯಲೀ ಸಾರಿ... ಈಗ ಯಜಮಾನ್ರು ಅಳಿಯನ ತಲಾಷೆಯಲ್ಲಿದ್ದಾರೆ. ಅದ್ಕೇ ಇದೊಂದು ನೆಪ. ಸೆಲೆಕ್ಟ್ ಆದವನು ಮನೆ ಅಳಿಯನಾಗ್ತಾನೆ. ವಿದ್ಯಾವಂತ, ಬುದ್ಧಿವಂತ, ರೂಪವಂತ ಎಲ್ಲಾ ಆಗಿರುವುದರ ಜೊತೆಗೆ ಅವ್ನಿಗೆ ಹೆತ್ತವ್ರು ಇರ್ಬಾರ್ದು. ಆಗ ಯಾವ್ದೇ ಸಮಸ್ಯೆಗಳು ಇಲ್ದೇ ಮಗಳ ಕೈ ಹಿಡಿದವ್ನು ಇಷ್ಟು ಐಶ್ವರ್ಯಕ್ಕೂ ಒಡೆಯನಾಗಿ ಇರ್ತಾನೆ ಆದರಿಂದ ನಿನ್ನ ಭಾವಮೈದನಿಗೆ ಕೆಲ್ಸ ಸಿಗೋ ಛಾನ್ಸ್ ಇರೋಲ್ಲ'' ಎಂದು ಫೋನ್‌ನಲ್ಲಿ ಹೇಳಿ ಇಡುವ ವೇಳೆಗೆ ಮುರುಳಿ ಹೋದ

''ವಿಶ್ವ, ನನ್ನ ಫ್ರೆಂಡ್'' ಹೇಳಿದ.

ಮ್ಯಾನೇಜರ್ ಅಡಿಯಿಂದ ಮುಡಿಯವರೆಗೂ ನೋಡಿದರು 'ಗುಡ್ ಪರ್ಸನಾಲಿಟಿ, ಹ್ಯಾಂಡ್‌ಸಮ್' ಒಳ್ಳೆ ಬಣ್ಣ - ಇವೆಲ್ಲ ಗುಡ್ ಕ್ವಾಲಿಫಿಕೇಷನ್ ಎನಿಸಿತು. ಒಳಗೆ ಬಂದು ಕೂಡುವಂತೆ ಕಣ್ಣಲ್ಲಿಯೇ ಹೇಳಿದರು.

ನಿಶ್ಶಬ್ದವಾಗಿ ಫೈಲ್ ತಗೊಂಡು ಸರ್ಟಿಫಿಕೇಟ್ಸ್ ನೋಡಿದರು. ಬಯೋಡಾಟ ಪರಿಶೀಲಿಸಿದರು. ತಂದೆ ಸತ್ಯನಾರಾಯಣ ಎಂ. ಎ. ತಾಯಿ ಸುಕನ್ಯ ಬಿ.ಎಸ್ಸಿ. ವಿದ್ಯಾವಂತ ಕುಟುಂಬವೇ.

''ಈಗ ಎಲ್ಲಿದ್ದೀಯಾ ?'' ಫೈಲು ಮುಚ್ಚುತ್ತ ಕೇಳಿದರು. ಇಷ್ಟೆಲ್ಲ ಕ್ವಾಲಿಕೇಷನ್ ಇದ್ದರೂ ಅವನಿಗೆ ತಾಯಿ, ತಂದೆ ಇದ್ದರು. ಅನರ್ಹನಾಗುವುದಕ್ಕೆ ಅದೊಂದು ಸಾಕಿತ್ತು.

''ಇಲ್ಲೇ ಇದ್ದೀನಿ ! ನಂಗೆ ಯಾರಿಲ್ಲ'' ಉತ್ತರದ ಜೊತೆ ಇನ್ನೊಂದು ಮಾತು ಸೇರಿಸಿದಾಗ ಅವನೆದೆ ಢವಗುಟ್ಟುತ್ತಿತ್ತು ''ಬಿ ಸೀಟೆಡ್'' ಉತ್ಸಾಹಿತರಾದರು. ನಾಲ್ಕು ವರ್ಷದ ಹಿಂದೆ ತನ್ನ ತಾಯಿ ಮರಣಿಸಿದ್ದನ್ನು, ವರ್ಷದ ಮುನ್ನ ತಂದೆ ತೀರಿಕೊಂಡಿದ್ದನ್ನು ಮ್ಲಾನವದನನಾಗಿ ಹೇಳಿಕೊಂಡ. ಭಯಂಕರವಾದ ಸುಳ್ಳನ್ನು ಹೇಳಿದ ತನ್ನ ಆಸೆ ಆಕಾಂಕ್ಷೆಗಾಗಿ.

ತಕ್ಷಣವೇ ಡಾ. ಪಾಲಾಕ್ಷರಿಗೆ ಫೋನ್ ಮಾಡಿ ಮುರುಳಿಯನ್ನು ಆಫೀಸ್ ವೆಹಿಕಲ್‌ನಲ್ಲಿ ಕಳಿಸಿದರು 'ಸಂಜೆ ವೇಳೆಗೆ ರಿಪೋರ್ಟ್ ಬೇಕು' ಅಂದಿದ್ದರು.

ಮುರುಳಿಯ ಅದೃಷ್ಟ ಚೆನ್ನಾಗಿತ್ತು. ಮೊದಲ ನೋಟದಲ್ಲಿಯೇ ಕ್ಯಾಂಡಿಡೇಟ್ ಶಿವಶಂಕರ್ ಪಿಳ್ಳೆಗೆ ಮೆಚ್ಚಿಗೆಯಾಗಿದ್ದ. ಅಳಿಯನಾಗಲು ಲಾಯಕ್ಕಾಗಿದ್ದಾನೆ ಎನಿಸಿತು.

''ನಾಳೆ ಮನೆಗ್ಬಾ, ಮಿಸ್ಟರ್ ಮುರುಳೀಧರ್'' ಹೇಳಿದರು.

ಆಕಾಶದಲ್ಲಿ ಹಾರಾಡುವ ಹಕ್ಕಿಯಾಗಿದ್ದ. ಮೋಡಗಳ ಮಧ್ಯೆ ತೇಲಿದ ಅನುಭವ, ಹಿಮಾಲಯದ ಮಂಜಿನಲ್ಲಿ ಹೆಜ್ಜೆಯಾದ ಹರ್ಷ. ಅವನ ಜೀವನಕ್ಕೆ ಇಂಥದೊಂದು ತಿರುವು

ಬರಬಹುದೆಂದು ಕಲ್ಪನೆ ಕೂಡ ಮಾಡಲು ಸಾಧ್ಯವಿರಲಿಲ್ಲ. ತನ್ನ ಆಸೆಗಳೆಲ್ಲ ಬಿಳಿ ಮೋಡಗಳಾಗಿ ಚದುರಿ ಹೋಗುತ್ತದೆಯೇನೋ ಎಂದು ಹೆದರುತ್ತಿದ್ದ.

ಈ ಸಂತೋಷವನ್ನು ವಿಶ್ವನೊಂದಿಗೆ ಮಾತ್ರ ಹಂಚಿಕೊಳ್ಳಬಹುದಿತ್ತು. ಸ್ವೀಟ್ಸ್ ಹಿಡಿದು ಬಂದಾಗ ಮಧ್ಯಾಹ್ನವೇ ಹಿಂದಿರುಗಿದ ಅವನು ಬಟ್ಟೆಗಳನ್ನು ನೆನೆಸಿ ಒಗೆಯುತ್ತಿದ್ದ. ಇವನ ಪ್ಯಾಂಟ್, ಷರಟುಗಳನ್ನು ಒಗೆದು ಹರವುವಷ್ಟು ಒಳ್ಳೆಯತನ ಅವನಿಗಿತ್ತು.

''ವಿಶ್ವ, ಬಾಯಿ ತೆಗೆಯೋ, ಮೋಸ್ಟಲೀ ನಾನು ಸೆಲೆಕ್ಟ್ ಆದಂಗೆ ಲೆಕ್ಕ. ಶಿವಶಂಕರ್ ಪಿಳ್ಳೆ ಮನೆಗೆ ಬರೋಕೆ ಹೇಳಿದ್ದಾರೆ'' ಪೇಡಾವನ್ನು ಅವನ ಬಾಯೊಳಕ್ಕೆ ತುರುಕಿದ. ವಿಶ್ವನಿಗೆ ತಬ್ಬಿಬ್ಬು. ಆ ಆಫೀಸ್‌ನಲ್ಲಿ ಒಂದು ಸಣ್ಣ ಕೆಲಸ ಸಂಪಾದಿಸಲು ಬಹಳಷ್ಟು ಪಾಡುಪಟ್ಟಿದ್ದ. ಇಷ್ಟು ಸುಲಭವಾಗಿ ಕೆಲಸ ಸಿಕ್ಕಿದ್ದು ಮುರುಳಿಯ ಅದೃಷ್ಟವೆಂದುಕೊಂಡ. ಬಾಯಲ್ಲಿರುವುದನ್ನು ಬಲವಂತದಿಂದ ನುಂಗಿ. ಇನ್ನೊಂದು ಪೇಢೆಯನ್ನು ಗೆಳೆಯನ ಬಾಯಿಗೆ ತುರುಕಿ ''ಕಂಗ್ರಾಜುಲೇಷನ್, ನಿಂದು ಅದೃಷ್ಟ ನಿನ್ತಂದೆ ತಾಯಿ ಮಾಡಿರೋ ಪುಣ್ಯನೇ ಇಲ್ಲಿ ಕೆಲ್ಸ ಮಾಡಿರೋದು'' ಎಂದ ಕೂಡಲೇ ಮುರುಳಿ ಸಪ್ಪಗಾದ.

ಸುಮ್ಮನೆ ಒಳಗೆ ಹೋಗಿ ಕೂತು ಬಿಟ್ಟ. ಅವನ ಸಂತೋಷವೆಲ್ಲ ಗಾಳಿಗೆ ಬಿದ್ದ ತರಗೆಲೆಯಂತೆ ಹಾರಿ ಹೋಗಿತ್ತು. ವಿಶ್ವನಿಗೇನಾದರೂ ವಿಷಯ ಗೊತ್ತಾದರೇ ತನಗೆ ಖಂಡಿತ ಕೆಲಸ ಸಿಗುವುದಿಲ್ಲವೆಂಬ ನಿರ್ಧಾರಕ್ಕೆ ಬಂದ.

''ಯಾಕೋ ಇಷ್ಟು ಬೇಗ ಕೂಲಾಗಿಬಿಟ್ಟೆ'' ಒಳಗೆ ಬಂದು ಕೇಳಿದ.

ಸರ್ರನೆ ವಿಶ್ವನ ಕಾಲುಗಳನ್ನು ಹಿಡಿದ ''ಈ ಕೆಲ್ಸ ನಿನ್ನ ಒಪ್ಗೆ ಇಲ್ದೇ ಖಂಡಿತ ಸಿಗೋಲ್ಲ. ನೀನೆ ಈ ಸಮಯದಲ್ಲಿ ಹೆಲ್ಪ್ ಮಾಡ್ಬೇಕು'' ಎಂದ. ವಿಶ್ವನಿಗಂತೂ ವಿಪರೀತವಾಗಿ ಕಂಡಿತು.

''ಏನೋ ಇದೆಲ್ಲ ? ನಂದು ತೀರಾ ಸಾಧಾರಣದಲ್ಲಿ ಸಾಧಾರಣ ಕೆಲ್ಸ. ನಾನು ಪ್ರಿಂಟಿಂಗ್ ಸೆಕ್ಷನ್‌ನಲ್ಲಿ ಕೆಲ್ಸ ಮಾಡೋದು. ಹಾಗೂ ಒಂದ್ಮಾತು ಮ್ಯಾನೇಜರ್‌ಗೆ ಹೇಳಿದ್ದೆ. ಅದು ಪ್ರಯೋಜನಕ್ಕೆ ಬರುತ್ತೇಂತ ನಂಗೆ ಅನ್ನಿಸಿಯೇ ಇಲ್ಲ. ಈಗ ಕೆಲ್ಸ ಸಿಗೋ ಗ್ಯಾರಂಟಿ ಹೇಳಿ ಸ್ವೀಟ್ಸ್ ತಿನ್ನಿಸ್ದೇ. ಏಳು... ಏಳು... ಬಲವಂತದಿಂದ ಎಬ್ಬಿಸುವ ವೇಳೆಗೆ ಅವನಿಗೆ ಸಾಕು ಸಾಕಾಯಿತು.

ಗೆಳೆಯನ ಬಾಯಿ ಬಿಡಿಸಲು ಕೂಡ ವಿಶ್ವ ಅಷ್ಟೇ ಕಷ್ಟಪಡಬೇಕಾಯಿತು. ಹೇಳಿದಾಗ ಮಾತ್ರ ಸಿಟ್ಟಿನಿಂದ ಕುತ್ತಿಗೆಗೆ ಕೈ ಹಾಕಿದವನ ಕಣ್ಣುಗಳು ಕೆಂಪಗಾಗಿತ್ತು.

''ಬಾಸ್ಟರ್ಡ್, ಕೆಲ್ಸಕ್ಕೋಸ್ಕರ ಇಂಥ ಒಂದು ದೊಡ್ಡ ತಪ್ಪು ಮಾಡೋಕೆ ಹೊರಟಿದ್ದೀಯ. ನೀನು ಯಾರನ್ನಾದ್ರೂ ಮರ್ಡರ್ ಮಾಡಿ ಬಂದಿದ್ರು ಕ್ಷಮೆ ಇರುತ್ತಿತ್ತು. ನೀನು ಯಾರ ಕ್ಷಮೆಗೂ ಲಾಯಕ್ಕಾದ ಮನುಷ್ಯನಲ್ಲ''ಕುತ್ತಿಗೆ ಬಿಟ್ಟು ಹಿಂದಕ್ಕೆ ಸರಿದ. ವಿಶ್ವನ ದೃಷ್ಟಿಯಲ್ಲಿ ಮುರುಳಿ ಪಾತಾಳಕ್ಕೆ ಇಳಿದು ಹೋಗಿದ್ದ. ಇವನ ಒಡನಾಟವನ್ನು ಇಷ್ಟಪಟ್ಟಿದ್ದಕ್ಕೆ ತನ್ನನ್ನು ತಾನು ಬೈಯ್ದುಕೊಂಡ.

ಆದರೆ ಮುರುಳಿ ಕೋಪಿಸಿಕೊಳ್ಳಲಿಲ್ಲ. ಭೋರೆಂದು ಅತ್ತ. ಅವನ ಕೈಗಳನ್ನು ಹಿಡಿದುಕೊಂಡು ಕಣ್ಣಿಗೊತ್ತಿಕೊಂಡ. ತಂದೆ, ತಾಯಿ ಪಡುತ್ತಿರುವ ಕಷ್ಟಗಳನ್ನು ವಿವರಿಸಿದ ಅವರನ್ನು ಸುಖವಾಗಿರಸಬೇಕೆಂಬುದೇ ತನ್ನ ಮೂಲ ಉದ್ದೇಶವೆಂದು ಹೇಳಿಕೊಂಡ.

''ಏನೇ ಹೇಳು, ಹೆತ್ತವರು ಯಾರ ಶ್ರೀಮಂತಿಕೆಗೆ ಸಾಟಿ ಹೇಳು. ಅದೊಂದು ಅಮೂಲ್ಯವಾದ ನಿಧಿ. ತಾಯ್ತಂದೆಯರ್ನ ದೇವರೆಂದು ತಿಳಿಯೋ ಈ ದೇಶದಲ್ಲಿ ಹುಟ್ಟಿ ಬದ್ಕಿರೋವಾಗ್ಲೇ, ಅವ್ರು ಸತ್ರೂಂತ ಹೇಳೋ ನಿನ್ನಂಥವನಿಗೆ ಯಾವ ಶಿಕ್ಷೆ ಕೊಟ್ಟರೂ ಸಾಲ್ದು'' ಕೊಡವಿಕೊಂಡ. ಅಷ್ಟು ಸುಲಭಕ್ಕೆ ಬಿಡೋವವರ ಪೈಕಿಯಲ್ಲ ಮುರುಳಿ.

ಅತ್ಯಂತ ಕರುಣಾಜನಕವಾಗಿ ಹೇಳಿಕೊಂಡ. ವಿವಾಹ ನಂತರ ನಿಜ ಸಂಗತಿ ಅಲಕಾಗೆ ತಿಳಿಸಿ ಒಪ್ಪಿಸುತ್ತೇನೆಂದು ಬೇಡಿಕೊಂಡ.

''ಅವಳಲ್ಲಿ ಅಲ್ಪ ಸ್ವಲ್ಪ ಮಾನವೀಯತೆ ಇದ್ರೂ ನಿನ್ನ ಕ್ಷಮಿಸೋಲ್ಲ'' ಕಡ್ಡಿ ತುಂಡಾದಂತೆ ಹೇಳಿದ ವಿಶ್ವ. ಇದೆಲ್ಲ ಪ್ರಯೋಜನವಿಲ್ಲವೆಂದು ಒಂದು ಅಪ್ಪಟ ಸುಳ್ಳನ್ನು ಸೃಷ್ಟಿಸಿದ, ''ಇದು ನಾನು, ಅಲಕಾ ಸೇರಿ ಸೃಷ್ಟಿಸಿದ ಪ್ಲಾನ್. ಇದು ವಿವಾಹವಾಗುವರ್ಗ ಜಾರಿಯಲ್ಲಿರುತ್ತೆ, ಆಮೇಲೆ ಅವ್ಳು ನಾನು ಜೊತೆಯಾಗಿಯೇ ನಾರಾಯಣಪುರಕ್ಕೆ ಹೋಗಿ ಅವ್ರನ್ನ ಕ್ಷಮೆ ಕೇಳಿ ಕರ್ಕಂಡ್ ಬರ್ತೀವಿ. ನಿನ್ನ ಸಹಕಾರವಿಲ್ಲದಿದ್ದರೆ ನಂಗೆ ನಮ್ಮ ಮನೆಯವ್ರಿಗೆ 'ಸತ್ಯನಾರಾಯಣ ಭವನ'ವೇ ಗತಿ'' ಎಂದು ತನ್ನ ಚಾಲೂಕನ್ನೆಲ್ಲ ಉಪಯೋಗಿಸಿದ.

ಇದನ್ನ ನಂಬಿದ ವಿಶ್ವ. ಅಲಕಾಗೆ ನಿಜ ಸಂಗತಿ ಗೊತ್ತಿದೆಯೆಂದು ಎಂದು ಹತ್ತು ಸಲ ಕೇಳಿ ದೃಢಪಡಿಸಿಕೊಂಡರೂ ಅವನಿಗೆ ಅನುಮಾನವೇ. ಮುರುಳಿ ಕಣ್ಣೀರು, ರಿಕ್ವೆಸ್ಟ್‌ಗೆ ಸೋತ. ಅಲಕಾ ಹೇಗೆ ಪರಿಚಯ ಎನ್ನುವ ಪ್ರಶ್ನೆ ಪ್ರಶ್ನೆಯಾಗಿಯೇ ಉಳಿಯಿತು.

''ನಾನಾಗಿ ನಾನಂತು ಯಾರ್ಗೂ ಬಾಯಿ ಬಿಡೋಲ್ಲ ಅಷ್ಟೆ'' ಎಂದು ಮುಖ ಮುದುರಿಕೊಂಡು ಎದ್ದು ಹೋದ. ಸದ್ಯಕ್ಕೆ ಮುರುಳಿಗೆ ಅಷ್ಟು ಸಾಕಿತ್ತು.

ಮರುದಿನ ಇದ್ದುದ್ದರಲ್ಲಿಯೇ ಟಿಪ್ ಟಾಪಾಗಿ ಶಿವಶಂಕರ್‌ಪಿಳ್ಳೆ ಬಂಗ್ಲೆಗೆ ಹೋದ. ಬಹುಶಃ ವಾಚ್‌ಮನ್‌ಗೆ ತಿಳಿಸಿರಬೇಕು. ಯಾವುದೇ ವಿವರಗಳನ್ನು ಕೇಳದೇ ಒಳಗೆ ಬಿಟ್ಟ. ಮೈನ್ ಗೇಟ್‌ನಿಂದ ಒಳಗೆ ಹೋದವನು ನಿಂತುಬಿಟ್ಟ. ಅಲ್ಲಿನ ಭವ್ಯತೆ, ಸೌಂದರ್ಯವನ್ನು ನೋಡಿ ಇಂಥ ಒಂದು ಬಂಗ್ಲೆಯೊಳಕ್ಕೆ ಗೆಸ್ಟ್ ಆಗಿ ಹೋಗಲು ಅವನಿಗೆಂದು ಅವಕಾಶ ಸಿಕ್ಕಿರಲಿಲ್ಲ. ಈ ಕ್ಷಣದವರೆಗೂ ಶಿವಶಂಕರ್ ಪಿಳ್ಳೆಯ ಮಗಳು ಹೇಗಿರಬಹುದೆಂದು ಯೋಚಿಸಿರಲಿಲ್ಲ. ಕುರೂಪಿಯಾದರೂ ನಿರಾಕರಿಸಲಾರ. ಇಷ್ಟು ಸಂಪತ್ತನ್ನು ತನ್ನೊಂದಿಗೆ ಹಂಚಿಕೊಳ್ಳುವ ಅವಳು ಅವನ ಪಾಲಿಗೆ ಸೌಂದರ್ಯ ದೇವತೆಯೇ.

ಹೊರಗಿದ್ದ ಶಿವಶಂಕರ್ ಪಿಳ್ಳೆ ಪಿ.ಎ. ಮುಂದಿನ ಗೆಸ್ಟ್‌ರೂಮಿಗೆ ಅವನನ್ನು ಕರೆದೊಯ್ದು ಕೂಡಿಸಿದ. ಹಿತ್ತಾಳೆಯ ಪಾತ್ರೆಗಳಲ್ಲಿ ಅರಳಿ ನಿಂತ ಬಣ್ಣ ಬಣ್ಣದ ಚೆಂದ ಹೂವುಗಳ ಜೊತೆ ಪೈಪೋಟಿಗೆ ಇಳಿದ ಆಸನದ ವ್ಯವಸ್ಥೆ. ವಾಲ್ ಟು ವಾಲ್ ಹಾಸಿದ್ದ

ಪರ್ಷಿಯನ್ ಕಾರ್ಪೆಟ್ ಎಲ್ಲ ರಿಚ್ ಆಗಿತ್ತು. ಎ.ಸಿ.ಯನ್ನು ರೂಮಿಗೆ ಅಳವಡಿಸಲಾಗಿತ್ತು.

ಬಹಳ ಹೊತ್ತು ಕಾಯಿಸದೇ ಅರವತ್ತರ ಅಂಚಿನಲ್ಲಿದ್ದ ಬಟ್ಟ ತಲೆಯ ಶಿವಶಂಕರ್ ಪಿಳ್ಳೆ ಬಂದರು. ತಕ್ಷಣ ಎದ್ದು ನಿಂತ ನನ್ನನ್ನು ಭುಜದ ಮೇಲೆ ಕೈ ಹಾಕಿ ಕೂಡಿಸಿದರು ''ಮಿಸ್ಟರ್ ಮುರುಳೀಧರ್ ನಿನ್ನ ಇಲ್ಲಿ ಕರೆಸಿದ್ದಕ್ಕೆ ಕಾರಣವಿದೆ. ಅದೆಲ್ಲ ನನ್ನ ಮಗ್ಳು ಅಲಕಾ ಮಾತು ಮೇಲೆ ನಿಂತಿರುತ್ತೆ'' ಎಂದು ಮಾತಾಡುತ್ತಲೇ ಹಲವು ಪ್ರಶ್ನೆಗಳ ಹಾಕಿ ಉತ್ತರ ಪಡೆದರು. ತೀರಾ ಬುದ್ಧಿವಂತನಾದ ಯುವಕನ ಅಗತ್ಯವಿತ್ತು.

ಶಿವಶಂಕರ್ ಪಿಳ್ಳೆಗೆ ಮುರುಳಿ ಒಪ್ಪಿಗೆ ಆಗಿದ್ದ. ಇಂಥ ಎತ್ತರ, ನಿಲುವು ಆರೋಗ್ಯ, ಸ್ಫುರದ್ರೂಪವಿರುವ ಯುವಕ ಅನಾಥವಾಗಿ ಸಿಕ್ಕುವುದು ಕಷ್ಟವೆನಿಸಿತು. ಒಂದು ರೀತಿಯಲ್ಲಿ ಇದು ಸ್ವಾರ್ಥ.

ಫೋನ್‌ನ ಬಟನ್ನೊತ್ತಿ, ''ಅಲಕಾ... ಬಾಮ್ಮ'' ಕರೆದರು.

ಅಲ್ಲಿ ಪಂಡಿತರ ಮೊಮ್ಮಗಳು ಜಾನಕಿಯನ್ನು ನೋಡಲು ಹೋಗಿದ್ದ ರೀತಿಗೂ ಇಲ್ಲಿಗೂ ತುಂಬ ವ್ಯತ್ಯಾಸವಿತ್ತು. ಅವನ ಜೊತೆ ತಂದೆ, ತಾಯಿ, ವಿಶ್ವ ಇದ್ದರು. ಇಲ್ಲಿ ಅವನು ಒಂಟಿ. ಸುಕನ್ಯ ವಧುವನ್ನು ನೋಡಲು ಹಣ್ಣಿನ ದೊಡ್ಡ ತಟ್ಟೆಯನ್ನು ಒಯ್ದಿದ್ದರು. ಇವನು ಬರಿಗೈನಲ್ಲಿ ಬಂದಿದ್ದ. ಅಂದಿನ ಆತಿಥ್ಯಕ್ಕೂ ಇಂದಿನ ಆತಿಥ್ಯಕ್ಕೂ ತೀರಾ ವ್ಯತ್ಯಾಸವಿತ್ತು.

ಬಂದ ಅಲಕಾ ಮಿಂಚಿನಂತೆ ಕಂಡಳು. ಒಂದೇ ನೋಟಕ್ಕೆ ಬೋಲ್ಡ್ ಆಗಿ ಬಿಟ್ಟ ಇಂಥ ಒಂದು ಅದೃಷ್ಟತನ್ನನ್ನು ಅರಸಿ ಬರಲು ಎಷ್ಟು ಜನ್ಮದಲ್ಲಿ ಪುಣ್ಯ ಮಾಡಿದ್ದೆ - ರೆಕ್ಕೆಗಳು ಮೂಡಿದಂತಾಯಿತು.

''ಇವ್ರು ಮುರುಳೀಧರ್ ಅಂತ. ಎಂ.ಕಾಮ್ ಪದವೀಧರರು. ನೀನು ಮಾತಾಡು ನಾನ್ಬರ್ತೀನಿ'' ಎದ್ದಾಗ ತಂದೆಯ ಕೈ ಹಿಡಿದು ''ಕೂತ್ಕಳ್ಳಿ ಡ್ಯಾಡ್, ಇಲ್ಲಿ ನಿಮ್ಮ ಅಗತ್ಯವಿದೆ'' ಅಂದಳು. ಆಮೇಲೆ ಅತ್ಯಂತ ಸರಳವಾಗಿ ತನ್ನ ಸ್ವಭಾವ ನಡವಳಿಕೆ, ಹಾಬಿಗಳನ್ನು ಹೇಳಿಕೊಂಡಳು. ಅವನನ್ನು ಕೇಳಿದ್ದು ತೀರಾ ಚುಟುಕಾಗಿ ''ನನ್ನ ಅಭಿಪ್ರಾಯಕ್ಕಿಂತ ಇಲ್ಲಿ ಡ್ಯಾಡಿಯವ್ರ ಅಭಿಮತವೇ ಮುಖ್ಯ. ನನ್ನ ಸಂಪೂರ್ಣವಾಗಿ ಬಲ್ಲವರು. ಅವ್ರು ಹಾರ ಹಾಕು ಅಂದವರಿಗೆ ನಿಶ್ಚಿಂತೆಯಾಗಿ ಹಾಕ್ಬಿಡ್ತೀನಿ'' ಮುಕ್ತವಾಗಿ ಹೇಳಿದಳು. ಆಗ ಅವಳ ತುಟಿಯಂಚಿನಲ್ಲಿ ಮೂಡಿದ ಕಿರು ನಗು ಬೆಳದಿಂಗಳಿನಂತೆ ಭಾಸವಾಯಿತು.

ಮಧ್ಯ ಶಿವಶಂಕರ್ ಪಿಳ್ಳೆ ಎದ್ದು ಹೋದರು. ಅವರಿಗೆ ಮುರುಳಿ ಇಷ್ಟವಾಗಿದ್ದ. ವ್ಯಾವಹಾರಿಕವಾಗಿ ಯೋಚಿಸಿದರೂ, ಅಂಚು ಮಿಂಚಿನಲ್ಲಿ ಇನ್ನು ಹಚ್ಚಿನ ವಿದ್ಯಾಭ್ಯಾಸ ಮಾಡಿದ ಗಂಡುಗಳು ಸಂಬಂಧಿಕರಲ್ಲಿ ಇದ್ದರೂ ನಿರಾಕರಿಸಿದ್ದರು. ಇಲ್ಲಿ ಮುರುಳಿ ಅದೃಷ್ಟ ಕೆಲಸ ಮಾಡಿತೇನೋ!

ಅಲಕಾ ಕೂಡ ಅವನ ಹ್ಯಾಂಡ್‌ಸಮ್ ಪರ್ಸನಾಲಿಟಿಯನ್ನು ಮೆಚ್ಚಿದಳು. ಅಂತು ಒಂದು ಹಂತ ಮುಗಿಯಿತು. ಇದೊಂದು ತಿರುವು ಮುರುಳಿಯ ಬದುಕನ್ನೇ ಪೂರ್ತಿ ಬದಲಾಯಿಸಿ ಬಿಟ್ಟಿತು.

ಮಧ್ಯಾಹ್ನದ ಡಿನ್ನರ್ ಕೂಡ ಅಲ್ಲಿಯೇ ಆಯಿತು. ವಿವಾಹದವರೆಗೂ 'ಸನ್ ವ್ಯೂ' ಹೋಟೆಲ್‌ನಲ್ಲಿ ಅವನಿಗೆ ಸೂಟ್ ರಿಸರ್ವ್ ಮಾಡಿಸಲಾಗಿತ್ತು. ಅಲ್ಲಿಗೆ ಹೋದ ನಂತರವೇ ವಿಶ್ವನ ರೂಮಿಗೆ ಬಂದಿದ್ದು. ಬಹಳಷ್ಟು ದಿನ ಇಲ್ಲೆ ಇದ್ದ ಈ ಮನೆ ವಾಕರಿಕೆ ತರಿಸಿದಂತಾಯಿತು. ಇಲ್ಲಿಂದ ಏನನ್ನು ಒಯ್ಯುವುದು? ಅಂಥ ಸೊಫಿಸ್ಟಿಕೇಟಡ್ ಹೋಟೆಲ್‌ಗೆ ಒಯ್ಯಲು ಇಲ್ಲಿನ ಬಟ್ಟೆ ಬರೆ ಸೂಟ್‌ಕೇಸ್ ಪ್ರತಿಯೊಂದು ಯೋಗ್ಯವಲ್ಲವೆನಿಸಿತು.

ಸುಮ್ಮನೆ ಒಂದು ಕಡೆ ಕೂತು ಬಿಟ್ಟ. ಇದೆಲ್ಲ ನಿಜ ಎಂದು ನಂಬುವುದಕ್ಕೆ ಅವನಿಂದ ಇನ್ನು ಸಾಧ್ಯವಾಗುತ್ತಿರಲಿಲ್ಲ ಸಿನಿಮೀಯ ಮಾದರಿಯಲ್ಲಿ ಬದಲಾವಣೆ ತಂದಿತ್ತು.

ಬಂದ ವಿಶ್ವ ಅವನ ಪಕ್ಕದಲ್ಲಿಯೇ ಕೂತು ಭುಜದ ಮೇಲೆ ಕೈ ಹಾಕಿದ, ''ಯಾಕೋ, ತುಂಬ ಅಪ್‌ಸೆಟ್ ಆದಂಗೆ ಕಾಣ್ತೀಯಾ! ಅಕಸ್ಮಾತ್ ಫೆಲ್ಯೂರ್ ಆದರೂ ತಲೆ ಕೆಡ್ಸಿಕೊಳ್ಳೋದ್ಬೇಡ. ಪ್ರಪಂಚ ವಿಶಾಲವಾಗಿದೆ. ಒಂದ್ಕೆಲ್ಸ ಸಿಕ್ಕದೇ ಹೋಗುತ್ತಾ ?'' ಆತ್ಮವಿಶ್ವಾಸ ತುಂಬುವ ಮಾತುಗಳನ್ನಾಡಿದ.

ಗೆಳೆಯನ ಎರಡು ಕೈಗಳನ್ನು ಹಿಡಿದುಕೊಂಡ ಮುರುಳಿಯ ಎದೆ ಭಾರವಾಯ್ತು. ಗೊತ್ತಾಗಲಾರದಂಥ ವೇದನೆ - ಜೊತೆಗೆ ಸಂತೋಷ ''ನಾನು ಸೆಲೆಕ್ಟ್ ಆದೆ. ಅವ್ರ ಮಗ್ಳು ಅಲಕಾ ಕೂಡಾ ನನ್ನ ಒಪ್ಕೊಂಡು'' ಉದ್ವೇಗದಿಂದ ಹೇಳಿದಾಗ ಚಕಿತನಾದ ''ಅಲ್ವೋ ಅಲಕಾಗೆ ಎಲ್ಲಾ ಗೊತ್ತುಂತ ಹೇಳ್ದೆ. ಈಗ ಪ್ಲೇಟು ತಿರುವಿ ಹಾಕ್ತ ಇದ್ದೀಯಲ್ಲ. ಈಗ ಹೊಸ್ದಾಗಿ ಒಪ್ಪಿಕೊಳ್ಳೋದೇನು ? ರೇಗಿದ ವಿಶ್ವ.

ತಕ್ಷಣ ಎಚ್ಚೆತ್ತುಕೊಂಡ ಮುರುಳಿ, ''ಹಾಗಲ್ಲ ಅಫಿಷಿಯಲ್ಲಾಗಿ ಒಪ್ಕೊಂಡ್ರು. ವಿವಾಹವಾಗೋವರ್ಗೂ ನಂಗೋಸ್ಕರ 'ಸನ್ ವ್ಯೂ'ನಲ್ಲಿ ಸೂಟ್ ರಿಸರ್ವ್ ಮಾಡ್ಸಿದ್ದಾರೆ. ಇನ್ಮೇಲೆ ಅಲ್ಲೆ ಉಳಿಯಬೇಕಾಗುತ್ತೆ. ಆಮೇಲೆ ಅವ್ರ ಬಂಗ್ಲೆಗೆ ಷಿಫ್ಟ್ ಆಗ್ಬಿಡ್ತೀನಿ'' ಎಂದ ಆವೇಗವನ್ನು ಹತ್ತಿಕ್ಕಿಕೊಳ್ಳಲಾರದೆ.

''ಮನೆ ಅಳಿಯನಾಗಿ ತಾನೆ ? ಇದ್ಕೆ ನಿಮ್ಮ ತಂದೆ, ತಾಯಿ ಒಪ್ಕೋತಾರ ? ಅವ್ರಿಗೂ ನೀನು ಒಬ್ನೇ ಮಗ. ತಮ್ಮ ಮಗ್ನ ಜೊತ ಇರಬೇಕೆನ್ನೋ ಆಸೆ ಇರುತ್ತಲ್ಲ. ಈಗ ಚೆನ್ನಾಗಿದ್ದಾರೆ. ವಯಸ್ಸಾದ ಕಾಲದಲ್ಲಿ ಅವ್ರನ್ನ ನೋಡಿಕೊಳ್ಳೋ ಜವಾಬ್ದಾರಿ ನಿನ್ನದಲ್ವಾ ? ಇವನ್ನೆಲ್ಲ ನೀನು ಯಾಕೆ ಯೋಚಿಸ್ಲಿಲ್ಲ'' ಬೇಸತ್ತು ಛೀಮಾರಿ ಹಾಕಿದ.

ವಿಶ್ವ ಮೂರ್ಖನಾಗಿ ಕಂಡ. ಇಂಥ ಅವಕಾಶ ಅವನಿಗೆ ಸಿಗಲಿಲ್ಲವಲ್ಲ ಎನ್ನುವ ಅಸೂಯೆಯೇನೋ ಎಂದುಕೊಂಡ. ಅದು ಸಹಜವೇ! ಉಪಾಯದಿಂದ ಪಾರಾಗಬೇಕೆಂದುಕೊಂಡ.

''ಪ್ಲೀಸ್ ನನ್ನ ಅರ್ಥ ಮಾಡ್ಕೋ. ನಂಗೆ ಕೆಲ್ಸ ಸಿಗೋದು ಯಾವಾಗ? ನಂಗೆ ಬರೋ ಜುಜುಬಿ ಸಂಬ್ಳದಲ್ಲಿ ಅವರ್ನ ಕರ್ಕಂಡ್ ಬಂದು ಸುಖವಾಗಿಟ್ಟುಕೊಳ್ಳೋಕೆ ಸಾಧ್ಯನಾ? ಒಂದೆರಡು ತಿಂಗಳು ಕಳೀಲಿ, ಇಲ್ಲೊಂದು ಬಂಗ್ಲೆ ಮಾಡ್ತೀನಿ. ಅವ್ರು ಸ್ವಾಭಿಮಾನ

ಕಳ್ಳುಕೊಂಡು ಅಲ್ಲಿಂದ ಬರೋದ್ಬೇಡ. ಅವರಿಗಾಗಿ ಒಂದು ಕಾರು ಸದಾ ಸಿದ್ಧವಾಗಿರುತ್ತೆ. ಇಂಥ ಫ್ಯೂಚರ್ ಪ್ಲಾನ್‌ಗಳು ನನ್ನ ತಲೆಯಲ್ಲಿದೆ' ಎಂದು ಹೇಳಿದಾಗ, ಇನ್ನು ಮಾತಾಡಿ ಪ್ರಯೋಜನವಿಲ್ಲವೆನಿಸಿತು. ''ಏನಿವೇ ಕಂಗ್ರಾಟ್ಸ್! ನಿನ್ನ ಫ್ಯೂಚರ್ ಪ್ಲಾನ್‌ಗಳ ಬಗ್ಗೆ ನಾನೇನು ಹೇಳಲಾರೆ. ಶಿವಶಂಕರ್ ಪಿಳ್ಳೆ ಅಳಿಯನಾಗಿ ನಿನ್ನ ಫ್ಯೂಚರ್ ಮಾತ್ರ ಬ್ರೈಟಾಗಿದೆ. ಇನ್ಮೇಲೆ ನೀನು ಮಾರುತಿಯೇನು, ಸೀಲೋ ಕಾರುಗಳಲ್ಲಿ ಓಡಾಡ್ಬಹುದ್ದು'' ಎಂದ ವಿಶ್ವ.

ಕಡೆಯ ಮಾತಿನಿಂದ ಅವನಿಗೆ ವಿಪರೀತ ಸಂತೋಷವಾಯಿತು. ''ನನ್ನ ಸಿಲೋ ಕಾರಿನಲ್ಲಿಯೇ ಡ್ರಾಪ್ ಮಾಡಿದ್ದು. ಎಂಥ ಮಜಾ ಅನ್ನಿಸುತ್ತೆ ಗೊತ್ತಾ? ಇದನ್ನೆಲ್ಲಾ ಹೇಗೆ ತಗೊಂಡ್ಹೋಗ್ಲಿ? ತೀರಾ ಜುಜುಬಿ ಅನ್ನಿಸೋಲ್ವಾ?'' ಸದ್ಯದ ಚಿಂತೆಯನ್ನು ಅವನ ಮುಂದೆ ತೆಗೆದಿಟ್ಟ.

''ಯು ಆರ್ ಕರೆಕ್ಟ್, ಶಿವಶಂಕರ್ ಪಿಳ್ಳೆ ಅಳಿಯನಾಗೋ ನಿನಗೆ ಇದನ್ನೆಲ್ಲ ಒಯ್ಯೋ ಅಗತ್ಯವಿಲ್ಲ, ಅವ್ರೆ ನಿನ್ನ ಎಲ್ಲಾ ಅಗತ್ಯಗಳ ವ್ಯವಸ್ಥೆ ಮಾಡ್ತಾರೆ. ಹಿಂದಿನ ಬದ್ಕಿಗೆ ಗುಡ್ ಬೈ ಹೇಳಿ ಆರಾಮಾಗಿ ಹೋಗ್ಬಿಡು' ಅಂದವನು ಎದ್ದು ಹೋಗಿ ಕಾಫಿ ಮಾಡಿ ಎರಡು ಲೋಟಗಳನ್ನು ಹಿಡಿದು ಬಂದ.

ಅರ್ಧಲೋಟ ಕಾಫಿ ಕುಡಿಯುವುದು ಮುರುಳಿಯಿಂದಾಗಲಿಲ್ಲ, ಶಿವಶಂಕರ್ ಪಿಳ್ಳೆ ಬಂಗ್ಲೆಯಲ್ಲಿ ಕುಡಿದ ಟೀಯ ಸ್ವಾದವಾಗಲೀ, ಬಣ್ಣವಾಗಲೀ ಈ ಸಾಮಾನ್ಯ ಕಾಫಿಗೆ ಇರಲಿಲ್ಲ, ಇದು ಸಾಧಾರಣ ಸ್ಟೀಲ್ ಲೋಟ, ಅಲ್ಲಿ ತುಂಬಾ ಕಾಸ್ಟ್ಲಿಯ ಪಿಂಗಾಣಿ ಕಪ್.

ಸುಮ್ಮನೆ ಲೋಟ ಇಟ್ಟು ಮುರುಳಿ ಮೇಲೆದ್ದಾಗ ಅವನ ಕೈ ಹಿಡಿದುಕೊಂಡು ''ಬೇಗ ಅಡಿಗೆ ಮಾಡ್ತೀನಿ, ಇಬ್ರೂ ಜೊತೆಯಾಗಿ ಊಟ ಮಾಡೋಣ. ಮುಂದೆ. ಮುಂದೆ ಅಂಥ ಅವಕಾಶಗಳು ಸಿಕ್ಕುತ್ತೋ ಇಲ್ವೋ'' ಎಂದ ಕಣ್ತುಂಬಿ.

ಮುರುಳಿ ಅಪ್ಪಿಕೊಂಡು ಬಿಟ್ಟ, ಅವರ ಸ್ನೇಹ ಅಷ್ಟು ಬೆಸೆದುಕೊಂಡು ಬಿಟ್ಟಿತು.

''ಹಾಗೆಲ್ಲ ಯಾಕೆ ಮಾತಾಡ್ತೀಯಾ ! ಒಂದೇ ಊರಿನಲ್ಲಿ ಇರ್ತೀವಲ್ಲ, ನಾನು ಆಫೀಸಿಗೂ ಬರಬಹುದು. ಅಲ್ಲಂತು ಭೇಟಿ ಆಗ್ಬಹುದ್ದು'' ಸ್ನೇಹಿತನ ಮಾತಿಗೆ ಏನಾದರೂ ಹೇಳಲು ಇಷ್ಟವಾಗಲಿಲ್ಲ. ವಿಶ್ವನಿಗೆಅದು ನಾಳೆ ಮಾತು ಇವತ್ತು ರಾತ್ರಿ ಜೊತೆಯಾಗಿ ಕೂತು ಊಟ ಮಾಡೋಣ. ಬೇಗ ಒಂದಿಷ್ಟು ತರಕಾರಿ ತರ್ತೀನಿ'' ಹೊರಟೇ ಬಿಟ್ಟ.

ಮುರುಳಿ ಇದ್ದಿದ್ದು ಬೇರೆ ಗುಂಗಿನಲ್ಲಿ, ವಿಶ್ವನ ಜೊತೆ ಊಟ ಮಾಡಬೇಕೆಂಬ ಅಕ್ಕರೆಯೇನು ಇರಲಿಲ್ಲ. ನಾಲಿಗೆಗೆ ರುಚಿ ಕೂಡ ಹತ್ತಲಿಲ್ಲ. ಮುಂದಿನ ದಿನಗಳ ಬಗ್ಗೆ ಯೋಜನೆಯನ್ನು ರೂಪಿಸಿಕೊಳ್ಳುತ್ತಿದ್ದ. ತಾನು ಗಂಟೆ ಗಟ್ಟಲೇ ಇಂಟರ್‌ವ್ಯೂಗೆ ಕಾದು ನಿಂತ 'ಅಲಕಾ' ಕಛೇರಿಯ ಭಾವಿ ಪ್ರೊಪ್ರೈಟರ್.

''ಸರ್‍ಯಾಗಿ ಊಟ ಮಾಡು'' ವಿಶ್ವ ಹೇಳಿದ ಅವನ ಪರಧ್ಯಾನವನ್ನು ನೋಡಿ.

''ಏನು ತಿಳ್ಕೋಬೇಡ. ಆಗ್ತಾ ಇಲ್ಲ'' ತಟ್ಟೆಯನ್ನು ಹಿಡಿದು ಮೇಲೆದ್ದಾಗ ''ಇಡು,

ನಾನೇ ಚೆಲ್ಲಿ ತೊಳೆದಿಡ್ತೀನಿ'' ಕೈಯಲ್ಲಿದ್ದ ತಟ್ಟೆಯನ್ನು ಕಿತ್ತುಕೊಂಡು ಎರಡು ತಟ್ಟೆಗಳನ್ನು ಹೊರಗಡೆ ಒಯ್ದ. ಅವನಿಗೂ ಕೂಡ ಏನು ತಿನ್ನಲಾಗಿರಲಿಲ್ಲ. ಮೆಟ್ಟಿಲಿಳಿದು ಕೆಳಗೆ ಬಂದು ಅಷ್ಟು ದೂರದಲ್ಲಿ ಮಲಗಿದ್ದ ನಾಯಿಯನ್ನು ಕೂಗಿ ಅದರ ಮುಂದೆ ಸುರಿದ. ಅರ್ಥವಾಗದಂಥ ಆಂದೋಲನ ವಿಶ್ವನಲ್ಲಿ. ಇಷ್ಟು ಧೈರ್ಯ ಹೇಗೆ ಬಂತು ಮುರುಳಿಗೆ ? ಇದು ಆ ದಂಪತಿಗಳಿಗೆ ತಿಳಿದರೇ ಇವನ ಮಾತು ಸತ್ಯವಾಗುವಂತೆ ಎದೆಯೊಡೆದು ಸತ್ತರೆ ? ಆ ದುಃಖ ಉಕ್ಕಿ ಬಂತು ಅವನಲ್ಲಿ.

ತಟ್ಟೆ ತೊಳೆದು ಬರುವ ವೇಳೆಗೆ ಮುರುಳಿ ಹೊರಟು ನಿಂತಿದ್ದ. ''ಏನು ತಗೊಂಡ್ ಹೋಗ್ಬಾರ್ದೂಂತ ತೀರ್ಮಾನಿಸಿದ್ದೀನಿ'' ಅಂದಾಗ, ವಿಶ್ವನಿಗೆ ಕೆಟ್ಟ ಕೋಪ ಬಂತು'' ತೊಟ್ಕೊಂಡಿರೋ ಬಟ್ಟೆಗಳ್ನ ಕೂಡ ಬಿಚ್ಚಿ ಹಾಕಿ ಹೋಗ್ಬಿಡು. ತೀರಾ ಅತಿ ಆಯ್ತು. ಇದ್ದ ಕ್ಲಾಸಿಕ್ ಸೂಟ್‌ಕೇಸ್, ಬ್ರೀಫ್‌ಕೇಸ್‌ಗಳಿಗೆ ಅವನ ಬಟ್ಟೆ ಬರೆ, ಸರ್ಟಿಫಿಕೇಟ್ಸ್, ಕರ್ಚೀಫ್, ಶೇವಿಂಗ್ ಸೆಟ್, ಕ್ರೀಮ್, ಪೌಡರ್ ಮುಂತಾದವುಗಳನ್ನೆ ಜೋಡಿಸಿ ಕೊಟ್ಟು ''ಇದ್ನ ತಗೊಂಡ್ಹೋಗು, ಬೇರೆ ಏರ್ಪಾಟು ಆದ ಕೂಡ್ಲೇ ಬೇಕಿಲ್ಲವೆನಿಸಿದರೆ... ಆರಾಮಾಗಿ 'ಸನ್‌ವ್ಯೂ' ಹೋಟೆಲ್ ಸಾಧಾರಣ ನಾಲ್ಕೇ ದರ್ಜೆ ಕೆಲ್ಸಗಾರರಿಗೆ ಕೊಟ್ಬಿಡು'' ಹೇಳಿದ. ಸಾಧಾರಣವೆನಿಸಿದ್ದ ಈ ಎಲ್ಲದರ ಮೇಲೂ ಸತ್ಯನಾರಾಯಣ ಬೆವರು, ಸುಕನ್ಯ ವಾತ್ಸಲ್ಯವಿದೆಯೆನಿಸಿತು.

ಮುರುಳಿ ಬದಲು ಹೇಳಲಿಲ್ಲ.

ತಾನೇ ಅವನ್ನು ಹೊತ್ತು ಆಟೋದಲ್ಲಿಟ್ಟು ಕೈ ಹಿಡಿದು ''ಬೆಸ್ಟ್ ಆಫ್ ಲಕ್, ಇನ್ನು ನಮ್ಮಿಬ್ರ ಭೇಟಿ ಅಪರೂಪನೇ. ನಿನ್ನ ಮ್ಯಾರೇಜ್‌ಗೆ ಈಗ್ಲೇ ಕಂಗ್ರಾಟ್ಸ್'' ಅಂದ. ಇದು ಸ್ವಲ್ಪ ಕಿರಿ ಕಿರಿಯಾದರೂ ಹೇಗೆ ಪ್ರತಿಕ್ರಿಯಿಸಬೇಕೆಂದು ಮುರುಳಿಗೆ ಗೊತ್ತಾಗಲಿಲ್ಲ.

ಆಟೋ ಮರೆಯಾದಾಗ ಮುರುಳಿಯ ಜೀವನದ ಒಂದು ಪರ್ವ ಮುಗಿಯಿತು. ಮತ್ತೊಂದರ ಪ್ರಾರಂಭ - ವಿಶ್ವ ನಿಟ್ಟುಸಿರು ಚೆಲ್ಲಿ ನಿಧಾನವಾಗಿ ಮೆಟ್ಟಿಲುಗಳನ್ನೇರಿ ರೂಮು ತಲುಪಿದವನೇ ಒಂದೆಡೆ ಕುಸಿದ. ಎಲ್ಲಾ ಬರಿದಾಗಿ ಹೋದಂತೆ ಕಂಡಿತು.

ಮುರುಳಿಯ ಸ್ನೇಹವಾದ ಮೇಲೆ ವಿಶ್ವ ತನ್ನ ಜೀವನದಲ್ಲಿ ಹೊಸ ಅಲೆ ಪ್ರಾರಂಭವಾಗಿದೆಯೆನ್ನುವಂತೆ ಹರ್ಷಿಸಿದ್ದ. ಸತ್ಯನಾರಾಯಣ ಸುಕನ್ಯನ ನೋಡಿದ ಮೇಲಂತು ತಾನು ಅನಾಥ ಎನುವುದನ್ನೇ ಮರೆತಿದ್ದ.

ಕೂತು ಭೋರೆಂದು ಅತ್ತ. ಇಡಿ ರಾತ್ರಿ ಅವನಿಗೆ ನಿದ್ರಿಸಲಾಗಲಿಲ್ಲ. ಬೆಳಗಿನ ವೇಳೆಗೆ ಅವನ ಮೈ ಸುಡುತ್ತಿತ್ತು. ಒಂಟಿಯಾಗಿ ಇದನ್ನೆಲ್ಲ ಅನುಭವಿಸಿ ಗೊತ್ತು. ಎದ್ದು ಒಂದು ಲೋಟ ನೀರು ಕುಡಿದವನು. ಮುಖ ತೊಳೆದು ರೂಮಿಗೆ ಬೀಗ ತಗುಲಿಸಿ ನಿಧಾನವಾಗಿ ಮೆಟ್ಟಿಲು ಇಳಿಯುತ್ತಿದ್ದಾಗ ಪೇಪರ್ ಹಿಡಿದಿದ್ದ ಮನೆ ಓನರ್ ಹಲ್ಲುಕಿರಿದ.

''ಪೇಪರ್ ಓದೋದು ನಿಧಾನವಾಯ್ತು'' ಅಂದವನು ಸನಿಹಕೆ ಬಂದು, ''ಲಗೇಜ್ ತಗೊಂಡ್ಹೋಗ್ತಾ ಇರೋದನ್ನ ನೋಡ್ದೇ. ನಿಮ್ಮ ಫ್ರೆಂಡ್ ಬೇರೆ ಕಡೆ ಶಿಫ್ಟ್ ಆದರಾ ?''

ವಿಚಾರಿಸಿದರು. ಆ ಮನುಷ್ಯನಿಗೆ ವಿಪರೀತ ಕುತೂಹಲ, ''ಕೆಲ್ಸ ಸಿಕ್ತು. ಅವ್ರೆ ಕ್ವಾರ್ಟರ್ಸ್ ಕೊಟ್ಟಿದ್ದಾರೆ'' ಅಷ್ಟು ಹೇಳಿ ಗೇಟು ತೆರೆದು ಕೊಂಡು ಹೊರ ಹೋದ. ತಲೆ ಸಿಡಿಯುತ್ತಿತ್ತು. ಅಂಥದ್ದರಲ್ಲಿ ಈ ಮನುಷ್ಯನ ಮುಂದೆ ನಿಂತು ವರದಿ ಒಪ್ಪಿಸುವ ಸಹನೆ ಅವನಿಗೆ ಇರಲಿಲ್ಲ.

ಮೆಡಿಕಲ್ ಷಾಪ್‌ನಲ್ಲಿ ಮಾತ್ರೆ ತಗೊಂಡು ಜೇಬಿಗೆ ಹಾಕಿ, ಕಾಂಡಿಮೆಂಟ್ಸ್ ಹುಡುಕಿಕೊಂಡು ಹೋಗಿ ಬ್ರೆಡ್ ಕೊಂಡವನು ಕಾಲೆಳೆದುಕೊಂಡು ರೂಮಿಗೆ ಬರುವ ವೇಳೆಗೆ ಅವನ ಮೈಯಲ್ಲಿನ ಶಕ್ತಿಯೆಲ್ಲ ಸೋರಿ ಹೋಗಿದೆಯೆನಿಸಿತು. ತಾನು ಮುರುಳಿಯನ್ನು ಎಷ್ಟೊಂದು ಹಚ್ಚಿಕೊಂಡಿದ್ದೆನೆಂಬುದು ಅರಿವಾದಾಗ ಮುಖ ಮುಚ್ಚಿಕೊಂಡು ಕಣ್ಣೀರು ಸುರಿಸಿದ. ಬಾಗಿಲು ತೆಗೆದೇ ಇತ್ತು. ಮೇಲೆ ಇದ್ದಿದ್ದು ಒಂಟಿ ರೂಮು. ಓನರ್ ಮನೆಯವರು ಬರುತ್ತಿದ್ದುದ್ದೇ ಅಪರೂಪ.

''ರ್‍ರೀ ವಿಶ್ವನಾಥ್ ಹುಷಾರಿಲ್ವಾ ? ಹಾಲಿನ ಪ್ಯಾಕೇಟ್, ಪೇಪರ್ ಮೆಟ್ಟಿಲ ಮೇಲೆ ಇಟ್ಟಿದ್ದೆ. ಮತ್ತೆ ನೋಡಿದರೆ ಅಲ್ಲೇ ಇತ್ತು. ನೋಡಿ ''ಆ ಮನುಷ್ಯ ಪೇಪರ್ ಹಾಲಿನ ಪ್ಯಾಕೆಟ್ ಅಲ್ಲಿಟ್ಟ. ಮುಖ ತಿರುಗಿಸಿಕೊಂಡು ಕಣ್ಣೀರು ತೊಡೆದುಕೊಂಡು'' ಸಾರಿ, ಒಂದಿಷ್ಟು ತಲೆ ನೋವಿತ್ತು. ಮತ್ತೆ ಬಂದು ತರೋನಿದ್ದೆ'' ಸಂಕೋಚಿಸಿದ.

ಅವರಿಗೆ ಅರ್ಥವಾಯಿತು.

''ನೀವು ಮುರುಳಿನ ತುಂಬ ಹಚ್ಕೊಂಡ್ ಬಿಟ್ಟಿದ್ರಿ. ಏನ್ಮಾಡೋಕಾಗುತ್ತೆ ? ಅವ್ರಿಗೆ ಬೇರೆ ಕಡೆ ಕೆಲ್ಸ ಸಿಕ್ಕಿದ್ಮೇಲೆ ಹೋಗಲೇ ಬೇಕಲ್ಲ. ಒಂದೆರಡು ದಿನ ಈ ಅಗಲಿಕೆಯ ನೋವು ಇರುತ್ತೆ. ಆಫೀಸ್‌ಗೆ ಹೊತ್ತಾಯ್ತು ಬರ್ತೀನಿ. ತಲೆ ನೋವಿಗೆ ಮಾತ್ರೆ ತಗೋಳೋದು ಮರಿಬೇಡಪ್ಪ'' ಎಂದು ಹೇಳಿ ಹೋದರು ವೆಂಕಟಾಚಲ.

ಅವನಿಗೂ ಈಗ ನೀರು ಕಾಯಿಸಿಕೊಂಡು ಸ್ನಾನ ಮಾಡುವ ಸ್ಥಿತಿಯಲ್ಲಿ ಇರಲಿಲ್ಲ. ಮುಖ ತೊಳೆದು ಬಂದು ಒಂದಿಷ್ಟು ಬ್ರೆಡ್ ತಿಂದು ಹಾಲು ಕಾಯಿಸಿಕೊಂಡು ಕುಡಿದ ನಂತರ ಮಾತ್ರೆ ನುಂಗಿದ. ಅವನದೇನು ಪರ್ಮನೆಂಟ್ ಕೆಲಸವಲ್ಲ. ಬಟ್ಟೆ ಧರಿಸಿ ಇಂದು ಬಸ್ಸಿಗೆ ಕಾಯೋ ಬದಲು ಆಟೋ ಹತ್ತಿದ. ಅಂದು ಸಂಜೆಯವರೆಗೂ ಕೆಲಸ ಮಾಡುತ್ತ ಕಳೆಯುವುದೇ ದುಸ್ತರವೆನಿಸಿತು. ಎರಡು ದಿನಕ್ಕೆ ಲೀವ್ ಲೆಟರ್ ಬರೆದು ಕೊಟ್ಟು ರೂಮಿಗೆ ಹಿಂದಿರುಗಿದವನೇ ಮಲಗಿಬಿಟ್ಟ. ತಲೆ ಸಿಡಿತದ ಜೊತೆ ಟೆಂಪರೇಚರ್ ಕೂಡ ಏರಿತ್ತು. ಮರುದಿನ ಓನರ್ ವೆಂಕಟಾಚಲ ಪೇಪರ್ ಹಾಲಿನ ಪ್ಯಾಕೆಟ್ ಹಿಡಿದು ಬಂದವರು ತೆರೆದ ಬಾಗಿಲಿನಿಂದ ಒಳಗೆ ನೋಡಿದರು. ಹಾಸಿಗೆಯ ಮೇಲೆ ಅಸ್ತವ್ಯಸ್ತವಾಗಿ ಬಿದ್ದುಕೊಂಡಿದ್ದ ವಿಶ್ವನನ್ನು ನೋಡಿ ಬೆಚ್ಚಿ ಬಿದ್ದರು.

''ಯಾಕಪ್ಪ ಹುಷಾರಿಲ್ವಾ? ಇಂಥದೇನೋಂತ ಅಂದ್ಕೊಂಡೆ. ಅಷ್ಟೊಂದು ಹಚ್ಕೊಂಡರೇ ಹೇಗೆ ?'' ಹಾಲು ಪೇಪರ್ ಇಟ್ಟು ಹಣೆ, ಕತ್ತು ಮುಟ್ಟಿ ನೋಡಿ, ''ಜ್ವರ ಬಂದಿದೇಯಲ್ಲ. ಹೋಗಿ ಡಾಕ್ಟರ್‌ನ ಕರ್ಕಂಡ್ ಬರ್ತೀನಿ'' ಹೊರಟಾಗ ತಡೆದ. ''ಬೇಡ

ಈಗ ನಾನೇ ಎದ್ದೋಗ್ತೀನಿ. ನಿಮ್ಗೆ ಆಫೀಸ್‌ಗೆ ಹೊತ್ತಾಗ್ತಹುದ್'' ನೆನಪಿಸಿದ. ಎರಡನೆಯ ಹೆಂಡತಿಯ ಗಂಡನ ತಾಪತ್ರಯಗಳು ಒಂದೇ, ಎರಡೇ ಆದರೂ ಈ ಸ್ಥಿತಿಯಲ್ಲಿ ಬಿಟ್ಟು ಹೋಗಲು ಮನ ಒಪ್ಪಲಿಲ್ಲ. ''ಒಂದು ದಿನ ಆಫೀಸ್‌ಗೆ ತಡವಾದರೇ, ಪ್ರಾಣ ಹೋಗೋಲ್ಲ ಈಗ್ಬರ್ತೀನಿ'' ಅವಸರದಿಂದ ಹೋದರು. ಅವನ ತುಟಿಯಂಚಿನಲ್ಲಿ ನಗು ಮಿನುಗಿತು. ಆ ಮಹಾಶಯನ ಬಾಯಿ ಎಂಥದೆಂದು ಅವರಿಗೆ ಗೊತ್ತು. ಕಣ್ಣು ಬಿಡಲಾರದೆ ಮುಚ್ಚಿಕೊಂಡ.

ಆದರೆ ವೆಂಕಟಾಚಲ ಇವನನ್ನು ನೋಡಲು ಬಂದಿದ್ದು ಸಂಜೆಯೇ. ಕೆಳಗೆ ಬಂದ ಗಂಡನನ್ನು ಕೈಹಿಡಿದವಳು ಹಾಗೆಯೇ ಅಟ್ಟಿದ್ದಳು.

''ಏನು ತಿಳ್ಕೋಬೇಡಪ್ಪ ಕ್ಲಿನಿಕ್‌ಗೆ ಹೋಗೋಕಾಗ್ಲಿಲ್ಲ'' ಎಂದರು.

''ವೆಂಕಟಾಚಲ ಅವ್ರೇ, ದಯವಿಟ್ಟು ಒಂದು ಆಟೋ ತಂದ್ಕೊಡಿ. ನಡಕೊಂಡಂತೂ ಕ್ಲಿನಿಕ್‌ಗೆ ಹೋಗೋಕಾಗೊಲ್ಲ'' ಎಂದ ಬಳಲಿಕೆಯಿಂದ. ಮುರುಳಿ ಎಂದು ಕನವರಿಸುವಂತಾಯಿತು ಅವನಿಗೆ. ಈ ನಷ್ಟವನ್ನು ಸೈರಿಸುವುದೇ ಕಷ್ಟವೆನಿಸಿತು.

''ಆಯ್ತು'' ಎಂದು ದಢದಢನೆ ಕೆಳಗಿಳಿದು ಹೋಗಿ ಆಟೋ ಕರೆತಂದು ಕ್ಲಿನಿಕ್‌ಗೆ ಕರೆದೊಯ್ದರು. ಡಾಕ್ಟರ್ ಇಂಜಕ್ಷನ್, ಮಾತ್ರೆ ಕೊಟ್ಟು ''ಕಾಮನ್ ಫೀವರ್, ಬೇಗ ಕಮ್ಮಿ ಆಗುತ್ತೆ. ರೆಸ್ಟ್ ತಗೊಳ್ಳಿ'' ಎಂದರಷ್ಟೆ

ಎರಡು ದಿನ ಎಡಬಿಡದೇ ಜ್ವರ ಬಂದರೂ ಸುಧಾರಿಸಿಕೊಳ್ಳಲು ಮತ್ತೆರಡು ದಿನ ರಜಾ ಹಾಕಿ, ಅಂತು ಒಂದು ವಾರ ಮನೆಯಲ್ಲಿಯೇ ಉಳಿದಂತಾಯಿತು. ವೆಂಕಟಾಚಲಯ್ಯ ಬಹಳಷ್ಟು ಸಹಾಯ ಮಾಡಿದರು. ಹೆಂಡತಿ ಗೊಣಗಾಟ ಸಹಿಸಿ. ಮಾಲೀಕ ಬಾಡಿಗೆದಾರರ ಸಂಬಂಧ ತೀರಾ ವ್ಯವಹಾರಿಕವಾಗಿದ್ದು ಈಗ ಒಂದಿಷ್ಟು ವಿಶ್ವಾಸಕ್ಕೆ ತಿರುಗಿತು.

ಇವನು ಆಪೀಸಿಗೆ ಹೋದಾಗಲೇ ಗೊತ್ತಾಗಿದ್ದು. ಹಿಂದಿನ ದಿನವೇ ಶಿವಶಂಕರ್ ಪಿಳ್ಳೆಯವರ ಮಗಳು ಅಲಕಾ ಮತ್ತು ಮುರುಳಿಯ ವಿವಾಹ ಮುಗಿದು ಆರತಕ್ಷತೆ ಇಂದು ಸಂಜೆಗೆ. ಅದಕ್ಕೆ ಪತ್ರಿಕಾಲಯದಲ್ಲಿ ಕೆಲಸ ಮಾಡುವ ಎಲ್ಲರಿಗೂ ಆಹ್ವಾನ ಪತ್ರಿಕೆ ಕೊಟ್ಟಿದ್ದರು.

ವಿಷಯ ಗೊತ್ತಿದ್ದರೂ ವಿಶ್ವನಿಗೆ ಷಾಕ್ ಆಯಿತು. ಸ್ವತಃ ತನಗೆ ಬಂದು ಒಂದು ಮಾತು ತಿಳಿಸಿ ಹೋಗಬಹುದಿತ್ತೆಂದು ಅಂದುಕೊಂಡ. ಸಾಮಾನ್ಯ ಜನರ ಹಾಗೆ ಹಣವಂತರು ಹಣ ಹೊಂಚಿಕೊಂಡು ಛತ್ರ ಹುಡುಕಿಕೊಂಡು ಮಾಡುವ ಕರ್ಮ ಅವರಿಗೆ ಇರಲಿಲ್ಲ. ಒಂದಕ್ಕೆ ಹತ್ತು ಚೆಲ್ಲುವ ಶಕ್ತಿ ಇದ್ದ ಅವರು ಯಾತಕ್ಕೂ ಕಾಯಬೇಕಿರಲಿಲ್ಲ.

''ಸಾಯಂಕಾಲ ಭರ್ಜರಿ ಡಿನ್ನರ್ ಇದೆ'' ಎಂದು ಬಂಡಲ್ ಮಾಡುತ್ತಿದ್ದ ಅಪ್ಪಾಜಿ ಹೇಳಿದ. ಇವನು ಯಾವುದೇ ಪ್ರತಿಕ್ರಿಯೆ ನೀಡಲಿಲ್ಲ. ಇನ್ನು ಸುಸ್ತು ಸಂಕಟವಿದ್ದದ್ದರಿಂದ ಕೆಲಸ ಮಾಡಲು ಸಾಧ್ಯವಿರಲಿಲ್ಲ. ಆತ್ಮೀಯ ಗೆಳೆಯನ ವಿವಾಹ ಅವನು ಭಾಗವಹಿಸದೇ ನಡೆದು ಹೋಗಿದ್ದಕ್ಕೆ, ವ್ಯಥೆಯಾಗಲಿಲ್ಲ. ತಾಯ್ತಂದೆ ಬದುಕಿದ್ದು ಇಲ್ಲದಂತೆ ಮದುವೆಯಾದ ಮುರುಳಿ ದುರಾದೃಷ್ಟಕ್ಕೆ ವ್ಯಥೆಪಟ್ಟ.

ಕಂಪ್ಯೂಟರ್ ಸೆಕ್ಷನ್ ಗೋವಿಂದ್ ಬಂದವನೆ ಇವನ ಭುಜದ ಮೇಲೆ ಕೈಯಿಟ್ಟು "ಎಲ್ಲಾ ಒಟ್ಟಿಗೆ ಹೋಗೋದೂಂತ ತೀರ್ಮಾನ ಮಾಡಿದ್ದೀವಿ. ಪತ್ರಿಕಾಲಯದ ವೆಹಿಕಲ್ಸ್ ಉಪಯೋಗಿಸಿಕೊಳ್ಳೋಕೆ ಸ್ವತಃ ಯಜಮಾನ್ರೇ ಹೇಳಿದ್ದಾರೆ. ಎಲ್ಲಾ ವಂತಿಕೆ ಹಾಕಿ ಒಂದು ಭರ್ಜರಿ ಗಿಫ್ಟ್ ಕೊಂಡಿದ್ದೀವಿ. ನಿನ್ನ ಪಾಲು ಕೂಡ ಬರಬೇಕಿದೆ. ಇಂಡಿವಿಜುಯಲ್ಲಾಗಿ ಬೇಕಾದರೇ ಏನಾದ್ರೂ ಕೊಡ್ಬಹ್ದು. ಅದು ಸಪರೇಟ್" ಎಂದು ಹೇಳಿದ.

ಹಣೆಯೊತ್ತಿಕೊಂಡ ವಿಶ್ವ, "ಸಾರಿಮ್ಮ ಎಂಟು ದಿನದಿಂದ ಹುಷಾರಿಲ್ಲ. ನಾನೆಷ್ಟು ಕೊಡ್ಬೇಕು ಹೇಳು" ಜೇಬಿಗೆ ಕೈ ಹಾಕಿದ. ಇಪ್ಪತ್ತರ ಚಿಲ್ಲರೆ ಬಿಟ್ಟು ಮತ್ತೇನು ಇರಲಿಲ್ಲ. "ಈಗಿರ್‍ಲಿ ಬಿಡು ಸಂಬಳದ ದಿನ ಕೊಡ್ಬಹ್ದು. ನಿನ್ನ ಭವಿಷ್ಯದ ದೃಷ್ಟಿಯಿಂದ ನೀನು ಬರೋದು ಒಳ್ಳೇದು. ಹೇಗೂ ಗ್ರಾಜುಯೇಟ್ ಸಾಲದ್ದಕ್ಕೆ ಕಂಪ್ಯೂಟರ್ ಕೋರ್ಸ್‌ಗಳ್ನ ಮಾಡ್ಕೊಂಡಿದ್ದೀಯಾ. ಆಫೀಸ್ ಕಡೆ ಷಿಫ್ಟ್ ಆಗ್ಬಿಡಬಹ್ದು. ಸ್ವಲ್ಪ ಯೋಚ್ಸು" ಭುಜ ತಟ್ಟಿ ಹೋದ.

ಉತ್ತೇಕ್ಷಿಸುವಂಥ ಮಾತಲ್ಲ. ಮಗಳ ಹುಟ್ಟಿದ ಹಬ್ಬವನ್ನು ಭರ್ಜರಿಯಾಗಿ ಮಾಡುವ ಶಿವಶಂಕರ್ ಪಿಳ್ಳೆ ಅಂದು ಎಲ್ಲರಿಗೂ ತಮ್ಮ ಎಸ್ಟೇಟ್‌ನಲ್ಲಿ ಭರ್ಜರಿ ಡಿನ್ನರ್ ಕೊಡುವ ಜೊತೆಗೆ ಗಿಫ್ಟ್‌ಗಳನ್ನು ಕೊಡುವ ಪದ್ಧತಿ ಇಟ್ಟುಕೊಂಡಿದ್ದರು. ಹೋಗುವುದು ಲಾಭದಾಯಕವೇ. ಅವ ಮನಸ್ಸು ಒಪ್ಪುತ್ತಿಲ್ಲ. ಆಫೀಸ್ ಮುಗಿಸಿಕೊಂಡು ನೇರವಾಗಿ ರೂಮಿಗೆ ಹೋಗಿ ಮಲಗಿ ಬಿಟ್ಟ. ವಿಶ್ವನ ಕಣ್ಣಿಂದ ನೀರು ಸುರಿಯುತ್ತಲೇ ಇತ್ತು. ಒಬ್ಬನೇ ಮಗನ ಆ ತಾಯಿ ಎಂಥ ಕನಸ್ಸು ಕಂಡಿರಬೇಕು ? ಕೋಪದಿಂದ ಹಲ್ಮುಡಿಯನ್ನು ಕಡಿದ. ಬಹಳ ಹೊತ್ತು ಹೊರಳಾಡಿ ಮೇಲೆದ್ದ. ನಾಳಿನ ಅನ್ನದ ಯೋಚನೆಯನ್ನು ಅವನು ಮಾಡಬೇಕಿತ್ತು.

ಮುಖ ತೊಳೆದು ಬೇರೆ ಬಟ್ಟೆ ಹಾಕಿಕೊಂಡು ಮಾತ್ರೆ ನುಂಗಿ ಕೆಳಗೆ ಇಳಿದು ಬಂದಾಗ ವೆಂಕಟಾಚಲ ಒಂದು ಲೆಟರ್, ಇನ್ವಿಟೇಷನ್ ಒಟ್ಟಿಗೆ ಕೊಟ್ಟರು. "ಇವೆರಡು ಎಂದು ಬಂತೋ ಏನೋ! ನೀನು ಜ್ವರದಲ್ಲಿ ಮಲಗಿದ್ದೇ. ಅವ್ಳು ಆರಾಮಾಗಿ ಮರ್‍ತು ಬಿಟ್ಟಿದ್ದಾಳೆ" ಸಂಕೋಚದ ದನಿಯಲ್ಲಿ ಹೇಳಿದಾಗ, ಹೇಳಲು ಅವನಲ್ಲಿ ಮಾತೇ ಇಲ್ಲವೆನಿಸಿತು. ಅವೆರಡು ಹಿಡಿದು ಹಿಂದಕ್ಕೆ ಹೋದ. ಲೈಟು ಹಾಕಿ ಮೊದಲು ಕವರ್ ಬಿಡಿಸಿದ ನಂತರ ಅಡ್ರೆಸ್ ನೋಡಿದ. ನಾರಾಯಣಪುರದಿಂದ ಸತ್ಯನಾರಾಯಣ ಮುರುಳಿಗೆ ಬಂದ ಪತ್ರ. ಈಗ ಅವನಿಗೆ ತಲುಪಿಸಲು ಸಾಧ್ಯವಿಲ್ಲದಿದ್ದರಿಂದ ನೋಡುವುದು ತಪ್ಪಲ್ಲವೆನಿಸಿತು.

ಪತ್ರ ಬಿಡಿಸಿದ ಸತ್ಯನಾರಾಯಣ ಅಲ್ಲ, ಮಗ ವಿಶ್ವನಿಗೆ, ಸುಕನ್ಯ ಬರೆದಿದ್ದರು. ತಾಯ್ತನದ ವಾತ್ಸಲ್ಯವನ್ನು ಅಕ್ಷರಗಳಲ್ಲಿ ತುಂಬಿ. ಅವನ ಆರೋಗ್ಯ ಕೆಲಸದ ಬಗ್ಗೆ ಮಾತ್ರ ಬರೆದಿದ್ದರು. ಜೊತೆಗೆ ಐದು ಸಾವಿರದ ಒಂದು ಡಿ.ಡಿ. ಕೂಡ ಇತ್ತು. ತಾಪತ್ರಯ ಪಟ್ಕೋಬೇಡಿ. ಆರೋಗ್ಯನ ಜೋಪಾನವಾಗಿ ನೋಡಿಕೊಳ್ಳಬೇಕು. ಪದೇ ಪದೇ ನೋಡಬೇಕೂಂತ ಅನ್ನಿಸುತ್ತೆ. ಇದು ನಿನ್ನ ಭವಿಷ್ಯದ ದೃಷ್ಟಿಯಿಂದ ಒಳ್ಳೆಯದಲ್ಲವೇನೋ.

ಆದರೂ ನೀನು ನಮ್ಮೊಂದಿಗೆ ಇರಬೇಕು. ನಾವು ನಿನ್ನ ಸಂಸಾರದೊಂದಿಗೆ ಇರಬೇಕು'' ಇಂಥದ್ದೇ ಅರ್ಥ ಬರುವ ನೂರು ಮಾತು ಪತ್ರದಲ್ಲಿ ತುಂಬಿ ಕಳಿಸಿದ್ದರು.

ಮಗುವಿನಂತೆ ಬಿಕ್ಕಿ ಬಿಕ್ಕಿ ಅತ್ತ ವಿಶ್ವ.

ತನ್ನ ತಪ್ಪಿಗೆ ನಿಂದಿಸಿಕೊಂಡ. ಅವನ ತಪ್ಪನ್ನು ಬಲವಾಗಿ ವಿರೋಧಿಸಬೇಕಿತ್ತು. ಕೇಳದಿದ್ದರೆ ಹೆದರಿಸಬೇಕಿತ್ತು, ಬ್ಲಾಕ್‌ಮೇಲ್ ಮಾಡಬೇಕಿತ್ತು. ಹೇಗಾದರೂ ಈ ಮದುವೆಯನ್ನು ತಪ್ಪಿಸಬೇಕಿತ್ತು. ಇಂಥ ಯೋಚನೆಗಳಿಂದ ಬಳಲಿ ಹೋದ.

ಈಗ ಮುರುಳಿಗೆ ಹಣದ ಅಗತ್ಯವಿಲ್ಲವೆಂದು ವಿಶ್ವನಿಗೆ ಗೊತ್ತು. ಆದ್ದರಿಂದ ಆ ಡಿ.ಡಿ.ಯನ್ನು ಹಿಂದಿರುಗಿಸಲು ನಿರ್ಧರಿಸಿದ. ಇನ್ವಿಟೇಷನ್ ಬಿಡಿಸಿದ. ಮದುವೆಯ ಗಂಡಿನಿಂದ ಬಂದ ಆಹ್ವಾನ ಪತ್ರಿಕೆ. ಶಿವಶಂಕರ ಪಿಳ್ಳೆಯವರ ಏಕೈಕ ಸಂತಾನ ಅಲಕಾ ವಿವಾಹ ಆಹ್ವಾನ ಪತ್ರಿಕೆ ಕೂಡ ಶ್ರೀಮಂತವಾಗಿತ್ತು.

ಕ್ರಾಫ್‌ನಲ್ಲಿ ಕೈ ಹಾಕಿ ಕಿತ್ತ. ಅವೆರಡನ್ನು ಒಂದೆಡೆ ಇಟ್ಟು ರೂಮಿಗೆ ಬೀಗ ಹಾಕಿಕೊಂಡು ಕೆಳಗಿಳಿದು ಬಂದಾಗ ವೆಂಕಟಾಚಲ ಅಲ್ಲೆ ನಿಂತಿದ್ದರು. ಅವರ ಕಣ್ಣಲ್ಲಿ ಪ್ರಶ್ನೆ ಇತ್ತು. ''ನಮ್ಮ ಮನೆ ಅವ್ವು ಒಂದ್ಮಾತು ಹೇಳಿದ್ಲು. ನಂಗೆ ನಿಜ ಅನ್ನಿಸ್ಲಿಲ್ಲ ಬಿಡಿ. ಈಗ ಬಂದಿರೋ ಮ್ಯಾರೇಜ್ ಇನ್ವಿಟೇಷನ್ ನಿಮ್ಮ ಫ್ರೆಂಡ್ ಮುರುಳಿದಾ ?''

ಈಗೇನು ಹೇಳುವುದು? ವಿಶ್ವನಿಗೆ ಸತ್ಯ ಮರೆ ಮಾಚುವ ಅಗತ್ಯ ಕಂಡಿತು. ''ಏಯ್ ಇಲ್ಲ ಇನ್ನೊಬ್ಬ ಫ್ರೆಂಡ್ ಮುರುಳಿದು ಅಷ್ಟೇ. ಅವ್ನ ವಿವಾಹವಾಗಿದ್ದರೇ ನಿಮ್ಗೇ ಒಂದು ಇನ್ವಿಟೇಷನ್ ಕಳ್ಸಿ ಕೊಡದೇ ಇರ್ತಾ ಇದ್ನಾ'' ವಿಷಯವನ್ನು ಜಾರಿಸಿದ.

''ನಾನು ಕೂಡ ಹಾಗೆ ಅಂದ್ಕೊಂಡೇ. ಆದರೆ ಅವ್ಳಿಗೆ ಅನುಮಾನ ಅಷ್ಟೇ'' ಮಾತನ್ನು ಮೊಟಕುಗೊಳಿಸಿ ನಡೆದ. ಹೆಚ್ಚಿನ ರೀತಿಯಲ್ಲಿ ಹೆಂಡತಿ ಪ್ರತಿಪಾದಿಸಿದ್ದರಿಂದ ಇನ್ನು ಅನುಮಾನ ವೆಂಕಟಾಚಲಯ್ಯನನ್ನು ಕಾಡುತ್ತಲೇ ಇತ್ತು.

ಎರಡು ಬೊಕ್ಕೆಗಳನ್ನು ಕೊಂಡ ನಿರ್ವಿಕಾರ ಚಿತ್ತದಿಂದ. ಈಗಲೂ ಅವನಿಗೆ ರಿಸೆಪ್ಷನ್‌ಗೆ ಹೋಗಲು ಸಮ್ಮತವಿಲ್ಲ. ಶಿವಶಂಕರ ಪಿಳ್ಳೆ ಅದನ್ನೇ ಒಂದು ನೆವವಾಗಿಸಿಕೊಂಡು ಅದುಮಬಹುದೆಂದು ಕೊಂಡಿದ್ದ.

ಸ್ಟಾರ್ ಹೋಟೆಲ್‌ನ ವಿಶಾಲವಾದ ಬ್ಲಾಂಕೆಟ್ ಹಾಲ್ ಪ್ರವೇಶಿಸಿದಾಗ ಹೂವು ವಿದ್ಯುತ್ ದೀಪಗಳ ಅಲಂಕಾರದಿಂದ ಝಗಝಗಿಸುತ್ತಿತ್ತು. ಚಿಮ್ಮುವ ಕಾರಂಜಿ ಎಲ್ಲೆಡೆ ಸುವಾಸನೆಯನ್ನು ಪ್ರಸರಿಸುತ್ತಿತ್ತು. ಜನವೋ.... ಜನ ! ಹೆಚ್ಚು ಕಡಿಮೆ ಎಲ್ಲಾ ಶ್ರೀಮಂತ ವರ್ಗದವರೇ ಆದರೂ 'ಅಲಕಾ' ಪೇಪರ್‌ನಲ್ಲಿ ಕೆಲಸ ಮಾಡುವ ಎಲ್ಲಾ ಸಿಬ್ಬಂದಿ ವರ್ಗದವರು ಆಮಂತ್ರಿತರಾಗಿದ್ದರಿಂದ, ಅವರದೇ ಒಂದು ಪ್ರತ್ಯೇಕ ಗುಂಪೆನಿಸಿತು. ಶುಭಾಶಯ ಕೋರುವ ಜನರ ದೊಡ್ಡ ಕ್ಯೂ ಇತ್ತು. ನೇರವಾಗಿ ಅವನು ಕ್ಯೂ ಸೇರಿಕೊಂಡ. ಇವನು ವಧು ವರರನ್ನು ತಲುಪಲು ಹದಿನೈದು ನಿಮಿಷಗಳೇ ಬೇಕಾಯಿತು. ಬೇರೆಯವರ

ಮದುವೆಗಳಂತೆ ಬಂದವರನ್ನೆಲ್ಲ ನಿಲ್ಲಿಸಿ ಫೋಟೋ ತೆಗೆಯುವುದು, ವಿಡಿಯೋ ಮಾಡುವುದು ಅಂಥ ಕಾರ್ಯಕ್ರಮಗಳೇನು ಇರಲಿಲ್ಲ. ಅವರಿಬ್ಬರು ತಮ್ಮ ಪಾಡಿಗೆ ತಮ್ಮ ಕೆಲಸಗಳನ್ನು ನಿರ್ವಹಿಸುತ್ತಿದ್ದಾರೇನೋ! ಫೋಟೋ ಸೆಷನ್ ಕಾರ್ಯಕ್ರಮಗಳೇನು ಪ್ರತ್ಯೇಕವಾಗಿ ಇತ್ತೇನೋ ! ಮುರುಳಿ... ಎಲ್ಲಿಂದ ಎಲ್ಲಿಗೆ. ಯಾವ ಏಣಿ ಸಹಾಯವು ಇಲ್ಲದೆ ಮುಗಿಲನ್ನು ಮುಟ್ಟಿದ್ದ.

ಬುಕ್ಕೆ ಕೊಟ್ಟಾಗ ಅಲಕಾ ಮುಖದಲ್ಲಿ ನಗೆ ತೇಲಿತಷ್ಟೇ. ಕಾರ್ಯಕ್ರಮ ಮುಗಿಯುವ ವರೆಗೂ ಈ ನಗೆಯನ್ನು ಹಿಡಿದಿಡಬೇಕಿತ್ತು. ಮುರುಳಿ ಇದ್ದ ಸ್ಥಿತಿಯಲ್ಲಿ ಯಾರನ್ನು ಗುರ್ತಿಸುವುದು ಸಾಧ್ಯವಿಲ್ಲ.

''ವಿಶ್ ಯು ಹ್ಯಾಪಿ ಮ್ಯಾರೀಡ್ ಲೈಫ್'' ಬುಕ್ಕೆ ಕೊಟ್ಟ ''ಥ್ಯಾಂಕ್ಯೂ'' ಅಷ್ಟೇ ಉಸುರಿದ್ದು. ಬಹುಶಃ ವಿದ್ಯುತ್ ದೀಪಗಳ ಬೆಳಕಿನಲ್ಲಿ ಗುರುತಿಸಿರಲಿಕ್ಕಿಲ್ಲ. ಅದೇನು ದೊಡ್ಡ ತಪ್ಪಾಗಿ ಕಾಣದಿದ್ದರೂ ಡಿನ್ನರ್ ಹಾಲ್‌ಗೆ ಬಂದು ಕಣ್ಣೀರು ಮಿಡಿದ. ಒಂದು ಕಡೆ ಬಫೆಯ ಸಿಸ್ಟಮ್‌ನಲ್ಲಿ ಡಿನ್ನರ್ ಸಾಗುತ್ತಿದ್ದರೇ ಮತ್ತೊಂದು ಹಾಲ್‌ನಲ್ಲಿ ಬಾಳೆಯೆಲೆ ಊಟದ ವ್ಯವಸ್ಥೆ ಇತ್ತು. ಕೆಲವು ಅಧಿಕಾರಿಗಳನ್ನು ಬಿಟ್ಟು 'ಅಲಕಾ' ಪೇಪರ್ ಕಛೇರಿ ಸಿಬ್ಬಂದಿ ವರ್ಗವೆಲ್ಲ ಇತ್ತಲೇ ಬಂದಿತ್ತು.

ವಿಶ್ವನಿಗೆ ಊಟ ಮಾಡಲಾಗಲಿಲ್ಲ. ನಾಲ್ಕು ರೀತಿಯ ಪಲ್ಯಗಳು, ನಾಲ್ಕು ರೀತಿಯ ಸ್ವೀಟ್ಸ್, ಪರೋಟ, ಕೂರ್ಮ, ಪನ್ನೀರ್, ಹತ್ತಾರು ಬಗೆಯ ವ್ಯಂಜನಗಳು, ಎಲೆ ತುಂಬಿಸಿದಾಗ ಪ್ರತಿಯೊಬ್ಬರು ತಿನ್ನಲು ಸಾಹಸಪಡಬೇಕು. ವರ್ಷಗಳಿಗೊಮ್ಮೆ ಇಂಥ ಊಟ ಸಿಗಬಹುದು. ಶಿವಶಂಕರ್ ಪಿಳ್ಳೆಯಂಥ ಶ್ರೀಮಂತರು, ರಾಜಕಾರಣಿಗಳು ಮಾತ್ರ ಇಂಥ ಭರ್ಜರಿಯಾದ ಮದುವೆ ಮಾಡಬಲ್ಲರೇನೋ ! ಅಂತು ಬಹಳ ದಿನ ನೆನಪಿನಲ್ಲಿ ಉಳಿಯುವಂಥ ಉಟ ಎಲ್ಲರ ಬಾಯಲ್ಲೂ ಇದೆ ಮಾತುಗಳು.

ಬಹಳ ಬೇಗನೆ ಇಲ್ಲಿಂದ ಕಾಲ್ತೆಗೆದ ವಿಶ್ವ. ಆಟೋ ಹತ್ತದೆ ಸಿಟಿ ಬಸ್ ಸ್ಟಾಪ್ ಕಡೆ ನಡೆದ. ಮಲಗಿ ಎಂಟು ದಿನಗಳಿಂದ ಸಾಕಷ್ಟು ಹಣ ಖರ್ಚಾಗಿತ್ತು. ಈ ಎಂಟು ದಿನದ ಪಗಾರ ಈ ತಿಂಗಳ ಸಂಬಳದಲ್ಲಿ ಕಟ್ ಆಗುತ್ತಿತ್ತು. ದುಂದು ಅವನಂಥವರಿಗಲ್ಲ.

ಏನಾಗಿದೆ ಅವನಿಗೆ ಎನ್ನುವುದೇ ತಿಳಿಯಲಿಲ್ಲ. ದೊಡ್ಡ ಅಪರಾಧ ಮಾಡಿದಂತೆ ತನ್ನಿಂದಲೇ ಸತ್ಯನಾರಾಯಣ ಕುಟುಂಬಕ್ಕೆ ಅನ್ಯಾಯವಾದಂತೆ ಕನವರಿಸಿದ.

ಆಟೋ ಇಳಿದು ಮೆಟ್ಟಿಲೇರಿ ಮೇಲೆ ಹೋಗುವುದು ಕಷ್ಟವೆನಿಸಿತು. ವಿಶ್ವನಿಗೆ. ಮೆಟ್ಟಿಲು ಮೇಲೆ ಕೂತು ಬಿಟ್ಟ ತನ್ನ ಮೈಯಲ್ಲಿ ಶಕ್ತಿಯೇ ಇಲ್ಲವೆನ್ನುವಂಥ ಫೀಲಿಂಗ್‌ಗೆ ಒಳಗಾದ.

ತಟ್ಟನೇ ಹೊರಗಿನ ಲೈಟು ಹತ್ತಿಕೊಂಡಿತು. ಆದರೂ ಮೈಯೆತ್ತಿ ಪಾದಗಳ ಮೇಲೆ ನಿಲ್ಲಿಸಲು ಸಾಧ್ಯವಾಗಲಿಲ್ಲ.

''ಯಾಕೆ, ಕೂತ್ಕೊಂಡ್ ಬಿಟ್ಟಿದೀರಾ ? ಅವ್ವ ಹೇಳಿದ್ಲು ಆಟೋದಿಂದ ಇಳಿದವ್ರ ಮೆಟ್ಟಿಲು ಹತ್ತಿ ಹೋಗಲಿಲ್ಲಾಂತ. ಸ್ವಲ್ಪ ನೀರು ತರ್ತೀನಿ ಇರೀ'' ಒಳಗೆ ಹೋದವರು

ಹೆಂಡತಿ ಬೆರೆಸಿ ಕೊಟ್ಟ ಗ್ಲೂಕೋಸ್ ನೀರನ್ನಿಡಿದು ಹೊರ ಬಂದು ''ಸ್ವಲ್ಪ ಕುಡೀರಿ ಸರಿ ಹೋಗುತ್ತೆ. ಜ್ವರ ಬಂದು ಬಿಟ್ಮೇಲೆ ಚೇತರಿಸ್ಕೊಳ್ಳೋಕೆ ಒಂದಷ್ಟು ದಿನ ಬೇಕಾಗುತ್ತೆ'' ಎಂದರು ಗ್ಲಾಸ್‌ನ ಅವನ ಕೈಗೆ ಕೊಡುತ್ತಾ.

ನಾಲಿಗೆ, ತುಟಿ, ಗಂಟಲು ಒಣಗಿದ್ದರಿಂದ ಒಂದೊಂದು ತೊಟ್ಟು ನೀರು ಒಳಗೆ ಇಳಿಯುತ್ತಿದ್ದಂಗೆ ಜೀವ ಬಂದಂತಾಯಿತು. ಎಷ್ಟೋ ಚೇತರಿಕೆಯುಂಟಾಯಿತು ಅವನ ಮೈಯಲ್ಲಿ.

''ನಿಮ್ಮ ಮಿಸೆಸ್‌ಗೆ ನನ್ನ ಧನ್ಯವಾದ ತಿಳ್ಸಿ. ಈ ನೀರು ಗಂಟಲಲ್ಲಿ ಇಳಿಯದಿದ್ದರೇ ಮೇಲಕ್ಕೇಳೋಕೆ ಆಗ್ತಾನೆ ಇಲ್ಲಿಲ್ಲ. ನಿಮ್ಮಗಳ ಉಪಕಾರವನ್ನು ಯಾವತ್ತು ಮರ್ಯೋಕಾಗೊಲ್ಲ'' ತಟ್ಟಾಡುತ್ತಲೆ ಮೇಲಕ್ಕೆದ್ದ. ವೆಂಕಟಾಚಲ ಆಸರೆ ನೀಡುವಂತೆ ಅವನೊಂದಿಗೆ ಜೊತೆಯಾಗಿ ಬಂದವರು ತಾವೇ ಬೀಗ ತೆಗೆದು ಒಳಕ್ಕೆ ಬಂದು ಹಾಸಿಗೆಯನ್ನು ಸರಿಪಡಿಸಿ ಮಲಗಿಸಿದರು.

''ಆರಾಮಾಗಿ ಮಲ್ಗಿಕೊಳ್ಳಿ ಮಾರಾಯರೇ ಒಂದ್ನಾಲ್ಕು ದಿನ ರಜ ಹಾಕ್ಕೊಂಡ್ ಸುಧಾರಿಸಿಕೊಳ್ಳಿ. ಒಂಟಿ ಜೀವನ ಎಂದವರು ನಿಲ್ಲಿಸಿ ಹೆಂಡತಿ ಕೂಗಿದ್ದರಿಂದ ಹೊರಗೆ ಹೋಗಿ ಕೊಟ್ಟ ಹಾಲು ಲೋಟ ತಂದಿಟ್ಟು ''ಸ್ವಲ್ಪ ಹಾಲು ಕುಡೀರಿ ವಿವಾಹದ ರಿಸೆಪ್ಷನ್‌ಗೆ ಹೋಗಿ ಬಂದ್ರಾ ?'' ವಿಚಾರಿಸಿದಾಗ ಮಾತ್ರ ತಲೆಯಮೇಲೆ ಮೊಟಕಬೇಕೆನಿಸಿತು. ಯಾವುದೇ ಕ್ಲೂ ಸಿಕ್ಕರೂ ಅನಾಹುತವೆಂದುಕೊಂಡು ''ಇಲ್ಲ ಕ್ಲಾಸ್‌ಮೇಟ್ ಅಷ್ಟೆ ಒಮ್ಮೆ ಸಿಕ್ಕಾಗ ವಿಳಾಸ ಕೊಟ್ಟಿದ್ದೆ. ನೆನಪು ಇಟ್ಕಂಡ್ ಒಂದು ಇನ್ವಿಟೇಷನ್ ಕಳ್ಸಿದ್ದಾನೆ'' ನುಲುಚಿಕೊಂಡ.

''ನೀವು ಕೆಲ್ಸ ಮಾಡ್ಲೋದು ಅಲಕಾ ಪತ್ರಿಕೆಯಲ್ಲಿ ಅಲ್ವಾ ?''

ವಿಶ್ವ ಬೆಚ್ಚಿ ಬಿದ್ದ. ತೀರಾ ಪಾಕಡಾ ಜನ ಅಂದು ಕೊಂಡ ''ಹೌದು ಹಾಲು ಆಮೇಲೆ ಕುಡಿತೀನಿ. ನೀವು ಹೋಗುವಾಗ ಬೀಗ ಹಾಕ್ಕೊಂಡ್ಹೋಗ್ಬಿಡಿ. ನಾನು ಮಲಗ್ತೀನಿ'' ಹಾಸಿಗೆಯ ಮೇಲೆ ಉರುಳಿಕೊಂಡು ಕಣ್ಮುಚ್ಚಿದ. ವೆಂಕಟಾಚಲ ಪಾತಾಳ ಭೈರವಿ ಹಾಕಿ ಅವನ ಅಂತರಾಳವನ್ನು ಜಾಲಾಡಿ ಬಿಡುವಂತೆ ಕಂಡ.

ಒಂದೈದು ನಿಮಿಷ ಕೂತಿದ್ದ ವೆಂಕಟಾಚಲ ಲೈಟು ಆರಿಸಿ ಬೀಗ ಹಾಕಿಕೊಂಡು ಹೋದ ಮೇಲೆ ಎದ್ದು ಕೂತ. ಅವನಿದ್ದ ಸ್ಥಿತಿಯಲ್ಲಿ ಮಾತು ಬೇಡವಾಗಿತ್ತು. ವೆಂಕಟಾಚಲನಿಗೆ ಅನುಮಾನ ಬಂದಿರಬೇಕೆಂದುಕೊಂಡಾಗ ಅವನೆದೆಯಬಡಿತ ಜೋರಾ ಯಿತು. ನಾಳೆ ಮುರುಳಿಯ ವಿವಾಹಕ್ಕೆ ನಾನೇ ಪುರೋಹಿತ್ಯ ವಹಿಸಿದ್ದನೆಂಬ ಗುಮಾನಿ ಯಿಂದ ಅವರಿವರೊಡನೇ ಹೇಳಿಕೊಂಡರೇ - ತಲೆ ಚಿಟ್ಟಿಡಿದಂತಾಯಿತು ವಿಶ್ವನಿಗೆ.

ಹಾಲು ಕೂಡ ಬೇಡವೆನಿಸಿ ಹಾಗೆಯೇ ಉರುಳಿಕೊಂಡ.

''ವಿಶ್ವನಾಥ್ ಅವ್ರೆ... ಬೆಳಿಗ್ಗೆ ಹಾಲು ಕಾಯಿಸ್ಸಿ ಕೊಟ್ಟಿದ್ದಾಳೆ. ಬಹಳ ಹೊತ್ತಾದರೆ ಒಡೆದು ಹೋಗುತ್ತೆ. ಕುಡ್ದು ಮಲ್ಗಿಕೊಂಡು ಬಿಡಿಯಪ್ಪ'' ಕಿಟಕಿಯಲ್ಲಿ ತಲೆಯಿಟ್ಟು ಹೇಳಿದಾಗ ''ಖಂಡಿತ ಕುಡೀತೀನಿ. ನೀವ್ಹೋಗಿ ಮಲ್ಗಿಕೊಳ್ಳಿ'' ಅಂದ ಮಲಗಿಯೇ.

ವೆಂಕಟಾಚಲನ ನೆರಲು ಮರೆಯಾದ ಮೇಲೆ ಎದ್ದು ಕೂತ. ಗೋಡೆಗೊರಗಿ ಹಾಲಿನ ಲೋಟ ಎತ್ತಿಕೊಂಡು ಒಂದು ಗುಟುಕು ಕುಡಿದಾಗ ಹುಳಿಯೆನಿಸಿತು. ಹಳೆಯ ಹಾಲಿಗೆ ಸೋಡಾ ಹಾಕಿ ಒಡೆಯದಿರಲೆಂದು ಬಿಸಿ ಮಾಡಿಕೊಟ್ಟಿರಬೇಕು. ಇನ್ನೊಂದು ಗುಟುಕು ಕುಡಿಯುವುದು ಸಾಧ್ಯವಿಲ್ಲವೆಂದು ಬಚ್ಚಲಲ್ಲಿ ಚೆಲ್ಲಿ ಬಾಯಿ ತೊಳೆಯುವಾಗ ಹೊಟ್ಟೆಯಲ್ಲಿ ಇದ್ದುದೆಲ್ಲ ಬಾಯಿಗೆ ಬಂತು. ಪೂರ್ತಿ ವಾಂತಿ ಮಾಡಿಕೊಂಡು ಬಂದು ಮಲಗಿದ. ವೈಭವದ ಮದುವೆಯಲ್ಲಿ ಆಪ್ಪಟ ರಾಜಕುಮಾರನಂತೆ ಕಾಣುತ್ತಿದ್ದ ಮುರುಳಿಯ ನೆನಪಿನಲ್ಲಿಯೇ ಬೆಳಕು ಮಾಡಿದ. ಅವನ ಧ್ಯಾನದಲ್ಲಿಯೇ ಕೂತರೂ ಇವನ ಹೊಟ್ಟೆ ತುಂಬಬೇಕಲ್ಲ.

ಬಿಸಿನೀರು ಕಾಯಿಸಿಕೊಂಡು ಸ್ನಾನ ಮಾಡಿಕೊಂಡು ಹೋಗಿ ಹೋಟೆಲ್‌ನಲ್ಲಿ ಇಡ್ಲಿ ತಿಂದು ಬಂದು ಮಾತ್ರೆ ನುಂಗಿದ. ಪತ್ರ ಡಿ.ಡಿ.ಯ ನೆನಪಾಯಿತು. ವಾಪಸ್ಸು ಕಳಿಸುವ ಮುನ್ನ ಮುರುಳಿಯನ್ನೊಮ್ಮೆ ಸಂಪರ್ಕಿಸಬೇಕೆಂದುಕೊಂಡ ಹೇಗೆ? ಈಗಿನ ಅವನ ಬಿಡಾರ ಐಶ್ವರ್ಯದಲ್ಲಿ ಅಂದರೆ ಶಿವಶಂಕರ ಪಿಳ್ಳೆಯ ಖಾಸ ಬಂಗ್ಲೆಯಲ್ಲಿ, ಅವನೆಂದೂ ಹೋಗಿರಲಿಲ್ಲ, ಈಗ ತಾನು ಮುರುಳಿಯ ಗೆಳೆಯನೆಂದು ಹೇಳಿಕೊಂಡು ಹೋಗುವುದು ಎಷ್ಟು ಸರಿ ? ಅವನಿಗೆ ಇದು ಇಷ್ಟವಾಗದೇ ಇರಬಹುದು.

ಪತ್ರಿಕಾಲಯಕ್ಕೆ ಹೋಗುವ ಮುನ್ನ ಟೆಲಿಫೋನ್ ಬೂತ್‌ಗೆ ಹೋಗಿ ಶಿವಶಂಕರ ಪಿಳ್ಳೆಯ ಬಂಗ್ಲೆಗೆ ಇದ್ದ ಮೂರು ಲೈನ್‌ಗಳಲ್ಲಿ ಒಂದಕ್ಕೆ ಟ್ರೈ ಮಾಡಿದ ಬರೀ ಎಂಗೇಜ್ ಸದ್ದು ಇನ್ನೊಂದರಲ್ಲಿ ಲೈನ್ ಬಿಜಿ ಇದೆ ಆಮೇಲೆ ಮಾಡಿ ಎನ್ನುವ ಕಟ್ಟಪ್ಪಣೆ. ಮೂರನೇ ಲೈನ್‌ನಲ್ಲಿ ರಂಗಾದಾಗ ಯಾರೋ ಎತ್ತಿದ್ದು ಕೇಳಿ ಅವನೆದೆ ಢವಗುಟ್ಟಿತು.

''ಹಲೋ, ಹೂ ಈಸ್ ಸ್ಪೀಕಿಂಗ್ ?'' ಇಂಗ್ಲೀಷ್‌ನಲ್ಲಿ ಕೇಳಿದರು.

''ಸ್ವಲ್ಪ ಚಿಕ್ಕಯಜಮಾನ್ರು ಮುರುಳಿಯವರೊಂದಿಗೆ ಮಾತಾಡ್ಬೇಕಲ್ಲ'' ಅಂದ ಬೇರೆಯವರೆಂದು ತಿಳಿದು. ಅವನ ಎಣಿಕೆ ಸರಿಯಾಗಿತ್ತು. ''ಅವ್ರು ಹನಿಮೂನ್‌ಗೆ ಹೋದ್ರು. ಅವ್ರನ್ನ ಬೀಳ್ಕೊಡೋಕೆ ಹೋಗಿದ್ದಾರೆ ಯಜಮಾನ್ರು'' ಎಂದು ಹೇಳಿ ಫೋನಿಟ್ಟುಬಿಟ್ಟ.

ಟೆಲಿಫೋನ್ ಬೂತ್‌ನಿಂದ ಹೊರಬಂದ. ಸದ್ಯಕ್ಕೆ ಮುರುಳಿಯೊಂದಿಗೆ ಮಾತು ಸಾಧ್ಯವಿಲ್ಲವೆನಿಸಿತು. ಈಗೇನ್ಮಾಡೋದು ? ಈ ಪ್ರಶ್ನೆಗೆ ರಾತ್ರಿ ಉತ್ತರ ಹುಡುಕಬಹುದೆಂದು ಪತ್ರಿಕಾಲಯಕ್ಕೆ ಹೋದ. ಎಲ್ಲೆಡೆ ಒಂದೇ ಮಾತು.

'ಎಂಥಾ ಮದ್ವೆ ರೀ ! ಎಷ್ಟು ಖರ್ಚಾಗಿರಬಹ್ದೂಂತ ನಿಮಗೇನಾದ್ರೂ ಅಂದಾಜು ಇದ್ಯ?'' ಪ್ಯಾಕಿಂಗ್ ಸೆಕ್ಷನ್‌ನಲ್ಲಿ ಯಾರೋ ವಿಚಾರಿಸಿದಾಗ ''ಖಂಡಿತ ಇಲ್ಲ, ಅದ್ರ ಅಂದಾಜು ನಮ್ಗೇ ಹೇಗೆ ಸಾಧ್ಯ ಹೇಳಿ'' ಅಂದ ನಿರುತ್ಸಾಹದಿಂದ.

''ವಿಶ್ವ, ಅವ್ನಿಗೆ ಬಂಪರ್ ಹೊಡಿತಲ್ಲ! ತಂದೆ, ತಾಯಿ ಇಲ್ದ ಅನಾಥನಂತೆ ನೋಡಿ... ನೋಡಿ... ಎಂಥವನ್ನು ಆಯ್ಕೆ ಮಾಡಿಕೊಂಡಿದ್ದಾರೆ ಹೇಳಿ! ಬಂಡಲ್

ಮಾಡುತ್ತಿದ್ದ ಪರಮೇಶಿ ಹೇಳಿದಾಗ, ಕೆಲಸ ಮಾಡುತ್ತಿದ್ದವರೆಲ್ಲ ಗುಂಪು ಗೂಡಿದರು ''ಅದೆಲ್ಲಬರೀ ಪುಕಾರ್! ಯಜಮಾನ್ರು ಅಳಿಯನಿಗೆ ಮಿಲಿಯನ್‌ಗಟ್ಟಲೇ ಆಸ್ತಿ ಇದೆಯಂತೆ ಕೊಲ್ಲಿ ರಾಷ್ಟ್ರಗಳಲ್ಲಿ ಬಡವನ್ನ ಅಳಿಯನನ್ನಾಗಿ ಮಾಡಿಕೊಳ್ಳೋಕೆ ಅವ್ರಿಗೇನು ಕರ್ಮ. ''ಇಂಥ ಮಾತುಗಳು ಶುರುವಾಯಿತು. ಪ್ರತಿಯೊಬ್ಬರು ತಮ್ಮ ತಮ್ಮ ಅಂದಾಜಿನಂತೆ ವ್ಯಾಖ್ಯಾನಿಸಿದರು. ಟೋಟಲಿ ಎಲ್ಲರಿಗೂ ಕನ್‌ಫ್ಯೂಷನ್. ಸತ್ಯ ಗೊತ್ತಿದ್ದ ವಿಶ್ವ ತುಟಿ ತೆರೆಯಲಿಲ್ಲ.

ನಿರಂತರವಾಗಿ ಎರಡು ದಿನ ಯೋಚಿಸಿ ನಾಲ್ಕಾರು ಪತ್ರಗಳನ್ನು ಬರೆದು ಹಾಕಿ ಕಡೆಗೆ ಒಂದು ಚಿಕ್ಕ ಒಕ್ಕಣೆಯ ಪತ್ರ ರೆಡಿ ಮಾಡಿ ಡಿ.ಡಿ.ಯೊಂದಿಗೆ ನಾರಾಯಣಪುರಕ್ಕೆ ಕಳುಹಿಸಿ ಕೊಟ್ಟ. ಹಿಂದಿನ ಬದುಕಿಗೆ 'ಬೈ ಬೈ' ಹೇಳಿ ಪಾರಾಗಿದ್ದ ಮುರುಳಿ.

ಅಂದು ಸಂಜೆ ಪತ್ರಿಕಾಲಯದಿಂದ ಮನೆಗೆ ಬಂದಾಗ ವೆಂಕಟಾಚಲ ಹೊರಗೆ ನಿಂತಿದ್ದವರು ಹಲ್ಲು ಬಿಟ್ಟರು. ಏನೋ ವಿಶೇಷವಿದೆಯೆಂದುಕೊಂಡ.

''ನಿಮ್ಮ ಮುರುಳೀ ತಂದೇಂತ ಹೇಳ್ಕೊಂಡ್ ಒಬ್ರು ಬಂದಿದ್ರು. ನಮ್ಮ ಅವ್ಳಿಗೆ ಮೊದ್ಲು ಅನುಮಾನ ಬಂದು ಬಾಗ್ಲು ತೆಗಿಲೇ ಇಲ್ವಂತೆ. ಆಮೇಲೆ ಏನು ಅನಿಸ್ತೋ ಬಾಗಿಲು ತೆಗ್ದು ಒಳ್ಗೇ ಕುಡ್ಸಿ ಕಾಫಿ ಕೊಟ್ಟು ಮಾತಾಡಿಸಿದ್ದಾಳೆ. ಬ್ಯಾಗ್ ಇಟ್ಟೋಗಿದ್ದಾರೆ. ರಾತ್ರಿ ಬರ್ತಾರಂತೆ. ಅವ್ರಿಗೆ ವಿಷ್ಯವೇನು ತಿಳಿದಿಲ್ವಾ? ಆ ಮನುಷ್ಯ ಪ್ರವರ ಷುರು ಮಾಡಿದರಂತೆ.

ಸತ್ಯನಾರಾಯಣ ಬಂದಿದ್ದಾರೆಂದು ತಿಳಿಯುತ್ತಲೇ ಮೈನ ರಕ್ತ ಸಂಚಾರವೇ ಏರು ಪೇರಾಗಿತ್ತು.

''ಯಾವ ವಿಷ್ಯ ಹೇಳಿ?'' ಎಂದ ಸ್ವಲ್ಪ ಗಡುಸಾಗಿಯೇ.

''ಅರೇ, ಇದೇನು ಹೀಗೆ ಕೇಳ್ತೀರಾ? ಕೆಲ್ಸ ಸಿಕ್ಕಿರೋದು, ಕಂಪನಿಯವ್ರ ಕ್ವಾಟರ್ಸ್ ಕೊಟ್ಟಿರೋದು. ಈಗ ಇಲ್ಲಿ ವಾಸವಾಗಿಲ್ದೇ ಇರೋದು'' ದೀರ್ಘ ವಿವರಣೆ ಇತ್ತರು ವೆಂಕಟಾಚಲ.

''ಮುರುಳಿ ಪತ್ರ ಬರೆದಿದ್ದೀನಿ ಅಂದ. ಅದು ತಲುಪಿದ್ಯೋ ಇಲ್ವೋ, ಬಂದ್ಮೇಲೆ ವಿಚಾರ್ಸಬೇಕು'' ಎಂದು ಮೆಟ್ಟಿಲು ಏರತೊಡಗಿದಾಗ ಒಂದು ಬ್ಯಾಗ್ ತಂದುಕೊಟ್ಟರು. ''ಅವ್ರು ಕೊಟ್ಟೋಗಿರೋ ಬ್ಯಾಗ್. ಮಗನಿಗೋಸ್ಕರ ತಿಂಡಿ ತಂದಿರಬಹುದು'' ಅದನ್ನೆ ಹೇಳಿದರು. ವಿಶ್ವ ಮಾತೇ ಆಡಲಿಲ್ಲ.

ಬ್ಯಾಗನ್ನು ಒಯ್ದವನೇ ಒಂದು ಕಡೆ ಇಟ್ಟು ಕೂತು ಬಿಟ್ಟ. ಈಗ ಅವರಿಗೆ ಏನು ಹೇಳುವುದು? ಸತ್ಯ ಮರೆ ಮಾಚುವುದು ಸುಲಭವೇ? ಅವನಿಗೆ ಕೂತು ಅಳಬೇಕೆನಿಸಿತು.

ಒಂಬತ್ತರ ಸುಮಾರಿಗೆ ಸತ್ಯನಾರಾಯಣ ಬಂದರು. ಒಂದು ಅಡಕೆ ಬಣ್ಣದ ಸಾಧಾರಣ ಪ್ಯಾಂಟ್, ಒಂದು ಕ್ರಿಮ್ ಕಲರ್ ಷರಟು ತೊಟ್ಟಿದ್ದರು. ಅವರದು ಬಡಕಲು ಶರೀರವೇ.

''ಬನ್ನಿ... ಬನ್ನಿ...'' ಮೇಲೆದ್ದ ವಿನಯ ಬೆರೆತ ಗಾಬರಿಯಿಂದ.

ಚಪ್ಪಲಿಯನ್ನು ಹೊರಗೆ ಬಿಟ್ಟು ಬಂದ ಸತ್ಯನಾರಾಯಣ ಹಾಸಿದ್ದ ಚಾಪೆ ಮೇಲೆ ಆರಾಮಾಗಿ ಕೂತು ಸುತ್ತಲೂ ನಿರುಕಿಸಿದರು. ತೊಟ್ಟ ಬಟ್ಟೆಯಲ್ಲೆ ಇದ್ದ ವಿಶ್ವ ಸಂಕೋಚಿಸಿದ.

''ಹೇಗಿದ್ದಿ ವಿಶ್ವ ?'' ವಿಚಾರಿಸಿದರು.

ಮಗನ ಯಾವುದೇ ವಸ್ತು ಬಟ್ಟೆ ಬರೆಗಳು ಇಲ್ಲಿ ಇರದ್ದು ಅವನ ನೋಟವೇ ಗ್ರಹಿಸಿತ್ತು. 'ಕೆಲಸ ಸಿಕ್ಕಿದೆ. ಇನ್ನು ಅವನಿಗೆ ಅಗತ್ಯವಿರೋಲ್ಲ' ಎಂದು ಡಿ.ಡಿ.ಯನ್ನು ಹಿಂದಿರುಗಿಸಿದ್ದನೇ ವಿನಃ ಅದರ ಬಗ್ಗೆ ವಿವರಣೆ ನೀಡಿರಲಿಲ್ಲ. 'ಅವನೇ ಒಂದು ಪತ್ರ ಬರೆದು ತಿಳಿಸಬಹುದಿತ್ತು' ಈ ಮಾತನ್ನು ಸುಕನ್ಯ ಒಂದಲ್ಲ ಹತ್ತು ಸಲ ಅಂದಿದ್ದರು. ಅದಕ್ಕಾಗಿಯೇ ಮಗನನ್ನು ತಾವೇ ಭೇಟಿಯಾಗಿ ವಿಚಾರಿಸಲು ಬಂದಿದ್ದರು.

''ಚೆನ್ನಾಗಿದ್ದೀನಿ'' ಕೈ ಕಟ್ಟಿ ನಿಂತ.

ಸತ್ಯನಾರಾಯಣ ನಕ್ಕು ಬಿಟ್ಟರು, ''ಯಾಕಪ್ಪ ಇಷ್ಟೊಂದು ವಿನಯ ? ನೀನು ಕೂಡ ನಮ್ಮ ಮುರುಳಿಯ ಹಾಗೇನೇ ! ಕೂತ್ಕೋ... ಬಾ'' ಎಂದರು.

''ಈಗ್ಬಂದೇ'' ಪುಟ್ಟ ಅಡಿಗೆಯ ಮನೆಯೊಳಕ್ಕೆ ನುಗ್ಗಿ ಹಾಲು ಬಿಸಿ ಮಾಡಿ ಅನ್ನಕ್ಕಿಟ್ಟು ಹಾಲನ್ನು ಲೋಟಕ್ಕೆ ಬಗ್ಗಿಸಿಕೊಂಡು ಬಂದು ಅವರ ಮುಂದಿಟ್ಟ. ''ಬಂದಿದ್ದು ಸ್ವಲ್ಪ ಲೇಟಾಯ್ತು. ಅನ್ನಕ್ಕೆ ಇಟ್ಟಿದ್ದೀನಿ. ಸ್ವಲ್ಪ ಹಾಲು ಕುಡೀರಿ ಹೇಳಿದ. ಸತ್ಯನಾರಾಯಣ ಹಾಲಿನ ಲೋಟದತ್ತ ನೋಡಿ, ''ಈಗ ಕುಡಿದರೇ ಊಟ ಮಾಡೋಕ್ಕಾಗೊಲ್ಲ. ಹೇಗೂ ಅನ್ನವಾದ ಮೇಲೆ ಊಟ ಮಾಡೋಣ'' ಎಂದು ಮೇಲಕ್ಕೆದ್ದವರು ತಮ್ಮ ಷರಟು ಬಿಚ್ಚಿ ಅಲ್ಲೇ ಗೋಡೆಗೆ ನೇತು ಹಾಕಿದಾಗ ಬಕೆಟ್‌ನಲ್ಲಿ ನೀರು ಒಯ್ದು ಹೊರಗಿಟ್ಟ.

ಆರಾಮಾಗಿ ಕೈ ಕಾಲು ತೊಳೆದು ಬಂದ ಸತ್ಯನಾರಾಯಣ ಗೋಡೆಗೆ ತಗುಲಿ ಹಾಕಿದ್ದ ವಿನಾಯಕನ ಫೋಟೋಗೆ ನಮಸ್ಕರಿಸಿ ಕೂತರು. ಅವನಾಗಿ ಮುರುಳಿ ವಿಷಯ ಹೇಳಲಿಯೆಂಬುದು ಅವರ ಇರಾದೆ. ತಾನು ಹೇಗೆ ಹೇಳಬಹುದು ಅವರು ಅದನ್ನು ಹೇಗೆ ತಗೊಂಡಾರು ಎನ್ನುವ ಆಂದೋಳನದಲ್ಲಿದ್ದ.

ಬಿಸಿ ಅನ್ನದ ಪಾತ್ರೆ, ಬೆಳಗಿನ ಹುಳಿಯ ಪಾತ್ರೆಯನ್ನು ತಂದಿಟ್ಟುಕೊಂಡು ಕೂತಾಗ ಅಲ್ಲೆ ಗೋಡೆಗೊರಗಿಸಿದ್ದ ಬ್ಯಾಗ್‌ನಲ್ಲಿದ್ದ ಉಪ್ಪಿನಕಾಯಿ ಚಟ್ನಿಪುಡಿ, ರವೆ ಉಂಡೆ, ಮೈಸೂರು ಪಾಕ್, ಕಾಯಿ ಹೋಳಿಗೆಯನ್ನೆಲ್ಲ ತೆಗೆದಿಟ್ಟವರು ತಾವೇ ಎರಡು ತಟ್ಟೆ ತಂದು ಹಾಕಿ ಉಪ್ಪಿನ ಕಾಯಿ, ಚಟ್ನಿಪುಡಿ ಬಡಿಸಿದರು. ಮುರುಳಿ ಇಲ್ಲಿಲ್ಲವೆಂದು ಸಂಪೂರ್ಣವಾಗಿ ಮನದಟ್ಟಾಯಿತು.

ಊಟಕ್ಕೆ ಕೂತಾಗ ಬೇರೆ ಬೇರೆ ವಿಷಯ ಮಾತಾಡಿದರೇ ವಿನಃ ಮಗನ ವಿಷಯ ಎತ್ತಲಿಲ್ಲ. ಬಹಳ ಹಿಂಜರಿಯುತ್ತಿದ್ದ ವಿಶ್ವ ಬಾಯಿ ಬಿಟ್ಟ.

''ಅಣ್ಣ ಮುರುಳಿಗೆ ಕೆಲ್ಸ ಸಿಕ್ಕಿದೆ'' ಹೇಳಿದ ತಗ್ಗಿದ ದನಿಯಲ್ಲಿ.

ಅಚ್ಚರಿಯಿಂದ ವಿಶ್ವನತ್ತ ನೋಡಿದರು. ಸಂತೋಷದ ವಿಷಯ ತಿಳಿಸಲು ಯಾಕೆ

ಇಷ್ಟೊಂದು ಪೇಚಾಡುತ್ತಾನೆ? ಮತ್ತೇನಾದರೂ ಇದೆಯಾ? ಅನುಮಾನಿಸಿತು ಅವರ ಅನುಭವಯುತ ಮನಸ್ಸು. ಅದು ವಿಶ್ವನ ಮನಸ್ಸಿಗೆ ಬರುವುದು ಅವರಿಗಿಷ್ಟವಾಗಲಿಲ್ಲ.

''ಯಾಕೆ ಸಸ್ಪೆನ್ಸ್‌ನಲ್ಲಿ ಇಡ್ತೀಯಾ ? ಡೀಟೈಲ್ಸ್... ಹೇಳು'' ಅಂದರು.

ಎಷ್ಟು ಪೆಚ್ಚಾಗಿ ಬಿಟ್ಟನೆಂದರೇ ಅವನಿಗೇನು ತೋಚಲಿಲ್ಲ. 'ಡಿಟೈಲ್' ಎಲ್ಲಿಂದ ತರುವುದು ? ಸತ್ಯವನ್ನು ಉಸುರುವುದು ಸಾಧ್ಯವೇ ? ಸ್ವಲ್ಪ ಚೇತರಿಸಿಕೊಂಡು ಮುಗುಳ್ನಕ್ಕ.

''ನಂಗೂ ಸರ್ಯಾಗಿ ಏನು ಗೊತ್ತಿಲ್ಲ. ಅದ್ನೆಲ್ಲ ಮುರುಳಿನೇ ಹೇಳ್ಬೇಕು ಒಂದೆರಡು ತಿಂಗ್ಳು ಟ್ರೈನಿಂಗ್ ಹೋಗ್ಬರೋದಿದೆ ಅಂದ. ಆಮೇಲೆ ಸಿಗಲೇ ಇಲ್ಲ'' ಅಂದ. ಪದಗಳು ಸರಾಗವಾಗಿ ಉರುಳದಿದ್ದು ಅವರಿಗೆ ಗೊತ್ತಾಯಿತು.

''ಆರಾಮಾಗಿ ಇದ್ದಾನಲ್ಲ ಅಷ್ಟು ಸಾಕು. ಎಲ್ಲಾ ಪೂರ್ತಿ ಸೆಟಲ್ ಆದ್ಮೇಲೆ ನಿಧಾನವಾಗಿ ಹೇಳ್ಲಿ. ಏನು ತೊಂದರೆ ಇಲ್ಲ. ಅಂತು ಒಳ್ಳೆ ಕಡೆ ಕೆಲ್ಸ ಸಿಕ್ಕಿರಬಹುದ್ದು'' ಅಂದರು ಅರ್ಥಪೂರ್ಣವಾಗಿ. ಅದರಲ್ಲಿ ವ್ಯಂಗ್ಯವೇನು ಇರಲಿಲ್ಲ.

ವಿಶ್ವ ಒಳಗೊಳಗೆ ನೊಂದುಕೊಂಡ. ಇಂಥ ಒಬ್ಬ ಮನುಷ್ಯನಿಗೆ ಸುಳ್ಳು ಹೇಳಬೇಕಾಗಿ ಬಂತಲ್ಲ ಅಂದು ತುಂಬ.... ತುಂಬಾ ಮರುಗಿದ.

''ಈಗ ಒಂದು ಬಸ್ಸಿದೆ. ಬೆಳಗಿನ ಜಾವದ ಹೊತ್ಗೆ ಮನೆ ಸೇರ್ಕೋತೀನಿ'' ಎಂದು ಸತ್ಯನಾರಾಯಣ ಎದ್ದಾಗ ಕೈ ಜೋಡಿಸಿದ ''ಬೇಡ ಅಣ್ಣ, ಬೆಳಿಗ್ಗೆ ನಾನೇ ಬಸ್ಸು ಹತ್ತಿಸ್ತೀನಿ. ಇಲ್ಲಿ ಇದೊಂದು ರಾತ್ರಿ ಇರೋಕೇನಾದ್ರೂ ತೊಂದರೇನಾ ?'' ಅನುನಯದಿಂದ ಕೇಳಿದ.

''ಮಹರಾಯ, ನಂಗೇನು ತೊಂದರೆ ! ನಾನು ಬೇಕಾದರೇ ಒಂದ್ವಾರ ಇರಬಲ್ಲೆ. ಚಂದ್ರು ಹೀರೋ ತರಹ ವ್ಯಾಪಾರನ ನಂಗಿಂತ ಚೆನ್ನಾಗಿ ಮಾಡ್ತಾನೆ. ಸುಕನ್ಯ... ಒಂಟಿ'' ಹೆಂಡತಿಯನ್ನು ನೆನಸಿಕೊಂಡರು.

ಸತ್ಯನಾರಾಯಣ ಉಳಿದುಕೊಂಡರು. ಮುರುಳಿ ಬಗ್ಗೆ ಅವನ ಕೆಲಸದ ವಿಷಯವಾಗಿ ವಿಶ್ವ ಏನಾದರೂ ಹೇಳಬಹುದೆಂದೆ ಉಳಿದುಕೊಂಡಿದ್ದು. ಆತ್ಮೀಯ ಸ್ನೇಹಿತರ ನಡುವೆ ಏನಾದರೂ ವಿರಸ ಮೂಡಿದೆಯಾ ? ವೆಂಕಟಾಚಲ ಹೆಂಡತಿ ಹೇಳಿದ ಪ್ರಕಾರ 'ಇಲ್ಲ'.

''ಆವತ್ತು ರಾತ್ರಿ ಮುರುಳಿನ ಆಟೋ ಹತ್ತಿಸಿದಾಗ ವಿಶ್ವ ತುಂಬ ಡಲ್ಲಾಗಿದ್ರು. ಒಬ್ಬರನ್ನೊಬ್ಬರು ತುಂಬಾ ಹಚ್ಚಿಕೊಂಡಿದ್ರೂಂತ ಕಾಣುತ್ತೆ. ಆಮೇಲೆ ಗೆಳೆಯನ ನೆನಪಿನಲ್ಲಿ ಒಂದ್ವಾರ ಜ್ವರದಿಂದ ಮಲಗಿದ್ರು ವಿಶ್ವ'' ಇಷ್ಟನ್ನು ಆಕೆ ಹೇಳಿದ್ದರು.

ಆದರಿಂದ ಮುರುಳಿಗೆ ಕೆಲಸ ಸಿಕ್ಕಿರುವುದು ಡೆಫಿನೇಟಾಗಿತ್ತು. ಏನು ಎತ್ತ ಅಂತ ಮಾತ್ರ ಗೊತ್ತಾಗಲಿಲ್ಲ. ಅವನ ಆಸೆಗಳನ್ನು ಕಂಡಿದ್ದ ಸತ್ಯನಾರಾಯಣಗೆ ಆತಂಕವೂ ಆಯಿತು.

ಮಲಗಿದ್ದ ಸತ್ಯನಾರಾಯಣ ಎದ್ದು ಕೂತರು.

''ವಿಶ್ವ ಒಂದ್ಮಾತು'' ಅಂದರು.

ದಢಾರನೇ ಎದ್ದು ಕೂತ. ಅವನ ಹಣೆ ಮೇಲೆ ಬೆವರಿನ ಸೆಲೆಯೊಡೆಯಿತು. ಅವರಿಗೆ ಅಷ್ಟಿಷ್ಟು ಗೊತ್ತಿದ್ದರೆ ತಾನು ಅಪರಾಧಿ ಸ್ಥಾನದಲ್ಲಿ ನಿಲ್ಲಬೇಕಾಗುದೆಯೆಂದು ಅಂಜಿದ.

''ಒಂದ್ನಿಮ್ಷ'' ಎಂದು ಅವನ ಸನಿಹಕ್ಕೆ ಸರಿದವರು ಎದ್ದು ಲೈಟು ಹಾಕಿದರು. ''ನಿಂಗೆ ಗೊತ್ತಿರಬಹುದಾದಂಥ ವಿಷ್ಯನೇ ! ಮುರುಳಿಗೆ ಸಾಮಾನ್ಯ ಬದ್ಕು ಇಷ್ಟವಾಗ್ತಾ ಇರ್ಲಿಲ್ಲ. ಅವ್ನ ಕಣ್ಣು ಯಾವಾಗ್ಲೂ ಶ್ರೀಮಂತಿಕೆಯ ಮೇಲೆ ಇತ್ತು. ಅವ್ನು ಎಂ.ಕಾಮ್‌ಗೆ ಅನುಗುಣವಾದ ಕೆಲ್ಸನೇ ಸಿಗ್ಬೇಕು. ಇಲ್ಲ ಸಿ.ಎ. ಮಾಡ್ಕೊಂಡು ಸ್ವಂತ ಆಫೀಸ್ ಮಾಡ್ಕೊಂಡ್ ಕಷ್ಟ ಪಡಬೇಕು. ಎರಡನೆಯದರ ಬಗ್ಗೆ ಅವ್ನಿಗೆ ಅನಾಸಕ್ತಿ. ಇಂಗ್ಲಿಷ್‌ನಲ್ಲಿ 'ಫೈನ್ ಪ್ರಿಂಟ್ಸ್' ಅಂತಾರೆ. ನೋಡಿದ ತಕ್ಷಣ ಒಮ್ಮೆ ಕಣ್ಣಿಗೆ ಬೀಳದೆ ಕಣ್ಣಿಟ್ಟು ನೋಡಿದಾಗ ಗೋಚರವಾಗುವ ಮುದ್ರಿತ ಅಕ್ಷರಗಳು. ಎಷ್ಟೋ ಪ್ರಕಟಣೆಯಲ್ಲಿ ಇದ್ನ ಕಂಡಿದ್ದರೂ ಕೆಲವೊಮ್ಮೆ ಗಮನಿಸಿರೊಲ್ಲ. ಅವು ಮೊದಲ ನೋಟಕ್ಕೆ ಕಾಣೋದೆ ಇಲ್ಲ. ಪ್ರಕಟಣೆಗಳಿಗೆ ಮರುಳಾಗುವವರು 'ಫೈನ್ ಪ್ರಿಂಟ್'ನ ನೋಡಿದಾಗ ವಿಷ್ಯ ಅರಿವಿಗೆ ಬರುತ್ತೆ. ಮೊದಲು ಕಂಡಿದ್ದೆ ಬೇರೆ. ಕೆಲವರು ಇದರಿಂದ ತೊಡಕಿಗೆ ಸಿಕ್ಕಿಹಾಕಿಕೊಂಡಿದ್ದುಂಟು. ದಾನ ಧರ್ಮಕ್ಕೆಂದು ಯಾರು ಸಂಸ್ಥೆಗಳ್ನ ಕರೆಯೊಲ್ಲ. ಅಲ್ಲಿ ಲಾಭದ ದೃಷ್ಟಿಯೇ ಮುಖ್ಯ. ಒಂದು ರೀತಿಯ ಭ್ರಮೆಯಲ್ಲಿರುವ ಮುರುಳಿ ಯಂತವ್ರು ಇಂಥ ತೊಂದರೆಗಳಲ್ಲಿ ಸಿಕ್ಕಿ ಹಾಕ್ಕೊಳೋದು ಹೆಚ್ಚು. ಅಂಥದೇನಾದ್ರೂ....'' ನಿಲ್ಲಿಸಿದರು.

ವಿಶ್ವ ಅವರ ಎರಡು ಕೈಗಳನ್ನು ಹಿಡಿದುಕೊಂಡ ''ಖಂಡಿತ ಅಂಥದೇನು ಆಗಿಲ್ಲ. ಅವ್ನು ಸೇಫಾಗಿದ್ದಾನೆ. ದಯವಿಟ್ಟು ಚಿಂತಿಸ್ಬೇಡಿ'' ಎಂದ. ಅವನಿಗೆ ಅಳು ಬರುವುದೊಂದು ಬಾಕಿ ಇತ್ತು.

''ಬಿಡು ಬಿಡು, ಅಷ್ಟು ಸಾಕು! ನಿನ್ನಲ್ಲಿ ನಂಬ್ಕೇ ಇದೆ. ನಂದು ಅನುಮಾನದ ಸ್ವಭಾವವಲ್ಲ. ಅನುಮಾನ ವ್ಯಕ್ತಿಯನ್ನು ನೆಮ್ದಿಯಾಗಿಡೋಕೆ ಬಿಡೋಲ್ಲ. 'ಫೈನ್ ಪ್ರಿಂಟ್'ನ ಕೈಲಾಸಂ ಹೇಗೆ ಉಪಯೋಗ್ಸಿಕೊಳ್ತಾ ಇದ್ರೂಂತ ನಿಂಗೆ ತಿಳಿಸ್ತೀನಿ. ಒಂದು ಖಾಲಿ ಬಿಳಿ ಹಾಳೆ ಕೊಡು'' ಎಂದು ಇಸುಕೊಂಡು ಗೀಚಿ ಅವನ ಮುಂದಿಟ್ಟರು.

ಇಂಥ ನಾಟಕ ಹಿಂದೆಂದೂ
ನೋಡಿರಲಾರಿರಿ
ಚಪ್ಪರದ ಖರ್ಚು ಹುಟ್ಟದಿದ್ದರೆ
ಮುಂದೆಯೂ ನೋಡಲಾರಿರಿ.

ಅದನ್ನು ಓದಿಕೊಂಡ ವಿಶ್ವ ಜೋರಾಗಿ ನಕ್ಕ. ಆಮೇಲೆ ಸತ್ಯನಾರಾಯಣ ತಮ್ಮ ಅನುಭವದ ಎಷ್ಟೋ ವಿಷಯಗಳನ್ನು ತಮಾಷೆಯಾಗಿ ಹೇಳಿ ನಗಿಸಿದರು. ತಾವು ನಕ್ಕರು.

ಅಷ್ಟರಲ್ಲಿ ವೆಂಕಟಾಚಲ ಬಂದು ತಲೆ ಹಾಕಿದರು. ''ಲೈಟ್ ಹಾಕಿರೋದು ಕಾಣಿಸ್ತು. ನಿದ್ದೆ ಕಮ್ಮಿ. ಒಳ್ಗೆ ಫ್ಯಾನ್ ಹಾಕಿದರೇ ಸದ್ದೂಂತ ಅವ್ಳ ಗಲಾಟೆ. ಅದ್ಕೆ ಎದ್ದು ಓಡಾಡ್ತೀನಿ'' ಕಿಟಕಿಯಲ್ಲಿ ತಲೆ ಇಟ್ಟು ಹೇಳಿದಾಗ, ಎಲ್ಲಿ ಈ ಮಹಾಶಯ ಒಳಗೆ ಬರುತ್ತಾನೋ ಎನ್ನುವ

ಭಯ ವಿಶ್ವನಿಗೆ. ''ಒಳಗೆ ಧಗೆ. ಮಲಗ್ತೀವಿ. ಗುಡ್ ನೈಟ್'' ಎಂದು ಎದ್ದು ಆರಿಸಿದ ಆ ಮನುಷ್ಯನ ಮುಖದ ಮೇಲೊಡೆದಂತೆ.

ತನ್ನಿಂದ ಯಾವುದೋ ರಹಸ್ಯ ಕಾಪಾಡಿಕೊಳ್ಳುವ ತರಾತುರಿಯಲ್ಲಿದ್ದಾನೆ ವಿಶ್ವ ! ಸತ್ಯನಾರಾಯಣಗೆ ಅನ್ನಿಸಿತು.

❑ ❑ ❑

ಸ್ವಿಟ್ಜರ್‌ಲೆಂಡ್‌ನಲ್ಲಿ ಹನಿಮೂನ್ ಮುಗಿಸಿಕೊಂಡು ಹಿಂದಿರುಗಿ ಬಂದಾಗ ದೇವಲೋಕದಿಂದ ಭೂಲೋಕವನ್ನು ಸ್ಪರ್ಶಿಸಿದಂತಿತ್ತು. ಹುಟ್ಟು ಶ್ರೀಮಂತಿಕೆಯಲ್ಲಿ ಬೆಳೆದ ಅಲಕಾಳ ನಡೆಗೆ ಹೆಜ್ಜೆ ಹಾಕಲು ಕಷ್ಟವೆನಿಸಿದರೂ ಪ್ರಯಾಸದಿಂದ ದಕ್ಕಿಸಿಕೊಂಡಿದ್ದ. ಅದಕ್ಕೆ ವಯಸ್ಸು ಹಚ್ಚಹರೆಯದ ದಾಂಪತ್ಯ ಶ್ರೀಮಂತಿಕೆಗೆ ವೈಭೋಗ ಇವೆಲ್ಲ ಕಾರಣವಿರ ಬಹುದು. ಅಂತು ಮುರುಳಿ ಮುಗಿಲನ್ನು ಕೈಗೆಟುಕಿಸಿಕೊಂಡ ಅದೃಷ್ಟವಂತ.

ಐಶ್ವರ್ಯ ಸೊಫಿಸ್ಟಿಕೇಟೆಡ್ ಬಂಗ್ಲೆ. ಬಂದು ಹೋಗುವ ಜನವೆಲ್ಲ ಶ್ರೀಮಂತರೇ. ಬಹಳ ಬೇಗನೆ ಹೊಂದಿಕೊಂಡ. ಬೆಳಿಗ್ಗೆ ಮಧ್ಯಾಹ್ನ ಪತ್ರಿಕಾ ಕಾರ್ಯಾಲಯಕ್ಕೆ ಭೇಟಿ ಕೊಡುವ ಕೆಲಸವಷ್ಟೇ ಮುರುಳಿಯದು. ಅಲಕಾ ಜಾಣೆ. ತಂದೆಯ ಕೈಯಲ್ಲಿ ನುರಿತವಳು. ಎಲ್ಲ ಫೈಲ್‌ಗಳನ್ನು ಅವಳೇ ನೋಡಬಲ್ಲಳು. ಕೆಲವು ಡಿಸಿಷನ್‌ನ ಸ್ವತಃ ತೆಗೆದುಕೊಳ್ಳ ಬಲ್ಲಳು. ಮುರುಳಿಯದು ಬರೀ ಆಕ್ಟೀವ್ ಅಷ್ಟೇ

ಮಧ್ಯಾಹ್ನ ಬಂದಾಗ ಅಲಕಾ ಎಲ್ಲಿಗೋ ಹೊರಟಿದ್ದವಳು ನಿಂತು ''ನನ್ನ ಫ್ರೆಂಡ್‌ನ ನೋಡೋದಿದೆ. ಅಲ್ಲೆ ನಾನು ಲಂಚ್ ತಗೋತೀನಿ. ನೀವು ಮುಗ್ಸಿ'' ಎಂದು ಹೇಳಿ ಹೊರಟಳು ಎತ್ತರದ ಹಿಮ್ಮಡಿಯ ಚಪ್ಪಲಿಯನ್ನು ಸದ್ದು ಮಾಡುತ್ತ. ಮೊದಲ ಸಲ ಹಾಗೆ ಹೊರಟಿದ್ದು. ವಿವಾಹವಾದಂದಿನಿಂದ ಜೊತೆ ಜೊತೆಯಾಗಿಯೇ ಓಡಾಡುತ್ತಿದ್ದರು.

ಇಂದಿನ ಮಡದಿಯ ನಡತೆಯಿಂದ ಅವನಿಗೆ ಒಂದು ತರಹ ಆಯಿತು. ರೂಮಿಗೆ ಹೋಗಿ ಬಟ್ಟೆ ಬದಲಾಯಿಸಿದವನು ಹಾಸಿಗೆಯ ಮೇಲೆ ಉರುಳಿಕೊಂಡ. ಅವನಿಂದು ರೋಮ್ಯಾಂಟಿಕ್ ಮೂಡ್‌ನಲ್ಲಿ ಬಂದಿದ್ದ. ಅವನಿಂದ ಅವಳನ್ನು ತಡೆಯಲು ಸಾಧ್ಯವಿತ್ತ ? ಇಲ್ಲ ಪ್ರಯತ್ನಿಸಿದರು ಸೋಲು ಇವನದೇ. ಅವಳೇನು ಮಧ್ಯಮ ದರ್ಜೆಯ ಸಂಪ್ರದಾಯಸ್ಥ ಕುಟುಂಬದಲ್ಲಿ ಬೆಳೆದ ಹೆಣ್ಣಲ್ಲ. ಅವಳು ಎಂ.ಬಿ.ಎ. ಮಾಡಿದ್ದಳು. ಸ್ವತಂತ್ರ ಚಿಂತನೆಗಳು ಅವಳ ತಲೆಯಲ್ಲಿತ್ತು. ಗಂಡ ಹೆಂಡಿರ ಮಧ್ಯೆ ಸಾಮರಸ್ಯವಿರಬೇಕೆಂಬ ಮನೋಭಾವವಿತ್ತೇ ವಿನಃ ಹೆಣ್ಣಿಗಿಂತ ಗಂಡು ಹೆಚ್ಚು ಎಂದೇನು ತಲೆ ಕೆಡಿಸಿಕೊಂಡಿರಲಿಲ್ಲ. ಸ್ನೇಹಪರ ವ್ಯಕ್ತಿತ್ವ ಅವಳದು.

''ಲಂಚ್ ರೆಡಿಯಾಗಿದೆ'' ಕುಕ್ ಬಂದು ಹೇಳಿದ ನಮ್ರತೆಯಿಂದ. ''ಬಂದೆ'' ಅಂದ. ಬಹುಶಃ ಬೇಡವೆಂದಿದ್ದರೇ ಇವನನ್ನು ಯಾರು ಬಲವಂತ ಪಡಿಸುತ್ತಿರಲಿಲ್ಲ.

ಮೈ ಮುರಿದು ಮೇಲೆದ್ದು ಹೋಗಿ ತನ್ನ ಬಟ್ಟೆಗಳ ವಾರ್ಡ್‌ರೋಬ್ ತೆಗೆದ. ಮೂವತ್ತು ಸೂಟುಗಳ ಜೊತೆ ಬೇರೆ ರೀತಿಯ ಜುಬ್ಬಾ, ಪೈಜಾಮ, ನೈಟ್ ಡ್ರೆಸ್

ಮುಂತಾದವುಗಳು ವಿರಾಜಿಸುತ್ತಿತ್ತು. ತಿಂಗಳ ಹಿಂದೆ ಅವನಲ್ಲಿ ನಾಲ್ಕು ಸೆಟ್ ಒಳ್ಳೆಯ ಡ್ರೆಸ್‌ಗಳು ಇದ್ದವು. ಇಂದು ಲಕ್ಷಾಂತರ ಬಟ್ಟೆಗಳ ಒಡೆತನ ಅವನದು. ಪ್ಯಾರಿಸ್ ಸೆಂಟ್‌ನ ವಾಸನೆ ಮೂಗಿಗೆ ಬಡಿಯಿತು. ಅವನ್ನೆಲ್ಲ ಮುಟ್ಟಿ ಮುಟ್ಟಿ ನೋಡಿದ. ಕೆಲವು ಉಡುಗೊರೆಯಾಗಿ ಬಂದಿತ್ತು.

ಮುರುಳಿಗೆ ಆಕಾಶದಲ್ಲಿ ವಿಹರಿಸುವಂತಾಯಿತು. ಗೋಡೆಗೊರಗಿ ಇಡೀ ಬೆಡ್‌ರೂಂನ್ನೆಲ್ಲ ವೀಕ್ಷಿಸಿದ. ಎಂಥ ಮೆತ್ತನೆಯ ಪಲ್ಲಂಗ. ವಿಶಾಲವಾದ ಮಂಚ ಕೂಡ ಪ್ರತ್ಯೇಕವಾಗಿ ಮಾಡಿಸಿರಬೇಕು. ಗೋಡೆಯ ಮೇಲೆ ರಾರಾಜಿಸುತ್ತಿದ್ದ ಪೈಂಟ್‌ಗಳು ಅತ್ಯಂತ ರಮ್ಯ, ಮನೋಹರ. ಲಕ್ಷಾಂತರ ಕೊಟ್ಟು ಖರೀದಿಸಿರಬೇಕು. ಬ್ರಾಸ್‌ನಲ್ಲಿ ತಯಾರಿಸಿದ ಅಜಂತಾ ಮಾದರಿಯ ಯುವತಿಯ ಮೂರಡಿಯ ವಿಗ್ರಹ ಅವನನ್ನು ಆಕರ್ಷಿಸಿತು. ಹತ್ತಿರಕ್ಕೆ ಹೋಗಿ ವಿಗ್ರಹದ ಉಬ್ಬು ತಗ್ಗುಗಳ ಮೇಲೆಲ್ಲ ನವಿರಾಗಿ ಕೈಯಾಡಿಸಿ ರೋಮಾಂಚಿತನಾದ. ತಾನು ಇದನ್ನೆಲ್ಲ ಗಮನಿಸಿಯೇ ಇಲ್ಲವೆಂದುಕೊಂಡ.

ಅಂತು ಇಂಥ ಅಂದ ಚೆಂದದ ಬೆಡ್‌ರೂಂ ಮುರುಳಿ ಕನಸ್ಸಿನಲ್ಲೂ ನೋಡುವುದು ಸಾಧ್ಯವಿರಲಿಲ್ಲ.

ಡೈನಿಂಗ್ ಹಾಲ್‌ಗೆ ಬಂದ. ಗೋಡೆ, ನೆಲದ ಮೇಲೆ ಒಂದಿಷ್ಟು ದೂಳು ತೋರಿಸಿದವರಿಗೆ ಬಹುಮಾನ ಘೋಷಿಸಬಹುದಿತ್ತು. ವಿವಾಹದ ನಂತರ ಇಂದೇ ಅವನು ಒಂಟಿಯಾಗಿ ಊಟ ಮಾಡುವ ಸಂದರ್ಭ ಬಂದಿದ್ದು. ಎಲ್ಲವನ್ನು ಪ್ರತ್ಯೇಕವಾಗಿ ವೀಕ್ಷಿಸುವ ಅವಕಾಶ ಕೂಡ.

''ಏನು ಬಡಿಸ್ಲಿ?'' ಕೇಳಿದ.

ಈಗಾಗಲೇ ತಟ್ಟೆಯ ತುಂಬ ಸ್ವೀಟ್ಸ್ ಪಲ್ಯಗಳನ್ನು ಬಡಿಸಿ ಆಗಿತ್ತು. ತಾನೇ ಬಿಸಿ ಬಿಸಿ ಇದ್ದ ಎರಡು ಪರೋಟ ಹಾಕಿಕೊಂಡು ಅವನನ್ನು ಹೋಗುವಂತೆ ಸನ್ನೆ ಮಾಡಿದ. ಹೋಟೆಲ್ ಅನುಭವವಾಗುವುದು ಬೇಡವಾಗಿತ್ತು. ಬೇಕೆನಿಸಿದ್ದೆಲ್ಲ ಬಡಿಸಿಕೊಂಡು ಆರಾಮಾಗಿ ಊಟ ಮಾಡಿದ.

ಡೈನಿಂಗ್ ಹಾಲ್‌ನಿಂದ ಹೊರ ಬಂದಾಗ ಯೂನಿಫಾರಂನಲ್ಲಿದ್ದ ನೌಕರ ''ಯಜಮಾನ್ರು ಕರೀತಾರೆ'' ಹೇಳಿ ಹೋದ. ತೀರಾ ಹೊಟ್ಟೆ ಭಾರವೆನಿಸಿ ಜೊಂಪೆನಿಸಿತು. ಮೆಟ್ಟಿಲುಗಳನ್ನು ಇಳಿಯುವುದೇ ಪ್ರಯಾಸವೆನಿಸಿತು.

''ಕೂತ್ಕೋ ಮುರುಳಿ'' ಫೈಲ್‌ಗಳನ್ನು ನೋಡುತ್ತಿದ್ದ ಶಿವಶಂಕರ ಪಿಳ್ಳೆ ಪಿ.ಎ.ಯನ್ನು ಹೋಗುವಂತೆ ಸನ್ನೆ ಮಾಡಿ ಇವನಿಗೆ ಕೂಡಲು ಹೇಳಿದರು. ಕೆಲವೊಮ್ಮೆ ರಿಸರ್ವ್ ಆಗಿರುತ್ತಿದ್ದ ಅವರನ್ನು ಮಾತಾಡಿಸಲೇ ಹಿಂಜರಿಯುವಂತಾಗುತ್ತಿತ್ತು. ಅದು ಶ್ರೀಮಂತಿಕೆಯ ದರ್ಪ ಇರಬಹುದು. ಒಡನಾಡುವ ವ್ಯಕ್ತಿಗಳಿಂದ ಬಂದಿರಬಹುದಾದ ಗುಣಗಳು ಇರಬಹುದು.

''ಹೇಗೆ ಅನ್ನಿಸ್ತು ಪತ್ರಿಕಾಲಯ, ಸಿಬ್ಬಂದಿ ವರ್ಗ ಮುಖ್ಯವಾಗಿ ಪತ್ರಿಕೆ'' ಕೇಳಿದರು. ಇಂಥದೊಂದು ಪ್ರಶ್ನೆಗೆ ಇಷ್ಟು ಬೇಗ ಉತ್ತರಿಸಬೇಕಾಗುತ್ತದೆಯೆಂದುಕೊಳ್ಳಲಿಲ್ಲ. ಮುರುಳಿ ಕೂಡ ತೀರಾ ದಡ್ಡನೇನು ಅಲ್ಲ ''ನಂಗೆ ಇನ್ನು ಸ್ವಲ್ಪ ಸಮಯ ಬೇಕಾಗುತ್ತೆ'' ಎಂದ. ಅಷ್ಟಕ್ಕೆ ಸುಮ್ಮನಾಗುತ್ತಾರೆಂದು ತಿಳಿದಿದ್ದು ತಪ್ಪಾಯಿತು.

ಬಂಗಾರದ ಕಟ್ಟಿನ ಕನ್ನಡಕ ತೆಗೆದು ಮತ್ತೆ ಹಾಕಿಕೊಂಡ ಶಿವಶಂಕರ್ ಪಿಳ್ಳೆ ಅವನತ್ತ ನೇರವಾಗಿ ನೋಡಿ, ''ಎಷ್ಟು ದಿನ ಬೇಕಾಗ್ಬಹ್ದು? ಒಂದು ರಿಪೋರ್ಟ್ ರೆಡಿ ಮಾಡಿ. ಅದ್ಕೆ ಬೇಕಾದರೆ ಅಲಕಾ ಹೆಲ್ಪ್ ತಗೊಳ್ಳಿ. ಆದ್ರೂ ನಂಗೆ ನೀವೇ ಪರ್ಸನಲ್ ರಿಸ್ಕ್ ತಗೊಂಡು ಸಿದ್ಧ ಮಾಡೋದು ಒಳ್ಳೆದೂಂತ. ಆ ಬಗ್ಗೆ ನಿಮ್ಮ ಅಭಿಪ್ರಾಯವೇನು ?'' ತೀಕ್ಷ್ಣ ನೋಟ ಅವನ ಇಡೀ ವ್ಯಕ್ತಿತ್ವವನ್ನು ಸವರಿ ನೋಡುತ್ತಿದೆಯೆನಿಸಿತು. ಆದರೆ ಇದೇನು ಇಂಟರ್‌ವ್ಯೂ ಅಲ್ಲ. ಅವನು ಸೆಲೆಕ್ಟೆಡ್ ಪರ್ಸನ್. ಯಾವುದೇ ಕಾರಣ ಮುಂದೂಡಿ ಮುರುಳಿಯನ್ನು ಕೆಲಸದಿಂದ ತೆಗೆದು ಹಾಕುವಂತಿರಲಿಲ್ಲ.

''ಕರೆಕ್ಟ್, ನಾನೇ ರಿಪೋರ್ಟ್ ತಯಾರು ಮಾಡ್ತೀನಿ'' ಎಂದು ಮೇಲೆದ್ದಾಗ ಕೂಡುವಂತೆ ಸನ್ನೆ ಮಾಡಿದರು ''ನಾವು ಪತ್ರಿಕೆಯ ಸರ್ಕ್ಯುಲೇಷನ್ ಹೆಚ್ಚಿಸಬೇಕು. ಈಗಿನ ಮಾರ್ಕೆಟ್ ನೋಡುತ್ತಿದ್ದರೆ ಗಿಮಿಕ್ ಅಗತ್ಯವೆನಿಸುತ್ತೆ. Free ಒಂದು ತಂತ್ರ ಷುರುವಾಗಿದೆ. ಕೆಲವು ಪ್ರಾಡಕ್ಟ್, ಕಾಸ್ಮೆಟಿಕ್ಸ್ ಮಾತ್ರ ಅನ್ವಯವಾಗುತ್ತಿದ್ದುದು ಈಗ ಎಲ್ಲ ಕ್ಷೇತ್ರಗಳಿಗೂ ವಿಸ್ತರಿಸಿದೆ. ಅರ್ಥವಾಗಿರಬೇಕಲ್ಲ. ಗಾಳ ಹಾಕಿ ಕಸ್ಟಮರ್ಸ್‌ನ ಎಳ್ಕೋತಾರೆ. ಆದರೆ ಒಂದು Nothing in this World is free, Even the god gives at a Fair Price ಮಾತಿದೆ. ಅಂತ. ಆ ಬಗ್ಗೆನು ಯೋಚ್ಸಿ. ಯು ಕೆನ್ ಗೋ'' ಎಂದು ಫೈಲ್‌ನಲ್ಲಿ ಮುಳುಗಿ ಹೋದರು.

ಮುರುಳಿ ಎದ್ದು ತನ್ನ ಬೆಡ್‌ರೂಮಿಗೆ ಬಂದ. ಸಿರಿವಂತಿಕೆಯ ಮಧ್ಯೆ ಹಾರಾಡುತ್ತಿದ್ದವನ ಮಿದುಳಿಗೆ ಕೈ ಹಾಕಿದ್ದರು. ಅವನಿಗೂ ತನ್ನ ತಪ್ಪು ಅರಿವಿಗೆ ಬಂತು. ಆದರೂ ಒಂದು ರೀತಿಯ ಮಂಪರು. ಸುಖಗಳನ್ನು ಮೂಟೆ ಕಟ್ಟಿ ದೇವರು ಅವರ ಮಡಿಲಿಗೆ ಎಸೆದು ಬಿಟ್ಟಿದ್ದ. ಅದನ್ನು ಉಳಿಸಿಕೊಳ್ಳುವ ಪ್ರಯಾಸ ಅವನದೇ.

ಮಂಚದ ಮೇಲೆ ಉರುಳಿಕೊಂಡ. ಹೂವಿನಂತೆ ಮೆತ್ತನೆಯ ಬೆಡ್ ಪರಿಮಳ ಹೊರ ಸೂಸಿ ರಂಜಿಸುತ್ತಿತ್ತು.

''ಐಯಾಮ್ ಲಕ್ಕಿ'' ದಿಂಬಿನಲ್ಲಿ ಮುಖ ಹುದುಗಿಸಿ ಚುಂಬಿಸಿದ. ಹನಿಮೂನ್‌ನ ಬೆಚ್ಚನೆಯ ಅನುಭವಗಳಿಂದ ಇನ್ನು ಚೇತರಿಸಿ ಕೊಂಡಿರಲಿಲ್ಲ. ಅದೂ ಇನ್ನು ಬೇಕು ಬೇಕು ಎನ್ನುವಂಥ ತಹ ತಹ. ಅಲಕಾ ಮೇಲೆ ಕೋಪ ಬಂತು. ಈ ಕ್ಷಣ ಅವಳನ್ನು ತನ್ನೊಳಗೆ ಹುದುಗಿಸಿಕೊಂಡು ಬಿಡಬೇಕೆನಿಸಿತು. ಈಗ ಅವಳು ಎಲ್ಲಿಗೆ ಹೋಗಿರಬಹುದು. 'ಫ್ರೆಂಡ್ ಮನೆಗೆ' ಅಂದಳಷ್ಟೆ ಯಾರು, ಏನು ಎಲ್ಲಿಗೆ ಎನ್ನುವುದನ್ನು ಹೇಳಿ ಹೋಗಿರಲಿಲ್ಲ. ನಿಮಿಷಗಳು ಗಂಟೆಗಳು ಎನಿಸಿತು ಆದರೆ ಮಡದಿ ಬಂದಿದ್ದು ಸಂಜೆಗೇನೇ!

''ಹಾಯ್'' ಎಂದುಕೊಂಡು ಬಂದು ಅವನ ಕೊರಳನ್ನು ಅಪ್ಪಿಕೊಂಡು ''ನನ್ನ

ಫ್ರೆಂಡ್‌ಗೆ ವಧು ಪರೀಕ್ಷೆ, ಫೆಂಟಾಸ್ಟಿಕ್ ಎಷ್ಟೊಂದು ಚೆನ್ನಾಗಿತ್ತೂಂತ'' ಸಂತೋಷದಿಂದ ನುಡಿದಳು. ಇವಳ ಗೆಳತಿ ಸುಶೀಲ ಇಂಜಿನಿಯರ್ ಮಗಳು. ಸಮಾಜದಲ್ಲಿ ಮಧ್ಯಮ ವರ್ಗದ ಜನರೆಂದು ಹಣೆ ಪಟ್ಟಿ ಹೊತ್ತ ಜನ.

ಮುರುಳಿ ಮಾತೇ ಆಡಲಿಲ್ಲ. ಕೋಪ, ಬೇಸರ ಒತ್ತಟ್ಟಿಗೆ ಇರಲೀ ಹೇಗೆ ಪ್ರತಿಕ್ರಿಯಿಸ ಬೇಕೆಂದು ಗೊತ್ತಾಗದೇ ಅವಳನ್ನು ಎಳೆದುಕೊಂಡು ತೋಳುಗಳಲ್ಲಿ ತುಂಬಿಕೊಂಡ. ಬಣ್ಣ ಹಚ್ಚಿದ ತುಟಿಗಳಲ್ಲಿನ ಜೇನನ್ನು ಹೀರಲು ಅವನ ತುಟಿಗಳು ತವಕಿಸಿದವು.

''ಜಸ್ಟ್ ಎ ಮಿನಿಟ್'' ಅವನ ತೋಳುಗಳಿಂದ ಹೊರಬಂದಳು.

ಡ್ರೆಸ್ ಛೇಂಜ್ ಮಾಡಿದ ನಂತರವೇ ಇವನ ಮುಂದೆ ಬಂದು ಕೂತಿದ್ದು. ''ಲಂಚ್‌ಗೆ ಬಂದಾಗ್ನಿಂದ ಮನೆಯಲ್ಲೆ ಇದ್ರಾ ? ಡ್ಯಾಡಿ ಜೊತೆ ಹೋಗ್ಬೇಕಿತ್ತು. ಸುಮ್ನೇ ಮನೆಯಲ್ಲಿ ಹೇಗೆ ಸಮಯ ಕಳಿದ್ರಿ ?'' ಕೇಳಿದಳು.

ಏನು ಉತ್ತರಿಸುವುದು? ಇವನ ಪಕ್ಕದಲ್ಲಿ ಬಂದು ಕೂತ ಅಲಕಾ ಮುರುಳಿಯ ಬೆರಳುಗಳೊಂದಿಗೆ ಆಟವಾಡುತ್ತ ''ಡ್ಯಾಡ್‌ಗೆ ಸೋಮಾರಿಗಳ್ನ ಕಂಡರೇ ಇಷ್ಟವಾಗ್ದು. ಹನಿಮೂನ್ ಮುಗೀತಲ್ಲ ಇನ್ನು ಕೆಲ್ಸದ ಕಡೆ ಗಮನ ಕೊಡಿ. ಮಾನಸಿಕವಾಗಿ ಶಿವಶಂಕರ್ ಪಿಳ್ಳೆ ತೀರಾ ಯಂಗ್ ಆದರೆ ದೈಹಿಕವಾಗಿ ಅವ್ರು ಸುಸ್ತಾಗಿದ್ದಾರೆ. ಹೆಚ್ಚು ಭಾರಕ್ಕೆ ಆಯಾಸಗೊಳ್ಳುತ್ತಾರೆ. ಅದ್ಕೆ ಅವಕಾಶ ಕೊಡ್ಬಾರ್ದು'' ಕೆಲವು ಮಾತುಗಳನ್ನು ಸೀರಿಯಸ್ಸಾಗಿ ಹೇಳಿದಾಗ ಮುರುಳಿಯ ರೋಮ್ಯಾಂಟಿಕ್ ಮೂಡ್ ಮಂಜಿನಂತೆ ಕರಗಿ ಹೋಯಿತು.

''ನಂಗೆ ಪೂರ್ತಿಯಾಗಿ ಹೊಂದಿಕೊಳ್ಳೋಕೆ ಕೆಲವು ದಿನಗಳು ಬೇಕಾಗುತ್ತೆ'' ಅಂದ ವಿಮನಸ್ಕವಾಗಿ. ''ಓಕೆ'' ಎಂದವಳು ಅವನ ತುಟಿಗೆ ತುಟಿ ಒತ್ತಿದವಳು ಹೋಗಿ ಫೋನೆತ್ತಿಕೊಂಡಳು. ಹತ್ತಾರು ಕಾಲ್‌ಗಳು ಒಂದರ ಹಿಂದೆ ಒಂದು ''ರಾತ್ರಿ ನಮ್ಮ ಎಸ್ಟೇಟ್‌ನಲ್ಲಿ ಡಿನ್ನರ್'' ಅಂದಳು ಕುಳಿತಲ್ಲಿಂದಲೇ.

ಮುರುಳಿ ನಿರೀಕ್ಷಿಸಿದಕ್ಕಿಂತ ದೊಡ್ಡ ಶ್ರೀಮಂತರು ಶಿವಶಂಕರ್ ಪಿಳ್ಳೆ. ಸ್ವತಃ ಅವನಿಂದಲೇ ಏನಾದರೂ ಮಾಡಿಸುವ ಇರಾದೆ ಅವರದು. ಅದಕ್ಕಾಗಿ ಕೆಲವು ಪ್ರಾಜೆಕ್ಟ್‌ಗಳನ್ನು ಅಭ್ಯಸಿಸುತ್ತಿದ್ದರು.

ಮಂಚದ ಮೇಲೆ ಉರುಳಿಕೊಂಡ ಅಲಕಾ ಗೆಳತಿಯ ಮನೆಯ ಗುಂಗಿನಲ್ಲಿಯೇ ಇದ್ದಳು. ಹೆಣ್ಣು ನೋಡಲೆಂದು ಒಂದು ಟಾಟಾ ಸುಮೋದಲ್ಲಿ ದೊಡ್ಡವರ ಸಹಿತ ಪಿಳ್ಳೆಗಳನ್ನು ಕೂಡ ತುಂಬಿಕೊಂಡು ಬಂದಿದ್ದರು. ಎಲ್ಲರಲ್ಲೂ ಎಷ್ಟೊಂದು ರೀತಿಯ ಸಂಭ್ರಮ, ಸಡಗರ. ಹೆಂಗಳೆಯರಂತು ಬಂದು ಬಂದು ಬಗ್ಗಿದ ಅವಳ ತಲೆಯನ್ನು ಬೆರಳಿನಿಂದ ಎತ್ತಿ ನೋಡಿ ಮೆಚ್ಚಿಗೆ ಸೂಸುವವರೇ. ಅಲ್ಲಿ ವರ ಮಾತ್ರವಲ್ಲ ಅವನ ತಾಯ್ತಂದೆ, ಅಣ್ಣ-ಅತ್ತಿಗೆ, ಅಕ್ಕ-ಭಾವ, ತಂಗಿ ತಮ್ಮ ಎಲ್ಲರೂ ಒಪ್ಪಿದರೇನೆ ಮದುವೆ ನಿಶ್ಚಯವಾಗುವುದು. ಈ ಪದ್ಧತಿ ಅವಳಿಗೆ ತುಂಬ ಇಷ್ಟವಾಯಿತು.

ತಕ್ಷಣ ಎದ್ದು ಕೂತ ಅಲಕಾ, ''ಮುರುಳಿ ಪ್ಲೀಸ್ ಕಮ್'' ಕರೆದವಳು ಅವನ ತೊಡೆಯ ಮೇಲೆ ತಲೆಯಿಟ್ಟು ಮಲಗಿ, ''ಇವತ್ತು ನನ್ನ ಫ್ರೆಂಡ್ ಸುಶೀಲನ ನೋಡೋಕೆ ಎಷ್ಟು ಜನ ಬಂದಿದ್ರೂ..... ಗೊತ್ತಾ? ಫೆಂಟಾಸ್ಟಿಕ್ ಹೆಣ್ಣಿನ ಆಯ್ಕೆಯಲ್ಲಿ ಎಲ್ಲರ ಪಾಲು ಇದೆಯೆನ್ನುವಂತೆ ಭಾಗವಹಿಸಿದ್ರು. ನಂಗಂತೂ ತುಂಬ ತುಂಬ ಇಷ್ಟವಾಯ್ತು. ನಿಮ್ಗೆ ಯಾರೂ ಇರ್ಲಿಲ್ವಾ?'' ಸಹಜವಾಗಿ ಕೇಳಿದಳು.

ಮುರುಳಿ ಪೂರ್ತಿ ಬೆವೆತು ಬಿಟ್ಟ 'ತನಗೆ ಯಾರೂ ಇಲ್ಲ' ಎಂದು ಶಿವಶಂಕರ ಪಿಳ್ಳೆಗೆ ಹೇಳಿದ್ದ. ಅದನ್ನ ಮತ್ತೆ ಹೇಳಲು ಅವನ ಮನ ಹಿಂಜರಿಯಿತು. ಕಣ್ಣುಗಳಲ್ಲಿ ತಾಯ್ತನದ ವಾತ್ಸಲ್ಯ ತುಂಬಿಕೊಂಡಿರುತ್ತಿದ್ದ ಸುಕನ್ಯ ನೆನಪಾಯಿತು.

''ಪ್ಲೀಸ್ ಹೇಳಿ'' ಮತ್ತೆ ಒತ್ತಿ ಕೇಳಿದಳು.

''ನನ್ನನ್ನೇನು ಕೇಳ್ಬೇಡ'' ಹಣೆಯೊತ್ತಿಕೊಂಡಾಗ ಮೇಲೆದ್ದು ''ನನ್ನ ಪ್ರಶ್ನೆಯಿಂದ ನಿಮಗೇ ನೋವಾಯ್ತ? ಈ ದಿನ ಅವ್ರ ಮನೆಯಲ್ಲಿ ನೋಡಿದ್ಮೇಲೆ ನಂಗೂ ಅತ್ತೆ ಮಾವ ನಾದಿನಿ - ಮೈದಾ ಇಂಥವರೆಲ್ಲ ಇರ್ಬೇಕೂಂತ ಅನ್ನಿಸ್ತು. ಸೋ ಸಾರಿ'' ಅಂದಳು. ಒಂದು ರೀತಿಯ ನಿರಾಸೆಯೂ ಆಯಿತು. ಕೈ ಹಿಡಿದ ನನ್ನ ಬಳಿ ಮನದ ನೋವನ್ನು ಮುರುಳಿ ಹಂಚಿಕೊಳ್ಳಬೇಕಾಗಿತ್ತೆಂದುಕೊಂಡಳು.

ಅಲಕಾ ಮಲಗಿಕೊಂಡಳು. ಇವಳು ಆ ಮೂಡ್‌ನಿಂದ ಹೊರ ಬರಲೇಬೇಕು. ಇಲ್ಲದಿದ್ದರೆ ಮತ್ತೆ ಅದೇ ಪ್ರಶ್ನೆಯೆತ್ತಿಯಾಳೆಂದುಕೊಂಡ ಮುರುಳಿ ಅವಳನ್ನು ಒತ್ತಿಕೊಂಡು ಮಲಗಿ ತನ್ನೆಡೆಗೆ ಎಳೆದುಕೊಂಡ. ಹೊಚ್ಚನೆಯ ಹೊಸ ಬದುಕಿನಲ್ಲಿ ಇಷ್ಟೇ ಬದುಕು ಎನ್ನುವ ಹುಮ್ಮಸ್ಸು ಉತ್ಸಾಹ. ದಿನ ಕಳೆದಂತೆ ಅದು ತಾನಾಗಿ ಕಡಿಮೆಯಾಗುತ್ತದೆ. ಆಮೇಲೆ ಒಬ್ಬರನ್ನೊಬ್ಬರು ಮೆಚ್ಚಿಸಲು ಸೇರುವ ನಾಟಕವಾಡುತ್ತಾರೆ. ವ್ಯಕ್ತಿಯಿಂದ ವ್ಯಕ್ತಿಗೆ ಇದು ಭಿನ್ನವಾಗಿರಬಹುದು.

''ಅಲಕಾ...'' ಮತ್ತಿನಲ್ಲಿ ತೊದಲಿದ.

''ಮೈ ಗಾಡ್, ಮರ್ತೆಬಿಟ್ಟೆ ಡ್ಯಾಡ್ ಮಾತ್ರೆ ತಗೊಂಡರೋ ಇಲ್ಲವೋ'' ಮೇಲೆದ್ದು ಫೋನ್‌ನ ಬಟನ್‌ಗಳನ್ನು ಅದುಮಿ ''ಡ್ಯಾಡಿ ಮಾತ್ರೆ ತಗೊಂಡ್ರಾ?'' ಕುಕ್‌ನಿಂದ ಹಿಡಿದು ಪಿ.ಎ. ವರೆಗೂ ವಿಚಾರಿಸಿ ನಂತರ ಶಿವಶಂಕರ ಪಿಳ್ಳೆ ಕೈ ಸೇರಿದಾಗ ಜೋರಾಗಿ ನಕ್ಕರು. ''ನಂಗೆ ಅಷ್ಟು ಧೈರ್ಯವಿಲ್ಲ ಬೇಬಿ ಲಂಚ್ ಮುಗೀತಾ?'' ವಿಚಾರಿಸಿದರು.

''ಆಯ್ತು ಡ್ಯಾಡ್! ಇವತ್ತು ಸುಶೀಲ ಮನೆಯಲ್ಲೆ ಮುಗಿಸ್ದೇ ತುಂಬಾ ಚೆನ್ನಾಗಿತ್ತು. ಒಂದು ರೀತಿಯಲ್ಲಿ ಅವ್ಳ ವಿವಾಹ ಸೆಟಲ್ ಆದಂಗೆ. ನಾನಂತು ಎರಡು ದಿನ ಪೂರ್ತಿ ಅಲ್ಲೆ ಇರ್ಬೇಕೂಂತ ಅವ್ರ ಮನೆಯವರೆಲ್ಲ ಹೇಳಿದ್ದಾರೆ. ಈಗ ಮುರುಳಿ ಇರೋದ್ರಿಂದ ನಂಗೇನು ಪ್ರಾಬ್ಲಮ್ ಇಲ್ಲ'' ಐದು ನಿಮಿಷ ಹರಟೆಯೊಡೆದ ನಂತರವೇ ಫೋನ್ ಇಟ್ಟಿದ್ದು. ತೀರಾ ಸುಸ್ತಾದ ಮುರಳಿ. ಅಲಕಾ ಏನೇ ಮಾತಾಡಲೀ ತುಂಬ ಕರಾರುವಾಕ್ಕಾಗಿ ಮಾತಾಡುತ್ತಿದ್ದಳು. ಕೆಲವೊಮ್ಮೆ ಮಡದಿಯ ಬುದ್ಧಿಮತ್ತೆಯನ್ನು ಗೇಜ್ ಮಾಡಲಾರದೆ ಹೋಗುತ್ತಿದ್ದ.

''ಮರ್‍ತ್ತೇ ಬಟ್ಟೆ ಮೈ ಗಾಡ್'' ಎಂದು ತಂದೆಗೆ ಫೋನಾಯಿಸಿ ''ಡ್ಯಾಡ್ ರಾತ್ರಿ ಡಿನ್ನರ್ ಎಸ್ಟೇಟ್‌ನಲ್ಲಿ ಯಾರನ್ನು ಇನ್ವಿಟ್ ಮಾಡ್ಬೇಡಿ'' ತಾಕೀತು ಮಾಡಿದಾಗ್ಗ ಅಲ್ಲಿಂದ ನಗು ಹರಿದು ಬಂತು ''ನಂಗೆ ಪರ್ಮಿಷನ್ ಇದ್ಯಾ ? ನಿಮ್ಮ ಪ್ರೈವೆಸಿಗೆ ಅಡ್ಡ ಆನ್ನೋದಾದರೆ ನಾನು ಕೂಡ ಎಸ್ಟೇಟ್ ಕಡೆ ತಲೆ ಹಾಕೊಲ್ಲ'' ಹಾಸ್ಯ ಮಾಡಿದ ನಂತರವೇ ಫೋನ್ ಇಟ್ಟಿದ್ದು. ತಂದೆಯ ಬಗ್ಗೆ ಗೌರವಾಭಿಮಾನಗಳು ಇದ್ದರೂ ಕೆಲವೊಮ್ಮೆ ಫ್ರೆಂಡ್ ತರಹ ಟ್ರೀಟ್ ಮಾಡುತ್ತಿದ್ದಳು.

ಗಂಡನ ಭುಜದ ಮೇಲೆ ಗದ್ದವನ್ನೂರಿ ''ನಮ್ಮ ಎಸ್ಟೇಟ್ ತುಂಬಾ ಬ್ಯೂಟಿಫುಲ್ಲಾಗಿದೆ. ವಾರಕ್ಕೆ ಒಂದೆರಡು ಸಲವಾದ್ರು ಅಲ್ಲಿಗೆ ಹೋಗ್ತೀವಿ.'' ಕನವರಿಕೆಯಲ್ಲಿ ಇದ್ದವಳಂತೆ ಅಲ್ಲಿನ ಗಿಡ, ಮರ, ಹೂ ಪ್ರತಿಯೊಂದನ್ನು ವರ್ಣಿಸತೊಡಗಿದಳು. ಅವನು ಇಷ್ಟಪಟ್ಟ ಮುಗಿಲಿನಲ್ಲಿ ಅಂಥದೇನು ಇರಲಿಲ್ಲ. ಹಣದ ಐಷಾರಾಮದ ಬುದುಕು, ಕಾರು, ಬಂಗ್ಲೆ - ಇಂಥದ್ದು ಮಾತ್ರ.

''ಇವತ್ತು ನಂದು ಡ್ರೈವಿಂಗ್'' ಅಂದ.

ಅಲಕಾ ತಕ್ಷಣ ಬೆಚ್ಚಿಬಿದ್ದು ''ನನ್ನ ಮ್ಯಾರೇಜ್ ಆಗಿರೋದು ಮೊನ್ನೆ ಮೊನ್ನೆ, ಸದ್ಯಕ್ಕೆ ಖಂಡಿತ ಸಾಯೋಕೆ ಇಷ್ಟವಿಲ್ಲ. ಲರ್ನರ್ ಕಾರು ನಾನು ಹತ್ತೊಲ್ಲ. ಡ್ರೈವರ್ ಲೂಯಿ ಹೇಳ್ದ ಈಗಾಗ್ಲೇ ಮೂರು ನಾಲ್ಕು ಸಲ ಸಣ್ಣ ಪುಟ್ಟ ಆಕ್ಸಿಡೆಂಟ್‌ಗಳಾಗಿದೆಯೆಂದು. ಸದ್ಯಕ್ಕೆ ಇನ್ನು ಸ್ವಲ್ಪ ದಿನ ಕಲೀರಿ'' ಎಂದಳು. ಅವನ ಉತ್ಸಾಹದ ಮೇಲೆ ತಣ್ಣೀರು ಎರಚಿದಂತಾಯಿತು. ಅದನ್ನು ತುಟಿ ಬಿಚ್ಚಿ ಹೇಳಲಿಲ್ಲ.

ಸಂಜೆ ಡ್ರೈವರ್ ಬೇಡವೆಂದು ತಾನೇ ಸ್ಟೀರಿಂಗ್ ವ್ಹೀಲ್ ಮುಂದೆ ಕೂತಳು. ''ನಮ್ಮ ಮೇಡಮ್ ಎಕ್ಸ್‌ಪರ್ಟ್ ಡ್ರೈವರ್, ರೇಸ್‌ಗೆ ಹೋದ್ರು ಗೆದ್ದು ಬರ್‍ತಾರೆ. ಏಳನೇ ವರ್ಷದಲ್ಲೇ ಸ್ಟೀರಿಂಗ್ ವ್ಹೀಲ್ ಮುಂದೆ ಕೂತರು'' ಲೂಯಿ ಹೇಳಿದ್ದು ನೆನಪಾದಾಗ ಅವನಿಗೆ ಬಾಯಿಯೆಲ್ಲ ಕಹಿ ಕಹಿಯೆನಿಸಿತು.

''ಬೆಳಿಗ್ಗೆ ನಾನೇ ಬರ್‍ತೀನಿ ನಿಮ್ಜೊತೆ'' ಅಂದಾಗ, ಸ್ವಲ್ಪ ಕಾಂಪ್ಲೆಕ್ಸ್‌ಗೆ ಒಳಗಾದ ಮುರುಳಿ ''ಬೇಡ, ಇನ್ನೊಂದ್ವಾರದಲ್ಲಿ ಇರೋ ಕಾರುಗಳನ್ನೆಲ್ಲ ಡ್ರೈವ್ ಮಾಡೋಷ್ಟು ಕಲಿತೀನಿ'' ಎಂದ ಆತ್ಮವಿಶ್ವಾಸದಿಂದ.

ಆರರ ಸುಮಾರಿಗೆ ಎಸ್ಟೇಟ್‌ಗೆ ಹೊರಟಾಗ ಮುರುಳಿ ಫುಲ್ ಸೂಟ್ ತೊಟ್ಟಿದ್ದ. ಸಾಧಾರಣವಾದ ಸೆಲ್ವಾರ್ ಕಮೀಜ್ ತೊಟ್ಟಿದ್ದ ಅಲಕಾಗೆ ಇಷ್ಟು ಗ್ರಾಂಡಾಗಿ ಮುರುಳಿ ಹೊರಟಿದ್ದು ಸರಿಯೆನಿಸಲಿಲ್ಲ.

''ಈ ಡ್ರೆಸ್ ಬೇಕಿತ್ತಾ'' ಎನ್ನುವ ಮಾತು ನಾಲಿಗೆಯವರೆಗೆ ಬಂದು ಅಲ್ಲಿ ನಿಂತಿತು. ಹೆಚ್ಚಿನ ಉಡುಪಿನ ಹುಚ್ಚು ಇದೆಯೆಂದು ಹನಿಮೂನ್‌ಗೆ ಹೋದಾಗ ಗೊತ್ತಾಗಿತ್ತು. ಹೋದೆಡೆಯೆಲ್ಲಾ ಏನಾದರೊಂದು ತನಗಾಗಿ ಖರೀದಿಸಿಕೊಳ್ಳುತ್ತಿದ್ದ. ಅದು ಅಂಥ ವಿಶೇಷವಲ್ಲದಿದ್ದರೂ ದುಡಿಮೆ ಹೆಚ್ಚಿಸುವ ಬಗ್ಗೆ ಯೋಚನೆ ಇರಬೇಕೆ ವಿನಃ ಖರ್ಚು

ಮಾಡುವ ಕಡೆಯಲ್ಲ ಅವಳ ಅಭಿಪ್ರಾಯ. ಯಾವುದೇ ವಸ್ತು ಕೊಳ್ಳುವ ಮುನ್ನ ಅದರ ಪ್ರಯೋಜನದ ಬಗ್ಗೆ ಆಳವಾಗಿ ಯೋಚಿಸುವುದು ತಂದೆಯಿಂದ ಬಂದ ಬಳುವಳಿ.

ದಾರಿಯಲ್ಲಿ "ಮುರುಳಿ, ನಾನು ದೊಡ್ಡ ಲೈಬ್ರರಿ ಮಾಡಿದ್ದೀನಿ. ನೀವು ಉಪಯೋಗಿಸ್ಕೊಳ್ಳಿ. ಎಲ್ಲಾ ದೇಶದ ಪತ್ರಿಕೆಗಳನ್ನು ಸಂಗ್ರಹಿಸಿಟ್ಟಿದ್ದೀನಿ. ಇದೆಲ್ಲ ನಿಮ್ಮ ಉಪಯೋಗಕ್ಕೆ ಬರುತ್ತೆ" ಹೇಳಿದಳು.

ಮುರುಳಿ 'ಹಾ' 'ಹ್ಞೂ' ಎರಡು ಅನ್ನಲಿಲ್ಲ. ಡಿಗ್ರಿಗಳ ಗಳಿಕೆಗಾಗಿ ಸಾಕಷ್ಟು ಓದಿದ್ದ. ಈಗ ಅಂಥ ಅಗತ್ಯವಿಲ್ಲವೆಂದು ಅವನ ಭಾವನೆ. ಉತ್ತಮವಾದ ಅಧಿಕಾರಿಗಳು ಸಂಪಾದಕರನ್ನೊಳಗೊಂಡ ಪತ್ರಿಕೆ ತಾನಾಗಿ ನಡೆದುಕೊಂಡು ಹೋಗುತ್ತದೆಯೆಂದು ಅವನ ಭಾವನೆ.

"ಮುರುಳಿ" ಎಂದಳು ಗಟ್ಟಿಯಾಗಿ.

ಮಡದಿಯ ನಗ್ನ ಭುಜವನ್ನು ಬೆರಳಿನಿಂದ ಸವರಿ "ನಾನೆಂಥ ಮಾಡ್‌ನಲ್ಲಿದ್ದೆ ಗೊತ್ತಾ? ಅಲಕಾ ಸ್ವಲ್ಪ ದಿನವಾದ್ರೂ ನಾವುಗಳು ರಿಸ್ಕ್ ಇಲ್ದೇ ಜಾಲಿಯಾಗಿ ಇರೋಣ" ಎಂದ ಕೂಡಲೇ ಕಾರನ್ನು ಪಕ್ಕಕೊಯ್ದು ಬ್ರೇಕ್ ಹಾಕಿ ನಿಲ್ಲಿಸಿ ಕೆಳಗಿಳಿದು' ಗಂಡನನ್ನು ಸನ್ನೆಯಿಂದ ಇಳಿಯುವಂತೆ ಹೇಳಿದಳು.

ನೆಟ್ಟ ನೋಟದಿಂದ ಮುರುಳಿಯನ್ನು ನೋಡಿ ಫಕ್ಕನೆ ನಕ್ಕಳು "ಶ್ರೀಮಂತಿಕೆ ಅನ್ನೋದು ಮುಳ್ಳಿನ ಸಿಂಹಾಸನ. ಅದ್ನ ಬೇಕು ಅನ್ನೋರು ಸಾಕಷ್ಟು ಕಷ್ಟಪಡ್ತಾನೆ ಇರ್ಬೇಕು. 'ರಿಸ್ಕ್' ತಗೊಳ್ಳೋದ್ರಲ್ಲಿ ತುಂಬ ಸುಖ ಇದೆ. 'ಆರಾಮ್' ಅಂದರೆ ನಿಮ್ಮ ಪ್ರಕಾರ ಏನು ? ಊಟ ತಿಂಡಿ ಮುಗ್ಸಿಕೊಂಡು ಒಬ್ರ ತೆಕ್ಕೆಯಲ್ಲಿ ಒಬ್ರು ಸದಾ ಮಲ್ಗಿರೋದಾ ? ಜೀವ್ನ ಡಿಸಗಸ್ಟ್ ಆಗ್ಬಿಡುತ್ತೆ. ಹನಿಮೂನ್ ಚಾರ್ಮ್ ಕೆಲವು ದಿನಗಳು ಮಾತ್ರ" ಎಂದವಳು ಹೋಗಿ ಕಾರಿನಲ್ಲಿ ಕೂತಳು.

ಎಸ್ಟೇಟಿನ ನೌಕರ ವರ್ಗ ಇವರುಗಳ ಸ್ವಾಗತಕ್ಕೆ ಕಾದು ನಿಂತಿದ್ದರು. ಮುಂದಿನದೇ ಭರ್ಜರಿಯಾದ ಭಾರಿ ಗೇಟ್. ದೊಡ್ಡ ದೊಡ್ಡ ಹಾರಗಳನ್ನು ಹಾಕಿ ಇವರುಗಳನ್ನು ಕರೆದೊಯ್ದರು. ಮುರುಳಿಯ ಮುಖದಲ್ಲಿ ಅಭಿಮಾನ ಬೆರೆತ ಅಹಂಭಾವ ಕಾಣಿಸಿಕೊಂಡಿತು. ಇಷ್ಟು ನೌಕರ ಚಾರರಿಗೆ ತಾನು ಯಜಮಾನ !

"ಡ್ಯಾಡ್ ಇನ್ನು ಬರಲಿಲ್ವಾ ?" ಫೋನ್ ಬಟನ್‌ಗಳನ್ನು ಒತ್ತಲು ಮುಂದಾದಾಗ ಎಸ್ಟೇಟ್ ಮ್ಯಾನೇಜರ್ "ಮೆಸೇಜ್ ಬಂದಿದೆ. ಹದಿನೈದು ಇಪ್ಪತ್ತು ನಿಮಿಷದಲ್ಲಿ ಇಲ್ಲಿ ಇರ್ತಾರಂತೆ. ಮಧ್ಯೆ ಡಿಸ್ಟರ್ಬ್ ಮಾಡೋದ್ಬೇಡಾಂತ ಹೇಳಿದ್ರು."

ಇಡೀ ಎಸ್ಟೇಟಿನ ಇಂಚು ಇಂಚು ಪರಿಚಯಿಸಿದಳು. ತಾನು ವಿದೇಶದಿಂದ ಕೂಡ ತಂದ ಗಿಡ ಬಳ್ಳಿ ಮರಗಳನ್ನು ತೋರಿಸಿದಳು. ಅದರಲ್ಲಿ ಅವನಿಗೆ ಅಂಥ ಇಂಟರೆಸ್ಟ್ ಇಲ್ಲದಿದ್ದರೂ ಮುಂದೆ ಬೆಳೆಸಿಕೊಳ್ಳಬೇಕೆಂಬ ತೀರ್ಮಾನಕ್ಕೆ ಬಂದ.

ಅಂತು ಅವರುಗಳ ಪಾಲಿಗೆ ಸುಂದರ ಸಂಜೆಯೇ.

ಸುತ್ತಾಡಿ ಬರುವ ವೇಳೆಗೆ ಟೀ ರೆಡಿಯಾಗಿತ್ತು. ಗೆಲುವಿನಿಂದಿದ್ದ ಅಲಕಾ ಮುಖದ ಮೇಲೆ ವ್ಯಥೆಯ ನೆರಳಾಡಿತು. ''ನನ್ನ ಮಮ್ಮಿಗೆ ಈ ಎಸ್ಟೇಟ್ ಅಂದರೆ ಪಂಚ ಪ್ರಾಣ. ಬಂಗ್ಲೆಯಲ್ಲಿ ಇರೋಕ್ಕಿಂತ ಇಲ್ಲಿರೋಕೆ ಹೆಚ್ಚು ಇಷ್ಟಪಡೋರು. ಅವ್ರು ತೀರಿಕೊಂಡಾಗ ನನ್ನ ವಯಸ್ಸು ಹನ್ನೆರಡು. ಆಮೇಲೆ ಡ್ಯಾಡ್ ಕೈಯಲ್ಲಿ ಬೆಳ್ದೆ. ಅವ್ರಿಂದ ಯಾವ್ದೇ ಲೋಪವಾಗದಿದ್ರೂ ಇದೊಂದು ಕೊರತೆಯೇ'' ಹೇಳಿಕೊಂಡಳು. ಅವಳು ಸದುದ್ದೇಶದಿಂದ ತಿಳಿಸಿದರೂ ಇವನಿಗೆ ಬಹಳ ಇರುಸು ಮುರುಸು. ಕಾರಣಕ್ಕಾಗಿ ತಡಕಾಡ ಬೇಕಿರಲಿಲ್ಲ.

''ಆ ವಿಷ್ಯ ಈಗ್ಯಾಕೆ ಬಿಡು'' ಅಂದು ಮಡದಿಯ ಭುಜದ ಮೇಲೆ ಕೈ ಹಾಕಿ. ಅವಳ ಕೈಯಲ್ಲಿನ ಟೀ ಕಪ್ ಕೆಳಗಿಳಿಯಿತು. ಪ್ರಯಾಸದಿಂದ ಉಸಿರನ್ನು ಹೊರಗೆ ದಬ್ಬಿದಳು. ''ಕಹಿ ಸಿಹಿ ಎರಡು ನೆನಪುಗಳನ್ನು ಹಂಚ್ಕೋಬೇಕು. ಮಮ್ಮಿನ ನಾನು ಮರ್ತ್ತೇ ಇಲ್ಲ. ತಾಯಿ ಪ್ರೀತಿ ಅಷ್ಟೊಂದು ಅಮೂಲ್ಯ. ಅದ್ನ ಬೇರೆ ಎಲ್ಲಿಂದ್ಲೂ ಪಡ್ಯೋಕಾಗೊಲ್ಲ'' ವ್ಯತಿಥಳಾಗಿಯೇ ನುಡಿದಳು. ಕಂಠ ಭಾರವಾಗಿತ್ತು. ಮುರುಳಿನ ಅಲ್ಲಿಂದ ಎತ್ತಿ ಕಾರ್ಗಿಲ್‌ಗೆ ಎಸೆದಂತಾಯಿತು. ಮಾತೃಭೂಮಿಗಾಗಿ ಹೋರಾಡುತ್ತಿರುವ ಯೋಧರ ನಡುವೆ ಇವನೊಬ್ಬ ಮಾತೃದ್ರೋಹಿಯಾಗುತ್ತಿದ್ದ.

''ಯಾಕೋ ಒಂದಿಷ್ಟು ತಲೆನೋವು'' ಎದ್ದು ಹೋದ.

ಮುರುಳಿಗೂ ತಾಯಿ ನೆನಪಾಗಿರಬಹುದೆಂದು ಕೊಂಡ ಅಲಕಾ ಸಂತಾಪಗೊಂಡಳು. ತನಗಾದರೂ ತಂದೆ ಇದ್ದಾರೆ ಮುರುಳಿಗೆ ಅವರೂ ಇಲ್ಲ. ಅವನೊಬ್ಬ ದುರಾದೃಷ್ಟವಂತ ಎಂದುಕೊಂಡಳು. ಈ ಶ್ರೀಮಂತಿಕೆಗಿಂತ ಸಂಬಂಧದ ಶ್ರೀಮಂತಿಕೆಯೇ ಹೆಚ್ಚೆನಿಸಿತು.

ಹೇಳಿದ ಸಮಯಕ್ಕಿಂತ ಮೂರು ನಿಮಿಷ ಮೊದಲೇ ಬಂದರು ಶಿವಶಂಕರ ಪಿಳ್ಳೆ. ಒಂಟಿಯಾಗಿ ಕೂತ ಮಗಳನ್ನು ಕಂಡು ಹುಬ್ಬೇರಿಸಿದರು. 'ಎನಿಥಿಂಗ್ ರಾಂಗ್ ? ಎನ್ನುವ ಪ್ರಶ್ನೆ ಇತ್ತು ಅವರ ಕಣ್ಣುಗಳು.

''ನಥಿಂಗ್ ಡಿಪ್ರೆನ್ಸ್ ಶುರುವಾಗೋಕೆ ಇನ್ನು ಕೆಲವು ದಿನಗಳಾದ್ರೂ ಬೇಕಾಗುತ್ತೆ ಎಂದು ಘೊಳ್ಳನೆ ನಕ್ಕಳು. ''ಹೌದೌದು'' ಸಣ್ಣ ಪುಟ್ಟ ಫೈಟಿಂಗ್‌ಗಳು ಇದ್ದರೇ ತಾನೇ ಒಂದು ರೀತಿಯ ರೋಚಕ ದಾಂಪತ್ಯ'' ಮೆಲುವಾಗಿ ನುಡಿದರು. ಕನ್ನಡಕದೊಳಗಿನ ಕಣ್ಣುಗಳು ಮಿನುಗಿದವು. ತಮ್ಮ ವಿವಾಹದ ನಂತರ ಮೊದಲ ದಿನಗಳು ನೆನಪಾಗಿರಬೇಕು.

ಇವರುಗಳ ಮಾತಿನ ನಡುವೆ ಬಂದು ಕೂತ ''ಬ್ಯೂಟಿಫುಲ್ ಈ ವಾತಾವರಣ ನೋಡಿದರೆ ಹೊರ್ಗೆ ಹೋಗೋ ಮನಸ್ಸೇ ಆಗೋಲ್ಲ'' ಎಂದ. ತಂದೆ ಮಗಳು ಮಾತಾಡಲಿಲ್ಲ.

ಡಿನ್ನರ್ ಗ್ರಾಂಡಾಗಿಯೇ ಇತ್ತು. ಬಂಗ್ಲೆ ಐಶ್ವರ್ಯ ಹಿಂದಿರುಗಬೇಕೆಂದೇನು ಇರಲಿಲ್ಲ. ಅಲ್ಲೆ ಉಳಿದುಕೊಂಡರು ಮೂವರು. ಕಿಟಕಿಯಿಂದ ಒಳ ನುಗ್ಗುವ ಆಹ್ಲಾದಕರವಾದ ಗಾಳಿ. ಮಧುರವಾದ ವಾತಾವರಣ. ಎಲ್ಲಾ ಹಿತವೆನಿಸಿತು. ಈ ರಾತ್ರಿ ಅವರುಗಳ ಪಾಲಿಗೆ ಮರೆಯಲಾರದಂತಾಯಿತು.

ಬೆಳಿಗ್ಗೆ ಅಲ್ಲೇ ಬ್ರೇಕ್ ಫಾಸ್ಟ್ ಮುಗಿಸಿಕೊಂಡು ಮೊದಲು ಶಿವಶಂಕರ ಪಿಳ್ಳೆ ಹೊರಟರು. ರಾತ್ರಿಯ ಸುಖದ ಮತ್ತಿನಲ್ಲಿ ಇನ್ನು ನಿದ್ರಿಸುತ್ತಿದ್ದ ಮುರುಳಿ. ತಂದೆಯನ್ನು ಕಾರಿನವರೆಗೂ ಬಂದು ಬೀಳ್ಕೊಟ್ಟಳು. ಇಂದು ತುಸು ಬೇಸರವಿತ್ತು ಅವಳಲ್ಲಿ.

ಪೇಪರ್ ನೋಡಿದಳು. ಎಸ್ಟೇಟ್‌ನಲ್ಲಿ ಅಡ್ಡಾಡಿ ಬಂದಾಗಲು ಮಲಗಿರುವುದನ್ನು ನೋಡಿ ಅವಳ ಹುಬ್ಬೇರಿತು. "ಮುರುಳಿ, ಇದು ರಾತ್ರಿಯಲ್ಲ ಬೆಳಕು ಹರಿದು ಬಹಳ ಹೊತ್ತಾಯ್ತು." ಅಂದು ಅಲ್ಲೇ ಕೂತಳು.

ಕೈಚಾಚಿದವ ಕೈಗೆ ಪೇಪರಿಟ್ಟು "ಹತ್ತು ನಿಮಿಷದಲ್ಲಿ ರೆಡಿಯಾಗಿ ಹೊರ್ಗೆ ಬರ್ಬೇಕು, ಇದು ಶಿವಶಂಕರ್ ಪಿಳ್ಳೆಯವರ ಮಗಳ ಹುಕುಂ" ಹೊರಗೆ ಹೋದಳು.

ಕಣ್ಣಿಗೆ ಬಿಗಿಸಿ ಕೊಂಡವನಂಗೆ ಎದ್ದು ಕೂತ ಮುರುಳಿ. ಗೋಡೆಗೆ ಹಾಕಿದ್ದ ವಿದೇಶಿ ಗಡಿಯಾರ - ಹತ್ತು ನಲವತ್ತರ ಜೊತೆಗೆ ಕೆಲವು ಸೆಕೆಂಡ್‌ಗಳನ್ನು ಅವನಿಗೆ ತೋರಿಸುತ್ತಿತ್ತು. ಅವನಿಗೆ ತನ್ನ ತಪ್ಪಿನ ಅರಿವಾಯಿತು. ಬೇಗ ಸ್ನಾನ ಮುಗಿಸಿ ಹೊರಗೆ ಬಂದಾಗ ಟಿ.ವಿ. ನೋಡುತ್ತಿದ್ದಳು ಅಲಕಾ.

"ಮುಗೀತಾ ನಿದ್ದೆ?" ನಸು ನಗೆಯಿಂದ ಪ್ರಶ್ನಿಸಿದಳು.

"ನೀನು ಜೊತೆಗೆ ಇದ್ದರೇ ನಂಗೆ ರಾತ್ರಿ, ಬೆಳಗಿನ ವ್ಯತ್ಯಾಸ ತಿಳಿಯೋಲ್ಲ" ಅಂದ ಮೋಹಕ ನೋಟ ಬೀರುತ್ತ. ಅಲಕಾ ಪೇಪರ್‌ನಿಂದ ನೋಟ ಸರಿಸಲಿಲ್ಲ. "ಅದಂತು ಇಂಪಾಜಿಬಲ್, ಬೇಗ ಬ್ರೇಕ್ ಫಾಸ್ಟ್ ಮುಗ್ಸಿಕೊಳ್ಳಿ. ಇವತ್ತು ಒಂದು ಮೀಟಿಂಗ್‌ನಲ್ಲಿ ಭಾಗವಹಿಸೋದಿದೆ" ಹೇಳಿದಳು ಸಹಜವಾಗಿ.

ಮುರುಳಿಗೆ ಪಿಚ್ಚೆನಿಸಿತು. ಅವಳೇನು ಕೈ ಹಿಡಿದವನ ಊಟ ತಿಂಡಿಯ ನಂತರವೇ ತನ್ನದು ಎನ್ನುವ ಫಾರ್ಮಾಲಿಟೀಸ್‌ನ ಅವಳು ಪಾಲಿಸೋಲ್ಲ. ಸ್ವಲ್ಪ ಮನಸ್ಸಿಗೆ ಕಿರಿಕಿರಿಯೆನಿಸಿದರೂ ಡೈನಿಂಗ್ ಟೇಬಲ್ ಮುಂದೆ ಕೂತ ನಂತರ ಪಟ್ಟಾಗಿಯೇ ತಿಂದ. ಅವನಿಗೆ ಈ ವಾತಾವರಣ ಹಿಡಿಸಿತ್ತು. ಒಂದೆರಡು ದಿನ ಇಲ್ಲೇ ಉಳಿಯಬೇಕೆನ್ನೋ ಹಾತೊರಿಕೆ. ಅದನ್ನು ವ್ಯಕ್ತಪಡಿಸಿದ.

"ನಾವು ಇನ್ನು ನಾಲ್ಕು ದಿನ ಯಾಕೆ ಇಲ್ಲೇ ಇರ್ಬಾರ್ದು."

"ಖಂಡಿತ ಇರ್ಬಾರ್ದು ಬೇಗ ನಡೀರಿ" ಮೇಲೆದ್ದಳು.

ಕಾರಿನವರೆಗೂ ಹೋದವಳು ಅವನನ್ನು ಹಿಂದಕ್ಕೆ ಕರೆತಂದು ದೊಡ್ಡ ಹಾಲ್‌ನಲ್ಲಿ ಕಾರ್ನರ್‌ನಲ್ಲಿ ಫ್ರೇಮ್‌ಗೆ ಹಾಕಿದ್ದ ಫೋಟೋ ತೆಗೆದು ತೋರಿಸಿದಳು.

"ನನ್ನ ಮಮ್ಮಿ ತುಂಬ ಬ್ಯೂಟಿಫುಲ್ಲಾಗಿದ್ರು. ಅವರದು ಫೋಟೋಜೆನಿಕ್ ಫೇಸ್. ಇಂಥ ಕಣ್ಣುಗಳು ಯಾರಿಗಿದೆ ?" ಭಾವಚಿತ್ರದಲ್ಲಿಯೇ ದೃಷ್ಟಿಯನ್ನು ನೆಟ್ಟಳು. ತೀರಾ ಭಾವಪರವಶತೆ ಆವರಿಸಿದ್ದು ಅವನ ಗಮನಕ್ಕೆ ಬಂತು. ಅವನೆದೆಯಲ್ಲಿ 'ಚುಳ್' ಎಂದಿತು. ಹಲವಾರು ವರ್ಷಗಳ ಹಿಂದೆ ಸತ್ತ ತಾಯಿಗಾಗಿ ಇಂದು ಚಿಂತಿಸುತ್ತಿದ್ದಳು. ತಾನು... ?

ಅವನಿದ್ದ ಸ್ಥಿತಿಯಲ್ಲಿ ಮಾತನಾಡಲಾಗಲಿಲ್ಲ.

ದಾರಿಯುದ್ದಕ್ಕೂ ತಾಯಿಯ ಬಗ್ಗೆಯೇ ಮಾತಾಡುತ್ತಿದ್ದುದ್ದು ತೀರಾ ಇರುಸು ಮುರುಸನ್ನುಂಟುಮಾಡಿತು. ತಾಯಿಯ ನೆನಪು ದಹಿಸತೊಡಗಿತು. ಅವನನ್ನು ತಕ್ಷಣ ಹೋಗಿ ನೋಡಬೇಕೆನಿಸಿದರೂ ಸಾಧ್ಯವಿರಲಿಲ್ಲ. ಒಪೆಲ್ ಆಸ್ಟ್ರಾ ಕಾರಿನ ಮೆತ್ತನೆಯ ಸೀಟು ಅದನ್ನು ಬಹಳ ಬೇಗ ಮರೆಸಿತು.

❑ ❑ ❑

ಸತ್ಯನಾರಾಯಣ ಅವರಿಂದ ಎರಡು ಪತ್ರಗಳು ಬಂದವು. ಎರಡನೇ ಪತ್ರವನ್ನು ತೀರಾ ಆತಂಕದಿಂದ ಬರೆದಿದ್ದರು. 'ಅವನ ವಿಳಾಸ ಕೊಡು, ಪತ್ರ ಬರೆಯಲಾರದಷ್ಟು ಬಿಜಿನಾ ? ಏನಾದರೂ ತೊಂದರೆಯಲ್ಲಿದ್ದಾನಾ ? ' ಇಂಥ ಮಾತುಗಳನ್ನು ಓದಿ ತೀರಾ ಚಲಿಸಿ ಹೋದ. ವಿಶ್ವನಿಗೆ ಏನು ಮಾಡಬೇಕೋ ತೋರಲಿಲ್ಲ. ಮುರುಳಿ ಬಂದರೂ ಆಫೀಸಿನಲ್ಲಿ ಕೂತು ಹೋಗುತ್ತಿದ್ದ. ತುರ್ತು ಕೆಲಸವಿಲ್ಲದೆ ಎಂ.ಡಿ. ಕೋಣೆಗೆ ಹೋಗುವಂತಿರಲಿಲ್ಲ.

ಅಂದು ಮ್ಯಾನೇಜರ್ ಬಳಿ ನೇರವಾಗಿ ಹೋಗಿ ಒಂದು ಅಪ್ಲಿಕೇಷನ್ ಇಟ್ಟ "ಒಂದಿಷ್ಟು ಲೋನ್ ಬೇಕು ಸಾರ್. ಬಸ್ಸಿನಲ್ಲಿ ಓಡಾಡಿ ಸಾಕಾಗಿದೆ. ಯಾವುದಾದರೂ ಒಂದು ವೆಹಿಕಲ್ ತಗೋಳ್ಳೋಣಾಂತ" ವಿನಂತಿಸಿದ.

ಕನ್ನಡಕ ಸರಿಪಡಿಸಿಕೊಂಡು ನೋಡಿದ ಮ್ಯಾನೇಜರ್ "ನೀನು ಎಂ.ಡಿ. ಯವ್ರ ಅಳಿಯನ ಫ್ರೆಂಡ್ ಅಲ್ವಾ ? ನೇರವಾಗಿ ಅಪ್ಲಿಕೇಷನ್ ಅಲ್ಲಿಗೆ ಒಯ್ದು ಬಿಡಿ. ರೂಲ್ಸು ರೆಗ್ಯುಲೇಷನ್ ಬಿಟ್ಟು ಸಾಂಕ್ಷನ್ ಮಾಡ್ಬಿಡ್ತಾರೆ" ಅಪ್ಲಿಕೇಷನ್ ಅವನತ್ತಲೇ ತಳ್ಳಿದರು. ಮುರುಳಿ ಇವನ ಫ್ರೆಂಡ್ ಎಂದೂ ಅವರೊಬ್ಬರಿಗೆ ಮಾತ್ರ ಗೊತ್ತಿತ್ತು.

"ಥ್ಯಾಂಕ್ಯೂ ಸರ್" ಅಪ್ಲಿಕೇಷನ್ ಹಿಡಿದು ಹೊರ ಬಂದ.

ಸದ್ಯಕ್ಕೆ ಎಂ.ಡಿ. ರೂಮಿಗೆ ಹೋಗೋಕೆ ಪರ್ಮಿಷನ್ ಸಿಕ್ಕಿತ್ತು. ಅಷ್ಟು ಸಾಕಿತ್ತು ಕೂಡ ನೇರವಾಗಿ ಅಲ್ಲಿಗೆ ಹೋದ. ಮ್ಯಾನೇಜರ್ ಆಜ್ಞೆ ತಿಳಿಸಿ ಒಳಗಿನಿಂದ ಪರ್ಮಿಷನ್ ಪಡೆದು ಹೋದಾಗ, ಸೀಟಿನಲ್ಲಿ ಕೂತಿದ್ದ ಮುರುಳಿ ಮೇಲೆದ್ದು ನಿಂತ.

ಗೋದಿ ಬಣ್ಣದ ಫುಲ್ ಸೂಟು, ಎತ್ತಿ ಬಾಚಿದ ಕೂದಲು ಒಂದಿಂಚು ದಪ್ಪದ ಜೊತೆ ಒಂದಿಂಚು ಬೆಳೆದಂಗೆ ಕಂಡ. ಮುಖಕ್ಕೆ ಶ್ರೀಮಂತಿಕೆಯ ಹೊಳಪು. ಕಣ್ಣುಗಳಲ್ಲಿ ಪ್ರಜ್ವಲನೆ - ನೋಡಿ ವಿಶ್ವನಿಗೆ ಸಂತೋಷವೇ ಆಯಿತು.

"ವಿಶ್ವ..." ಎಂದ.

ಅಪ್ಲಿಕೇಷನ್ ಮಡಚಿ ಜೇಬಿನಲ್ಲಿ ಇಟ್ಟುಕೊಂಡು "ಪ್ಲೀಸ್ ಎಲ್ಲಿ ಸಿಕ್ತೀಯಾ ? ಅರ್ಜೆಂಟಾಗಿ ಒಂದಿಷ್ಟು ಮಾತಾಡೋದಿದೆ. ಕೂತ್ಕೋ.... ಕೂತ್ಕೋ ವಿಶ್ವ. ಮುರುಳಿ ಕೆಲವು ಕ್ಷಣಗಳು ಭಾವೋದ್ವೇಗಕ್ಕೆ ಒಳಗಾದ. ಕೈಯಲ್ಲಿನ ವಾಚ್ ಕಡೆ ನೋಡಿ "ಈಗ

ಹನ್ನೆರಡು ಇಪ್ಪತ್ತು ಒಂದು ನಲವತ್ತಕ್ಕೆ ಹೋಟೆಲ್ ಪ್ಯಾಲೇಸ್‌ನಲ್ಲಿ ಸಿಕ್ತೀನಿ'' ಹೇಳಿದ ಕೂಡಲೇ ''ಥಾಂಕ್ಯೂ ಸರ್'' ಎಂದು ಹೊರ ಬಂದ ವಿಶ್ವ ಅರ್ಧದಿನ ಮಧ್ಯಾಹ್ನದ ಮೇಲೆ ರಜೆ ಪಡೆದು ಪತ್ರಿಕಾಲಯದಿಂದ ಹೊರ ಹೋದ. ಸಣ್ಣ ಕಂಪನ ಮೈಯಲ್ಲಿ. ಮುರುಳಿಯೊಂದಿಗೆ ಸಹಜವಾಗಿ ಮಾತಾಡಲಾಗಲಿಲ್ಲ.

ಹೋಟೆಲ್ ಬಳಿ ಹೋಗಿ ಕಾದು ನಿಂತ. ಒಂದು ಮೂವತ್ತಕ್ಕೆ ಒಂದು ಆಟೋ ಬಂದು ನಿಂತಿತು. ಅದರಿಂದ ಇಳಿದು ಮುರುಳಿ ಒಳಕ್ಕೆ ಹೋದಾಗ ಹಿಂಬಾಲಿಸಿದ. ಇಬ್ಬರು ಒಂದು ಎ.ಸಿ. ರೂಮು ಹೊಕ್ಕರು ಅದು ಪೂರ್ತಿಯಾಗಿ ಖಾಲಿ ಇತ್ತು. ಉದ್ವೇಗದಿಂದ ಗೆಳೆಯನ ಕೈ ಹಿಡಿದುಕೊಂಡ ಮುರುಳಿ.

''ಹೇಗಿದ್ದೀಯಾ ?'' ಕೇಳಿದ.

''ಚೆನ್ನಾಗಿದ್ದೀನಿ'' ತಣ್ಣಗೆ ಉಸುರಿದ ವಿಶ್ವ.

ಎದುರುಬದರಾಗಿ ಕೂತರು ಇಬ್ಬರು. ಮಾತಾಡಲು ಒಂದೆರಡು ನಿಮಿಷಗಳೇ ಬೇಕಾಯಿತು. ಮೊದಲು ತಿಟುಗಳನ್ನು ತೆರೆದವನು ವಿಶ್ವ.

''ಹೇಗಿತ್ತು ಹನಿಮೂನ್ ? ನಿನ್ನ ಭೇಟಿಯಾಗೋ ಅಗತ್ಯವಿತ್ತು. ಅದರಿಂದ್ಲೇ ತೊಂದರೆ ಕೊಟ್ಟಿದ್ದು. ಊರಿನಿಂದ ಎರಡು ಕಾಗ್ದ ಬಂದಿದೆ. ಅದ್ಕೆ ಮುನ್ನ ಣ್ಣ ಬಂದಿದ್ರು. ಆಗ ನೀನು ಹನಿಮೂನ್‌ನಲ್ಲಿದ್ದೆ. ನಿನ್ನ ಖರ್ಚು ವೆಚ್ಚಕ್ಕೆಂದು ಐದು ಸಾವಿರ ಡಿ.ಡಿ. ಕಳಿಸಿದ್ರು. ಅದ್ನ ಹಿಂದಿರುಗಿಸಿದ್ದೆ. ಅದಕ್ಕಾಗಿ ಗಾಬ್ರಿಯಿಂದ ಬಂದಿದ್ರು'' ಜೇಬಿನಿಂದ ತೆಗೆದು ಎರಡು ಪತ್ರಗಳನ್ನು ಅವನಿಗೆ ಕೊಟ್ಟ ವೈಯಕ್ತಿಕವಾಗಿ ಏನೂ ಹೇಳಿಕೊಳ್ಳುವ ಇಚ್ಛೆ ಅವನಿಗೆ ಇರಲಿಲ್ಲ.

ಮುರುಳಿ ನಡುಗುವ ಕೈಯಿಂದ ಪತ್ರ ಬಿಡಿಸಿದವನೇ ಮತ್ತೆ ಮಡಚಿದ. ಅವನೆದೆ ಬೈರಿಗೆಯಾಗಿತ್ತು. ಅಂತರಾತ್ಮ ಅವಹೇಳನ ಮಾಡುತ್ತಿತ್ತು. ಮಡಚಿ ಜೇಬಿಗಿಟ್ಟುಕೊಂಡವನು ಹಣೆ ಹಿಡಿದು ಕೂತ.

ವೆಯಿಟರ್ ನೀರು, ಮೆನುಕಾರ್ಡ್ ತಂದಿಟ್ಟು ನಿಂತ.

''ಎರಡು ಐಸ್ ಕ್ರೀಮ್'' ಎಂದ ವಿಶ್ವ.

''ಹೇಗಿದ್ದೀ ? ಹಿಂದಿನ ದಿನಗಳಿಗೂ, ಈಗಿನ ಬದ್ಕುಗೂ ಅಜಗಜಾಂತರ ವ್ಯತ್ಯಾಸವಿದೆ. ಅಲಕಾ ತುಂಬ ಒಳ್ಳೆ ಹುಡ್ಗೀಂತ ಎಲ್ಲಾ ಹೇಳ್ತಾರೆ. ಸರಳವಾಗಿ ಎಲ್ಲರೊಡನೆ ಬೆರೆತು ಹೋಗೋಂಥ ಸ್ವಭಾವವಂತೆ'' ಮತ್ತೆ ವಿಶ್ವನೇ ಮಾತಾಡಿದ್ದು.

''ಹೌದು ಅಲಕಾ ತುಂಬ ಒಳ್ಳೆ ಹುಡ್ಗೀನೇ. ಈಗ ನಾನೇನ್ಮಾಡ್ಲಿ ?'' ಸೋತವನಂತೆ ಕೇಳಿದ ''ನಾನು ಪತ್ರ ಬರ್ಯೋದು ಏನಾದ್ರೂ ಹೇಳೋದು ಅವ್ರಿಗೆ ಸಮಾಧಾನ ತರೋಲ್ಲ. ನಿಧಾನವಾಗಿ ಪತ್ರಗಳ್ನ ಓದ್ಕೊಂಡ ಆಲೋಚಿಸಿ ಒಂದು ಪತ್ರ ಬರೀ. ಹೇಗೂ ಅಲಕಾಗೆ ವಿಷ್ಯ ಗೊತ್ತಿದೆಯಂದೆಯಲ್ಲ ನಿಂಗೇನು ತೊಂದರೆ ಆಗೋಲ್ಲ. ತಾನೇ ಮ್ಯಾನೇಜ್ ಮಾಡ್ಕೋತಾಳೆ'' ಎಂದ ನಿಧಾನವಾಗಿ ವಿಶ್ವ.

''ಪ್ಲೀಸ್, ಈಗ ನೀನೇನಾದ್ರೂ ಬರ್ಯೋಕಾಗೊಲ್ವಾ ?'' ಮುರುಳಿ ದೀನ ನೋಟ ಬೀರಿದ ''ಸತ್ಯ ತಿಳಿಸ್ಬಹ್ದು ಅಷ್ಟೆ ಆಮೇಲೆ ನಾನಂತು ಇಲ್ಲಿರೊಲ್ಲ, ಹಿಮಾಲಯಕ್ಕೆ ಹೋಗಿ ಗೋಸಾಯಿಗಳಲ್ಲಿ ಸೇರಿ ಹೋಗ್ತೀನಿ'' ರೇಗಿ ನುಡಿದ ಸಿಟ್ಟಿನಿಂದ ಅವನ ತುಟಿಗಳು ಆದರುತ್ತಿದ್ದವು.

''ಕೋಪ ಬೇಡಮ್ಮ, ಊಹಿಸಲಾರದಂಥ ಶ್ರೀಮಂತಿಕೆ, ಅಲಕಾ ಅಂಥ ಹೆಂಡತಿ ಶಿವಶಂಕರ್ ಪಿಳ್ಳೆಯಂಥ ಮಾವ - ಇವೆಲ್ಲ ಹಲವು ಜನ್ಮಗಳ ಪುಣ್ಯ. ತಪ್ಪೋ ಸರಿಯೋ ಮುಂದಕ್ಕಡಿ ಇಟ್ಟಾಗಿದೆ. ಈಗ ನೀನೆ ನನ್ನ ಕಾಪಾಡ್ಬೇಕು'' ದುಂಬಾಲು ಬಿದ್ದ.

''ಏನಿವೇ, ನೀನು ನಾರಾಯಣಪುರಕ್ಕೆ ಪತ್ರ ಬರೀ. ಅವ್ರಿಗೂ ನೆಮ್ದಿ ಸಿಗುತ್ತೆ. ನಿಂಗೂ ಕೆಲವು ದಿನಗಳ ಅವಕಾಶ ಸಿಗುತ್ತೆ. ಸದ್ಯಕ್ಕೆ ಇದ್ಬಿಟ್ಟು ಬೇರೆ ದಾರಿ ಇಲ್ಲ'' ಗಟ್ಟಿಯಾಗಿ ಹೇಳಿದ. ಅವನಂತು ಏನು ಮಾಡುವ ಸ್ಥಿತಿಯಲ್ಲಿರಲಿಲ್ಲ.

ಮುರುಳಿಗೆ ಪತ್ರಗಳನ್ನು ಓದುವ ಧೈರ್ಯವಿರಲಿಲ್ಲ. ಅವನಿಗೆ ಹಿಂದಿರುಗಿಸಿ ''ಖಂಡಿತಾ ನನ್ನಿಂದ ಓದೋಕ್ಕಾಗೋಲ್ಲ. ನನ್ಹತ್ರ ಇದ್ರೂ ಅಪಾಯ. ನಾನು ಖಂಡಿತ ನಾಳೇನೆ ಪತ್ರ ಬರೀತೀನಿ'' ಆಶ್ವಾಸನೆ ಕೊಟ್ಟ.

ತಂದಿಟ್ಟ ಐಸ್ ಕ್ರೀಮ್ ಮುರುಳಿ ಮುಟ್ಟಲಿಲ್ಲ. ತಾನು ಮಾತ್ರ ತಿಂದ. ವಿಶ್ವ ಬಿಲ್ಲು ಹಣ ಕೊಟ್ಟು ಮೇಲೆದ್ದಾಗ, ತಟ್ಟನೇ ಗೆಳೆಯನ ಕೈ ಹಿಡಿದುಕೊಂಡ ಮುರುಳಿ.

''ಪ್ಲೀಸ್ ಮ್ಯಾನೇಜರ್‌ಗೆ ನೀನು ನನ್ನ ಫ್ರೆಂಡ್ ಅಂತ ಗೊತ್ತಿದೆಯಲ್ಲ, ಆಗಾಗ್ಬಂದು ಮೀಟ್ ಮಾಡ್ಬಹ್ದು'' ಕೇಳಿಕೊಂಡ. ಕೈ ಬಿಡಿಸಿಕೊಂಡ ವಿಶ್ವ ಕೈ ಜೋಡಿಸಿದ ''ಒಂದು ರೀತಿಯಲ್ಲಿ ನಿಂಗೂ, ನಂಗೂ ಇಬ್ಬರಿಗೂ ಅಪಾಯ. ಅದೆಲ್ಲ ಬೇಡ. ಯಾವಾಗ್ಲಾದ್ರೂ ನೋಡ್ಬೇಕೂಂತ ಅನ್ನಿಸಿದರೆ ನೀನೆ ಬಾ. ಇನ್ನು ಹೋಗೋಣ. ಇಬ್ಬರು ಹೊರಗೆ ಬಂದರು.

ಮುರುಳಿ ಆಟೋ ಹತ್ತಿದರೇ ವಿಶ್ವ ನಡೆದೆ ಹೊರಟ. ಎಂಥ ಸ್ನೇಹ ಎಲ್ಲಿಗೆ ಮುಟ್ಟಿತು ?

ಇವನು ಹೋಗುವ ವೇಳೆಗೆ ಅಲಕಾ ಛೇಂಬರ್‌ನಲ್ಲಿ ಕೂತು ಫೈಲ್‌ಗಳನ್ನು ನೋಡುತ್ತಿದ್ದವಳು ತಲೆಯೆತ್ತಿ ''ಹಾಯ್ ಎಲ್ಹೋಗಿದ್ರಿ ? ನನ್ನ ಫ್ರೆಂಡ್ ಸುಶೀಲ ನಮ್ಮಿಬ್ಬರನ್ನು ಊಟಕ್ಕೆ ಕರೆದಿದ್ದಾಳೆ. ಸಸ್ಪೆನ್ಸ್, ಹೋದ್ಮೆಲೆ ಗೊತ್ತಾಗೋದು '' ಫೈಲ್ ಮುಚ್ಚಿ ಎದ್ದಳು.

ಪ್ರಯತ್ನಪೂರ್ವಕವಾಗಿ ನಗೆ ಬೀರಿದ. ''ಸ್ವಲ್ಪ ತಲೆ ನೋವೂಂತ ಅನ್ನಿಸ್ತಾ ಇದೆ. ಇನ್ನೊಂದು ದಿನ ಹೋಗ್ಬಹುದಲ್ಲ'' ರಾಗ ತೆಗೆದ.

ಗಾಜಿನ ಹೂಜಿಯಲ್ಲಿದ್ದ ನೀರನ್ನು ಬಗ್ಗಿಸಿ ಮಾತ್ರೆಯೊಂದಿಗೆ ಅವನ ಮುಂದಿಡಿದು ''ಬರಿ ತಲೆ ನೋವಿಗಾಗಿ ಪ್ರೋಗ್ರಾಂ ಕ್ಯಾನ್ಸಲ್ ಮಾಡೋದಾ ? ಇಂಪಾಜಿಬಲ್, ನಂಗೆ ಅವ್ಳು ಅವ್ಳ ಮನೆಯವ್ರು ಅಂದರೇ ತುಂಬಾ ಇಷ್ಟ'' ಹೊರಡಿಸಿಕೊಂಡು ಹೊರಟಳು.

ಸದ್ಯಕ್ಕೆ ಸ್ವಲ್ಪ ಕಾಲ ಮುರುಳಿಗೆ ಏಕಾಂತದ ಅಗತ್ಯವಿತ್ತು. ಅದನ್ನು ಬಾಯಿ ಬಿಟ್ಟು ಹೇಳಲು ಸಾಧ್ಯವೇ 'ತಲೆನೋವು' ಅಲಕಾ ಮಟ್ಟಿಗೆ ಅಫ್ಫಾಲ್. ಆದರೂ ಅವನು ಇಂದು ಯಾರನ್ನು ಫೇಸ್ ಮಾಡುವ ಸ್ಥಿತಿಯಲ್ಲಿ ಇರಲಿಲ್ಲ.

ಕಾರು ಹತ್ತಿದ ಮೇಲೆ ''ಪ್ಲೀಸ್ ಅಲಕಾ, ನಿನ್ನ ಫ್ರೆಂಡ್ ಮನೆಯ ಊಟ ಇನ್ನೊಂದು ದಿನ ಇಟ್ಕೋ'' ರಿಕ್ವೆಸ್ಟ್ ಮಾಡಿಕೊಂಡಾಗ ಹಣೆಯ ಮೇಲೆ ಕೈಯಿಟ್ಟು ''ಓಕೆ ಅವ್ರಿಗೆ ನಿರಾಸೆಯಾಗುತ್ತೆ'' ಎಂದವಳೇ ಸೆಲ್ಯೂಲಾರ್‌ನಲ್ಲಿ ಸಂಪರ್ಕಿಸಿ ಕ್ಷಮೆ ಕೇಳಿದಳು. ಕಾರು ಐಶ್ವರ್ಯದತ್ತ ಧಾವಿಸಿತು.

ಬಂದ ಮುರುಳಿ ಹಾಸಿಗೆಯ ಮೇಲೆ ಉರುಳಿಕೊಂಡ. ಆಡಿಟರ್ ಬಂದಿದ್ದರಿಂದ ಮುಂದಿನ ಆಫೀಸ್ ರೂಮಿನಲ್ಲಿಯೇ ಉಳಿದಳು ಅಲಕಾ.

ನಿಜವಾಗಿಯೂ ಮುರುಳಿಯ ತಲೆ ಸಿಡಿಯತೊಡಗಿತು. ಅವನು ಬಿ.ಕಾಂ. ಕೊನೆಯ ವರ್ಷದಲ್ಲಿದ್ದಾಗ ಒಮ್ಮೆ ಮಲೇರಿಯಾದಿಂದ ಮಲಗಿದ್ದ. ಆಗ ಅವನಮ್ಮ ಸುಕನ್ಯ ಹಗಲೀರುಳು ಅವನ ಬಳಿ ಕೂತು ಉಪಚರಿಸಿದ್ದಳು. 'ಅಮ್ಮ' ಎಂದಾಗಲೇ 'ಹ್ಞಾ' ಎನ್ನುತ್ತಿದ್ದ ಹೆತ್ತವಳ ಋಣ ಎಂದಾದರೂ ತೀರಿಸಲು ಸಾಧ್ಯವೇ ? ಇಂಥ ಮನಸ್ಥಿತಿ ಬಂದ ಕೂಡಲೇ ಎಚ್ಚೆತ್ತವನು ಮತ್ತೊಂದು ಮಾತ್ರೆ ನುಂಗಿ ಮೇಲಿನ ಬಾಲ್ಕನಿಯಲ್ಲಿ ನಿಂತ.

ಹೊಸ 'ಇಂಡಿಕಾ' ಮದುವೆಯಲ್ಲಿ ಗಿಫ್ಟ್ ಆಗಿ ಬಂದಿತ್ತು. ಮಿರಮಿರ ಮಿನುಗುತ್ತಿದ್ದ ಅದನ್ನು ತದೇಕಚಿತ್ತನಾಗಿ ನೋಡುತ್ತಿದ್ದ. ಅಂದು ಆಸೆಯ ಕಣ್ಣುಗಳಿಂದ ನೋಡುತ್ತಿದ್ದ ವಸ್ತುಗಳೆಲ್ಲ ಅವನದಾಗಿತ್ತು. ಕನಸುಗಳೆಲ್ಲ ಸಾಕಾರವಾಗಿತ್ತು - ಅದಕ್ಕಾಗಿ ಒಂದು ಸಣ್ಣ ತಪ್ಪು ಹೇಳಿದ್ದು ತಪ್ಪೆನಿಸಲಿಲ್ಲ. ದರ್ಜೆಯಿಂದ ಇದನ್ನೆಲ್ಲ ತಾಯ್ತಂದೆಯರಿಗೆ ತೋರಿಸಲು ಅವಕಾಶವಾಗುತ್ತಿಲ್ಲವಲ್ಲ ಎಂದು ಮಾತ್ರ ನೊಂದುಕೊಂಡ.

ಒಮ್ಮೆ ತಾನು ಯಾಕೆ ನಾರಾಯಣಪುರಕ್ಕೆ ಹೋಗಿ ಬರಬಾರದು ?

ಎದೆ ಬಡಿತವೇರಿತು. ಕೆಳಗಿಳಿದು ಬಂದ. ಇಂಡಿಕಾ ಮುಂದೆ ನಿಂತಿದ್ದರೇ ಸಿಲೋ ಆದರ ಹಿಂದೆ ಇತ್ತು. ಇನ್ನೆರಡು ಕಾರುಗಳು ಕೂಡ ಗ್ಯಾರೇಜಿನಲ್ಲಿತ್ತು. ಇವರ ಸಂಪತ್ತು ಲೆಕ್ಕಕ್ಕೆ ಸಿಗಲು ಕೆಲವು ವರ್ಷಗಳು ಬೇಕೆನಿಸಿತು.

''ಇದೇನು ಇಲ್ಲಿ?'' ಅಲಕಾ ಪ್ರಶ್ನಿಸಿದಳು.

''ಸುಮ್ನೇ'' ಎಂದು ತಬ್ಬಿಬ್ಬಿನಲ್ಲಿ ನುಡಿದ.

''ನೀವು ನಿಜ್ವಾಗ್ಲೂ ಸುಶೀಲ ಮನೆಗೆ ಬಂದಿದ್ದರೆ ನಿಮ್ಮ ತಲೆನೋವು ಎಲ್ಲೋ ಓಡ್ಹೋಗ್ತಾ ಇತ್ತು. ಎಂಥ ಛೇಂಜ್ ಇರ್ತಾ ಇತ್ತು ಗೊತ್ತಾ?'' ಕಣ್ಣರಳಿಸಿ ಹೇಳಿದಳು. ಇವಳ ಅರಳುಗಣ್ಣುಗಳು ಮತ್ತಷ್ಟು ಚೆಂದ. ನೋಡಿದರೆ ನೋಡಲೇ ಬೇಕೆನಿಸುತ್ತಿತ್ತು. ''ಬ್ಯೂಟಿಫುಲ್ ಐಸ್'' ಎಂದ ತನ್ಮಯತೆಯಿಂದ. ಗಂಡನ ಹೊಗಳಿಕೆ ಯಾವಾಗಲೂ ಪ್ರಿಯವೇ. ಅವಳ ಕೆನ್ನೆಗಳು ಕೆಂಪಾದವು.

ಅಷ್ಟರಲ್ಲಿ ಸೆಲ್ಯೂಲರ್ ಸದ್ದು ಮಾಡಿತು "ಹಲೋ, ಅಲಕಾ ಒಂದಿಷ್ಟು ಅರ್ಜೆಂಟ್ ಡಿಸ್ಕಸ್ ಮಾಡೋದಿದೆ. ಈಗಿಂದಿಗ್ಲೇ ಗೆಸ್ಟ್ ಹೌಸ್‌ಗೆ ಬರೋಕೆ ಸಾಧ್ಯನಾ ?" ಶಿವಶಂಕರ ಪಿಳ್ಳೆ ಕೇಳಿದರು.

"ವೈ ನಾಟ್, ಈಗ ಹೊರಟೆ" ಅಂದವಳೇ "ನೀವ್ಹೋಗಿ ರೆಸ್ಟ್ ತಗೊಳ್ಳಿ ನಂಗೆ ಗೆಸ್ಟ್ ಹೌಸ್‌ಗೆ ಹೋಗೋದಿದೆ" ಚಿಗರೆಯಂತೆ ಹಾರಿ ಒಳಗೆ ಹೋಗಿ ಮಾಯವಾದಳು. ಐದೇ ನಿಮಿಷದಲ್ಲಿ ರೆಡಿಯಾಗಿ ಬರುವ ವೇಳೆಗೆ ಮಾರುತಿ ಝೆನ್ ಗೇಟುನೊಳಕ್ಕೆ ಬಂತು. ಆರಡಿಯ ಡ್ರೈವರ್ ಮೂರಡಿಯಾಗಿ ನಮ್ರತೆಯಿಂದ ಡೋರ್ ತೆಗೆದ. ಕ್ಷಣಗಳಲ್ಲಿ ಮಾಯವಾಯಿತು.

ಈಗಲೂ ಶಿವಶಂಕರ್ ಪಿಳ್ಳೆ ರೆಸ್ಟ್ ಎನುವುದಿಲ್ಲದೇ ದಿನಕ್ಕೆ ಹನ್ನೆರಡು ಗಂಟೆಗಳ ಕಾಲ ದುಡಿಯುತ್ತಿದ್ದರು. ಅಪಾರವಾದ ಶ್ರಮದ ಕೆಲಸವೇ. ಛೇರ್ ಮೇಲೆ ಕೂತಿದ್ದರು ಮಿದುಳು ದಣಿಯುತ್ತಿತ್ತು. ಶ್ರೀಮಂತಿಕೆ ಕೂಡ ಸುಪ್ಪತ್ತಿಗೆಯಲ್ಲವೆನಿಸಿತು.

ರೂಮಿಗೆ ಹಿಂದಿರುಗಿದವನೇ ಹತ್ತಾರು ಪತ್ರಗಳನ್ನು ಬರೆದು ಹರಿದು ಹಾಕಿ ಒಂದು ಪತ್ರ ಸಿದ್ಧ ಮಾಡಿ, ಅದರೊಂದಿಗೆ ಹತ್ತು ಸಾವಿರ ರೂಪಾಯಿ ಕಳಿಸಲು ಸಿದ್ಧತೆ ನಡೆಸಿದ. ಮೂರು ಬ್ಯಾಂಕ್‌ಗಳಲ್ಲಿ ಅವನ ಖಾತೆಗಳು ಇತ್ತು. ಅದರಲ್ಲಿ ಸಾಕಷ್ಟು ಹಣವು ಇತ್ತು. ಸ್ವಂತ ಖರ್ಚು ಮಾಡಲು ಅವನಿಗೇನು ತಾಪತ್ರಯವಿರಲಿಲ್ಲ.

ಎಂಥ ಭ್ರಮೆ ಅವನನ್ನು ಆವರಿಸಿತೆಂದರೆ ಈ ಹಣವನ್ನು ನೋಡಿ ಅಪ್ಪ ಅಮ್ಮ ಖುಷಿಯಾಗಬಹುದು. ಸದ್ಯಕ್ಕೆ ಆಗಾಗ ಹಣ ಕಳಿಸಿ ಸುಧಾರಿಸಬಹುದೆಂದುಕೊಂಡಿದ್ದು ಮಾತ್ರ ಮೂರ್ಖತನವಾಯಿತು.

❑ ❑ ❑

ನಾರಾಯಣಪುರದಲ್ಲಿ ಹತ್ತು ಊರಿನ ಜನ ಸೇರುವಂಥ ಮಾರಮ್ಮನ ಜಾತ್ರೆ. ತುಂಬ ಸತ್ಯವಂತ ದೇವರೆಂದು ಜನ ಭಯ - ಭಕ್ತಿಯಿಂದ ನಡೆದು ಕೊಳ್ಳುತ್ತಿದ್ದುದೊಂದು ವಿಶೇಷ. ಇದ್ದ ಮೂರು ಹೋಟೆಲ್‌ಗಳಲ್ಲಿ ಗಿರಾಕಿ ಹೆಚ್ಚು, ಮೂರು ದಿನದ ಜಾತ್ರೆ. ಅದರ ಹಿಂದಿನ ದಿನಗಳಲ್ಲಿಯೇ ನಾರಾಯಣಪುರದ ಜನರ ಮನೆಗೆ ಬಂಧು ಬಳಗ ಬಂದು ಸೇರುತ್ತಿದ್ದರು. ವರ್ಷಕ್ಕೊಮ್ಮೆ ನಡೆಯುವ ಊರ ಹಬ್ಬವೆಂದರೆ ಹುಡುಗರಿಗೆ ಸಂಭ್ರಮವೋ ಸಂಭ್ರಮ.

ಬೆಳಿಗ್ಗೆ ಐದು ಗಂಟೆಗೆ ಮನೆಯಿಂದ ಎದ್ದು ಬಂದ ಸತ್ಯನಾರಾಯಣ ಎರಡು ಗಂಟೆಯಾದಾಗ ಊಟ ಮಾಡಲು ಪುರಸೊತ್ತು ಇರಲಿಲ್ಲ. ಸುಕನ್ಯ ಸ್ವತಃ ಏನಾದರೂ ಊಟ ಮಾಡಲು ಪುರಸತ್ತು ಇರಲಿಲ್ಲ. ಇಬ್ಬರು ಕೆಲಸಗಾರರನ್ನು ಇಟ್ಟುಕೊಂಡು ಕೊಬ್ಬರಿ ಮಿಠಾಯಿ, ಜಿಲೇಬಿ, ಲಾಡು ಮುಂತಾದವುಗಳನ್ನೆಲ್ಲ ಮಾಡಿಸಿ ಹೋಟೆಲ್‌ಗೆ ಕಳುಹಿಸುತ್ತಿದ್ದರು. ಅಂತು ಜೋರು ವ್ಯಾಪಾರ. ಇದ್ದ ಕೆಲಸಗಾರರಿಗೆ ಹೊಸ ಬಟ್ಟೆಗಳನ್ನು ಹೊಲಿಸಿ ಕೊಡುತ್ತಿದ್ದರು ಮಾಲೀಕರು.

ಗಂಡನಿಗೆ ಬದಲಾಗಿ ಮೂರರ ಹೊತ್ತಿಗೆ ಚಂದ್ರು ಬಂದಾಗ ತುಸು ಬೇಸರವೇ ಆಯಿತು. '' ಬೆಳಗಿನ ತಿಂಡಿ ಕೂಡ ತಿಂದಿಲ್ಲ. ಈ ವೇಳೆವರ್ಗೂ ಉಪವಾಸ ಅಂದರೆ ಹೇಗೆ ?'' ಎಂದರು.

''ಅಮ್ಮ ನೀವೇನು ಯೋಚ್ನೆ ಮಾಡ್ಬೇಡಿ. ನಾವೆಲ್ಲ ಬೆಳಿಗ್ಗೆ ಮುಷ್ಕರ ಹೂಡಿ ತಿಂಡಿ ತಿನ್ನಿಸಿದ್ದೀವಿ. ಊಟ ತಂಗೊಂಡ್ಹೋದ ಕೂಡ್ಲೇ ನಾನೇ ಒಳ್ಗೆ ಕೂಡ್ಸಿ ಬಡಿಸ್ತೀನಿ'' ಎಂದು ಸಮಜಾಯಿಸಿ ಹೇಳಿ ಮಾಡಿದ ಅಡಿಗೆಯನ್ನೆಲ್ಲಾ ಹೊತ್ತೊಯ್ದು ಅಷ್ಟು ದೂರ ಹೋದವನು ಹಿಂದಕ್ಕೆ ಬಂದು ''ಊಟ ಮಾಡ್ಬೇಕಂತೆ. ನೀವು ಉಪವಾಸವಿದ್ದರೇ ಅವ್ರಿಗೆ ದಣಿವು ಷುರುವಾಗುತ್ತೆ'' ಎಂದು ನಗುತ್ತ ಹೇಳಿ ಹೋದ.

ಚಂದ್ರು ಮನೆಯ ಮಗನಂತೆ ದುಡಿಯುತ್ತಿದ್ದ. ಈ ಚಿಕ್ಕ ವಯಸ್ಸಿಗೆ ದೊಡ್ಡ ಹೊರೆಯ ಭಾರವನ್ನು ಹೊರಬೇಕಿತ್ತು. ಮನೆಯಲ್ಲಿ ಅವನಿಗೆ ನೂರೆಂಟು ತಾಪತ್ರಯ. ಕೊಡೋ ಸಂಬಳದ ಹಣವನ್ನು ಊರಿಗೆ ಕಳುಹಿಸುತ್ತಿದ್ದ.

''ಅಮ್ಮಾವರು ಬೇಜಾರು ಮಾಡ್ಕೊಡಿದ್ದಾರೆ. ನಿಮ್ಮ ಊಟ ಆಗೋವರ್ಗೂ ಊಟ ಮಾಡೊಲ್ಲಾಂದ್ರು. ಆಣೆ, ಪ್ರಮಾಣ ಮಾಡಿ ಊಟ ಮಾಡೋಕೆ ಒಪ್ಸಿ ಬಂದಿದ್ದೀನಿ. ನಮ್ಮ ಮನೆ ಸ್ಥಿತಿ ಗೊತ್ತಲ್ಲ, ನಾನು ಸಾಯಬಾರ್ದಲ್ಲ'' ನವಿರಾಗಿ ಅಂದೇ, ಅಡಿಗೆ ಮನೆಗೆ ಹೋದ.

ಸತ್ಯನಾರಾಯಣ ಹಣೆ ಗಟ್ಟಿಸಿಕೊಂಡು ಎದ್ದು ಹೋದರು. ಹದವಾದ ಮೈಸೂರು ಪಾಕ್‌ನ ಪಾಕ ಕುದಿಯುತ್ತಿತ್ತು.

''ಸ್ವಲ್ಪ ನೋಡೋ ಚಂದ್ರು. ಅವನಿನ್ನು ಚಿಕ್ಕವ'' ಅಂದ ಸತ್ಯನಾರಾಯಣ ಮುಚ್ಚಿದ ಪಾತ್ರೆಗಳನ್ನು ತೆಗೆದು ಎಲೆ ಹಾಕಿಕೊಂಡು ಬಡಿಸಿಕೊಂಡು ಗಬಗಬನೆ ಊಟ ಮಾಡಿ ಐದು ನಿಮಿಷದಲ್ಲಿ ಎದ್ದರು ''ನೀವಿಬ್ರೂ ಹೊರ್ಗಡೆ ಹೋಗಿ'' ಅವರನ್ನು ಕಳುಹಿಸಿ ತಾವೇ ಒಲೆಯ ಮುಂದೆ ನಿಂತರು.

ಅವರಿಗೆ ನಗು ಬಂತು, ಎಲ್ಲಿಂದ ಎಲ್ಲಿಗೆ ? ತಮಗೊಂದು ಪುಟ್ಟ ಕೆಲಸ ಸಿಕ್ಕಿದರೂ ಸತ್ಯನಾರಾಯಣ ಭವನ ಜನ್ಮ ತಾಳುತ್ತಿರಲಿಲ್ಲ. ಎಲ್ಲ ವಿಚಿತ್ರವಾಗಿ ಕಂಡಿತು. ಅವರ ಬಗ್ಗೆ ಅವರಿಗೆ ಖಂಡಿತ ಮರುಕವಿಲ್ಲ. ಈ ವೃತ್ತಿಯ ವಿಷಯವಾಗಿ ಬೇಸರವು ಇಲ್ಲ. ಅನ್ಯಾಯ ವಾಗಿದ್ದು ಮಾತ್ರ ಸುಕನ್ಯಗೆ. ಈ ನೋವು ಒಳಗೊಳಗೆ ಅವರನ್ನು ದಹಿಸುತ್ತಿತ್ತು.

ಹದಗೊಂಡ ಪಾಕವನ್ನು ತಟ್ಟೆಯೊಳಕ್ಕೆ ಸುರಿದು ''ಮಲ್ಯ ಬಾ'' ಕೂಗಿ ಹೇಳಿ ತಾವು ಹೊರಗೆ ಹೋದರು.

ಕೊಡೆ ಹಿಡಿದು ಕೂತಿದ್ದ ಸಿಂಗಾರಯ್ಯ ಪೂರ್ತಿ ಹಲ್ಲು ಬಿಟ್ಟು ''ಮೈಸೂರು ಪಾಕ್‌ನ ಮಾಡೋರು ಈ ಸುತ್ತಮುತ್ತಲಿನಲ್ಲೆ ಇಲ್ಲ'' ಎಂದ. ಅವನಿಂದ ಸಾಲ ಪಡೆದ ಮೇಲೆ ಈ ರೀತಿಯ ಸಲುಗೆ. ನಿಷ್ಠೂರವಾಗಿ ಮಾತಾಡಿದರೇ ಹಣ ಬೇಕೆಂದು ಪಟ್ಟು ಹಿಡಿಯಬಹುದು.

ಮಾತೇ ಆಡಲಿಲ್ಲ ಸತ್ಯನಾರಾಯಣ. ಆ ಮನುಷ್ಯನ ನಡವಳಿಕೆಯಿಂದ ತೀರಾ ರೋಸಿ ಹೋಗಿದ್ದು ಚಂದ್ರು. ಪ್ರತಿ ಸಲ ತಿಂಡಿ, ಕಾಫಿ ಕೊಡೋವಾಗ 'ಹಾಳಾಗಿ ಹೋಗ, ಇವನ ವಂಶ ನಿರ್ವಂಶವಾಗ, ತಿಂದೋರೆಲ್ಲ 'ಸಾಯ್ಲಿ' ಎಂದು ಬೈಯ್ದುಕೊಂಡೆ ಕೊಡುತ್ತಿದ್ದ.

ಚಾಕುವಿನಿಂದ ಮೈಸೂರು ಪಾಕನ್ನು ಬಿಲ್ಲೆಗಳನ್ನು ಮಾಡುತ್ತಿದ್ದ ಅವನು ಒಮ್ಮೆ ಇಣಕಿ ''ಇದು ಜಾತ್ರೆಗೋಸ್ಕರ ತಯಾರಾಗ್ತ ಇರೋದು'' ಕಣ್ಣೊಡೆದ. ಏನು ಅದರ ಅರ್ಥವೆಂದು ಆ ಮನುಷ್ಯನಿಗೆ ಗೊತ್ತಾಗಲಿಲ್ಲ. ಆದರೂ ತಲೆ ಕೆಡಿಸಿಕೊಳ್ಳುವಂಥ ಮನುಷ್ಯನೇನು ಅಲ್ಲ.

''ತುಂಬಾ ನೆಂಟರು ಬಂದ್ಬಿಟ್ಟಿದ್ದಾರೆ. ಎರಡು ಕೆ.ಜಿ. ಪಾರ್ಸಲ್ ಮಾಡ್ಸಿಬಿಡು'' ಅಪ್ಪಣೆಯಿತ್ತ, ಸಂಕೋಚವೆನ್ನುವುದೇ ಇರಲಿಲ್ಲ ಅವನಿಗೆ. ಸತ್ಯನಾರಾಯಣಗೆ ಇದೊಂದು ಭಾರ. ಎಷ್ಟೋ ಸಲ ಪಾರ್ಸಲ್ ಮಾಡಿಸಿದ. ತಿಂಡಿಗೆ ಹಣ ಕೊಡಬೇಕೆಂದು ಹೇಳಿದ್ದರು ''ಈ ಹೋಟೆಲ್ ನಂಗೇನು ಬೇರೆಯಲ್ಲ, ನಾನು ಹಾಗಂತ ತಿಳ್ಕೊಂಡೇ ಇಲ್ಲ'' ಮಾತಿನಲ್ಲಿಯೇ ತೇಲಿಸುತ್ತಿದ್ದ.

ಹೋದ ತಿಂಗಳು ಬಡ್ಡಿ ಕೂಡ ಕೊಡಲಾಗದಿದ್ದರಿಂದ ಅದೊಂದು ಚಿಂತೆಯಾಗಿತ್ತು. ಮಲ್ಯ ಮಲಗಿದ್ದ. ಅವನು ಪರದೇಶಿ ಹುಡುಗ. ಆಸ್ಪತ್ರೆಯಲ್ಲಿ ಆಗೋಲ್ಲವೆಂದಾಗ ನರ್ಸಿಂಗ್ ಹೋಂನಲ್ಲಿ ಬಿಟ್ಟು ಶುಶ್ರೂಷೆ ಮಾಡಿಸಿದ್ದರು. ಹದಿನೈದು ದಿನಕ್ಕೆ ಹನ್ನೆರಡುವರೆ ಸಾವಿರ ಬಿಲ್ ಮಾಡಿದ್ದರು. ಇದೆಲ್ಲ ಯಾರಿಗೆ ಹೇಳುವುದು ? ಹಣಕಾಸಿನ ತಾಪತ್ರಯವನ್ನು ಹೆಂಡತಿಯ ಮುಂದೆ ಕೂಡ ಪ್ರಸ್ತಾಪಿಸಿದರು.

''ಏಯ್ ಚಂದ್ರು, ಎರಡು ಕೆ.ಜಿ. ಮೈಸೂರು ಪಾಕ್ ಪ್ಯಾಕ್ ಮಾಡಿ ಕೊಡು'' ಎಂದು ಅಡಿಗೆಯ ಮನೆಗೆ ಬಂದು ಹೇಳಿದವರು ಎರಡು ತುಂಡು ಮೈಸೂರು ಪಾಕನ್ನು ಪ್ಲೇಟಿಗೆ ಹಾಕಿಕೊಂಡು ಬಂದು ಕೂತರು. ಅತ್ತಿತ್ತ ಕೂತವರು ಕೂಡ ಅದಕ್ಕೆ ಆರ್ಡರ್ ಮಾಡಿದರು.

ತಟ್ಟನೇ ಎದ್ದು ಸಿಂಗಾರಯ್ಯ ಬರುವ ವೇಳೆಗೆ ಮೈಸೂರು ಪಾಕ್ ಪ್ಯಾಕ್ ಮಾಡಿ ಮುಗಿಸಿದ್ದ ಚಂದ್ರು ''ತಗೊಳ್ಳಿ ಒಂದು ರೀತಿಯಲ್ಲಿ ಋಣ ಸಂದಾಯ. ಕೆಲವು ಜನ್ಮ ಜನ್ಮಾಂತರದ್ದು'' ಎಂದು ಗೊಣಗಿಕೊಂಡೇ ಕೊಟ್ಟ.

ಸಿಂಗಾರಯ್ಯ ಜೊತೆಗೆ ಒಂದಿಷ್ಟು ಬೋಂಡ ಕೂಡ ಪ್ಯಾಕ್ ಮಾಡಿಸಿಕೊಂಡು ಕೌಂಟರ್‌ನಲ್ಲಿ ಕೂತಿದ್ದ ಸತ್ಯನಾರಾಯಣ ಕಡೆ ನೋಟ ಹರಿಸಿ ''ಹೋದ ತಿಂಗ್ಳಿನ ಬಡ್ಡೀನೇ ಬಂದಿಲ್ಲ, ಜ್ಞಾಪಿಸಿದ್ರೂ ಆಗಾಗ ಬರ್ಬೇಕಾಗುತ್ತೆ'' ಎಂದು ಉಸುರಿ ಮೂತಿಯೊರೆಸಿ ಕೊಳ್ಳುತ್ತ ಹೋದ.

ಇಂಥ ಪರಿಸ್ಥಿತಿಗಾಗಿ ಸತ್ಯನಾರಾಯಣ ತುಟಿ ಕಚ್ಚಿ ಕೂತರು. ಬಡ್ಡಿ ಕೊಡಲೇ ಕಷ್ಟವಾಗುವ ಈ ಸಂದರ್ಭದಲ್ಲಿ ಅಸಲು ತೀರುವುದು ಎಂದು ? ಭರಾಟೆಯಿಂದ ವ್ಯಾಪಾರ ಸಾಗುತ್ತಿದ್ದರೂ ಏರಿದ ಬೆಲೆಯಲ್ಲಿ, ಆಗುವ ಖರ್ಚಿನಲ್ಲಿ ಬರುವ ಲಾಭಬಹಳ ಕಡಿಮೆಯೇ. ಕೆಲವೊಮ್ಮೆ ಇಲ್ಲವೇ ಇಲ್ಲವೆನಿಸಿ ಬಿಡುತ್ತಿತ್ತು.

ಮೈಸೂರು ಪಾಕ್ ತಟ್ಟೆ ಪೂರ್ತಿ ಖಾಲಿಯಾದ ಸುದ್ದಿ ಬಂದು ತಿಳಿಸಿದ ಚಂದ್ರು, ಬೇರೇನಾದರೂ ಮಾಡುವ ಎಂದು ಕೇಳುವಾಗ ಸತ್ಯನಾರಾಯಣ ಬೇಡವೆಂದು ತಲೆಯಾಡಿಸಿ ಬಿಟ್ಟರು.

''ಬೇಡ ಬಿಡು ! ಲಾಭವೆಲ್ಲ ಸಿಂಗಾರಯ್ಯನ ಮನೆಗೆ ದೇಣಿಗೆಯಾಗಿ ಹೋಗ್ತಾ ಇದೆ. ವಾಸ್ನೇ ಹಿಡಿದೇ ಪ್ರತ್ಯಕ್ಷವಾಗ್ಬಿಡ್ತಾನೆ'' ತೀರಾ ಬೇಸರದಿಂದ ನುಡಿದರು. ಚಂದ್ರು ಕೇಳಬೇಕಲ್ಲ ''ಇವತ್ತು ತಗೊಂಡ್ಹೋಗಿ ಆಗಿದೆ. ಜನಗಳು ಬಿರುಸು ಇರೋದ್ರಿಂದ ಅರ್ಧ ಗಂಟೆಯಲ್ಲಿ ಖರ್ಚಾಗುತ್ತೆ'' ಎಂದು ಉತ್ಸಾಹದಿಂದ ಹೋದ.

ಸಕ್ಕರೆ ಅಳೆದು ಬಾಣಲಿಗೆ ಹಾಕತೊಡಗಿದ ಸಣ್ಣ ರಾಗದಲ್ಲಿ ಹಾಡುತ್ತ. ಅವನಿಗೆ ಸ್ವಲ್ಪ ಮಲಬದ್ಧತೆ ಇದ್ದುದರಿಂದ ಪಕ್ಕದ ಹಳ್ಳಿಯ ಪಂಡಿತರ ಬಳಿಗೆ ಹೋಗಿ ಆಗಾಗ ಭೇದಿ ಎಣ್ಣೆಯನ್ನು ತಂದಿಟ್ಟುಕೊಳ್ಳುತ್ತಿದ್ದ. ಅದು ತೊಟ್ಟಿನ ಲೆಕ್ಕದಲ್ಲಿ ಉಪಯೋಗಿಸಬೇಕಿತ್ತು. ಪ್ಯಾಕ್ ಮಾಡುವ ಮುನ್ನ ಬಿಸಿ ಮೈಸೂರು ಪಾಕ್ ಮೇಲೆ ಸುರಿದು ಪ್ಯಾಕ್ ಮಾಡಿಕೊಟ್ಟಿದ್ದ. ತಿಂದವರು ಮತ್ತೆ ನಿಲ್ಲ ಬೇಕಾದರೆ ಪಂಡಿತರ ಬಳಿಗೆ ಓಡಬೇಕಿತ್ತು.

ಚಂದ್ರು ಒಳಗೊಳಗೆ ನಕ್ಕ. ಸಿಂಗಾರಯ್ಯನ ಜೊತೆ ಅವನ ಮನೆಯವರಿಗೂ ಪರೋಕ್ಷವಾಗಿ ಶಿಕ್ಷೆ ವಿಧಿಸಿದ್ದ. ಸಂಜೆ ವೇಳೆಗೆ ಸಿಂಗಾರಯ್ಯ ಮತ್ತಿಬ್ಬರು ನೆಂಟರೊಂದಿಗೆ ಬಂದು ತಗಾದೆ ತೆಗೆದ.

''ಮೈಸೂರು ಪಾಕ್ ತಿಂದವ್ರಿಗೆಲ್ಲ ಭೇದಿ, ಎಲ್ಲೋ ಎಡವಟ್ಟಾಗಿದೆ.''

ಗಲ್ಲಾ ಮೇಲಿದ್ದ ಸತ್ಯನಾರಾಯಣ ಕೆಳಗಿಳಿದು ಬಂದು, ''ಬೇರೇನೋ ಕಾರಣ ಇರ್ಬ್ಹುದು. ಬೆಳಿಗ್ಗೆನೆ ಎರ್ಡು ತಟ್ಟೆ ಮೈಸೂರು ಪಾಕ್ ಖರ್ಚಾಯ್ತು. ಯಾರಿಂದಲೂ ಕಂಪ್ಲೇಂಟ್ ಬಂದಿಲ್ಲ. ಬೇರೆ ಏನೋ ಹೆಚ್ಚುಕಡ್ಮೆ ಆಗಿದೆ'' ತಿಳಿ ಹೇಳಿದರು.

ಬಂದವರು ಕೂಡ ದೊಡ್ಡ ಗಲಾಟೆ ಎಬ್ಬಿಸಿ ಗುಂಪು ಗೂಡಿಸಿದಾಗ ಅದರಲ್ಲಿ ಮೈಸೂರು ಪಾಕ್ ತಿಂದವರು ಕೆಲವರು ಇದ್ದರು.

''ಸುಮ್ನೇ ಇರೀ. ನಾವುಗಳೆಲ್ಲ ತಿಂದಿದ್ದೀವಿ. ನನ್ಮಗ ಬೆಳಗ್ನಿಂದ ಅರ್ಧಕೆಜಿ ಮೆಲಾದ್ರೂ ತಿಂದಿದ್ದಾನೆ ನೋಡಿ, ಗುಂಡು ಕಲ್ಲಿನ ಹಾಗೆ ಇದ್ದಾನೆ'' ಎಂದು ಮುಂದಿದ್ದ ಮಗನ ತಲೆ ಸವರಿದರು ವೆಂಕಟೇಗೌಡರು. ಅದನ್ನು ಕೆಲವರು ಸಮರ್ಥಿಸಿಕೊಂಡರು. ಎರಡು ಪಾರ್ಟಿ ಆಯಿತು.

''ಸುಮ್ನೇ ಹೋಗಯ್ಯ ! ಬಡ್ಡಿ ದುಡ್ಡು ತಿಂದು ತಿಂದು ನಿಮ್ಮ ಮನೆಯವ್ರಿಗೆಲ್ಲ ಭೇದಿ ಆಗ್ತಾ ಇರೋದು'' ಒಂದು ಅವಹೇಳನ ಮಾತು ಆಡಿದ ಕೂಡಲೇ ಮಿಕ್ಕವರೆಲ್ಲ 'ಹೋ' ಎಂದರು.

ಆಮೇಲೆ ಜಾತ್ರೆ ಉಸ್ತುವಾರಿಯಲ್ಲಿದ್ದ ಪೊಲೀಸ್ ಬಂದು ಗುಂಪು ಚದುರಿಸಿದ. ಅಂದು ಒಂದಿಷ್ಟು ನಷ್ಟವೂ ಆಯಿತು.

ರಾತ್ರಿ ಮನೆಗೆ ಬಂದ ಮೇಲೆ ಒಂದು ಕಡೆ ಕೂತು ಬಿಟ್ಟರು. ವಿಷಯ ಸುಕನ್ಯ ಕಿವಿ ಮುಟ್ಟಾಗಿತ್ತು. ಬಚ್ಚಿಡುವುದರಲ್ಲಿ ಅರ್ಥವಿಲ್ಲದಿದ್ದರೂ ಹೇಳಬೇಕೂಂತ ಅನ್ನಿಸಲಿಲ್ಲ ಸತ್ಯನಾರಾಯಣಗೆ.

''ಯಾಕೆ ಹಾಗಾಯ್ತು?'' ಹತ್ತಿರ ಕೂತು ಕೇಳಿದರು.

''ನಂಗಂತೂ ಗೊತ್ತಿಲ್ಲ. ಮಾಡಿದ ಅರ್ಧಗಂಟೆಯಲ್ಲೇ ಎಲ್ಲಾ ಮಾರಾಟವಾಗಿ ಹೋಯ್ತು. ಅದ್ರಲ್ಲೇ ಎರಡು ಕೆ.ಜಿ. ಕಟ್ಟಿಸ್ಕೊಂಡ್ಹೋಗಿದ್ದ ಸಂಜೆ ಬಂದು ಮನೆಯವ್ರಿಗೆಲ್ಲ ಭೇದಿ ಅಂತ ಗಲಾಟೆ ಮಾಡ್ದಾ. ನಾವು ಹೊಟೆಲ್‌ನ ತೆಗೆದಾಗ್ನಿಂದ ಇಂಥ ಪ್ರಕರಣ ಎಂದೂ ನಡೆದೇ ಇಲ್ಲ'' ವ್ಯಥೆಯಿಂದ ನುಡಿದರು.

''ಎಲ್ಲಾ ಎಲ್ಲಿ ನಡೆದಿರುತ್ತೆ? ಒಂದೇ ತರಹವಿದ್ದರೇ ಸ್ಟಿರಿಯೋ ಟೈಪ್ ಆಗ್ಬಿಡುತ್ತೆ. ಸ್ವಲ್ಪ ಡಿಫರೆಂಟ್. ಅದಕ್ಯಾಕೆ ತಲೆ ಕೆಡ್ಸಿಕೋತೀರಾ!'' ಎಂದರು ಸಂತೈಯಿಸುವ ದನಿಯಲ್ಲಿ.

ಮೇಲೆದ್ದ ಸತ್ಯನಾರಾಯಣ ''ಸ್ವಲ್ಪ ಬಾಗ್ಲು ಹಾಕ್ಕೋ ಸುಕನ್ಯ. ಒಮ್ಮೆ ಸಿಂಗಾರಯ್ಯನ ಮನೆಗೆ ಹೋಗ್ಬಂದ್ಬಿಡ್ತೀನಿ'' ಹೊರಟೇ ಬಿಟ್ಟರು.

ಬರಿ ಮಿದುಳಿನಿಂದ ಬದುಕುವ ಜನ ಯಾಂತ್ರಿಕವಾಗಿ ಜೀವಿಸಿ ಬಿಡ್ತಾರೆ. ಮನಸ್ಸು ಹೃದಯ ಇದ್ದವರಿಗೆ ತೊಂದರೆಯೆಂದು ಕೊಂಡರು ಸುಕನ್ಯ.

ಅವನ ಮನೆಯ ಮುಂದೆ ದೊಡ್ಡ ಪರಸೆ ಇತ್ತು. ಅದರಲ್ಲಿ ಚಂದ್ರು ಕೂಡ ಇದ್ದ. ತಿಂದವರಿಗೆ ಒಂದು ಹತ್ತು ಸಲ ಭೇದಿಯಾಗಿ ಸುಸ್ತಾಗಿದ್ದರು. ಡಾಕ್ಟರ್ ಬಂದು ಹೋಗಿದ್ದರು. ವಿಷಪ್ರಾಶನ ಅಂಥದೇನು ಆಗಿರಲಿಲ್ಲ. ಬಳಲಿ ಮಲಗಿದ್ದರಷ್ಟೆ

ಪ್ರತಿಯೊಬ್ಬರ ಬಳಿಯು ಹೋಗಿ ವಿಚಾರಿಸಿದರು.

''ಚಿಕ್ಕಮ್ಮ ಮೈಸೂರು ಪಾಕ್ ತಿಂದೇ ಇಲ್ಲ. ಯಾಕೆ ಭೇದಿ ಆಯ್ತು'' ಸಿಂಗಾರಯ್ಯನ ಬುದ್ಧಿವಂತ ಮೊಮ್ಮಗಳು ಒಂದು ಬಾಂಬ್ ಸಿಡಿಸಿದ್ದು ಬಹಳ ಪ್ರಯೋಜನಕ್ಕೆ ಬಂತು. ಸತ್ಯನಾರಾಯಣ ಬಗ್ಗೆ ಆತ್ಮೀಯತೆ ಬೆಳೆಸಿಕೊಂಡಿದ್ದ ಜನ ವಾಗ್ವಾದಕ್ಕೆ ಇಳಿದರು ''ಬೇಕಾಗಿ ಇಂಥ ಪುಕಾರ್ ಹುಟ್ಸಿ ವೀರಶೈವ ಕೆಫೆಯಿಂದ ಎಷ್ಟು ತಂಗೊಂಡಿದ್ಯಾ?'' ಆ ಮನುಷ್ಯನ ಮೇಲೆ ಬಿದ್ದರು.

ಅವರವರಲ್ಲಿಯೇ ಎರಡು ಬಣಗಳಾಯಿತು. ಚಿಕ್ಕಮ್ಮ ಕದ್ದು ಮೈಸೂರು ಪಾಕ್ ತಿಂದಿದ್ದರೂ ಅದನ್ನು ಒಪ್ಪಿಕೊಂಡು ಮರ್ಯಾದೆ ಕಳೆದುಕೊಳ್ಳಲು ಇಷ್ಟಪಡದೇ, 'ತಾವು ತಿಂದೇ ಇಲ್ಲ, ಭೇದಿಗೆ ಬೇರೆ ಕಾರಣವೇನೋ ಇದೆ'ಎಂದು ಸಮರ್ಥಿಸಿಕೊಂಡಿದ್ದು ಸತ್ಯನಾರಾಯಣಗೆ ಉಪಕಾರವಾಯಿತು. ಆದರೂ ದೊಡ್ಡ ನಷ್ಟ ಅನುಭವಿಸಬೇಕಾಯಿತು. ಮಾಡಿದ್ದ ತಿಂಡಿಗಳಿಗೆ ಗಿರಾಕಿಗಳು ಬರಲಿಲ್ಲ. ಅವರು ಕೂಡ ಮಾರಲು ಇಚ್ಛಿಸಲಿಲ್ಲ. ಪದಾರ್ಥಗಳನ್ನು ಪರೀಕ್ಷೆಗೆ ಒಯ್ದಿದ್ದರಿಂದ ಹೋಟೆಲ್ ಮುಚ್ಚಲು ಒತ್ತಾಯ ಬಂತು.

ಒಂಟಿಯಾಗಿ ಕೂತ ಚಂದ್ರು ಕಣ್ಣೀರಿಟ್ಟ ಸಿಂಗಾರಯ್ಯನನ್ನು ನಿವಾರಿಸಿಕೊಳ್ಳ ಬೇಕೆಂದು ಮಾಡಿದ ಪ್ರಯತ್ನ ಇಷ್ಟು ದೊಡ್ಡ ನಷ್ಟ ತರುತ್ತದೆಯೆಂದು ಅವನು ಅಂದುಕೊಳ್ಳಲಿಲ್ಲ.

ಎಲ್ಲ ಚೆಲ್ಲಿಸಿ ತೊಳೆಸಿ ''ಯಾರಾದ್ರೂ ಬಂದರೇ ನೀರು ಮಾತ್ರ ಕೊಡಿ. ನೀವುಗಳು ಆರಾಮಾಗಿ ಓಡಾಡಿಕೊಂಡು ಊಟ, ತಿಂಡಿಗೆ ಮನೆಗೆ ಬನ್ನಿ'' ಹೇಳಿ ಹೋದವರ ಮುಖ ತೀರಾ ಬಾಡಿತ್ತು.

ಸಾಲಕ್ಕೆ ಬಡ್ಡಿಯನ್ನು ತಿಂಗಳು ತಿಂಗಳು ತುಂಬಬೇಕಿತ್ತು. ಮುರುಳಿಯಿಂದ ಒಂದೇ ಒಂದು ಲೆಟರ್ ಬಂದಿರಲಿಲ್ಲ. ಅವನ ಯೋಗಕ್ಷೇಮದ ಬಗ್ಗೆ ಆತಂಕವೇ ವಿನಃ ಅವನಿಂದ ಹಣ ಬರಬಹುದೆಂಬ ನಿರೀಕ್ಷೆಯೇನು ಇರಲಿಲ್ಲ.

ತರಕಾರಿ ಹೆಚ್ಚುತ್ತಿದ್ದ ಹೆಂಡತಿಯ ಬಳಿ ಒಂದು ಮಂದಲಿಗೆ ಹಾಕಿಕೊಂಡು ಕೂತು ''ಸದ್ಯಕ್ಕೆ ಇವಕ್ಕೆಲ್ಲ ರೆಸ್ಟ್'' ಎಂದು ಕೋಸುನ ತೆಗೆದು ಪಕ್ಕಕ್ಕಿಟ್ಟು ಸದ್ಯಕ್ಕೆ ಜಾತ್ರೆ ಮುಗ್ಯೋವರ್ಗೂ ಹೋಟೆಲು ತೆಗ್ಯೊ ಹಂಗಿಲ್ಲ. ಆರಾಮಾಗಿ ನಾವು ಜಾತ್ರೆಯಲ್ಲಿ ಓಡಾಡಿಕೊಂಡಿರೋಣ'' ನಕ್ಕರು. ಸುಕನ್ಯ ನಗಲಿಲ್ಲ. ವಿಷಯ ತಿಳಿದಿತ್ತು. ಆದರೆ ಮುಚ್ಚಬೇಕಾಗುತ್ತದೆಯೆನ್ನುವ ನಿರೀಕ್ಷೆಯೇನು ಇರಲಿಲ್ಲ.

''ಹೇಗಿದ್ದಾರೆ, ಸಿಂಗಾರಯ್ಯನ ಮನೆಯವರೆಲ್ಲ ?'' ಕೇಳಿದರು.

''ಪರ್ವಾಗಿಲ್ಲ ನಮ್ಮ ಪುಣ್ಯ! ಯಾರ್ಗೂ ಸೀರಿಯಸ್ಸಾಗಿಲ್ಲ. ಡ್ರಿಪ್ಸ್ ಕೂಡ ಹಾಕೋದ್ಬೇಡಾಂದ್ರೂ ಡಾಕ್ಟರ್. ಮೈಸೂರು ಪಾಕ್ ತಿನ್ನದ ಸಿಂಗಾರಯ್ಯನ ಚಿಕ್ಕ ಸೊಸೆಗೂ ಭೇದಿ ಆಗಿದೆ. ಅಂಥ ಒಂದು ವಿಷ್ಯ ಹೊರ ಬಂದಿದ್ದರಿಂದ ಬದ್ಕಿಕೊಂಡ್ವಿ. ಇಲ್ಲದಿದ್ದರೇ ಪೊಲೀಸ್ ಸ್ಟೇಷನ್ ಸೇರಬೇಕಿತ್ತು. ಉಳ್ದ ತರಕಾರಿ ಯಾರಿಗಾದ್ರೂ ಕೊಟ್ಬಿಡು. ಸ್ವಲ್ಪ ಹೊರ್ಗಡೆ ಹೋಗ್ಬರ್ತೀನಿ'' ಎದ್ದು ಹೋದರು. ಸುಕನ್ಯ ಕೂತ ಸ್ಥಳದಿಂದ ಅಲ್ಲಾಡಲಿಲ್ಲ. ಕೂಡಿಸಿಟ್ಟ ಗಂಟೇನಾದರೂ ಇದ್ದಿದ್ದರೇ ಒಂದು ವಾರ ಹೋಟೆಲ್ ಮುಚ್ಚಿದರೂ ಯೋಚಿಸಬೇಕಿರಲಿಲ್ಲ.

ಅಷ್ಟರಲ್ಲಿ ಬಂದ ಚಂದ್ರು ಬಿಕ್ಕಿ ಬಿಕ್ಕಿ ಅಳಲು ಶುರು ಮಾಡಿದ. ಅವನಿಗೆ ಪ್ರಾಯಶ್ಚಿತ್ತವಾಗಿತ್ತು.

''ಯಾಕೋ, ಸದ್ಯ ಮತ್ತೇನು ಪ್ರಮಾದವಾಗಲಿಲ್ಲವಲ್ಲ. ಈಗೇನಾಯ್ತು ಬರೀ ವ್ಯಾಪಾರಂತ ಒದ್ದಾಡೋರು. ಈ ಸಲದ ಜಾತ್ರೆಯಲ್ಲಿ ಓಡಾಡಿಕೊಂಡಿರಿ.'' ಮುಕ್ತವಾಗಿ ಹೇಳಿದರು ಆಕೆ. ಚಂದ್ರು ಸುಕನ್ಯ ಕಾಲು ಹಿಡಿದು 'ಇದ್ಕೆಲ್ಲ ನಾನೇ ಕಾರಣ'' ಬಡಬಡಿಸಿದಾಗ ಎಬ್ಬಿಸಿ ಕೂಡಿಸಿ ಕಾರಣ ಕೇಳಿ ಪಕ್ಕನೆ ನಕ್ಕು ಬಿಟ್ಟರು.

''ನಾನು ಹೆದರಿದ್ದೇ. ಪಂಡಿತರ ಎಣ್ಣೆ ಹೊಟ್ಟೆಕ್ಲೀನ್ ಮಾಡುತ್ತೆ ಬಿಡು. ಈ ವಿಷ್ಯ ನಿನ್ನ ಯಜಮಾನರ ಹತ್ರ ಹೇಳ್ಬೇಡ. ನಿನ್ನ ಕೆಲಸದಲ್ಲಿ ಇಟ್ಕೋಳೋಕೆ ಸಮ್ಮತಿಸೊಲ್ಲ. ಆಕಸ್ಮಾತ್ ಇಟ್ಟುಕೊಂಡರು ಆದ ಸಣ್ಣಪುಟ್ಟದ್ದಕೆಲ್ಲ ನಿನ್ನ ಕಡೆ ಕೈ ತೋರಿಸ್ತಾರೆ. ಈಗ ಸುಮ್ನೇ ಇದ್ಬಿಡು'' ಅವನ ಬಾಯಿ ಮುಚ್ಚಿಸಿದರು.

ಚಂದ್ರುವೇನೋ ಸುಮ್ಮನಾದ. ಜಾತ್ರೆ ಮುಗಿದ ನಂತರವು ನಾಲ್ಕು ದಿನ ''ಸತ್ಯನಾರಾಯಣ ಭವನ'' ಓಪನ್ ಆಗಲಿಲ್ಲ. ಸಿಂಗಾರಯ್ಯನ ಮನೆಯಲ್ಲಿ ಯಾವುದೇ

ಅನಾಹುತವಾಗಿರಲಿಲ್ಲ. ಕೆಲವು ಊರಿನ ಹಿರಿಯರು ಮುಂದಾಗಿ ನಿಂತು ಹೋಟೆಲ್ ಓಪನ್ ಮಾಡಲು ಬಲವಂತಪಡಿಸಿದರು.

ಅಂದು ಸಂಜೆ ಮನೆಗೆ ಬಂದ ಸತ್ಯನಾರಾಯಣ ''ಬೆಳಿಗ್ಗೆ ಹೋಟೆಲ್ ಓಪನ್ ಮಾಡ್ತೀನಿ. ಕುದುರಿಕೊಳ್ಳೋಕೆ ತಿಂಗಳಾದ್ರು ಬೇಕಾಗುತ್ತೆ'' ಅಂದರು.

ಸುಕನ್ಯ ಮಾತಾಡಲಿಲ್ಲ. ಹೋಟೆಲ್ ಬಾಗಿಲು ತೆರೆಯದಿದ್ದರೆ ಮುಂದಿನ ಜೀವನ ನಿರ್ವಹಣೆ ಏನು ಮಾಡುವುದೆಂದು ಯೋಚಿಸಿದ್ದರು. ಸದ್ಯಕ್ಕೆ ಒಂದು ಪೆಟ್ಟಿಗೆ ಅಂಗಡಿ ಯಾಕೆ ಮಾಡಬಾರದು ಎನ್ನುವ ವಿಷಯ ಅವರ ಮನಸ್ಸಿಗೆ ಬಂದಿತ್ತು. ಅಂದು ಇಬ್ಬರೇ ಇದ್ದಾಗ ವಯಸ್ಸಿತ್ತು. ಆತ್ಮವಿಶ್ವಾಸವಿತ್ತು ಬದುಕಬೇಕೆಂಬ ಛಲವು ಇತ್ತು - ಅದೆಲ್ಲ ಈಗ ತಮ್ಮಲ್ಲಿ ಕಡಿಮೆಯಾಗುತ್ತಿದೆಯೆನ್ನುವ ಭಯ.

''ಹೋಗ್ಲಿ ಸದ್ಯಕ್ಕೆ ಸಮಸ್ಯೆ ಪರಿಹಾರವಾಯಿತಲ್ಲ'' ನಿರಾತಂಕದಿಂದ ನುಡಿದರು ಸುಕನ್ಯ. ಷರಟು ತೆಗೆದು ಗೋಡೆಯ ಮೊಳೆಗೆ ನೇತು ಹಾಕಿ 'ಖಂಡಿತ ಆ ಹುಡುಗರದೇ ಯೋಚ್ನೆ ಆಗಿತ್ತು. ಚಂದ್ರುಗಂತು ನೂರೆಂಟು ತಾಪತ್ರಯ ಅವ್ನ ವಯಸ್ಸಿಗೆ. ಇನ್ನು ಮಿಕ್ಕವರ ಸ್ಥಿತಿ ಕೂಡ ಏನು ಚೆನ್ನಾಗಿಲ್ಲ'' ಅಂದರು ನಿಟ್ಟುಸಿರು ದಬ್ಬುತ್ತ.

ಇದಕ್ಕೆಲ್ಲ ಆಕೆಯ ಬಳಿ ಪರಿಹಾರವಿಲ್ಲ. ಒಂದು ಕಡೆ ಮುರುಳಿ ಯೋಚನೆ. ಕನಿಷ್ಠ ಅವನಿಂದ ಒಂದು ಪತ್ರ ಕೂಡ ಬಂದಿರಲಿಲ್ಲ. ಈಕೆಯ ಪ್ರಶ್ನೆಗೆ ಉತ್ತರಿಸಿದ್ದು ವಿಶ್ವ ಟೂರ್‌ನಲ್ಲಿದ್ದಾನೆ. ಬಂದ ಕೂಡಲೇ ಪತ್ರ ಬರಿತಾನೆ ಒಕ್ಕಣೆ ಇದ್ದಿದ್ದು.

''ಒಂದ್ಸಲ ಯಾಕೆ ಮುರುಳಿನ ಭೇಟಿ ಮಾಡಿ ಬರಬಾರ್ದು ? ಅವ್ನಿಂದ ಆರ್ಥಿಕ ಸಹಾಯ ಕೇಳೋಕ್ಕಲ್ಲ. ಓದ್ತಾ ಇದ್ದ ದಿನಗಳಲ್ಲಿ ಒಂದು ರೀತಿಯ ನಿಶ್ಚಿಂತೆ ಇತ್ತು. ಕೆಲ್ಸದ ಹುಡುಕಾಡ, ಸಿಕ್ಕಿದ ಕೆಲ್ಸ ಎಂಥದೋ ! ನಂಗ್ಯಾಕೋ ಒಂದು ಅರ್ಥವಾಗ್ತಾ ಇಲ್ಲ'' ಮನದ ಆತಂಕ ಹೊರ ಚೆಲ್ಲಿದರು.

ಹೆಂಡತಿಯ ಕೈ ಹಿಡಿದುಕೊಂಡು ''ನಾಳೆ ಹೋಗ್ಬರ್ತೀನಿ. ನೀನು ಬಂದ್ಬಿಡು. ಮಗ ಸಿಕ್ಕರೇ ನೋಡ್ಕಂಡು ಬರ್ಬಹ್ದು. ನಾಳಿದ್ದು ಹೋಟೆಲ್ ತೆಗೆದರಾಯ್ತು'' ಹೇಳಿದರು. ತಾಯ್ತನದ ನೋವನ್ನು ಎಂದು ಅಲ್ಲಗಳೆಯಲಾರರು.

ಮಗನನ್ನು ನೋಡಬಹುದಲ್ಲ ಎನ್ನುವ ಉತ್ಸಾಹದಿಂದ 'ಹ್ಞಾ' ಎಂದಿದ್ದರು.

ರಾತ್ರಿಯೆಲ್ಲ ಕೂತು ಚಂದ್ರು ಸಹಾಯದಿಂದ ಮಗನಿಗೆ ಇಷ್ಟವಾದ ತಿಂಡಿಯನ್ನೆಲ್ಲ ಮಾಡಿಟ್ಟುಕೊಂಡು ಬೆಳಗಿನ ಜಾವ ನಾಲ್ಕು ಗಂಟೆಯ ಬಸ್ಸು ಹತ್ತಿದರು. ಇವರುಗಳು ಆಟೋದಿಂದ ಇಳಿಯುತ್ತಿದ್ದಾಗ ವಿಶ್ವ ಕೆಲಸಕ್ಕೆ ಹೋಗಲು ಇಳಿಯುತ್ತಿದ್ದವನು ಸಂಭ್ರಮ ಆಶ್ಚರ್ಯದೊಂದಿಗೆ ಗಾಬರಿಯಾದ.

''ಸರ್‌ಪ್ರೈಜ್ ಬನ್ನಿ ಅಮ್ಮ'' ಎಂದು ಸತ್ಯನಾರಾಯಣ, ಕೈಯಲ್ಲಿನ ಬ್ಯಾಗ್ ಇಸುಕೊಂಡ. 'ಮುಂದೇನು ?' ಮತ್ತೇನು ಸುಳ್ಳು ಪೋಣಿಸಿ ಹೇಳುವುದು ?

ಮೇಲೆ ಕರೆದೊಯ್ದು ರೂಮಿನ ಬಾಗಿಲು ತೆಗೆದು ಸಂಕೋಚ ನಟಿಸಿದ. ''ರೂಮ್ ತುಂಬ ಚಿಕ್ಕದು. ಒಂದ್ನಿಮ್ಷ ಬಂದ್ಬಿಡ್ತೀನಿ. ಕೂತ್ಕೊಳ್ಳಿ'' ಎಂದವನೆ ಅವಸರವಾಗಿ ಹೊರಗೆ ಹೋದವನು ದಡದಡ ಮೆಟ್ಟಿಲು ಇಳಿದ. ಅವನೆದೆ ಹಾರುತ್ತಿತ್ತು. ಈಗ ಮುರುಳಿ ಬಗ್ಗೆ ಏನು ಹೇಳುವುದು ?

ಆಟೋ ಹಿಡಿದು ಆಫೀಸಿಗೆ ಬಂದ. ಈಗಾಗಲೇ ಶಿವಶಂಕರ ಪಿಳ್ಳೆ ಛೇಂಬರ್ ನಲ್ಲಿದ್ದರು. ಆ ಮನುಷ್ಯನದು ಪಂಕ್ಚುಯಾಲಿಟಿ. ಮುರುಳಿ ಕೂಡ ಬಂದಿರಬಹುದಾ ? ಚಿಯೋಚಿಸಿದವನು ವಾಚ್‌ಮನ್ ವಿಚಾರಿಸಿದ.

''ಇಬ್ರೂ ಜೊತೆಯಲ್ಲೆ ಬಂದ್ರು'' ಹೇಳಿದ.

ಎದೆಯ ಮೇಲೆ ಕೈಯಿಟ್ಟುಕೊಂಡ. ಟೆನ್ಷನ್ನಿನಲ್ಲಿ ಅಲ್ಲಾಡಿ ಹೋದ. ಪಿಳ್ಳೆಯವರು ಹೊರಡುವ ಸೂಚನೆ ಕಾಣಲಿಲ್ಲ. ಅದರ ಬದಲು ಅಲಕಾ ಬಂದಾಗ ನಿಸ್ತೇಜನಾದ. ಮೀಟ್ ಮಾಡುವುದು ಸಾಧ್ಯವಿಲ್ಲವೆನಿಸಿತು. ಅವನ ಬದುಕಿನಲ್ಲಿ ಏರುಪೇರನ್ನುಂಟು ಮಾಡುವುದು ಸ್ನೇಹಧರ್ಮವಲ್ಲವೆಂದುಕೊಂಡು ಸುಮ್ಮನಾದ.

ರಜೆ ಪಡೆದು ಹಣ್ಣು ತರಕಾರಿ ಹೂವಿಡಿದು ಬಂದಾಗ ಅವನ ರೂಮ್ ಪೂರ್ತಿ ಅಚ್ಚುಗಟ್ಟಾಗಿತ್ತು. ನಾಚಿಕೆಯಿಂದ ತಲೆ ತಗ್ಗಿಸಿದ.

''ಅಮ್ಮ ಇವನ್ನೆಲ್ಲ ನೀವೇ ಮಾಡಿದ್ರಾ ? ಏನು ತಿಳ್ಕೋಬೇಡಿ. ಕೆಲವೊಮ್ಮೆ ಓವರ್ ಟೈಂ ಮಾಡಿ ಬರೋ ವೇಳೆಗೆ ನಡುರಾತ್ರಿಯಾಗುತ್ತೆ. ಸುಮ್ನೆ ಮಲ್ಗಿ ಬಿಡ್ತೀನಿ'' ತಗ್ಗಿದ ದನಿಯಲ್ಲಿ ಹೇಳಿದ.

''ಪರ್ವಾಗಿಲ್ಲ. ಆದಷ್ಟು ಬೇಗ ಮದ್ವೆ ಆಗ್ಬಿಡು. ಕೆಲವು ಸಮಸ್ಯೆಗಳು ಇಲ್ಲವಾಗುತ್ತೆ'' ಎಂದರು ಸುಕನ್ಯ. ವಿಶ್ವನ ಮುಖ ಗಂಭೀರವಾಯಿತು. ''ಕೆಲವು ಸಮಸ್ಯೆಗಳು ಇಲ್ಲವಾಗುತ್ತೆ. ಹಲವು ಹೊಸ ಸಮಸ್ಯೆಗಳು ಹುಟ್ಟಿಕೊಳ್ಳುತ್ತೆ. ಅಭ್ಯಾಸವಾಗಿದ್ದ ಸಮಸ್ಯೆಯನ್ನು ಹೇಗೋ ಮ್ಯಾನೇಜ್ ಮಾಡಿಕೊಳ್ಳಬಹುದು. ಹೊಸ ಸಮಸ್ಯೆ ತೀರಾ ಕಷ್ಟವಾಗುತ್ತೆ'' ಎಂದ. ಸತ್ಯನಾರಾಯಣ ನಕ್ಕು ಬಿಟ್ಟರು.

ಇಂದೇ ಹಿಂದಿರುಗಿ ಬಿಡುವ ಯೋಚನೆಯಲ್ಲಿ ಬಂದಿದ್ದರು.

''ಮುರುಳಿ ಎಲ್ಲಿದ್ದಾನೆ ?'' ಸುಕನ್ಯ ಕೇಳಿದರು.

''ಅವ್ನಿಗೆ ಕೆಲ್ಸ ಸಿಕ್ಕಿತಲ್ಲ. ಜಾಯಿನ್ ಆದ್ಮೇಲೆ ಗೆಸ್ಟ್ ಹೌಸ್‌ನಲ್ಲಿ ಉಳ್ದುಕೊಂಡಿದ್ದಾನೆ. ಟೂರ್ ಜಾಸ್ತಿ ಇರೋದ್ರಿಂದ ಇಲ್ಲಿರೋದೇ ಕಡ್ಮೆ, ನಂಗೂ ಸಿಕ್ಕಿ ಸುಮಾರು ದಿನವಾಯ್ತು. ಈಗ ಅದಕ್ಕೋಸ್ಕರನೇ ಹೋಗಿದ್ದೆ. ಅವ್ನು ಸಿಕ್ಲಿಲ್ಲ'' ತಡಬಡಿಸುತ್ತ ಹೇಳಿದ.

ಸತ್ಯನಾರಾಯಣಗೆ ಗುಮಾನಿ. ವಿಶ್ವ ಹೇಳುವುದು ಎಲ್ಲಾ ನಿಜವಲ್ಲವೆನಿಸಿತು. ಆದರೂ ಅವನ ಬಗ್ಗೆ ಒಳ್ಳೆ ಅಭಿಪ್ರಾಯವಿದ್ದುದ್ದರಿಂದ ಕೆದಕಲು ಇಚ್ಛಿಸಲಿಲ್ಲ.

''ಅವ್ನಿಗೆ ಎಲ್ಲಿ ಕೆಲ್ಸ ಸಿಕ್ಕಿರೋದು ?'' ಒಂದೇ ಪ್ರಶ್ನೆ ಹಾಕಿದ್ರು.

ಬೆದರಿ ಹೋದ ವಿಶ್ವ 'ಸತ್ಯನಾರಾಯಣ ಭವನ'ದಂಥ ಸಣ್ಣ ಹೋಟೆಲ್ ಒಡೆಯನಾದ ಆ ಮನುಷ್ಯನಿಗೆ ದಟ್ಟವಾದ ಜೀವನ ಅನುಭವವಿತ್ತು. ಏನೇನೋ ಹೇಳುವುದು ಸಾಧ್ಯವಿರಲಿಲ್ಲ.

''ಸಾರಿ ಅಣ್ಣಾ ನಂಗೆ ಅವನೇನು ಹೇಳಿಲ್ಲ. ಈ ಸಲ ಟೂರ್‌ನಿಂದ ಬಂದ ಕೂಡ್ಲೇ ನಾರಾಯಣಪುರಕ್ಕೆ ಕಳುಸ್ತೀನಿ. ನೀವೇ ವಿಚಾರಿಸ್ಕೊಳ್ಳಿ'' ಎಂದ ವಿಶ್ವ.

ಸುಕನ್ಯ ಏನೇ ಹೇಳಲು ಹೊರಟಾಗ ಬೇಡವೆಂದು ಸನ್ನೆ ಮಾಡಿದ ಸತ್ಯನಾರಾಯಣ ''ವಿಶ್ವ, ಅವ್ರು ಮಗನ ನೋಡ್ಬೇಕೂಂತ ಬಂದ್ಲು ಒಮ್ಮೆ ನೋಡಿ ಹೋಗೋದಿತ್ತು. ಒಳ್ಳೆ ಕೆಲ್ಸ ಸಿಕ್ಕಾಗ ಪುರಸತ್ತು ಕಮ್ಮಿ. ನೀನು ಅರ್ಥಮಾಡಿಕೊಳ್ಳಬಲ್ಲೆ'' ಅಂದರು.

ವಿಶ್ವ ತಲೆ ಮೇಲೆತ್ತಲಿಲ್ಲ. ತಕ್ಷಣ ಅವರ ಕಾಲಿಡಿದು ಬಿಟ್ಟ.

''ನಾನು ಖಂಡಿತ ಒಂದ್ವಾರದಲ್ಲಿ ಅವ್ನ ಕರ್ಕಂಡ್ ಬರ್ತೀನಿ. ಅಲ್ಲಿವರ್ಗ್ಗೂ ಅವಕಾಶ ಕೊಡಿ'' ಕಣ್ಣೀರು ಸುರಿಸಿ ಬಿಟ್ಟ ಅವರಿಗೆ 'ಛೆ' ಎನಿಸಿತು. ಹಿಡಿದೆತ್ತಿ ''ನೀನ್ಯಾಕೆ ಕಣ್ಣೀರು ಸುರಿಸ್ತೀಯಾ ? ಆಯ್ತು ಬಿಡು'' ಸಂತೈಸಿದರು.

ಸುಕನ್ಯ ತಾವೇ ಅವನೊಂದಿಗೆ ನಿಂತು ಅಡಿಗೆ ಮಾಡಿದರು. ಸಂಜೆ ಹೊರಡುವ ನಿರ್ಧಾರವಾಗಿತ್ತು. ವಿಶ್ವ ಹೋದವನೇ ಸೀರೆ, ಬ್ಲೌಸ್ ಹಿಡಿದು ಬಂದು ಹಣ್ಣುಗಳೊಂದಿಗೆ ತಟ್ಟೆಯಲ್ಲಿಟ್ಟು ಕಾಲಿಗೆ ಬಿದ್ದ.

''ಇವ್ನು ಒಬ್ಬ ಮಗಾಂತ ತಿಳ್ದು ಇದ್ನ ತಗೊಂಡು ಆಶೀರ್ವಾದ ಮಾಡಿ.''

''ನೀನು ಮಗನಾಗೋಕೆ ಇಷ್ಟೆಲ್ಲ ಸಂದಾಯ ಮಾಡೋ ಅಗತ್ಯವಿಲ್ಲ'' ಸುಕನ್ಯ ನಗುತ್ತ ಹೇಳಿ ನಿರಾಕರಿಸಿದರು. ಅವನು ಪಟ್ಟು ಹಿಡಿದ. ಕಡೆಗೆ ತೆಗೆದುಕೊಳ್ಳಬೇಕಾಯಿತು.

ವಿಶ್ವ ತಾನೆ ಬಸ್ಸಿನಲ್ಲಿ ಕೂಡಿಸಿ ಮತ್ತಷ್ಟು ಹಣ್ಣುಗಳ ಜೊತೆ ಮ್ಯಾಗ್‌ಝಿನ್‌ಗಳನ್ನು ಕೊಂಡು ತಂದಿಟ್ಟ. ಆದರೂ ಅವನೆದೆಯ ಭಾರ ಕಮ್ಮಿಯಾಗಲಿಲ್ಲ. ಗೆಳೆಯನ ಅಪರಾಧದಲ್ಲಿ ತನ್ನ ಪಾಲೆಷ್ಟು ಎಂದುಕೊಂಡರು ಕುಸಿಯುವಂತಾಗುತ್ತಿತ್ತು.

ಅವನ ಭುಜದ ಮೇಲೆ ಕೈ ಹಾಕಿ ಇನ್ನು ವೇಳೆ ಇದ್ದುದ್ದರಿಂದ ಕೆಳಗಿಳಿದ ಸತ್ಯನಾರಾಯಣ ''ಅವನಂತು ನಂಗೆ ಕೆಲ್ಸ ಸಿಗೋವರ್ಗ್ಗೂ ವಿವಾಹ ಬೇಡಾಂತ ನಿರಾಕರಿಸ್ದ. ನಿಂಗೆ ಕೆಲ್ಸ ಇದೆ. ಹೇಗೂ ನಮ್ಮನ್ನ ಅಪ್ಪ ಅಮ್ಮನ ಸ್ಥಾನದಲ್ಲಿ ನಿಲ್ಲಿಸಿದ್ದೀಯಾ. ನಾವೇ ನಿಂತು ಮದ್ವೆ ಮಾಡ್ತೀವಿ'' ಎಂದರು.

ವಿಶ್ವನ ಮುಖದಲ್ಲಿ ವಿಷಾದ ಹರಡಿಕೊಂಡಿತು.

''ನನ್ನ ಕೆಲ್ಸ ಪರ್ಮನೆಂಟ್ ಅಲ್ಲ. ಒಂದು ಸಣ್ಣ ತಪ್ಪು ಕಂಡು ಹಿಡ್ದು ಹೊರ್ಗೆ ಹಾಕ್ಬಹ್ದು. ಸಂಪಾದ್ನೇ ಇಲ್ಲದ ನನ್ನಂಥವನು ಇನ್ನೊಬ್ಬರ ಹೊರೆಯನ್ನು ಹೇಗೆ ಹೊರೋದು ?'' ಸ್ಥಿತಿಯನ್ನು ಮುಂದಿಟ್ಟ.

ಸತ್ಯನಾರಾಯಣ್ ಕೂಡ ಇದೇ ಸ್ಥಿತಿಯಲ್ಲಿದ್ದರು. ಆದರೆ ವಿವಾಹವಾಗೋವಾಗ

ಕಾಲೇಜು ಮೇಷ್ಟರಾಗಿದ್ದರು. ಅವನ್ನ ನೋಡಿಯೇ ಡಿಗ್ರಿಯಾದ ಹುಡುಗಿಯನ್ನು ಕೊಟ್ಟು ಮದುವೆ ಮಾಡಿದ್ದರು ಹೆಣ್ಣು ಹೆತ್ತ ಮಾವ.

"ಕರೆಕ್ಟ್ ನಾನು ಕೂಡ ಇದೇ ಸ್ಥಿತಿಯಲ್ಲಿದ್ದೆ. ಸುಕನ್ಯನ ಕೈ ಹಿಡ್ಕೋವಾಗ ನಾನೊಂದು ಕಾಲೇಜಿನಲ್ಲಿ ಟೆಂಪರರಿ ಮೇಷ್ಟ್ರು ಆಗಿದ್ದೆ. ಅವ್ಳ ಅಪ್ಪ ಹಳ್ಳಕ್ಕೆ ಬಿದ್ದರು. ನಾನು ರೀಡರ್ ಆಗ್ತಾಹುದ್ದ ಅನ್ನೋ ಕನಸುಗಳಲ್ಲಿ ಮಗ್ಳು ಕೊಟ್ಟು ನಂಗೇ ಮದ್ವೆಮಾಡಿದ್ರು. ಆದರೆ, ಆದದ್ದೇ ಬೇರೆ. ಸುಕನ್ಯ ಸಹಕರಿಸಿದ್ಲು, ಆದ್ರೂ ನನ್ನಿಂದ ಅನ್ಯಾಯವಾಗಿದೆ ಅನ್ನೋ ಕೊರಗಿನಿಂದ ನಾನು ಮುಕ್ತವಾಗಿಲ್ಲ. ಎಲ್ಲನು ಕಾಲನೇ ನಿರ್ಧರಿಸುತ್ತೆ" ಅನ್ನುವ ವೇಳೆಗೆ ಕಂಡಕ್ಟರ್ ಬಂದಿದ್ದರಿಂದ ಹೋಗಿ ಬಸ್ಸು ಹತ್ತಿಕೊಂಡು ತಮ್ಮ ಸೀಟಿನಲ್ಲಿ ಕೂತು ಕೈ ಬೀಸಿದರು.

ವಿಶ್ವನ ಕಣ್ಮುಂದೆ ಮಂಜು ಹರಡಿಕೊಂಡಿತು. ಎಲ್ಲಾ ಮಬ್ಬು ಮಬ್ಬು ಸುಕನ್ಯ ಕಣ್ಣು ತುಂಬಿಕೊಳ್ಳುವಂತೆ ನೋಡಿದ. ಈ ಕ್ಷಣದ ಅದೃಷ್ಟ ಶಾಶ್ವತವಾಗಬಾರದ ? ಅವರುಗಳು ತಾಯ್ತಂದೆಯರಾಗಿ ತನಗೇ ಉಳಿದು ಬಿಟ್ಟರೇ ?

ಬಸ್ಸು ಹೊರಟ ನಂತರ ಸ್ಟ್ಯಾಂಡ್‌ನಿಂದ ಹೊರ ಬಂದ. ವಾರದ ವಾಯಿದೆ ತಗೊಂಡಿದ್ದ. ಶತಾಯಃ ಗತಾಯಃ ಮುರುಳಿಯನ್ನೊಯ್ದು ಅವರ ಮುಂದೆ ನಿಲ್ಲಿಸಬೇಕಿತ್ತು. ಎರಡು ದಿನ, ಮೂರು ದಿನ ಸಾಕಷ್ಟು ಪ್ರಯತ್ನ ಮಾಡಿದರೂ ಅವನೊಂದಿಗೆ ಮಾತನಾಡಲಾಗಲಿಲ್ಲ. ನಾಲ್ಕನೆಯ ದಿನ ಏನಾದರಾಗಲೀಯೆಂದು ಐಶ್ವರ್ಯಗೆ ಹೋದ. ಬಹಳ ವಿಚಾರಿಸಿದ ನಂತರವೇ ವಾಚ್‌ಮನ್ ಒಳಗೆ ಬಿಟ್ಟಿದ್ದು. ಆಳೆತ್ತರದ ಆಲ್ಸೇಷಿಯನ್ ನಾಯಿಗಳಿಗೆ ಬಾಲ್ ಎಸೆಯುತ್ತಿದ್ದ ಅಲಕಾ ನಾಯಿಗಳನ್ನು ಅತ್ತ ಹೋಗದಂತೆ ತಡೆದು, ಹಿಂದಕ್ಕೆ ಹೋಗಲು ಸೂಚನೆ ಕೊಟ್ಟಳು. ಬಹಳ ಓಬಿಡಿಯಂಟಾಗಿ ಸರಿದು ಹೋದವು.

"ನಮಸ್ತೆ ಮೇಡಮ್" ಅಂದ.

ಸಾಕಷ್ಟು ಸಲ ಅಲಕಾನ ನೋಡಿದ್ದ. ಅವಳಿಗೆ ಇವನ ನೆನಪು ಇರುವುದು ಮಾತ್ರ ಕಷ್ಟ ಅವನಂಥವರು ಬೇಕಾದಷ್ಟು ಜನ ಅಲಕಾ 'ಪೇಪರ್'ನಲ್ಲಿ ಎಸ್ಟೇಟ್‌ನಲ್ಲಿ ದುಡಿಯುತ್ತಿದ್ದರು.

"ಯಾರು ನೀವು ?" ಕೇಳಿದಳು.

"ಮುರುಳಿ ಫ್ರೆಂಡ್, ನೋಡ್ಲೋ ಸಲುವಾಗ್ಬಂದೆ."

ಅಲಕಾ ಹಲ್ಲುಗಳು ಫಳಕ್ಕೆಂದವು "ಇನ್ನೊಂದು ಪ್ರಶ್ನೆ ಇಲ್ಲ. ಬನ್ನಿ ಒಳ್ಗಡೆ" ಕರೆದೊಯ್ದು ತಾನೇ ಗೆಸ್ಟ್‌ರೂಂನಲ್ಲಿ ಕೂಡಿಸಿ "ಈಗ ಬರ್ತಾರೆ, ಮ್ಯಾಗ್‌ಝಿನ್ ನೋಡ್ತಾ ಇರಿ" ಹೊರಗೆ ಹೋದಳು.

ಮೊದಲು ಬಿಸ್ಕತ್, ಟೀ ಬಂತು. ನಂತರವೇ ಮುರುಳಿ ಬಂದಿದ್ದು. ತಬ್ಬಿಕೊಂಡು ಬಿಟ್ಟ ಅವನ ಕಣ್ಣಲ್ಲಿ ಸಹ ನೀರಾಡುತ್ತಿತ್ತು.

"ಒಂದು ಒಳ್ಳೆ ಕೆಲ್ಸ ಮಾಡ್ದೇ. ನಿನ್ನ ಫ್ರೆಂಡ್ ಮಾಡೋ ತಪ್ಪುಗಳ್ನ ನೀನಲ್ಲದೆ ಬೇರಾರು ಸರಿ ಮಾಡ್ತಾರೆ" ಎಂದು ಕಣ್ಣೀರು ತೊಡೆದುಕೊಂಡ ಮುರುಳಿ ಆತ್ಮೀಯವಾಗಿ

ಅವನ ಯೋಗ ಕ್ಷೇಮ ನಿವಾರಿಸುವ ವೇಳೆಗೆ ಅಲಕಾ ಬಂದಳು ಸರಳವಾಗಿ ''ಪರಿಚಯ ವಾಗಿದೆ. ಈಗ ಅಂಥ ಫಾರ್ಮ್ಯಾಲಿಟೀಸೇನು ಬೇಡ. ಮೊದಲ ಸಲ ಬಂದಿದ್ದಿರಾ, ಡಿನ್ನರ್ ಮುಗ್ಸಿಕೊಂಡ್ಹೋಗಿ'' ಎಂದವಳು ''ಮುರುಳಿ ಅವ್ರುನ ಹಾಗೇ ಕಳ್ಸಿ ಬಿಡ್ಬೇಡಿ'' ಹೇಳಿಯೇ ಹೋಗಿದ್ದು.

ವಿಶ್ವ ಬೆಪ್ಪಾದ. ಅವನ ನಿರೀಕ್ಷೆ ಬೇರೆಯದಾಗಿತ್ತು. ಖಂಡಿತ ಅಲಕಾ ಅಂಥ ಹೆಣ್ಣನ್ನು ಪಡೆಯುವುದು ಮುರುಳಿಯ ಭಾಗ್ಯವೇ ಅಂದುಕೊಂಡ.

''ಒಂದಿಷ್ಟು ಮಾತಾಡೋದಿದೆ'' ಎಂದ ಮೇಲುಸಿರು ಬಿಡುತ್ತಾ ವಿಶ್ವ.

''ಶ್ಯೂರ್...'' ಮೇಲೆದ್ದವನು ''ಇಲ್ಲಿ ಬೇಡ, ಹೊರ್ಗಡೆ ಹೋಗೋಣ'' ಅಂದವನು ಹೋಗಿ ಅಲಕಾಗೆ ತಿಳಿಸಿ ಹೊರ ಬಂದಾಗ ಒಂದು ಬಿಳಿಯ ಅತ್ಯಂತ ಮುದ್ದಾದ ಪಾಮೋರಿನ್ ನಾಯಿ ಮರಿ ಓಡಿ ಬಂತು. ಅಷ್ಟು ದೂರದಲ್ಲಿ ನಿಂತು 'ಬೌ ಬೌ' ಎಂದು ಬಗುಳಿ ಮಾಯವಾಯಿತು.

ಇಂಡಿಕಾ ಕಾರು ಹತ್ತಿ ಡ್ರೈವರ್ ಸೀಟುನಲ್ಲಿ ಕೂತು ಗೆಳೆಯನ ಕಡೆ ನೋಟ ಹರಿಸಿ ಹತ್ತಿಸಿಕೊಂಡ. ಇವನು ಪಡೆದುಕೊಂಡಿದ್ದಕ್ಕೆ ವಿಶ್ವನಿಗೆ ಅಸೂಯೆ ಮೆಚ್ಚುಗೆ ಯಾವುದು ಇರಲಿಲ್ಲ. ಕಳೆದುಕೊಂಡಿದ್ದು ಇದಕ್ಕಿಂತ ಅಮೂಲ್ಯ ಎನ್ನುವುದು ಅವನ ಭಾವನೆ ಆಗಿತ್ತು.

''ನಿನ್ನ ನೋಡಿ ತುಂಬ ಸಂತೋಷ ಆಯ್ತು ಎಂದ ಲೀಲಾಜಾಲವಾಗಿ ವ್ಹೀಲ್ ತಿರುಗಿಸುತ್ತ ''ತುಂಬಾ ಅನಿವಾರ್ಯತೆ ಇತ್ತು. ಅನಗತ್ಯವಾಗಿ ಬಂದು ನಿಂಗೆ ತೊಂದರೆ ಕೊಡೋ ಉದ್ದೇಶವಿರ್ಲಿಲ್ಲ'' ಎಂದ ವಿಷಣ್ಣತೆಯಿಂದ.

''ನಾನೇ ಬಂದು ನೋಡ್ಬೋಣಾಂತ ಇದ್ದೆ'' ಹೇಳಿದ ಮುರುಳಿ.

ಅದಕ್ಕೆ ವಿಶ್ವ ಪ್ರತಿಕ್ರಿಯೆ ವ್ಯಕ್ತಪಡಿಸಲಿಲ್ಲ. ಎಷ್ಟೋ ಆತ್ಮೀಯತೆ ವ್ಯಕ್ತಪಡಿಸಿದರೂ ಗೆಳೆಯನೊಂದಿಗೆ ಸರಳವಾಗಿ ಬೆರೆಯುವುದಾಗಲಿಲ್ಲ ಅವನಿಂದ.

''ಪರ್ವಾಗಿಲ್ಲ ಖಂಡಿತ ನಾನು, ಅಂಥ ನಿರೀಕ್ಷೆಯೇನು ಇಟ್ಕಂಡಿಲ್ಲ. ನಿನ್ನಿಂದ ನಂಗೊಂದು ಸಹಾಯ ಆಗ್ಬೇಕಾಗಿದೆ. ಖಂಡಿತ ಇಲ್ಲಾಂತ ಅನ್ಬಾರ್ದು'' ಹೇಳಿದ ಕೂಡ್ಲೇ ಬ್ರೇಕ್ ಬಿತ್ತು. ಅಡ್ಡ ಬಂದ ಮಗುವನ್ನು ಅದರಮ್ಮ ಬಾಚಿ ತಬ್ಬಿಕೊಂಡು ಪಕ್ಕಕ್ಕೆ ಹೋದರು. ''ಎಂಥ ಕೆಲ್ಸ ಆಗಿರೋದು ?'' ಕಾರು ಸ್ಟಾರ್ಟ್ ಮಾಡುತ್ತ ಅಂದ ''ನಾನು ಎಕ್ಸ್‌ಪರ್ಟ್ ಡ್ರೈವರ್ ಆಗ್ಬಿಟ್ಟಿದ್ದೀನಿ. ಅದ್ಕ ಅಲಕಾ ಒಪ್ಕೊಂಡಿದ್ದಾಳೆ'' ಉಲ್ಲಾಸದಿಂದ ನುಡಿದ.

''ಎಲ್ಲಾದ್ರೂ ಒಂದ್ಕಡೆ ನಿಲ್ಸು ಮುರುಳಿ. ಸ್ವಲ್ಪ ಮಾತಾಡೋದಿದೆ'' ಹೇಳಿದ ವಿಶ್ವ. ಅವನ ಸಮಯ ಅಮೂಲ್ಯ, ಅದನ್ನು ಹಾಳು ಮಾಡುವ ಇಷ್ಟವಿರಲಿಲ್ಲ.

ಒಂದು ಗಾರ್ಡನ್ ರೆಸ್ಟೋರೆಂಟ್ ಒಳ ಭಾಗದಲ್ಲಿ ಕಾರು ಪಾರ್ಕ್ ಮಾಡಿ ಇಳಿದ. ಈಗ ಮುರುಳಿ ಸ್ಟೇಟಸ್ ಬೆಳೆದಿದ್ದು. ಅದಕ್ಕೆ ಅನುಗುಣವಾಗಿ ಬಟ್ಟೆ ಮಾತು ರೀತಿ ಜೊತೆಗೆ ಹೋಗುವ ಜಾಗಗಳು ಎಲ್ಲಾ ಬದಲಾಗಿತ್ತು.

''ಬಾ'' ಎಂದು ಭುಜದ ಮೇಲೆ ಕೈ ಹಾಕಿ ಕರೆದೊಯ್ದ.

ಛತ್ರಿಯಡಿಯ ಟೇಬಲ್ ಕೆಳಗೆ ಕೂತರು. ಬೇರರ್ ಮುಖ ತೋರಿಸಿ ಹೋದಾಗ ಮೆನುವನ್ನು ವಿಶ್ವನತ್ತ ತಳ್ಳಿ ''ಏನು ಬೇಕೋ, ಆರ್ಡರ್ ಮಾಡು ಎಂದ ದರ್ಪದಿಂದ.

''ಬೇಡ ಮುರುಳಿ, ನಿಮ್ಮ ಮನೆಯಲ್ಲಿ ಬಿಸ್ಕತ್ ಟೀ ಎಲ್ಲಾ ಆಯಿತು. ಈಗ ಮತ್ತೇನು ಬೇಡ. ನಂಗೆ ನಿನ್ನಿಂದ ಒಂದು ಸಹಾಯ ಬೇಕು'' ಮತ್ತೆ ಉಸುರಿದ ವಿಶ್ವ.

''ಖಂಡಿತ ಮಾಡ್ತೀನಿ. ಡೋಂಟ್ ವರೀ... ಈಗ ಏನಾದ್ರೂ ನಂಗೋಸ್ಕರ ತಗೋಬೇಕೂಂತ ''ವೆಜಿಟೇಬಲ್ ಕಟ್‌ಲೆಟ್ ಮತ್ತು ಗಡ್‌ಬಡ್‌ಗೆ ಆರ್ಡರ್ ಮಾಡಿದ. ''ಆಮೇಲೆ ನಿನ್ಮಾತು. ಯಾಕೆ ತುಂಬ ಡಲ್ ಆಗಿ ಕಾಣ್ತೀಯಾ'' ಯಾಕೆ ನೀನು ಮ್ಯಾರೇಜ್‌ಗೆ ಬರ್ಲಿಲ್ಲ. ನೀನು ಬಂದಿದ್ದರೆ ಅಲಕಾಗೆ ಅಲ್ಲೆ ಪರಿಚಯ ಮಾಡಿ ಕೊಡ್ತಾ ಇದ್ದೆ'' ಎಂದ. ಆ ಮಾತಿನಲ್ಲಿ ಅಹಂಕಾರ ಅರ್ಥವಾಗಿ ವಿಶ್ವನ ಮುಖ ಬಿಗಿದುಕೊಂಡಿತು.

''ಬಂದಿದ್ದೆ ಆ ಜನರಲ್ಲಿ ನನ್ನ ನಿಂಗೆ ಗುರ್ತಿಸಲಾಗಲಿಲ್ಲ. ಅದೇನು ದೊಡ್ಡ ವಿಷ್ಯ ಅಲ್ಲ ಬಿಡು. ನಾನು ಬಂದಿದ್ದು ಯಜಮಾನರಾದ ಶಿವಶಂಕರ್ ಪಿಳ್ಳೆ ಮಗಳ ವಿವಾಹ ಅಂತ ಅಷ್ಟೆ'' ಅಂದ ಸ್ವಲ್ಪ ಖಾರವಾಗಿ.

ಟೇಬಲ್ಲು ಮೇಲಿದ್ದ ಗೆಳೆಯನ ಕೈ ಹಿಡಿದುಕೊಂಡು ''ಸಾರಿ ಅಮ್ಮ, ನಾನೇ ಬಂದು ಪರ್ಸನಲ್ಲಾಗಿ ನಿನ್ನ ಇನ್ವೀಟ್ ಮಾಡೋಕ್ಕಾಗ್ಲಿಲ್ಲ. ಸಮಯ ಹಾಗೆ ಇತ್ತು. ಲೆಕ್ಕಕ್ಕೆ ನನ್ನ ವಾಸ್ತವ್ಯ 'ಸನ್ ವ್ಯೂ'ನಲ್ಲಿ. ಆದರೆ ನಾನು ಇದ್ದಿದ್ದೆಲ್ಲ ಇಲ್ಲೆ. ಬರೀ ಸೂಟುಗಳ ಆಯ್ಕೆಗಾಗಿಯೇ ಒಂದೆರಡು ದಿನಗಳ್ನ ವ್ಯಯಿಸಬೇಕಾಯ್ತು'' ಅಭಿಮಾನದಿಂದ ಹೇಳಿಕೊಂಡ.

ಅಷ್ಟರಲ್ಲಿ ಬೇರರ್ ವೆಜಿಟೆಬಲ್ ಕಟ್‌ಲೆಟ್ ತಂದಿಟ್ಟ. ಎಷ್ಟೇ ಪ್ರಯತ್ನಪಟ್ಟರು ವಿಶ್ವ ನಿಂದ ತಿನ್ನಲಾಗಲಿಲ್ಲ. ಮುರುಳಿ ಒಂದೇ ಸಮ ಹೇಳಿಕೊಳ್ಳುತ್ತಿದ್ದ ಮದುವೆ, ಹನಿಮೂನ್ ಬಗ್ಗೆ.

''ಮೊನ್ನೆ ನಾರಾಯಣಪುರದಿಂದ ಅಮ್ಮ ಅಣ್ಣ ಇಬ್ರೂ ಮಗನ್ನ ನೋಡೋಕೆ ಬಂದಿದ್ರು'' ಅಂದ ಕೂಡಲೇ ಆಕಾಶದಲ್ಲಿ ಹಾರಾಡುತ್ತಿದ್ದ ಹಕ್ಕಿ ರೆಕ್ಕೆಗಳನ್ನು ಕತ್ತರಿಸಿಕೊಂಡು ನೆಲಕ್ಕೆ ಬಿದ್ದಂತಾಯಿತು. ಆಗಾಗ ಸತ್ಯನಾರಾಯಣ ಬಂದರೂ ಸುಕನ್ಯ ಬರುತ್ತಿರಲಿಲ್ಲ ''ಅಮ್ಮ ಬಂದಿದ್ರಾ ?'' ಎಂದಾಗ ಅವನ ಸ್ವರ ಕಂಪಿಸುತ್ತಿತ್ತು. ಕೈಯಲ್ಲಿನ ಸ್ಪೂನ್ ಜಾರಿ ಬಿತ್ತು. ಎಂದೂ ಅನುಭವಿಸದಂತ ತಳಮಳ. ಮಾತೇ ಆಡಲಾಗಲಿಲ್ಲ.

ಸುಮ್ಮನೆ ಬಿಲ್ ತೆತ್ತು ಬಂದು ಕಾರಿನಲ್ಲಿ ಕೂತ.

''ಪೂರ್ತಿ ಕೇಳಿ ಕಾರು ಹತ್ತು. ಒಂದಿಷ್ಟು ಹೇಳೋದಿದೆ'' ಎಂದ ವಿಶ್ವ. ಅವನು ಹೇಳಿದ ವಾರದಲ್ಲಿ ಇನ್ನು ಮೂರು ದಿನ ಮಾತ್ರ ಬಾಕಿ ಇತ್ತು. ಡೋರ್ ಅದುಮಿ ಒರಗಿ ನಿಂತ ಮುರುಳಿ.

''ನಿನ್ನ ಇನ್ನೆಂಟು ದಿನದಲ್ಲಿ ಊರಿಗೆ ಕಳ್ಸಿಕೊಡ್ತೀನೀಂತ ಅವ್ರಿಗೆ ಭರವಸೆ ಕೊಟ್ಟಿದ್ದೀನಿ'' ಮೆಲ್ಲಗೆ ಉಸುರಿದ. ಮುರುಳಿ ತೀರಾ ನರ್ವಸ್ ಆಗಿದ್ದ ''ವಿಶ್ವ ರಾತ್ರಿ ನಾನು

ರೂಮಿಗೆ ಬರ್ತೀನಿ. ಅಲ್ಲಿ ಮಾತಾಡೋಣ. ಅರ್ಜೆಂಟ್ ಕೆಲ್ಸ ಇದೆ. ಅಲಕಾ ತಂದೆ ತುಂಬಾ ಪಂಕ್ಚುಯಾಲಿಟಿ'' ತೋಡಿಕೊಂಡ.

''ಸರಿ ರಾತ್ರಿ ನೀನು ಬರೋದು, ಬಿಡೋದು ನಂಗೆ ಮುಖ್ಯವಲ್ಲ. ನಿನ್ನಿಂದ ನಾನು ಕೇಳ್ತಾ ಇರೋ ಹೆಲ್ಪ್ ನೀನು ನಾರಾಯಣಪುರಕ್ಕೆ ಹೋಗಿ ಅಣ್ಣ ಅಮ್ಮನನ್ನು ಭೇಟಿ ಮಾಡ್ಬಾ ನಂಗೆ ಅಷ್ಟು ಸಾಕು'' ಎಂದು ಹೇಳಿದ ವಿಶ್ವ ಅವನ ಪ್ರತಿಕ್ರಿಯೆಗೂ ಕಾಯದೇ ದಢ ದಢ ಹೋಗಿ ಬಿಟ್ಟ. ಸೋತಂತೆ ಮುರುಳಿ ಕಾರು ಹತ್ತಿ ಡೋರ್ ಹಾಕಿಕೊಂಡ.

ಅವನಿರೋ ಸ್ಥಿತಿಯಲ್ಲಿ ಮುರುಳಿ ರೂಮಿಗೆ ಬರುತ್ತಾನೆಂಬ ನಂಬಿಕೆಯೇನು ವಿಶ್ವನಿಗೆ ಇರಲಿಲ್ಲ. ಆ ಬಗ್ಗೆ ಅವನು ಕಾಮೆಂಟ್ ಮಾಡಲಾರ. ಅಕಸ್ಮಾತ್ ಅವನು ನಾರಾಯಣಪುರಕ್ಕೆ ಹೋಗದಿದ್ದರೆ ಸತ್ಯ ಶಿವಶಂಕರ್ ಪಿಳ್ಳೆಯ ಮುಂದೆ ಉಸುರಿ ಬಿಡೋದು. ಸುಳ್ಳು ಹೇಳಿದ ಬದ್ಮಾಷ್‌ನ ಒದ್ದು ಹೊರಗೆ ಹಾಕಿಸಲು ಹಿಂಜರಿಯದ ಮನುಷ್ಯ. ಆಮೇಲೆ ಇವನ ಸ್ಥಿತಿ. ಬಹುಶಃ ಇದನ್ನು ಸತ್ಯನಾರಾಯಣ, ಸುಕನ್ಯ ಕೂಡ ಕ್ಷಮಿಸಲಾರರು.

ತೀರಾ ತಲೆ ಕೆಟ್ಟಂತಾದ ಸ್ಥಿತಿಯಲ್ಲಿ ರಾತ್ರಿ ಅಲ್ಲಿ ಇಲ್ಲಿ ತಿರುಗಿ ರೂಮಿಗೆ ಮೆಟ್ಟಿಲು ಹತ್ತಿ ಹೋಗುತ್ತಿದ್ದವನನ್ನು ವೆಂಕಟಾಚಲಯ್ಯ ತಡೆದರು. ''ಎಲ್ಹೋಗಿದ್ದೆ ಮಾರಾಯ! ನಿನ್ನ ಫ್ರೆಂಡ್ ಬಂದಿದ್ದ. ಮತ್ತೆ ಬರೋದಾಗಿ ಹೇಳಿ ಹೋದ. ಬಹಳ ಬದಲಾಯಿಸ್ದಿದ್ದಾರೆ. ಒಳ್ಳೆ ಕಡೆ ಕೆಲ್ಸ ಸಿಕ್ಕಿರಬಹುದ್ದು. ಇನ್ನು ನಿಮ್ಮ ಅದೃಷ್ಟ ಕೂಡ ಖುಲಾಯಿಸಿದಂತೆ'' ಇಷ್ಟು ಹೇಳಿ ಮುಗಿಸಿದರು ಒಮ್ಮೆಲೆ.

''ಬಹಳ ಸಂತೋಷ. ಇವತ್ತು ಲೇಟ್ ಆಯ್ತು'' ಮೆಟ್ಟಿಲು ಹತ್ತಿ ಮೇಲಕ್ಕೆ ಹೋದ. ಮಾತಿನಂತೆ ಮುರುಳಿ ಬಂದಿದ್ದ. ಪಟ್ಟು ಹಿಡಿದಾದರೂ ನಾರಾಯಣಪುರಕ್ಕೆ ಕಳುಹಿಸಬೇಕು. ಅಲ್ಲಿ ಯಾವ ಸುಳ್ಳಾದರೂ ಹೇಳಿಕೊಳ್ಳಲಿಯೆಂದು ಬಟ್ಟೆ ಬದಲಾಯಿಸಿ ಮುಖ ತೊಳೆಯುತ್ತಿದ್ದಂತೆ ಮುರುಳಿ ಬಂದ.

''ಆಗ್ಲೇ ಬಂದಿದ್ದೆ'' ಅಂದ.

ಮುಖದ ಒದ್ದೆಯನ್ನು ಟವಲಿನಿಂದ ಒತ್ತುತ್ತ ''ವೆಂಕಟಾಚಲ ಹೇಳಿದ್ರು ನಾನು ಬಂದಿದ್ದೆ. ಈಗ ಬಾ.... ಏನು ತೊಂದರೆಯಾಗಲಿಲ್ವಲ್ಲ'' ಎಂದು ಒಳಗೆ ಹೋದ. ಹೊರಗಡೆ ಬಾತ್ ರೂಂ ಇತ್ತು, ನೀರು ಒಳಗೆ ಕಾಯಿಸಿದರೂ ಹೊರಗೆ ತಂದಿಟ್ಟುಕೊಂಡು ಸ್ನಾನ ಮಾಡಬೇಕಿತ್ತು.

ಬಂದ ಮುರುಳಿ ಸುತ್ತಿಟ್ಟಿದ್ದ ಹಾಸಿಗೆಯ ಮೇಲೆ ಕೂತ. ಇವನು ಹೇಳಿದಾಗಿನಿಂದ ಚಿತ್ತಕ್ಷೋಭೆಗೆ ಒಳಗಾಗಿದ್ದ. ತನ್ನನ್ನು ನೋಡಲು ಬಂದ ತಾಯಿಯನ್ನ ನೋಡಲಾಗಲಿಲ್ಲವಲ್ಲ ಎನ್ನುವ ನೋವಿನ ಜೊತೆ, ತಾನು ಸ್ವಲ್ಪ ದುರ್ಬಲತೆ ತೋರಿದರೂ ಇಡೀ ಭವಿಷ್ಯ ಎಲ್ಲಿ ಮಸುಕಾಗುತ್ತದೆಯೋ ಎನ್ನುವ ಭಯ.

''ಈಗ ಹೇಳು'' ಎಂದ ಮುರುಳಿ.

''ಮತ್ತೆ ಹೇಳಿದ್ನಾ ರಿಪೀಟ್ ಮಾಡ್ಬೇಕಷ್ಟೆ ನಿನ್ನ ನೋಡೋ ಸಲುವಾಗಿ ಬಂದಿದ್ದರು. ಮಗನ ಬಗ್ಗೆ ಅವ್ರಿಗೆ ಆತಂಕ. ದಯವಿಟ್ಟು ನೀನೊಂದ್ಸಲ ಹೋಗಿ ಮುಖ ತೋರ್ಸಿ ಏನು ಹೇಳ್ತಿಯೋ ಹೇಳ್ಕೊಂಡ್ ಬಂದ್ಬಿಡು. ಅಷ್ಟು ನೀನು ಮಾಡಲೇ ಬೇಕು'' ಗಟ್ಟಿಯಾಗಿ ಹೇಳಿದ ವಿಶ್ವ.

''ಹೇಗೆ ಸಾಧ್ಯ ? ನೈತಿಕವಾಗಿ ಅವ್ರನ್ನ ಎದುರಿಸೋ ಶಕ್ತಿನೇ ನಂಗಿಲ್ಲ. ಸದ್ಯಕ್ಕಂತು ನಾನು ಹೋಗೊಲ್ಲ'' ಅಂದ ಕೂಡಲೇ ಮುರುಳಿಯ ಕುತ್ತಿಗೆಯ ಪಟ್ಟಿಗೆ ಕೈ ಹಾಕಿದ. ''ಖಂಡಿತ ಇದ್ನ ನಾನು ಸಹಿಸೋಲ್ಲ. ಒಂದೇ ಒಂದ್ಸಲ ಅವ್ರನ್ನ ಭೇಟಿ ಮಾಡ್ಬಾ ಇದ್ರಿಂದ ಅವರ ಮನಸ್ಸಿನ ಆತಂಕ ಸ್ವಲ್ಪ ಕಮ್ಮಿ ಆಗುತ್ತೆ. ಇನ್ನೊಂದ್ಮಾತ್ರೇನಾದ್ರೂ ಹೇಳಿದರೆ... ನೇರವಾಗಿ ಬಂದು ಸತ್ಯನ ನಿನ್ನ ಶ್ರೀಮತಿಯವರಿಗೆ ಹೇಳ್ಬಿಡ್ತೀನಿ'' ಕನಲಿ ನಿಧಾನವಾಗಿ ಅವನ ಕುತ್ತಿಗೆಯ ಪಟ್ಟಿ ಬಿಟ್ಟ.

''ನೀನ್ಯೇಕಾದ್ರೂ ಮಾಡ್ಕೋ'' ಎಂದು ಕುತ್ತಿಗೆ ಪಟ್ಟಿಯನ್ನು ಸರಿಪಡಿಸಿಕೊಂಡ ಮುರುಳಿಯನ್ನು ನೇರವಾಗಿ ನೋಡಿದ ವಿಶ್ವ ''ಹೇಳಿದ್ನ ನಾನು ಖಂಡಿತ ಮಾಡ್ತೀನಿ. ನಂಗೆ ನಿನ್ನ ಸ್ನೇಹಕ್ಕಿಂತ ದೇವರಂಥ ಅಮ್ಮ ಅಣ್ಣನೇ ಮುಖ್ಯ. ಅಂತು ಇನ್ನು ಊರು ದಿನದಲ್ಲಿ ಅಲ್ಲಿಗೆ ಹೋಗಿದ್ದೆ ಅನ್ನೋಕೆ ಪುರಾವೆ ಬೇಕು. ಅಂದರೇ ಭಾನುವಾರದ ಸಂಜೆವರ್ಗೂ ಸೋಮವಾರ ಐಶ್ವರ್ಯಕ್ಕೆ ಹೋಗಿ ಇರೋ ವಿಷ್ಯನ ಹೇಳ್ಬಿಡ್ತೀನಿ. ಮಿಕ್ಕಿದ್ದು ನಿಂಗೆ ಸೇರಿದ್ದು. ಬಂದಿದ್ದಕ್ಕೆ ಥ್ಯಾಂಕ್ಸ್... ಇನ್ನು ಹೋಗ್ಬಹುದ್ದ'' ಆ ಕಡೆ ಹೋಗಿ ಕೂತ.

''ಅಂತು, ನನ್ನ ಬ್ಲಾಕ್ ಮೈಲ್ ಮಾಡ್ತಾ ಇದ್ದೀಯಾ'' ಕೇಳಿದ ಮುರುಳಿ ಅದ್ನ ನೂರು ಸಲ ಬೇಕಾದರೂ ಹೇಳ್ತೀನಿ'' ಕಟುವಾಗಿ ಹೇಳಿದ.

ಮುರುಳಿ ಹೋಗಿ ಅವನ ಮುಂದೆ ಕೂತು ಎರಡು ಕೈಗಳನ್ನು ಹಿಡಿದುಕೊಂಡು ''ನಂಗೆ ಹಾಗೆ ಅನ್ನಿಸೋಲ್ಲ'' ಎಂದ ಕೂಡಲೇ ಕೈಗಳನ್ನು ಕೊಡವಿ ಕೊಂಡು ''ಸುಮ್ನೇ ಪರೀಕ್ಷಿಸೋಕೆ ಹೋಗಿ ಅಪಾಯ ತಂದ್ಕೋಬೇಡ. ದಯವಿಟ್ಟು ಹೋಗ್ಬಾ, ನನ್ನ ಬ್ಲಾಕ್ ಮೈಲ್‌ಗಿಂತ ಅವರುಗಳ ನೋವು, ವ್ಯಥೆನೇ ನಿಂಗೆ ಉರುಳಾಗುತ್ತೆ. ಅಷ್ಟಕ್ಕೆ ಅವಕಾಶ ಕೊಡ್ಬೇಡ. ಈಗ ನೀನು ಮಾಡಿರೋ ತಪ್ಪಿಗೆ ಮಾನಸಿಕವಾಗಿಯಾದರೂ ಶಿಕ್ಷೆ ಅನುಭವಿಸ ಬೇಕಾಗುತ್ತೆ. ಪ್ಲೀಸ್ ಮುರುಳಿ... ನನ್ಮಾತು ಕೇಳು'' ಬೇಡಿಕೊಂಡ.

ಮುರುಳಿ ಕ್ರಾಪ್‌ನಲ್ಲಿ ಕೈ ಹಾಕಿ ಕಿತ್ತ. ಅವನು ಈಗ ಶ್ರೀಮಂತಿಕೆಯ ಸ್ವರ್ಗ ಸುಖ ಅನುಭವಿಸುತ್ತಿದ್ದ. ಸ್ವಲ್ಪ ಎಚ್ಚರ ತಪ್ಪಿದರೂ, ಅವನು ಫುಟ್‌ಪಾತ್ ಸೇರಬೇಕಿತ್ತು.

''ಖಂಡಿತ ನಾಳೆನೇ ಹೋಗ್ಬರ್ತೀನಿ'' ಭರವಸೆ ಕೊಟ್ಟೆ

ಸಂತೋಷದಿಂದ ಮೇಲಕ್ಕೆದ್ದ ವಿಶ್ವ ಸುಕನ್ಯ ತಂದಿದ್ದ ತಿಂಡಿಯನ್ನು ತಟ್ಟೆಗೆ ಹಾಕಿಕೊಟ್ಟ ''ಇದ್ನೆಲ್ಲ ಅಮ್ಮ ನಿಂಗೋಸ್ಕರ ಮಾಡ್ಕಂಡ್ ಬಂದಿದ್ರು.

ಮುರುಳಿ ಹನಿಗಣ್ಣಾದ. ಅವನಮ್ಮನ ನಗು, ವಾತ್ಸಲ್ಯ ಭರಿತ ನೋಟ ಮಾತು ನೆನಪಾದ ಕೂಡಲೇ ಆಕೆಯ ಮಡಿಲಲ್ಲಿ ಹೋಗಿ ಒರಗಿ ಬಿಡಬೇಕೆನಿಸಿತು ಬರೀ ಕ್ಷಣ ಕಾಲ.

ಸ್ವಲ್ಪ ತಿಂದು ತಟ್ಟೆ ಕೆಳಗಿಟ್ಟು ಹೊರಟು ನಿಂತ.

''ಮುರುಳಿ ನಾಳೆ ಹೋಗ್ಬೇಕು'' ಹೇಳಿದ.

''ಖಂಡಿತ , ಪತ್ರ ಬರ್ದು ಹತ್ತು ಸಾವಿರ ಡಿ.ಡಿ. ಕಳಿಸಿದ್ದೆ. ಅಲ್ಲಿ ಕೊಟ್ಟಿದ್ದು ನಿನ್ನ ಅಡ್ರಸ್ಸೇ. ಸದ್ಯಕ್ಕೆ ಅಷ್ಟು ಮಾತ್ರ ಮಾಡ್ಬಹುದ್ದು. ಅದು ತಲುಪಿರಬಹುದ್ದು'' ಅನ್ನುತ್ತ ಮೇಲಕ್ಕೆದ್ದ.

ವಿಶ್ವ ತೀರಾ ಮಂಕಾದ.

''ಹೇಗೂ ಅಲಕಾಗೆ ವಿಷ್ಯ ಗೊತ್ತಿದ್ದೆಯೆಂದೆಯಲ್ಲ. ಅವ್ರ ಅಭಿಪ್ರಾಯ ಕೇಳು. ನಮ್ಮಂತ ಕೆಲವು ಸೂಕ್ಷ್ಮ ವಿಚಾರಗಳ್ನ ಅತ್ಯುತ್ತಮವಾಗಿ ಪರಿಹರಿಸೋಕೆ ಅವ್ರೇ ಅರ್ಹರು. ನೀನು ಅಲಕಾ ಅಭಿಪ್ರಾಯ ತಿಳ್ಕೋ. ಬಹಳ ಒಳ್ಳೆಯ ಹೆಣ್ಣಿಂತೆ ಕಾಣ್ತಾರೆ. ಮಗಳು ಮಾತು ಎಂದೂ ಶಿವಶಂಕರ ಪಿಳ್ಳೆ ತೆಗ್ದು ಹಾಕಲಾರರು.''

ಗೆಳೆಯನ ಮಾತುಗಳಿಗೆ ಮುರುಳಿಯ ತಲೆ ತಗ್ಗಿತು. ಇದೊಂದು ಸಣ್ಣ ಸುಳ್ಳನ್ನು ಇವನಿಗೆ ಹೇಳಿದ್ದ. ಮಾತೇ ಆಡಲಿಲ್ಲ.

''ಅಲಕಾಗೂ ಗೊತ್ತಿಲ್ಲ. ನಾನು ಅವ್ರಿಗೆ ಸತ್ಯ ತಿಳಿಸ್ತೀನಿಂತ ಅಂದಾಗ ಹೆದರಿದ್ದೆ. ಆಗ್ಲೇ ಗೊತ್ತಾಯ್ತು ಬಿಡು. ಅಂತು ನಿನ್ನ ಪಾಲಿಗೆ ಅವರು ಸತ್ತಂಗೆ. ಅನಾಥನಾಗಿ ನಿಂಗೆ ನೀನೇ ಘೋಷಿಸಿಕೊಂಡ್ಬಿಟ್ಟೆ'' ಮೂದಲಿಸಿದ.

ಅಷ್ಟರಲ್ಲಿ ನೆರಳಾಡಿತು. ವೆಂಕಟಾಚಲ ಮೊದಲು ಕಿಟಕಿಯಲ್ಲಿ ನೋಡಿದ ನಂತರವೇ ಒಳಗೆ ಬಂದಿದ್ದು. ಎರಡು ಲೋಟ ಹಾಲನ್ನು ತಟ್ಟೆಯಲ್ಲಿಟ್ಟುಕೊಂಡು ಬಂದಿದ್ದರು.

''ನನ್ನಾಕ್ಕೆ, ಇಲ್ಲಿಗೆ ಊಟಕ್ಕೆ ಕರೀರಿ ಅಂದ್ರು. ನಾನೇ ಸ್ವಲ್ಪ ಹಿಂದೇಟು ಹಾಕಿದ್ದು. ಹಾಲಾದ್ರೂ ತಗೊಳ್ಳಿ'' ನೆಲದ ಮೇಲಿಟ್ಟು ತಾನು ಕೂತಾಗ ಮುರುಳಿ ವಿಶ್ವ ಮುಖ ಮುಖ ನೋಡಿಕೊಂಡರು.

''ಈಗೇನು ಬೇಕಿರ್ಲಿಲ್ಲ'' ಅಂದ ಮುರುಳಿ.

''ಹಾಗೆಂದರಾಗುತ್ತ! ನೀವು ಕುಡಿದರೇನೆ ನಮಗೆ ಸಮಾಧಾನ. ಅದೃಷ್ಟ ಅಂದರೇ ನಿಮ್ದೇ ನೋಡಿ. ಕೆಲ್ಸ ಸಿಕ್ಕುತ್ತೆ ಅನ್ನೋದು ಒಂದು ರೀತಿಯ ಸಮಾಧಾನ ತಂದರೇ, ಬಂಪರ್ ಲಾಟರಿ ಹೊಡ್ಕೋಂತ ಜಾಬ್ ಸಿಕ್ಕಿದೆ. ಇದೇನು ಸಾಧಾರಣ ವಿಷ್ಯನಾ ?'' ಅವನು ತೊಟ್ಟ ಕಾಸ್ಲಿ ಉಡುಪನ್ನು ಗಮನಿಸುತ್ತ ಹೇಳಿದರು ವೆಂಕಟಾಚಲ.

ಬಹಳ ಕಷ್ಟ ಪಟ್ಟು ನಾಲ್ಕು ಗುಟುಕು ಕುಡಿದು ಕೆಳಗಿಟ್ಟ ಮುರುಳಿ. ವಿಶ್ವ ಮೌನವಹಿಸಿದ್ದ. ಅವನು ಮಾತನಾಡಲಾರದ ಸ್ಥಿತಿ ತಲುಪಿದ್ದ.

''ಒಂದ್ಮಾತು ಹೇಳೂಂತ ಅಂದಿದ್ದಾಳೆ ನಮ್ಮವಳು. ಅವ್ರ ತಮ್ಮ ಕೆಲ್ಸವಿಲ್ದೇ ಉಂಡಾಡಿ ಗುಂಡನಂತೆ ತಿರ್ಗಿಕೊಂಡಿದ್ದಾನೆ. ಹೇಗಾದ್ರೂ ಒಂದು ಸಣ್ಣ ಕೆಲ್ಸ ಅವ್ನಿಗೆ ಕೊಡಿಸ್ಬೇಕು''

ಜೇಬಿನಲ್ಲಿ ಮಡಚಿಟ್ಟುಕೊಂಡಿದ್ದ ಬಯೋಡೆಟಾ ಮುರುಳಿಯ ಮುಂದಿಡಿದಾಗ ಕಿತ್ತು ಹರಿದು ಎಸೆಯಬೇಕೆನಿಸಿತು. ವಿಶ್ವ ಅವನ ಸಹಾಯಕ್ಕೆ ಬಂದ. ''ಅವ್ರಿಗೆ ಹೊಸ್ದಾಗಿ ಅಪಾಯಿಂಟ್ ಆಗಿರೋದು ಸ್ವಲ್ಪ ದಿನ ಬಿಟ್ಟು ಅಂಥ ಪ್ರಯತ್ನ ಮಾಡ್ಬಹ್ದು'' ಸೂಚಿಸಿದ. ಆದರೂ ಬಯೋಡೆಟಾ ಮುರುಳಿಯ ಕೈಗೆ ತುರುಕಿ 'ಇಲ್ಲಾಂತೇನಿಲ್ಲ, ಬೇರೆ ಎಲ್ಲಾದ್ರೂ ಒಂದ್ಕೆಲ್ಸ ಕೊಡ್ಸಿ ಬಿಡಿ. ಇಲ್ಲದಿದ್ದರೆ ನಮ್ಮ ಸಂಸಾರಕ್ಕೆ ಬೆನ್ನು ಹತ್ತಿದ ಬೇತಾಳ '' ರಿಕ್ವೆಸ್ಟ್ ಮಾಡಿಕೊಂಡ.

''ಆಯ್ತು ಖಂಡಿತ ಪ್ರಯತ್ನಪಡ್ತೀನಿ'' ರಾಜಕೀಯ ಆಶ್ವಾಸನೆ ಕೊಟ್ಟ.

ಹೊರಟವನನ್ನು ಹಿಂಬಾಲಿಸಿಕೊಂಡೇ ಹೋದ ವೆಂಕಟಾಚಲ ಕನಿಷ್ಟ ಹತ್ತು ಸಲವಾದರೂ ಭಾವಮೈದುನನ ಕೆಲಸ ಬಗ್ಗೆ ಹೇಳಿದವರು ''ನಿಮ್ತಂದೆ ತಾಯಿ ಬಂದಿದ್ರಲ್ಲ, ಎಷ್ಟೊಂದು ಲಕ್ಷಣವಾಗಿದ್ದಾರೆ ಅಂದ್ಲು ನನ್ನ ಹೆಂಡ್ತಿ. ಹೇಗೂ ಒಳ್ಳೆ ಕೆಲ್ಸವಿದೆ. ಅವ್ರನ್ನು ತಂದಿಟ್ಕೋಳಿ'' ಎರಡು ಮಾತು ಸೇರಿಸಿ ಮುರುಳಿ ಮನಸ್ಸನ್ನು ಅಲ್ಲೋಲ ಕಲ್ಲೋಲಗೊಳಿಸಿದರು.

ಕಾರು ಐಶ್ವರ್ಯ ತಲುಪಿದಾಗ ಹತ್ತರ ಸುಮಾರು. ಶಿವಶಂಕರ ಪಿಳ್ಳೆ ತಮ್ಮ ಹಳೆಯ ಗೆಳೆಯರೊಂದಿಗೆ ಮಾತಾಡುತ್ತ ಮುಂದಿನ ಗೆಸ್ಟ್ ರೂಮಿನಲ್ಲಿ ಕೂತಿದ್ದರು. ಓಲ್ಡ್ ಕಾಯಿನ್ಸ್, ಸ್ಟಾಂಪ್ ಕಲೆಕ್ಷನ್ ಅಲಕಾ ಹಾಬಿಗಳಲ್ಲೊಂದು. ಅದನ್ನೆಲ್ಲ ಹರಡಿಕೊಂಡು ಕೂತಿದ್ದಳು. ಆಗಾಗ ತನ್ನ ಸಾಧನೆ ಮೆಲಕು ಹಾಕುವಂತೆ ಅದನ್ನೆಲ್ಲಾ ಹರಡಿಕೊಂಡು ಕೂಡುವುದು ಒಂದು ಅಭ್ಯಾಸ.

''ಹಾಯ್, ಅಲಕಾ'' ಎಂದ ಮೋಹಕವಾಗಿ.

''ಬೇಗ ಬಟ್ಟೆ ಬದಲಾಯಿಸ್ಕೊಂಡ್ಬನ್ನಿ, ಇದೆಲ್ಲ ನೀವು ನೋಡೇ ಇಲ್ಲ.'' ಅಂದಳು ಉತ್ಸಾಹದಿಂದ.... ಇವೆಲ್ಲ ಅವನ ಮಟ್ಟಿಗೆ ಬೋರಿಂಗ್. ಬರೀ ಇವನ್ನೆಲ್ಲ ಗುಡ್ಡೆ ಹಾಕಿಕೊಳ್ಳುವುದರಿಂದ ಆಗುವ ಪ್ರಯೋಜನವೇನು ಎನ್ನುವುದು ಅವನ ಮತ ''ಬೇಡದ ಇನ್ನೊಮ್ಮೆ ನೋಡೋಣ. ಡ್ಯಾಡ್, ಡಿನ್ನರ್ ತಗೊಂಡ್ರಾ ?'' ಎನ್ನುತ್ತಲೇ ಕೂತಾಗ ''ಜಸ್ಟ್ ಎ ಮಿನಿಟ್, ನಾನು ಈ ಸಂಭ್ರಮದಲ್ಲಿ ಅವ್ರ ಊಟದ ಬಗ್ಗೆ ಮರ್ತೆ'' ಎದ್ದು ಹೋದಳು.

ಅಪೂರ್ವವಾದ ಸಂಗ್ರಹವೇ ಇತ್ತು. ಹೆಚ್ಚು ಕಡಿಮೆ ಎಲ್ಲಾ ದೇಶದ ಹಳೆಯ ನಾಣ್ಯಗಳ ದೊಡ್ಡ ಸಂಗ್ರಹವೇ ಅವಳಲ್ಲಿತ್ತು. ಒಂದೊಂದೇ ಎತ್ತಿಕೊಂಡು ನೋಡತೊಡಗಿದ.

ಫೋನ್ ಸದ್ದು ಮಾಡಿತು.

''ಹಲೋ ಮುರುಳಿ, ಡಿನ್ನರ್‌ಗೆ ಬನ್ನಿ'' ಹೇಳಿದ್ದು ಅಲಕಾನೇ.

ತೀರಾ ಚೆಲ್ಲು ಚೆಲ್ಲಾದ ಸದಾ ಗಂಡನ ಕುತ್ತಿಗೆಗೆ ಜೋತು ಬೀಳುವ ಹುಡುಗಿ ಅಲಕಾ ಅಲ್ಲವೆಂದು ಅವನಿಗೆ ಗೊತ್ತಾಗಿತ್ತು. ಸದಾ ಒಂದಲ್ಲ ಒಂದು ಕೆಲಸ ಹಚ್ಚಿಕೊಂಡು ಬಿಜಿಯಾಗಿರುತ್ತಿದ್ದಳು. ಡಿ.ಟಿ.ಪಿ. ಪ್ರಿಂಟಿಂಗ್ ಸೆಕ್ಷನ್‌ಗೆ ಹೋಗಿ ಬದಲಾವಣೆಗಳ ಬಗ್ಗೆ ಹೇಳುತ್ತಿದ್ದಳು, ಓಡಾಡುತ್ತಿದ್ದಳು ಪ್ರತಿಯೊಂದನ್ನು ಗಮನಿಸುತ್ತಿದ್ದಳು.

ಈಗ ಮುರುಳಿಯ ಮನಸ್ಸೇ ಸರಿಯಾಗಿರಲಿಲ್ಲ. ಬಟ್ಟೆ ಬದಲಾಯಿಸಿ ಕೆಳಗಿಳಿದು ಬರುವ ವೇಳೆಗೆ ತಂದೆ, ಮಗಳು ಡೈನಿಂಗ್ ಹಾಲ್‌ನಲ್ಲಿದ್ದರು. ಊಟ ತಿಂಡಿಗಳು ಇಲ್ಲೇ ಆಗಬೇಕಿತ್ತು. ಮಾಡಿದ ಅಡಿಗೆ ಪದಾರ್ಥಗಳು ರೂಮಿಗೆ ಒಯ್ಯುವ ಪದ್ಧತಿಗಳು ಇಲ್ಲವೇ ಇಲ್ಲವೆನ್ನಬೇಕು. ಕೆಲವು ಅನಿವಾರ್ಯ ಸಂದರ್ಭಗಳಲ್ಲಿ ಮಾತ್ರ ಇದರ ಉಲ್ಲಂಘನೆಯಾಗುತ್ತಿತ್ತು.

ಸಾದಾ ಚಪಾತಿ, ತರಕಾರಿ ಜೊತೆ ಅನ್ನ ರಸ ಮಾತ್ರ ರಾತ್ರಿಯ ಊಟ ಶಿವಶಂಕರ ಪಿಳ್ಳೆಯವರದು. ಆದರೆ ಅತ್ಯಂತ ಶಾಂತವಾಗಿ ನಿಧಾನವಾಗಿ ಸಾಗುತ್ತಿತ್ತು ಅವರ ಡಿನ್ನರ್. ಮಾತು ಆ ಸಮಯದಲ್ಲಿ ವ್ಯವಹಾರಕ್ಕೆ ಸಂಬಂಧಿಸಿದ್ದಾಗಿರಲಿಲ್ಲ. ಆದರೆ ಮಾತೇ ಆಡದೇ ತೀರಾ ಮೌನವಾಗಿದ್ದವಳು ಅಲಕಾ ಮಾತ್ರ.

ಇವರಿಬ್ಬರನ್ನು ಬಿಟ್ಟು ಬೇಗ ಎದ್ದು ಹೋದ ಅಲಕಾ ಹೊರಗಡೆಯ ಬಾಲ್ಕನಿಯಲ್ಲಿ ನಿಂತಳು. ನಾಳಿದ್ದು ಅವಳ ತಾಯಿಯ ಶ್ರಾದ್ಧ. ಇಂದು ಮನೆ ಪರ್ಮನೆಂಟ್ ಪುರೋಹಿತರು ಬಂದು ತಿಥಿ, ವಾರ, ನಕ್ಷತ್ರದ ಪ್ರಕಾರ ನಾಳಿದ್ದು ಮಾಡಬೇಕೆಂದು ಹೇಳಿ ಹೋಗಿದ್ದು ತಂದೆಯ ಮುಂದೆ ಪ್ರಸ್ತಾಪಿಸಲು ಒಂದು ರೀತಿಯ ವ್ಯಸನ.

''ಅಲಕಾ ಯಾಕೋ ನಾರ್ಮಲ್ಲಾಗಿಲ್ಲ. ಮುರುಳಿ ಹೋಗಿ ವಿಚಾರ್ಸು. ಅವ್ಳ ಮುಖದಲ್ಲಿ ವಿಷಾದ ಮೂಡಿದರೇ ನನ್ನೆದೆಯೊಡೆದು ಹೋಗುತ್ತೆ'' ಎಂದವರು ಅಳಿಯನಿಗೆ ಸೂಚಿಸಿ ತಮ್ಮ ರೂಮಿಗೆ ಹೋದರು.

ಮುರುಳಿ ಬಂದಾಗ ಹೊರಗಡೆ ನೋಡುತ್ತಾ ನಿಂತಿದ್ದಳು. ತೋಳಗಳಂತಿದ್ದ ನಾಯಿಗಳು ಅಲ್ಲೆ ಕಾವಲು ಬಂಟರಂತೆ ಕೂತಿದ್ದವು. ಹಿಂದೆ ಬಹಳ ಹೆದರುತ್ತಿದ್ದ. ಈಗೀಗ ಪರಿಚಯವಾದ ನಂತರವು ಅವುಗಳ ಸುದ್ದಿಗೆ ಹೋಗುತ್ತಿರಲಿಲ್ಲ. ಚಿಕ್ಕ ಯಜಮಾನನೆಂದು ಅರಿತ ಮೇಲೆ ಅಳುಗಳು ಕೂಡ ಗೌರವದಿಂದ ನಡೆದುಕೊಳ್ಳುತ್ತಿತ್ತು.

''ನನ್ಮೇಲೆ ಕೋಪನಾ?'' ಕೇಳಿದ ಭುಜದ ಮೇಲೆ ಕೈಯಿಟ್ಟು ಅವನತ್ತ ತಿರುಗಿದವಳು ಅರ್ಥವಾಗದವಳಂತೆ ನೋಟ ಬೀರಿ ''ಕಾರಣ ?'' ಎಂದವಳು ನಕ್ಕಳು. ಅವನಿಗೆ ತಬ್ಬಿಬ್ಬಾಯಿತು. ಅರ್ಧಗಂಟೆ ತಡವಾಗಿ ಬಂದರೆ ಜಗಳ ಕಾಯುವ ಹೆಂಡತಿಯರನ್ನು ನೋಡಿದ್ದ. ಅದಕ್ಕೆ ಉದಾಹರಣಗೆ ವೆಂಕಟಾಚಲ. ಆ ಪೈಕಿ ಅಲಕಾನ ಸೇರಿಸಿದ್ದು ತಪ್ಪೆನಿಸಿತು.

ಆಮೇಲೆ ಮುರುಳಿಗೆ ಏನು ಮಾತಾಡಬೇಕೆಂದು ಗೊತ್ತಾಗಲಿಲ್ಲ.

''ಇವತ್ತು ತುಂಬ ನನ್ನ ಮನಸ್ಸು ಸರಿಯಲ್ಲ. ಏನೇ ಮಾಡಿದರೂ ಅಮ್ಮನ ನೆನಪೇ. ಆಕೆ ಇರಬೇಕಿತ್ತು'' ಕಂಠ ತುಂಬಿ ಹೇಳಿದಳು. ಸಂತೈಯಿಸಬೇಕಾದ್ದೂ ಸಮಾಧಾನಿಸಬೇಕಾದ್ದೂ ಅವನ ಕರ್ತವ್ಯ. ಇಂಥ ಸಂದರ್ಭಗಳೇ ಮಾಸಿಕವಾಗಿ ದಂಪತಿಗಳನ್ನು ಮತ್ತಷ್ಟು ಒಗ್ಗೂಡಿಸುತ್ತದೆ. 'ಅಮ್ಮ' ಎನ್ನುವ ಎರಡು ಅಕ್ಷರ ಕೇಳಿದ ಕೂಡಲೇ ನರ್ವಸ್ ಆಗಿ ಬಿಡುತ್ತಿದ್ದ. ಎಷ್ಟೇ ಪ್ರಯತ್ನಿಸಿದರೂ ಅವನ ಬಾಯಿಂದ ಮಾತುಗಳೇ ಬರುತ್ತಿರಲಿಲ್ಲ. ಇಂದು ಕೂಡ ಅದೇ ಸ್ಥಿತಿ.

ಮುರುಳಿ ತುಟಿ ತೆರೆಯದೆಯೇ ಬೆಡ್‌ರೂಮಿಗೆ ಹೋಗಿ ಬಿಟ್ಟ. ಅಲಕಾ ಮತ್ತಷ್ಟು ಸಪ್ಪಗಾದಳು. ಅವಳಿಗೊಂದಿಷ್ಟು ಸಾಂತ್ವನ ಬೇಕಿತ್ತು. ಅದನ್ನು ಬಯಸಿದ್ದಳು. ನಿರಾಸೆಗೊಳಿಸಿದ್ದ.

''ಅಲಕಾ, ಯಾಕೆ ಒಂಟಿಯಾಗಿ ನಿಂತಿದ್ದೀಯಾ? ಮುರುಳಿ ಎಲ್ಲಿ?'' ಬಂದ ಶಿವಶಂಕರ್ ಪಿಳ್ಳೆ ಅತ್ತಿತ್ತ ನೋಟ ಹರಿಸಿದರು.

''ಒಳಗಡೆ ಹೋದ್ರು. ಶರ್ಮ ಅವ್ರು ಸಂಜೆ ಬಂದಿದ್ರು. ಅಮ್ಮನ ಶ್ರಾದ್ಧ ನಾಳಿದ್ದೂಂತ ಹೇಳ್ಹೋದ್ರು'' ಅಂದಳು. ಮಗಳ ಖಿನ್ನತೆ ಅರಿವು ಅವರಿಗಾಯಿತು. ಹತ್ತಿರಕ್ಕೆ ಬಂದು ಅವಳ ತಲೆ ಸವರಿ ''ನಿಂಗೇನು ಬೇಕಾದ್ರೂ ತಂದು ಕೊಡಬಲ್ಲೆ ನಿಮ್ಮಮ್ಮನ್ನು ಬಿಟ್ಟು ಅವ್ಳು ಮೊಮ್ಮಗ್ಳಾಗಿ ಹುಟ್ಟಿ ನನ್ನ ಗೋಳುಹೊಯ್ದುಕೊಳ್ಬೇಕು'' ನೋವಿನಲ್ಲೂ ಹಾಸ್ಯ ಚಿಮ್ಮಿಸಿ ಮಗಳ ಕಣ್ಣೀರು ತೊಡೆದರು.

ಏನೇನೋ ಮಾತಾಡಿ ಅವಳ ಸಪ್ಪಗಾದ ಮುಖದಲ್ಲಿ ಜೀವಂತಿಕೆ ತುಂಬಿದರು. ಆ ಸಮಯದಲ್ಲಿ ಮುರುಳಿ ಇಲ್ಲದ್ದು ಮಾತ್ರ ಬೇಸರ ತರಿಸಿತು.

''ಹೋಗಿ ಮಲಕ್ಕೋ, ಗುಡ್‌ನೈಟ್. ಮೊಮ್ಮಗ್ಳ ವಿಚಾರ ಮರೀಬೇಡ'' ರೇಗಿಸಿ ಅವಳ ಕೆನ್ನೆ ತಟ್ಟಿ ಕಳಿಸಿದರು.

ರೂಮಿಗೆ ಬಂದ ಶಿವಶಂಕರ ಪಿಳ್ಳೆ ಕಣ್ಣೀರು ತೊಡೆದುಕೊಂಡರು. ಅಲಕಾ ಅಮ್ಮ ಸತ್ತ ಮೇಲೆ ತಮ್ಮ ಪತ್ರಿಕೆಯ ವ್ಯವಹಾರದಲ್ಲಿ ಮುಳುಗಿದರೇ ವಿನಃ ಇನ್ನೊಂದು ಹೆಣ್ಣಿನ ಸ್ನೇಹ, ಸಂಗ ಬೆಳೆಸಲಿಲ್ಲ. ಮಗಳು ಅವರ ಸರ್ವಸ್ವವು ಆಗಿದ್ದಳು. ಅವಳ ಬೆಳವಣಿಗೆಯ ಪ್ರತಿಯೊಂದು ಹಂತವನ್ನು ಎಚ್ಚರದಿಂದ ರೂಪಿಸಿದರು. ಅವರ ನಂತರವು ಪತ್ರಿಕೆ ನಡೆದು ಕೊಂಡು ಹೋಗಬೇಕಿತ್ತು. ಕೆಲವೊಮ್ಮೆ ಸಂಪಾದಕೀಯವನ್ನು ಅವಳ ಕೈಯಲ್ಲಿ ಬರೆಸುತ್ತಿದ್ದರು.

ಅಳಿಯನನ್ನು ಆರಿಸುವಾಗ ಬಹಳ ಎಚ್ಚರದಿಂದ ಆರಿಸಿದೆನೆಂದು ಅವರ ತಿಳುವಳಿಕೆ. ತಮ್ಮ ಮಗಳು ಕಟ್ಟಿಕೊಂಡವನಿಂದ ಟಾರ್ಚರ್ ಆಗಬಾರದು. ಈ ತರಹ ಎಷ್ಟೋ ಫಾರ್ಮುಲಗಳನ್ನು ಮುಂದಿಟ್ಟುಕೊಂಡು ತಾಯಿ, ತಂದೆಯರಿಲ್ಲದ ವಿದ್ಯಾವಂತ ಬುದ್ಧಿವಂತ ಹ್ಯಾಂಡ್‌ಸಮ್ ಯುವಕನನ್ನು ಆರಿಸಬೇಕೆಂದು ನಿಶ್ಚಯಿಸಿಕೊಂಡಿದ್ದರು.

ಆದರೆ ಇಂದೇಕೋ ಅವರ ಮನ ಸಂಶಯಿಸುತ್ತಿತ್ತು. ಅಲಕಾಗೆ ತಕ್ಕ ಪತಿಯೇ ಮುರುಳಿ ? ಅವಳ ಸಮಕ್ಕೇರಲು ಸಮಯ ಬೇಕೆನಿಸಿತು.

''ಡ್ಯಾಡ್ ಮಾತ್ರೆ'' ಹತ್ತಿರದಲ್ಲೆ ಸ್ವರ ಕೇಳಿಸಿದಾಗಲೇ ಎಚ್ಚೆತ್ತಿದ್ದು.

''ನಾನು ತಗೋತಾ ಇದ್ದೆ. ದಶರಥಿಯಂತು ಮಾತ್ರೆ ತಗೊಳ್ಳೊವರ್ಗ್ಗೂ ಬಾಗಿಲಲ್ಲೆ ನಿಲ್ತಾ ಇದ್ದ'' ಎಂದು ಮಾತ್ರೆಗೆ ಕೈಯೊಡ್ಡಿದರು.

''ಅದು ನಂಗೆ ಗೊತ್ತು, ಇದು ಮಾತ್ರ ನನ್ನ ಡ್ಯೂಟಿ'' ನೀರಿನ ಗ್ಲಾಸ್ ಕೊಟ್ಟಳು. ನಂತರ ಹತ್ತು ನಿಮಿಷ ಹಾಲ್‌ನಲ್ಲಿ ಅಡ್ಡಾಡಿ ಅವರು ಮಲಗಿದ ನಂತರವೇ ಬೆಡ್‌ರೂಂಗೆ ಬಂದಿದ್ದು.

ಲೈಟ್ ಆರಿ ತೆಳು ಹಸುರಿನ ಬೆಳಕು ಪ್ರಸರಿದಾಗ ತನ್ನ ತಪ್ಪನ್ನು ತಿದ್ದಿಕೊಳ್ಳಲು ಬಾಹುಗಳನ್ನು ಒಯ್ದಾಗ ''ಸಾರಿ ನನ್ನ ಮನಸ್ಸು ಸರಿ ಇಲ್ಲ'' ಅವನಿಗೆ ಅಭಿಮುಖವಾಗಿ ಮಲಗಿಕೊಂಡಳು. ವಿವಾಹ ನಂತರ ಇಂಥದ್ದು ಎದುರಾದದ್ದು ಮೊದಲ ಸಲ. ಅವನಿಗೆ ರಿಲ್ಯಾಕ್ಸ್ ಬೇಕಿತ್ತು. ಹೀಗೆಂದು ಬಲವಂತವಾಗಿ ತನ್ನೆಡೆಗೆ ಎಳೆದುಕೊಳ್ಳಲಾರ. ಅಲಕಾ ಶ್ರೀಮಂತಿಕೆಯಲ್ಲಿ ಮಾತ್ರವಲ್ಲ ಬೌದ್ಧಿಕ ಮಟ್ಟದಲ್ಲಿ ಕೂಡ ನನಗಿಂತ ಮೇಲಿದ್ದಾಳೆ. ಇದು ಅರಿವಾಗಿತ್ತು ! ಭ್ರಮೆಯೋ, ಇನ್ಫಿಯಾರಿಟಿ ಕಾಂಪ್ಲೆಕ್ಸೋ. ಆದರೂ ಆ ಎತ್ತರಕ್ಕೆ ಹೊಂದಿ ಕೊಳ್ಳುವ ಆತ್ಮವಿಶ್ವಾಸ ಮುರುಳಿಯಲ್ಲಿತ್ತು.

❑ ❑ ❑

ಒಮ್ಮೆ ಮುಚ್ಚಿದ ಸತ್ಯನಾರಾಯಣ ಭವನ ಮತ್ತೆ ತೆರೆದುಕೊಂಡಿತು. ಆದರೂ ವ್ಯಾಪಾರ ಡಲ್. ಮಾಡಿದ ತಿಂಡಿ ಹಾಗೆಯೇ ಉಳಿದು ಹೋದಾಗ ದನಗಳ ಕಲಗಚ್ಚಿಗೆ ಸುರಿಯಬೇಕಾಯಿತು. ಅದನ್ನು ಹೆಂಡತಿಯ ಮುಂದೇ ಅವರೇನು ತೋಡಿ ಕೊಂಡಿರಲಿಲ್ಲ. ಮಗನಿಂದ ಹತ್ತು ಸಾವಿರ ರೂಪಾಯಿ ಜೊತೆ ಒಂದು ಪತ್ರ ಕೂಡ ಬಂದು ಸಮಾಧಾನ ತಂದಿತ್ತು.

'ಬರೋ ವಿಷ್ಯ ಏನೂ ಬರ್ದಿಲ್ಲ'' ಸುಕನ್ಯ ಅಂದರು.

''ಹೇಗೆ ಬರ್ತಾನೆ ಹೇಳು! ಒಂದು ಕೆಲಸ್ಕಾಗಿ ನಾನೆಷ್ಟು ಕಷ್ಟಪಟ್ಟಿದ್ದೀನಿ. ಸಿಕ್ಕ ಮೇಲೂ ಎಂತೆಂಥ ಅನುಭವಗಳು, ಉಳ್ಸಿಕೊಳ್ಳಬೇಕಾದರೇ ಆತ್ಮಭಿಮಾನ ವ್ಯಕ್ತಿತ್ವವನ್ನೆಲ್ಲ ಬಲಿ ಕೊಡ್ಬೇಕಿತ್ತು. ಈಗ ಅವ್ನಿಗೆ ಕೆಲ್ಸ ಸಿಕ್ಕಿದ್ದೇ ದೊಡ್ಡದು. ಅದ್ನ ಅವ್ನು ಉಳಿಸಿಕೊಳ್ಳ ಬೇಕಾದರೇ ಸಾಕಷ್ಟು ಕಸರತ್ತು ಮಾಡ್ಬೇಕಾಗುತ್ತೆ. ನಿನ್ನ ಮಗ ಚೆನ್ನಾಗಿದ್ದಾನೆ. ಸುಮ್ನೇ ಅವ್ನ ಮೇಲೆ ಯಾವುದೇ ಒತ್ತಡ ಹಾಕೋದ್ಬೇಡ'' ಸತ್ಯನಾರಾಯಣ ಕಟ್ಟು ನಿಟ್ಟಾಗಿ ಹೇಳಿದರು. ಮಗನು ತನಗೆ ಸಿಕ್ಕ ಕೆಲಸದ ವಿವರಣೆ ತಿಳಿಸದಿದ್ದಕ್ಕೆ ಗಾಬರಿಯಾಗಿದ್ದರಷ್ಟೆ

ಸುಕನ್ಯ ಮತ್ತೆರಡು ಸಲ ಮಗನ ಪತ್ರ ಓದಿಕೊಂಡರು. ಮೂರು ಸಾಲಿನ ಒಕ್ಕಣೆ. ಬಲವಂತಕ್ಕೆ ಅಕ್ಷರಗಳು ಮೂಡಿದಂತೆ ಕಂಡು ಬಂತು. ಮನದಲ್ಲಿದ್ದನ್ನು ಹೊರ ಚೆಲ್ಲಲು ಅನುಮಾನಿಸಿದರು.

ಅದು ಸತ್ಯನಾರಾಯಣಗೆ ಅರ್ಥವಾಯಿತು. ಹೆಂಡತಿಯ ಭುಜದ ಮೇಲೆ ಕೈಯಿಟ್ಟು ಕಣ್ಣಲ್ಲಿ ಕಣ್ಣಿಟ್ಟು ''ನಾವು ಹೊಟ್ಟೆ ಬಟ್ಟೆ ಬಗ್ಗೆ ಮಾತ್ರ ಯೋಚಿಸಿದ್ವಿ. ಅವ್ನ ಮಹತ್ವಾಕಾಂಕ್ಷಿ. ಅದ್ಕೇ ನಾವು ಅಡ್ಡ ಆಗೋದ್ಬೇಡ'' ಅರ್ಥಗರ್ಭಿತವಾಗಿ ನುಡಿದರು.

ಸುಕನ್ಯ ತುಟಿ ಕಚ್ಚಿ ಒಳಗುದಿಯನ್ನು ನುಂಗಿದರು.

ಗಂಡ ಹೊರಟಾಗ ಜ್ಞಾಪಿಸಿದರು, ''ಹೇಗೂ ಹತ್ತು ಸಾವಿರ ಕಳ್ಸಿದ್ದಾನೆ. ಸಿಂಗಾರಯ್ಯನ ಬಡ್ಡಿಯೇನಾದ್ರೂ ಕೊಟ್ಟು ಬಿಡ್ಬೇಕಿತ್ತು. ಅವ್ನು ಬಡ್ಡಿ ಮೇಲೆ ಬಡ್ಡಿ ಹಾಕ್ತಾನಂತೆ. ಜನ ಏನೇನೋ ಮಾತಾಡ್ತಾರೆ'' ನೆನಪಿಸಿದರು.

"ಕೆಲವು ನಿಜ ಕೂಡ. ಅವ್ನ ಹತ್ತಿರ ಸಾಲ ತಗೊಂಡೋರು ಸಾಲ ತೀರಿಸೋಲ್ಲ. ಏನಾದರೂ ಅಡವಿಟ್ಟರೆ ಅವ್ನಿಗೆ ಸೇರಿ ಹೋಗುತ್ತೆ. ಇದು ಕಾಕತಾಳಿಯವೋ ಏನೋ. ಇವೊತ್ತಿನ ಪೇಪರ್ ನೋಡು. ಸೋನಿಯ ಗಾಂಧಿ ವಿಜಯನಗರಕ್ಕೆ ಎಲೆಕ್ಷನ್ ಕ್ಯಾಂಪೇನ್ ಬರೋ ಪ್ರೋಗ್ರಾಂನ ಕ್ಯಾನ್ಸಲ್ ಮಾಡಿದ್ದಾರಂತೆ. ಅದಕ್ಕೆ ಕೊಟ್ಟಿರೋ ಕಾರಣಗಳನ್ನೇ ನೋಡು" ಮೇಲು ವಸ್ತ್ರವನ್ನು ಹೆಗಲ ಮೇಲೆ ಹಾಕ್ಕೊಂಡು ತರಾತುರಿಯಿಂದ ಹೊರಟರು.

ಅದೇನು ಅಂಥ ಕಾರಣವೆಂದು ಪೇಪರ್ ತೆಗೆದುಕೊಂಡು ಮುಂದೆ ಹಾಕಿಕೊಂಡರು. ಸೋಲಿನ ಭೀತಿ? - ಸೋನಿಯಾ ಹಂಪಿಯ ಭೇಟಿ ರದ್ದು ಶೀರ್ಷಿಕೆಯೊಂದಿಗಿನ ಮ್ಯಾಟರ್ ಮನಸಿಟ್ಟು ಓದಿದರು.

ಹಂಪಿಗೆ - ಒಂದು ಅಪಖ್ಯಾತಿ ಇದೆ. ಹಂಪಿಗೆ ಭೇಟಿ ಕೊಟ್ಟ ರಾಜಕಾರಣಿಗಳು ಅಧಿಕಾರ ಕಳೆದುಕೊಳ್ಳುತ್ತಾರೆ. ಇಲ್ಲವೇ ಚುನಾವಣೆಯಲ್ಲಿ ಸೋಲುತ್ತಾರೆ. ವಿಜಯನಗರ ಸಾಮ್ರಾಜ್ಯ ಪತನಗೊಂಡ ನಂತರ ವಿಜಯನಗರದ ಹೆಸರಿನಲ್ಲಿ ಏನೇ ಆರಂಭಿಸಿದರೂ ಸಮಸ್ಯೆ ಕಟ್ಟಿಟ್ಟ ಬುತ್ತಿ. 60ರ ದಶಕದಲ್ಲಿ ದಿವಂಗತ ಪ್ರಧಾನಿ ವಿಜಯನಗರ ಉಕ್ಕೂ ಕಾರ್ಖಾನೆಗೆ ಅಡಿಗಲ್ಲು ಇಟ್ಟರೂ ಆ ಯೋಜನೆ ಪ್ರಾರಂಭವಾಗಲಿಲ್ಲ. ಅನಂತರ ಜಿಂದಾಲ್ ಕಂಪೆನಿ ಪುನಶ್ಚೇತನ ನೀಡಿ ಪ್ರಾರಂಭಿಸಿದರೂ ಈಗ ನಷ್ಟದಲ್ಲಿದೆ. ವಿಜಯನಗರ ಎಕ್ಸ್‌ಪ್ರೆಸ್, ವಿಜಯನಗರ ಟೂರ್ನಮೆಂಟ್ ಹೀಗೆ ಈ ಹೆಸರಿನಲ್ಲಿ ಪ್ರಾರಂಭವಾದುದ್ದೆಲ್ಲ ರದ್ದಾಗಿದೆ. ಆಮೇಲೆ ಸೋತ, ಅಧಿಕಾರ ಕಳೆದುಕೊಂಡವರ ದೊಡ್ಡ ಪಟ್ಟಿಯೇ ಇತ್ತು.

ಪೂರ್ತಿ ಓದಿ ಒಳಗೊಳಗೆ ನಕ್ಕರು ಸುಕನ್ಯ. ಆ ಕೆಟ್ಟ ಹೆಸರು ಅಳಿಸಿ ಹೋಗ ಬೇಕಾದರೇ, ಒಂದು ದೊಡ್ಡ ಯಶಸ್ಸು ಸಿಗಬೇಕು ಆ ಹೆಸರಿನಿಂದ ಪ್ರಾರಂಭವಾದ ಸಂಸ್ಥೆಗೆ.

ಇನ್ನು ಹತ್ತು ಸಲವಾದರೂ ಮಗನ ಪತ್ರ ಓದಿಕೊಂಡರು ಆಕೆ. ಎಲ್ಲೋ ಏನೋ ಎಡವಟ್ಟಾಗಿದೆಯೆನಿಸಿದಾಗ ಕಣ್ಣಲ್ಲಿ ನೀರು ತುಂಬಿಕೊಂಡಿತು. 'ಮುರುಳಿ' ಬಾಯಿಗೆ ಕೈ ಅಡ್ಡ ಹಿಡಿದುಕೊಂಡು ಬಿಕ್ಕಳಿಸಿದರು. ಆಮೇಲೆ ಸಮಾಧಾನಿಸಿಕೊಂಡರೂ ಆಕೆಯಲ್ಲಿ ಗೆಲವು ಮೂಡಲಿಲ್ಲ.

"ಅಮ್ಮ...." ಎಂದು ಬಾಗಿಲು ದೂಡಿಕೊಂಡು ಬಂದವನು ಗೊಂಬೆಯಂತೆ ನಿಂತ. ಯಜಮಾನಿತಿಯಂತೆ ವರ್ತಿಸಿರಲಿಲ್ಲ. ಜೋರು ಕೆಟ್ಟ ಮಾತು ಕಾಣದ ಹೆಣ್ಣು "ಅಣ್ಣಯ್ಯನ್ನ ನೆನಸ್ಕೊಂಡ್ ಕುಂತಿದ್ದೀರಾ! ಇವತ್ತೋ ನಾಳೆನೋ ಇಳೀತಾರೆ ನೋಡಿ. ನಂಗೆ ಬೆಳಗಿನ ಜಾವ ಕನಸು ಬಿದ್ದಿತ್ತು. ಹೋಟೆಲ್‌ನಲ್ಲಿ ಏನು ಕೆಲ್ಸ ಇರ್ಲಿಲ್ಲ. ಇಲ್ಲಾದ್ರೂ ಒಂದಿಷ್ಟು ಕೆಲಸ ಮಾಡೋಣಾಂತ ಬಂದೆ" ಎನ್ನುತ್ತ ಅಡಿಗೆ ಮನೆಗೆ ನುಗ್ಗಿದ. ಅವನ ಕೆಲಸ ಯಾವಾಗಲೂ ಅಚ್ಚುಕಟ್ಟೆ, ತಿಂದ ಅನ್ನನ ಸೋಮಾರಿತನದಿಂದ ನಿದ್ದೆ ಮಾಡಿ ಕರಗಿಸೋಲ್ಲ ಬೆವರು ಹರಿಯೋ ಹಂಗೆ ಕೆಲಸ ಮಾಡಿ ಅರಗಿಸುತ್ತಿದ್ದ.

ಈ ಮನೆಯನ್ನು ಅಚ್ಚುಗಟ್ಟು ಮಾಡತೊಡಗಿದ. ಪಾತ್ರೆಗಳೆಲ್ಲ ತೆಗೆದೊರೆಸಿ ಬೋರಲು ಹಾಕಿದ. ಮನೆಯನ್ನೆಲ್ಲ ಧೂಳು ತೆಗೆದ. ಅಂತು ಹುಡುಕಿ ಹುಡುಕಿ

ಬೇಡವೆಂದರೂ ಎಲ್ಲಾ ಕೆಲಸ ಮಾಡಿ ಮುಗಿಸಿ ಕೈಕಾಲು ತೊಳೆದುಕೊಂಡು ಬಂದು ಪಡಸಾಲೆಯ ನೆಲದ ಮೇಲೆ ಕೂತ.

ಬಂದು ಕೂತ ಸುಕನ್ಯ ಅವನನ್ನೇ ನೋಡಿದರು. ತುಂಬ ಚೆಂದದ ಹುಡುಗನೇ. ಆ ಚೆಂದ ಕಾಯ್ದು ಕೊಳ್ಳಲು ಮನಸ್ಸು ವೇಳೆ ಎರಡು ಇರಲಿಲ್ಲ.

''ಆ ಊರಿಗೆ ಹೋಗಿದ್ಯಾ ? ಒಮ್ಮೆ ಹೋಗ್ಬಾ'' ಎಂದರು ಸುಕನ್ಯ.

ಅವನು ತಲೆ ತಗ್ಗಿಸಿಕೊಂಡು ಕೂತು ಬಿಟ್ಟ ''ಹೇಗೆ ಹೋಗ್ಲಮ್ಮ? ಒಂದಾ ಎರಡಾ ತಾಪತ್ರಯಗಳು ? ನನ್ನ ರಕ್ತ ಪೂರ್ತಿ ಬಸಿದರೂ ಅವೆಲ್ಲ ತೀರೋಂಥವಲ್ಲ'' ಅವನ ಕಣ್ಣಿಂದ ನೀರಿಳಿಯಿತು. ಚುರುಕ್ಕೆಂದಿತು ಸುಕನ್ಯ ತಾಯಿ ಕರುಳು. ತಿಳಿದ ಸತ್ಯನಾರಾಯಣ ಎಷ್ಟೋ ರೀತಿ ನೆರವಾಗುತ್ತಿದ್ದರು ಸತ್ಯನಾರಾಯಣ್ ಅವನ ಕುಟುಂಬಕ್ಕೆ.

''ಅಳ್ಬಾರ್ದು ಸುಮ್ನಾಗು. ಕಣ್ಣೀರುನಿಂದ ಏನು ಪ್ರಯೋಜನವಿಲ್ಲ. ಕೆಲವು ಸಮಸ್ಯೆಗಳ್ನ ಕಾಲವೇ ಪರಿಹರಿಸುತ್ತೆ'' ಎಂದು ಎದ್ದು ಹೋಗಿ ನೂರರ ಒಂದು ನೋಟು ತಂದು ಕೊಟ್ಟು ''ಯಾತಕ್ಕಾದ್ರೂ ಇಟ್ಕೋ'' ಅಂದರು.

''ಬೇಡಮ್ಮ ಈಗಾಗ್ಲೇ ನಿಮ್ಮ ಋಣದಲ್ಲಿ ಬಿದ್ದಿದ್ದೀನಿ. ಜೀವ್ನ ಪೂರ್ತಿ ಬೆವರು ಸುರಿಸಿದ್ರು ನಿಮ್ಮ ಉಪಕಾರದಿಂದ ಮುಕ್ತನಾಗೋಲ್ಲ'' ಅಲ್ಲಿಟ್ಟು ಹೊರಟೇ ಬಿಟ್ಟ.

ಮಲ್ಯನಿಂದ ಅಂದಿನ ವ್ಯಾಪಾರದ ವಿಷಯ ಕಿವಿ ತಲುಪಿತು ''ಇವತ್ತು ಏನೇನು ವ್ಯಾಪಾರವಿಲ್ಲ. ಮಾಡಿದ ಇಡ್ಲಿ, ಪೂರಿಯನ್ನೆಲ್ಲ ತಗೋಂಡ್ಹೋಗಿ ಕಲೆಸಿ ಹಸುಗಳ ಮುಂದಿಟ್ಟೆ. ವೀರಶೈವ ಕೆಫೆಯವ್ರು ನಮ್ಮ ಮೇಲೆ ತೀರಾ ಅಪಪ್ರಚಾರ ಮಾಡ್ಬಿಟ್ಟಿದ್ದಾರೆ'' ನಿಸ್ಸಾಹಯಕತೆಯಿಂದ ಹೇಳಿಕೊಂಡ.

''ಒಂದ್ನಾಲ್ಕು ದಿನ ಇವೆಲ್ಲ ಸಹಜ. ತಲೆ ಕೆಡಿಸ್ಕೋಬೇಡ ಹೋಗು'' ಅವನನ್ನು ಕಳಿಸಿ ಸುಕನ್ಯ ಮಂಕಾಗಿ ಕೂತರು. ದೂರದಲ್ಲಿ ಒಂದು ಆಶಾಕಿರಣ ಮೂಡಿತ್ತು, ತಾವು ಕೂಡ ಹೋಗಿ ಮುರುಳಿಯೊಂದಿಗೆ ಇದ್ದು ಬಿಟ್ಟರೆ - ಮನಸ್ಸಿಗೆ ತೀರಾ ಕಷ್ಟವೆನಿಸಿತು. ಮುರುಳಿ ಬಂದರೇ ಈ ವಿಷಯ ಪ್ರಸ್ತಾಪಿಸುವುದು ಎನ್ನುವ ತೀರ್ಮಾನಕ್ಕೆ ಬಂದರು.

ರಾತ್ರಿ ಗಂಡನ ಮುಂದೆ ಆ ವಿಷಯ ಇಟ್ಟಾಗ ಸತ್ಯನಾರಾಯಣ ಮಾತೇ ಆಡಲಿಲ್ಲ. ಈ ಆಸೆ ಸಹಜವೇ. ಅದು ಮುರುಳಿಗೆ ಇಷ್ಟವಾಗಬೇಕು'' ಯಾವುದೇ ನಿರ್ಣಯಕ್ಕೆ ಬರಲಾರದೇ ಹೋದರು.

''ಆಯ್ತು ಹೋಗೋಣ, ನಿನ್ನ ಸಮಯ ಹೇಗೋ ಕಳೆಯುತ್ತೆ. ನಾನು ಹೇಗೆ ಟೈಮ್ ಪಾಸ್ ಮಾಡೋದು'' ಎಂದರು ನಗುತ್ತ. ಅದು ಬರೀ ಮಾತಷ್ಟೆ ''ನಿಮ್ಗೆ ಕಷ್ಟವಾಗೊಲ್ಲ'' ಎಂದು ನಗುತ್ತ ಸುಕನ್ಯ ಎದ್ದು ಹೋದರು.

ಅಂದಿನ ರಾತ್ರಿ ಸತ್ಯನಾರಾಯಣ ಪೂರ್ತಿ ನಿದ್ರಿಸಲಿಲ್ಲ. ಮಗನ ಎಲ್ಲಾ ನಡವಳಿಕೆಗಳನ್ನು ನೆನಪಿಸಿಕೊಂಡರು. ಅಗತ್ಯವಿರದ ಬೇಡಿಕೆಗಳನ್ನು ಮಂಡಿಸುತ್ತಿದ್ದ.

ವಯಸ್ಸು ಬಲಿತಂತೆ ಕೂಡ ಇಲ್ಲಿ ತೊಂದರೆಗಳ ಬಗ್ಗೆ ತಲೆ ಕೆಡಿಸಿಕೊಳ್ಳದೇ ಹಣಕ್ಕಾಗಿ ಬರೆಯುತ್ತಿದ್ದ. ಸಾಧಾರಣ ಬಟ್ಟೆ ವಸ್ತುಗಳನ್ನು ಉಪಯೋಗಿಸಲು ಹಿಂದೆಗೆಯುತ್ತಿದ್ದ. ಈಗ ತಾನಾಗಿ ಒಂದು ಕೆಲಸ ಹುಡುಕಿಕೊಂಡಿದ್ದಾನೆ. ಅವನ ಮಿತಿ ಮೀರಿದ ಖರ್ಚು ವೆಚ್ಚಗಳ ನಡುವೆ ತಾವು ಅವರಿಗೆ ಭಾರವಾಗಬಾರದು. ಅದನ್ನು ಹೇಳಿ ಹೆಂಡತಿಯ ಮನಸ್ಸಿಗೆ ನೋವುಂಟು ಮಾಡಬೇಕೆನಿಸಲಿಲ್ಲ. ತಾಯ್ತನದ ಕಣ್ಣುಗಳು ಯಾವಾಗಲೂ ಪರಿಶುಭ್ರ. ಅಲ್ಲಿ ಕಾಣುವಿಕೆಯೇ ಬೇರೆ ಎಂದುಕೊಂಡರು.

ಸುಕನ್ಯಗೆ ಎಚ್ಚರವಾಗದಂತೆ ಎದ್ದು ಕೂತರು. ಸಿಂಗಾರಯ್ಯನ ಕಾಟ ಅಧಿಕವಾಗಿದ್ದರೂ ಮಗನ ಹಣ ಬಳಸಿಕೊಳ್ಳಲು ಅವರಿಗೆ ಇಷ್ಟವಿಲ್ಲ. ಇಂದಲ್ಲ ನಾಳೆ ವ್ಯಾಪಾರದಲ್ಲಿ ಚೇತರಿಕೆಯುಂಟಾಗಬಹುದು, ಅಷ್ಟು ಸಾಲ ತೀರಿಸುವುದು ಕಷ್ಟವೇನಿಲ್ಲವೆಂದುಕೊಂಡರು.

ರೂಮಿನಿಂದ ನಡುಮನೆಗೆ ಬಂದು ಕೂತರು. ಕವರ್‌ನಲ್ಲಿದ್ದ ಮಗನ ಪತ್ರ ತೆಗೆದು ನಾಲ್ಕಾರು ಸಲ ಓದಿಕೊಂಡರು. ಜಾಸ್ತಿ ವಿವರಣೆ ಕೊಡದಿದ್ದರೂ ಇಂಥ ಕಡೆ ಕೆಲಸ ಮಾಡುತ್ತಿದ್ದಾನೆಂದರೂ ಸಾಕಿತ್ತು. ಅವನ ಸಂಪಾದನೆ ಶುರುವಾದ ಕೂಡಲೇ ಮದುವೆ ಮಾಡಬೇಕು. ಸುತ್ತಮುತ್ತಲ ಕೆಲವು ಜಾತಕಗಳು ಬಂದಿದ್ದವು. ಅವನ ಒಪ್ಪಿಗೆಯ ನಂತರ ಮುಂದುವರಿಯಬೇಕಿತ್ತು.

''ಯಾಕೆ, ನಿದ್ದೆ ಬರ್ಲಿಲ್ವಾ ?'' ಸುಕನ್ಯ ಕೇಳಿದರು.

ಸತ್ಯನಾರಾಯಣ ತೆಳುವಾಗಿ ನಕ್ಕರು. ''ವಯಸ್ಸು ಹೆಚ್ಚಾದಂತೆ ನಿದ್ದೆ ಕಡಿಮೆ ಆಗುತ್ತೆ. ಅದು ಸಹಜ. ತಲೆ ಕೆಡ್ಸಿಕೊಳ್ಳೋಂಥದೇನಿಲ್ಲ. ನೀನ್ಯಾಕೆ ಎದ್ದು ಬಂದೆ ? ನೀನು ನಂಗಿಂತ ಚಿಕ್ಕವಳು ಅಲ್ವಾ ?'' ಕೈಹಿಡಿದು ಹೆಂಡತಿಯನ್ನು ಹತ್ತಿರ ಕೂಡಿಸಿ ಕೊಂಡವರು ತಮ್ಮ ಮಡಿಲಲ್ಲಿ ಮಗುವಿನಂತೆ ಮಲಗಿಸಿಕೊಂಡು ''ಈಗ ಮಲಕ್ಕೋ! ಇನ್ಮೇಲೆ ಮನೆಯಲ್ಲಿ ತಿಂಡಿ ಮಾಡಿಕೊಡೋಂಥ ಕಾರ್ಯಕ್ರಮ ಇಟ್ಕೋಬೇಡ. ನಿಂಗೆ ವಿಶ್ರಾಂತಿ ಬೇಡ್ವಾ? ಗಂಡಸಿನ ದುಡಿತಕ್ಕೆ ಕಂಪೇರ್ ಮಾಡಿದರೇ ಹೆಣ್ಣೇ ಹೆಚ್ಚು ಶಕ್ತಿ ವ್ಯಯಿಸ್ತಾಳೆ'' ಎಂದು ಮುಂದಲೆಯನ್ನು ಸವರ ತೊಡಗಿದರು.

ಗಂಡನ ತೊಡೆಯ ಮೇಲಲ್ಲ ತಾಯಿ ಮಡಿಲಲ್ಲಿ ಮಲಗಿದಷ್ಟು ಶಾಂತವಾಗಿತ್ತು ಆಕೆಗೆ. ಮಾತಾಡದೇ ಕಣ್ಮುಚ್ಚಿಕೊಂಡರು. ನಿಧಾನವಾಗಿ ಜೊಂಪು ಹತ್ತಿತು. ಎಷ್ಟೋ ಹೊತ್ತು ಹೆಂಡತಿಯನ್ನು ತಮ್ಮ ಮಡಿಲಲ್ಲೆ ಮಲಗಿಸಿಕೊಂಡಿದ್ದರು ಸತ್ಯನಾರಾಯಣ.

ಬೆಳಗಿನ ಜಾವಕ್ಕೆ ಹೆಂಡತಿಯನ್ನು ಒಯ್ದು ಮಂಚದ ಮೇಲೆ ಮಲಗಿಸಿ ನೀರೊಲೆಗೆ ಉರಿಹಾಕಿ ಬಂದರು. ಇಂದು ತಾವೇ ಹೊರಗಡೆ ಗುಡಿಸಿ ನೀರು ಹಾಕಿದ ನಂತರ ಸ್ನಾನ ಮುಗಿಸಿಕೊಂಡು ಬಂದು ದೇವರ ಮುಂದೆ ದೀಪ ಹಚ್ಚಿಟ್ಟು ಇನ್ನು ಆರಾಮಾಗಿ ನಿದ್ರಿಸುತ್ತಿದ್ದ ಹೆಂಡತಿಯ ಭುಜದ ಮೇಲೆ ಕೈಯಿಟ್ಟರು.

''ಸುಕನ್ಯ ಬಾಗ್ಲು ಹಾಕ್ಕೊಂಡ್ ಮಲಕ್ಕೋ'' ಹೇಳಿದರು.

ಗಾಬರಿಯಿಂದ ಎದ್ದು ಕೂತ ಆಕೆ ''ಆಗ್ಲೇ ನಿಮ್ಮ ಸ್ನಾನ ಆಯ್ತು?'' ಎಂದಾಗ ಕೆನ್ನೆ ಸವರಿ 'ಎಲ್ಲಾ ಆಯ್ತು! ಮನೆಯಲ್ಲಿ ಏನು ಮಾಡೋಕೆ ಹೋಗ್ಬೇಡ ಚಂದ್ರು ಕೈಯಲ್ಲಿ ಇಡ್ಲಿ ಕಳಿಸ್ತೀನಿ'' ಎಂದವರೇ ಹೊರಟು ಬಿಟ್ಟರು.

ವೀರಶೈವ ಕೆಫೆಯ ಮುಂದೆ ನೀರು ಹಾಕುತ್ತಿದ್ದ ಮುದ್ದಣ್ಣ ಓಡಿ ಬಂದು ''ಒಂದ್ಮಾತು ಕೇಳ್ದೇ'' ಅಂದ ಕೂಡಲೇ ಅವನೇನು ಕೇಳಿರುತ್ತಾನೆಂದು ಗೊತ್ತಾಗಿದ್ದರಿಂದ ಬಿಡಿಸಿ ಹೇಳಬೇಕಾದ ಅಗತ್ಯವಿರಲಿಲ್ಲ.

''ನೀನು ಕೇಳಿರೋದು ನಂಗೂ ಗೊತ್ತು. ಹೇಳೋರು ಕೇಳೋರು ಅನ್ನೋರ ಬಾಯಿ ಮುಚ್ಚಿಸೋಕಾಗುತ್ತ? ಹಾಲು ಉಕ್ಕಿ ಸುರಿದ ವಾಸ್ನೇ. ಬೇಗ ಹೋಗಿ ನೋಡ್ಕೊಳ್ಳೋಗು'' ಅಂದವರು ಹೋಟೆಲ್ ಕಡೆ ಹೆಜ್ಜೆ ಹಾಕಿದರು.

ಕಾಲೇಜಿನಲ್ಲಿ ಉಪನ್ಯಾಸಕರಾಗಿ ಸೇರಿದಾಗ ವಿದ್ಯಾವಂತ, ಬುದ್ಧಿವಂತ ಜನ ಎನಿಸಿಕೊಂಡವರೇ ಎಷ್ಟೋ ಕಿರುಕುಳ ಕೊಟ್ಟರು. ಅವರಿಗೆ ಹೋಲಿಸಿದರೆ ಈ ನಾರಾಯಣಪುರದ ಜನರೇ ಹೆಚ್ಚು ಒಳ್ಳೆಯವರಾಗಿ ಕಂಡರು.

ಈಗಾಗಲೇ ಹೋಟೆಲ್ ಬಾಗಿಲು ತೆಗೆದು ನೀರು ಹಾಕಾಗಿತ್ತು. ರೇಡಿಯೋದಲ್ಲಿ ಮಂಜುನಾಥನ ಸುಪ್ರಭಾತ ಬರುತ್ತಿತ್ತು. ಕಾಫಿ ಡಿಕಾಕ್ಷನ್ ವಾಸ್ನೇ ಮೂಗಿಗೆ ಅಡರಿತ್ತು.

''ಚಂದ್ರು'' ಎನ್ನುತ್ತಲೇ ಒಳಗಡಿಯಿಟ್ಟರು.

ಇಡ್ಲಿ ತಟ್ಟೆಗಳಿಗೆ ಹಿಟ್ಟು ಹಾಕುತ್ತಿದ್ದ ಚಂದ್ರು ಓಡಿ ಬಂದ. ''ಐವತ್ತು ಇಡ್ಲಿಗೆ ಆರ್ಡರ್ ಬಂದಿದೆ'' ಎಂದವನು ''ನಾನು ಆ ಕೆಲ್ಸದಲ್ಲಿ ಇದ್ದೆ ಯಜಮಾನರೇ'' ಎಂದು ಒಳಕ್ಕೆ ಹೋದ.

ಗಲ್ಲ ಟೇಬಲ್ಲಿನ ಮೇಲೆ ಹತ್ತಾರು ಹತ್ತು ನೋಟುಗಳು ಇದ್ದವು. ಊದುಬತ್ತಿ ಹಚ್ಚಿಟ್ಟು ನೋಟುಗಳನ್ನು ಗಲ್ಲದೊಳಕ್ಕೆ ಹಾಕಿ ದೇವರ ಫೋಟೋಗೆ ಕೈ ಮುಗಿದು ಅಡಿಗೆ ಮನೆಯೊಳಗೆ ಹೋದರು.

ಚಟ್ನಿಯನ್ನು ತಿರುವುತ್ತಿತ್ತು ಗ್ರೈಂಡರ್ ಮಲ್ಯ ಸರಸರ ಈರುಳ್ಳಿ ಹಸಿಮೆಣಸಿನಕಾಯಿಯ ಹೆಚ್ಚುತ್ತಿದ್ದ.

''ಯಜಮಾನರೇ, ಒಂದಿಷ್ಟು ಉಪ್ಪಿಟ್ಟು ಕೂಡ ಮಾಡೋಣ. ನೆನ್ನೆ ಒಂದಷ್ಟು ಹುಡುಗರು ಉಪ್ಪಿಟ್ಟು ಕೇಳಿಕೊಂಡು ಬಂದಿದ್ರು'' ಹೆಚ್ಚುತ್ತಿದ್ದ ಈರುಳ್ಳಿ ಹಸಿ ಮೆಣಸಿನ ಕಾಯಿ ಬಗ್ಗೆ ವ್ಯಾಖ್ಯಾನಿಸುತ್ತಿದ್ದ.

''ಹಾಲು ಬಂತಾ ?'' ವಿಚಾರಿಸಿದರು.

''ಬಂತು, ಐದು ಲೀಟರ್ ಹಾಕ್ಸಿ ಕೊಂಡಿದ್ದೀನಿ. ನೆನ್ನೆ ಹೊಡೆದು ಹದ ಹಾಲುನ ಸೋಸಿ ಇಟ್ಟಿದ್ದೀನಿ. ರವೆ, ಬೆಲ್ಲ ಏಲಕ್ಕಿ ಒಂದಿಷ್ಟು ಕಾಯಿ ತುರಿ ಹಾಕಿದರೆ ಫಸ್ಟ್‌ಕ್ಲಾಸ್ ಗಿಣ್ಣು ತಯಾರಾಗುತ್ತೆ'' ಎಂದು ಹೇಳಿದ.

ಸತ್ಯನಾರಾಯಣ ನಕ್ಕುಬಿಟ್ಟರು.

''ಸಿಂಗಾರಯ್ಯನ ಮನೆಯಲ್ಲಿ ಆದಂಗೆ ಆಗ್ಬಾರ್ದು ಅಷ್ಟೆ ಯಜಮಾನ ಉಳಿಯೋದು ಮಾತ್ರ ಮುಖ್ಯವಲ್ಲ, ಗಿರಾಕಿಗಳ ಆರೋಗ್ಯದ ಕಡೆ ಗಮನ ಇರಲೀ'' ಎಂದು ಹೊರಗೆ ಹೋದರು. ಚಂದ್ರು ವ್ಯವಹಾರಿಕವಾಗಿ ತಮಗಿಂತ ಉತ್ತಮ ಎನ್ನುವ ಭಾವ ಅವರಲ್ಲಿ ಮೊಳೆದಿತ್ತು.

ಇಂದು ಅರ್ಧ ಗಂಟೆಯಲ್ಲಿಯೇ ನಾಲ್ಕಾರು ಗಿರಾಕಿಗಳು, ಹಣ ಕೊಟ್ಟು ಹೋಗಿದ್ದವರು ಇಡ್ಲಿ ಕೊಂಡೊಯ್ದರು. ಹಿಂದಿನ ದಿನ ಮಾಡಿದ ಇಡ್ಲಿಗಳನ್ನೆಲ್ಲ ಹಸುಗಳ ಮುಂದಿಡಲು ಕಳಿಸಿದಾಗ ಅವರ ಹೃದಯ ಕಿತ್ತು ಬಾಯಿಗೆ ಬಂದಂತಾಯಿತು. ಸ್ವಲ್ಪ ಚೇತರಿಕೆ ಒಂದಿಷ್ಟು ಉತ್ಸಾಹ ಮೂಡಿಸಿತು.

ಜ್ಞಾಪಿಸಿಕೊಂಡು ಅಡಿಗೆ ಮನೆಗೆ ಬಂದವರು ''ಚಂದ್ರು ನಾಲ್ಕು ಬಿಸಿ ಇಡ್ಲಿಗಳ ನ್ನೊಯ್ದು ಮನೆಗೆ ಕೊಟ್ಬಾ, ನಾನು ಇಲ್ಲೇ ತಿಂತೀನೀಂತ ಹೇಳು'' ಹೇಳಿದರು. ಅವನು ಅವರ ಮುಖ ನೋಡಿದ ''ಅಮ್ಮ ತಿಂತಾರೋ ಇಲ್ವೋ'' ಅನುಮಾನ ವ್ಯಕ್ತಪಡಿಸಿದ.

''ತಿಂತಾರೆ ಹೋಗು. ನಾವು ಇದ್ನೇ ಮಾರುವಾಗ ಯಾಕೆ ತಿನ್ಬಾರ್ದು'' ಎಂದು ಹೊರಗೆ ಹೋದರು. ಸುಕನ್ಯಗೆ ಒಂದಿಷ್ಟು ವಿಶ್ರಾಂತಿ ಕೊಡಬೇಕೆಂದು ಅವರಿಗೆ ಅನಿಸಿತ್ತು. ಅದನ್ನು ಇಂದಿನಿಂದಲೇ ಜಾರಿಗೆ ತರುವ ಉದ್ದೇಶ ಅವರದು.

ಹತ್ತೇ ನಿಮಿಷದಲ್ಲಿ ಮನೆಯಿಂದ ಓಡೋಡಿ ಬಂದ ಚಂದ್ರು ''ಚಿಕ್ಕ ಯಜಮಾನ್ರು ಬಂದಿದ್ದಾರೆ'' ಹರ್ಷದ ಸುದ್ದಿ ಮುಟ್ಟಿಸಿದಾಗ ಹರ್ಷದಿಂದ ಪುಳಕಿತರಾದರು. ಅವನಿಗೆ ಹೋಟೆಲ್‌ನ ಸಂಪೂರ್ಣ ಕಾರುಬಾರು ಒಪ್ಪಿಸಿ ಮನೆಯ ಕಡೆ ಹೆಜ್ಜೆ ಹಾಕಿದರು.

ಷೂ ಕೂಡ ಬಿಚ್ಚದೇ ಕೂತಿದ್ದ ಮುರುಳಿ ತಟ್ಟನೇ ಮೇಲಕ್ಕೆದ್ದ. ಅವನ ಮುಖದಲ್ಲಿ ಹೊಸ ಹೊಳಪಿತ್ತು. ಕಣ್ಣುಗಳಲ್ಲಿ ಉತ್ಸಾಹದ ರಭಸವಿತ್ತು. ಕ್ರಾಪು ಕೂಡ ಮಿರಿ ಮಿರಿ ಅನ್ನುತ್ತಿತ್ತು. ತೊಟ್ಟ ಬಟ್ಟೆ ತೀರಾ ಬೆಲೆ ಬಾಳುತ್ತದೆಯೆಂದು ಅವೇ ಹೇಳುತ್ತಿತ್ತು. ಅಂತು ಹೊಸತನಗಳ ಮೂರ್ತರೂಪವನ್ನು ಕಂಡಂತಾಯಿತು.

''ಹೇಗಿದ್ದಿ ಮುರುಳಿ ?'' ವಿಚಾರಿಸಿದರು.

''ಚೆನ್ನಾಗಿದ್ದೀನಿ. ಪತ್ರ ಬರೆದಿದ್ದೆ'' ಅಂದ ಒಂದು ರೀತಿಯ ಬಿಗಿತದಿಂದ. ಅವರ ಮುಂದೆ ಸಾಹಸಪೂರ್ವಕವಾಗಿ ನಿಂತಿದ್ದ. ಮಿದುಳಿನಲ್ಲಿ ಭಯಂಕರವಾದ ಆಸ್ಫೋಟನೆ ಕೇಳಿಸುತ್ತಿದ್ದರೇ, ಮನದಲ್ಲಿ ಪ್ರವಾಹದ ಭೋರ್ಗರೆತ, ''ಕೂತ್ಕೋ...'' ಎಂದು ತಾವು ಅವನ ಎದುರಿನಲ್ಲಿ ಕೂತವರು ಷೂ ಕಡೆ ನೋಟ ಹರಿಸಿದರು.

''ಷೂ ಬಿಚ್ಚಿ, ಬಟ್ಟೆ ಬದಲಾಯಿಸು'' ಅಂದರು.

''ಇಲ್ಲಣ್ಣ ಈಗ್ಲೇ ಹೊರಟು ಬಿಡ್ಬೇಕು. ವಿಶ್ವ ತೀರಾ ಗಲಾಟೆ ಮಾಡಿ ಕಳಿಸಿಕೊಟ್ಟ ನಂಗೆ ಸಿಕ್ಕಿರೋ ಕೆಲ್ಸ ತೀರಾ ಜವಾಬ್ದಾರಿಯುತವಾದ್ದು. ಸಮಯ ನಂಗೆ ತುಂಬ ಇಂಪಾರ್ಟೆಂಟ್'' ಸ್ವಲ್ಪ ಆವೇಗದಿಂದ ಉಸುರಿದ.

ಸತ್ಯನಾರಾಯಣ ಹೆಂಡತಿಯ ಕಡೆ ನೋಡಿದರು. ಆಕೆಯ ಕಣ್ಣಲ್ಲಿ ಕಂಬನಿಯ ತುಂತುರು ಇತ್ತು. ಬಂದ ಮಗ ತಕ್ಷಣ ತರಾತುರಿಯಿಂದ ಹೊರಡುವುದು ಯಾವ ತಾಯಿಗೆ ತಾನೇ ಇಷ್ಟವಾದೀತು ?

ಸುಕನ್ಯ ಅಡಿಗೆ ಮನೆಗೆ ಹೋದ ಮೇಲೆ ಮಗನ ಭುಜದ ಮೇಲೆ ಕೈಯಿಟ್ಟು "ನೂರು ಕಣ್ಣಿನಲ್ಲಿ ನೀನೇ ತುಂಬಿಕೊಂಡು ಎದುರು ನೋಡ್ತಾ ಇದ್ಲು. ಅವ್ಳ ಮನಸ್ಸು ನೋಯಿಸ್ಬೇಡ. ಅಡಿಗೆ ಆಗೋವರ್ಗೂ ಇದ್ದು ಊಟ ಮಾಡ್ಕೊಂಡು ಅವ್ಳಿಗೆ ಸಮಾಧಾನವಾಗೋಂತೆ ಹೇಳ್ಹೋಗು'' ಎಂದರು. ಮಗನ ಉಡುಪಿನಲ್ಲಿ ಮಾತ್ರವಲ್ಲ ಮುಖಭಾವ ಮಾತಾಡುವ ರೀತಿ ಪ್ರತಿಯೊಂದರಲ್ಲಿ ಬದಲಾವಣೆ ಕಂಡಿತು.

"ಏನು ಕೆಲ್ಸ ?'' ಮಗ ಮಾತಾಡದೇ ಇದ್ದಿದ್ದು ನೋಡಿ, ಜವಾಬ್ದಾರಿಯಂತೆ ತಂದೆಯಾಗಿ ಪ್ರಶ್ನಿಸಿದರು. ಅದನ್ನು ನಿರೀಕ್ಷಿಸಿಯೇ ಇದ್ದರು "ಬೆಂಗಳೂರಿನಲ್ಲೊಂದು ಮಲ್ಟಿ ನ್ಯಾಷನಲ್ ಕಂಪೆನಿ ಸದ್ಯದಲ್ಲೆ ಪ್ರಾರಂಭವಾಗಲಿದೆ. ಈಗ ಯಾವ ಪದಾರ್ಥಕ್ಕೆ ಎಷ್ಟು ಮಾರುಕಟ್ಟೆ ಇದೇಂತ ಸರ್ವೆ ಮಾಡಿಸ್ತಾ ಇದ್ದಾರೆ. ಕೆಲವರನ್ನು ಎಗ್ಸಿಕ್ಯೂಟೀವ್ ಆಗಿ ತಗೊಂಡಿದ್ದಾರೆ. ಅದ್ರಲ್ಲಿ ನಾನು ಒಬ್ಬ. ಒಳ್ಳೆ ಸ್ಯಾಲರಿ ಇದೆ. ಅಷ್ಟೇ ವರ್ಕ್ ಲೋಡ್ ಕೂಡ'' ಹೇಳಿದ.

"ಯಾವ ಪ್ರಾಡಕ್ಟ್ ತಯಾರಿಕೆಯ ಬಗ್ಗೆ ಮಾರ್ಕೆಟಿಂಗ್ ಅನಾಲಿಸಿಸ್ ನಡೀತಾ ಇರೋದು ?'' ಕೇಳಿದರು. ಅವನ ಮುಖದಲ್ಲಿ ಒಂದು ರೀತಿಯ ಮುಜುಗರ ವ್ಯಕ್ತವಾಯಿತು. "ಕಾಸ್ಮೆಟಿಕ್'' ಅಂದ. ಹೆಚ್ಚಿನ ಮಾತು ಮಗನಿಗೆ ಬೇಡಾಂತ ಅನ್ನಿಸಿ ಮೇಲೆದ್ದರು. "ನಿಮ್ಮಮ್ಮನ ಹತ್ರ ಮಾತಾಡು. ಊಟದ ಹೊತ್ಗೆ ಬರ್ತೀನಿ'' ಹೊರಟೇ ಬಿಟ್ಟರು. ತಾಯಿ ಮಗ ಮನಸ್ಸು ಬಿಚ್ಚಿ ಮಾತಾಡಿಕೊಳ್ಳಲಿಯೆನ್ನುವುದು ಅವರ ಉದ್ದೇಶವಾಗಿತ್ತು.

ಸುಕನ್ಯ ಕಣ್ಣೀರು ಮಿಡಿಯುತ್ತಲೇ ಅಡಿಗೆ ಮಾಡುತ್ತಿದ್ದರು. ಆದಷ್ಟು ಬೇಗ ಮುರುಳಿ ಹಿಂದಿರುಗಬೇಕಿತ್ತು. ಷೂ ಬಿಚ್ಚಿಟ್ಟು ಕಾಲು ತೊಳೆದು ಅಡಿಗೆ ಮನೆಗೆ ಹೋದ.

"ಅಮ್ಮ ಏನೇನೋ ಮಾತಾಡ್ಬೇಡ! ದಿನ ಫೈವ್ ಸ್ಟಾರ್ ಹೋಟೆಲ್‌ನಲ್ಲಿ ಸಿಗೋಂಥ ಕಾಸ್ಲಿ ಫುಡ್ ಸಿಗುತ್ತೆ. ನೋಡು ನಾನು ಹೇಗಾಗಿದ್ದೀನೋ'' ಎಂದಾಗ ಆಕೆ ಹಿಂದಿರುಗಿ ಕಾಫಿಯ ಲೋಟ ಕೊಟ್ಟರು "ಫೈಲ್ ಸ್ಟಾರ್ ಹೋಟೆಲ್‌ನ ತರಹ ಕಾಸ್ಲಿ ಫುಡ್ ಸಿಗುತ್ತೆ. ಆದರೆ ನಿಮ್ಮಮ್ಮನ ಕೈನಾ ಊಟ ಸಿಗೋಲ್ವಲ್ಲ ; ಏನೋ ಇದು ! ಆಗಾಗ್ಬಂದು ಮುಖ ತೋರಿಸೋದ್ಬೇಡ್ವಾ? ನಮಗೆ ತಾನೇ ಇನ್ನು ಎಷ್ಟು ಜನ ಮಕ್ಳು ಇದ್ದಾರೆ'' ಗೊಣಗಿದರು.

"ಹಾಗಂತ ನನ್ನ ಭವಿಷ್ಯ ಹಾಳು ಮಾಡಿಕೊಳ್ಳಲಾ ?'' ತಕ್ಷಣ ಕೇಳಿದ.

ಸುಕನ್ಯ ಸ್ತಬ್ಧ ಚಿತ್ರವಾದರು. ಇದು ಬದುಕಿನ ಕಠೋರ ಸತ್ಯವಾದರೂ ಜೀರ್ಣಿಸಿಕೊಳ್ಳುವುದು ಕಷ್ಟವೆನಿಸಿತು.

"ಯು ಆರ್ ಕರೆಕ್ಟ್ ಮುರುಳಿ. ತಂದೆ ತಾಯಿ ತಮ್ಮ ಭವಿಷ್ಯವೇ ಮಕ್ಳು ಅಂದ್ಕೊಂತಾರೆ. ಹಾಗೆ ನಡ್ಕೊಂತಾರೆ. ಅವ್ರಿಗೆ ಸಮಸ್ತವು ಅವರೇ ಆಗ್ಬಿಟ್ಟಾರೆ. ಅವರುಗಳ

ಎಲ್ಲಾ ಯೋಜನೆಗಳು ಅವ್ರ ಸುತ್ತಲೇ ಇರುತ್ತೆ. ಮಕ್ಳು ಹಾಗಲ್ಲ. ಅವ್ರ ಯೋಜನೆಗಳು ಅವ್ರ ಸಲುವಾಗಿಯೇ. ಇದು ಸಹಜ ಕೂಡ. ನೀನು ಚೆನ್ನಾಗಿರ್ಬೇಕು ಅನ್ನೋದೆ ನಮ್ಮ ಚಿಂತನೆ. ಇಷ್ಟು ಸಾಕಲ್ಲ'' ಎಂದವರೇ ಹೊರಗೆ ಹೋದರು. ಕಟುವಾದ ಮಾತನ್ನು ಸಹಿಸಿಕೊಳ್ಳ ಲಾರದೇ ಹೋಗಿದ್ದರು.

ಮುರುಳಿಗೆ ಏನು ತೋಚಲಿಲ್ಲ. ತಾಯಿ ಕಣ್ಣೀರು ತೊಡೆದು ಭುಜದ ಮೇಲೆ ತಲೆ ಇಟ್ಟು ಕಣ್ಣೀರು ಸುರಿಸಿದ. ''ಅಷ್ಟೇ ನಿಮ್ಮ ಚಿಂತನೆಯಾದರೇ ನಿಮ್ಮ ಮಗ ಸುಖವಾಗಿದ್ದಾನೆ. ಅವ್ನ ಭವಿಷ್ಯ ಬಂಗಾರವಾಗಿದೆ. ಒಂದು ದೊಡ್ಡ ಮನೆ ಮಾಡಿ ನಿಮ್ಮನ್ನ ಕರೆಸ್ಕೋತೀವಿ. ನೀವು ಅಲ್ಲಿ ಸುಖವಾಗಿರ್ಬಹ್ದು. ಆರಾಮಾಗಿರಬಹುದ್ದು'' ಎಂದು ಬಿಕ್ಕಳಿಸುತ್ತ ಹೇಳಿದಾಗ ಆಕೆ ಕರಗಿ ಹೋದರೂ ವಿವೇಕ ಜಾಗೃತವಾಗಿಯೇ ಇತ್ತು.

''ಯಾವಾಗ ನಿಮ್ಮ ಕಂಪೆನಿ ಬೆಂಗ್ಳೂರಲ್ಲಿ ಲಾಂಛ್ ಮಾಡೋದು ?''

ಹೋಗಿ ಮುಖ ತೊಳೆದು ಬಂದ ಮುರುಳಿ ಕೆಟ್ಟ ಧೈರ್ಯದಿಂದ ಅಮ್ಮನ ಮುಂದೆ ಕೂತು ''ಇನ್ನ ಸರ್ವೇ ಕೆಲ್ಸ ನಡೀತಾ ಇದೆ. ಇನ್ನು ಹಣಕ್ಕೇನು ತಾಪತ್ರಯ ಪಟ್ಕೋಬೇಕಿಲ್ಲ ನಾನು ತಿಂಗ್ಳು ತಿಂಗ್ಳು ಹಣ ಕಳ್ಸಿ ಕೊಡ್ತೀನಿ' ಏನೇನೋ ಹೇಳಿದ. ಮಗ ಮುಂದೆ ಇದ್ದಿದ್ದೇ ಸುಕನ್ಯಗೆ ಸಾಕಾಗಿತ್ತು. ಒಂದು ಒಳ್ಳೆ ಕೆಲ್ಸ ಸಿಕ್ಕಿದ್ದು ಎಲ್ಲಕ್ಕಿಂತ ಹೆಚ್ಚಿನ ಸಂತೋಷದ ವಿಷಯ.

''ಹೇಗೂ ಕೆಲ್ಸ ಸಿಕ್ಕಿದೆ ; ಇನ್ನು ವಿವಾಹವಾಗೋಕ್ಕೇನು ತಾಪತ್ರಯ. ಕೆಲವರು ಜಾತ್ಕ ಕೊಟ್ಹೋಗಿದ್ದಾರೆ. ವಿಚಾರಿಸೋಣ್ವಾ ?'' ಕಾತುರದಿಂದ ಕೇಳಿದರು.

ಅಲ್ಲೇ ಕೂತು ಕೊಳ್ಳಲು ಮುರುಳಿಯಿಂದಾಗಲಿಲ್ಲ. ಅವನ ವಿವಾಹ ಕನಸನ್ನು ಕಾಣುವ ತಾಯಿಯ ಕಣ್ಣುಗಳನ್ನು ದಿಟ್ಟಿಸಲಾಗಲಿಲ್ಲ.

''ಸದ್ಯಕ್ಕೆ ಇನ್ನೊಂದ್ವರ್ಷ ಯಾವ ತಾಪತ್ರಯನು ಬೇಡ. ಬೇಕಾದಷ್ಟು ಮ್ಯಾಚ್ ಮೇಕಿಂಗ್ ಸೆಂಟರ್‌ಗಳು ಇವೆ. ಹುಡ್ಗಿ ತಲಾಷ್ ಕೂಡ ಕಷ್ಟವಾಗೊಲ್ಲ. ಅಮ್ಮ ಆಗಿರೋ ಅಷ್ಟು ಆಡ್ಗೇನೆ ಬಡ್ಸಿ ಬಿಡು'' ತರಾತುರಿ ಮಾಡಿದ.

ಅಷ್ಟರಲ್ಲಿ ಸತ್ಯನಾರಾಯಣ ಬಂದರು. ಅಪ್ಪ ಮಗ ಜೊತೆಯಾಗಿಯೇ ಊಟಕ್ಕೆ ಕೂತರು. ಮುರುಳಿ ತಿಂದಿದ್ದು ಬಹಳ ಕಡಿಮೆಯೇ. ತಂದೆ ಕೇಳಿದ್ದಕ್ಕೆ 'ಹ್ಞಾ ಹ್ಞೂ' ಎನ್ನುತ್ತಿದ್ದ.

ಕೈ ತೊಳೆದು ಬಂದವನೇ ಷೂ ಕಾಲಿಗೆ ಏರಿಸಿದ.

''ಮಧ್ಯಾಹ್ನ ಬಸ್ಸು ಬರೋದು ಎರಡು ಗಂಟೆಗೆ. ಈಗಿನ್ನು ಒಂದ್ಗಂಟೆ'' ಅಂದರು ಸುಕನ್ಯ ಮಗನ ಆತುರ ನೋಡಿ. ಹೇಳಲೋ ಬೇಡವೋ ಎಂದು ''ಕಾರುನಲ್ಲಿ ಬಂದಿದ್ದೀನಿ'' ಅಂದ. ಆವರೆಗೂ ಕಾರಿನ ವಿಷಯ ದಂಪತಿಗಳಿಗೆ ಗೊತ್ತಿರಲಿಲ್ಲ.

ಇಂಥ ಸುದ್ದಿಯನ್ನು ಕೂಡ ಮಗ ಯಾಕೆ ತಮ್ಮೊಂದಿಗೆ ಹೇಳಲಿಲ್ಲವೆಂದು ಯೋಚಿಸುವಂತಾಯಿತು ಸುಕನ್ಯಗೆ. ಆದರೆ ಅದನ್ನು ಹೇಳಲಿಲ್ಲ. ಮನೆಯಲ್ಲಿದ್ದ ಇಷ್ಟವಾದ

ತಿಂಡಿಯನ್ನು ಡಬ್ಬಿಗೆ ಹಾಕಿಕೊಟ್ಟರು. ಹಿಂದೆಲ್ಲ ಕೇಳುತ್ತಿದ್ದ. ಈಗ ತಗೊಂಡು ಹೋಗುವ ಮನಸ್ಸೇನು ಇರಲಿಲ್ಲ. ಮೌನವಾಗಿ ತಗೊಂಡ ರೀತಿಯೇ ಆಕೆಗೆ ಇಷ್ಟವಾಗಲಿಲ್ಲ.

ಮನೆಯ ಪಕ್ಕದಲ್ಲಿ ಸ್ವಲ್ಪ ಹಿಂದೆ ಇದ್ದ ಜಾಗದಲ್ಲಿ ನಿಲ್ಲಿಸಿದ್ದ . ಇಂಡಿಕಾ ಕಾರನ್ನು ಹತ್ತುವ ಮುನ್ನ ತಾಯಿಯ ಕೈಗೆ ಐದು ಸಾವಿರದ ಕಟ್ಟು ಕೊಟ್ಟ "ಇದ್ನ ಇಟ್ಕೋಮ್ಮ, ಮುಂದಿನ ತಿಂಗ್ಳು ಕಳ್ಸಿಕೊಡ್ತೀನಿ ಮತ್ತಷ್ಟು" ಅಂದ. ಸುಕನ್ಯ ಅದನ್ನು ಹಿಂದಿರುಗಿಸಿ "ಇಲ್ಲಿಗೆ ಹಣದ ಅಗತ್ಯವೇನಿಲ್ಲ. ಖರ್ಚು ಕಳ್ದು ಉಳಿದ ಹಣನ ಸೇವಿಂಗ್ಸ್‌ನಲ್ಲಿಡು. ಅಗತ್ಯವೆನಿಸಿದಾಗ ತಗೋಬಹ್ದು" ಎಂದರು. ಮಗನ ಜವಾಬ್ದಾರಿ ಕಳೆದರೇ ಅವರಿಗೆ ಅಷ್ಟೇನು ಹಣದ ಅಗತ್ಯವಿರಲಿಲ್ಲ!

ಮುರುಳಿಯಲ್ಲಿ ಭಯಂಕರ ತೊಳಲಾಟ. ಮಾತಿನಲ್ಲಿ ವ್ಯಕ್ತಪಡಿಸಲಾರದೇ ಹೋದ. ಸತ್ಯನಾರಾಯಣ್ ಕೂಡ ಹತ್ತು ಸಾವಿರ ತಂದು ಕೊಟ್ಟು "ನಿನ್ನ ಖರ್ಚುಗಳೇ ಅಗಾಧವಾಗಿ ಇರುತ್ತೆ. ಕೆಲವು ಕೆಲ್ಸಗಳಲ್ಲಿ ಸೆಕ್ಯೂರಿಟಿ ಇರೋಲ್ಲ. ಇದೆಲ್ಲ ನಿನ್ನ ತಲೆಯಲ್ಲಿ ಇರ್ಲಿ" ಎಂದರು.

"ಅಣ್ಣ..." ಎಂದು ಮುಖ ಒಂದು ತರಹ ಮಾಡಿ.

"ನಂಗೆ ಅನುಭವವಿದೆ. ಇಲ್ಲಿನ ಬಗ್ಗೆ ನೀನೇನು ತಲೆಕೆಡ್ಸಿ ಕೊಳ್ಬೇಡ" ಮಗನ ಕೈ ಹಿಡಿದು ಹೇಳಿದರು. ಅಲ್ಲಿ ವ್ಯಂಗ್ಯವಾಗಲೀ, ಮೂದಲಿಕೆಯಾಗಲಿ ಇರಲಿಲ್ಲ.

ಕಾರು ಭುರೆಂದು ಧೂಳೆಬ್ಬಿಸುತ್ತ ಹೋಯಿತು. ಎಲ್ಲಾ ಮಂಕಾಯಿತು.

ದಾರಿಯಲ್ಲಿ ಕೈ ಅಡ್ಡ ಹಿಡಿದ ಚಂದ್ರು "ಅಣ್ಣ, ಬಸ್ಸು ಇರ್ಲಿಲ್ಲ. ಅರ್ಜೆಂಟಾಗಿ ವಾಪ್ಸ ಬರ್ಬೇಕು" ಎಂದು ದುಂಬಾಲು ಬಿದ್ದವನು ಹತ್ತು ಕಿಲೋಮೀಟರ್ ಕ್ರಮಿಸುವ ವೇಳೆಗೆ ಸೂಕ್ಷ್ಮವಾಗಿ ಇತ್ತೀಚಿನ ಎಲ್ಲಾ ವಿಷಯಗಳ ತಿಳಿಸಿಯೇ ಧವಳಪುರದ ಹತ್ತಿರ ಇಳಿದು ಹೋದ.

ಮುರುಳಿಗೆ ಎಷ್ಟು ಕೋಪ ಬಂತೆಂದರೆ ಅಪ್ಪ ಅಮ್ಮ ಅಹಂಕಾರಿಗಳಾಗಿ ಕಂಡರು. ಇಷ್ಟು ತಾಪತ್ರಯ ಇಟ್ಟುಕೊಂಡು ಆತ್ಮಾಭಿಮಾನವೇಕೆ ? ಎಲ್ಲಾದರೂ ಹಾಳಾಗಿ ಹೋಗ್ಲಿ' ಎಂದು ಮನದಲ್ಲಿಯೇ ಬೈದುಕೊಂಡ. ಈ ಅವಿವೇಕಿಗೆ ಅವರ ಅಂತರಂಗ ಅರ್ಥವಾಗಲಿಲ್ಲ.

ಸುಕನ್ಯ ಕೊಟ್ಟ ತಿಂಡಿಯ ಡಬ್ಬಿಯನ್ನು ಕಾರಿನ ವೇಗ ತಗ್ಗಿಸಿ ವಿಂಡ್ ಸರಿಸಿ ಹೊರಗಿನ ಪೊದೆಗಳಲ್ಲಿ ಎಸೆದ. ಇಂಡಿಕಾ ಆರಾಮಾಗಿ ಮುಂದಕ್ಕೆ ಹೋಯಿತು.

ಬೆಂಗಳೂರಿನ ಸಮೀಪಕ್ಕೆ ಬಂದ ಮೇಲೆ ಅವನಿಗೆ ತನ್ನ ತಪ್ಪಿನ ಅರಿವಾಯಿತು. ತನಗೆ ತಾನೇ ಛೀಮಾರಿ ಹಾಕಿಕೊಂಡ. ಇದು ದೊಡ್ಡ ತಪ್ಪಾಗಿ ಕಂಡಿತು. ಕಾರನ್ನು ಹಿಂದಕ್ಕೆ ತಿರುಗಿಸಿದ. ಎಲ್ಲಿ ನಿರ್ದಿಷ್ಟವಾಗಿ ಎಸೆದನೆಂಬ ಅರಿವಿರಲಿಲ್ಲ. ಎಸೆದಾಗ ಚೂಪಾದ ಕಲ್ಲನ್ನು ಕಂಡಿದ್ದರಿಂದ ಅಲ್ಲಲ್ಲಿ ನಿಲ್ಲಿಸಿ, ನಿಧಾನವಾಗಿ ಹೋಗುತ್ತಾ ಆ ಕಲ್ಲನ್ನು ಅರಸಿದ. ಒಂದು ಗಂಟೆ

ಇದರಲ್ಲೆ ಕಳೆಯಿತು. ಎಲ್ಲಿಗೆ ಒಯ್ಯುವುದೆಂದು ಎಸೆದ ತಿಂಡಿಯ ಡಬ್ಬಿ ಅಮೂಲ್ಯವಾಗಿ ಕಂಡಿತು. ಇಳಿದು ಕಂಡ ಕಂಡ ಪೊದೆಯಲ್ಲೆಲ್ಲ ಹುಡುಕಾಡಿದ.

"ಏನು ಹುಡುಕ್ತಾ ಇದ್ದೀರಾ ?" ಒಬ್ಬ ಹಳ್ಳಿಯವ ಬಂದು ಪ್ರಶ್ನಿಸಿದ.

ಮುರುಳಿಗೆ ಹೇಳಿಕೊಳ್ಳಲು ಸಂಕೋಚವಾಯಿತು. ಮಾತಿನಲ್ಲಿ ವ್ಯಕ್ತಪಡಿಸಲಾರದನ್ನು ಕೈ ಸನ್ನೆಯ ಮೂಲಕ ಸೂಚಿಸಿದ. ವಿವಾಹದ ನಂತರದ ದಿನಗಳಲ್ಲಿ ಖರೀದಿಸಿದ ಸ್ಟೀಲ್ ಡಬ್ಬಿ ಅದರ ಮೊತ್ತ ತೀರಾ ಕಡಿಮೆಯದೇ ಇರಬಹುದು. ಎಷ್ಟೋ ಸಲ ಅಂದಿದ್ದರು ಸುಕನ್ಯ.

"ಸ್ಟೀಲ್ ಡಬ್ಬಿನಾ ? ಶಾಲೆ ಹೈಕಳುಗೆ ಸಿಕ್ಕಿದೆ. ಅವು ಪರಪ್ಪನ ತೋಟದ ಕಡೆಗೆ ಹೋದ್ವು, ಯಾಕೆ ಎಸೆದಿರಿ ಬುದ್ದಿ. ಅದರಲ್ಲಿ ಇರ್ಬಾರ್ದೇನಾದ್ರೂ ಇತ್ತಾ" ಕೇಳಿದ.

"ಅಂಥದೇನಿಲ್ಲ! ಬರೀ ತಿಂಡಿ ಇತ್ತು. ಪರಪ್ಪನ ತೋಟ ಯಾವ್ಕಡೆಗೆ ಬರುತ್ತೆ ? ವಿಚಾರಿಸಿದ. ಅವನು ಅರ್ಧ ಕಿಲೋಮೀಟರ್ ಮುಂದಕ್ಕೆ ಹೋಗಿ ಬಲಗಡೆಗೆ ತಿರುಗಿಕೊಳ್ಳೀ ಅಂತ ಹೇಳಿದ.

ಹಣೆಯೊತ್ತಿಕೊಂಡ. ಆ ಡಬ್ಬಿಯ ಬಗ್ಗೆ ಅದರೊಳಗಿನ ತಿಂಡಿಯ ಬಗ್ಗೆ ಅವನಮ್ಮ ಪ್ರಶ್ನಿಸಲಾರರು. ಬೇರೆ ಯಾರಿಗೂ ಗೊತ್ತಿಲ್ಲ. ಆದರೆ ಅವನ ಅಂತರಾತ್ಮಕ್ಕೆ ಉತ್ತರಿಸಲಾರದಾಗಿದ್ದ. ಕಾರನ್ನು ಅರ್ಧ ಕಿಲೋಮೀಟರ್ ಹಿಂದಕ್ಕೆ ಕೊಂಡೊಯ್ದು ನಿಲ್ಲಿಸಿ ಕೆಳಗಿಳಿದ ಪರಪ್ಪನ ತೋಟ ಎಂದು ಬೋರ್ಡು ಇಲ್ಲದಿದ್ದರೂ ಬಲಗಡೆಯ ಸಣ್ಣ ದಾರಿಯನ್ನು ಹಿಡಿದಾಗ ಅಷ್ಟು ದೂರದಲ್ಲಿ ಶಾಲೆಗೆ ಹೋಗುವ ಹುಡುಗರ ಹಿಂಡೇ ಕೂತಿತ್ತು. ಹೆಜ್ಜೆಯ ವೇಗ ಹೆಚ್ಚಿಸಿದ.

ಅದರಲ್ಲಿನ ರವೆ ಉಂಡೆ, ಬೇಸನ್ ಲಾಡು ತಿನ್ನುತ್ತ ಲಲ್ಲೆಯಾಡುತ್ತಿದ್ದ ಹುಡುಗರು ಇವನನ್ನು ನೋಡಿದವರೇ ಮೇಲೆದ್ದು ಚೆಲ್ಲಾಪಿಲ್ಲಿಯಾದರು. ಖಾಲಿ ಡಬ್ಬಿಯನ್ನು ಅಲ್ಲೇ ಬಿಟ್ಟು ಬಗ್ಗಿ ಎತ್ತಿಕೊಂಡ. ಅದು ಪೂರ್ತಿ ಖಾಲಿಯಾಗಿತ್ತು ಅವನ ಕಣ್ಣಂಚಿನಿಂದ ಹನಿ ಧುಮುಕಲು ಸಿದ್ಧವಾಯಿತು.

"ನಮ್ಮ ಮುರಳಿಗೆ ರವೆ ಉಂಡೆ ಬೇಸನ್ ಲಾಡು ಅಂದರೇ ತುಂಬ ಇಷ್ಟ ನನ್ನೆ ಕೂತು ಮಾಡ್ದೇ. ಇವತ್ತು ಹಾಜರ್" ಅವನಮ್ಮ ಅಭಿಮಾನದ ನೋಟ ಹರಿಸುತ್ತ ಹೇಳಿದ್ದರು.

ಅಷ್ಟು ದೂರದಲ್ಲಿ ಬಿದ್ದಿದ್ದ ಮುಚ್ಚಳವನ್ನು ಎತ್ತಿಕೊಂಡ.

"ಹೈಕಳು ಎಲ್ಲಾ ಖಾಲಿ ಮಾಡವ್ರೆ. ಖಾಲಿ ಡಬ್ಬಿ ಯಾಕೆ ಒಯ್ತಿರಿ ಧಣೀ. ನಂಗೆ ಕೊಡಿ" ಅತ್ತ ಕಡೆಯಿಂದ ಬಂದ ಬಡ ವ್ಯಕ್ತಿ ಕೇಳಿದಾಗ ಅವನ ಕೈಯಲ್ಲಿಟ್ಟು ಕಾರಿನಲ್ಲಿ ಬಂದು ಕೂತ.

ವಿಶ್ವ ಭುಜದ ಮೇಲೆ ಕೈ ಹಾಕಿ ಕೇಳಿದಂತಾಯಿತು "ಮುರುಳಿ ನಮ್ಮ ತಪ್ಪು ಯಾರ್ಗೂ ಕಾಣದೇ ಹೋಗ್ಬಹುದ್ದು. ಅದ್ಕೆ ಬೇರೆಯವರಿಂದ ಶಿಕ್ಷೆ ಸಿಗ್ದೇ ಇರ್ಬಹುದ್ದು. ನಮ್ಮ ಮನಸಾಕ್ಷಿ ಮಾತ್ರ ಸುಮ್ನೇ ಬಿಡೋಲ್ಲ ಚಿತ್ರ ಹಿಂಸೆ ಕೊಟ್ಟು ಬಿಡುತ್ತೆ."

ಒಂದತ್ತು ನಿಮಿಷ ಸುಧಾರಿಸಿಕೊಂಡ ನಂತರ ಚೇತೋಹಾರಿಯಾದ. ಅವನು ಖಂಡಿತ ಅಪರಾಧ ಮಾಡೇ ಇಲ್ಲ - ತನ್ನನ್ನು ತಾನೇ ಸಮರ್ಥಿಸಿಕೊಂಡ. ನಂತರ ಅವನ ಮನದಲ್ಲಿ ಎಲ್ಲಾ ಚಿತ್ರಗಳು ಅಳಿಸಿ ಹೋಗಿ ಅಲಕಾ ಮಾತ್ರ ಮೂಡಿದ್ದು.

''ಸಂಜೆ ಬಿಜಿ ಇದ್ದೀರಾ ?'' ಬೆಳಿಗ್ಗೆ ಹೊರಡುವಾಗಲೇ ಕೇಳಿದ್ದಳು. ಬಹುಶಃ ವಿಶ್ವನ ಭಯವಿಲ್ಲದಿದ್ದರೇ ಖಂಡಿತ ನಾರಾಯಣ ಪುರದ ಪ್ರೋಗ್ರಾಂ ಕ್ಯಾನ್ಸಲ್ ಮಾಡಿ ಬಿಡುತ್ತಿದ್ದ. ''ನನ್ನ ಫ್ರೆಂಡ್ ಒಬ್ಬನಿಗೆ ಹುಷಾರಿಲ್ಲ, ಹೋಗಿ ಬೇಗ ಹಿಂದಿರುಗಿ ಬಿಡ್ತೀನಿ'' ಅಂದ. ಸುಳ್ಳು ಹೇಳುವುದನ್ನು ಅಭ್ಯಾಸ ಮಾಡಿಕೊಂಡಿದ್ದ.

''ಏನಾಗಿದೆ ? ಬೇಕಾದ ಹೆಲ್ಪ್ ಮಾಡಿ'' ಅಂದಿದ್ದಳಷ್ಟೇ.

ಸಂಜೆ ಇವನು ಐಶ್ವರ್ಯ ಸೇರುವ ವೇಳೆಗೆ ಏಳು ಗಂಟೆ ಆಗಿತ್ತು. ಮುಂದಿನ ಗಾರ್ಡನ್‌ನಲ್ಲಿ ನಾಯಿಗಳಿಗೆ ಚೆಂಡು ಎಸೆಯುತ್ತಿದ್ದ ಅಲಕಾ ಅತ್ಯಂತ ಸುಂದರ ನಗೆಯನ್ನು ಎಸೆದಳು. ಇವನು ಕ್ಯಾಚ್ ಹಿಡಿಯುವುದೇ ತಡವಾಯಿತು.

''ಡ್ಯಾಡ್, ಗೆಸ್ಟ್ ಹೌಸ್‌ನಲ್ಲಿ ನಿಮಗೋಸ್ಕರ ಕಾಯ್ತ ಇದ್ದಾರೆ'' ಕೂಗಿ ಹೇಳಿದಳು. ಅವನಲ್ಲಿದ್ದ ಸೆಲ್ಯುಲರ್ ಸದ್ದು ಮಾಡಿತು ''ಮುರುಳಿ ಈಗಲೇ ಬಾ ಹೇಳಿದರು ಶಿವಶಂಕರ ಪಿಳ್ಳೆ. ಪೇಲವ ಮುಖ ಮಾಡಿದ.

ಬಾಲ್ ಎಸೆದುಕೊಂಡೇ ಬಂದ ಅಲಕಾ, ''ನಾಳೆ ಅಮ್ಮನ ಶ್ರಾದ್ಧ ಅಲ್ಲ ಅದ್ಕೇ ಒಂದಿಷ್ಟು ಕಾರ್ಯಕ್ರಮಗಳ್ನ ಇಟ್ಕೊಂಡಿದ್ದಾರೆ'' ಸೂಚಿಸಿದಳು. ಮುರುಳಿ ಕಾರು ಹತ್ತಿದ.

ಗೆಸ್ಟ್ ಹೌಸ್‌ನಲ್ಲಿ ಶಿವಶಂಕರ ಪಿಳ್ಳೆ ಒಬ್ಬರೇ ಸಿಕ್ಕರು. ಅಳಿಯನೊಂದಿಗೆ ಪರ್ಸನಲ್ಲಾಗಿ ಮಾತಾಡಬೇಕೆಂದೇ ಕರೆಸಿಕೊಂಡಿದ್ದರು. ಈ ತಿಂಗಳು ಒಂದು ಲಕ್ಷ ರೂಪಾಯಿನ ತನ್ನ ಅಕೌಂಟ್‌ನಿಂದ ಡ್ರಾ ಮಾಡಿದ್ದ. ಸೋಜಿಗವೆನಿಸಿತು. ಅವನಿಗೆ ಅವರ ಪ್ರಕಾರ ಖರ್ಚುಗಳೇ ಇರಲಿಲ್ಲ! ತೀರಾ ಶಾಪಿಂಗ್ ಎಂದೂ ಓಡಾಡುವ ಹುಡುಗಿಯಲ್ಲ ಅಲಕಾ. ಅಕಸ್ಮಾತ್ ತನಗೆ ಬೇಕೆನಿಸಿದ್ದನ್ನು ಕ್ರೆಡಿಟ್ ಕಾರ್ಡ್ ಮೂಲಕ ಖರೀದಿಸಬಲ್ಲಳು.

''ಬಾಪ್ಪ ಕೂತ್ಕೋ ಮುರುಳಿ'' ಎಂದು ಪೈಪ್ ಹಚ್ಚಿಕೊಂಡರು. ಈ ಅಭ್ಯಾಸ ಅವರು ಒಂಟಿಯಾಗಿದ್ದಾಗ ಮಾತ್ರ. ಮಗಳ ಮುಂದು ಕೂಡ ಪೈಪ್ ಹಚ್ಚುವ ಧೈರ್ಯ ಮಾಡುತ್ತಿರಲಿಲ್ಲ ''ಸಾರಿ ಮುರುಳಿ, ಈ ಪೈಪ್ ಹಚ್ಚುವ ವಿಷ್ಯ ಅಲಕಾವರ್ಗೂ ಹೋಗೋದ್ಬೇಡ. ಅವ್ಳಿಗೆ ನಾನು ತುಂಬ ಹೆದರ್ತೀನಿ. ಫ್ರೆಂಡ್ ನೋಡೋಕೆ ಹೋಗಿದ್ದಾರೇಂತ ಅಂದ್ಲು, ಹೇಗಿದ್ದಾನೆ ನಿನ್ನ ಸ್ನೇಹಿತ ?'' ಕೇಳಿದರು.

''ಪರ್ವಾಗಿಲ್ಲಂತೆ ಅವ್ನ ಮುಂಬಯಿಗೆ ಕರ್ಕಂಡ್ ಹೋದ್ರಂತೆ'' ಧಾರಾಳವಾಗಿ ಹೇಳಿದ ಸುಳ್ಳನ್ನು ಸಮರ್ಥಿಸಿಕೊಂಡ. ಪಿಳ್ಳೆ ತೀಕ್ಷ್ಣವಾಗಿ ದಿಟ್ಟಿಸಿದರು. ಇದೇನು ಅವರ ಪಾಲಿಗೆ ಮೇಜರ್ ವಿಷಯವಲ್ಲ.

''ಒಂದನೇ ತಾರೀಖಿನಿಂದ ಹದಿನಾರನೇ ಡೇಟ್‌ವರ್ಗೆ ಒಂದು ಲಕ್ಷ ರೂಪಾಯಿ ಡ್ರಾ ಮಾಡಿದ್ದೀಯ. ಅದು ನಿನ್ನದೇ ಹಣ. ನಿನ್ನ ಖಾತೆಯಿಂದ ನೀನು ಹಣ ತೆಗೆದು ಕೊಳ್ಳೋದೇನು ತಪ್ಪಿಲ್ಲ. ಆದ್ರೂ... ಯೋಚಿಸಬೇಕಾದ ವಿಷ್ಯ. ಯಾವ್ದೇ ಪೋಸಿಷನ್‌ನಲ್ಲಿ ಇರಲಿ, ಎಷ್ಟೇ ಆಸ್ತಿಪಾಸ್ತಿಗಳು ಇರ್ಲಿ ಸಂಪಾದನೆಗೆ ಅನುಗುಣವಾಗಿ ಖರ್ಚು ವೆಚ್ಚಗಳು ಇರ್ಬೇಕು. ಮನೆ ಮಡದಿಗಾಗಿ ಏನು ಖರ್ಚಿಲ್ಲ ಅಕಸ್ಮಾತ್ ಅಂಥದೇನು ಮಾಡಿಲ್ಲ, ಈ ಒಂದು .... ಲಕ್ಷ... ''ನೇರವಾಗಿ ಅಳಿಯನನ್ನು ನೋಡಿದರು. ಈಗ ತಿದ್ದುವ ಕಟ್ಟೆಚ್ಚರ ವಹಿಸುವ ಅಗತ್ಯವಿತ್ತು.

ಮುರುಳಿಯ ಮುಖ ಕೋಪದಿಂದ, ಅವಮಾನದಿಂದ ಕೆಂಪಾದರೂ ತೋರಿಸಿಕೊಳ್ಳಲು ಸಮರ್ಥನಲ್ಲ. ಹಣೆಯ ಮೇಲೆ ಬೆವರಿನ ಸೆಲೆಯೊಡೆಯಿತು. ಹೇಗೆ ಪ್ರತಿಕ್ರಯಿಸಬೇಕೋ ಗೊತ್ತಾಗಲಿಲ್ಲ.

''ಎಕ್ಸೈಟ್ ಆಗೋ ಅಗತ್ಯವೇನಿಲ್ಲ. ಅಕೌಂಟ್‌ಗಳಲ್ಲಿರೋ ಹಣವೆಲ್ಲ ನಿಂದೇ. ಆದ್ರೂ... ಅದು ಸ್ವಂತ ಸಂಪಾದನೇ ಅಲ್ಲ. ನೀನಾಗಿ ನೀನು ಗಳಿಸಿದ್ದಲ್ಲ ಅನ್ನೋ ವಿಚಾರ ನೆನಪಿನಲ್ಲಿ ಇರ್ಬೇಕು. ಲಕ್ಷದ ಮಾಹಿತಿ ಬೇಕು'' ಕಟ್ಟುನಿಟ್ಟಾಗಿ.

''ಕೆಲವು ಡ್ರೆಸ್‌ಗಳನ್ನ ಖರೀದಿಸಿದ್ದೆ. ಒಂದಿಷ್ಟು ಹಣ ಕ್ಯಾಷಾಗಿ ನನ್ನ ಬಳಿ ಇದೆ'' ಅಪರಾಧ ಮಾಡಿದವನಂತೆ ಹೇಳಿದ. ಶಿವಶಂಕರ ಪಿಳ್ಳೆ ಮುಖ ಬಿಗಿದುಕೊಂಡಿತು. ಮೂರು ಲಕ್ಷಕ್ಕೂ ಮೇಲ್ಪಟ್ಟು ಸೂಟುಗಳು ಇತ್ಯಾದಿ... ಇತ್ಯಾದಿ ಇದ್ದವು. ಮತ್ತೆ ಬಟ್ಟೆ ಖರೀದಿಸಿದ್ದು - ಸುತರಾಂ ಸರಿಯೆನಿಸಲಿಲ್ಲ.

''ಅಗತ್ಯ ಇತ್ತಾ? ನೀನೇ ಅಲಕಾ ಜೊತೆ ಹೋಗಿ ಬೇಕಿದ್ದ ಸೂಟುಗಳ್ನ ಉಡುಪುಗಳ್ನ ಆಯ್ಕೆ ಮಾಡಿಕೊಂಡಿದ್ದೆ. ಮೂರು ತಿಂಗಳಲ್ಲಿ ಮತ್ತೆ ಉಡುಪುಗಳ ಬಗ್ಗೆ ಆಸಕ್ತಿ'' ಮೇಲೆದ್ದರು ಶಿವಶಂಕರ ಪಿಳ್ಳೆ. ಮದುವೆಗಳಿಗಿಂತ ಅವರ ಮುಖದ ಭಾವನೆಯೇ ಪರಿಣಾಮಕಾರಿಯಾಗಿತ್ತು.

ಐದು ನಿಮಿಷದಷ್ಟು ಕಾಲ ಬಿಟ್ಟು ಹೇಳಿದರು, ''ಆ ಹಣ ಕಾರ್ಗಿಲ್‌ನಲ್ಲಿ ಹೋರಾಡಿದ ಭಾರತೀಯ ಕುಟುಂಬಗಳಿಗೆ ಕೊಟ್ಟಿದ್ದರೇ 'ಭೇಷ್' ಅನ್ನಬಹುದಿತ್ತು. ಪ್ರತಿಯೊಂದು ಅಗತ್ಯ. ಹಾಗೆಂದು ಪೂರ್ತಿ ಆ ಕಡೆ ಗಮನ ಕೊಟ್ಟರೇ ಅಂಥ ವ್ಯಕ್ತಿ ಜೀವ್ನದಲ್ಲಿ ಏನು ಮಾಡ್ಲಾರ'' ಸೀರಿಯಸ್ಸಾಗಿಯೇ ಕೇಳಿದರು. ಅವರಿಗೆ ತುಂಬ ಬೇಸರವಾಗಿತ್ತು.

ಮುರುಳಿಯಿಂದ ತುಟಿ ತೆರೆಯಲಾಗಲಿಲ್ಲ.

''ಅಕೌಂಟ್ ಸೆಕ್ಷನ್‌ನಲ್ಲಿ ನಿನ್ನ ಅಪಾಯಿಂಟ್ ಮಾಡಿಕೊಳ್ಳಲಾಗಿದೆ. ಇವೊತ್ತಿನಿಂದ ಆರ್ಡರ್ ತಗೊಂಡು ಡ್ಯೂಟಿಗೆ ಜಾಯಿನ್ ಆಗು. ನಿನಗೆ ಬರೋ ಸಂಬಳದ ಮಿತಿಯಲ್ಲಿರಲಿ ನಿನ್ನ ಖರ್ಚು ವೆಚ್ಚಗಳು. ಇನ್ನು ನೀನು ಹೋಗ್ಬಹ್ದು'' ಅವರೇ ಎದ್ದುಹೋದರು.

ಇದುವರೆಗೂ ಅವನಿಗೆ ಶಿವಶಂಕರ ಪಿಳ್ಳೆ ಒಂದು ಮುಖದ ಪರಿಚಯವಿತ್ತು. ಇವತ್ತು ಇನ್ನೊಂದು ಮುಖದ ವಿರಾಟ್ ಸ್ವರೂಪ ಕಂಡಂತಾಯಿತು. ಬಂದು ಕಾರು ಹತ್ತಿದ.

ದೊಡ್ಡ ಶಿವಶಂಕರ ಪಿಳ್ಳೆಯ ಅಳಿಯ. ಈ ಸಮಸ್ತ ಆಸ್ತಿಗೂ ಅವನ ಮಡದಿಯೇ ವಾರಸುದಾರಳು. ಆದರೆ ತನಗೆ ಒಂದು ಲಕ್ಷ ಖರ್ಚು ಮಾಡುವ ಸ್ವತಂತ್ರವಿಲ್ಲ.

ಬೆಳಗಿನಿಂದ ಸಂಜೆಯವರೆಗಿನ ಎಲ್ಲಾ ಘಟನೆಗಳು ಅವನನ್ನು ನೋಯಿಸಿತ್ತು. ಏನೋ ಕಳೆದುಕೊಂಡ ಅನುಭವ. ಒಂದು ರೀತಿಯ ಭಯ ಕೂಡ. ತಾನು ಸುಳ್ಳು ಹೇಳಿದ್ದು ತಿಳಿದರೇ ಶಿವಶಂಕರ ಪಿಳ್ಳೆ ತನ್ನ ಬಗ್ಗೆ ಹೇಗೆ ವರ್ತಿಸಬಹುದು ? ಅವನಿಗೆ ಪೂರ್ತಿಯಾಗಿ ತಲೆ ಕೆಟ್ಟಂತಾಯಿತು.

ಐಶ್ವರ್ಯಗೆ ಹಿಂದಿರುಗಿದಾಗ ಅಲಕಾ ಕಂಪ್ಯೂಟರ್ ಮುಂದೆ ಕೂತು ವರ್ಕ್ ಮಾಡುತ್ತಿದ್ದಳು. ಅವಳದು ಬಹು ಮುಖ ಪ್ರತಿಭೆ. ಸಮಯ ಪೋಲಾಗಲು ಎಂದೂ ಬಿಡಳು.

''ಮುರುಳಿ...'' ನಿಂತವನನ್ನು ಕೂಗಿದಳು.

''ನಿಂಗೆ ಕಂಪ್ಯೂಟರ್ ಬಗ್ಗೆ ಆಸಕ್ತಿ ಇದ್ಯಾ ? ಇದೆಯೋ, ಇಲ್ಲವೋ ಕಲಿಯಬೇಕಾದ ಅನಿವಾರ್ಯತೆ ಇದೆ. ನಾಳೆಯಿಂದ ಜೋಶಿ ನಿಮ್ಗೆ ಬೇಸಿಕ್‌ನಿಂದ್ಲೆ ಪಾಠ ಶುರು ಮಾಡ್ತಾರೆ'' ಹೇಳಿದ್ದು ಕೇಳಿ ಸುಸ್ತಾದ.

ತಾನು ಬೆಳೆಯಬೇಕಾದ ಮಟ್ಟದ ಅಗತ್ಯತೆ ಮನವರಿಕೆಯಾಯಿತು. ''ಓ.ಕೆ....'' ಅಂದ. ರೂಮಿಗೆ ಹೋಗಿ ಬಟ್ಟೆ ಬದಲಾಯಿಸಿ ಮಂಚದ ಮೇಲೆ ಉರುಳಿಕೊಂಡ.

ನಿರ್ದಾಕ್ಷಿಣ್ಯವಾಗಿ ಅವನಪ್ಪ ಹಣ ವಾಪಸ್ಸು ಮಾಡಿದ್ದ. ಆಗ ಬೇಸರವಾಗಿತ್ತು. ಈಗ ಒಳ್ಳೆಯದೆನಿಸಿತು. ಆದಷ್ಟು ಶಿವಶಂಕರ್ ಪಿಳ್ಳೆ ಮೆಚ್ಚಿಕೊಳ್ಳುವಂತೆ ತನ್ನನ್ನು ತಾನು ರೂಪಿಸಿಕೊಳ್ಳಬೇಕು. ಇಲ್ಲದಿದ್ದರೇ ಅವಮಾನಕ್ಕೆ ತುತ್ತಾಗುತ್ತಾನೆಂದುಕೊಂಡ.

ಇವನಿಗೆ ಡಿನ್ನ್‌ರ್‌ಗೆ ಬುಲಾವ್ ಬಂದಿದ್ದು ರಾತ್ರಿ ಹತ್ತಕ್ಕೆ. ಬಂದ ಪ್ರತಿಕ್ರಿಯೆಯ ಸರ್ಕ್ಯುಲೇಷನ್ ಮ್ಯಾನೇಜರ್‌ನೊಂದಿಗೆ ತಂದೆ ಮಗಳು ಇಡೀ ದಿನ ಮಾತಾಡಿದ್ದರು. ಪ್ರತಿಕ್ರಿಯೆ ಬಗ್ಗೆ ಸಾಕಷ್ಟು ಕನಸುಗಳನ್ನು ಇಟ್ಟುಕೊಂಡವರು ಅವರು.

''ಹಾಯ್, ಮ್ಯೂಸಿಕ್ ಕೇಳ್ತಾ ಇದ್ದಾರ ?'' ವಿಚಾರಿಸಿದ್ದು ಶಿವಶಂಕರ ಪಿಳ್ಳೆಯೇ. ಬಲವಂತದಿಂದ ತುಟಿಯ ಮೇಲೆ ನಗುವನ್ನು ಎಳೆ ತಂದ ''ಇಲ್ಲ ಮ್ಯಾಗ್‌ಝಿನ್ ನೋಡ್ತಾ ಇದ್ದೆ'' ಅಷ್ಟು ಹೇಳಲು ಸಮರ್ಥನಾದ.

ನಗುನಗುತ್ತಾ ಊಟ ಮಾಡಿದರು ! ಅದು ಬರೀ ಸುಳ್ಳು. ಅಲಕಾ ಮೇಲ್ನೋಟಕ್ಕೆ ನಗುತ್ತಿದ್ದಳು. ಆದರೆ ಅವಳ ಹೃದಯ ತಾಯಿಯ ನೆನಪನ್ನು ತುಂಬಿಕೊಂಡು ಭಾರವಾಗಿತ್ತು. ಶಿವಶಂಕರ ಪಿಳ್ಳೆ ಕೂಡ ಅದೇ ಗುಂಗಿನಲ್ಲಿದ್ದರು.

''ಸಾರಿ ಬೇಬಿ'' ಟೇಬಲ್ಲು ಮೇಲಿದ್ದ ಸೆಲ್ಯುಲಾರ್ ಹಿಡಿದು ಎದ್ದು ಹೋದರು ಶಿವಶಂಕರ ಪಿಳ್ಳೆ. ತಟ್ಟನೆ ತಲೆಯೆತ್ತಿದ ಅಲಕಾ ''ಮುರುಳಿ ನಿಂಗೆ ಖಾರ ಹುಳಿ ಎಷ್ಟಿರಬೇಕು ? ಏನೇನು ಇಷ್ಟ? ಊಟಕ್ಕೆ ಇಂಥ ಅಡಿಗೇನೆ ಬೇಕೂಂತ ಕುಕ್ ಹತ್ರ ಹೇಳು. ಇಲ್ಲ ಲಿಸ್ಟ್

ಹಾಕಿ ಕೊಟ್ಬಿಡು. ನಾಳೆ ಸಂಜೆ ಫ್ಲೈಟ್‌ಗೆ ಡ್ಯಾಡ್ ದೆಹಲಿಗೆ ಹೋಗ್ತಾ ಇದ್ದಾರೆ ಅನ್ನುತ್ತಾ ಎದ್ದಳು.

ಮುರುಳಿಯಿಂದ ಏನು ತಿನ್ನಲಾಗಲಿಲ್ಲ. ಸಪ್ಪೆ ಮೋರೆಯಿಂದ ಎದ್ದು ಹೋದ. ಬೆಡ್‌ರೂಂ ಹೊಕ್ಕ ಕೂಡಲೇ ಅದೆಲ್ಲ ಎಲ್ಲಿ ಹಾರಿ ಹೋಯಿತೋ ಹಸನ್ಮುಖನಾಗಿ ಬಿಟ್ಟ. ಆ ರೂಮಿನ ಡೆಕೋರೇನ್‌ಗೆ ಲಕ್ಷಗಳನ್ನು ವ್ಯಯಿಸಿದ್ದರೂ. ತಂಪಾದ ಸೆಂಟುನ ಪರಿಮಳ ಆವರಿಸಿದಾಗ ಸ್ವರ್ಗವೆನಿಸಿತು.

ತೆಳುವಾದ ನೈಟಿ ತೊಟ್ಟು ಒಳಗೆ ಬಂದ ಅಲಕಾ ''ಬೆಳಿಗ್ಗೆ ಎಂಟಕ್ಕೆ ಐಶ್ವರ್ಯ ಹೈಸ್ಕೂಲು ಬಳಿ ಇರ್ಬೇಕು. ನಂತರವೇ ಮಿಕ್ಕಿದ್ದೆಲ್ಲ. ಮಮ್ಮಿ ಹೆಸರಲ್ಲಿ ದೊಡ್ಡ ಮೊತ್ತದ ಡೋನೇಷನ್ ಕೊಟ್ಟಿದ್ದರಿಂದ ಅವ್ರ ಹೆಸರೇ ಇಟ್ಟಿದ್ದಾರೆ'' ಹೇಳಿದಳು. ಇವನಿಗೆ ತಿಳಿಯದ್ದು ಬಹಳವಿದೆಯೆನಿಸಿತು.

''ಮುರುಳಿ ನಿದ್ದೆ ಬಂತಾ'' ವಿಚಾರಿಸ್ತಾ ಮಲಗಿದ್ದ ಅವನಿಗೆ ಒರಗಿ ''ಅಮ್ಮನ ಬಗ್ಗೆ ನಿಮ್ಗೆ ಹೇಳೋದು ತುಂಬ ಇದೆ. ಆಕೆ ಮಾತು ತೀರಾ ಕಡಿಮೆ ಆಡ್ತಾ ಇದ್ದರಂತೆ. ಮಮ್ಮಿ ಆಸಕ್ತಿಗಳು ಎಷ್ಟು ಕಡೆ ಹಂಚಿ ಹೋಗಿದ್ದವೆಂದರೆ...'' ಅಂದವಳು ಅವನತ್ತ ತಿರುಗಿ ''ನಂಗೆ ತುಂಬ ತುಂಬ ಹೇಳ್ಕೋಬೇಕೂಂತ ಅನ್ನಿಸಿದೆ. ಸ್ವಲ್ಪ ಏಳೀ'' ತೋಳಿಡಿದು ಎಬ್ಬಿಸಿ ಒಂದು ಆಲ್ಬಮ್ ತಂದು ಮಡಿಲಲ್ಲಿ ಇಟ್ಟುಕೊಂಡು ''ಇದ್ರಲ್ಲಿ ಮಮ್ಮಿ ಫೋಟೋಗಳು ತುಂಬ ಇದೆ. ನಾನು ಪುಟ್ಟ ಹುಡ್ಗಿಯಾಗಿದ್ದಾಗ ತೀರಾ ಪೆದ್ದಿನಂತೆ ಘೊಳ್ಳೆಂದು ನಕ್ಕಳು. ಇವನ್ನೆಲ್ಲ ಕೇಳಲು ಅವನ ಮನಸ್ಸು ಸಿದ್ಧವಿರಲಿಲ್ಲ.

ಆಲ್ಬಮ್ ಕಿತ್ತುಕೊಂಡು ''ನಿನ್ನ ಮೂಡ್ ಔಟ್ ಆಗ್ಬಿಡುತ್ತೆ. ಆನಂದಕರವಾದ ರಾತ್ರಿಗಳು ಕೆಲವು ವಿಷ್ಯಗಳು ಹಾಳು ಮಾಡುತ್ತೆ'' ಎಂದು ಅವಳನ್ನು ತೋಳುಗಳಲ್ಲಿ ತುಂಬಿಕೊಂಡ ''ಸ್ಟಾಪ್ ಇಟ್, ನಮ್ಮ ನೆನಪುಗಳು, ಅನುಭವಗಳೇ ನಮ್ಮನ್ನು ಮುಂದಕ್ಕೆ ನಡ್ಸೋದು. ಗುಡ್‌ನೈಟ್'' ಎಂದು ಆಲ್ಬಮ್ ಎತ್ತಿಕೊಂಡು ಲೈಟ್ ಆರಿಸಿ ಪಕ್ಕದ ರೂಮಿಗೆ ಹೋಗಿ ಬಾಗಿಲು ಹಾಕಿಕೊಂಡಳು.

'ಸಂಗಾತಿ'ಯ ಬಗ್ಗೆ ಅವಳ ಕಲ್ಪನೆ ಬೇರೆ ಇತ್ತು. ದೇಹ ಹಂಚಿಕೊಳ್ಳುವುದು ದೊಡ್ಡ ವಿಷಯವಾಗಿ ಕಾಣಲಿಲ್ಲ. ಭಾವನೆಗಳನ್ನು ಹಂಚಿಕೊಳ್ಳಬೇಕು ಮಾನಸಿಕವಾಗಿ ಒಂದಾಗಬೇಕು - ಅದು ನಿಜ ಆದ ದಾಂಪತ್ಯದ ಅರ್ಥ.

ಮಮ್ಮಿಯ ಬಗ್ಗೆ ಹೇಳಿಕೊಂಡು ಅವನೆದೆಯಾಸರೆಯಲ್ಲಿ ತಲೆ ಇಟ್ಟು ಕಣ್ಣೀರು ಸುರಿಸಬೇಕು. ಸಾಂತ್ವನಿಸುವ ಕೈ ಮುರುಳಿಯದಾಗಿರಬೇಕೆಂದುಕೊಂಡಿದ್ದು ಸುಳ್ಳಾಯಿತು. ತುಂಬಾ ಹ್ಯಾಂಡ್‌ಸಮ್, ಮೃದು ಮಧುರವಾಗಿ ಮಾತನಾಡಬಲ್ಲ, ಐಶ್ವರ್ಯದಲ್ಲಿ ತನ್ನೊಂದಿಗೆ ಉಳಿಯುತ್ತಾನೆ. ಇವೆಲ್ಲ ವಿವಾಹಕ್ಕೆ ಮುನ್ನ ದೊಡ್ಡ ಅಡ್ವಾಂಟೇಜಾಗಿ ಕಂಡಿತ್ತು.

ಅಷ್ಟರಲ್ಲಿ ಹತ್ತಿರದಲ್ಲಿದ್ದ ಸೆಲ್ಯುಲರ್ ಸದ್ದು ಮಾಡಿತು. ''ನಾನು ಸುಶೀಲ ಇನ್ನು ನಿದ್ದೆ ಮಾಡಿಲ್ವಾ? ನಾನು ನೇರವಾಗಿ ಜಯಲಕ್ಷ್ಮಮ್ಮ ಹೈಸ್ಕೂಲು ಹತ್ರ ಬಂದ್ಬಿಡ್ತೀನಿ. ಪ್ಲೀಸ್ ಕೋಪ

ಬೇಡಮ್ಮ, ಈಗ ನನ್ನ ಅಗತ್ಯ ನಿಂಗಿಲ್ಲ! ಬಂದರೆ ಬರೀ ಡಿಸ್ಟರ್ಬ್'' ನಕ್ಕಿದ್ದು ಕೇಳಿಸಿತು.

''ಯೂ, ಕೈಗೆ ಸಿಕ್ಕಿ ನೋಡು. ಗಂಡನ ಪಾತ್ರ ಇಂಪಾರ್ಟೆಂಟ್ ಹಾಗೆಂದು ಮಿಕ್ಕ ಪಾತ್ರಗಳಿಗೆ ಬೆಲೆ ಇಲ್ವಾ ? ಒಂದು ಪರಿಪೂರ್ಣ ವ್ಯಕ್ತಿತ್ವ ರೂಪುಗೊಳ್ಳಬೇಕಾದರೇ ಎಲ್ಲರ ಅಗತ್ಯವೂ ಇದೆ. ಗುಡ್ ನೈಟ್ ಬೆಳಿಗ್ಗೆ ಸಿಗೋಣ'' ಫೋನ್ ಕಟ್ ಮಾಡಿದಳು.

ಬಹಳ ಹೊತ್ತು ಓದುತ್ತಿದ್ದವಳು ಬಂದು ಮಲಗಿದಾಗ ಒಂದು ಗಂಟೆ ದಾಟಿ ಹೋಗಿತ್ತು. ಅವಳಪ್ಪ ಮೇಧಾವಿ, ಸೂಕ್ಷ್ಮತ್ರಿ, ಸಾಕಷ್ಟು ಆಲೋಚಿಸಿಯೇ ಯಾವುದಾದರೂ ಕೆಲಸ ಮಾಡುತ್ತಾರೆಂದು ಅಲಕಾಗೆ ನಂಬಿಕೆ ಇದ್ದುದ್ದರಿಂದ ತಾವು ನಿರ್ಣಯಿಸಿ ಮುರುಳಿಯನ್ನು ತಂದು ನಿಲ್ಲಿಸಿದಾಗ ಬೇಡವೆನ್ನಲಿಲ್ಲ.

ಬೇಡ, ಏನೇ ವಿಷಯ ಹೇಳಲು ಹೊರಟಾಗಲೇ ಅನಾಸಕ್ತಿ ವಹಿಸುತ್ತಿದ್ದಕ್ಕೆ ಅವನು ಬೆಳೆದ ವಾತಾವರಣ ಕಾರಣವಿರಬೇಕೆಂದುಕೊಂಡಳು. ಈ ಜೀವನಕ್ಕೆ ಒಗ್ಗಿಕೊಳ್ಳಲು ವೇಳೆ ಬೇಕೆನಿಸಿದ್ದರಿಂದ ತಲೆ ಕೆಡಿಸ್ಕೊಳ್ಳದೆ ಆರಾಮಾಗಿ ನಿದ್ದೆ ಹೋದಳು.

ಶಿವಶಂಕರ್ ಪಿಳ್ಳೆ ಐಶ್ವರ್ಯದಲ್ಲಿಯೇ ನಿಂತರು. ಮುರುಳಿ, ಅವಳು ಐಶ್ವರ್ಯ ಸ್ಕೂಲುಗೆ ಹೋಗುವ ವೇಳೆಗೆ ವಿದ್ಯಾರ್ಥಿಗಳನ್ನು ಸಾಲಾಗಿ ನಿಲ್ಲಿಸಿದ್ದರು. ಇದು ವರ್ಷ ವರ್ಷದ ಪದ್ಧತಿ. ತೀರಾ ಬಡ ಹುಡುಗರಿಗೆ ಮಾತ್ರ ಬಟ್ಟೆ ಹಂಚಿಕೆ ಬುದ್ಧಿವಂತ ವಿದ್ಯಾರ್ಥಿಗಳಿಗೆ ಅವಳ ತಾಯಿಯ ಹೆಸರಿನಲ್ಲಿ ಸ್ಕಾಲರ್ ಷಿಪ್ ಮಿಕ್ಕ ವಿದ್ಯಾರ್ಥಿಗಳಿಗೆ ಸಿಹಿಯ ಪ್ಯಾಕೆಟ್‌ಗಳು.

ಇವರಿಗಾಗಿಯೇ ಕಾಯುತ್ತಿದ್ದ ಸುಶೀಲ ಬಂದು ತನ್ನ ಪರಿಚಯ ಹೇಳಿಕೊಂಡು ''ವಿವಾಹಕ್ಕೆ ಬಂದಿದ್ದೆ. ನಿಮ್ಮಿಬ್ಬರಿಗೂ ಶುಭ ಕೋರೋ ಹಿಂಡಿನಲ್ಲಿ ನಾನು ಇದ್ದೆ. ನೆನಪಿನಲ್ಲಿರೋಂಥ ವ್ಯಕ್ತಿತ್ವವೇನಲ್ಲ'' ಎಂದು ನಗುತ್ತಾ ನುಡಿದು ಕೈ ಜೋಡಿಸಿದಳು.

ಮುರುಳಿ ಬರೀ ಮುಗುಳ್ನಗು ಬೀರಿದ. ಅಷ್ಟು ವಾಚಾಳಿಯಾಗಿದ್ದವನಿಗೆ ಕೆಲವೊಮ್ಮೆ ಮಾತುಗಳೇ ಮರೆತಂತಾಗುತ್ತಿತ್ತು.

ಹೆಡ್ ಮೇಡಮ್ ಇವರುಗಳನ್ನು ಕರೆದೊಯ್ದು ಆಫೀಸ್ ರೂಮಿನಲ್ಲಿ ಕೂಡಿಸಿದರು. ವ್ಯಾನ್‌ನಿಂದ ಎಲ್ಲಾ ವಸ್ತುಗಳು ಇಳಿದುವು. ಒಂದಿಬ್ಬರಿಗೆ ಮುರುಳಿ ಸ್ಕಾಲರ್ ಷಿಪ್ ಕೊಟ್ಟರೇ, ಬಡ ಹುಡುಗರಿಗೆ ಬಟ್ಟೆಗಳನ್ನು ವಿತರಿಸಿದ್ದು ಅಲಕಾ. ಇನ್ನು ಸಿಹಿ ಹಂಚುವ ಕೆಲಸವೆಲ್ಲ ಸುಶೀಲಾದೆ.

''ಸುಶೀ, ನಾವು ಹೋಗ್ತೀವಿ. ಎಲ್ಲಾ ಮುಗ್ಸಿಕೊಂಡು ಅಲ್ಲಿಗೆ ಬಂದ್ಬಿಡು. ವ್ಯಾನ್ ಇಲ್ಲೆ ಇರುತ್ತೆ. ಡ್ಯಾಡ್ ಮಡಿಯುಟ್ಟು ಕಾಯ್ತಾ ಇರ್ತಾರೆ. ಇದೊಂದು ದಿನ ಅವರಿಗೆ ತುಂಬಾ ಟೆನ್ಷನ್'' ಅಂದು ಇಬ್ಬರು ಕಾರು ಹತ್ತಿಕೊಂಡರು.

ಇಂದು ಬಹಳ ಗಂಭೀರವಾಗಿ ಕಂಡಳು. ಸಣ್ಣ ಬಾರ್ಡರ್‌ನ ಮೆರೂನ್ ಬಣ್ಣದ ಸೀರೆಯುಟ್ಟು ತುಂಬು ತೋಳಿನ ಬ್ಲೌಸ್ ಧರಿಸಿದ್ದ ಅವಳು ಕೂದಲನ್ನೆಲ್ಲ ಕೂಡಿಸಿ ಕ್ಲಿಪ್

ಹಾಕಿದ್ದಳು. ಐಶ್ವರ್ಯ ತಲುಪುವವರೆಗೆ ಮಾತೇ ಆಡಲಿಲ್ಲ. ವರ್ಷಗಳ ಹಿಂದೆ ಸತ್ತ ಅಮ್ಮನಿಗಾಗಿ ದುಃಖಿಸುವ ಅವಳ ಸ್ವಭಾವ ತೀರಾ ಆಶ್ಚರ್ಯವಾಗಿ ಕಂಡಿತು.

ವರ್ಷವರ್ಷ ಬರುವ ಪುರೋಹಿತರೇ ಇಂದು ಕೂಡ ಬಂದಿದ್ದು. ಬ್ರಾಹ್ಮಣರ ಮಂತ್ರ ಪಠಣ ಜೋರಾಗಿ ಕೇಳಿಸುತ್ತಿತ್ತು. ಎಲ್ಲಾ ಮುಗಿದಾಗ ಎರಡರ ಸುಮಾರು ಇಂದು ಕುಕ್ ಪರಿವೇಷ್ ಬದಲು ಬೇರೆಯವರು ಬಂದಿದ್ದರು. ಇಂದೆಲ್ಲ ಮನೆಯ ವಾತಾವರಣದಲ್ಲಿ ಸ್ವಲ್ಪ ಬದಲಾವಣೆ ಕಂಡಿತು.

ಶಿವಶಂಕರ ಪಿಳ್ಳೆಯವರ ಹೆಂಡತಿಯ ಭಾವಚಿತ್ರಕ್ಕೆ ದೊಡ್ಡ ಹಾರ ಹಾಕಿದ್ದರು. ಎಷ್ಟು ಭಯ ಭಕ್ತಿಯಿಂದ ತಂದೆ ಮಗಳು ನಡೆದುಕೊಂಡರೆಂದರೇ ಮೂಗಿನ ಮೇಲೆ ಬೆರಳಿಡುವಂತಾಯಿತು ಮುರುಳಿಗೆ.

ಊಟ ಮುಗಿದು ರೂಮಿಗೆ ಬಂದವಳೇ ಮಲಗಿ ಬಿಟ್ಟಳು ಅಲಕಾ. ಆದರೆ ಮುರುಳಿ ಉಳಿದುಕೊಳ್ಳಲಿಲ್ಲ.

ಇಂಡಿಕಾ ಹತ್ತಿ ಪತ್ರಿಕಾಲಯಕ್ಕೆ ಹೋದ. ಅವನಿಗಾಗಿ ಕೆಲಸದ ಆರ್ಡರ್ ರೆಡಿಯಾಗಿತ್ತು. ತೆಪ್ಪಗೆ ಜಾಯಿನ್ ಆದ. ಗೊತ್ತಿಲ್ಲದವರು ಹುಬ್ಬೇರಿಸಿದರೂ ಇದು ಹೀಗೆಯೇ ಆಗುತ್ತದೆಯೆಂದು ಎಲ್ಲರಿಗೂ ಹೆಚ್ಚು ಕಡಿಮೆ ಗೊತ್ತಿತ್ತು. ಶಿವಶಂಕರ್ ಪಿಳ್ಳೆಯ ಮಗಳಾದರೂ ಇಂದಿಗೂ ಎಡಿಟೋರಿಯಲ್ ಸೆಕ್ಷನ್‌ನಲ್ಲಿ ಕೆಲಸ ಮಾಡಿ ಸಂಬಳ ಪಡೆಯುತ್ತಿದ್ದಳು. ಎಲ್ಲಾ ಫೈಲ್‌ಗಳನ್ನು ನೋಡುವ ಸ್ವಾತಂತ್ರ್ಯ ಅವಳಿಗೆ ಇದ್ದರೂ. ಈಗಲೂ ಸ್ಯಾಲರಿ ಪಡೆಯುವ ಎಂಪ್ಲಾಯಿಯೇ.

ಸಂಜೆ ಅವನು ಪತ್ರಿಕಾಲಯದಿಂದ ಐಶ್ವರ್ಯಗೆ ಬಂದಿದ್ದು ಆರು ಗಂಟೆಗೇನೆ. ಇಂದು ಅವನ ಮುಖದಲ್ಲಿ ಬಿಗಿತ ಇತ್ತು. ಅದನ್ನೇನು ಅಪ್ಪ ಮಗಳು ಸೀರಿಯಸ್ಸಾಗಿ ತೆಗೆದುಕೊಳ್ಳರು.

''ಹಾಯ್, ಹೇಗಿತ್ತು ಕೆಲ್ಸ'' ಕೇಳಿದಳು.

''ಅಂದರೇ, ನಿಂಗೆ ಇದೆಲ್ಲ ತಿಳಿದಿದೆ'' ಅಂದ.

''ಹೌದು ನಾನು ಕೂಡ 'ಅಲಕಾ' ಪತ್ರಿಕೆಯಲ್ಲಿ ಕೆಲ್ಸ ಮಾಡ್ತೀನಿ. ಕೋರ್ಸ್ ಮುಗಿಯೋಕೆ ಮುನ್ನವೇ ಜಾಯಿನ್ ಆಗಿದ್ದೆ. ಬಹಳ ಕಡಿಮೆ ಸಂಬ್ಳ ಸಿಕ್ತಾ ಇತ್ತು. ಅಷ್ಟರಲ್ಲೆ ನನ್ನ ಖರ್ಚುಗಳು ಮುಗೀಬೇಕೆಂದು. ಡ್ಯಾಡ್ ಕೆಲವು ವಿಷ್ಯದಲ್ಲಿ ತೀರಾ ಸ್ಟ್ರಿಕ್ಟ್, ಗಂಡನ ಕುತ್ತಿಗೆಯ ಟೈ ಸಡಲಿಸುತ್ತ ನುಡಿದಳು. ''ಫೆಂಟಾಸ್ಟಿಕ್...'' ಅವಳನ್ನು ಹತ್ತಿರ ತಗೊಂಡಾಗ ನೆನಪಿಸಿದಳು. ''ಜೋಷಿ ಬಂದು ಕಾಯ್ತಾ ಇರ್ಬಹ್ದು ಪರ್ಟಿಕ್ಯುಲರಾಗಿ ನಿನ್ನ ಪೋಸ್ಟ್‌ಗೆ ಕಂಪ್ಯೂಟರ್ ಪರಿಣತಿ ಬೇಕೇ ಬೇಕು.''

ಮುರುಳಿ ತುಟಿಗಳು ಬಿಗಿದುಕೊಂಡವು. ಶ್ರೀಮಂತ ಲಲನೆಯ ಕೈ ಹಿಡಿದು ಬಿಟ್ಟರೇ ಬದುಕೆಲ್ಲ ಹೂವಿನ ರಾಶಿ, ಕಷ್ಟ ಅನ್ನುವುದೇ ಇಲ್ಲವೆಂದುಕೊಂಡದ್ದು ತಪ್ಪಾಗಿ ಕಂಡಿತು.

''ಕಲಿಕೆ ಇಲ್ದ ಪೋಸ್ಟಿಗೆ ವರ್ಗಾಯಿಸಿ ಬಿಡೋಕೆ ಹೇಳು ನಿನ್ನ ಡ್ಯಾಡ್‌ಗೆ'' ಮೊದಲ ಸಲ ಸಿಟ್ಟು ವ್ಯಕ್ತಪಡಿಸಿದ. ಅಲಕಾ ಜೋರಾಗಿ ನಕ್ಕಳು ''ಕಲಿಕೆ ಇಲ್ದ ಪೋಸ್ಟ್ ಇಲ್ಲ, ಜೀವನದ ಆರಂಭವು ಕಲೀಕೆ ; ಮುಕ್ತಾಯವು ಕಲಿಕೆಯಲ್ಲಿ, ಬಹಳ ಸುಲಭವಾಗಿ ವ್ಯಾಖ್ಯಾನಿಸಿದಳು.

ಹತ್ತಿರ ಕೂತು ಕೈ ಹಿಡಿದು ತಂದೆಯ ಧ್ಯೇಯ ಧೋರಣೆಯಲ್ಲಿರುವ ಅನೇಕ ಸತ್ಯಗಳನ್ನು ಅವನ ಮುಂದೆ ಬಿಡಿಸಿಟ್ಟಳು. ''ಜೀವ್ನದಲ್ಲಿ ಯಾವ್ದು ಫ್ರೀಯಾಗಿ ಸಿಗೋಲ್ಲ, ಕಷ್ಟಪಟ್ಟೆ ಪಡೀಬೇಕು.''

ಆಮೇಲೆ ಮುರುಳಿ ಮಾತಾಡಲಿಲ್ಲ.

ಅಂದು ಮೈನ್ ಗೇಟ್‌ನಲ್ಲಿ ವಿಶ್ವ ಕಾಣ ಸಿಕ್ಕರೂ 'ವಿಷ್' ಮಾಡಿ ತಲೆ ತಗ್ಗಿಸಿಕೊಂಡು ತನ್ನ ಪಾಡಿಗೆ ಹೋದ. ತಾನು ನಾರಾಯಣಪುರಕ್ಕೆ ಹೋಗಿ ಬಂದಿದ್ದನ್ನು ನೇರವಾಗಿ ತಿಳಿಸಬೇಕೆನಿಸಿತು. ಮರುಕ್ಷಣವೇ ಬೇಡವೆನ್ನುವ ನಿರ್ಧಾರಕ್ಕೆ ಬಂದ.

ಗೆಳೆಯನನ್ನು ನೋಡಿದ ಮೇಲೆ ವಿಶ್ವ ಬಹಳ ತಳಮಳಗೊಂಡ. ಹಾಸ್ಟೆಲ್ ಬಿಟ್ಟ ಮೇಲೆ ಲಗೇಜ್ ಹಿಡಿದು ಇವನ ರೂಮಿಗೆ ಬಂದಿದ್ದ. ಅವರಿಬ್ಬರ ಮಧ್ಯೆ ಅದೆಂಥ ಸ್ನೇಹವಿತ್ತು. ಈಗ ಅದೆಲ್ಲ ಏನಾಯಿತು. ಎಂಥದಕ್ಕೂ ಒಂದು ಕೊನೆ ಇರುತ್ತದೆಯೆಂದುಕೊಂಡ.

ಮನೆಗೆ ಬರುವ ವೇಳೆಗೆ ಸತ್ಯನಾರಾಯಣ ಅವನಿಗಾಗಿ ಕಾದು ಕೂತಿದ್ದು ಅಚ್ಚರಿಯ ಜೊತೆ ಗಾಬರಿಯು ಆಯಿತು. ತಟ್ಟನೆ ಮಾತನಾಡಲಾರದೆ ಹೋದ.

''ಯಾವಾಗ್ಬಂದಿದ್ದು ಅಣ್ಣ'' ಎಂದ ನಿಧಾನವಾಗಿ.

''ನೀನು ಬೇಗ ಬರಬಹುದ್ದಂತ ಅಂದ್ಕೊಂಡೇ. ವೆಂಕಟಾಚಲ ಜೊತೆಗೆ ಬಂದು ಕೂತಿದ್ದರಿಂದ ಬೋರ್ ಆಗಲಿಲ್ಲ. ಹೇಗಿದ್ದಾನೆ ನಿನ್ನ ಫ್ರೆಂಡ್?'' ಕೇಳಿದರು.

ಮೌನವಾಗಿ ಬೀಗ ತೆಗೆದು ''ಬನಿ ಅಣ್ಣ... ಒಳ್ಗಡೆ'' ಕರೆದ.

ಒಳಗೆ ಬಂದ ಸತ್ಯನಾರಾಯಣ ''ನಾನು ಇಂದು ಬರೋದು ಗೊತ್ತಾಗಿದ್ದರಿಂದ ರಾತ್ರಿಯೆಲ್ಲ ಕೂತು ಅದೂ ಇದೂ ಮಾಡಿದ್ದಾಳೆ. ಮುರುಳಿ ವಿಳಾಸ ಗೊತ್ತಿಲ್ಲ, ಇಲ್ಲಿ ಕಂಪೆನಿ ಲಾಂಛ್ ಆದ್ಮೇಲೆ ತಿಳಿಸ್ತೀನಿ ಅಂದ. ಅದಿರ್ಲಿ ಬಿಡು. ನೀನು ಹೇಗಿದ್ದಿ ?'' ಅವನ ಭುಜದ ಮೇಲೆ ಕೈಯಿಟ್ಟಾಗ ಅತ್ತೇ ಬಿಟ್ಟ.

''ನಾನ್ಯಾಕೆ ನಿಮ್ಮ ಮಗನಾಗಿ ಹುಟ್ಟಲಿಲ್ಲ ?''

'ಛುಳ್' ಎನಿಸಿತು ಸತ್ಯನಾರಾಯಣಗೆ ''ಹೋಗ್ಲಿ, ನಿನ್ನ ದತ್ತು ತಗೊಂಡ್ ಬಿಡ್ತೀನಿ ಬಿಡು. ಆಸ್ತಿ ಪಾಸ್ತಿ ಅಂಥದೇನಿಲ್ಲ, ನಾವಿಬ್ರೇ ಇರೋದು. ಯಾರಾದ್ರೂ ನಿನ್ನ ತಂದೆ ತಾಯಿ ಬಗ್ಗೆ ಕೇಳಿದರೇ ನಮ್ಮತ್ತ ಕೈ ತೋರಿಸ್ಬಹುದ್ದು'' ಎಂದು ಮೆಲುವಾಗಿ ನಗೆಬೀರಿ ಅವನನ್ನು ಎದೆಗೊರಗಿಸಿಕೊಂಡು ಸಂತೈಸಿದರು. ಮಗುವಿನಂತೆ ಕಣ್ಣೀರು ಸುರಿಸಿದ ವಿಶ್ವ. ಮುರುಳಿಯು ಅಪರಾಧಕ್ಕೆ ಕ್ಷಮೆಯೇ ಇಲ್ಲವೆಂದು ಕೊಂಡ.

ಸಮಾಧಾನಿಸಿಕೊಂಡು ಅನ್ನಕ್ಕಿಟ್ಟ ಅದೂ ಇದೂ ನಾರಾಯಣಪುರದ ವಿಶೇಷಗಳನ್ನು ಹೇಳಿಕೊಂಡರೇ ವಿನಃ ತಮ್ಮ ಸ್ವಂತ ತಾಪತ್ರಯಗಳ ಸುಳಿವನ್ನು ಕೊಡಲಿಲ್ಲ.

ಒಂದೇ ತಟ್ಟೆ ಹಾಕಿದಾಗ ಬಲವಂತದಿಂದ ಅವನನ್ನು ಊಟಕ್ಕೆ ಕೂಡಿಸಿದ ಸತ್ಯನಾರಾಯಣ''ಕಡೆ ರೂಟ್ ಬಸ್ಸುಗಳು ಇದೆ. ಎಷ್ಟು ಬೇಗ ಹೋಗ್ತೀನೋ ಅಷ್ಟು ಬೇಗ ಮನೆ ತಲುಪಬಹುದ್ದು'' ಅಂದರು ಅನ್ನ ಕಲೆಸುತ್ತ.

ಹುಳಿಯನ್ನು ತಿರುವುತ್ತ ''ಅಣ್ಣ ಈ ರಾತ್ರಿ ಇಲ್ಲೆ ಉಳ್ಕಳಿ. ನಾಳೆ ಬೆಳಿಗ್ಗೆ ಹೋಗ್ಬಹ್ದು'' ಎಂದ. ಅವರು ಉಳಿದುಕೊಳ್ಳುವ ಸ್ಥಿತಿಯಲ್ಲಿರಲಿಲ್ಲ. ಸಿಂಗಾರಯ್ಯನಿಗೆ ಒಂದಿಷ್ಟು ಹಣ ಕೊಡಬೇಕಿತ್ತು. ಒಂದೇ ಗಲಾಟೆ ಅವನದು. ಹಿಂದೆ ಸಹಾಯಕ್ಕಿಂತ ಪಂಡಿತರು ಈಗ ಇತ್ತ ತಿರುಗಿಯು ಕೂಡ ನೋಡುತ್ತಿರಲಿಲ್ಲ.

''ಇಲ್ಲ ವಿಶ್ವ ಅವ್ಳು ಕಾಯ್ತ ಇರ್ತಾಳೆ. ಸುಮ್ನೇ ಗಾಬ್ರಿ ಆಗ್ತಾಳೆ. ಸಾಧ್ಯವಾದರೇ ಮುರುಳಿನ ನೋಡ್ಕೊಂಡ್ಬನ್ನಿ ಅಂದಿದ್ಳು. ನಂಗೇನು ಆ ಉದ್ದೇಶವಿರ್ಲಿಲ್ಲ. ನಿಂಗೆ ಮಾತು ಕೊಟ್ಟ ಪ್ರಕಾರ ಊರಿಗೆ ಬಂದಿದ್ದ. ಅವ್ನ ಭವಿಷ್ಯಕ್ಕೆ ನಾವು ತೊಡರುಗಾಲು ಆಗ್ಬಾರ್ದಲ್ಲ'' ಅನ್ನ ಕಲೆಸುತ್ತ ಹೇಳಿದರು.

ವಿಶ್ವನ ಬಾಯಿಂದ ಮಾತೇ ಹೊರಡಲಿಲ್ಲ. ಸತ್ಯನಾರಾಯಣ ಮಾತ್ರ ಆರಾಮಾಗಿ ಊಟ ಮಾಡಿ ಹೊರಟು ನಿಂತಾಗ, ವಿಶ್ವ ಕೂಡ ಬಸ್ಸು ಹತ್ತಿಸಲು ಅವರ ಜೊತೆ ಹೊರಟ.

ಮೆಟ್ಟಿಲ ಮೇಲೆ ಕೂತಿದ್ದ ವೆಂಕಟಾಚಲ ''ದಯವಿಟ್ಟು ನಿಮ್ಮ ಮಗನಿಗೆ ಒಂದ್ಕೆಲ್ಸ ಕೊಡಿಸೋಕೆ ಹೇಳಿ. ಮನೆಯಲ್ಲಿ ಟೆನ್‌ಷನ್ ಕಮ್ಮಿ ಆಗುತ್ತೆ'' ಮತ್ತೆ ಹೇಳಿಕೊಂಡರು. ಸತ್ಯನಾರಾಯಣ ಬಂದು ಕಾದು ಕುಳಿತಾಗಲೇ ಸಾಕಷ್ಟು ಕೊರೆದಿದ್ದರು.

ವಿಶ್ವನತ್ತ ನಿಸ್ಸಾಹಯಕತೆಯ ನೋಟ ಹರಿಸಿದರು. ಮಗನ ಕೆಲಸದ ಬಗ್ಗೆ ಅವರಿಗೇನು ಗೊತ್ತಿಲ್ಲ. ಅಂಥದ್ದರಲ್ಲಿ ಇವರಿಗೆ ಹೇಗೆ ಭರವಸೆ ಕೊಟ್ಟಾರು ?

''ವಿಶ್ವ, ಮುರುಳಿ ಬಂದರೇ ಸ್ವಲ್ಪ ಹೇಳಪ್ಪ'' ಅಂದರಷ್ಟೇ. ಇಂದು ವಿಶ್ವನನ್ನು ಕೇಳಿ ಕೆಲವು ವಿಷಯಗಳನ್ನು ಕೇಳಿ ತಿಳಿಯಲು ಇಚ್ಛಿಸಿದರು. ಇಬ್ಬರು ಆಟೋ ಹತ್ತಿ ಬಸ್‌ಸ್ಟಾಂಡ್‌ನಲ್ಲಿ ಇಳಿದ ಮೇಲೆ ಅವನ ಕೈ ತಡೆದು ತಾವೇ ಹಣ ಕೊಟ್ಟರು.

''ವಿಶ್ವ, ಒಂದ್ಮಾತು ಕೇಳ್ಲಾ ?'' ಅಂದರು ಅವನತ್ತ ತಿರುಗಿ.

ವಿಶ್ವನ ಎದೆ ನಗಾರಿಯಾಯಿತು. ಏನು ಕೇಳಬಹುದು ? ತಾನು ಹೇಳಬಹುದು ? ಸತ್ಯ ಹೇಳುವುದು ಈಗಿನ ಸ್ಥಿತಿಯಲ್ಲಿ ದೊಡ್ಡ ಅಪರಾಧವಾಗಿ ಕಂಡಿತು.

''ಕೇಳಿ ಅಣ್ಣ!'' ಉಗುಳು ನುಂಗಿದ.

''ಸುಕನ್ಯ ತೀರಾ ಓದದ ಹೆಣ್ಣಾಗಿದ್ದರೆ ಬಹುಶಃ ಏನಾದರೂ ಸುಳ್ಳು ಹೇಳಿ ನಂಬಿಸಬಹುದಿತ್ತು. ಡಿಗ್ರಿ ಬಗಲಲ್ಲಿದೆ. ಪತ್ರಿಕೆಗಳನ್ನು ಓದುವ ಅಭ್ಯಾಸವಿದೆ. ತನ್ನ ಕೆಲ್ಸದ

ಬಗ್ಗೆ ಕನಿಷ್ಟ ಡಿಟೈಲ್ಸ್ ಮುರುಳಿ ಕೊಡದೇ ಇರೋದು ವ್ಯಸನಕ್ಕೆ ಕಾರಣವಾಗಿದೆ. ಅವ್ನ ಭವಿಷ್ಯದ ಬಗ್ಗೆ ತೀರಾ ಚಿಂತೆ ಹಚ್ಕೊಂಡಿದ್ದಾಳೆ. ನಂಗೇನು ಮಾಡ್ಬೇಕೂಂತ ಅರ್ಥವಾಗ್ತ ಇಲ್ಲ'' ಮನಸ್ಸು ಬಿಚ್ಚಿ ತೋಡಿಕೊಂಡರು. ಪ್ರವಾಹದ ಹೊಡೆತಕ್ಕೆ ಸಿಕ್ಕವನಂತೆ ತತ್ತರಿಸಿದ ವಿಶ್ವ.

ಬಹಳ ಬೇಗ ಅನುಮಾನ ಬರದ ಹಾಗೇ ಚೇತರಿಸಿಕೊಂಡ ''ನಿಮ್ಗೆ ಅವ್ನ ಸೇಫ್ಟಿಯ ಬಗ್ಗೆ ಭರವಸೆ ಕೊಡ್ಬಲ್ಲೆ. ಅವ್ನು ಮಹತ್ವಾಕಾಂಕ್ಷಿಯಾದ್ರೂ ತಪ್ಪು ದಾರಿ ಹಿಡಿಯೋಲ್ಲ. ಅವ್ನು ನಿಮ್ಗೆ ಮಾತ್ರವಲ್ಲ ನಂಗೂ ಕೂಡ ಸರ್‌ಪ್ರೈಸ್ ಮಾಡ್ಬೇಕೂಂತ ಇದ್ದಾನೆ. ಅಮ್ಮನಿಗೆ ಚಿಂತೆ ಬೇಡಾಂತ ಹೇಳಿ. ಅವ್ನ ಭವಿಷ್ಯ ಭವ್ಯವಾಗಿದೆ'' ಭರವಸೆಯ ಮಾತುಗಳನ್ನಾಡಿದ.

''ಥ್ಯಾಂಕ್ಸ್ ವಿಶ್ವ, ಇಷ್ಟನ್ನೇ ಸುಕನ್ಯಗೆ ಹೇಳ್ತೀನಿ'' ಬಸ್ಸು ಹತ್ತಿಕೊಂಡರು.

ಬೆಳಗಿನ ಜಾವವೇನು ನಾರಾಯಣಪುರ ತಲುಪಿದಾಗ ಬೆಳಕು ಹರಿದು ಹೋಗಿತ್ತು. ಹೋಟೆಲ್ ತೆಗೆದು ಹೊರಗೆ ಗುಡಿಸಿ ನೀರು ಹಾಕುತ್ತಿದ್ದ ಮಲ್ಯ ಬಸ್ಸಿನಿಂದ ಇಳಿದ ಯಜಮಾನರನ್ನು ನೋಡಿ ಓಡಿ ಬಂದ. ಕೈಯಲ್ಲಿನ ಬ್ಯಾಗ್ ಅವನಿಗೆ ಕೊಟ್ಟರು.

''ಮಸಾಲೆ ಪದಾರ್ಥಗಳು ಇದೆ. ಮನೆಗೆ ಹೋಗ್ಬರ್ತೀನಿ'' ಮನೆಯತ್ತ ಹೆಜ್ಜೆ ಹಾಕಿದರು. ಅವರು ಬೆಂಗಳೂರಿಗೆ ಬಂದ ಉದ್ದೇಶವೇ ಬೇರೆಯದಾಗಿತ್ತು. ಹೆಂಡತಿಯ ಕುತ್ತಿಗೆಯಲ್ಲಿದ್ದ ಮೂರೆಳೆಯ ಸರ ಮಾರಿ ಹಣವನ್ನು ಜೇಬಿಗೆ ಸೇರಿಸಿಕೊಂಡೇ ವಿಶ್ವನ ರೂಮಿಗೆ ಹೋಗಿದ್ದು.

ಒಂದು ವಾರದಿಂದ ಸಿಂಗಾರಯ್ಯ ಬಡ್ಡಿಗಾಗಿ ಅಲೆದಾಡಿ ಬಿಟ್ಟಿದ್ದ. ಈಗಾಗಲೇ ಸಾಕಷ್ಟು ನಷ್ಟದಲ್ಲಿ ನಡೆಯುತ್ತಿತ್ತು ಹೋಟೆಲ್. ಅಂಥದ್ದರಲ್ಲಿ ಹೇಗೆ ಹಣ ಹೊಂದಿಸಿ ಕೊಟ್ಟಾರು ? ಆದಕ್ಕಾಗಿಯೇ ಹೆಂಡತಿಯ ಒತ್ತಾಯದಿಂದ ಈ ನಿರ್ಧಾರಕ್ಕೆ ಬಂದಿದ್ದರು.

ಸೊಪ್ಪು ಸೋಸುತ್ತಿದ್ದ ಸುಕನ್ಯ ಮೇಲೆದ್ದರು. ಕೈ ಹಿಡಿದವನು ಎನ್ನುವ ಪ್ರೀತಿ, ಗೌರವ ಜೊತೆ ಉತ್ತಮ ವ್ಯಕ್ತಿಯೆನ್ನುವ ಅಭಿಮಾನ ಕೂಡ. ತಾನು ಮುಳ್ಳು ತಿಳಿದು ಕೈ ಹಿಡಿದವಳನ್ನು ಸುರಕ್ಷಿತವಾಗಿ ಹೊರ ದಾಟಿಸುವ ಸಮರ್ಥ.

''ಮುರುಳಿ ಸಿಕ್ಕಿದ್ನಾ ?'' ಕೇಳಿದರು.

ಸತ್ಯನಾರಾಯಣ ಕೋಪಗೊಳ್ಳಲಿಲ್ಲ ''ವಿಶ್ವ ಸಿಕ್ಕಿದ್ದ. ತುಂಬ ಬಿಜಿ ಅಂದ. ನಂಗೂ ಸಮಯ ಇರ್ಲಿಲ್ಲ. ಹೇಗೂ ಮೊನ್ನೆ ಬಂದ್ಹೋಗಿದ್ದಾನಲ್ಲ ಮತ್ತೆ ಯಾಕೆ ಅವ್ನ ಸಮಯ ಹಾಳು ಮಾಡೋದೂಂತ ಸುಮ್ಮನಾದೆ. ನಿನ್ನದೇನು ತಕರಾರ ?'' ಹಾಸ್ಯ ಮಾಡಿದರು.

''ಖಂಡಿತ ಇಲ್ಲ, ಹೋಗಿ ಸ್ನಾನ ಮಾಡ್ಕಳಿ'' ಎದ್ದು ಅಡಿಗೆಯ ಮನೆಗೆ ಹೋದರು.

ಅಕ್ಕಿಯ ರವೆ ಉರಿದು ಸತ್ಯನಾರಾಯಣ ಸ್ನಾನ ದೇವರ ಪೂಜೆ ಮುಗಿಯುವ ವೇಳೆಗೆ ಉಪ್ಪಿಟ್ಟು ರೆಡಿ ಮಾಡಿಟ್ಟರು.

''ನೀನು ತಂಗೊಂಡ್ಬಿಡು. ಮಧ್ಯಾಹ್ನ ಊಟಕ್ಕೆ ಬರೋಲ್ಲಾಂತ ಅನಿಸುತ್ತೆ. ಇಷ್ಟು

ಉಪ್ಪಿಟ್ಟು ತಿಂದರೇ ಬಹುಶಃ ನಾಳೆವರ್ರೂ ಸಾಕಾಗುತ್ತೆ'' ನಗೆ ಬೀರಿದರು ತಮ್ಮ ಒಂದು ಅನುಭವವನ್ನು ಕೂಡ ಜ್ಞಾಪಿಸಿಕೊಂಡರು.

''ನಾನು ಮೈಸೂರಿನಲ್ಲಿ ಶ್ರೀಪಾದಾಚಾರ್ಯರು ಅನ್ನೋವರ ಮನೆಗೆ ವಾರಾನ್ನಕ್ಕೆ ಹೋಗ್ತಾ ಇದ್ದೆ. ಎಂದು ಹೋದರೂ ತುಟಿ ಬಿಚ್ಚುತ್ತಿರಲಿಲ್ಲ. ಆದರೆ ಆ ಮಹಾಶಯ ಕಬ್ಬಿಣದ ಸರಳುಗಳಿಗೆ ಜೋತು ಬಿದ್ದ ಉಯ್ಯಾಲೆಯಲ್ಲಿ ಕೂತು ಕೈಯಲ್ಲಿ ಬೀಸಣಿಗೆ ಹಿಡಿದು ಬೀಸಿಕೊಳ್ಳುತ್ತ ನಂಗೆ ಎದುರಿನಲ್ಲೆ ಎಲೆ ಹಾಕಿಸ್ತಾ ಇದ್ರು.'' ಎಂದು ಹಿಂದಿನದೆಲ್ಲ ನೆನಪಿಸಿಕೊಂಡರು.

❑ ❑ ❑

ಹೋಟೆಲ್‌ಗೆ ಬರುವ ವೇಳೆಗೆ ಸಿಂಗಾರಯ್ಯ ಬಂದು ಕೂತಿದ್ದ ''ಹೇಗಿದ್ದಿರಾ ? ಎಂದ ಕೂಡಲೇ ಏನೋ ಹೇಳಲು ಹೊರಟವನನ್ನು ತಡೆದು ''ಮನೆಗೆ ಹೋಗಿ, ಇನ್ನು ಎರಡು ತಿಂಗ್ಳು ಅಡ್ವಾನ್ಸಾಗಿ ಬಡ್ಡಿ ಸೇರಿಸಿಕೊಡ್ತಾಳೆ ಸುಕನ್ಯ'' ಹೇಳಿದ ನಂತರವೇ ಅವರು ಗಲ್ಲದತ್ತ ಹೋಗಿದ್ದು.

ಮೇಲೆದ್ದ ಸಿಂಗಾರಯ್ಯ ''ಅರ್ಧಗಂಟೆ ಆಯ್ತು. ಕಾಫಿಗೆ ಹೇಳಿ. ಈ ಕಡೆ ಒಬ್ರೂ ತಿರ್ಗಿ ನೋಡ್ಲಿಲ್ಲ'' ಅಪಾದನೆಯೊರೆಸಿದ. ಅದನ್ನು ಕೇಳಿದರೂ ಕೇಳದಂತೆ ಹೋದ ಚಂದ್ರು. ಅವನ ಮುಖವನ್ನು ಕಂಡರಾಗದು ಅವನು ಬೇಕಂತಲೇ ಕೇಳಿದ್ದು ಕೊಡುತ್ತಿರಲಿಲ್ಲ. ನೆಂಟರು ಬಾಯಲ್ಲಿ ಇಡಲಾಗುತ್ತಿರಲಿಲ್ಲ.

''ಚಂದ್ರು ಕಾಫಿ ಕೊಡು ಸಿಂಗಾರಯ್ಯನಿಗೆ'' ಕರೆದು ಹೇಳಿದರು.

ನಾಲ್ಕು ಕಾಫಿ ಒಟ್ಟಿಗೆ ತಂದವನು ಒಂದನ್ನು ಸಿಂಗಾರಯ್ಯನಿಗೆ ಕೊಟ್ಟು ಮಿಕ್ಕ ಮೂರನ್ನು ಬೇರೆ ಟೇಬಲ್ಲುನವರಿಗೆ ಕೊಟ್ಟು ವಾರೆಗಣ್ಣಿಂದ ನೋಡುತ್ತ ಒಳಗೆ ಹೋದ.

ಲಕ್ಷಣವಾಗಿ ಒಂದು ಕಡೆ ಕೂತು ಕಾಫಿ ಗುಟುಕರಿಸಿದ. ನಾಲಿಗೆಗೆ ಏನೋ ಸಿಕ್ಕಿತ್ತು. 'ಥತ್ತೆಂದು' ಉಗಿದ. ಸೊಳ್ಳೆಯೋ, ನೊಣದ ಒಂದು ಭಾಗವೋ ಇರುವೆಯೋ ಅಂತು ನಾಲಿಗೆಗೆ ಸೋಕಿ ಅಸಹ್ಯವನ್ನುಂಟುಮಾಡಿತು.

''ಏಯ್, ಏನೇನೋ ಬಿದ್ದಿರೋ ಕಾಫಿ ಕೊಡ್ತೀರಲ್ಲ'' ಕೂಗಾಡತೊಡಗಿದ. ಊದುಗಡ್ಡಿ ಸಿಕ್ಕಿಸಿ ಕೆಳಗಿಳಿದು ಬಂದ ಸತ್ಯನಾರಾಯಣ ''ಕೊಡಿ.... '' ಎಂದು ಬೆಳಕಿಗೆ ಹಿಡಿದು ನೋಡಿದ. ಮಿಕ್ಕ ಕಾಫಿ ಕುಡಿಯುತ್ತಿರೋ ಮಂದಿನಾ ವಿಚಾರಿಸಿದ. ''ಫಸ್ಟ್ ಕ್ಲಾಸಾಗಿದೆ. ಇಷ್ಟು ವರ್ಷದಿಂದ ಬರ್ತಾ ಇದ್ದೀವಿ. ನಮಗೆ ಎಂದು ಏನು ಸಿಕ್ಕಿಲ್ಲ'' ಅಂದವರು ಸಿಂಗಾರಯ್ಯನ ಕಡೆ ತಿರುಗಿದರು ''ಬಡ್ಡಿ ವ್ಯವಹಾರದಿಂದ ಸಾಕಷ್ಟು ಜನಕ್ಕೆ ಮನೆ ಮಠ ಇಲ್ದಂಗೆ ಮಾಡಿದ್ದೀಯಾ ! ಈ ವರಸೆ ಯಾಕೆ? ಸ್ವಲ್ಪ ಧರ್ಮ ಕರ್ಮಂತ ಬದ್ಕು'' ಇಲ್ಲಾ ಒಂದೊಂದು ಬುದ್ಧಿಮಾತು ಹೇಳಲು ಶುರು ಮಾಡಿದಾಗ ಸಿಂಗಾರಯ್ಯ ತನ್ನ ವೇಳೆ ಸರಿಯಾಗಿಲ್ಲವೆಂದು ಅಲ್ಲಿಂದ ಕಂಬಿ ಕಿತ್ತ.

ಅಲ್ಲಿಂದ ಬಂದಿದ್ದೇ ಸತ್ಯನಾರಾಯಣ ಮನೆಗೆ. ಮುಖ ನೋಡಿದ ಕೂಡಲೇ ಸುಕನ್ಯ ''ಬನ್ನಿ ಅವ್ರ ಹೇಳೋಗಿದ್ದಾರೆ'' ಎಂದು ಮೇಲೆದ್ದರು.

ಒಳಗೆ ಬಂದ ಸಿಂಗಾರಯ್ಯ ಲಕ್ಷಣವಾಗಿ ಕುರ್ಚಿ ಮೇಲೆ ಕೂತ. ಇಲ್ಲಂತು ಕಾಫಿ ಸಿಕ್ಕೇ ಸಿಗುತ್ತದೆಯೆನ್ನುವ ಅಂದಾಜು. ಆದರೆ ಸುಕನ್ಯ ಮೊದಲು ದುಡ್ಡು ಎಣಿಸಿ ಕೊಟ್ಟರು.

''ಎರಡ್ಡು ತಿಂಗ್ಳ ಬಡ್ಡಿನ ಅಡ್ವಾನ್ಸಾಗಿ ಕೊಟ್ಟಿದ್ದೀವಿ'' ಅಂದರು.

ಅದನ್ನು ಎರಡು ಸಲ ಎಣಿಸಿ ಜೇಬಿನಲ್ಲಿ ಇಟ್ಟುಕೊಂಡು ದೇಶಾವರಿ ನಗೆ ಬೀರಿ ''ಏನೇನು ವ್ಯಾಪಾರವಿಲ್ಲ ಹೋಟೆಲಲ್ಲಿ ? ಹೇಗೆ ನಿಭಾಯಿಸ್ತೀರಾ ? ಅದ್ಕೆಲ್ಲ ಆ ಹಳೆಯ ಕೆಲ್ಸಗಾರರು ಕಾರಣ. ಎಲ್ಲರನ್ನು ತೆಗ್ದುಬಿಡಿ. ಊಟಕ್ಕೆ ಇಲ್ದ ಎಷ್ಟೋ ಹುಡುಗ್ರು ಇದ್ದಾರೆ. ಎರ್ಡು ಹೊತ್ತು ಹೊಟ್ಟೆಗೆ ಹಾಕಿದರೇ ಕೆಲ್ಸ ಮಾಡ್ಕಂಡ್ ಬಿದ್ದಿರುತ್ತಾರೆ. ಮೊದ್ಲು ಚಂದ್ರುನ ಒದ್ದು ಹೊರ್ಗೆ ಹಾಕ್ಸಿ. ''ಅವ್ನು ತೊಲಗಿ ಹೋದರೆ ಎಲ್ಲಾ ಸರ್‍ಯೋಗುತ್ತೆ'' ಅವನ ಮೇಲೆ ಕೆಂಡ ಕಾರಿದರು.

ಉಳಿದಿದ್ದ ಉಪ್ಪಿಟ್ಟನ್ನು ತಟ್ಟೆಯ ತುಂಬ ತೋಡಿಕೊಂಡು ಬಂದು ಸಿಂಗಾರಯ್ಯನ ಮುಂದಿಟ್ಟರು. ಸಮಯಕ್ಕೆ ಸಾಲ ಕೊಟ್ಟಿದ್ದ . ಈ ಮನುಷ್ಯ ಒಳ್ಳೆಯವನಲ್ಲವೆಂದು ಎಲ್ಲಾ ಹೇಳಿದ್ದರಿಂದ ಸುಕನ್ಯ ಮಾತು ಹೆಚ್ಚು ಬೆಳೆಸಿ ಮತ್ತಷ್ಟು ವಿರೋಧ ಕಟ್ಟಿಕೊಳ್ಳಲು ಬಯಸಲಿಲ್ಲ

''ಅವ್ರಿಗೆ ಹೇಳಿ ನೋಡ್ತೀನಿ. ತಗೊಳ್ಳಿ'' ಎಂದರು.

''ಬರೀ ಹೇಳೋದ್ರಿಂದ ಏನು ಪ್ರಯೋಜನವಿಲ್ಲ. ಅವ್ನ ಒದ್ದು ಹೊರ್ಗೆ ಹಾಕಿ, ಕೆಲ್ಸಕ್ಕೆ ಹುಡುಗ್ರನ್ನ ಕರ್ಕೊಂಡ್ಬರೋ ಬಾಧ್ಯತೆ ನಂಗಿರ್‍ಲಿ'' ತಟ್ಟೆ ತಗೊಂಡು ಹೇಳಿದ. ಚಂದ್ರು ಹೋದಾಗಲೇ ಒಂದಲ್ಲ ಒಂದು ರೀತಿ ಕಿರುಕುಳ ಕೊಡುತ್ತಿದ್ದ. ತಿಂಡಿಯ ತಟ್ಟೆ ತಂದು ಮುಂದೆ ಕುಕ್ಕೋದು, ಕೆಂಗಣ್ಣುನಿಂದ ನೋಡೋದು ನೀರು ಲೋಟ ಹಿಡಿದು ಬರೋವಾಗ ಅದರಲ್ಲಿ ಬೆರಳುಗಳನ್ನು ಅದ್ದಿಡುವುದು ಇಂಥದ್ದೆಲ್ಲ ಸೈರಿಸಿಕೊಳ್ಳಬೇಕಿತ್ತು ಸತ್ಯನಾರಾಯಣ ಭವನಕ್ಕೆ ಹೋಗಬೇಕೆಂದರೆ.

''ಆಯ್ತು'' ಒಳಗೆ ಹೋದರು.

ಇಂಥ ಇನ್ನಷ್ಟು ಮಾತುಗಳು ಸುಕನ್ಯಗೆ ಕೇಳಲು ಇಷ್ಟವಿಲ್ಲ. ಅಲ್ಲೆ ಗೋಡೆಗೊರಗಿ ನಿಂತರು. ಆದಷ್ಟು ಬೇಗ ಇವನ ಸಾಲ ತೀರಬೇಕಿತ್ತು. ಹೇಗೆ? ನಷ್ಟದಲ್ಲಿ ಹೋಟೆಲ್‌ನ ನಿಭಾಯಿಸುತ್ತಿರುವಾಗ ಯಾವ ಕಡೆಯಿಂದ ಹಣ ಹರಿದುಕೊಂಡು ಬರಬೇಕು? ಮುರುಳಿಯ ನೆನಪಾಯಿತು. ತನ್ನ ಭವಿಷ್ಯದ ಬಗ್ಗೆ ಮಾತಾಡಿದ್ದ. ಅವನಿಂದ ಏನು ನಿರೀಕ್ಷಿಸುವುದು ಬೇಡವೆನಿಸಿತು.

ಕಾಫಿ ಬೆರೆಸಿಕೊಂಡು ಹೊರಗೆ ಬರುವ ವೇಳೆಗೆ ಕಾಫಿ ಉಪ್ಪಿಟ್ಟು ತಟ್ಟೆ ಕಾಲಿ ಮಾಡಿ ನೀರು ಕುಡಿದು ಕೂತಿದ್ದ. ಸಿಂಗಾರಯ್ಯನಿಗೆ ಒಂದು ಮಾತು ಕೇಳಬೇಕೆನಿಸಿತು.

''ಮಗನಿಗೆ ಕೆಲ್ಸ ಸಿಕ್ತಾ ?'' ತಪ್ಪು ತಿಳ್ಕೋಬೇಡಿ. ಬಡ್ಡಿ ಕಟ್ಟೋಕೆ ಇಷ್ಟೊಂದು ಪರದಾಡ್ತ ಇರೋ ನಿಮ್ಮಿಂದ ನನ್ನ ಅಸಲು ವಾಪ್ಸು ಬರುತ್ತಾ ಅಂತ. ಇದೇನು ತಪ್ಪು

ಆಲೋಚನೆ ಅಲ್ಲ. ನಿಮ್ಮ ಹೋಟೆಲ್‌ನಿಂದ ಮುಂದಕ್ಕೆ ಮರಾಠಿಯವ್ರ ಒಂದು ಹೋಟೆಲ್ ತೆಗೀತಾ ಇದ್ದಾರೆ. ಇದೆಲ್ಲ ಯಾಕೆ ಹೇಳ್ತ ಇದ್ದೀನಿ ಅಂದರೆ ಆರಾಮಾಗಿ ಮನೆ ಹೋಟೆಲ್ ಮಾರಿ ಮಗ್ನ ಮನೆ ಸೇರ್ಕೊಳ್ಳಿ'' ಬುದ್ಧಿ ಮಾತು ಹೇಳಿದ.

ಸುಕನ್ಯಗೆ ಎಷ್ಟು ಕೋಪ ಬಂತೆಂದರೆ ಕೈಗೆ ಸಿಕ್ಕಿದ್ದರಲ್ಲಿ ಬಡಿದು ಬಿಡಬೇಕೆನಿಸಿತು. ಆದರೆ ಸಹನೆ ಕಳೆದುಕೊಳ್ಳಲಿಲ್ಲ.

''ನಿಮ್ಮ ಸಲಹೆಗೆ ಧನ್ಯವಾದಗಳು. ನೀವು ಕೊಟ್ಟ ಹಣದ ಬಗ್ಗೆ ಯೋಚ್ನೆ ಬೇಡ. ಅನಾವಶ್ಯಕವಾಗಿ ನಮ್ಮ ಬಗ್ಗೆ ಬೇರೇನೂ ತಲೆ ಕೆಡಿಸ್ಕೋಬೇಡಿ. ನಿಮ್ಮ ಮನೆ ಸಮಸ್ಯೆಗಳು ಸಾಕಷ್ಟಿರುವಾಗ ಬೇರೆಯವ್ರ ವಿಷ್ಯ ಏಕೆ? ಬಹಳ ಸೂಕ್ಷ್ಮವಾಗಿ ಮೂದಲಿಸುವಂತೆ ಹೇಳಿದರು.

ಸಿಂಗಾರಯ್ಯನಂಥವರು ಮೇಲೆ ಇಂಥ ಮಾತುಗಳು ಹೆಚ್ಚು ಪರಿಣಾಮ ಬೀರದು. ಏನೇ ಆದರೂ ನಾರಾಯಣಪುರದಿಂದ ಚಂದ್ರುನ ಹೊರ ಹಾಕಬೇಕೆಂದು ಭೀಷ್ಮ ಪ್ರತಿಜ್ಞೆ ಮಾಡಿದ್ದರು.

''ಸುಕನ್ಯ ನೀನು ನನ್ಮಗ್ಳ ಸಮಾನ. ಹೋಟೆಲ್‌ಗೆ ವ್ಯಾಪಾರವಿಲ್ದೇ ಹೋಗಿರೋಕೆ ನಷ್ಟಜಾತ್ಕದವನೆ ಕಾರಣ. ಅದ್ಕೇ ಅವ್ನ ಮನೆಯವ್ರು ಹೊರ್ಗಡೆ ಹಾಕಿರೋದು. ನೀವು ಹೊರ್ಗೆ ಹಾಕಿ ಆಟೋಮ್ಯಾಟಿಕ್ಕಾಗಿ ನಿಮ್ಮ ವ್ಯಾಪಾರ ಕುದರಿಕೊಳ್ಳುತ್ತೆ. ಈ ಹಿರಿಯನ ಮಾತು ತೆಗ್ದು ಹಾಕೋದ್ಬೇಡ'' ಬುದ್ಧಿವಾದ ಹೇಳಿದರು.

ಇನ್ನು ಸುಕನ್ಯಗೆ ಸುಮ್ಮನಿರಲಾಗಲಿಲ್ಲ.

''ಚಂದ್ರು ಜಾತ್ಕ ನೋಡಿದ್ದೀರಾ ?'' ಕೇಳಿಯೇ ಬಿಟ್ಟರು.

''ಜಾತ್ಕ ಯಾಕೆ ಬೇಕು? ಅವ್ನ ಮುಖ ನೋಡಿದರೇ ಸಾಕಲ್ಲ. ಸ್ವಲ್ಪ ಕೈ ಚಳಕ ತೋರ್ಸಿ ಹಣನ ಗಂಟು ಮಾಡ್ಕೋತಾನೆ. ಸತ್ಯನಾರಾಯಣ ಒಳ್ಳೆ ಮನುಷ್ಯ. ಅದೇ ಬಂದಿರೋ ಕುತ್ತು. ನಾಳೆ ಬೆಳಿಗ್ಗೆ ಇಬ್ರು ಹುಡುಗ್ರನ್ನ ಕರ್ಕಂಡ್ ಬರ್ತೀನಿ. ಅಷ್ಟರೊಳಗೆ ಅವ್ನ ಖಾಲಿ ಮಾಡ್ಸಿರು'' ಹೇಳಿ ಹೋದರು. ಸುಕನ್ಯ ಅದನ್ನು ಮನಸ್ಸಿಗೆ ಹಾಕಿಕೊಳ್ಳಲಿಲ್ಲ. ಚಂದ್ರು ಬಗ್ಗೆ ಆಕೆಗೆ ಸಂಪೂರ್ಣ ಗೊತ್ತಿತ್ತು.

ಅಷ್ಟರಲ್ಲಿ ಬಂದ ಚಂದ್ರು ''ಅಮ್ಮ ಸಿಂಗಾರಯ್ಯ ಬಂದಿದ್ನಾ? ಇನ್ನು ನಾನು ಬಂದು ಪ್ರಯೋಜನವಾಗ್ಲಿಲ್ಲ. ಅಕ್ಕಿ ತರಿ ಉಪ್ಪಿಟ್ಟು ಮಾಡಿದ್ದೀರಾ ಅಂದ್ರು ಯಜಮಾನ್ರು. ಅದ್ಕೆ ಕೆಲ್ಸ ಬಿಟ್ಟು ಓಡ್ಬಂದೇ'' ಅಂಧ. ಸುಕನ್ಯ ನಕ್ಕು ಬಿಟ್ಟರು.

ಮನೆಯಲ್ಲ ಒಂದಿಷ್ಟು ಜಾಸ್ತಿ ಮಾಡಿದರೇ ಚಂದ್ರು ಮಿಕ್ಕವರು ತಿನ್ನುತ್ತಾರೆಂದು ಆಕೆಗೆ ಗೊತ್ತು. ಅದಕ್ಕಾಗಿಯೇ ಹೆಚ್ಚಿಗೆ ಮಾಡುತ್ತಿದ್ದುದು.

''ಇರ್ಲಿ ಬಿಡು ! ನಿಂಗೂ ಸಿಂಗಾರಯ್ಯನ ಕಂಡ್ರಾಗೋಲ್ಲ. ಅವ್ನು ಬಂದು ಬಂಡಿ ನಿನ್ಮೇಲೆ ಹೇಳ್ಕೊಂಡು ಕೂತಿದ್ದ. ವಯಸ್ಸಾದ ಮನುಷ್ಯ ಯಾಕೆ ಕಿರಿಕ್ ಮಾಡ್ತೀಯ ?'' ಗದರಿಸಿದರು.

ಚಂದ್ರು ಬಿದ್ದು ಬಿದ್ದು ನಕ್ಕ. ಸಿಂಗಾರಯ್ಯನಿಗೆ 'ಕಿರಕ್' ಮಾಡೋದ್ರಲ್ಲಿ ಅವನಿಗೆ ಖುಷಿ ಸಿಗುತ್ತಿತ್ತು.

''ಇಲ್ಲದಿದ್ದರೆ, ನಮ್ಮ ಹೋಟೆಲಿನಲ್ಲಿ ತಯಾರಾಗೋ ತಿಂಡಿ ಅವ್ನ ಮನೆಗೆ ಪಾರ್ಸೆಲ್ ಆಗುತ್ತಿತ್ತು, ಬಡ್ಡಿಗೆ ನಾಲ್ಕರಷ್ಟು ಅದ್ರಲ್ಲೆ ವಸೂಲು ಮಾಡ್ಕೊಂಡ್ ಬಿಡ್ತಾನೆ. ಅವ್ರ ಹತ್ರ ಸಾಲ ಮಾಡಿದ್ದೇ ತಪ್ಪಾಗಿ ಹೋಯ್ತು'' ವಿಷಾದದಿಂದ ನುಡಿದ. ಇವನ ಸ್ಥಾನದಲ್ಲಿ ಮಗ ಇರಬೇಕಿತ್ತು. ಅವನೆಂದು ವ್ಯಾಪಾರದ ಬಗ್ಗೆಯಾಗಲೀ ಕಷ್ಟ - ಸುಖದ ವಿಷಯವಾಗಲೀ ವಿಚಾರಿಸಿದವನೇ ಅಲ್ಲ.

ಮೌನವಾಗಿ ಅಡಿಗೆ ಮನೆಗೆ ಹೋದ ಆಕೆ ಇರೋ ಉಪ್ಪಿಟ್ಟು ಪಾತ್ರೆಗೆ ಸುರಿದುಕೊಂಡು ಬಂದು ಕೊಟ್ಟಳು ''ಸೊಪ್ಪು ಸೋಸಿಟ್ಟಿದ್ದೀನಿ. ಬಸ್ಸಾರು ಮುದ್ದೆ ಮಾಡ್ತೀನಿ. ಬಂದು ತಗೊಂಡ್ಹೋಗು. ನನ್ನ ಹತ್ರ ಮಾತಾಡ್ದಂಗೆ ಅವ್ರ ಹತ್ರ ಮಾತಾಡೋಕೆ ಹೋಗ್ಬೇಡ'' ಬುದ್ಧಿ ಹೇಳಿ ಕಳಿಸಿ ಬಾಗಿಲು ಹಾಕಿಕೊಂಡರು.

ಈ ಸಾಲ ತೀರುವುದು ಹೇಗೆ? ಒಂದಿಷ್ಟು ಚಿನ್ನ ಇತ್ತು ಮೈಮೇಲೆ 'ಸತ್ಯನಾರಾಯಣ ಭವನ' ಉಚ್ಛ್ರಾಯ ಸ್ಥಿತಿಯಲ್ಲಿ ನಡೆಯುತ್ತಿದ್ದಾಗ ಮಾಲೀಕ ಮಡದಿಗಾಗಿ ಒಂದಿಷ್ಟು ಖರೀದಿಸಿದ್ದರು. ಮಗನ ಕೋರ್ಸು ಮುಗಿಯುವ ವೇಳೆಗೆ ಬರುವ ಸೊಸೆಗಾಗಿ ಒಂದಿಷ್ಟು ಚಿನ್ನ ಖರೀದಿಸಿದ್ದರು. ಈಗ ಆಪತ್ತು ಸಮಯದಲ್ಲಿ ಸುಕನ್ಯ ತನ್ನ ಕತ್ತಿನಲ್ಲಿದ್ದ ಮೂರೆಳೆಯ ಸರವನ್ನು ಮಾತ್ರ ತೆಗೆದುಕೊಟ್ಟಿದ್ದಳು.

ಅರ್ಧ ಗಂಟೆಯಲ್ಲಿಯೇ ಸಿಂಗಾರಯ್ಯ ಒಂದು ಹುಡುಗನನ್ನು ದಬ್ಬಿಕೊಂಡು ಬಂದ ''ಇವ್ನು ನಮ್ಮ ಕಡೆಯೋನೆ. ಹೋಟೆಲ್ ಕೆಲ್ಸ ಮಾಡಿ ಗೊತ್ತಿದೆ. ಇವತ್ತಿಂದ ಸತ್ಯನಾರಾಯಣ ಭವನದಲ್ಲಿ ಕೆಲ್ಸ ಮಾಡ್ತಾನೆ. ಊಟ ತಿಂಡಿ ಜೊತೆ ಅವ್ನ ಕೆಲ್ಸ ನೋಡಿ ಏನು ಕೊಡ್ಬೇಕೂಂತ ಅನ್ನಿಸುತ್ತೆ ಅಷ್ಟು ಕೊಡಿ'' ಕರಾರುವಾಕ್ಕಾಗಿ ಹೇಳಿದರು.

''ಈಗಿಂದೀಗ್ಲೆ ಎಲ್ಲಿ? ಮುಂದೆ ನೋಡೋಣ. ಸದ್ಯಕ್ಕೆ ನಮ್ಮ ಹೋಟೆಲ್ಲಿನಲ್ಲಿರೋ ಹುಡುಗ್ರು ಸಾಕು'' ಎಂದರು ಗಾಬರಿಯಿಂದ.

ಆ ಮನುಷ್ಯ ಒಂದು ತೀರ್ಮಾನಕ್ಕೆ ಬಂದೇ ಕರೆದುಕೊಂಡು ಬಂದಿದ್ದ. 'ಅಂತು ನಲವತ್ತೆಂಟು ಗಂಟೆಯೊಳಗೆ ಚಂದ್ರುನ ಸತ್ಯನಾರಾಯಣ ಭವನದಿಂದ ಹೊರಗೆ ಹಾಕಿಸ್ತೀನಿಂತ' ದೊಡ್ಡದಾಗಿ ಜಂಬ ಕೊಚ್ಚಿಕೊಂಡು ಬಂದಿದ್ದ.

''ನೀವು ಈ ವಿಷ್ಯದಲ್ಲಿ ನನ್ಮಾತು ಕೇಳಿ. ಚಂದ್ರು ಪೋಕರಿ, ಕಳ್ಳ, ಲಫಂಗ. ಅಂಥವ್ನ ಹೋಟೆಲ್‌ನಲ್ಲಿ ಇಟ್ಕೊಂಡ್ರೆ ನೀವು ಉದ್ಧಾರ ಆಗ್ತೀರಾ? ಇವನೆಷ್ಟು ಕಟ್ಟು ಮಸ್ತಾಗಿದ್ದಾನೆ ನೋಡಿ. ನೀವು ಒಳ್ಗೆ ಸೇರ್ಸಿ ಕೊಳ್ಳಿ ಆಮೇಲೆ ಮುಂದಿನ ಕೆಲ್ಸ ಇವ್ನು ನೋಡ್ಕೋತಾನೆ'' ಎಂದು ತಟ್ಟಿಕೊಂಡು ಹೇಳಿದಾಗ ಸಿಂಗಾರಯ್ಯನ ನರೆತ ಪೈಲ್ವಾನ್ ಮೀಸೆ ನಕ್ಕಿತು. ಈ ಮೀಸೆ ನರೆತರೂ ಅದರ ಮೇಲೆ ಪಂಚ ಪ್ರಾಣ ಈ ಮುದುಕನಿಗೆ.

ಸುಕನ್ಯ ತಲೆಯಾಡಿಸಿಬಿಟ್ಟರು ''ಈ ವಿಷ್ಯದಲ್ಲಿ ನನ್ನ ಎಳೀಬೇಡಿ. ಸದ್ಯಕ್ಕೆ ಇನ್ನೊಬ್ಬ ಕೆಲ್ಸಗಾರನ ಅಗತ್ಯ 'ಸತ್ಯನಾರಾಯಣ ಭವನ'ಕ್ಕೆ ಇಲ್ಲ. ದಯವಿಟ್ಟು ಇದ್ನ ಅರ್ಥ ಮಾಡ್ಕೊಳಿ'' ಸ್ವಲ್ಪ ಗಟ್ಟಿಯಾಗಿ ಹೇಳಿದರು.

ಅವನನ್ನು ಎಬ್ಬಿಸಿದ ಸಿಂಗಾರಯ್ಯ ''ನೀವು ಸತ್ಯನಾರಾಯಣ ಭವನದತ್ತ ನಡೀ. ನಾನು ಈಗಿಂದೀಗ್ಲೇ ಬರ್ತೀನಿ. ತಡವಾದ್ರೂ ಚಿಂತಿಲ್ಲ. ನನ್ಮಾತ್ನ ಎಂದೂ ತೆಗ್ದು ಹಾಕೊಲ್ಲ. ನೀನ್ಹೋಗಿ ಕೆಲ್ಸ ಮಾಡ್ಕೋ'' ಹೇಳಿ ಮನೆಯ ಕಡೆ ಹೋದ.

ಕೃಷ್ಣ ಬಹಳ ಪಳಗಿದ ಆಸಾಮಿ. ಅವನಿಗೆ ಈಗ ಎರಡು ಹೊತ್ತಿನ ಊಟ ಕೂಡ ಇರಲಿಲ್ಲ. ಸದ್ಯಕ್ಕೆ ಊಟಕ್ಕೆ ದಾರಿ ಮಾಡಿಕೊಳ್ಳಬೇಕಿತ್ತು. ನೇರವಾಗಿ ಸತ್ಯನಾರಾಯಣ ಭವನಕ್ಕೆ ಬಂದು. ಆಗ ತಾನೇ ತರಕಾರಿ ಖರೀದಿಸಲು ಸಂತೆಗೆ ಮಾಲೀಕರು ಹೋಗಿದ್ದರಿಂದ ನುಗ್ಗಿಯೇ ಬಿಟ್ಟ.

ಬೋಂಡಗೆ ಹಿಟ್ಟು ಕಲಿಸುತ್ತಿದ್ದ ಚಂದ್ರು ಒಳಗೆ ಬಂದವನನ್ನು ನೋಡಿ ''ಯಾಕ್ರಿ ಬಂದ್ರಿ... ಒಳ್ಗಡೆಗೆ ? ಇಲ್ಲಿ ಆ ತರಹ ಇಲ್ಲ. ಹೊರ್ಗೆ ಕೂತು ಆರ್ಡರ್ ಮಾಡಿ. ಏಯ್... ಮಲ್ಯ'' ಎಂದು ಕೂಗಿದ.

ಪ್ಲೇಟ್ ಅನ್ನ ಸಪ್ಲೈ ಮಾಡುತ್ತಿದ್ದ ಮಲ್ಯ ''ಏನಯ್ಯ ಏನ್ಬೇಕು ?'' ಕೇಳಿದ. ಎಲ್ಲೆಡೆ ನೋಟ ಹರಿಸುತ್ತಿದ್ದ ಕೃಷ್ಣ ಸಿಂಗಾರಯ್ಯನ ಪ್ಲಾನ್ ಸಕ್ಸಸ್ ಆಗಬಹುದೆಂದುಕೊಂಡ. ಅಲ್ಲಿಂದ ಕದಲದ ಅವನನ್ನು ಮಲ್ಯ ಅಡಿಗೆ ಮನೆಯಿಂದ ಕೈಹಿಡಿದು ಕೊಂಡು ಬಂದು ಟೇಬಲ್ಲು ಮುಂದೆ ಕೂಡಿಸಿ ಎರಡು ಲೋಟ ನೀರು ತಂದಿಟ್ಟು ನಿಂತ ''ಏನ್ಬೇಕು ? ಇಡ್ಲಿ, ವಡೆ, ದೋಸೆ, ಪೊಂಗಲ್ ಇದೆ. ಹತ್ತು ನಿಮಿಷ ಕಾದರೆ ಬೋಂಡ ಸಿಗುತ್ತೆ. ಏನು ತರ್ಲಿ'' ಮಾಮೂಲಿ ವರಸೆಯಲ್ಲಿ ನಿಂತ.

ಕೃಷ್ಣ ಕತ್ತುತೂರಿಸಿದ ''ಎರ್ಡು ಪ್ಲೇಟ್ ಇಡ್ಲಿ. ಯಜಮಾನ್ರು ಯಾವಾಗ ಬರ್ತಾರೆ'' ವಿಚಾರಿಸಿದ. ''ಏಯ್ ಯಜಮಾನ್ರು ಕಟ್ಕೊಂಡು ಏನ್ಮಾಡ್ತೀಯಾ. ತಿಂದು ಗಲ್ಲಾ ಮೇಲೆ ದುಡ್ಡು ಇಟ್ಹೋಗು - ಹೊಸಬನ ತರಹ ಕಾಣಿಸ್ತೀಯಲ್ಲ. ಜೇಬಿನಲ್ಲಿ ಪೈಸಾ ಇದ್ಯೋ ಇಲ್ವೋ ನೋಡ್ಕೋ'' ಅಲ್ಲೆ ನಿಂತ ಮಲ್ಯ.

''ಆರ್ಡರ್ ಮಾಡಿದ್ನ ತಂದಿಡು. ತಲೆಯಲ್ಲ ಮಾತಾಡ್ತೀಯಲ್ಲ'' ಅಂದ ಬಿರುಸಾಗಿ.

ತಟ್ಟೆಯ ಮೇಲೆ ಬೆರಳಿನಿಂದ ತಾಳ ಹಾಕುತ್ತಿದ್ದವನು ''ಜಾಸ್ತಿ ಮಾತು ಆಯ್ತು ಅಣ್ಣ. ಹೊಸಬಾಂತ ಬಿಟ್ಟಿದ್ದೀನಿ'' ಎನ್ನುತ್ತ ಒಳಗೆ ಹೋದವನು ''ಚಂದ್ರಣ್ಣ ಇವ್ನು ಯಾವೋನೋ ಬಂದಿದ್ದಾನೆ. ತಲೆಯಲ್ಲ ಮಾತಾಡ್ತನಲ್ಲ. ನಾರಾಯಣಪುರದವನಲ್ಲ. ವ್ಯಾಜ್ಯ ಕಾಯೋಕೇಂತ್ಲೇ ಯಾರೋ ಕಳಿಸಿರ್ಬೇಕು'' ಪಿಸುದನಿಯಲ್ಲಿ ಸೂಚಿಸಿದಾಗ ಚಂದ್ರು ಬಂದು ಒಮ್ಮೆ ಇಣುಕಿ ಮಲ್ಯನ ಸನ್ನೆಯಿಂದ ಒಳಗೆ ಕರೆದೊಯ್ದು ಉಸುರಿದ ''ಗಲಾಟೆ ಮಾಡ್ಕೋಬೇಡ. ಈಗ್ಲೇ ವ್ಯಾಪಾರ ಕಮ್ಮಿ. ಏನು ಕೇಳ್ತಾನೋ ಅದ್ನ ಕೊಟ್ಟು ಹಣ ವಸೂಲ್ ಮಾಡ್ಕೋ.''

ಮಲ್ಯ ಎರಡು ಪ್ಲೇಟು ಇಡ್ಲಿ ಸಾಂಬಾರ್ ಚಟ್ನಿ ತಂದಿಟ್ಟು ನಿಂತ.

"ಉದ್ದಿನ ವಡೆ ಇಲ್ವಾ ?" ಕೇಳಿದ ಕೃಷ್ಣ.

ತಿಂಡಿ ತಂದ ಟ್ರೇಯನ್ನು ಕಂಕುಳಲ್ಲಿ ಇಟ್ಟುಕೊಂಡು ಮೇಲಕ್ಕೆ ಕೆಳಗೆ ನೋಟ ಹರಿಸಿ "ರೆಡಿ ಇರೋಲ್ಲ ಆರ್ಡರ್ ಅಂದರೇ ಹಣ ಟೇಬಲ್ಲು ಮೇಲಿಟ್ಮೇಲೆ ನಾವು ಉದ್ದಿನ ವಡೆ ಸಪ್ಲೈ ಮಾಡೋದು. ಅಂಥದೊಂದು ಆರ್ಡರ್ ಇಲ್ಲಿದೆ" ಎಂದ ತಲೆ ಕೆರೆದುಕೊಳ್ಳುತ್ತ.

ಕೃಷ್ಣ ದುರುಗುಟ್ಟಿಕೊಂಡು ನೋಡುತ್ತ ಸಿಂಗಾರಯ್ಯ ಕೊಟ್ಟಿದ್ದ ಹಳೆಯ ಐವತ್ತರ ನೋಟನ್ನು ಎಡಗೈನಿಂದ ಪ್ಯಾಂಟು ಜೇಬಿನಿಂದ ತೆಗೆದು ಟೇಬಲ್ಲು ಮೇಲಿಟ್ಟ "ಎರಡು ನಿಮಿಷದಲ್ಲಿ ವಡೆ ಬರ್ಬೇಕು" ಎಂದ. ಗಲ್ಲ ಕಡೆ ನೋಡಿ ಇನ್ನು ಯಜಮಾನರು ಬಂದಿಲ್ಲವೆಂದು ದೃಢಪಡಿಸಿಕೊಂಡು.

ಐವತ್ತರ ನೋಟನ್ನು ಎತ್ತಿಕೊಂಡ ನಂತರವೇ ವಡೆ ತಂದಿಟ್ಟಿದ್ದು. ತಿಂದು ಮುಗಿಸಿದ ಮೇಲೆ ಬಂದು ನಿಂತ. ಏನು ಬೇಡವೆಂದು ತಲೆಯಾಡಿಸಿದ ಮೇಲೆ ಇಡ್ಲಿ ವಡೆ ಹಣವನ್ನು ಮುರಿದುಕೊಂಡು ಮಿಕ್ಕಿದ್ದನ್ನು ತಂದಿಟ್ಟು ಬೇರೆಯವರತ್ತ ಗಮನ ಹರಿಸಲು ಹೋದ ಮಲ್ಯ. ಅಷ್ಟು ಹೊತ್ತಿಗಾಗಲೇ ಚಂದ್ರು ನಾಲ್ಕು ಸಲ ನೋಟವನ್ನೆಸೆದು ಹೋಗಿದ್ದ. ಸ್ವಲ್ಪ ಅನುಮಾನಸ್ಪದ ವ್ಯಕ್ತಿಯಗಿಯೇ ಕಂಡಿದ್ದ.

ಕೃಷ್ಣ ಎದ್ದವನೇ ಬಂದವರ ಬಳಿಯಲ್ಲಿ ಹೋಗಿ ವಿಚಾರಿಸಲು ಮೂವರು ಬಂದರು. ಹಿಂದಕ್ಕೆ ತಿರುಗಿ 'ಅಮ್ಮಾವರು ನನ್ನ ಕೆಲಸ್ಕೆ ತಗೊಂಡಿದ್ದಾರೆ. ಬೇಕಾದರೇ ಹೋಗಿ ಕೇಳ್ಕೊಂಡ್ ಬನ್ನಿ" ಎಂದ ಬಿಡುಬಿಸಾಗಿ.

ಆಕೆ ಅನಗತ್ಯವಾಗಿ ಹೋಟೆಲ್‌ಗೆ ಸಂಬಂಧಪಟ್ಟ ಯಾವುದೇ ವಿಷಯದಲ್ಲಿ ತಲೆ ಹಾಕರೆಂದು ಗೊತ್ತು. ಮೂವರು ಮುಖ ಮುಖ ನೋಡಿಕೊಂಡರು. ಚಂದ್ರು ಸ್ವಲ್ಪ ಮುಂದುವರಿದ.

"ಅದೆಲ್ಲ ಆಮೇಲೆ ಇರ್ಲಿ. ಯಜಮಾನ್ರನು ಬರೋವರ್ಗೂ ತೆಪ್ಪಗೆ ಒಂದ್ಕಡೆ ನಿಂತ್ಕೋ. ಇವನದು ದೊಡ್ಡಪೋಸ್ಟ್!" ಕೆಕ್ಕರಿಸಿಕೊಂಡು ನೋಡಿ "ಅಮ್ಮಾವ್ರು ರೆಕಮಂಡೇಷನ್ ಇಟ್ಕಂಡ್ ಬಂದ ಡ್ಯೂಟಿ ರಿಪೋರ್ಟ್ ಮಾಡ್ಕೊಳೋಕೆ" ಹೀಯಾಳಿಸಿಯೇ ಒಳಗೆ ಹೋಗಿದ್ದು.

ಏನು ಅನ್ನಿಸಿತೋ ಸಿಂಗಾರಯ್ಯನ ನಿರೀಕ್ಷೆಗೆ ಮೀರಿ ಸತ್ಯನಾರಾಯಣ ಭವನದಲ್ಲಿ ಇವನು ಬೆಳೆದು ಬಿಟ್ಟಿದ್ದಾನೆಂದು ತಿಳಿದುಕೊಂಡು ಬಾಗಿಲ ಕಡೆಯ ಗೋಡೆಗೊರಗಿ ನಿಂತ. ಈಚೆಗೆ ಬಂದಾಗಲೆಲ್ಲ ಚಂದ್ರು ಅವನತ್ತ ಕಾಕ ದೃಷ್ಟಿ ಬೀರುತ್ತಿದ್ದ.

ಇಡ್ಲಿಗಳನ್ನು ತಟ್ಟೆಗಳಿಗೆ ಹಾಕುತ್ತ ಮಲ್ಯ "ಅವ್ನು ಹೋಗ್ಲೇ ಇಲ್ಲ ಅಮ್ಮಾವರು ಕಳ್ಳಿದ್ದಾರೇಂತ ಅಂದಿದ್ದು ನಂಬ್ತೀಯಾ" ಮಲ್ಯ ಪ್ರಸ್ತಾಪಿಸಿದ. ತಲೆ ಕೊಡವಿದ ಚಂದ್ರು "ಏನೋಪ್ಪ ನಂಗೊಂದು ಗೊತ್ತಾಗ್ತ ಇಲ್ಲ ಈಗ ಇರೋ ಸ್ಥಿತಿಯಲ್ಲಿ ಇನ್ನೊಬರ್ನ

ತಗೊಂಡರೇ ಹೊರೆ ಆಗ್ತಾರೆ'' ಎಂದವನು ಕಾವಲಿ ಕಾದಿದೇಯೇನೋ ಇಲ್ಲವೋ ಅಂದು ಹೆಂಚು ಮೇಲೆ ನೀರು ಹಾಕಿ ತಳ್ಳಿದ.

ಸತ್ಯನಾರಾಯಣ ತರಕಾರಿಯೊರೆಸಿಕೊಂಡುಬಂದಾಗ ಚಂದ್ರು ಮಲ್ಯ ಸುಮ್ಮನಿದ್ದರು. ತಟ್ಟೆ ಲೋಟಗಳನ್ನು ತೆಗೆಯುತ್ತಿದ್ದ ಲೆಕ್ಕ ಮಾತ್ರ ಹೇಳಲೋ ಬೇಡವೋ ಎಂದು ಅನುಮಾನಿಸುತ್ತಿದ್ದ

ಬೆವರೊರೆಸಿಕೊಂಡು ಗಲ್ಲದ ಮೇಲೆ ಕೂತವರು ನೋಟ ಒಮ್ಮೆ ಆ ಕಡೆ ಹೊರಳಿತು. ಕೃಷ್ಣ ಸುಮ್ಮನೆ ನಿಂತಿದ್ದ.

''ಏಯ್ ಚಂದ್ರು'' ಎಂದು ಕೂಗಿದವರು ''ಪಾರ್ಸೆಲ್‌ಗೋಸ್ಕರ ನಿಂತಿದ್ದಾರೇನೋ ನೋಡು'' ಹೇಳಿದರು. ಅವನು ಹೊರಗೆ ಬಂದು ನೋಡಿದವನು ''ಏನ್ರಿ... ಬೇಕು'' ಕೇಳಿದ.

ಇವನು ಅಸಾಧ್ಯ ಆಸಾಮಿಯೆಂದುಕೊಂಡವನು ಗಲ್ಲದ ಬಳಿಗೆ ಹೋಗಿ ಎದೆಯ ಮೇಲೆ ಕೈಕಟ್ಟಿಕೊಂಡು ತೀರಾ ಮೆಲು ದನಿಯಲ್ಲಿ ಕಡು ಕಷ್ಟದ ಜೊತೆ ತನ್ನನ್ನು ಇಲ್ಲಿಗೆ ಕೆಲಸಕ್ಕೆ ಸಿಂಗಾರಯ್ಯ ಕಳಿಸಿದ್ದು, ಅಮ್ಮಾವರು ಒಪ್ಪಿಗೆ ಸೂಸಿದ ಬಗ್ಗೆ ತಿಳಿಸಿದ.

''ಸಿಂಗಾರಯ್ಯ ಕಳಿಸಿರ್ಬಹುದ್ದು. ಅಮ್ಮಾವ್ರು ಒಪ್ಗೆ ಸೂಚಿಸಿರೋಲ್ಲ, ಸದ್ಯಕ್ಕೆ ನಮ್ಗೇ ಯಾರು ಬೇಕಿಲ್ಲ, ಮುಂದಕ್ಕೆ ಇನ್ನೊಂದು ಹೋಟೆಲ್ ಓಪನ್ ಆಗ್ತಾ ಇದೆ. ಅಲ್ಲೋಗಿ ವಿಚಾರ್ಸು'' ಮುಲಾಜಿಲ್ಲದೆ ಹೇಳಿದರು.

ಕೃಷ್ಣ ನಿಂತ ಜಾಗದಿಂದ ಕದಲಲಿಲ್ಲ. ಬರುವ ಹೋಗುವ ಜನರೆಲ್ಲ ವಿಚಾರಿಸಲು ಷುರು ಮಾಡಿದಾಗ ಮತ್ತೆ ಮತ್ತೆ ಹೇಳಿದರು ಸತ್ಯನಾರಾಯಣ್. ಅವನು ಜಪ್ಪಯ್ಯ ಅಂದರು ಅಲ್ಲಾಡಲಿಲ್ಲ.

''ಚಂದ್ರು, ಒಂದಿಷ್ಟು ಮನೆಗೆ ಹೋಗ್ಬರ್ತೀನಿ ನೋಡ್ಕೋ'' ಎಂದು ಎದ್ದು ಹೊರಟವರು ಅವನ ಬಳಿಗೆ ಬಂದು ''ಏನಾದ್ರೂ ತಿಂದ್ಯಾ ?'' ವಿಚಾರಿಸಿದರು. ''ತಾಸಿಲ್ಲದಿದ್ದರೆ ಪರ್ವಾಗಿಲ್ಲ ಹಸಿವಾದರೇ ಏನಾದ್ರೂ ತಿಂದು ಜಾಗ ಖಾಲಿ ಮಾಡು. ಸಿಂಗಾರಯ್ಯ ಬೇರೆಲ್ಲಾದ್ರೂ ಕೆಲ್ಸ ಕೊಡಿಸ್ತಾನೆ ಹೋಗು'' ಆಚೆಗೆ ಹೋದರು.

ಮನೆಗೆ ಹೋಗುವ ಉಸಾಬರಿಯೇನು ಇರಲಿಲ್ಲ, ಹೊರ ಹಾಕಲು ಹೋದರೇ, ಅದೊಂದು ಗಲಾಟೆ ಹೋಟೆಲು ಮುಂದೆ. ಬಂದು ಹೋಗುವವರೆಲ್ಲ ತಮಾಷೆ ನೋಡಲು ನಿಲ್ಲುತ್ತಾರೆ. ಮತ್ತೆ ಏನೇನೋ ಹಬ್ಬುತ್ತೆ. ಅದಕ್ಕೆ ಸಿಂಗಾರಯ್ಯ ಒಂದಿಷ್ಟು ಪುಳ್ಳೆ ಹಾಕುತ್ತಾನೆ. ಇವೆಲ್ಲ ಅವರಿಗೆ ಬೇಕಿರಲಿಲ್ಲ.

ಬಾಗಿಲಲ್ಲಿ ಹೆಜ್ಜೆ ಇಡುತ್ತಿದ್ದಂಗೆ ಸೊಪ್ಪು ಬಸ್ಸಾರುನ ವಾಸನೆ ಆಘ್ರಾಣಿಸುವಂತಿತ್ತು. ''ಸುಕನ್ಯ ತಟ್ಟೆ ಹಾಕ್ಬಿಡು. ನಿನ್ನ ಸಾರುನ ವಾಸ್ನೆ ಹೋಟೆಲ್ ವರ್ಗೂ ಬಂತು'' ಎನ್ನುತ್ತಲೇ ಒಳಗಡಿಯಿಟ್ಟರು.

ಬಿಸಿ ಸಾರು, ಸೊಪ್ಪು ಮುದ್ದೆ ಉಂಡ ನಂತರವೇ ಸಿಂಗಾರಯ್ಯನ ವಿಷಯ ಪ್ರಸ್ತಾಪವಾದದ್ದು. ''ಹೋಟೆಲ್ ಹತ್ರ ಯಾರಾದ್ರೂ ಬಂದಿದ್ರಾ ?''ಕೇಳಿದಾಗ ಹ್ಞೂಗುಟ್ಟಿದರು.

''ನೀನು ಒಪ್ಪಿ ಕಳ್ಸಿದ್ದೀಯಾಂತ ಒಬ್ಬ ಹುಡ್ಗ ಬಂದಿದ್ದ. ನಂಗೆ ಗೊತ್ತಿತ್ತಲ್ಲ. ಸದ್ಯ ಇರೋ ಮೂರು ಜನಕ್ಕೆ ಹೊಟ್ಟೆತುಂಬ ಹಾಕಿ ಸಂಬ್ಳ ಕೊಟ್ಟರೇ ಸಾಕಾಗಿದೆ'' ಎಂದರು ಬೇಸರದಿಂದ.

''ಹೇಗಿದೆ ವ್ಯಾಪಾರ ?'' ಕೇಳಿದರು ಸುಕನ್ಯ.

''ಪರ್ವಾಗಿಲ್ಲ ಅನ್ನಿಸುತ್ತೆ. ಯದ್ವಾ ತದ್ವಾ ಎಲ್ಲದರ ಬೆಲೆನೂ ಏರಿದೆ. ನಾವು ಪದಾರ್ಥಗಳ ಬೆಲೆ ಜಾಸ್ತಿ ಮಾಡಿದರೇ ಗಿರಾಕಿಗಳು ಗೊಣಗಾಡುತ್ತಾರೆ. ಮೊದಲು ಸಾಲ ಹೇಳಿ ತಿಂಡಿ ತಿನ್ನುತ್ತಿದ್ದ ಜನ ಇನ್ನೊಮ್ಮೆ ಬಂದು ಕೊಟ್ಟೋಗ್ತಾ ಇದ್ರು. ಈಗ ಪೂರ್ತಿ ಬದಲಾದಂಗಿದೆ. ಈಚೆಗೆ ಹೋಟೆಲ್ ವ್ಯಾಪಾರವೇ ಕಷ್ಟವಾಗಿ ಕಾಣ್ತಾ ಇದೆ.'' ಮನ ಬಿಚ್ಚಿ ಹೆಂಡತಿಯ ಮುಂದೆ ಹೇಳಿಕೊಂಡರು.

''ಬೇರೆ ಏನಾದ್ರೂ ಮಾಡೋಕಾಗೋಲ್ವಾ ?'' ಹೆಂಡತಿಯ ಪ್ರಶ್ನೆಗೆ ನಕ್ಕು ಬಿಟ್ಟರು ''ಕೋತಿಯಾಡಿಸೋನು ಎಲ್ಹೋದ್ರು ಕೋತಿ ಆಡಿಸ್ತಾನೆ ಅನ್ನೋ ತರಹ ಅಷ್ಟೆ ನೋಡೋಣ, ಅಷ್ಟೊಂದು ನಿರಾಶವಾಗೋ ಅಗತ್ಯವೇನಿಲ್ಲ'' ಎಂದು ನಿಟ್ಟುಸಿರು ದಬ್ಬಿ ಮೇಲೆದ್ದರು.

ಇವರು ಹೊರಡುವ ವೇಳೆಗೆ ಸಿಂಗಾರಯ್ಯ, ಕೃಷ್ಣನ್ನ ಜೊತೆಯಲ್ಲಿಟ್ಟುಕೊಂಡು ಬಂದ. ಹೇಗೋ ಎಂತೋ ಸತ್ಯನಾರಾಯಣ ಭವನದಲ್ಲಿ ಕೃಷ್ಣನ್ನ ಕೆಲಸಕ್ಕೆ ಇಡಬೇಕೆಂದು ತೀರ್ಮಾನಿಸಿಕೊಂಡು ಬಂದಂಗಿದ್ದರು.

''ಇದೇನು ಸ್ವಾಮಿ, ನನ್ನ ಮಾತಿಗೆ ಬೆಲೆ ಇಲ್ಲದಂಗಾಯ್ತು. ನಾನು ನಿಮಗೋಸ್ಕರ ಊರಿನಿಂದ ಈ ಹುಡ್ಗನ್ನ ಕರಿಸ್ದೆ. ಈಗ ಬೇಡಾಂದ್ಬಿಟ್ಟರೇ ಹೇಗೆ ?'' ದೊಡ್ಡ ದನಿಯಲ್ಲಿ ನ್ಯಾಯ ಶುರು ಮಾಡಿದಾಗ ಸತ್ಯನಾರಾಯಣ ಆ ಮನುಷ್ಯನನ್ನು ಕೂಡಿಸಿ ''ನಿಮ್ಮ ಮಾತುಗಳ ಅರ್ಥವೇನು ? ತೀರಾ ವ್ಯಾಪಾರ ಕಮ್ಮಿಯಾಗಿರೋದು ನಿಮ್ಗೇ ಗೊತ್ತಿದೆ. ಅಂಥದ್ದರಲ್ಲಿ ಇವ್ನ ಎಲ್ಲಿ ಕೂಡ್ಸಿಕೊಳ್ಳಿ ? ನಿಮ್ಮನ್ನ ಕರ್ಸಿ ಅಂತ ಹೇಳಿದೋರು ಯಾರು ?'' ಅತ್ಯಂತ ತಾಳ್ಮೆವಹಿಸಿ ಮಾತಾಡಿದರು.

''ಆ ಚಂದ್ರುನ ಹೊರ್ಗಡೆ ಹಾಕಿ. ಅವ್ನ ಬದಲು ಇವನನ್ನು ಇಟ್ಕಳಿ'' ಪಟ್ಟು ಹಿಡಿದರು. ಸತ್ಯನಾರಾಯಣ್‌ಗೆ ರೇಗಿತು. ''ಸ್ವಲ್ಪ ಮೇಲಕ್ಕೆ ಏಳಿ, ಅದು ನನ್ನ ಹೋಟೆಲ್ ಯಾರನ್ನ ಇಟ್ಕೋಬೇಕು ಬಿಡ್ಬೇಕೂಂತ ನಂಗೆ ಗೊತ್ತು. ಅಂಥದ್ದರಲ್ಲಿ ನೀವೇನು ಹೇಳೋದು. ಮೊದ್ಲು ಕರ್ಕೊಂಡ್ಹೋಗಿ'' ಸಹನೆಗೆಟ್ಟು ನುಡಿದರು.

ಅಂತು ಅವರಿಬ್ಬರ ನಡುವೆ ಒಂದು ಸಣ್ಣ ಜಗಳ ನಡೆದು ಹೋಯಿತು ''ನೀನು ಹೋಟೆಲ್ ಇಟ್ಟಿರೋ ಜಾಗ ಖಾಲಿ ಮಾಡ್ಸಿ ಅಲ್ಲೆ ಒಂದು ಹೋಟೆಲು ಇವ್ನ ಕೈಯಲ್ಲಿ ಇಡಿಸದಿದ್ದರೇ ನನ್ಹೆಸರು ಸಿಂಗಾರಯ್ಯನೇ ಅಲ್ಲ'' ದೊಡ್ಡ ದನಿಯಲ್ಲಿ ಕೂಗಾಡಿಕೊಂಡು ಹೋಗಿದ್ದು ಹಲವರ ಕಿವಿಗೆ ಬಿತ್ತು.

ಒಳಗೆ ಬಂದ ಸತ್ಯನಾರಾಯಣ ಹೆಂಡತಿಯ ಭುಜದ ಮೇಲೆ ಕೈಯಿಟ್ಟು ''ಡೋಂಟ್ ವರೀ, ಮೈ ಪ್ರೆಟ್ಟಿ ಗರ್ಲ್'' ಎಂದು ಕಾಲೇಜಿನ ದಿನದ ಭಾಷೆಯನ್ನು ನೆನಪು ಮಾಡಿಕೊಂಡು ''ಹೇಗೂ ಮುರುಳಿ ಸೆಟಲ್ ಆಗಿದ್ದಾನೆ. ಈಗ ನಾವೇನು ಅವ್ನಿಗೆ ಹಣ

ಕಳಿಸ್ಬೇಕಾಗಿಲ್ಲ. ಅಷ್ಟೊಂದೇನು ಕಷ್ಟವಾಗೋಲ್ಲ. ನೀನೇನು ತಲೆ ಕೆಡಿಸ್ಕೋಬೇಡ'' ಧೈರ್ಯ ಹೇಳಿದರು.

ಹೋಟೆಲ್‌ವರೆಗೂ ಈ ಮಾತುಗಳು ಸಿಂಗಾರಯ್ಯನ ಶಪಥ ಮುಟ್ಟಿ ಆಗಿತ್ತು. ಚಂದ್ರುಗೆ ಹೋಗಿ ಬಡಿದು ಹಾಕಿ ಬಿಡುವಷ್ಟು ಕೋಪ. ಅದರ ಪರಿಣಾಮ ಈ ಹೋಟೆಲ್ ಮತ್ತು ಇದರ ಮಾಲೀಕರ ಮೇಲೆ ಬೀಳುತ್ತದೆಯೆಂದು ಹಿಂಜರಿದ.

''ಯಾಕೆ ಹೀಗೆ ನಿಂತ್ರಿ ? ಹೋಗಿ ಕೆಲ್ಸ ನೋಡ್ಕೊಳ್ಳಿ'' ನಿಂತ ಮೂವರನ್ನು ಒಳಗೆ ಕಳಿಸಿದರು.

ಹೆಂಡತಿಗೆ ಧೈರ್ಯ ಹೇಳಿ ಬಂದರೂ ಅವರಿಗೆ ಯೋಚನೆಯಾಗಿತ್ತು. ಇದೇ ರೀತಿ ಹೋಟೆಲ್ ವ್ಯಾಪಾರ ಮುಂದುವರಿದರೇ ಒಂದಲ್ಲ ಒಂದು ದಿನ ಮುಚ್ಚಿ ಬಿಡಬೇಕಾಗುತ್ತದೆ ಯೆಂದು ಕೊಂಡಾಗ, ಒಂದು ರೀತಿಯ ಹಿಂಸೆ ಆಯಿತು. ಹೊಟ್ಟೆಯ ಪಾಡಿಗಾಗಿ ಹೋಟೆಲ್ ತೆಗೆದರೂ, ಈಗ ಇಷ್ಟವಾಗಿತ್ತು. ಪ್ರೀತಿ ಬೆಳೆದಿತ್ತು. ಆದರೂ ಇಂದಲ್ಲ ನಾಳೆ ಮುಚ್ಚುವುದು ಅನಿವಾರ್ಯವೆನಿಸಿತು.

❑ ❑ ❑

ಶಿವಶಂಕರಪಿಳ್ಳೆ ಅಲಕಾ ಒಮ್ಮೊಮ್ಮೆ ಜೊತೆಯಲ್ಲಿ ಹೋಗುತ್ತಿದ್ದರು. ಕೆಲವೊಮ್ಮೆ ಮುರುಳಿ, ಅಲಕಾ ಒಟ್ಟಿಗೆ ಹೋಗುತ್ತಿದ್ದರು. ಡೀಪಾಗಿ ಮನಸ್ಸಿಟ್ಟು ಕೆಲಸ ಮಾಡದಿದ್ದರೇ ಶಿವಶಂಕರ್ ಪಿಳ್ಳೆಗೆ ತಾನು ಮೆಚ್ಚಿಗೆಯಾಗಲಾರನೆಂಬ ಅರಿವು ಅವನಲ್ಲಿ ಉಂಟಾಗಿತ್ತು. ಆದ್ದರಿಂದ ಬಹಳ ಎಚ್ಚರಿಕೆವಹಿಸಿದ್ದ.

ಬ್ರೇಕ್‌ಫಾಸ್ಟ್ ಮುಗಿದ ಕೂಡಲೇ ''ಡ್ಯಾಡ್, ಇವತ್ತು ನಾನು ಲೀವ್. ಮ್ಯಾನೇಜರ್‌ಗೆ ಲೀವ್ ಲೆಟರ್ ಕೊಟ್ಟು ಸಾಂಕ್ಷನ್ ಮಾಡ್ಸಿಕೊಂಡಿದ್ದೀನಿ. ಇವತ್ತು ಸುಶೀಲ ಎಂಗೇಜ್‌ಮೆಂಟ್. ನೆನ್ನೆ ನಿಮ್ಗೇ ಆಹ್ವಾನ ಕೊಡಲು ಬಂದು ಕಾದಿದ್ದು ವಾಪ್ಸ ಹೋದ್ಲು. ನೀವಂತು ಬರೋಲ್ಲ. ನಾನು ಹೋಗ್ಲಾ?'' ಕೇಳಿದಳು.

''ಈಗಾಗ್ಲೇ ಲೀವ್ ಪಡೆದಿದ್ದಿ ! ನಿನ್ನ ತಡೆದವರುಂಟಾ. ಹೋಗ್ಬಾ... ಹ್ಯಾವ್ ಎ ನೈಸ್ ಟೈಮ್'' ಎಂದು ಮೇಲೆದ್ದರು.

ಶಿವಶಂಕರ ಪಿಳ್ಳೆ ಹೋಗುವ ಮುನ್ನವೇ ಮುರುಳಿ ಹೊರಟಿದ್ದವನನ್ನು ಬಂದು ಬೀಳ್ಕೊಟ್ಟ ಅಲಕಾ ''ಮಧ್ಯಾಹ್ನ ನನ್ನ ಲಂಚ್ ಅಲ್ಲೇ. ನೀವು ಬೇಕಾದರೇ ಬನ್ನಿ. ಅವ್ರಿಗೆ ಮುಜುಗರವಾಗೋಷ್ಟು ನೆಂಟರು. ಎಲ್ಲಾ ಬಂದು ತುಂಬ್ಕೊಂಡ್ ಬಿಡ್ತಾರೆ'' ಉಸುರಿದಳು.

''ನಾನು ಬರೋಲ್ಲ ಬಿಡು. ಮಧ್ಯಾಹ್ನ ಲಂಚ್‌ಗೂ ಮನೆಗೆ ಬರೋಲ್ಲ'' ಅಂದ ಹುಸಿ ಮುನಿಸು ತೋರುತ್ತ. ಪ್ರೀತಿಯಿಂದ ಗಂಡನ ಮೂಗನ್ನು ಹಿಂಡಿ ''ಡ್ಯಾಡ್ ವಿಚಾರಿಸ್ತಾರೆ. ಅಷ್ಟೆಲ್ಲ ಪಂಚಾಯಿತಿ ಯಾಕೆ ಬೇಕು? ಸುಮ್ನೆ ಬಂದ್ಬೋಗಿ'' ಅಂದ ಹೆಂಡತಿಯ ಕೆನ್ನೆಯನ್ನು ಅತ್ತಿತ್ತ ನೋಡಿ ಸವರಿದ.

ದೂರದಲ್ಲಿ ನಿಂತ ನಾಯಿಗಳು ಇವರನ್ನು ವಾಚ್ ಮಾಡುತ್ತಿತ್ತು.

ಸುಶೀಲ ಮನೆಗೆ ಹೋದಾಗ ಒಂದು ಹಿಡು ಜನ ತುಂಬಿಕೊಂಡಿದ್ದರು. ಹುಡುಗರು, ಮಕ್ಕಳು ಜಾಸ್ತಿ ಇದ್ದಾರೆಂದು ಗಲಾಟೆಯಿಂದಲೇ ಗೊತ್ತಾಗುತ್ತಿತ್ತು. ಸುಶೀಲ ತಂಗಿ ಬಂದು ಇವಳನ್ನು ಕೈ ಹಿಡಿದುಕೊಂಡು ಎಳೆದುಕೊಂಡು ಹೋದಳು.

ಇವಳನ್ನು ಮಧ್ಯೆ ಕೂಡಿಸಿಕೊಂಡು ನಾಲ್ಕಾರು ಜನ ಮುತ್ತೈದೆಯರು ಕೂತಿದ್ದವರು ಅಲಕಾನ ನೋಡಿ ಮೇಲೆದ್ದರು. ಇವರಿಬ್ಬರ ಗೆಳೆತನ ಕೆಲವರಿಗೆ ಗೊತ್ತು.

''ಇನ್ನು ನಿನ್ನ ಗೆಳತಿ ಬಂದಳಲ್ಲ, ಎಲ್ಲ ನೋಡ್ಕೋತಾಳೆ'' ಸುಶೀಲ ಸೋದರತ್ತೆ ನುಡಿದು ''ಅವ್ರು ಇನ್ನು ತಿಂಡಿ ತಿಂದಿಲ್ಲ. ಇಬ್ರಿಗೂ ಇಲ್ಲೇ ಕಳಿಸ್ತೀನಿ'' ಅಂದರು.

ಸುಶೀಲ ಉದ್ದ ಜಡೆಯನ್ನು ಕೈಗೆ ಸುತ್ತಿಕ್ಕೊಂಡು, ''ಎಷ್ಟು ಕಳೆಯಾಗಿ ಕಾಣ್ತೀಯಾ ಗೊತ್ತಾ ?'' ಕೆನ್ನೆ ಸವರಿ ತುಟಿಗೊತ್ತಿಕ್ಕೊಂಡಾಗ, ''ಬೇಡ ಅಲಕಾ, ನಾನು ನಿನ್ನಷ್ಟು ಬ್ಯೂಟಿಯಾಗಿಲ್ಲ. ನೀನು ಸೀರೆಯಲ್ಲಿ ಚೆನ್ನಾಗಿ ಕಾಣ್ತೀಯಾ ! ಇದ್ನ ಮುರುಳಿ ಹೇಳಲಿಲ್ವಾ ?'' ಎಳೆದು ಕೂಡಿಸಿಕೊಂಡಳು. ಇಬ್ಬರು ಹೈಸ್ಕೂಲಿನಿಂದಲೂ ಸಹಪಾಠಿಗಳು, ಫ್ರೆಂಡ್ಸ್ ಇಂದಿಗೂ ಅವರ ಫ್ರೆಂಡ್‌ಷಿಪ್‌ಗೆ ಧಕ್ಕೆ ಬಂದಿದ್ದಿಲ್ಲ.

ಸುಶೀಲ ಅಮ್ಮನೇ, ಬಿಸಿ ಇಡ್ಲಿ, ಖಾರಾಬಾತ್ ಕೇಸರಿಬಾತ್ ಹಿಡಿದು ಬಂದಿದ್ದು.

''ಅಯ್ಯಪ್ಪ, ನಾನು ತಿಂದು ಬಂದಿದ್ದೀನಿ, ಆಂಟಿ, ಹೇಗೂ ಮಧ್ಯಾಹ್ನದ ಊಟಕ್ಕೆ ಇಲ್ಲೆ ಇರ್ತೀನಲ್ಲ. ಇದು ಸೇರ್ಲಿ ಬಡ್ಸಿ ಬಿಡಿ'' ಅಂದಳು. ಅವರು ಕೇಳಬೇಕಲ್ಲ.

''ನೀನು ಬರ್ತೀಯಾಂತ ಅವ್ಳು ಏನು ತಿನ್ದೇ ಕೂತಿದ್ದಾಳೆ. ಇಬ್ರೂ ಏನಾದ್ರೂ ಮಾಡ್ಕಳಿ'' ಅಲ್ಲೇ ಇಟ್ಟು ಹೋದರು. ಮುಲಾಜಿಲ್ಲದೆ ಸುಶೀಲ ಅವಳಿಗೊಂದು ತಟ್ಟೆ ಕೊಟ್ಟು ''ಪರ್ವಾಗಿಲ್ಲ ತಗೋ. ಊಟ ಲೇಟಾಗುತ್ತೆ'' ಬಲವಂತ ಮಾಡಿದಳು.

ಇಬ್ಬರು ಮಾತಾಡುತ್ತ ತಟ್ಟೆಗಳನ್ನು ಖಾಲಿ ಮಾಡಿದರು. ಮನೆಯಲ್ಲಿ ಒಂದೇ ಸಂದಣಿ. ಅಡಿಗೆ, ತಿಂಡಿ, ವಗ್ಗರಣೆಗಳ ವಾಸನೆ. ಇದೆಲ್ಲ ಈ ಮನೆಯಲ್ಲಿ ವಿಶೇಷವೇನೋ ನಡೆಯುತ್ತಿದೆಯೆನ್ನುವುದನ್ನು ಸೂಚಿಸುತ್ತಿತ್ತು.

''ಎಷ್ಟೊಂದು ಗಲಾಟೆ'' ಎದೆಯ ಮೇಲೆ ಕೈಯಿಟ್ಟುಕೊಂಡಳು.

ಸುಶೀಲ ನಕ್ಕು ನಟ್ಟೆಗಳ್ನ ಒಯ್ದು ಇಟ್ಟು ಬೂಸ್ಟ್ ಹಿಡಿದು ಬಂದು, ''ಇದು ಸಾಲ್ದು ಕರೆಯೋರ್ನ ಪೂರ್ತಿ ಕರ್ದಿಲ್ಲ ಅಂತ ನಿಷ್ಠೂರ ಮಾಡ್ತಾ ಇದ್ದಾರೆ ತಾತಾ. ಅವ್ರಿಗೂ ಬಂಧು ಬಳಗ ಜಾಸ್ತಿನಂತೆ. ಸಧ್ಯಕ್ಕೆ ಒಂದು ಮಿನಿ ಬಸ್ ಮಾಡ್ಕಂಡ್ ಬರ್ತೀವೀಂತ ತಿಳಿಸ್ದಾರೆ. ನಿಶ್ಚಿತಾರ್ಥ ದಲ್ಲಿ ಖರ್ಚಿನಲ್ಲಿ ಒಂದು ಸಾಧಾರಣ ಮದ್ವೆ ಆಗಿ ಹೋಗುತ್ತೆ'' ಅಂದಳು ಸುಶೀಲ.

ಬೂಸ್ಟ್ ಕುಡಿದ ಮೇಲೆ ಇಬ್ಬರು ಹೋಗಿ ಮನೆಯಲ್ಲೆಲ್ಲ ಅಡ್ಡಾಡಿದರು. ಸುಶೀಲ ನೆಂಟರಲ್ಲಿ ಎಷ್ಟೋ ಜನ ಪರಿಚಿತರೇ.

''ನಮ್ಗೆ ಇನ್ವಿಟೇಷನ್ ಕೊಡದೇ ಮದ್ವೆ ಮಾಡ್ಕೊಂಡೆ. ನಮ್ಮಂಥವರ ನೆನಪು ಎಲ್ಲಿರುತ್ತೆ'' ಕೆಲವರು ನಗೆಯರಿಸುತ್ತಾ ಕೇಳಿದಾಗ ಅವಲಿಗೆ ಪಿಚ್ಚೆನಿಸಿತು ''ಸಾರಿ ಸಾರಿ... ಏನು ತಿಳ್ಕೋಬೇಡಿ. ಆತುರಾತುರದಲ್ಲಿ ಮದ್ವೇ ನಡ್ದು ಹೋಯ್ತು'' ಎಂದಳು ನವಿರಾಗಿ.

''ಮೊದ್ಲುಸ್ವಿಟ್ಜರ್‌ಲ್ಯಾಂಡ್‌ನಲ್ಲಿ ಹನಿಮೂನಿಗಾಗಿ ಸೂಟು ಕಾದಿರಿಸಿದ್ದರಿಂದ ಬೇಗ ಮದ್ವೆ ಮುಗಿಸಿದರು'' ಸುಶೀಲ ತಂಗಿ ಅಂದಾಗ ಎಲ್ಲಾ ಘೊಳ್ ಎಂದು ನಕ್ಕರು. ಕೆಂಪು ಕೆಂಪಾದ ಅಲಕಾ ಅವಳನ್ನು ಅಟ್ಟಿಸಿಕೊಂಡು ಹೋದಳು.

ಮುರುಳಿ ಅವಳ ನಿಶ್ಚಿತಾರ್ಥ ಒಂದು ಫೈವ್ ಸ್ಟಾರ್ ಹೋಟೆಲ್‌ನಲ್ಲಿ ಮದುವೆಗೆ ಮೂರು ದಿನ ಹಿಂದೆ ನಡೆಯಿತು. ಸಮಯಕ್ಕೆ ಸರಿಯಾಗಿ ಸಾಕಷ್ಟು ಅತಿಥಿಗಳು ಬಂದು ಶುಭ ಹಾರೈಸಿ ತಮ್ಮ ತಮ್ಮ ಪಾಡಿಗೆ ಹೋದರು. ತಂದೆ ಮಗಳು 'ಐಶ್ವರ್ಯ'ಕ್ಕೆ, ಮುರುಳಿ 'ಸನ್‌ವ್ಯೂ'ಗೆ ಹೋಗಿದ್ದರು ಅಷ್ಟೆ.

ಸುಶೀಲ ಅಮ್ಮ ಅವಳನ್ನು ಹುಡುಕಿಕೊಂಡು ಬಂದು, ''ಅಲಕಾ ಅವ್ರು ಕೇಳೋದು ನಿನ್ನ ಮಾತೆ. ಅವ್ರು ಸಂಪ್ರದಾಯಸ್ತ ಜನ. ಹಳೇ ಅಲಂಕಾರಗಳು ಇವರಿಗೆ ಇಷ್ಟ ಇವ್ರು ಏನೇನು ಕೇಳೋಲ್ಲ. ಒಡವೆ ಪೆಟ್ಟಿಗೆ ಕೊಟ್ಟು ಮಗಳ ಜವಾಬ್ದಾರಿಯನ್ನು ಅವಳಿಗೆ ಒಪ್ಪಿಸಿ ಹೋದರು.

''ಒಬ್ಬ ಬ್ಯೂಟಿಷಿಯನ್‌ನ ಕರೆಸಿದರಾಯ್ತು'' ಅಂದಾಗ ಅಲಕಾ ಸುಶೀಲ ಅವಳ ಕೈಹಿಡಿದು ಎಳೆದು 'ಅಮ್ಮ ತಾಯಿ ನಂಗೆ ಅಲ್ಲೆಲ್ಲ ಹೋಗಿ ಅಭ್ಯಾಸವಿಲ್ಲ. ಅಮ್ಮನಿಗೂ ಕೂಡ ಅದೆಲ್ಲ ಇಷ್ಟವಾಗೋಲ್ಲ. ಲಕ್ಷಣವಾಗಿಯೇ ಇದ್ದೀಯಲ್ಲ. ಸುಮ್ನೇ ಅದೂ ಇದೂ ಹಚ್ಚಿ ಮುಖ ಹಾಳು ಮಾಡ್ಕೋಬೇಡಾಂತ ಬಯ್ತಾರೆ. ಅದೆಲ್ಲ ಬೇಡ. ಇಷ್ಟೆಲ್ಲ ಒಡ್ವೇ ಬೇಡಾಂದರೇ ಕೇಳೋಲ್ಲ.

ಅಲಕಾ ಸಹಾಯಕ್ಕೆ ಸುಶೀಲ ಸೋದರತ್ತೆ ಬಂದರು. ಇಬ್ಬರು ಸೇರಿ ಅಲಂಕರಿಸಿದರು. ಕುತ್ತಿಗೆಗೆ ಹಾರ, ಮುತ್ತಿನ ಸರ - ಕಿವಿಗೆ ಓಲೆ ಜುಮಕಿ, ಮಾಟಿ ಇರೋ ಜಡೆ ಸಾಲ್ದೂಂತ ಚೌರಿ ಸೇರಿಸಿ ಮತ್ತಷ್ಟು ಉದ್ದನೆಯ ಜಡೆ ಹೆಣೆದರು. ದೊಡ್ಡ ಬನಾರಸ್ ಸೀರೆಯುಡಿಸಿ ಗೊಂಬೆಯಂತೆ ರೆಡಿ ಮಾಡಿದಾಗ ಇದ್ದ ಹೆಂಗಳೆಯರೆಲ್ಲ ಒಂದೊಂದು ಸಲ ವಿಸಿಟ್ ಕೊಟ್ಟು ಮೆಚ್ಚಿಗೆ ಸೂಚಿಸಿ ಹೋದರು.

ಅಷ್ಟರಲ್ಲಿ ಭಾವಿ ಬೀಗರು ಬಂದರು. ಜರಿ ಪಂಚೆ ಜರಿ ಸೀರೆಗಳ ಸದ್ದಿನಿಂದ ತುಂಬಿ ಹೋಯಿತು. ಬರೀ ಫೋಟೋ ನೋಡಿದ್ದ ಅಲಕಾ ಭಾವಿ ವರನನ್ನು ನೋಡಲು ಹೊರಗೆ ಬಂದಳು. ಹೆಚ್ಚು ಉದ್ದವಿದ್ದರಿಂದ ಸಣ್ಣಗೆ ಕಾಣಿಸುತ್ತಿದ್ದ. ಸಾಧಾರಣ ಕ್ರಾಪ್, ಸಾಧಾರಣ ಬಣ್ಣ - ಟೋಟಲಿ ಎಲ್ಲಾ ಸಾಧಾರಣ ಚೆಲುವ ಚೆನ್ನಿಗನಂತಿದ್ದ ಮುರುಳಿಗೆ ಹೋಲಿಸಲು ಸಾಧ್ಯವಿರಲಿಲ್ಲ.

ಸುಶಿಲ ಕೆನ್ನೆ ಹಿಂಡಿ, ''ನಮ್ಮ ಹುಡ್ಗಿಗ್ನೇ ಚೆಲುವೆ'' ಹಾಸ್ಯ ಮಾಡಿದಳು. ಭಾವಿ ಅತ್ತೆ ತಮ್ಮ ನೆಂಟರನ್ನು ಕರೆತಂದು ಎಲ್ಲರಿಗೂ ಪರಿಚಯಿಸಿದರು. ಅದರಲ್ಲಿ, ಎಷ್ಟು

ಸಂಭ್ರಮವಿತ್ತೆಂದರೆ ತಾವೇ ಹಸೆಮಣೆಯೇರುವಷ್ಟು ಸಂತೋಷದಿಂದ ಇದ್ದರು.

ವರನ ತಂಗಿ ಬಂದವಳೇ ಸುಶೀಲ ಪಕ್ಕದ ಸೀಟು ರಿಸರ್ವ್ ಮಾಡಿಕೊಂಡು ಬಿಟ್ಟಳು. ''ನಾನು ಅತ್ತಿಗೆ ಹತ್ತನೇ ಇರ್ತೀನಿ'' ತಮ್ಮ ಮನೆಗೆ ಅಣ್ಣನ ಕೈ ಹಿಡಿದು ಬರುವ ಹೆಣ್ಣಿನ ಬಗ್ಗೆ ಎಂಥ ಅಕ್ಕರೆ.

ಇನ್ನೊಬ್ಬ ನಾದಿನಿ ಮದುವೆಯಾದವಳು ತನ್ನ ವರ್ಷದ ಕೂಸನ್ನು ತಂದು ಸುಶೀಲ ಮಡಿಲಲ್ಲಿ ಕೂಡಿಸಿ ''ಮೊದಲನೆಯದು ಹೆಣ್ಣು ಹೆತ್ತು ಇವ್ನ ಅಳಿಯನನ್ನಾಗಿ ಮಾಡ್ಕೋ'' ಅಂದಾಗ ತುಂಬಿದ್ದವರೆಲ್ಲ 'ಘೊಳ್' ಎಂದರು. ಬಿಟ್ಟ ಕಣ್ಣುಗಳಿಂದ ನಿರುಕಿಸಿ ಅಲಕಾ ಯಾವುದೋ ಲೋಕದಲ್ಲಿದ್ದೇನೆ ಎನ್ನುವ ಭ್ರಮೆಯಲ್ಲಿ ತೇಲಿದಳು. ಎಷ್ಟು ಹಾಸ್ಯ, ಎಂತಹ ವಿನೋದ.

ಹಸೆಯ ಮೇಲೆ ಕೂಡಿಸುವ ಕಾರ್ಯಕ್ರಮ. ಭಾವಿ ಸೊಸೆಯನ್ನು ಕಣ್ಣುಗಳಲ್ಲಿ ತುಂಬಿಕೊಳ್ಳುವಂತೆ ನೋಡುತ್ತಿದ್ದ ಭಾವಿ ವರನ ತಾಯಿ ಮಗನನ್ನು ಹಾಸ್ಯ ಮಾಡುತ್ತಿದ್ದರು. ಅರಿಶಿನ, ಕುಂಕುಮ ಹಚ್ಚಿ ಮಡಲು ತುಂಬುವಾಗ ಸೊಸೆಯನ್ನು ಅಪ್ಪಿಕೊಂಡು ಆನಂದಭಾಷ್ಪ ಸುರಿಸಿದರು.

ಬೇರೆಯವರು ಕುಂಕುಮ ಹಚ್ಚುವಾಗ, ಹೂ ಮುಡಿಸುವಾಗ ಇಬ್ಬರು ನಾದಿನಿಯರು ಅಕ್ಕ ಪಕ್ಕ ಕುಳಿತು ಆಗಾಗ ಅದನ್ನು ಸರಿ ಮಾಡುತ್ತಿದ್ದು ತಮ್ಮ ಪ್ರಾಪರ್ಟಿಯೆನ್ನುವಂತೆ ಅತ್ತಿಗೆಯನ್ನು ಕಾಯುತ್ತಿದ್ದವರಿಗೆ ಒಬ್ಬ ಕೀಟಲೆಯ ತಮ್ಮ ಅವನಂತು ವಿಪರೀತ ತನ್ನ ಮಾತು ಚೇಷ್ಟೆಗಳಿಂದ ಅಣ್ಣ ಅತ್ತಿಗೆಯನ್ನು ಛೇಡಿಸಿ ಇಬ್ಬರ ಮುಖಗಳಿಗೂ ರಂಗು ಬರುವಂತೆ ಮಾಡುತ್ತಿದ್ದ. ಗದ್ದಲ ಸಂತೋಷ ನಗು, ಸಂಭ್ರಮ, ಹಿರಿಯರ ಜೋಕ್, ಆಶೀರ್ವಾದ ಎಲ್ಲಾ ಅನನ್ಯವೆನಿಸಿತು.

ಊಟದಲ್ಲೂ ಅಷ್ಟೇ. ಅಲ್ಲೇನು ಬಫೆ ಸಿಸ್ಟಮ್ ಇರಲಿಲ್ಲ. ಊಟಕ್ಕೆ ಕೂತವರನ್ನು ಅಕ್ಕರೆಯಿಂದ ವಿಚಾರಿಸಿಕೊಳ್ಳುತ್ತಿದ್ದರು. ಸುಶೀಲ ತಂಗಿ ನಾದಿನಿಯರಂತು ಸ್ವೀಟ್ ಬಡಿಸುತ್ತ ಸರ ಸರ ಓಡಾಡುತ್ತಿದ್ದರು. ಕ್ಯಾಮರ ಕೈಯಲ್ಲಿಡಿದು ಸುಶೀಲ ಮೈದುನ ಹುಡುಕಿ ಕಿಕ್ ಮಾಡುತ್ತಿದ್ದ.

ಗೆಳತಿಯನ್ನು ಸುಶೀಲ ಊಟಕ್ಕೆ ಜೊತೆಯಲ್ಲಿ ಕೂಡಿಸಿಕೊಂಡಳು. ಕಣ್ಣಲ್ಲೇ ಛೇಡಿಸುತ್ತಿದ್ದ ಸುಶೀಲಳ ಭಾವಿ ಪತಿ.

ಬಡಿಸಿದ ಎಲೆಯನ್ನು ನೋಡಿದ ಅಲಕಾ ''ಮೈ ಗಾಡ್ ನನ್ಕೈಲಿ ಏನು ತಿನ್ನೋಕ್ಕಾಗೊಲ್ಲ'' ಅಂದಳು.

''ನಂಗೊತ್ತು, ನಂಗೂ ಮುರುಳಿ ಬರ್‍ಲಿ ಅನ್ನೋ ಆಸೆ ಇತ್ತು, ಆದರೆ ಎಲ್ಲಿ ಬೇಗ ಎಳ್ಕೊಂಡ್ಹೋಗ್ತಾರೋ ಅನ್ನೋ ಆತಂಕದಿಂದ ಸುಮ್ಮನಾದೆ. ಈಗ್ಲೂ ಫೋನ್ ಮಾಡೋಣ್ವಾ ?'' ಮೆಲ್ಲನುಸುರಿದಳು.

ವಾಚ್‌ನತ್ತ ನೋಡಿದ ಅಲಕಾ, ''ಅವ್ರ ಊಟ ಮುಗ್ದು ಹೋಗಿರುತ್ತೆ. ಒಂದು ದಿನ ಇಬ್ರೂ ಬರ್ತೀವಿ. ಯಾಕೋ ಏನು ಸೇರೋಲ್ಲ, ಎಲೆಯ ಮುಂದೆ ಕೂತಿದ್ದೇ ತಪ್ಪಾಯ್ತು'' ಪೇಚಾಡಿಕೊಂಡಳು.

ಆದರೆ ಬಿಡಬೇಕಲ್ಲ, ಸುಶೀಲಗಿಂತ ಇವಳಿಗೆ ಜಾಸ್ತಿ ಉಪಚಾರವಾಯಿತು. ಪರಿಚಯ ಮಾಡಿಕೊಂಡ ಅತ್ತೆ, ಮಾವ, ನಾದಿನಿ, ಮೈದುನ ಇವಳ ಸುತ್ತ ತುಂಬಿಕೊಂಡು ಸಂಭ್ರಮಿಸಿದರು.

''ಎಂಥ ಪತ್ರಿಕೆ! ಒಂದ್ವಾರ ತಡವಾಗಿ ಬಂದರೇ ಮನೆಯವರೆಲ್ಲ ಒದ್ದಾಡಿ ಬಿಡ್ತಾರೆ. ಧಾರಾವಾಹಿಗಳಿಗಿಂತ ಒಳ್ಳೆ ಕತೆಗಳು ಇರುತ್ತೆ! ಅಲಕಾ ಅನ್ನೋ ಹೆಸರೇ ತುಂಬ ಚೆನ್ನಾಗಿದೆ.''

ಒಬ್ಬೊಬ್ಬರು ಒಂದೊಂದು ತರಹ ಹೊಗಳಿ ಅಟ್ಟಕ್ಕೇರಿಸಿದರು. ಪತ್ರಿಕೆ ಒಡತಿ ಅವಳಿರಬಹುದು. ಕೆಲವೊಮ್ಮೆ ಸಂಪಾದಕೀಯಗಳನ್ನು ಬರೆದಿರಬಹುದು. ಆದರೆ ತನ್ನಲ್ಲಿ ಏನು ಅಂಥ ಪ್ರತ್ಯೇಕತೆ ಎಂದು ತನ್ನನ್ನು ತಾನು ಪ್ರಶ್ನಿಸಿಕೊಂಡಳು.

ಕಾರು ಹತ್ತುವಾಗ ಹಿಂಡು ಜನ ಬಂದು ಬೀಳ್ಕೊಟ್ಟರು.

''ಒಪ್ಪತ್ತು ನಮ್ಮನೆಗೆ ಇಬ್ರೂ ಊಟಕ್ಕೆ ಬರ್ಬೇಕು ಎಂದು ಬಂದು ಕರೆಯಿರೀಂದರೇ ಅಂದು ಬರ್ತೀವಿ ನಾವಿಬ್ರೂ'' ಎಂದು ಸುಶೀಲ ತಾಯಿ ಗಂಡನ ಕಡೆ ನೋಡಿದರು. ಚೀಫ್ ಇಂಜಿನಿಯರಿಗಾಗಿ ರಾಜ್ಯ ಸರ್ಕಾರಿ ಸೇವೆಯಿಂದ ಇತ್ತೀಚೆಗೆ ರಿಟೈರ್ಡ್ ಆಗಿದ್ದ. ಎಷ್ಟು ಹಮ್ಮು ಬಿಮ್ಮು ಇದ್ದರೂ ಶಿವಶಂಕರ ಪಿಳ್ಳೆ ಹತ್ತನೆ ಒಂದು ಭಾಗಕ್ಕೆ ನಾವಿಲ್ಲವೆಂದು ಅವರಿಗೆ ಗೊತ್ತು.

''ಹೌದು ಯಾವಾಗ್ಬಂದು ಕರ್‍ಯೋಣ? ನಮ್ಮ ಸುಶೀಲ ವಿವಾಹಕ್ಕೆ ಮೊದ್ಲೇ ಬರ್ಬೇಕು. ಆಮೇಲೆ ತುಂಬ ಕಷ್ಟ'' ರಾಗವಾಗಿ ಹೇಳಿದರು.

ಮೌನವಾಗಿ ತಲೆದೂಗಿದಳು. ಅವಳಲ್ಲಿ ಏನೋ ಒಂದು ರೀತಿಯ ಗೊಂದಲ ನಿರಾಸೆ ಶುರುವಾಗಿತ್ತು. ಐಶ್ವರ್ಯ ತಲುಪುವ ವೇಳೆಗೆ ತೀರಾ ಖಿನ್ನಳಾದಳು.

ಅವಳ ನಿಶ್ಚಿತಾರ್ಥಕ್ಕೆ ಇದಕ್ಕೆ ನಾಲ್ಕರಷ್ಟು ಖರ್ಚಾಗಿತ್ತು. ಬಂದ ಜನ ಔಪಚಾರಿಕವಾಗಿ ವಿಷ್ ಮಾಡಿ ಗೊಂಬೆಗಳಂತೆ ಸರಿದು ಹೋಗಿದ್ದರು. ತುಂಬ ಜನ ಹೆಂಗಸರು ಬಂದಿದ್ದರು. ಅವರೆಲ್ಲ ಶ್ರೀಮಂತರೇ. ಹೆಚ್ಚು ಕಲಿತವರು ಬರೀ ನಾಟಕೀಯ ನಗೆ. ಅಂಥ ಸಂಭ್ರಮವೇನು ಇರಲಿಲ್ಲ.

ಬಟ್ಟೆ ಕೂಡ ಬದಲಾಯಿಸದೇ ಹಾಸಿಗೆಯ ಮೇಲೆ ಉರುಳಿಕೊಂಡು ಚಿಂತಿಸಿದಳು. ಬದುಕು ತೀರಾ ನಿಸ್ಸಾರವೆನಿಸಿತು. ಶಿವಶಂಕರ ಪಿಳ್ಳೆಯವರಿಗೆ ಅವಳೊಬ್ಬಳೇ ಮಗಳು.

ಎರಡು ಸಲ ಫೋನ್ ಬಂತು. ಮೊದಲ ಸಲ ಬಂದಿದ್ದು ಅವಳ ತಂದೆಯದು ಎರಡನೆಯ ಸಲ ಮುರುಳಿ ಫೋನಾಯಿಸಿ ವಿಚಾರಿಸಿದ್ದ.

''ನಂಗೂ ನೀನು ಬರೋವರ್ಗೂ ಐಶ್ವರ್ಯದಲ್ಲೆ ಇರೋ ಇಚ್ಛೆ ಇತ್ತು'' ನಕ್ಕು

ಏನೇನೋ ಹೇಳಿದಾಗ ಅವಳ ಗಲ್ಲವೇನು ಕೆಂಪಾಗಲಿಲ್ಲ ''ಸಂಜೆ ಬರ್ತೀರಲ್ಲ ಫೋನ್ ಇಡ್ತೀನಿ'' ತಾನೆ ಕಟ್ ಮಾಡಿದಳು.

ಬೋಧಿ ವೃಕ್ಷದ ಕೆಳಗೆ ಕೂತ ಬುದ್ಧನಿಗೆ ಜ್ಞಾನೋದಯವಾದಂತೆ ಇಂದಿನ ಸಮಾರಂಭ ಅವಳನ್ನು ಚಿಂತನೆಗೆ ಹಚ್ಚಿತ್ತು. ಸಂಜೆ ಶಿವಶಂಕರ್ ಪಿಳ್ಳೆ ಮಗಳು ಅನ್ಯಮನಸ್ಕಳಾಗಿದ್ದು ನೋಡಿ ಗಾಬರಿಯಾದರು.

''ಎನಿಥಿಂಗ್ ರಾಂಗ್? ಹುಷಾರಾಗಿದ್ದೀಯ ತಾನೆ ? ಅಲ್ಲಿನ ಫುಡ್ ನಿನ್ನ ಅಪ್‌ಸೆಟ್ ಮಾಡ್ತಾ'' ಆತಂಕದಿಂದ ಅವಳ ಕೈ, ಕುತ್ತಿಗೆ, ಹಣೆಯನ್ನು ಮುಟ್ಟಿ ಮುಟ್ಟಿ ನೋಡಿದರು. ಅವರಿಗೆ ಮಗಳೇ ಸ್ವರ್ಸ್ವ.

ಅಲಕಾ ಸಣ್ಣಗೆ ನಗುತ್ತ ''ಎವ್ವೆರಿಥಿಂಗ್ ಈಜ್ ಆಲ್‌ರೈಟ್. ಫಂಕ್ಷನ್ ತುಂಬ ಚೆನ್ನಾಗಿತ್ತು ಡ್ಯಾಡ್. ಎಷ್ಟೊಂದು ಜನ ನೆಂಟರು ಅಂತೀರಾ? ನಂಗಂತು ತುಂಬ ಖುಷಿ ಆಯ್ತು. ನೀವು ಬರ್ಬೇಕಿತ್ತು ಅಂದ್ಲು ಸುಶೀ. ಆದರೆ ನೀವು ಬರೋಲ್ಲಾಂತ ಅವ್ರಿಗೆಲ್ಲ ಗೊತ್ತು'' ಗೆಲುವಿನಿಂದ ಹೇಳಿದಾಗ ಸಮಾಧಾನಗೊಂಡರು.

ಗಾರ್ಡನ್‌ನಲ್ಲಿ ಕೂತು ಸಂಜೆಯ ಟೀ ತಗೊಳ್ಳುವಾಗ ಉಗುರುಗಳಿಗೆ ಹಚ್ಚಿದ ಬಣ್ಣ ನೋಡುತ್ತ ''ಡ್ಯಾಡ್, ತಾತಂಗೆ ನೀವೊಬ್ರೆ ಮಗನಾ ? ನಂಗೆ ಗೊತ್ತು. ಆದ್ರೂ ಡೀಟೈಲ್ಸ್ ಕಲೆಕ್ಟ್ ಮಾಡಿಕೊಳ್ಳೋಕಷ್ಟೆ''

''ನಿನ್ನ ಚಿಕ್ಕಪ್ಪ ಆಸ್ಟ್ರೇಲಿಯಾದಲ್ಲಿ ಉಳ್ದ ಮೇಲೆ ಅವ್ನಿಗೆ ಇಲ್ಲಿನ ನೆನಪೇ ಇಲ್ಲ ಅಂದ್ಕೋಬೇಕು. ನಿನ್ನ ನಿಶ್ಚಿತಾರ್ಥಕ್ಕೆ ವಿಷ್ಯ ತಿಳಿಸಿದಾಗ ಬರೀ ಪ್ರತಿಕ್ರಿಯೇ ಬರ್ಲಿಲ್ಲ. ಬರೀ ಗ್ರೀಟಿಂಗ್, ಪ್ರಸಂಟೇಷನ್ ಬಂತು. ಇನ್ನು ನಂಗೊಬ್ಬ ತಂಗಿ ಇದ್ದಳಂತೆ. ಚಿಕ್ಕಂದಿನಲ್ಲೆ ತೀರಿಕೊಂಡ್ಲು. ನಂಗೆ ಅವಳ ನೆನಪು ಕೂಡ ಅಷ್ಟೊಂದು ಇಲ್ಲ. ನಿಮ್ಮಮ್ಮ ಸತ್ತ ಮೇಲೆ ಅವ್ರ ಕಡೆಯವ್ರ ಈ ಕಡೆ ಬರ್ದೇ ಇರೋಕೆ ನಾನು ಆಗಾಗ ಆರ್ಥಿಕ ನೆರವು ನೀಡಲಿಲ್ಲಾಂತ. ಸಾಕಷ್ಟು ನಾನು ಹಿಂದೆ ಕೊಟ್ಟು ಕಳ್ಕೊಂಡಿದ್ದೆ'' ಒಂದು ಜಮಾನದ ಹಿಸ್ಟರಿಯನ್ನು ನಾಲ್ಕು ಸಾಲಿನಲ್ಲಿ ಬಿಚ್ಚಿಟ್ಟರು.

ನೇರವಾಗಿ ತಂದೆಯನ್ನು ನೋಡಿದಳು 'ಅಲಕಾ' ಪೇಪರ್ ಮಗಳು ಅಲಕಾ ಇಷ್ಟೇ ಪ್ರಪಂಚವೆನ್ನುವಂತೆ ಬದುಕಿದ ಮನುಷ್ಯ ತೀರಾ ಪ್ರಿನ್ಸಿಪಲ್ಡ್ ಎಂದು ಕೆಲವರು ಹೇಳುತ್ತಿದ್ದರು.

''ಯಾಕೆ ಇಷ್ಟೆಲ್ಲ ಡೀಟೈಲ್ಸ್ ? ಕೇಳಿದರು ಟೀ ಸಿಪ್ ಮಾಡುತ್ತಾ.

''ನಿಮ್ಮ ಬಗ್ಗೆ ಸಾಕಷ್ಟು ಜನ ಲೇಖನಗಳನ್ನ ಬರೆದಿದ್ದಾರೆ. ಆದರೆ 'ನನ್ನ ದೃಷ್ಟಿಯಲ್ಲಿ ನೀವು' ಎಂದು ಒಂದು ಧಾರವಾಹಿ ಪ್ರಾರಂಭ ಮಾಡೋಣಾಂತ'' ಮಗಳ ಮಾತಿಗೆ ಜೋರಾಗಿ ನಕ್ಕು ಬಿಟ್ಟರು.

''ಬರವಣಿಗೆ ಶುರು ಮಾಡೋದು ಸಂತೋಷದ ವಿಷ್ಯವೇ. ಬೇರೆಯವ್ರ ಬಗ್ಗೆ ಬರಿ. ಸಾಕಷ್ಟು ಸಾಧನೆ ಮಾಡಿ ಎಲೆಮರೆಯ ಕಾ ಅಂತಿರೋ ಮಹಾನುಭಾವರು ಸಾಕಷ್ಟು ಮಂದಿ

ಇದ್ದಾರೆ. ಕೆಲವರು ಸತ್ತಿದ್ದಾರೆ. ಅಂಥವ್ರ ಬಗ್ಗೆ ಬೇರೆಯವ್ರಿಂದ ವಿಷ್ಯ ಕಲೆಕ್ಟ್ ಮಾಡ್ಕೋ. ಇರೋರ ಬಗ್ಗೆ ನೀನೆ ಇಂಟರ್ ವ್ಯೂ ಮಾಡು. ಅಂತವ್ರ ಒಂದು ಲಿಸ್ಟ್ ತಯಾರ್ಸಿ ಕೊಡೋಕೆ ಶಾಮಣ್ಣನಿಗೆ ಹೇಳ್ತೀನಿ'' ಹುರಿದುಂಬಿಸಿದರು. ಆದರೆ ಅವಳ ಉದ್ದೇಶವೇ ಬೇರೆಯಾಗಿತ್ತು.

ಮಾತಾಡದೇ ಮೌನವಾಗಿ ಕೂತ ಅಲಕಾ ತಲೆಯೆತ್ತಿ ''ಡ್ಯಾಡ್, ಇದು ತೀರಾ ಪರ್ಸನಲ್. ಮಮ್ಮಿ ಸತ್ಮೇಲೆ ನೀವ್ಯಾಕೆ ಮತ್ತೆ ಮದ್ವೆ ಆಗ್ಲಿಲ್ಲ?'' ಈ ಪ್ರಶ್ನೆಗಂತೂ ಶಿವಶಂಕರ ಪಿಳ್ಳೆ ಜೋರಾಗಿ ನಕ್ಕರು. ನಂತರ ಇಷ್ಟು ವರ್ಷದ ನಂತರ ಇಂಥ ಒಂದು ವಿಚಾರ ಇವಳ ಮನದಲ್ಲಿ ಯಾಕೆ ಮೂಡಿತೆಂದು ಯೋಚನಾಪರರಾದರು. ಮೃದುವಾಗಿ ಕೆನ್ನೆ ತಟ್ಟಿ ಮೇಲೆದ್ದು ಅಡ್ಡಾಡತೊಡಗಿದರು. ಅವರಿದ್ದ ಬಿಜಿಯಲ್ಲಿ ತಮಗೆ ಬೇಕೂಂತ ಅನ್ನಿಸಿರಲಿಲ್ಲ! ಇದೊಂದು ಸಣ್ಣ ಕಾರಣ ಇರಬಹುದು.

''ಡ್ಯಾಡ್, ನನ್ನ ಪ್ರಶ್ನೆಗೆ ಉತ್ತರ ಹೇಳ್ಳಿಲ್ಲ'' ನೆನಪಿಸಿದಳು.

ಬಂದು ಕೂತವರು ಕಣ್ಣು ಕಿರಿದು ಮಾಡಿ ''ಅಗತ್ಯ ಕಾಣ್ಲಿಲ್ಲ. ನನ್ನ ಪ್ರಕಾರ ಯಾರ್ಗೇ ಆಗ್ಲಿ ಎರಡನೇ ವಿವಾಹದ ಅಗತ್ಯವಿಲ್ಲ. ನೂರು ನೆಪವೊಡ್ಡಿ ವಿವಾಹವಾಗ್ತಾರೆ. ಅದು ಅವ್ರ ಧ್ಯೇಯ ಧೋರಣೆಗಳಿಗೆ ಸಂಬಂಧಿಸಿದ್ದು. ಟೂ ಲೇಟ್... ಕೆಲವು ವರ್ಷಗಳ ಹಿಂದೆ ಕೇಳಿದ್ದರೇ ಸಮರ್ಪಕವಾಗಿ ಉತ್ತರ ಹೇಳ್ತಾ ಇದ್ನೋ ಏನೋ. ನೀನು ಇವತ್ತು ನಾರ್ಮಲ್ಲಾಗಿಲ್ಲ'' ಎಂದು ತಮ್ಮ ಛೇರನ್ನು ಮಗಳ ಸನಿಹಕ್ಕೆಳೆದುಕೊಂಡು ಕೂತರು.

ಅಲಕಾ ಅಳೋದಿಕ್ಕೆ ಶುರು ಮಾಡಿದಳು. ತಟ್ಟನೇ ಗಾಬರಿಯಾದರು ಶಿವಶಂಕರ್ 'ಅಳೋಂತದ್ದು ಏನಾಯ್ತು?'' ಕರ್ಚೀಫ್‌ನಿಂದ ಕಣ್ಣೀರು ತೊಡೆದು ಕೇಳಿದರು. ಅವಳು ಅಳದಂತೆ, ಅವಳ ಕಣ್ಣಿಂದ ನೀರಿಳಿಯದಂತೆ ನೋಡಿಕೊಂಡರು. ಕಟ್ಟೆಚ್ಚರದಿಂದ ಬೌದ್ಧಿಕ ಸಂಪತ್ತನ್ನು ಮಗಳಲ್ಲಿ ತುಂಬಿದ್ದರು.

''ಮೈ ಗಾಡ್, ಅಲಕಾ ಅಂಥ ಹುಡ್ಗೀ ಅತ್ತರೆ ಗತಿಯೇನು ? ಏನ್ಸಮಾಚಾರ ಇಬ್ಬರ ನಡ್ವೇ ಏನಾದ್ರು ಪ್ರೇಮ ಕಲಹವಾಗಿದ್ದರೇ ಅಲ್ಲಿಗೆ ನಾನು ನೋ ಎಂಟ್ರಿ'' ನಗುತ್ತ ಮಗಳ ಒದ್ದೆಯಾದ ಕೆನ್ನೆಗಳನ್ನು ಸವರಿದರು. ಅಲಕಾ ಕಣ್ಣೊರೆಸಿಕೊಂಡು, ''ಸಾರಿ ಡ್ಯಾಡ್, ಇವತ್ತು ಸುಶೀಲ ಎಂಗೇಜ್‌ಮೆಂಟ್ ಅಲ್ವಾ'' ಅಂದ ಕೂಡಲೇ ಶಿವಶಂಕರ್ ಪಿಳ್ಳೆ ಇನ್ನಷ್ಟು ಬಾಯಿ ತೆರೆದು ನಕ್ಕರು. ಇಲ್ಲಿ ಅವರು ತಿಳಿದಿದ್ದು ಬೇರೆ.

''ಒಂದ್ಕೆಲ್ಸ ಮಾಡು. ನಮ್ಮ ಪತ್ರಿಕೆಯಲ್ಲಿ ಕೆಲ್ಸ ಕೊಡೋಣ. ಹೇಗೂ ಜಯನಗರದ ಮನೆ ಖಾಲಿಯಾಗಿದೆ. ಕ್ವಾಟ್ರಸ್ಸಾಗಿ ಕೊಟ್ಬಿಡೋಣ ಆಗ ನಿನ್ನ ಫ್ರೆಂಡ್ ಇಲ್ಲೇ ಉಳಿತಾಳೆ.''

ಅಲಕಾ ಕೂಡ ಆರಾಮಾಗಿ ನಕ್ಕು ಬಿಟ್ಟಳು.

''ಬೇಡ ಡ್ಯಾಡ್, ಅಲಕಾ ಅತ್ತೆಯವ್ರ ಮನೆಯ ಕಡೆಯ ಫ್ಯಾಮಿಲಿ ಎಷ್ಟೊಂದು ಚೆನ್ನಾಗಿದೆ. ಅಲ್ಲೇ ಒಂದ್ಕೆಲ್ಸವಿದೆ. ಸ್ವಂತ ಮನೆ ಇದೆಯಂತೆ. ಅಲ್ಲೆ ಇದ್ಕೊಳ್ಳಿ'' ಸಮಾಧಾನಕ್ಕೆ ಬಂದಳು.

'ಹತ್ತು ನಿಮಿಷದಲ್ಲಿ 'ಇಂಡಿಕಾ' ಒಳ ಬಂತು ಹಂಸಗಮನೆಯಂತೆ. ಈಗ ಮುರುಳಿಗೆ ಡ್ರೈವರ್‌ನ ಅಗತ್ಯವಿರಲಿಲ್ಲ. ತಾನೇ ಆರಾಮಾಗಿ ಓಡಿಸುತ್ತಿದ್ದ. ಅದೊಂದು ಮೆಚ್ಚಿಗೆಯ ವಿಷಯ.

ಬಹಳ ಎಚ್ಚರದಿಂದ ಹೆಜ್ಜೆಗಳನ್ನು ಮೂಡಿಸುತ್ತ ಅವರತ್ತ ಬಂದವನು ಖಾಲಿ ಕೇನ್ ಛೇರ್ ಮೇಲೆ ಕೂತು ಮಾತಿಗೆ ಶುರು ಮಾಡಿದಾಗ ಅಲಕಾ ಮೇಲೆದ್ದಳು.

''ನೀವುಗಳು ಮಾತಾಡಿ. ನಾನ್ಹೋಗಿ ಟೀ ಕಳಿಸ್ತೀನಿ'' ಎಂದು ಹೋದಳು. ಏನೋ ಕಳೆದು ಕೊಂಡ ಭಾವ. ಮತ್ತೆಂದು ತನಗೆ ಸಿಗದೆಂಬ ನಿರಾಶೆ ಅವಳಲ್ಲಿ ಉದ್ಭವವಾಗಿ ಕಂಗೆಡಿಸುತ್ತಿತ್ತು.

ಟೀ ಕಳಿಸಿದವಳು ಬೆಡ್ ರೂಮಿಗೆ ಹೋದಳು. ಸುಶೀಲ ಎಂಗೇಜ್‌ಮೆಂಟ್ ಚಿತ್ರವೇ ಅವಳ ಕಣ್ಮುಂದೆ. ಅತ್ತೆಗೆ ಮಗನ ಕೈ ಹಿಡಿದು ತಮ್ಮ ಮನೆಗೆ ಬರುವ ಸೊಸೆಯ ಮೇಲೆ ಎಷ್ಟೊಂದು ಅಕ್ಕರೆ. ಒಮ್ಮೆ ನೀರು ತಂದು ಕೊಟ್ಟು ಮುಂದಲೇ ಸವರಿದ್ರು. ನಾದಿನಿಯರು ಹುಡುಗಾಟದಿಂದಲೇ ತಮ್ಮ ಅಧಿಕಾರ ಸಾಬೀತು ಪಡಿಸಿದ್ದರು. ಇದರಲ್ಲಿ ಎಷ್ಟೊಂದು ರಮ್ಯತೆ ಇದೆ. ಇದನ್ನೆಲ್ಲ ಪಡೆದುಕೊಳ್ಳುವ ಒಂದೇ ಒಂದು ಅವಕಾಶವಿದ್ದು ಅದನ್ನು ಕಳೆದು ಕೊಂಡಿದ್ದಾಗಿತ್ತು.

ರೂಮಿಗೆ ಬಂದು ಬಟ್ಟೆ ಬದಲಾಯಿಸಿ ಬಾತ್‌ರೂಮಿಗೆ ಹೋಗಿ ಬಂದ ಮುರುಳಿ ಅವಳ ಪಕ್ಕ ಕೂತ. ಎದೆಗೊರಗಿಕೊಂಡು ಕಣ್ಮುಚ್ಚಿದಳು. ಹಿತವೆನಿಸಿತು. ಆ ವಿಶಾಲವಾದ ಎದೆಯ ಮೇಲೆ ತಲೆಯಿಟ್ಟು ಎಲ್ಲಾ ಮರೆಯಬಹುದೆನ್ನುವುದು ಹುಚ್ಚಾಗಿ ಕಂಡಿತು.

ಅವನ ಕೈ ಬೆನ್ನಿನಿಂದ ಕೆಳಗೆ ಇಳಿದಾಗ ಹೊರ ಬಂದು, ''ಮುರುಳಿ ನಿನ್ನ ಪೇರೆಂಟ್ಸ್ ಬಗ್ಗೆ ಏನು ಹೇಳ್ಲೇ ಇಲ್ಲ. ನಿಮ್ಮ ಬಯೋಡಾಟಾ ನನ್ನೈಗೆ ಡ್ಯಾಡ್ ಕೊಟ್ಟು 'ವಿದ್ಯಾವಂತ ತಾಯ್ತಂದೆಯರ ಒಬ್ಬೇ ಮಗ' ಅಂದಿದ್ರು. ಸತ್ಯನಾರಾಯಣ ಎಂ.ಎ., ಸುಕನ್ಯ ಬಿ.ಎಸ್ಸಿ., ಅವರಿಬ್ರು ಎಷ್ಟು ವರ್ಷದ ಹಿಂದೆ ತೀರಿಕೊಂಡ್ರು. ನಿಮ್ತಂದೆ ಯಾವುದಾದ್ರೂ ಜಾಬ್‌ನಲ್ಲಿದ್ರಾ ?'' ಪ್ರಶ್ನೆಗಳ ಮಾಲೆಯನ್ನೇ ಅವನ ಮುಂದಿಟ್ಟಳು.

ಎಷ್ಟು ನರ್ವಸ್ ಆಗಿಬಿಟ್ಟನೆಂದರೆ ಎ.ಸಿ. ಕೆಲಸ ಮಾಡುತ್ತಿದ್ದರು ಬೆವೆತುಬಿಟ್ಟ ಅಲಕಾ ಇರೋ ಬಿಜಿಯಲ್ಲಿ ತನ್ನ ಹಿಂದಿನ ಬದುಕಿನ ಬಗೆಗೆ ಹೆಚ್ಚು ತಿಳಿಯುವ ಪ್ರಯತ್ನ ಮಾಡೋಲ್ಲವೆಂದು ತಿಳಿದಿದ್ದು ತಪ್ಪಾಗಿತ್ತು. ಆ ಬಗ್ಗೆಯಂತು ಅವಳಿಗೆ ತೀರಾ ಕುತೂಹಲ.

''ಪ್ಲೀಸ್, ನನ್ನ ಆ ವಿಷ್ಯ ಕೇಳ್ಬೇಡ. ನಂಗೆ ಅವ್ರುಗಳ ನೆನಪು ಬಂದರೇನೇ ತಡೆದುಕೊಳ್ಳೋಕ್ಕಾಗೊಲ್ಲ'' ಎಕ್ಸೈಟ್ ಆಗಿ ಹೇಳಿದ. ಅಲಕಾ ಚಕಿತಳಾದಳು. ಇದು ಮೊದಲನೇ ಸಲವಲ್ಲ ಒಂದೆರಡು ಬಾರಿ ಪ್ರಶ್ನಿಸಿದಾಗಲೂ ಇದೇ ವರ್ತನೆ.

ಮುರುಳಿಯ ಕೈ ಹಿಡಿದುಕೊಂಡು, ''ಇದು ತುಂಬ ಬ್ಯಾಡ್ ಲಕ್. ವಿವಾಹಕ್ಕೆ ಒಂದು ಪರಮೋದ್ದೇಶವಿದೆ. ಬರೀ ರಾತ್ರಿಗಳ್ನ ಕಳ್ಯೋಕ್ಕೋಸ್ಕರ ಮಾತ್ರ ನಿರ್ಮಾಣ ಮಾಡಿದ ವ್ಯವಸ್ಥೆಯಲ್ಲ. ಇಲ್ಲಿ ಇಬ್ಬರ ಸ್ನೇಹ ಆತ್ಮೀಯತೆ ಭಾವನೆಗಳ ಮಿಳಿತ ಎಲ್ಲಾ

ಬೇಕಾಗುತ್ತೆ. ನಿಮ್ಮ ಪೇರೆಂಟ್ಸ್ ಸಾವನ್ನು ಒಳ್ಗೆ ಹುದುಗಿಸಿಕೊಂಡಿರೋದ್ರಿಂದ ಅಷ್ಟು ನಿಮ್ಮನ್ನ ತುಂಬಾ ಕಾಡ್ತಾ ಇದೆ. ಈಗ ಆ ಪರಿಸ್ಥಿತಿ ಇಲ್ಲ. ಅವ್ರ ಸ್ವಭಾವ ನಡೆನುಡಿಗಳ ಬಗ್ಗೆ ನನ್ನಲ್ಲಿ ಹೇಳಿ. ಕೆಲವನ್ನು ಹೇಳಿಕೊಂಡರೇ ನಿಮ್ಮ ಮನಸ್ಸು ಹಗುರವಾಗುತ್ತೆ'' ಉತ್ಸಾಹ ತುಂಬಿದಳು.

ಮುರುಳಿ ಮಾತಾಡಲಿಲ್ಲ. ಬದುಕಿರೋ ತಂದೆ ತಾಯಿಗಳ ಬಗ್ಗೆ ಮಾತಾಡಲು ಅವನ ನಾಲಿಗೆ ಏಳುತ್ತಿರಲಿಲ್ಲ. ಹಾಗೆ ನೋಡಿದರೇ ಭಾವಚಿತ್ರದಲ್ಲಿದ್ದ ಅಲಕಾ ತಾಯಿಗಿಂತ ಅವನಮ್ಮ ಚೆನ್ನಾಗಿದ್ದರು. ಕಳೆಯಾಗಿದ್ದರೂ ಇದೆಲ್ಲ ಹೇಳಿಕೊಳ್ಳುವುದು ಇಷ್ಟವೆನಿಸಿದರೂ ಅವನು ನಿರ್ಮಾಣ ಮಾಡಿಕೊಂಡಿರುವ ಸ್ಥಿತಿಯಲ್ಲಿ ಇದೆಲ್ಲ ಸಾಧ್ಯವಿರಲಿಲ್ಲ.

''ಇವತ್ತು ಆ ವಿಷ್ಯ ಬೇಡ. ಇನ್ನೊಂದು ದಿನ ಹೇಳ್ತೀನಿ'' ಎಂದು ತಪ್ಪಿಸಿಕೊಂಡ. ಅಲಕಾ ನಿಸ್ತೇಜಳಾದಳು. ''ಇವತ್ತು ಸುಶೀಲ ಭಾವಿ ಅತ್ತೇನಾ ನೋಡಿದಾಗ ನಂಗೂ ಅತ್ತೆ ಇರ್ಬೇಕೂಂತ ಅನ್ನಿಸ್ತು. ನಂಗಂತೂ ತಾಯಿ ಇರ್ಲಿಲ್ಲ. ನಿಂಗಾದ್ರೂ ತಾಯಿ ಇರ್ಬೇಕಿತ್ತು'' ಒಳಗಿನ ಮಾತನ್ನ ಹೊರಚೆಲ್ಲಿದಳು.

ಬೆಚ್ಚಿ ಬಿದ್ದ ಮುರುಳಿ ಅವಳನ್ನೇ ನೋಡಿದ. ಎದೆಯ ಬಡಿತ ಕಿಂಚಿತ್ತು ಹೆಚ್ಚಿಸಿಕೊಂಡಿತ್ತು. 'ನಿಮ್ಮ ತಂದೆ ನನ್ನ ಅಳಿಯನನ್ನಾಗಿ ಮಾಡಿಕೊಳ್ಳುತ್ತಿರಲಿಲ್ಲ. ಅದೊಂದು ವಿಷ್ಯ ನಂಗೆ ಅಡ್ವಾಂಟೇಜ್ ಆಯ್ತು' ಅಂತ ಹೇಳಬೇಕೆನಿಸಿದರೂ ಮನದ ಮಾತನ್ನು ತುಟಿಗಳು ಹೇಳಲು ಸಿದ್ಧವಿರಲಿಲ್ಲ.

''ಪದೇ ಪದೇ ಆ ವಿಷ್ಯಗಳ್ನ ಮಾತಾಡೋಕೆ ಹೊರಟರೆ ನೋವು ತರುತ್ತೆ. ಬೇರೆ ಏನಾದ್ರೂ ಹೇಳು. ಹೇಗಾಯ್ತು ನಿನ್ನ ಫ್ರೆಂಡ್ ಎಂಗೇಜ್‌ಮೆಂಟ್ ?'' ವಿಷಯವನ್ನು ಬೇರೆಗೆ ತಿರುಗಿಸಿದ. ಅಲ್ಲೇ ಷುರುವಾಗಿದ್ದು ವಿಪ್ಲವ ಎನ್ನುವ ಅರಿವು ಅವನಿಗಿರಲಿಲ್ಲ.

''ವಂಡರ್‌ಫುಲ್ಲಾಗಿತ್ತು ! ಎಷ್ಟೊಂದು ಜನ ಬಂದಿದ್ರು. ಅದೊಂದು ಫೆಂಟಾಸ್ಟಿಕ್ ಸಮಾರಂಭ'' ಎಂದು ಉದ್ಗರಿಸಿದಾಗ ಮುರುಳಿ ತಳ್ಳಿ ಹಾಕಿದ. ''ಗೆಳತಿಯ ಮೇಲಿನ ಅಕ್ಕರೆಯಿಂದ ಹೇಳ್ತಾ ಇದ್ದೀಯಷ್ಟೇ. ಅಲಕಾ ಪತ್ರಿಕೆ ಎಡಿಟರ್ ಪಬ್ಲಿಷರ್ ಶಿವಶಂಕರ ಪಿಳ್ಳೆಯವರ ಮಗಳು ಎಂಗೇಜ್‌ಮೆಂಟ್ ಅಷ್ಟು ವೈಭವವಾಗಿರೋಕೆ ಸಾಧ್ಯವಿಲ್ಲ. ನಮ್ಮ ಎಂಗೇಜ್‌ಮೆಂಟ್ ಎಷ್ಟೊಂದು ಗ್ರಾಂಡಾಗಿ ನಡೆಯಿತು'' ಹೇಳಿಕೊಂಡ. ಅಂದಿನ ವೈಭವ, ಶ್ರೀಮಂತಿಕೆಯ ವಾತಾವರಣ- ಅವನ ಮಟ್ಟಿಗಂತು ತೀರಾ ಅದ್ಭುತ.

''ನೋ, ನಂಗೆ ಹಾಗೆ ಅನ್ನಿಸೋಲ್ಲ. ಅಲ್ಲಿದ್ದೋರೆಲ್ಲ ಫೈವ್ ಸ್ಟಾರ್ ಹೋಟೆಲ್‌ನ ನೌಕರ ವರ್ಗದವ್ರೇ ಓಡಾಡ್ತ ಇದ್ದಿದ್ದು. ಬಂದ ಜನರಲ್ಲಿ ಕೆಲವರು ಬಂಧುಗಳು ಇರ್ಬಹ್ದು. ಆದರೂ ಅವ್ರು ಬರೀ ಫಾರ್ಮಾಲಿಟೀಸ್‌ಗೋಸ್ಕರ ಬಂದಿದ್ದರೇ ವಿನಃ ಅಕ್ಕರೆಯಿಂದಲ್ಲ. ಇನ್ನ ಬಂದ ಗೆಸ್ಟ್‌ಗಳು ಯಾಂತ್ರಿಕವಾಗಿ 'ವಿಶ್' ಮಾಡಿದರು ಹಣ ಹೆಚ್ಚು ಖರ್ಚಾದುದ್ದರಿಂದ ಸಮಾರಂಭ ವೈಭವಯುತ ಅಂತ ಒಪ್ಕೋಬೇಕು. ಆದರೆ ಸುಶೀಲ ಮನೆ ಸಮಾರಂಭವೇ

ಬೇರೆ ರೀತಿಯದು. ವರನ ತಾಯಿ ಇತರ ಮುತ್ತೈದೆಯೊಂದಿಗೆ ಭಾವಿ ಸೊಸೆಗೆ ಎಷ್ಟೊಂದು ಸಂಭ್ರಮದಿಂದ ಮಡಿಲು ತುಂಬಿದ್ದರು. ಆಗ ಇಬ್ರು ಹಿರಿಯ ಮುತ್ತೈದೆಯರು ಸಂಪ್ರದಾಯಿಕ ಹಾಡು ಹಾಡಿದರು. ಎಷ್ಟೊಂದು ಗೋಳೋಯ್ದು ಕೊಂಡರು ಅವ್ವ ನಾದಿನಿಯರು. ಇವೆಲ್ಲ ನಮ್ಮ ಎಂಗೇಜ್‌ಮೆಂಟ್‌ನಲ್ಲಿ ನಡೀಲಿಲ್ಲ'' ನೇರವಾಗಿ ಹೇಳಿದಳು.

ಮುರುಳಿ ಮೌನವಹಿಸಿದ ನಂತರ ಅವಳು ಹೇಳಿದ್ದರಲ್ಲಿ ಸತ್ಯವಿತ್ತು. ಅವನ ಕಡೆಯವರಾಗಿ ಯಾರು ಬಂದಿರಲಿಲ್ಲ. ಹೇಳಿದಂತೆ ಅವನು ಅನಾಥನೆ ಆಗಿದ್ದ. ಒಂಟಿ... ಒಬ್ಬನೇ ಆ ಸಂತೋಷ ಅನುಭವಿಸಲು ಅಣ್ಣ ಅಮ್ಮ ಆ ಸಂದರ್ಭದಲ್ಲಿ ಇರಬೇಕಿತ್ತು' ಅಂದುಕೊಂಡ ಮೊದಲ ಸಲ.

ಆ ರಾತ್ರಿ ಇಬ್ಬರು ನಿದ್ರಿಸಲಿಲ್ಲ. ಪದೇ ಪದೇ ಹೊರಳಾಡಿ ಎದ್ದು ಕೂಡುತ್ತಿದ್ದವಳು ಎ.ಸಿ. ಆಫ್ ಮಾಡಿ ಪಕ್ಕದ ರೂಮಿನ ಕಿಟಕಿಯ ಬಳಿ ಹೋಗಿ ನಿಂತಳು 'ಡ್ಯಾಡ್, ನೀವೊಂದು ತಪ್ಪು ಕೆಲ್ಸ ಮಾಡಿದ್ರಿ. ನಾನು ಎನ್‌ಕರೇಜ್ ಮಾಡ್ದೇ' ಮನದಲ್ಲಿಯೇ ಹೇಳಿಕೊಂಡಳು.

''ಅಲಕಾ, ಬಾ ಮಲಕ್ಕೋ ! ಕೆಲವಕ್ಕೆ ನೀವು ಹೊಣೆಗಾರಾಗ್ತೀವಿ. ಮಿಕ್ಕಿದ್ದಕ್ಕೆ ವಿಧಿ ಕಾರಣ ಅಂದ್ಕೋಬೇಕು'' ನವಿರಾಗಿ ಹೇಳಿದಾಗ ಕೂಡ ಅವನ ದನಿ ಕಂಪಿಸುತ್ತಿತ್ತು. ಅವನ ಎದೆಯ ಮೇಲೆ ತಲೆ ಇಟ್ಟಳು. ''ಎಷ್ಟು ದಿನ ನಾನು ತುಂಬ ಅದೃಷ್ಟವಂತೆ ಅಂದ್ಕೊಂಡಿದ್ದೆ. ಸುಶೀಲ ಅದೃಷ್ಟದ ಮುಂದೆ ನಾನೇನಲ್ಲ. ಸಮಾಜದಲ್ಲಿ ಒಳ್ಳೆ ಹೆಸರು, ಗೌರವ, ಶ್ರೀಮಂತಿಕೆ ಎಲ್ಲಾ ಇರ್‍ಬಹ್ದು. ಅಷ್ಟರಿಂದಲೇ ಬದ್ಕು ಪೂರ್ಣವಾಗೊಲ್ಲ. ಅಮ್ಮ, ಅಣ್ಣ, ಅಕ್ಕ, ತಮ್ಮ ಅಂಥ ಸಂಬಂಧಗಳೆಲ್ಲ ಇರ್ಬೇಕು. ಅದೊಂದು ದೈವ ಕೊಡುಗೆ'' ಅಲ್ಲಿಗೆ ತನ್ನ ಮಾತು ನಿಲ್ಲಿಸಿ ಕಣ್ಣೀರಿಟ್ಟಳು. ಅದನ್ನು ತೊಡೆಯಲು ಮುರುಳಿ ಕೈ ಮುಂದಾಗಲಿಲ್ಲ. ಭಯದಿಂದ ಒಳಗೊಳಗೆ ಒದ್ದಾಡಿ ಹೋದ. ''ಮಲಗೋಣ ನಡೀ, ಇವತ್ತು ಏನೇನೋ ಮಾತಾಡ್ತೀಯಾ !'' ಚಡಪಡಿಸಿದ. ಅದರಲ್ಲಿನ ಸತ್ಯವನ್ನು ಅರಗಿಸಿಕೊಳ್ಳಲು ಅವನ ಅಪರಾಧ ಪ್ರಜ್ಞೆ ಹಿಂದಕ್ಕೆಳೆಯುತ್ತಿತ್ತು.

ಆಮೇಲೆ ಅಲಕಾ ನಿದ್ರಿಸಿದಳು. ಬೆಳಗಾಗುವವರೆಗೂ ಕಣ್ಮುಚ್ಚಲಾಗಲಿಲ್ಲ. ವಿದೇಶದ ಕಾಸ್ಲಿ ಫೋಂ ಬೆಡ್‌ನ ಮೇಲೆ ಮಲಗಿದ್ದ. ಶ್ರೀಮಂತ ವಾತಾವರಣ ಘಮ ಘಮಿಸುವ ಪನ್ನೀರು ಚೆಲ್ಲಿದಂಥ ಸುವಾಸನೆ. ಪಕ್ಕದಲ್ಲಿ ಅತ್ಯಂತ ಸುಂದರ ಕೋಮಲ ಹೆಣ್ಣು ಅಲಕಾ- ಇಷ್ಟು ಇದ್ದು ಕೂಡ ನಿದ್ದೆ ಅವನನ್ನು ದೂರವಿರಿಸಿತು. ಸುಖವಾಗಿ ಮನುಷ್ಯ ನಿದ್ರಿಸಲು ಇವೆಲ್ಲಕ್ಕಿಂತ ಶಾಂತಿ ಸಮಾಧಾನಗಳೇ ಹೆಚ್ಚು ಬೇಕೆನಿಸಿತು.

ಇವನು ಸ್ನಾನ ಮುಗಿಸಿ ಬರುವ ವೇಳೆಗೆ ಅಲಕಾ ತಂದೆಯೊಂದಿಗೆ ಮಾತಾಡುತ್ತ ಗಾರ್ಡನ್‌ನಲ್ಲಿ ಅಡ್ಡಾಡುತ್ತಿದ್ದಳು. ಈ ವೇಳೆಯಲ್ಲಿ ಅವರು ಸಾಕಷ್ಟು ವಿಷಯಗಳನ್ನು ಚರ್ಚಿಸುತ್ತಿದ್ದರು, ಹಿಂದೆಲ್ಲ ಸಣ್ಣ ಪುಟ್ಟ ಬರಹಗಳನ್ನು ಬರೆಯುತ್ತಿದ್ದ ಮಗಳನ್ನು ರೆಗ್ಯುಲರ್ ರೈಟರ್ ಆಗಿ ತಯಾರು ಮಾಡುವುದು ಪತ್ರಿಕೆಯ ದೃಷ್ಟಿಯಿಂದ ಬಹಳ ಒಳ್ಳೆಯದೆಂದು ಭಾವಿಸಿದ್ದ ಅವರು ಆ ಪ್ರಯತ್ನದಲ್ಲಿ ಇದ್ದರು ಕೂಡ.

''ಹಲೋ, ಗುಡ್ ಮಾರ್ನಿಂಗ್....'' ಎಂದಳು ಮುರುಳಿಯನ್ನು ನೋಡಿ. ಬಹಳ ಪ್ರಯಾಸಪಟ್ಟಂತೆ ನಕ್ಕ ''ಡ್ಯಾಡ್ ಇವ್ರ ಪೇರೆಂಟ್ಸ್ ವಿಷ್ಯ ಎತ್ತಿದರೇ ತುಂಬ ಎಗ್ಸೈಟ್ ಆಗ್ಬಿಡ್ತಾರೆ. ಆದ್ಕೇ ಏನೋ ಪ್ರಬಲವಾದ ಕಾರಣವಿದೇಂತ ಅನ್ನಿಸೋಲ್ವಾ ?'' ಲಾಜಿಕ್ಕಾಗಿ ಕೇಳಿದಾಗ ಅವರು ನಕ್ಕರಷ್ಟೇ... ತೀರಾ ಶವರ್ ಆಗಿ ಬಿಟ್ಟ ಮುರುಳಿ.

ಅಷ್ಟರಲ್ಲಿ ಯಾರೋ ಬಂದಿದ್ದರಿಂದ ಶಿವಶಂಕರ್ ಗೆಸ್ಟ್ ರೂಮಿಗೆ ಹೋದರು. ಅಲಕಾ ಅವನೊಂದಿಗೆ ಮತ್ತಷ್ಟು ಅಡ್ಡಾಡಿ ರೂಮಿಗೆ ಹಿಂದಿರುಗಿದಳು. ಅವಳು ಪಾದರಸದಷ್ಟು ಚುರುಕು. ಅವಳು ಪತ್ರಿಕಾಲಯಕ್ಕೆ ಬಂದಳೆಂದರೆ ಎಲ್ಲಾ ಡಿಪಾರ್ಟ್‌ಮೆಂಟ್‌ನವರು ಚುರುಕಾಗಿ ಬಿಡುತ್ತಿದ್ದರು.

ಒಂದು ಸಿಂಗಪುರ್ ಪ್ರೋಗ್ರಾಂ ಕೂಡ ಇವರಿಬ್ಬರಿಗೆ ಒದಗಿ ಬಂತು. ಮುರುಳಿ ಎದೆಯ ಮೇಲೆ ಕೈಯಿಟ್ಟುಕೊಂಡ. ಅವನು ಸ್ವಲ್ಪ ದಿನ ರಿಲ್ಯಾಕ್ಸ್ ಆಗಬೇಕಾದ ಅಗತ್ಯವಿತ್ತು.

❑ ❑ ❑

ಸಿಂಗಾರಯ್ಯ ಬೆಟ್ ಕಟ್ಟಿದವನಂತೆ 'ಸತ್ಯನಾರಾಯಣ ಭವನ'ದ ಬಗ್ಗೆ ಅಪಪ್ರಚಾರ ಪ್ರಾರಂಬಿಸಿದ್ದ. ಅವನ ನೇರ ಗುರಿ ಚಂದ್ರುವಾದರೂ ಅದರ ಬಿಸಿ ಹೋಟೆಲ್ ಮೇಲೆ ತಾಕತೊಡಗಿತು. ಏನು ಮಾಡಲಾಗದೆ ಚಡಪಡಿಸಿದರು ಸತ್ಯನಾರಾಯಣ. ಇಷ್ಟು ವರ್ಷಗಳಲ್ಲಿ ಇಂಥ ಸ್ಥಿತಿ ಎಂದೂ ಒದಗಿ ಬಂದಿರಲಿಲ್ಲ. ಎಷ್ಟೇ ಎಚ್ಚರವಹಿಸಿದರೂ ಒಂದಲ್ಲ ಒಂದು ದಾಂಧಲೆ.

ಅದಿನ್ನು ಹೋಟೆಲ್ ಬಾಗಿಲು ತೆಗೆಯುತ್ತಿದ್ದಂಗೆ ನಾಲ್ಕು ಜನ ಕಾಫಿಗಾಗಿ ಬಂದರು. ಚಂದ್ರು ಅವರ ಮುಂದೆ ಕಾಫಿ ತಂದಿಟ್ಟಿದ್ದೆ ತಡ, ಅದರಲ್ಲಿ ಜಿರಲೆಯ ಕಾಲು ಸಿಕ್ಕಿತು ಎಂದವರೇ, ಅವನ ಮುಖದ ಮೇಲೆ ಸುರಿದು ಜಗಳ ಆರಂಭಿಸಿದ ಕೂಡಲೇ, ಗಲ್ಲಾ ಮೇಲೆ ಕೂತಿದ್ದ ಸತ್ಯನಾರಾಯಣ ಬಾಗಿಲವರೆಗೂ ತಳ್ಳಿಕೊಂಡು ಹೋಗಿ ಬಿಟ್ಟವರೇ, ಎರಡು ಏರಿಸಿಯೇ ಬಿಟ್ಟರು. ಚಿಕ್ಕ ಹುಡುಗನಾಗಿದ್ದಾಗ ಮಗನಿಗೆ ಹೊಡೆದಿದ್ದರೋ ಬಿಟ್ಟರೋ, ಆದರೆ ಇದುವರೆಗೂ ಯಾರ ಮೇಲು ಕೈ ಎತ್ತಿರಲಿಲ್ಲ. ಇಂದು ಅವರ ಸಹನೆಯಲ್ಲ ಸತ್ತು ಹೋಗಿತ್ತು. ಅದು ಬಹಳ ದೊಡ್ಡ ಪಂಚಾಯಿತಿಯೇ ಆಯಿತು. ಅವರೆಲ್ಲ ಸಿಂಗರಾಯ್ಯನವರ ಕಡೆಯೆಂದು ಕೆಲವರಿಗೆ ಗೊತ್ತು.

ವಿಷಯ ಸುಕನ್ಯ ಕಿವಿ ಬಹಳ ಬೇಗನೆ ಮುಟ್ಟಿತು. ಇದೊಂದು ರೀತಿಯ ಉಪದ್ರವವೆನಿಸಿತು. ಹಾಲಿನ ತಾಯಕ್ಕ, ''ದುಷ್ಟ ಮುಂಡೇ ಮಗ, ನಿನ್ನ ಹೋಟೆಲ್ ಮೇಲೆ ಕಣ್ಣು ಹಾಕ್ದ ಅಂದ್ಮೇಲೆ ಮುಗ್ದೇ ಹೋಯ್ತು. ಅವ್ನು ಇನ್ನು ಬಾಳಿಸಲಾರ'' ಎಂದು ನೆಟ್ಟಿಗೆ ಮುರಿದು ಹೋದಾಗ ನಿಂತಲ್ಲಿಯೇ ಸ್ತಬ್ಧ ಚಿತ್ರವಾದರು.

ಗಂಡ ಮನೆಗೆ ಬರೋ ವೇಳೆಗೆ ಇರೋ ಬರೋ ಚಿನ್ನವೆಲ್ಲ ತೆಗೆದಿಟ್ಟರು. ''ಆರಾಮಾಗಿ ಮಾರಿ ಬಿಟ್ಟು ಅವ್ನ ಬಾಕಿ ತಿರ್ಸಿಬಿಡಿ. ಇಲ್ಲದಿದ್ದರೆ ಒಂದಲ್ಲ ಒಂದು ಕಾರಣಕ್ಕೆ ತೊಂದರೆ ಕೊಡ್ತಾನೆ'' ಹೇಳಿದರು.

ಹೆಂಡತಿ ಹೇಳಿದ್ದರಲ್ಲಿ ಸತ್ಯವಿತ್ತು. ಆದರೆ ಒಡವೆಗಳನ್ನು ಮಾರಲು ಇಷ್ಟವಾಗಲಿಲ್ಲ. ಸಹಜ ಹೆಣ್ಣಿಗೆ ಚಿನ್ನದ ಮೇಲೆ ಆಸೆ. ದೊಡ್ಡ ಉಪನ್ಯಾಸಕನನ್ನು ಮದುವೆಯಾದೆಯೆಂದು ಕನಸೊತ್ತು ಬಂದವಳಿಗೆ ಇಲ್ಲಿ ಸಿಕ್ಕದೇನು ?

''ಬೇಡಾಂತ ಅನ್ನಿಸ್ತಾ ಇದೆ' ಎಂದರು.

ಸುಕನ್ಯಗೆ ಗಂಡ ಧೃತಿಗೆಡುವುದು ಬೇಡವಾಗಿತ್ತು. ಚಿನ್ನಕ್ಕಿಂತ ನೆಮ್ಮದಿ ಮುಖ್ಯವೆನಿಸಿತು. ''ಬೇಡಿ, ಈ ನಿರ್ಧಾರದಿಂದ ತಪ್ಪು ಮಾಡಿದ್ದೀವಿಂತ ಅಂದುಕೊಳ್ಳೋದ್ಬೇಡ. ದಯವಿಟ್ಟು ಇದ್ನೆಲ್ಲ ಮಾರಿ ಬಿಡಿ. ಸಿಂಗಾರಯ್ಯ ಈಗಾಗ್ಲೇ ಹೋಟೆಲ್ ತನ್ನದು ಅನ್ನೋ ತರಹ ಮಾತಾಡ್ತಾ ಇದ್ದಾನೆ'' ನುಡಿದರು.

ಕಣ್ಣಂಚಿಗೆ ನೀರು ಜಿನುಗಿದರು. ತೋರಿಸಿಕೊಳ್ಳಲು ಇಷ್ಟವಾಗಲಿಲ್ಲ. ಧೈರ್ಯಗೆಡುವ, ಕಣ್ಣೀರಿಡುವ ಗಂಡನನ್ನು ಹೆಣ್ಣು ಮೆಚ್ಚಿಲಾರಳೆಂದು ಅವರ ತೀರ್ಮಾನ. ಕಡೆಗೆ ಒಪ್ಪಿಗೆ ಸೂಚಿಸಿದರು.

ಸಂಜೆ ಬಂದ ಚಂದ್ರು ಅಳುತ್ತ ಕೂತ. ''ನಾನು ಊರಿಗೆ ಹೋಗ್ಬಿಡ್ತೀನಿ. ನನ್ನಿಂದ್ಲೇ ಇಷ್ಟೆಲ್ಲ ತೊಂದರೆಗಳು.'' ಸುಕನ್ಯಗೆ 'ಅಯ್ಯೋ' ಎನಿಸಿತು. ಸತ್ಯನಾರಾಯಣ ಗದರಿಸಿದರು ''ಸಾಕು ಸುಮ್ನಿರೋ, ಆ ಮುದ್ಕ ಸಿಂಗಾರಯ್ಯ ನಿನ್ನ ಊರು ಬಿಡಿಸ್ತೀನೀಂತ ಹೇಳ್ಕೋತಾ ಇದ್ದಾನೆ. ನೀನಿನ್ನು ಹುಡುಗ ಅವ್ನಿಗಿಂತ ನಾಲ್ಕು ಪಟ್ಟು ಛಲ ನಿಂಗಿರಬೇಕು. ಅದ್ಬಿಟ್ಟು ಎಲ್ಲೋ ಹೋಗ್ತಾನಂತೆ. ಆ ಅಯೋಗ್ಯನಿಗೆ ಬುದ್ದಿ ಕಲಿಸೋಣ'' ಎಂದರು. ಅವರ ಅವಡುಗಳು ಬಿಗಿದುಕೊಂಡವು, ಸಿಂಗಾರಯ್ಯನನ್ನು ಬಹಳ ಗೌರವದಿಂದ ಕಂಡಿದ್ದರು. ನ್ಯಾಯವಾಗಿ ಬಡ್ಡಿ ಕೊಡುವುದರ ಜೊತೆಗೆ ಬಂದು ತಿಂದಿದ್ದು ಮನೆಗೆ ಹೊಯ್ದಿದ್ದು ಎಲ್ಲಾ ಫ್ರೀ. ಅಂಥದ್ದರಲ್ಲಿ ಇಷ್ಟೆಲ್ಲ ತೊಂದರೆ ಕೊಡೋ ಅವನಿಗೆ ಒಂದು ಕೈ ತೋರಿಸಿಯೇ ಬೇಕೆನಿಸಿತು. ಹೇಗೆ ಎತ್ತ ಎಂದು ಮನದಲ್ಲಿಯೇ ಲೆಕ್ಕ ಹಾಕತೊಡಗಿದರು.

ಆ ಕ್ಷಣವೇ ''ನಾನು ಬೆಂಗ್ಳೂರಿಗೆ ಹೋಗ್ಬರ್ತೀನಿ. ಮಲ್ಲ ಬಂದು ಮನೆಯಲ್ಲಿ ಮಲಗ್ಲಿ ನೀನು ಲಕ್ಕ ಹೋಟೆಲಲ್ಲೇ ಇರೀ ಎಂದು ರಾತ್ರಿಯ ಬಸ್ಸಿಗೆ ಹೋಗಲು ನಿರ್ಧರಿಸಿದರು.

ಅಬ್ಬಬ್ಬ ಎಂದರೇ ನಾರಾಯಣಪುರದಿಂದ ಮೂರು ಗಂಟೆ ಜರ್ನಿ ಇಲ್ಲಾ ಇನ್ನು ಅರ್ಧಗಂಟೆ ಆಗಬಹುದು. ಎಂಟೂವರೆಯ ಬಸ್ಸಿಗೆ ಹತ್ತೇ ಬಿಟ್ಟರು. ಹಣ ತಂದು ಸಿಂಗಾರಯ್ಯನ ಮುಖದ ಮೇಲೆ ಬಿಸಾಕುವುದು ಮೊದಲ ಉದ್ದೇಶವಾಗಿತ್ತು. ಅದೇ ಬಸ್ಸಿನಲ್ಲಿ ಪಂಡಿತರು ಕೂಡ ಇದ್ದರು.

''ಹೇಗಿದ್ದೀಯಪ್ಪ ಸತ್ಯನಾರಾಯಣ ?'' ವಿಶ್ವಾಸದಿಂದಲೇ ಮಾತಾಡಿಸಿದರು.

''ಚೆನ್ನಾಗಿದ್ದೀನಿ, ಇದೇನು ರಾತ್ರಿ ಬಸ್ಸಿಗೆ ಹೊರಟಿದ್ದೀರಾ ?''

ಅಕ್ಕ ಪಕ್ಕದ ಸೀಟು. ಮಾತಾಡಲು ಏನು ಅಡ್ಡಿಯುಂಟು? ಮನೆಯ ತಾಪತ್ರಯಗಳ ಜೊತೆ ಮಗನ ಮನಸ್ಸನ್ನು ಬಿಚ್ಚಿಟ್ಟರು. ''ಅವ್ನಿಗೆ ಜಾನಕಿನ ಮುರುಳಿಗೆ ಕೊಡ್ಬೇಕೂಂತ ಇತ್ತು.

ಎರಡು ಕುಟುಂಬಗಳು ನಾರಾಯಣಪುರದಲ್ಲೆ ಇದ್ದುದರಿಂದ ಒಬ್ಬರಿಗೊಬ್ರು ನೆರವಾಗ್ಬಹ್ದು. ಇನ್ನಷ್ಟು ಬೆಳೆಯೋಕು ಆಸ್ಪದ ಅಂದುಕೊಂಡಿದ್ದೆ. ನಿನ್ನ ಮಗ ಬೇಡ ಅಂದಿದ್ದು ತುಂಬ ಬೇಸರಿಕೆಯ ಮಾತಾಯ್ತು. ವಯಸ್ಸಾದ ಕಾಲದಲ್ಲಿ ಮಗ್ನ ಮಾತು ಮೀರ್ಲೋಕ್ಕಾಗುತ್ತ. ಸುಮನೆ ನೀನು ಸಿಂಗಾರಯ್ಯನಿಂದ ತಾಪತ್ರಯಕ್ಕೆ ಸಿಕ್ಕಿ ಹಾಕ್ಕೊಂಡೇ. ನಮ್ಮ ಸಪೋರ್ಟ್ ನಿಂಗಿದೇಂತ ತಿಳಿದಿದ್ದರೇ ನಿನ್ನ ಕಡೆ ನೋಟ ಹಾಕೋಕೇ ಎಷ್ಟು ಧೈರ್ಯ. ಮುರುಳಿಗೆ ಒಳ್ಳೆ ನೌಕರಿ ಸಿಕ್ತು ಅನ್ನೋ ಮಾತು ಕಿವಿಗೆ ಬಿತ್ತು. ಈಗ್ಲೂ ಮಿಂಚಿದೇನಿಲ್ಲ. ಒಂದ್ಮಾತು ಕೇಳಿ ಹೇಳು'' ಇನ್ನು ತಮಗೆ ಆಸೆಯಿದೆಯೆಂದು ತಿಳಿಸಿದರೇ ವಿನಹ ಸತ್ಯನಾರಾಯಣ ಪ್ರಶ್ನೆಗೆ ಉತ್ತರಿಸಲಿಲ್ಲ.

''ಆಯ್ತು ಕೇಳಿ ನೋಡ್ತೀನಿ. ನಮ್ಗೂ ಜಾನಕಿ ಸೊಸೆಯಾಗಿ ಬರೋದು ಇಷ್ಟ ಅವ್ನ ಮನಸ್ಸಿನಲ್ಲಿ ಏನಿದ್ಯೋ ?'' ಇಲ್ಲಿ ತಮ್ಮ ಅಸಹಾಯಕತೆಯನ್ನು ವ್ಯಕ್ತಪಡಿಸಿದರು.

ಪಂಡಿತರು ಇನ್ನಷ್ಟು ಅವರ ಕಡೆಗೆ ಸರಿದು ಕೂತರು.

''ಕೆಲ್ಸ ಇಲ್ಲಾನ್ನೋ ಕಾರಣ ಮುಂದು ಮಾಡ್ತಾ ಇದ್ದ. ಈಗ ಹಾಗೆ ಮಾಡೋಕೆ ಸಾಧ್ಯವಿಲ್ಲ ! ಹುಡುಗ್ರು ಏನು ಗೊತ್ತಾಗುತ್ತೆ ? ಸ್ವಲ್ಪ ಗಟ್ಟಿಯಾಗಿ ಹೇಳಿ. ವಯಸ್ಸಾದವ್ರು ನಾವುಗಳು ನಾರಾಯಣಪುರದಲ್ಲೆ ಇರೋಣ. ವಿವಾಹವಾದ್ಮೇಲೆ ನೌಕರಿ ಇದ್ದ ಕಡೆ ಕರ್ಕೊಂಡ್ಹೋಗ್ಲಿ ; ಇಟ್ಕಳಿ. ಅವ್ರುಗಳು ಚೆನ್ನಾಗಿರ್ಲಿ. ಅವ್ನು ಇಲ್ಲೇ ಬಂದು ಇರೋ ವಿಷ್ಯ ಬೇಡವೇ ಬೇಡ. ಅದ್ನ ನಿಮ್ಮ ಕಿವಿ ಮೇಲೆ ಹಾಕಿದ್ದೀನಿ ಇನ್ನು ಒಪ್ಪಿಸೋದು ನಿಮ್ಗೇ ಸೇರಿದ್ದು'' ಜವಾಬ್ದಾರಿಯನ್ನು ಇವರ ತಲೆಯ ಮೇಲೊರೆಸಿದರು. ಸತ್ಯನಾರಾಯಣ ಮಾತೇ ಆಡಲಿಲ್ಲ. ಆ ವಿಷಯದ ಬಗ್ಗೆ ಹೆಚ್ಚು ಮಾತು ಬೆಳೆಸುವುದು ಅವರಿಗೆ ಬೇಕಿರಲಿಲ್ಲ.

ಬಸ್ಸು ಬೆಂಗಳೂರು ತಲುಪಿದಾಗ ಹನ್ನೆರಡು ಗಂಟೆ ಹತ್ತು ನಿಮಿಷ. ಬರುತ್ತೀನೀಂತ ಪತ್ರ ಬರೆದಿದ್ದ ತಂಗಿಯ ಮೊಮ್ಮಗ ಬರದಿದ್ದುದ್ದು ಪಂಡಿತರಿಗೆ ಪೇಚಾಟಕ್ಕೆ ಇಟ್ಟುಕೊಂಡಿತು.

''ಈಗೇನಪ್ಪ ಮಾಡೋದು?'' ಎಂದು ತಮ್ಮ ನಿಸ್ಸಾಹಾಯಕತೆ ವ್ಯಕ್ತಪಡಿಸಿದಾಗ ಸತ್ಯನಾರಾಯಣ ನೆರವಾಗುವ ಅಗತ್ಯವಿತ್ತು ''ನಮ್ಮ ಮುರುಳಿ ಫ್ರೆಂಡ್ ವಿಶ್ವ ರೂಮಿಗೆ ಹೋಗೋಣ. ಅಲ್ಲಿಂದ ಬೆಳಿಗ್ಗೆ ನೀವು ಹೋಗ್ಬಹ್ದು'' ಎಂದು ಧೈರ್ಯಮಾಡಿ ಆಟೋ ಹತ್ತಿಸಿದರು.

ಪಂಡಿತರಿಗೆ ಮುರುಳಿಯನ್ನು ಒಮ್ಮೆ ನೋಡೋಣ ಎನ್ನುವ ಮನಸ್ಸು ಕೂಡ ಇತ್ತು. ಅಂತು ಇವರುಗಳು ಬಂದಿಳಿದಾಗ ವೆಂಕಟಾಚಲಯ್ಯನವರ ಮನೆ ಗೇಟು ಬೀಗ ಬಿದ್ದಿತ್ತು.

''ಎಬ್ಬಿಸಬೇಕಾಯ್ತಲ್ಲ ಇವ್ರನ್ನ'' ಎಂದರು ಸ್ವಲ್ಪ ಬೇಸರದಿಂದ.

ಇವರು ಸದ್ದು ಮಾಡುವ ಮುನ್ನವೇ ವೆಂಕಟಾಚಲ ಕಿಟಕಿಯಿಂದ ತಲೆ ಹಾಕಿ ''ಮುರುಳಿ... ತಂದೆ...'' ಎಂದು ಹೆಂಡತಿಗೆ ತಿಳಿಸಿದ ನಂತರ ಬಾಗಿಲು ತೆರೆದುಕೊಂಡು ಬಂದರು ''ಬಸ್ಸು ತಡವಾಯಿತು? ಈಗಿನ ಬಸ್ಸುಗಳೇ ಹಾಗೆ ಸಮಯಕ್ಕೆ ಸರ್ಯಾಗಿ ಬರೋಲ್ಲಾಂತ'' ಗೊಣಗಿದರು.

"ನಿಮ್ಗೇ ತೊಂದರೆ ಕೊಟ್ಬಾಗಾಯ್ತು" ಅಷ್ಟೇ ಅಂದಿದ್ದು ಸತ್ಯನಾರಾಯಣ. ಬರ ಮಾಡಿಕೊಂಡವರು "ಮುಂದಿನ ರೂಮು ಖಾಲಿಯಾಗಿಯೇ ಇದೆ. ಬೇಕಾದರೆ ಇಲ್ಲೆ ಬಂದು ಮಲ್ಗಿ ಕೊಳ್ಳಿ" ಆಹ್ವಾನ ಕೊಟ್ಟು ತಮ್ಮ ಒಳ್ಳೆಯತ ಪ್ರದರ್ಶಿಸಿದ್ದು ಹೆಂಡತಿಯ ಮಾತಿನಿಂದಲೇ.

"ಬೇಡ, ವಿಶ್ವ ಇದ್ದಾನಲ್ಲ" ತಮ್ಮ ಹ್ಯಾಂಡ್ ಬ್ಯಾಗ್‌ನ ಪಂಡಿತರ ಜೊತೆ ಪಂಡಿತರ ಲಗೇಜ್ ಕೂಡ ಹಿಡಿದು ಮೆಟ್ಟಿಲು ಹತ್ತಿದ ನಂತರ ಸತ್ಯನಾರಾಯಣ ಪಂಡಿತರಿಗೆ ಹತ್ತಲು ಸಹಾಯ ಮಾಡಿದವರೂ ಕೂಡ.

ಮೇಲೆ ಹತ್ತಿ ನಿಂತು ಗಮನಿಸಿದ ಪಂಡಿತರು "ಬರೀ ಬಾಡಿಗೆಗೋಸ್ಕರನೇ ಒಂದು ರೂಂ ಕಟ್ಟಿದ್ದಾರೆ" ಅಂದರು. ಕೇಳಿದರೂ ಆದಕ್ಕೆ ಪ್ರತಿಕ್ರಿಯಿಸಬೇಕೆನ್ನಿಸಲಿಲ್ಲ ಸತ್ಯನಾರಾಯಣಗೆ. "ವಿಶ್ವ ..... ವಿಶ್ವ....." ಎರಡು ಸಲ ಕೂಗಿದ ಕೂಡಲೇ ಲೈಟು ಹತ್ತಿ ಕೊಂಡಿತು. ಗಾಬರಿಯಿಂದ ಬಾಗಿಲು ತೆಗೆದು "ಬನ್ನಿ ಅಣ್ಣ" ಎಂದು ಲಗೇಜ್ ಇರಿಸಿಕೊಂಡು ಪಂಡಿತರನ್ನು ಕೂಡ ಬರ ಮಾಡಿಕೊಂಡ.

"ವಿಶ್ವ, ಇವ್ರಿಗೆ ಮಲಗೋಕೆ ವ್ಯವಸ್ಥೆ ಮಾಡಿಕೊಡಪ್ಪ" ಅಂದು ತಮ್ಮ ಕೈಯಲ್ಲಿನ ಇನ್ನೊಂದು ಬ್ಯಾಗನ್ನು ಗೋಡೆಗೊರಗಿಸಿಟ್ಟರು.

ತಾನು ಮಲಗಿದ್ದ ಹಾಸಿಗೆಯನ್ನು ಕೊಡವಿ ಬೇರೆ ಬೆಡ್‌ಷೀಟ್ ಹಾಕಿ ಕೊಟ್ಟು "ಮಲ್ಗಿ ಪಂಡಿತರೇ" ಅಂದು ಸತ್ಯನಾರಾಯಣ್ ಮುರುಳಿಯ ಹಾಸಿಗೆ ಬಿಡಿಸಿ ಕೊಟ್ಟು "ಮಲಗಿ ಅಣ್ಣ" ಎಂದು ಪಕ್ಕದಲ್ಲಿಯೇ ಚಾಪೆ ಬಿಡಿಸಿಕೊಂಡು ಮಲಗಿದ ಒಂದು ಮಾತ ಕೂಡ ಆಡದೇ.

ಇವರುಗಳು ಬಂದಿರುವುದು ಯಾಕೆ? ಮದುವೆಯ ವಿಷಯ ಹಿಡಿದು ಬಂದಿದ್ದಾರ? ಮುರುಳಿ ಈಗ ಮಡದಿಯೊಂದಿಗೆ ಸಿಂಗಪುರ್‌ನಲ್ಲಿರುವ ವಾರ್ತೆ ಮುಟ್ಟಿತು. ಅವನೊಂದಿಗೆ ಪ್ರತ್ಯೇಕವಾಗಿ ಮಾತನಾಡಬೇಕೆಂದು ಪ್ರಯತ್ನ ಮಾಡುತ್ತಿದ್ದ. ಯಾವುದೇ ಪ್ರಯೋಜನವಿಲ್ಲ ವೆಂದುಕೊಂಡ. ತಾಯ್ತಂದೆಯರಿಲ್ಲವೆಂದು ಹೇಳಿ ವಿವಾಹವಾದ ವ್ಯಕ್ತಿ ಇಲ್ಲಿನ ಸಮಾಜಕ್ಕೆ ತಾನೇ ಹೇಗೆ ಪರಿಚಯಿಸಬಲ್ಲ? ನಂತರದ ಪರಿಣಾಮವೇನು ಅವನಿಗೆ ತಲೆ ಕೆಟ್ಟಂತಾಯಿತು.

ಆಮೇಲೆ ನಿದ್ರಿಸಲಾಗಲಿಲ್ಲ ವಿಶ್ವನಿಗೆ. ಸತ್ಯನಾರಾಯಣಗೆ ನಿದ್ದೆ ಬರುವ ಸಾಧ್ಯತೆ ಇತ್ತೆ? ಪಂಡಿತರು ಬೇರೊಂದು ದಿಕ್ಕಿನಲ್ಲಿ ಚಿಂತನೆಗೆ ತೊಡಗಿದ್ದರು. ಅವರ ಗುರಿ ಮುರುಳಿಯೇ. ವಿಶ್ವ ಕೂಡ ಚೆನ್ನಾಗಿದ್ದ ಸಭ್ಯನಂತೆ ಕಾಣುತ್ತಿದ್ದ. ಪ್ರಯತ್ನಿಸಿದರೇ ಎಟುಕಲು ಅಡ್ಡಿ ಇಲ್ಲ. ತಾವು ನಾರಾಯಣಪುರದಲ್ಲೆ ಇರಿಸಿಕೋಬಹುದು. ಇದು ಅವರ ಒಳತೋಟಿಯಾದೂ ಮಗನಿಗೆ ಹೇಳದೆ ವ್ಯಕ್ತಪಡಿಸಲಾರರು.

ಸ್ವಲ್ಪ ಬೇಗನೆ ಎದ್ದ ವಿಶ್ವ ನೀರು ಕಾಯಿಸುವ ವೇಳೆಗೆ ಸತ್ಯನಾರಾಯಣ ಹಾಸಿಗೆ ಸುತ್ತಿಟ್ಟು ಮೇಲೆದ್ದರು "ಅಣ್ಣ ನೀರು ರೆಡಿ ಇದೆ ಸ್ನಾನ ಮಾಡ್ಬಿಡಿ" ಎಂದು ಹಾಲು ತರಲು ಹೋದ.

ಅವನು ಹಾಲಿನ ಪ್ಯಾಕೆಟ್ ಹಿಡಿದು ಹಿಂದಿರುಗುವ ವೇಳೆಗೆ ಆಗಲೇ ಸತ್ಯನಾರಾಯಣ ಸ್ನಾನ ಮುಗಿಸಿ ಪಂಡಿತರಿಗಾಗಿ ಬಿಸಿ ನೀರು ಕಾಯಿಸುತ್ತಿದ್ದರು.

"ಸ್ವಲ್ಪ ಲೇಟಾಯ್ತು! ಎಂದ ಸಂಕೋಚದಿಂದ.

ಸತ್ಯನಾರಾಯಣ ಬೆರಳಿಟ್ಟು ನೀರಿನ ಬಿಸಿ ಪರೀಕ್ಷಿಸುತ್ತ "ಪಂಡಿತರು ಬರೋ ವಿಷ್ಯ ತಿಳಿಸಿ ಬರೆದಿದ್ದಕ್ಕೆ ಆ ಪರ್ಟಿಕ್ಯುಲರ್ ಬಸ್ಸಿನ ಬಳಿ ಬಂದು ಕಾಯುವ ವಿಷ್ಯ ತಿಳ್ಸಿ ಫೋನ್ ಮಾಡಿದ್ರಂತೆ. ನಮ್ಗೇ ಅವ್ರುಗಳು ರಾತ್ರಿ ಸಿಗ್ಲಿಲ್ಲ. ಅಕಸ್ಮಾತ್ ಹುಡುಕಾಡಿ ಅವ್ರುಗಳು ಹಿಂದಿರುಗಿ ಕಾದು ಬೆಳಿಗ್ಗೆ ಪೊಲೀಸ್ ಸ್ಟೇಷನ್, ಪೇಪರ್ ಆಫೀಸಿಗೆ ಓಡಬಾರ್ದಲ್ಲ" ಎಂದು ನಗುತ್ತ ಪಂಡಿತರ ಕಡೆ ತಿರುಗಿ 'ಫೋಟೋ ಪೇಪರ್‌ನಲ್ಲಿ ಬಂದ್ಬಿಡುತ್ತೆ. ಸದ್ಯಕ್ಕೆ ನಿಮ್ಮನ್ನ ಅಲ್ಲಿ ಸೇರಿಸಿಯೇ ಬೇರೆ ಕೆಲ್ಸ."

ವಿಶ್ವ ಕೂಡ ನಕ್ಕು ಬಿಟ್ಟ.

"ಅದೂ ಸರಿನೇ...." ಪಂಡಿತರು ಎದ್ದು ಹೊರ ನಡೆದರು.

ಹತ್ತೇ ನಿಮಿಷದಲ್ಲಿ ಪಂಡಿತರನ್ನು ಹೊರಡಿಸಿದ ಸತ್ಯನಾರಾಯಣ "ಇವ್ರನ್ನ ಅವ್ರ ಬಂಧುಗಳಿಗೆ ತಲುಪ್ಸಿ ಬೇಗ್ನೆ ಆಂದರೇ ನೀನು ಹೊರಡೋಕೆ ಮೊದಲು ಬರ್ತೀನಿ" ಎಂದು ತಮ್ಮ ಬ್ಯಾಗ್‌ನಿಂದ ಪುಟ್ಟ ಟವಲ್ ಎಳೆದುಕೊಂಡು ಆತುರದಿಂದ ಹೊರಟರು.

ಆ ಸಮಯದಲ್ಲಿ ಕೆಳಗೆ ಬಿದ್ದ ಪುಟ್ಟ ಗಂಟುನ ಅವರು ಗಮನಿಸಿದಂಗೆ ಕಾಣಲಿಲ್ಲ. ವಿಶ್ವ ಬ್ಯಾಗ್‌ನಲ್ಲಿಡಲು ಎತ್ತಿಕೊಂಡವನು ಅನುಮಾನದಿಂದ ಬಿಚ್ಚಿ ನೋಡಿದ. ಚಿನ್ನದ ಬಳೆಗಳು, ಸರದ ಜೊತೆ ಒಂದು ಕಲ್ಲಿನ ಅಡ್ಡಿಗೆಯು ಇತ್ತು. ಚಲಿಸಿ ಹೋದ ವಿಶ್ವ. ತಕ್ಷಣ ಇವುಗಳನ್ನು ಮಾರಲು ತಂದಿದ್ದಾರೆಂದುಕೊಂಡರೇ ಅವರು ಆರ್ಥಿಕವಾಗಿ ಸಂಕಷ್ಟದಲ್ಲಿ ಇದ್ದಾರೆಂದು ಕೊಂಡ. ಅವನ ಕಣ್ಣಲ್ಲಿ ನೀರಾಡಿತು ಈಗ ಮುರುಳಿ ಒಬ್ಬ ಪಾಪಿಯಾಗಿ ಚಂಡಾಲನಾಗಿ ಕೃತಜ್ಞತೆ ಇಲ್ಲದ ಮನುಷ್ಯನಾಗಿ ಕಂಡ.

ಈಗೇನು ಮಾಡೋದು ? ಕೈ ಕೈ ಇಸುಕಿಕೊಂಡ. ಅವನಿರೋ ಸ್ಥಿತಿಯಲ್ಲಿ ಸಂಬಳ ದಲ್ಲಿ ಯಾವ ಸಹಾಯವನ್ನು ಮಾಡಲು ಸಾಧ್ಯವಿಲ್ಲ, ಅಂತ ಪ್ರಯತ್ನ ಮಾಡಿದರೂ ಸತ್ಯನಾರಾಯಣ ಅವಮಾನವೆಂದು ಭಾವಿಸಿಯಾರೇ ವಿನಃ ಸ್ವೀಕರಿಸಲಾರರೆಂದು ಕೊಂಡಾಗ ಬಹಳಷ್ಟು ಮರುಗಿದ.

ಸ್ನಾನ ಮುಗಿಸುವ ಮುನ್ನ ಆ ಗಂಟನ್ನು ಬ್ಯಾಗಿನೊಳಗೆ ಸೇರಿಸಿ ಅನ್ನಕ್ಕೆ ಇಟ್ಟ. ಒಂದು ರೀತಿಯ ಅಸಹಾಯಕತೆ ಅವನನ್ನು ಆವರಿಸಿಕೊಂಡಿತ್ತು.

ಸತ್ಯನಾರಾಯಣ ಬಂದ ಕೂಡಲೇ ತಾನೆ ಹೇಳಿದ, "ಅಣ್ಣ, ಮುರುಳಿ ಬಂದಿದ್ದ. ಆ ಕಂಪನಿಯವ್ರು ಇಲ್ಲೊಂದು ಬ್ರಾಂಚ್ ಲಾಂಚ್ ಮಾಡ್ತಾ ಇದ್ದಾರೆ. ಅವ್ನಿಗೆ ಕ್ವಾರ್ಟಸ್ ಕೂಡ ಸಿಗಬಹುದೆಂದು ಹೇಳ್ದ. ಆಮೇಲೆ ನಿಮ್ಮನ್ನು ಇಲ್ಲೇ ಉಳ್ಸಿಕೊಳ್ಳೋ ನಿರ್ಧಾರ ಕೂಡ ಹೇಳ್ದ" ಎರಡು ಸುಳ್ಳನ್ನು ಒಟ್ಟಿಗೆ ಹೇಳಿದ. ಮುರುಳಿ ಅವನಿಗೆ ಸಿಕ್ಕೇ ಇರಲಿಲ್ಲ.

''ಹೇಗಿದ್ದಾನೆ ?'' ಕೇಳಿದರು.

ಮನದ ಕಾತುರವನ್ನು ಸತ್ಯನಾರಾಯಣ ಅದುಮಿಟ್ಟರೂ ಕಣ್ಣುಗಳು ಪ್ರಕಟಿಸಿಯೇ ಬಿಟ್ಟಿತು. ಇರೋ ಒಬ್ಬ ಮಗನೊಟ್ಟಿಗೆ ಇರುವ ಆಸೆ ಯಾವ ತಂದೆಗೆ ಇರದು.

''ಅಪ್ಪಿಗೇನು ತುಂಬ... ತುಂಬ ಚೆನ್ನಾಗಿದ್ದಾನೆ. ಆದರೆ ತುಂಬ ಬಿಜಿ. ಕನಿಷ್ಟ ನಂಗೆ ಕೂತು ಪತ್ರ ಬರೆಯೋಕೆ ಕೂಡ ಆಗ್ತಾ ಇಲ್ಲಾಂತ ಪೇಚಾಡಿಕೊಂಡ'' ಅಂದಾಗ ವಿಶ್ವನತ್ತ ನೋಡಿ ಮುಗುಳ್ನಗೆ ಬೀರಿದರು. ಆಕ್ಷೇಪಿಸಲು ಅವರ ಮನ ಒಪ್ಪಲಿಲ್ಲ.

''ಬೇಗ ಹೋಗೋದಿದೆ ವಿಶ್ವ ಗಂಡಿನ ಮನಸ್ಸಿಗೂ ಹೆಣ್ಣಿನ ಮನಸ್ಸಿಗೂ ಅಜಗಜಾಂತರ ವ್ಯತ್ಯಾಸವಿದೆ. ಮಕ್ಕಳ ವಿಷ್ಯ ಬಂದಾಗ ಹೆಣ್ಣಿಗೆ ತನ್ನ ಮಗುವೇ ಮುಖ್ಯವಾಗುತ್ತೆ. ಸಾಧ್ಯವಾದರೆ ಒಮ್ಮೆ ಬರೋದಿಕ್ಕೆ ಹೇಳು'' ಎಂದು ಬ್ಯಾಗ್ ಎತ್ತಿಕೊಂಡರು. ಬಂದ ಕೆಲಸ ಮುಗಿಸಿಕೊಂಡು ಆದಷ್ಟು ಬೇಗ ಅವರು ಹಿಂದಿರುಗಬೇಕಿತ್ತು.

ವಿಶ್ವ ಎಷ್ಟೇ ಬಲವಂತ ಮಾಡಿದರೂ ಅವರೇನು ತಿನ್ನಲು ಇಚ್ಛಿಸಲಿಲ್ಲ. ಅವನ ನಾಲಿಗೆ ತುದಿಯವರೆಗೂ ಬಂದ ಮಾತುಗಳು ಅಲ್ಲೇ ನಿಂತವು. ತಾನೆ ಹೋಗಿ ಸಿಟಿ ಬಸ್ಸು ಹತ್ತಿಸಿದ.

''ನೀನಾದ್ರೂ ಭಾನುವಾರ ಬಾ. ಅಪ್ಪಿಗೆ ಒಂದಿಷ್ಟು ಸಮಾಧಾನ ಸಿಕ್ಕುತ್ತೆ'' ಹೇಳಿದರು. ''ಖಂಡಿತ ಬರ್ತೀನಿ, ಅಣ್ಣ'' ಆಶ್ವಾಸನೆ ಕೊಟ್ಟ.

ಅವನನ್ನು ಇಷ್ಟು ಅಕ್ಕರೆಯಿಂದ ಕರೆಯುವ ಹಿರಿಯರೇ ಇರಲಿಲ್ಲ. ಮುಂದಿನ ಭವಿಷ್ಯ ನೆನೆದು ವಿಶ್ವನ ಕಣ್ಣಲ್ಲಿ ನೀರಾಡಿತು. ಮಗ ಮಾಡಿದ ಇಷ್ಟು ದೊಡ್ಡ ತಪ್ಪನ್ನು ಕ್ಷಮಿಸಬಲ್ಲರೇ.

ಅಂದು ವಿಶ್ವ ಪತ್ರಿಕಾಲಯಕ್ಕೆ ಬಂದಾಗ ಹೊಸ ಮಿಷನ್‌ಗಳು ಬಂದಿತ್ತು. ಜೊತೆಗೆ ಸಿಂಗಪುರ್‌ನಿಂದ ಮುರುಳಿ, ಅಲಕಾ ಹಿಂದಿರುಗಿರುವ ಸುದ್ದಿ ಸಿಕ್ಕಿತು. ಹೇಗಾದರೂ ಅವನನ್ನು ಒಮ್ಮೆ ಭೇಟಿ ಮಾಡಲೇಬೇಕೆಂಬ ನಿರ್ಧಾರಕ್ಕೆ ಬಂದಿದ್ದ. ಆದರೆ ಇಷ್ಟು ಸುಲಭವಾಗಿ ಮಾತ್ರ ಕೈಗೂಡುತ್ತದೆಯೆಂದು ಮಾತ್ರ ತಿಳಿಯಲಿಲ್ಲ.

ಹೊಸದಾಗಿ ಬಂದಿದ್ದ ಯಂತ್ರಗಳನ್ನು ನೋಡಲು ಬಂದ ಅಲಕಾ ಅಲ್ಲೆ ಕೆಲಸ ಮಾಡುತ್ತಿದ್ದ ಇವನನ್ನು ಗುರುತಿಸಿ, ''ನೀವು ವಿಶ್ವ ಮುರುಳಿ ಫ್ರೆಂಡ್ ಅಲ್ವಾ ? ಮತ್ತೆ ಎಂದೂ ಬರಲೇ ಇಲ್ಲ'' ನವಿರಾಗಿ ಅತ್ಯಂತ ಸರಳವಾಗಿ ಆಕ್ಷೇಪಿಸಿದ್ದು ಸಂತೋಷ ತಂದಿತು. ''ಸಾರಿ, ಆಗ್ಲಿಲ್ಲ ಮೇಡಮ್'' ಕ್ಷಮೆ ಯಾಚಿಸಿದ. ಅವಳು ಅಹಂಕಾರದಿಂದ ನಡೆದುಕೊಂಡಿದ್ದರೇ ಉತ್ಪ್ರೇಕ್ಷಿಸಿ ಬಿಡಬಹುದಿತ್ತು. ಆದರೆ ಅವಳ ಮಾತಿನ ರೀತಿಗೆ ನಿಬ್ಬೆರಗಾಗಿದ್ದ.

''ಆಗಾಗ್ಬನ್ನಿ'' ಆಹ್ವಾನ ಕೊಟ್ಟು ಹೋದಳು.

ಅಲ್ಲಿದ್ದವರಿಗೆಲ್ಲರಿಗೂ ಒಂದೇ ಆಶ್ಚರ್ಯ. ಶಿವಶಂಕರ್ ಪಿಳ್ಳೆಯ ಅಳಿಯ ಮುರುಳಿ ವಿಶ್ವನ ದೋಸ್ತು. ಅವನಾಗಿ ಎಂದೂ ಈ ವಿಷಯ ತಿಳಿಸಿರಲಿಲ್ಲ.

''ಏನಯ್ಯ, ನಮ್ಗೆ ಯಾರ್ರೂ ಹೇಳ್ಲೇ ಇಲ್ಲ'' ಒಬ್ಬ ಕೇಳಿದಾಗ, ''ನಂಗೇನು ದೊಡ್ಡ

ವಿಷಯವಾಗಿ ಕಾಣೆಲ್ಲ. ಹಿಂದೆ ಸ್ನೇಹಿತನಾಗಿರಬಹುದು ಈಗ ದೊಡ್ಡ ಅಂತರ ಬೆಳ್ದು ಹೋಗಿದೆ'' ಎಂದವನು ತನ್ನ ಕೆಲಸದಲ್ಲಿ ನಿರತನಾದ.

ಆದರೆ ಲಂಚ್ ಬ್ರೇಕ್‌ನಲ್ಲಿ ಇವನಿಗೆ ಕರೆ ಬಂತು. ರೆಸ್ಟ್ ರೂಂನಲ್ಲಿದ್ದ ಅಲಕಾ ತಾನೆ ಸ್ವಾಗತಿಸಿದಳು. ''ನಮ್ಮ ಜೊತೆ ಟೀಯಾದ್ರೂ ತಗೊಳ್ಳಿ.''

ಸ್ವಲ್ಪ ಬಿಗಿಯಾಗಿದ್ದವನು ಮುರುಳಿ ಮಾತ್ರ. ಪ್ರತಿಯೊಂದು ಮಾತನ್ನು ಆಡುವಾಗ ಆಯ್ದು ಆಯ್ದು ಪದಗಳನ್ನು ಪೋಣಿಸಿದಂತಿತ್ತು. ಸಿಂಗಪೂರದ ವೈಭವ ಮತ್ತಿನಲ್ಲಿಯೇ ಇನ್ನು ಇದ್ದ. ಅದನ್ನೆಲ್ಲಾ ಯಾವ ಕಾರಣಕ್ಕೂ ಕಳೆದುಕೊಳ್ಳಲು ಸಿದ್ಧವಿಲ್ಲ.

ಟೀಯನ್ನು ಕಪ್‌ಗಳಿಗೆ ಬಗ್ಗಿಸಿಟ್ಟ ಅಲಕಾ ''ನೀವುಗಳು ಮಾತಾಡಿ. ನಾನು ಸ್ವಲ್ಪ ಡ್ಯಾಡ್‌ನ ನೋಡ್ಕೊಂಡ್ಬರ್ತೀನಿ'' ಹೊರಟ ನಂತರ ಮುರುಳಿಯ ಕೈ ಹಿಡಿದು ಕೊಂಡ ವಿಶ್ವ ''ಅರ್ಜೆಂಟಾಗಿ ಮಾತಾಡೋದಿದೆ ಯಾವಾಗ ಸಿಕ್ತೀಯಾ ?

''ತುಂಬಾ ಬಿಜಿ ಕಣೋ. ಶ್ರೀಮಂತರ ಜೀವನದಲ್ಲಿ ಅಂದರೇ ಶಿವಶಂಕರ ಪಿಳ್ಳೆ ಅನಗತ್ಯವಾಗಿ ನಿಮಿಷಗಳ್ನ ಪೋಲು ಮಾಡೋದು ಕೂಡ ಇಷ್ಟಪಡಲಾರರು. ಅವ್ರ ವೇಗದ ಓಟಕ್ಕೆ ನಂಗೆ ನಡಿಗೆ ಹಾಕೋಕೆ ಕಷ್ಟವಾಗಿದೆ. ಪ್ರಯತ್ನವಂತು ಪಡ್ತಾ ಇದ್ದೀನಿ. ಸ್ವಲ್ಪ ಕಾಲಾವಕಾಶ ಬೇಕಾಗುತ್ತೆ'' ಭಾರವಾದ ದನಿಯಲ್ಲಿ ಹೇಳಿದ. ಇವನ ಮಾತುಗಳು ವಿಶ್ವನ ತಲೆಗೆ ಹೋಗಲಿಲ್ಲ.

''ಅದೆಲ್ಲ ಬೇಡ. ತೀರಾ ನಿನ್ನತ್ರ ಅರ್ಜೆಂಟಾಗಿ ಮಾತಾಡೋದಿದೆ. ನೆನ್ನೆ ಮಧ್ಯೆ ರಾತ್ರಿ ಅಣ್ಣ ಪಂಡಿತ್ರು ಬಂದಿದ್ರು. ಬೆಳಿಗ್ಗೇನೆ ಒಂದಿಷ್ಟು ಕೆಲ್ಸ ಇದೆ ಮುಗ್ಸಿಕೊಂಡ್ಹೋಗ್ತೀನಿಂತ ಹೇಳಿದ್ರು. ಆ ಬಗ್ಗೆ ಮಾತಾಡ್ಬೇಕು'' ಎಂದ ವಿಶ್ವ ಅತ್ತಿತ್ತ ನೋಡಿದ.

ಆಕಾಶದಲ್ಲಿದ್ದ ಪಕ್ಷಿಯ ರೆಕ್ಕೆಗಳನ್ನು ಕತ್ತರಿಸಿದಂತಾಯಿತು. ಮುರುಳಿ ಚಡಪಡಿಸಿದ.

''ನನ್ನ ಬಗ್ಗೆ ಏನು ಹೇಳ್ಲಿಲ್ಲ ತಾನೆ ?'' ಮೇಲುಸಿರು ಬಿಡುತ್ತ ಕೇಳಿದ.

''ಇಲ್ಲ, ನಿನ್ನತ್ರ ಇಲ್ಲೆ ಎಲ್ಲಾ ಮಾತಾಡೋಕ್ಕಾಗೋಲ್ಲ. ಯಾವಾಗ ಸಿಕ್ತಿ? ಎಲ್ಲಿ ಸಿಕ್ತಿ? ದಯವಿಟ್ಟು ದೂರದ ಟೈಮ್ ಹೇಳ್ಬೇಡ. ಆಮೇಲೆ ಪಶ್ಚಾತ್ತಾಪ ಪಡ್ತೀಯ. ನಿಂಗೆ ತಿಳಿಸೋದು ತುಂಬ ಇದೆ'' ಪಿಸುದನಿಯಲ್ಲಿ ಹೇಳಿದ.

ಹಣೆಯೊತ್ತಿಕೊಂಡ ಮುರುಳಿ, ''ಅಲ್ಲಿಗ್ಬಂದರೇ ವೆಂಕಟಾಚಲಯ್ಯ ಕಾಡ್ತಾನೆ. ತುಂಬಾ ಅಪಾಯದ ಮನುಷ್ಯ ಅನ್ನಿಸುತ್ತೆ. ಸ್ವಲ್ಪ ಸುಳಿವು ಸಿಕ್ಕರೂ ಹುಡ್ಕಿಕೊಂಡು ಬರಬಹುದು. ಸಂಜೆ ಐದರ ನಂತರ ಹೋಟೆಲ್ ಏಟ್ರಿಯಾ ಬಳಿ ಇರು. ಖಂಡಿತ ಬರ್ತೀನಿ'' ಭರವಸೆ ಕೊಟ್ಟ ಮೇಲೆ ಟೀ ಕುಡಿದು ಮೇಲೆದ್ದ.

''ಶ್ರೀಮತಿಯವ್ರಿಗೆ ನನ್ನ ಥ್ಯಾಂಕ್ಸ್ ಹೇಳು. ಅವ್ರ ನಡೆನುಡಿಗಳಿಗೆ ಹ್ಯಾಟ್ಸ್ ಆಫ್.''

ವಿಶ್ವ ಹೋದ ಎಷ್ಟೋ ಹೊತ್ತಿನವರೆಗೂ ಮುರುಳಿ ಕಲ್ಲಿನಂತೆ ಕೂತಿದ್ದ. ಟೀ ತಣ್ಣಗಾಗಿ ಹೋದರೂ ಕಪ್‌ಗೆ ಕೈಹಾಕಲಿಲ್ಲ. ಅಣ್ಣ ಬಂದಿದ್ದು ಯಾಕೆ? ತಂದೆಯ ಬಗ್ಗೆ ಪ್ರೀತಿ,

ಅಭಿಮಾನ ಎಲ್ಲಾ ಇತ್ತು. ಆದರೆ ತಾನು ಕೈಯಲ್ಲಿಡಿದ ಅಮೂಲ್ಯವಾದ ಗಂಟು ಎಲ್ಲಿ ಜಾರಿ ಹೋಗುತ್ತದೆಯೋ ಎನ್ನುವ ಭಯ.

"ಎಲ್ಹೋದ್ರು ವಿಶ್ವ ?" ಎನ್ನುತ್ತಲೇ ಬಂದ ಅಲಕಾ ಸ್ವಲ್ಪ ಸೀರಿಯಸ್ಸಾಗಿ, "ಮುರುಳಿ ನಿಮ್ಮ ಪೊಜಿಷನ್ ಚೇಂಜ್ ಆಗಿರ್‍ಬಹ್ದು. ಇಲ್ಲಿ ನೀವು ಮಾಲಿಕ. ನಮ್ಮ ಪತ್ರಿಕಾಲಯದಲ್ಲಿ ಕೆಲ್ಸ ಮಾಡೋ ಎಷ್ಟೋ ಜನರಂತೆ ಅವ್ರು ಒಬ್ಬರು ಆಗಿರಬಹ್ದು. ಇವೆಲ್ಲಕ್ಕಿಂತ ಫ್ರೆಂಡ್ ಷಿಪ್ ಮುಖ್ಯ. ಆ ಬಗ್ಗೆ ನೀವು ಉದಾಸೀನ ಮಾಡ್ಬೇಡಿ. ಅದ್ರಿಂದ ವಿಶ್ವ ಅಲ್ಲ ನೀವು ಕಳ್ದು ಕೊಳ್ಳೋದೆ ಹೆಚ್ಚು ಮರುಳುಗಾಡಿನಲ್ಲಿ ಓಯಸಿಸ್" ಅರ್ಥಗರ್ಭಿತವಾಗಿ ಹೇಳಿದಳು. ಅವಳು ಶಿವಶಂಕರ ಪಿಳ್ಳೆಯವರ ಮಗಳು. ಏನೇ ಮಾತಾಡಿದರ ಅರ್ಥಪೂರ್ಣವಾಗಿಯೇ ಇರುತ್ತಿತ್ತು.

ಷಾಕ್ ತಿಂದರೂ ಬಹಳ ಬೇಗ ಚೇತರಿಸಿಕೊಂಡ, "ಸಾರಿ, ಇದ್ರಲ್ಲಿ ನನ್ನ ತಪ್ಪೇನಿಲ್ಲ. ಪುರುಸೊತ್ತಿಲ್ಲ ಅನ್ನೋದು ಒಂದು ಕಾರಣವಾದರೇ, ವಿಶ್ವನ ಸ್ವಭಾವ ಒಂದು ತರಹ. ಅವ್ನೆ ಅಂತರವನ್ನು ಹುಟ್ಟು ಹಾಕಿರೋದು. "ಧಾರಾಳವಾಗಿ ಅವನ ಮೇಲೂರೆಸಿದರೂ ಅಲಕಾ ಗಂಡನ ಮೂಗು ಹಿಂಡಿ, "ಅದ್ಕೇ ನೀವು ಅವಕಾಶ ಮಾಡಿ ಕೊಡ್ಬೇಡಿ. ವಿವಾಹವಾದ ಮಾತ್ರಕ್ಕೆ ಸರ್ವಸ್ವವೂ ಅವ್ರೇ ಆಗಿ ಬಿಡೋಲ್ಲ. ಅಂಥ ಭ್ರಮೆ ಸ್ವಲ್ಪ ಕಾಲ ಇರುತ್ತೆ, ಅದು ಕರಗೋ ವೇಳೆಗೆ ಉಳಿದವರೆಲ್ಲ ದೂರವಾಗಿ ಬಿಡ್ತಾರೆ. ಮನುಷ್ಯ ಮಾಡೋ ತಪ್ಪು ಅದೇ. ನೀವು ಕೈ ಹಿಡಿದ್ರಿ ಎಲ್ಲಾ ನೀವೇಂತ ಡ್ಯೂಯೆಟ್ ಆಡೋಕೆ ಕಮರ್ಷಿಯಲ್ ಸಿನಿಮಾ ಅಲ್ಲ. ಡ್ಯಾಡ್ ಕೂಡ ನಂಗೆ ಮುಖ್ಯವೇ. ನನ್ನ ಜೀವ್ನದಲ್ಲಿ ನೀವು ಕಾಲಿಟ್ಟ ಮಾತ್ರಕ್ಕೆ ಅವ್ರೇನು ನನ್ನಿಂದ ದೂರ ಹೋಗೋಲ್ಲ. ನಾನು ಕೂಡ ಅವ್ರಿಂದ ಮಾನಸಿಕವಾಗಿ ದೂರ ಹೋಗೋಕೆ ಇಷ್ಟಪಡಲಾರೆ. ಟೀ ತಣ್ಣಗಾಯಿತು" ಎಂದು ಅದನ್ನೊಯ್ದು ಸಿಂಕ್‌ನಲ್ಲಿ ಸುರಿದು ಬೇರೆ ಟೀಯನ್ನು ಕಪ್‌ಗೆ ಸುರಿದು ಚಪ್ಪಲಿ ಸದ್ದು ಮಾಡುತ್ತ ಹೋದಳು.

"ಸಿಲ್ಲಿ ಗರ್ಲ್...." ಅಂದುಕೊಂಡ ಮನದಲ್ಲಿಯೇ.

ನಿಧಾನವಾಗಿ ಟೀ ಗುಟುಕರಿಸಿ ಮೇಲೆದ್ದ. 'ಸಿಲ್ಲಿ ಗರ್ಲ್' ಇನ್ನೊಮ್ಮೆ ಪಠಿಸಿಕೊಂಡಾಗ ಬೆವರಿದ. ತಪ್ಪೆನಿಸಿತು. ಅಲಕಾನ ಹಾಗೆಂದು ಕೊಳ್ಳುವುದು ಮೂರ್ಖತನವಾಗಿ ಕಂಡಿತು. ಅವಳ ಮಾತು, ಯೋಚನೆಗಳೆಲ್ಲ ತೀರಾ ಉತ್ಕೃಷ್ಟವಾಗಿ ಕಂಡಿತು. ಬೇರೊಬ್ಬರ ಬಗ್ಗೆ ಮಾತಾಡುವಾಗ ಹತ್ತು ಸಲ ಯೋಚಿಸುವಂತೆ ಕಾಣುತ್ತಿದ್ದಳು.

ಆಮೇಲೆ ಮುರುಳಿಗೆ ತಲೆ ಕೆಟ್ಟಂತಾಯಿತು. ಕನಿಷ್ಟ ದಿನದಲ್ಲಿ ಒಂದೆರಡು ಗಂಟೆಗಳು ಕಂಪ್ಯೂಟರ್ ಮುಂದೆ ಕೂತು ಕೆಲಸ ಮಾಡಬೇಕಿತ್ತು. ಅಲಕಾ ಬೆಡ್‌ರೂಂನಲ್ಲಿ ಕೂಡ ಪಿ.ಸಿ. ಇಟ್ಟುಕೊಂಡಿದ್ದಳು. ಕಂಪ್ಯೂಟರ್ ಬಗ್ಗೆ ಹೆಚ್ಚಿನ ತಿಳಿವಳಿಕೆಯೊಂದಿದ್ದಳು.

ಹತ್ತು ನಿಮಿಷ ಮೊದಲೇ ಹೋಟೆಲ್ ಎಂಟ್ರಿಯಾಗೆ ಸ್ವಲ್ಪ ಸಮೀಪದಲ್ಲಿಯೇ ಕಾರು ಪಾರ್ಕ್ ಮಾಡಿ ನಿಧಾನವಾಗಿ ಕಾಲೆಳೆಯುತ್ತ ಹೋದ. ಅವನು ಸದಾ ಫುಲ್ ಸೂಟುನಲ್ಲಿಯೇ ಇರುತ್ತಿದ್ದ. ಅವನಿಗೆ ರಿಚ್ಚಾಗಿ ಕಾಣುವುದರ ಜೊತೆಗೆ ವಿಪರೀತವಾಗಿ

ಉಡುಪಿನ ಮೇಲೆ ವ್ಯಾಮೋಹವಿದೆಯೆಂದು ಅಲಕಾಗೆ ಗೊತ್ತಾಗಿತ್ತು. ಆ ಬಗ್ಗೆ ತಲೆ ಕೆಡಿಸಿಕೊಳ್ಳಲು ಪುರಸತ್ತು ಇರಲಿಲ್ಲ. ಪ್ರತಿಯೊಬ್ಬರಿಗೂ ಅವರವರದೇ ಆದ ಆಸೆ ಆಕಾಂಕ್ಷೆಗಳು ಇರುತ್ತದೆಯೆಂದು ಅವಳಿಗೆ ಗೊತ್ತು . ಮಧ್ಯೆ ಮಧ್ಯೆ ತಲೆ ಹಾಕಿ ಅವನ ಮೈಂಡ್ ಬಿಸಿ ಮಾಡುವುದು ಅವಳಿಗೆ ಬೇಕಿಲ್ಲ.

ಕಾಲು ಗಂಟೆ ಲೇಟಾಗಿಯೇ ವಿಶ್ವ ಬಂದಿದ್ದು.

''ಸಾರಿ, ಆಗ್ಲೇ ಇಲ್ಲ! ಆಟೋ ಕಾದು ಸಾಕಾಗಿ ನಡ್ಕೊಂಡ್ಬಂದೇ. ಬಂದು ತುಂಬಾ ಹೊತ್ತಾಯ್ತ, ಬೇರರ್ ಇನ್‌ಫರ್ಮೇಷನ್ ಕೊಟ್ಟ'' ಎಂದು ಅವನ ಪಕ್ಕಕ್ಕೆ ಹೋಗಿ ಕೂತ. ಒಂದೆರಡು ಗಂಟೆಗಳಿಗಾಗಿ ವಿಶ್ವನ ಹೆಸರಲ್ಲಿ ರೂಮು ಪಡೆದಿದ್ದ. ಅವನಿಗೆ ಹೇಳೋದು ಕೇಳೋದು ತುಂಬ ಇತ್ತು.

''ಪರ್ವಾಗಿಲ್ಲ ಕೂತ್ಕೋ'' ಅಂದ ಬಿಗಿದ ಮುಖದಲ್ಲಿಯೇ.

ವಿಶ್ವನ ಮುಖ ಕಳಾಹೀನವಾಯಿತು. ಮೇಲೆ ಬಿದ್ದು ಮಾತಾಡಿಸಲು ಬಂದವರನ್ನೋ ಸಾಲ ಕೇಳಲು ಬಂದವರನ್ನೇ ಸತ್ಕರಿಸುವಂತಿತ್ತು.

''ಎಕ್ಸ್‌ಕ್ಯೂಜ್ ಮಿ ಮುರುಳಿ. ತೀರಾ ಅನಿವಾರ್ಯವಾದ್ದುದ್ದರಿಂದ ತೊಂದರೆ ಕೊಡ್ಬೇಕಾಯ್ತು. ನನ್ನ ನಿನ್ನ ಫ್ರೆಂಡ್‌ಷಿಪ್ ಮೊದಲು ತಪ್ಪು. ನಾನು ನಿನ್ನ ಬೆನ್ಹತ್ತಿ ನಾರಾಯಣಪುರಕ್ಕೆ ಬರಬಾರದಿತ್ತು. ನನ್ನ ಅನಾಥತ್ವ ಅಣ್ಣ-ಅಮ್ಮನಿಂದ ಕಮ್ಮಿ ಆಯ್ತು. ನಿಂಗೆ ಮಾತ್ರ ತೊಂದರೆ ಆಯ್ತು. ನಂಗೂ ಒಂದು ಫುಲ್ ಸ್ಟಾಪ್ ಇಡೋ ಯೋಚ್ನೆ, ಆಗ್ತಾ ಇಲ್ಲ ಮುರುಳಿ... ಆಗ್ತಾ ಇಲ್ಲ'' ಉದ್ವೇಗದಿಂದ ಉಸುರಿದ.

ತಲೆ ಕೊಡವಿದ ಮುರುಳಿ ಅವನ ಎರಡು ಕೈಗಳನ್ನು ಹಿಡಿದುಕೊಂಡ, ''ಏನೇನೊ ಮಾತಾಡ್ಬೇಡ. ನನ್ನ ಸ್ಥಿತಿ ತೀರಾ ವಿಪರೀತವಾಗಿದೆ. ಅಣ್ಣ ಅಮ್ಮನ ನೆನಪಾಗಿ ಬಿಟ್ಟರೇ, ನಾನು ನಾನಾಗಿರೋಲ್ಲ. ಇದೊಂದು ಪರಿಹಾರ ಸಿಗದ ಸಮಸ್ಯೆಯಾಗಿದೆ. ಸ್ವಲ್ಪ ಅರ್ಥಮಾಡ್ಕೋ. ಕೆಲವು ದಿನ ಕಾಲಾವಕಾಶ ಕೊಡು'' ಗದ್ಗದಕಂಠದಿಂದ ಹೇಳಿಕೊಂಡ. ಸ್ನೇಹಿತರು ರಾಜಿಯಾದರು. ಎಷ್ಟೋ ಹಿಂದಿನ ಪ್ರಸಂಗಗಳನ್ನು ನೆನಸಿಕೊಂಡರು.

''ಈಗ್ಹೇಳು, ಅಣ್ಣ ಯಾಕೆ ಬಂದಿದ್ರು? ಪಂಡಿತರ್ನ ಕಟ್ಕೊಂಡ ಬಂದಿದ್ದರೇ ವಿವಾಹದ ಪ್ರಸ್ತಾಪಕ್ಕೆ ಅಂದ್ಕೋಬೇಕು. ಒಂದ್ಸಲ ಹೇಳಿದ್ಮೇಲೆ ಮುಗೀತು. ವಿದ್ಯಾವಂತರಾದ ಅವರೇಕೆ ತಲೆ ಕೆಡಿಸ್ಕೋತಾರೋ, ಆ ಪಂಡಿತರ ತೋಟಮನೆ, ಜಮೀನೆಲ್ಲ ನಮ್ಮ ಎಸ್ಟೇಟಿನಲ್ಲಿರೋ ಬಂಗ್ಲೆಗೆ ಸಮವಾಗೋಲ್ಲ'' ಬಿರುಸಿನಿಂದ ಅಂದೇ ಬಿಟ್ಟ.

''ಸ್ಟಾಪ್ ಇಟ್! ತಲೆ ಹುಚ್ಚೇರಿದ ರೀತಿ ಏನೇನೋ ಮಾತಾಡ್ಬೇಡ. ಅವ್ರೇನು ಆ ವಿಷ್ಯಕ್ಕೆ ಬಂದಿಲ್ಲ. ನಡುರಾತ್ರಿಯಲ್ಲಿ ನೆಂಟರ ಮನೆಗೆ ಹೋಗೋಕೆ ಕಷ್ಟಾಂತ ತಿಳ್ದು ಪಂಡಿತರನ್ನು ಕರ್ಕೊಂಡ್ ಬಂದಿದ್ದರಷ್ಟೇ ? ನಿಮ್ಮ ತಂದೆನಾ ನೀನು ಇಷ್ಟೇನಾ ಅರ್ಥಮಾಡಿ ಕೊಂಡಿರೋದು? ಸ್ವಲ್ಪ ಕಾಮನ್ ಸೆನ್ಸ್ ಇರ್ಲಿ. ನಿನ್ನೊಂದಿಗೇನುಮಾತು ಬಿಡು'' ವಿಶ್ವ ಎದ್ದೇ ಬಿಟ್ಟ. ಅವನಿಂದ ಏನು ಪ್ರಯೋಜನವಿಲ್ಲವೆನಿಸಿತು.

ಬಹಳ ರಿಕ್ವೆಸ್ಟ್ ಮಾಡಿಕೊಂಡು ಗೆಳೆಯನನ್ನು ಕೂಡಿಸಿ ತನ್ನ ತಪ್ಪನ್ನು ಒಪ್ಪಿಕೊಂಡ ನಂತರ ವಿಶ್ವ ಉಸುರಿದ.

''ಅಲ್ಲಿ ಎಲ್ಲಾ ಚೆನ್ನಾಗಿದೇಂತ ಅನ್ನಿಸೋಲ್ಲ. ನಿಮ್ಮ ತಾಯಿ ಒಡ್ವೇನ ಗಂಟು ಕಟ್ಟಿಕೊಂಡ್ ಬಂದಿದ್ರು. ಬಹುಶಃ ಮಾರೋ ಸಲುವಾಗಿ ಇರ್ಬೇಕು. ಈಗೇನ್ಮಾಡ್ತೀಯಾ ?'' ಕೇಳಿದ.

ಮುರುಳಿ ಹಣೆಯೊತ್ತಿಕೊಂಡು ಕೂತು ಬಿಟ್ಟ.

''ಏನಾದ್ರೂ ಹೇಳು !'' ಅವನ ತೋಳಿಡಿದು ಅಲುಗಾಡಿಸಿದ.

ಎದ್ದು ಹೋಗಿ ಕಿಟಕಿಯ ಬಳಿ ನಿಂತವನು ಇವನತ್ತ ತಿರುಗಿ, ''ಮೂರು ಬ್ಯಾಂಕ್‌ನಲ್ಲಿ ನನ್ನ ಖಾತೆಗಳು ಇದೆ. ಅದ್ರಲ್ಲಿ ಲಕ್ಷಾಂತರ ಹಣ, ಕ್ರೆಡಿಟ್ ಕಾರ್ಡ್ ಎಲ್ಲಾ ಇದೆ. ನಾನು ಡ್ರಾ ಮಾಡಿದರೇ ಶಿವಶಂಕರಪಿಳ್ಳೆಯವ್ರ ನೋಟಿಸ್‌ಗೆ ಹೋಗುತ್ತೆ. ಪ್ರತಿಯೊಂದು ಪೈಸೆಗೆ ಲೆಕ್ಕ ಹೇಳ್ಬೇಕು. ನನ್ನ ಒಬ್ಬ ಕೆಲಸಗಾರಾಂತ ಟ್ರೀಟ್ ಮಾಡಿ ಸಂಬಳ ಕೊಡ್ತಾ ಇದ್ದಾರೆ. ಅಲಕಾ ಕೂಡ ತನ್ನ ಕೆಲ್ಸಕ್ಕೆ ಸಂಬಳ ಪಡೀತಾ ಇದ್ದಾಳೆ. ನನ್ನ ನಿರೀಕ್ಷೆ ಸ್ವಲ್ಪ ಬೇರೇನೆ ಇತ್ತು. ನನ್ನ ಸಮಯದ ಬಗ್ಗೆ ಅವ್ರದು ಕಟ್ಟೆಚ್ಚರ. ನಾನು ಪತ್ರಿಕೆಯ ಜವಾಬ್ದಾರಿ ಹೊರಲು ಕೆಲವೊಂದು ಟ್ರೈನಿಂಗ್ ನೀಡ್ತಾ ಇದ್ದಾರೆ. ಅಂದು ನಾನು ಕಳ್ಸಿದ ಹಣ ಹಿಂದಿರುಗಿಸಿದರು. ಅದ್ನ ಇಟ್ಕೊಂಡಿದ್ದರೆ ಹೆಲ್ಪ್ ಆಗೋದು'' ನಿಸ್ಸಹಾಯಕತೆಯಿಂದ ಹೇಳಿಕೊಂಡಾಗ ವಿಶ್ವನಿಗೆ ನಗು ಬಂತು.

''ಮಹಾಶಯ, ನಿನ್ನಿಂದ ಅಂಥ ಹಣದ ಹೆಲ್ಪ್ ಏನು ನಿರೀಕ್ಷಿಸೋಲ್ಲ. ನೀನು ಹೇಳ್ದ ಸುಳ್ಳಿಗೆ ಎಂದು ಮುಕ್ತಿ ? ಅದ್ನ ಹೇಳು'' ಕನಲಿ ಕೇಳಿದ.

ಅದೊಂದು ಪ್ರಶ್ನೆಗೆ ಮುರುಳಿ ಉತ್ತರಿಸಲಾರ. ನಿಜ ಹೇಳಲು ಅವನಿಂದ ಸಾಧ್ಯವೇ ? ಶಿವಶಂಕರ ಪಿಳ್ಳೆ ಕತ್ತಿಡಿದು ಹೊರಗೆ ತಳ್ಳಿಸಿದರೇ? ಆ ಚಿತ್ರವನ್ನು ಕಲ್ಪಿಸಿಕೊಳ್ಳಲಾರದೆ ಹೋದ.

''ಅದ್ಕೇ ಇನ್ನು ಕಾಲಾವಕಾಶ ಬೇಕಾಗುತ್ತೆ ?'' ಅಂದ ಅಳುಕುತ್ತಲೆ.

ವಿಶ್ವ ಚಪ್ಪಾಳೆ ತಟ್ಟಿದ. ''ಭೇಷ್ ಎಷ್ಟು ದಿನ ಎಷ್ಟು ತಿಂಗಳು, ಎಷ್ಟು ವರ್ಷ ? ಅದನ್ನಾದ್ರೂ ಹೇಳ್ಬಿಡು. ಖಂಡಿತ ಇದೇನಾದ್ರೂ ಅವುಗಳಿಗೆ ಗೊತ್ತಾದರೆ ಅವ್ರೆ ಸತ್ತು ನಿನ್ನ ನಿರಾತಂಕವಾಗಿಸ್ತಾರೆ. ಥೂ ನಿನ್ನಂಥವ್ರನ್ನ ಫ್ರೆಂಡ್ ಆಗಿದ್ದಕ್ಕೆ ಈ ವಿಷ್ಯದಲ್ಲಿ ನಿಂಗೆ ಸಪೋರ್ಟ್ ಮಾಡಿದ್ದಕ್ಕೆ ನಂಗೆ ಸ್ಪೆಷಲ್ ನರ್ಕ ಸೃಷ್ಟಿಯಾಗಿರುತ್ತೆ'' ಎಂದು ಹೊರಟ ಗೆಳೆಯನನ್ನು ನಿಲ್ಲಿಸಿ ಭದ್ರವಾಗಿ ಕಾಲಿಡಿದು ಬಿಟ್ಟ.

''ನೀನೇ ಕಾಪಾಡ್ಬೇಕು. ಇನ್ನು ಸ್ವಲ್ಪ ಕಾಲಾವಕಾಶ ಕೊಡು. ನಾನು ಸಮಯವನ್ನು ನೋಡಿ ಅಲಕಾ ಮುಂದೆ ನನ್ನ ತಪ್ಪು ಒಪ್ಕೋತೀನಿ. ಅವ್ಳು ಕ್ಷಮಸ್ಬಹುದ್ದು'' ಎಂದು ಗೋಳಾಡಿ ಬಿಟ್ಟ.

ಸೋತ ವಿಶ್ವ ಅವನನ್ನು ಎಬ್ಬಿಸಿ ತಬ್ಬಿಕೊಂಡ. ''ಭಾನುವಾರ ನಾನು ನಾರಾಯಣಪುರಕ್ಕೆ ಹೋಗ್ತಾ ಇದ್ದೀನಿ. ನಿಮ್ಮಮ್ಮನಿಗೆ ನಿನ್ನೊತ್ತೆ ಬಂದಿರೋ ಆಸೆ. ಅದಂತು

ಕೈಗೂಡೋದಿ ಲ್ಲಾಂತ ನಂಗೆ ಅನ್ನಿಸ್ತಾ ಇದೆ. ಹೋಗ್ಲಿ ಬಿಡು ಇವೆಲ್ಲಾ ಪ್ರಾರಬ್ಧಗಳು. ಇನ್ನಿಷ್ಟು ಸಿರಿವಂತಿಕೆಯಲ್ಲಿ ಹೊರಳಾಡ್ಬಹ್ದು. ಅದರಲ್ಲಿ ತಾಯ್ತಂದೆಯರ ಪರಿಶುಭ್ರ ಮಮತೆ ನಿಂಗೆ ಸಿಗೊಲ್ಲ'' ಸಾಂತ್ವನಿಸಿದ.

ಬಹಳ ಅತ್ತ ಮುರುಳಿ. ಆದರೂ ಅವನಿಗೆ ಪೂರ್ಣ ರೀತಿಯ ಪಶ್ಚಾತ್ತಾಪವೇನು ಆಗಿರಲಿಲ್ಲ. ಅವನು ಅಲಕಾಗೆ ಹೇಳುತ್ತಾನೆಂದು ಕೊಂಡಿದ್ದನೆ ವಿನಃ ಅಂಥ ಉದ್ದೇಶವಾಗಲಿ, ಧೈರ್ಯವಾಗಲಿ ಇರಲಿಲ್ಲ.

ಇಬ್ಬರು ಹೊರ ಬಂದಾಗ ಮುರುಳಿ ಗೆಳೆಯನ ಕೈ ಹಿಡಿದು, ''ಬೇರೆ ಕಡೆ ರೂಮು ಮಾಡೋ. ನಂಗೆ ಅಲ್ಲಿಗೆ ಬರೋಕೆ ಧೈರ್ಯವಿಲ್ಲ. ವೆಂಕಟಾಚಲಯ್ಯ ಎಷ್ಟು ಮಾತಿನ ಮನುಷ್ಯನೋ ಅವನಿಗೆ ಅಷ್ಟೇ ಕುತೂಹಲ. ಅದ್ಕೆ ನಂಗೆ ಇಷ್ಟವಾಗೋಲ್ಲ. ದಯವಿಟ್ಟು ಬೇರೆ ಕಡೆ ರೂಮು ಮಾಡಿದರೇ ಆಗಾಗ ನಾನು ಬರಬಹ್ದು. ಹೇಗೂ ಅಲಕಾಗೆ ಗೊತ್ತಿದೆ. ನೀನು ಆಗಾಗ ಬರ್ತಾ ಇರು. ನಾರಾಯಣಪುರದಿಂದ ಬಂದ್ಮೇಲೆ ಸಿಕ್ಕು. ಈ ಹಣನ ಅಮ್ಮನ ಕೈಯಲ್ಲಿ ಕೊಡು. ಇದು ನನ್ನ ಸಂಬಳದಲ್ಲಿ ತೆಗ್ದ ಹಣ'' ಎಂದು ನೋಟುಗಳ ಕಂತೆಯನ್ನು ಕೈಯಲ್ಲಿ ತುರುಕಿದ.

ವಿಶ್ವ ಅವನ ಮುಖ ನೋಡಿದ. ಆಸೆಯ ಕಣ್ಣುಗಳಲ್ಲಿ ಭಯದ ಛಾಯೆ ಅಚ್ಚೊತ್ತಿದಂತಿತ್ತು. 'ಬೇಡ' ಅನ್ನಬೇಕೆನಿಸಿದರೂ ಅಲ್ಲಿಯ ಪರಿಸ್ಥಿತಿ ಹೇಗಿದೆಯೋ ಎಂದು ಸುಮ್ಮನಾದ.

''ಬೇರೆ ರೂಮು ಮಾಡ್ತೀಯಲ್ಲ?'' ಕೇಳಿದಾಗ ವಿಶ್ವನ ಕಣ್ಣುಗಳು 'ನೋಡೋಣ' ಎಂದು ಹೇಳುತ್ತಿತ್ತು. ಸತ್ಯನಾರಾಯಣ, ಸುಕನ್ಯ ಬಗ್ಗೆ ಮಾತ್ರವಲ್ಲ ಗೆಳೆಯನ ಭವಿಷ್ಯದ ಬಗ್ಗೆಯ ಆತಂಕಗೊಂಡಿದ್ದ.

ನೋಟುಗಳನ್ನು ಜೇಬಿಗೆ ತುರುಕಿಕೊಂಡು ರೂಮಿನ ಹಾದಿ ಹಿಡಿದ. ಇಂದು ಬುಧವಾರ, ಭಾನುವಾರ ಒಮ್ಮೆ ನಾರಾಯಣಪುರಕ್ಕೆ ಹೋಗಿ ಬಂದ ನಂತರ ರೂಮನ್ನು ಬದಲಾಯಿಸಲು ನಿಶ್ಚಯಿಸಿದ. ಆಮೇಲೆ ಮತ್ತೆಂದೂ ಈ ಮೂವರನ್ನು ಭೇಟಿ ಮಾಡಲೇ ಬಾರದೆಂಬ ತೀರ್ಮಾನಕ್ಕೆ ಬಂದಿದ್ದು ನೋವಿನಿಂದಲೇ.

❑ ❑ ❑

ಮಾರನೆಯ ದಿನವೇ ಹಿಂದಿರುಗಿ ಬಂದಿದ್ದು. ಬಂದ ಸತ್ಯನಾರಾಯಣ ಸಿಂಗಾರಯ್ಯನ ಹಣದಲ್ಲಿ ಮುಕ್ಕಾಲು ಭಾಗ ಮಾತ್ರ ಕೊಟ್ಟರು. ಅವರು ನಿರೀಕ್ಷಿಸಿದಷ್ಟು ಹಣ ಒಡವೆ ಮಾರಿದ್ದರಿಂದ ಬಂದಿರಲಿಲ್ಲ. ಚಿನ್ನದ ಮೇಲೆ ಕಡಿಮೆಯಾಗಿತ್ತು.

''ಒಡ್ವೆಗಳನ್ನು ಮಾರಿ ಆಯ್ತು. ಆದ್ರೂ ಸಿಂಗಾರಯ್ಯನ ಸಾಲ ತೀರಲಿಲ್ಲ. ಎಲ್ಲ ಹೇಳ್ಲೋ ಪ್ರಕಾರ ಹೋಟೆಲ್‌ನ ಅವ್ನಿಗೆ ಬಿಟ್ಟುಕೊಟ್ಟು ನಾನು ಅಲ್ಲೇ ಕೆಲಸ್ಕೆ ಸೇರಿಕೊಳ್ಳಬೇಕಾಗುತ್ತೇನೋ!'' ನಗುತ್ತಾ ಹೇಳಿದಾಗ, ಸುಕನ್ಯ ಗಾಬರಿಯಾದರು.

ಅನಗತ್ಯವಾಗಿ ತಮಗೆ ಇಷ್ಟೆಲ್ಲ ತೊಂದರೆ ಕೊಟ್ಟ ಸಿಂಗಾರಯ್ಯನ ಪಾಲಿಗೆ ಹೋಟೆಲ್ ಬಿಡಬಾರದೆಂಬ ನಿಶ್ಚಯ.

''ಛೇ, ಆ ತರಹ ಯಾಕೆ ಮಾತಾಡ್ತೀರಾ ! ಅಂಥ ಸಮಯ ಬಂದರೇ ಈ ಮನೆನಾ ಮಾರಿ ಆ ಹಣದಲ್ಲಿ ಸಿಂಗಾರಯ್ಯನ ಸಾಲ ತಿರ್‍ಸಿ ಹೋಟೆಲ್ ಮಾಲೀಕತ್ವನ ಚಂದ್ರುಗೆ ಬಿಟ್ಕೊಡೋಣ. ಅವ್ನ ಚಲಾಕಿ ಇದ್ದಾನೆ. ಈ ಜನನ ಸಾಕಷ್ಟು ಸುಧಾರಿಸ್ತಾನೆ'' ಭವಿಷ್ಯದ ಪ್ಲಾನ್ ಗಂಡನ ಮುಂದಿಟ್ಟರು.

ಸತ್ಯನಾರಾಯಣ ಚಕಿತರಾದರು.

''ನೀನು ಹೇಳೋದು ಕರೆಕ್ಟ್. ನಾನು ತೀರಾ ವ್ಯವಹಾರಿಕ ಕಾಸಿನ ಮನುಷ್ಯನಲ್ಲ. ಚಂದ್ರು ಸರ್‍ಯಾದ ಆಸಾಮಿ. ಆಮೇಲೆ ಗಲ್ಲಾ ಬಿಟ್ಟು ನಾನು ಸತ್ಯನಾರಾಯಣ ಭವನದಲ್ಲಿ ಕೆಲ್ಸಕ್ಕೆ ನಿಂತು ಬಿಡ್ತೀನಿ. ಆಗ ಯಾವ್ದೇ ತಾಪತ್ರಯವಿರೋಲ್ಲ'' ಈಗಲೂ ನಗುತ್ತಲೇ ಹೇಳಿದಾಗ ಆಕೆಯ ಕಣ್ಣಲ್ಲಿ ನೀರಾಡಿತು.

''ಬೇಡ, ನಾವು ಬೆಂಗ್ಳೂರಿಗೆ ಹೋಗೋಣ. ಯಾಕೋ ಈ ಜೀವ್ನವೇ ಸಾಕು ಅನಿಸ್ತಾ ಇದೆ. ಮುರುಳಿಯೊಂದಿಗೆ ಇದ್ಬಿಡೋಣ. ಅಲ್ಲಿ ವಿಶ್ವ ಕೂಡ ಇರೋದ್ರಿಂದ ಆಗಾಗ ಬಂದ್ಹೋಗ್ತಾನೆ. ಯಾವುದಾದ್ರೂ ಟುಟೋರಿಯಲ್‌ನಲ್ಲಿ ಪಾಠ ಹೇಳ್ಬಹ್ದು'' ಸುಕನ್ಯ ಹೇಳಿದರು.

ಹೆಂಡತಿಯ ಕಡೆ ಬೆಕ್ಕಸ ಬೆರಗಾಗಿ ನೋಡಿದರು. ಅಂದಿನ ಆಸೆ ಇನ್ನು ಹೆಂಡತಿಯಲ್ಲಿ ಸತ್ತಿಲ್ಲವೆನಿಸಿತು. ಛೇಡಿಸಲು ಮನಸ್ಸೊಪ್ಪಲಿಲ್ಲ.

''ಆಯ್ತು'' ಎಂದು ಹೆಂಡತಿಯ ಗಲ್ಲ ಹಿಡಿದು ಹೇಳಿ ಕಣ್ಣಲ್ಲಿ ಕಣ್ಣಿಟ್ಟು ನೋಡಿದರು. ಅಲ್ಲಿ ತುಂತುರು ಇತ್ತು. ಅದರ ನಡುವೆ ರಾರಾಜಿಸುತ್ತಿದ್ದವನು ಮುರುಳಿ. ''ಖಂಡಿತ ಹೋಗೋಣ'' ಅಂದು ಅಪ್ಪಿಕೊಂಡು ಬಿಟ್ಟರು. ಅಲ್ಲಿ ಪ್ರೀತಿಯ ಮಹಾಪೂರವೇ ಉಕ್ಕಿ ಹರಿಯುತ್ತಿತ್ತು.

ಇಬ್ಬರು ಕೂತು ಮಾತಾಡಿದರು. ನಾರಾಯಣಪುರದಲ್ಲಿ ಸತ್ಯನಾರಾಯಣ ಭವನ ಮುಚ್ಚಿಹೋಗಬಾರದೆಂದು ಇಬ್ಬರ ಅನಿಸಿಕೆ. ಅದು ಹೆಚ್ಚು ಇದ್ದಿದ್ದು ಸುಕನ್ಯ ಅವರಲ್ಲಿಯೇ. ಆದರೂ ನಾಲ್ಕಾರು ವರ್ಷದಿಂದ ಹೋಟೆಲ್‌ನಲ್ಲಿ ಕೆಲಸ ಮಾಡಿದ ಹುಡುಗರು ಬೀದಿಗೆ ಬೀಳಬಾರದು.

ಮರುದಿನದಿಂದಲೇ ಚಂದ್ರುಗೆ ಒಪ್ಪಿಸಿ ತಾವು ಬರೀ ಮೇಲುಸ್ತುವಾರಿ ನೋಡಿಕೊಳ್ಳಲು ಸತ್ಯನಾರಾಯಣ ನಿಶ್ಚಯಿಸಿದರು. ಅಂತು ನಾರಾಯಣಪುರ ಬಿಡಲು ಹೆಚ್ಚು ಕಡಿಮೆ ತೀರ್ಮಾನಿಸಿದಂತಾಯಿತು.

''ಸುಕನ್ಯ, ನಂಗಿಂತ ಆ ವಿಷ್ಯನ ನೀನು ಹೇಳೋದೆ ಉತ್ತಮ. ಹೆಣ್ಣು ಎಷ್ಟು ಕೋಮಲವೋ, ಮಾತಾಡಲು ಅಷ್ಟೇ ಚತುರಮಣಿ' ಹೆಂಡತಿಯ ಮೇಲೆ ಜವಾಬ್ದಾರಿ ಹಾಕಿ ಎದ್ದು ಹೋದರು.

ಅಂದಿನ ಚಿಂತೆಯ ದಿನಗಳನ್ನು ಬಿಟ್ಟರೇ ದಿನಗಳ ಬಗ್ಗೆ ಹೆಚ್ಚು ಚಿಂತಿತರಾಗಿದ್ದರು ಸತ್ಯನಾರಾಯಣ. ಮುರುಳಿ ನಡತೆ ಸಂದೇಹಾಸ್ಪದವಾಗಿತ್ತು. ಒಮ್ಮೆ ಕೂಡ ಅವನಿಂದ ಅಂಥ ಅಭಿಪ್ರಾಯ ವ್ಯಕ್ತವಾಗಿತ್ತು ಎನ್ನುವುದರ ಬಗ್ಗೆ ಜಿಜ್ಞಾಸೆಗೆ ಒಳಗಾಗಿದ್ದರು. ಮುಂದೆ ತಮ್ಮನ್ನು ತೊಡಕೆಂದು ತಿಳಿದರೇ ? ಅಥವಾ ಅವನ ನಡೆನುಡಿಗಳು ಮೆಚ್ಚಿಗೆಯಾಗದಿದ್ದರೇ - ಸಾಮರಸ್ಯ ಅಗತ್ಯವೆನಿಸಿತು.

ಮುಂದೆ ತಮ್ಮ ಬದುಕು ಹೇಗೆ ಕವಲೊಡೆಯಬಹುದು? ಅಂದಿನ ದಿನಗಳ ಉತ್ಸಾಹ, ಛಲವು ಬೇರೆ, ಈಗಿನ ಉದ್ದೇಶ, ಅಭಿಪ್ರಾಯಗಳೇ ಬೇರೆ.

''ಸತ್ಯನಾರಾಯಣ... ಸತ್ಯನಾರಾಯಣ'' ಪಂಡಿತರು ಕೂಗಿಕೊಂಡು ಬಂದಾಗ8 ಅವರಿಗೆ ಅಚ್ಚರಿ ''ಇದೇನು ಇಷ್ಟು ಬೇಗ ಹಿಂದಿರುಗಿ ಬಿಟ್ಟಿದ್ದೀರಾ?''

ಇವರ ಹೇಳಿಕೆಗೆ ಅವರು ನಕ್ಕೆ ಬಿಟ್ಟರು.

''ಯಾಕೋ, ನಂಗೆ ಒಂದ್ಗಂಟೆ ಇರೋ ವೇಳೆಗೆ ಬೇಸರ ಬಂದೋಯ್ತು. ಇನ್ಯಾಕೇಂತ ಬಂದೇ ಬಿಟ್ಟೆ ಈಗೀಗ ಸಂಬಂಧಗಳು ತೀರಾ ಅರ್ಥ ಕಳೆದುಕೊಂಡಿದೆ. ಹಿಂದೆ ಆರು ಮಕ್ಳು ತಂದೆಯಾದ್ರು ಅಪ್ಪನ ಮುಂದೆ ನಿಲ್ಲೋಕೆ ಹೆದರೋಂಥ ದಿನಗಳು ಇದ್ವು. ನೆಂಟರು ಬಂದರೂಂದರೇ ಎಷ್ಟೊಂದು ಪ್ರೀತಿ ವಿಶ್ವಾಸ. ಈಗ ಅಂಥದೇನಿಲ್ಲ ಬಿಡಿ'' ಜೊತೆಯಲ್ಲಿ ಹೆಜ್ಜೆ ಹಾಕುತ್ತ ಹೇಳಿಕೊಂಡರು.

''ಬದಲಾವಣೆಗಳು ಇವೆ. ನಾವೇ ಹೊಂದಿಕೊಂಡ್ಹೋಗ್ಬೇಹುದು. ಇಲ್ಲದಿದ್ದರೆ ಮುಖ್ಯವಾಹಿನಿಯಲ್ಲಿ ಬೇರೆಯಾಗ್ತೀವಿ'' ಔಪಚಾರಿಕವಾಗಿ ನುಡಿದರು.

ಇಂದು ಬಲವಂತದಿಂದ ತೋಟಕ್ಕೆ ಕರೆದೊಯ್ದು ಎಳನೀರು ಕುಡಿಸಿದರು. ನಂತರವೇ ಮುರುಳಿಯ ಪ್ರಸ್ತಾಪವೆತ್ತಿದ್ದು.

''ಮುರುಳಿ ಸಿಕ್ಕಿದ್ನಾ?''

''ಇಲ್ಲ ಅವನನ್ನು ನೋಡೋ ಉದ್ದೇಶವು ಇರ್ಲಿಲ್ಲ. ಬೆಂಗಳೂರಿನಲ್ಲಿ ಅವ್ರ ಕಂಪನಿ ಲಾಂಚ್ ಮಾಡೋವರ್ಗೂ ಈ ಓಡಾಟ ಇರುತ್ತೇಂತ ಕಾಣುತ್ತೆ. ಮಲ್ಟಿ ನ್ಯಾಷನಲ್ ಕಂಪನಿಗಳಲ್ಲಿ ಪ್ರತಿಭೆಗೆ ಬೆಲೆ. ಯಾವ್ದಕ್ಕೂ ಇನ್ನು ಕೆಲವು ದಿನ ಕಾಯ್ಬೇಕು'' ಅಂದರು ಸತ್ಯನಾರಾಯಣ.

''ಆಗ್ಲಿ ಆಗ್ಲಿ... ಕಾಯೋಣ. ನಮ್ಮ ಕಡೆದು ಇನ್ನೊಂದು ಹೆಣ್ಣಿದೆ. ತಕ್ಕಮಟ್ಟಿಗೆ ಚೆನ್ನಾಗಿದ್ದಾರೆ. ಹುಡ್ಗೀನ್ಗು ಪರ್ವಾಗಿಲ್ಲ. ವಿಶ್ವ, ಅದೇ ನಿಮ್ಮ ಮುರುಳಿ ಫ್ರೆಂಡ್ ವಿಶ್ವ ಯಾವ ಕಡೆ ? ಕುತೂಹಲ ವ್ಯಕ್ತಪಡಿಸಿದರು.

ಇಂದಿನವರೆಗೂ ಸತ್ಯನಾರಾಯಣ ಆ ವಿಷಯದ ಬಗ್ಗೆ ಯೋಚಿಸಿರಲಿಲ್ಲ.

''ಗೊತ್ತಿಲ್ಲ ಪಂಡಿತರೇ ! ಅವ್ನು ನಮ್ಮ ಮುರುಳಿ ಫ್ರೆಂಡ್ ಅನ್ನೋದು ಬಿಟ್ಟು ಬೇರೇನು ಗೊತ್ತಿಲ್ಲ. ಒಳ್ಳೆ ಹುಡ್ಗ ಅನ್ನೋದರ ಬಗ್ಗೆ ಮಾತ್ರ ಸರ್ಟಿಫಿಕೇಟ್ ಕೊಡ್ತೀನಿ. ನಿಮ್ಗೇ ಇಂಥ ಯೋಚ್ನೇ ಬಂದಿದ್ದು ಒಳ್ಳೆದಾಯ್ತು'' ಎಂದರು.

"ನಿಜ್ವಾಗ್ಲು ತಿಳಿಯದಾ ?"

"ಖಂಡಿತ ಇಲ್ಲ ಸ್ವಾಮಿ. ಆ ಹುಡ್ಗ ಒಂದೇ ಸಲ ಇಲ್ಲಿಗ್ಬಂದಿದ್ದು. ನಾನೇ ಒಂದೆರಡು ಸಲ ಹೋಗಿದ್ದೆ. ಗುಣ ಒಳ್ಳೇದು. ಕೆಲ್ಸ ಇದೆ. ಇಷ್ಟಕ್ಕಿಂತ ಇನ್ನೇನು ಬೇಕು" ಮುಕ್ತ ಮನಸ್ಸಿನಿಂದ ಉಸುರಿದರು. ಪಂಡಿತರು ತಲೆ ಕೆರೆದುಕೊಂಡರು.

"ಅಷ್ಟೇ ಸಾಕಾಗೋಲ್ಲ ಸತ್ಯನಾರಾಯಣ. ಹುಡ್ಗನ ಹಿನ್ನೆಲೆ. ಜಾತ್ಕಾನ್ಕೂಲ ಅಂಥ ಸಂಪ್ರದಾಯಗಳೆಲ್ಲ ನಮ್ಮಲ್ಲಿದೆ. ಈ ಕಡೆ ಜನರಿಗೆ ಇಂಥ ವಿಷ್ಯಗಳಲ್ಲಿ ಮತ್ತಷ್ಟು ವಿಶ್ವಾಸ. ಅದ್ಕೇ ಕೇಳಿದ್ದು. ಏನಾದ್ರೂ ಮಾಹಿತಿ ಇದ್ದರೇ ಸಂಗ್ರಹಿಸಿ. ಒಂದು ಪ್ರಯತ್ನ ಮಾಡೋಣ. ಸ್ನೇಹಿತರ ವಿವಾಹಗಳು ಒಂದೇ ಕಡೆ ಆಗ್ಲೀ" ಎಂದು ಬಾಯಿ ತುಂಬ ನಕ್ಕರು.

ಮಗ ಜಾನಕಿಯನ್ನು ಮದುವೆಯಾಗಬಹುದೆಂಬ ಭರವಸೆ ಅವರಿಗೇನು ಇರಲಿಲ್ಲ. ಅವನ ಆಸೆಗಳು ಬಹಳ ಎತ್ತರದಲ್ಲಿದ್ದವು. ಸಣ್ಣ ನಾರಾಯಣಪುರದಂಥ ಊರಿಗೆ ಮಿತಿಗೊಳಿಸಲಾರ. ಅದನ್ನು ತಪ್ಪು ಎಂದೂ ಕೂಡ ಅನ್ನಲಾರರು.

ಇಂದು ಮನೆಗೂ ಕರೆದೊಯ್ದರು. ಅವರ ಮನೆಯ ಹೆಂಗಸರು ಕೂಡ ಆತ್ಮೀಯತೆಯಿಂದ ಮಾತಾಡಿಸಿದರು. ಕಾಫಿ ತಂದು ಕೊಟ್ಟಿದ್ದು ಜಾನಕಿಯೇ. ಲಕ್ಷಣವಾಗಿ ಜಡೆ ಹೆಣೆದು ಹೂ ಮುಡಿದು ಸೀರೆಯುಟ್ಟಿದ್ದಳು.

"ನಮಸ್ಕಾರ ಮಾಡು" ಪಂಡಿತರ ಹೆಂಡತಿ ಹೇಳಿದಾಗ ಕಾಲುಗಳನ್ನು ಹಿಂದಕ್ಕೆ ತಗೊಂಡರು "ನೀನು ಸೊಸೆಯಾದ್ರು ನಂಗೇನು ನಮಸ್ಕಾರ ಮಾಡೋದ್ಬೇಡ" ಎಂದು ನಿರಾಕರಿಸಿಯೇ ಕಾಫಿ ಲೋಟ ಎತ್ತಿಕೊಂಡಿದ್ದು.

ಸುಕನ್ಯ ಗಂಡನಿಗಾಗಿಯೇ ಕಾದಿದ್ದರು. ಸದ್ಯಕ್ಕೆ ಸತ್ಯನಾರಾಯಣ ಯಾವುದಾದರೂ ನೆಪ ಹೇಳಿಕೊಂಡು ಹೋಟೆಲ್‌ಗೆ ಹೋಗುವುದನ್ನು ಕಡಿಮೆಮಾಡಿ ಪೂರ್ತಿ ಜವಾಬ್ದಾರಿಯನ್ನು ಚಂದ್ರುವಿನ ಮೇಲೆ ಹಾಕಲು ನಿರ್ಧರಿಸಿದ್ದರು. ಅದಕ್ಕೆ ಸತ್ಯನಾರಾಯಣ ಹ್ಞೂಗುಟ್ಟಿದರು. ಕೆಲವೊಮ್ಮೆ ಯೋಚಿಸುವಂತಾದರೂ ನಿರಾಕರಿಸಲಿಲ್ಲ.

ಕಾದು ರಾತ್ರಿ ಚಂದ್ರು ಬಂದಾಗ ಸತ್ಯನಾರಾಯಣ ಇರಲಿಲ್ಲ.

"ಅಮ್ಮ, ಯಜಮಾನ್ರಿಗೆ ಹುಷಾರಿಲ್ವ? ಹೋಟೆಲ್‌ಗೆ ಬಂದೇ ಇಲ್ಲ. ಆತಂಕದಿಂದ ಹೇಳಿದ. "ಛೇ, ಅದೆಲ್ಲ ಏನಿಲ್ಲ! ಸದ್ಯಕ್ಕೆ ಇನ್ನೊಂದ್ವಾರ ನೀವುಗಳೇ ಹೋಟೆಲ್ ನೋಡ್ಕೋಬೇಕು. ಆಕಸ್ಮಾತ್ ಬಂದರೇ ಒಂದ್ಸಲ ಬರ್ತಾರೆ" ಸುಕನ್ಯ ಅಂದರು.

ಚಂದ್ರು ಬಟ್ಟಲುಗಣ್ಣುಗಳಿಂದ ನೋಡಿದ. ಹುಷಾರ್ ತಪ್ಪಿದಾಗಲೂ ಸತ್ಯನಾರಾಯಣ ಬಂದು ಹೋಟೆಲ್‌ನಲ್ಲಿ ಕೂಡುತ್ತಿದ್ದರು. ಅಂಥದ್ದರಲ್ಲಿ ಈ ನಿರ್ಧಾರ? ಭಯಗೊಂಡ.

"ನಂಗ್ಯಾಕೋ ಭಯ! ಅಂದ ಪಿಳಿ ಪಿಳಿ ಕಣ್ಣುಗಳನ್ನು ಬಿಡುತ್ತ.

ಸುಕನ್ಯ ಪ್ರೀತಿಯಿಂದ ತಲೆಯ ಮೇಲೊಂದು ಮೊಟಕಿದರು. "ಆಕಸ್ಮಾತ್ ನಮ್ಮನ್ನ

ನಿನ್ನ ಮುರುಳಿ ಅಣ್ಣ ಕರ್ಕೊಂಡ್ಹೋಗ್ಬಿಟ್ರೇನು ಮಾಡ್ತೀಯಾ ? ಆಗ ಸತ್ಯನಾರಾಯಣ ಭವನ ಮುಚ್ಚಿ ಹೋಗ್ಬಾರ್ದಲ್ಲ. ಅದ್ಕೆ ಈಗಿನಿಂದ್ಲೇ ನಿಂಗೆ ಟ್ರೈನಿಂಗ್'' ಬಹಳ ಸೂಕ್ಷ್ಮವಾಗಿ ವಿವರಿಸಿದರು. ಅವನು ಕೂತೇ ಬಿಟ್ಟ ಅಳುತ್ತ.

ಬಹಳ ಧೈರ್ಯ ಹೇಳಿದ ನಂತರ ಸಿಂಗಾರಯ್ಯನ ಶಪಥ ತಿಳಿಸಿ, ''ಅದ್ಕೆ ನೀನು ಸವಾಲೊಡ್ಡಿ ನಿಲ್ಬೇಕು. ನಿಮ್ಗೆ ಬೆಂಗಾವಲಾಗಿ ಅವ್ರು ಇರ್ತಾರೆ. ನಿಮ್ದೇ ಹೋಟೆಲ್ ಅಂದ್ಕೋಬೇಕು'' ಬುದ್ಧಿ ಹೇಳಿ ಹುರಿದುಂಬಿಸಿದರು.

ಸಿಂಗಾರಯ್ಯನ ವಿಷಯ ಬಂದ ಕೂಡಲೇ ಚಂದ್ರುವಿನ ನೆತ್ತರು ಕುದಿಯಿತು. ಜಾತ್ರೆಯ ಸಮಯದಲ್ಲಿ ಸಾವಿರಾರು ರೂಪಾಯಿ ವ್ಯಾಪಾರವಾಗುತ್ತಿದ್ದ ಹೋಟೆಲ್ ದಿವಾಳಿ ಆಗುವ ಸ್ಥಿತಿಗೆ ಹೆಚ್ಚು ಕಡಿಮೆ ಅವರೇ ಕಾರಣ.

''ನೀವು ಹೋಗೋ ಮಾತಾಡ್ಬೇಡಿ. ನನ್ಮೇಲೆ ಎಲ್ಲಾ ಬಿಡಿ. ಸಿಂಗಾರಯ್ಯನೇ ಊರು ಬಿಟ್ಟು ಓಡಿ ಹೋಗ್ಬೇಕು'' ಸವಾಲೆಸದಂತೆ ಹೇಳಿದಾಗ ಮನಃಪೂರ್ತಿ ನಕ್ಕರು ಸುಕನ್ಯ ''ಹೊಡೆದಾಟ, ಬಡಿದಾಟ ಮಾತ್ರ ಕೂಡದು'' ಎಚ್ಚರಿಸಿದರು.

''ಖಂಡಿತ ಇಲ್ಲಮ್ಮ, ದೇವರು ಇರೋ ಕಡೆ ಅದೆಲ್ಲ ನಡ್ಯೋಲ್ಲ. ಅದೆಲ್ಲ ರಾಕ್ಷಸರ ಕೆಲ್ಸ. ನೋಡ್ತಾ ಇರಿ ನಾಳೆಯಿಂದ ನಾರಾಯಣಪುರ ಇದ್ವರ್ಗೂ ಜನ ತಿನ್ನದ, ನೋಡದ ತಿಂಡಿಗಳೇ ತಯಾರಾಗೋದು'' ಉತ್ಸಾಹದಿಂದ ಹೇಳಿಕೊಂಡ.

ಮಾರನೇ ದಿನ ಬೆಳಿಗ್ಗೆ ಬೆಳಿಗ್ಗೆಯೆ ಚಂದ್ರು, ಮಲ್ಯ, ಲಕ್ಕ ಮೂವರು ಬಂದವರೇ ಸತ್ಯನಾರಾಯಣ, ಸುಕನ್ಯ ಕಾಲುಗಳಿಗೆ ನಮಸ್ಕರಿಸಿ ''ಇನ್ನ ಆರು ತಿಂಗಳಲ್ಲಿ ಸತ್ಯನಾರಾಯಣ ಭವನ ರೂಪವೇ ಬದಲಾಗಿ ಬಿಟ್ಟಿರುತ್ತೆ' ಚಂದ್ರು ನುಡಿದಾಗ ಸತ್ಯನಾರಾಯಣ ನಗೆ ಬೀರಿದರು. 'ಆ ಹುಡುಗರು ಉದ್ಧಾರವಾಗಲೀ' ಎಂದು ಮನಃಪೂರ್ವಕವಾಗಿ ಹಾರೈಸಿದರು.

ಬಂದವರೇ ಹೋಟೆಲ್ ಸುತ್ತಮುತ್ತಲೂ ಚೊಕ್ಕಟ ಮಾಡಿದವರೇ ರೇಡಿಯೋ ಸೌಂಡ್ ಸಾಕಷ್ಟು ಹೆಚ್ಚಿಸಿದರು. ಇಂದು ರಾತ್ರಿ ಉಳಿದ ಯಾವುದೇ ಪದಾರ್ಥ ಹಸುವಿನ ಕೊಟ್ಟಿಗೆಗೆ ಹೋಗಲಿಲ್ಲ ಅದು ಬಣ್ಣ ರೂಪ ಬದಲಾಯಿಸಿಕೊಂಡು ಬಿಸಿ ಬಿಸಿಯಾಗಿ ಗಿರಾಕಿಗಳ ಹೊಟ್ಟೆ ಸೇರಿತು.

ಮೈಸೂರು ಪಾಕ್ ಬದಲು ಹಲ್ವಾ ತಯಾರಾಯಿತು. ಬಂದ ಕೆಲವರಿಗೆ ರುಚಿಗಾಗಿ ಬಲವಂತ ಮಾಡಿಕೊಟ್ಟ, ತಾಜಾ ತುಪ್ಪ , ಗೋಡಂಬಿ ಬಿದ್ದಿದ್ದರಿಂದ ಅದರ ರುಚಿಯೇ ಬ್ರಹ್ಮಾಂಡವಾಗಿತ್ತು. ಮಾಡಿದಿದ್ದೆ ಕಡಿಮೆ. ಬಹಳ ಬೇಗ ಖರ್ಚಾಗಿ ಹಣ ಗಲ್ಲ ಸೇರಿದಾಗ ಇನ್ನಷ್ಟು ಉಲ್ಲಾಸ, ಉತ್ಸಾಹ ತುಂಬಿತು. ಮಧ್ಯಾಹ್ನ ಬೋಂಡ ನಿಲ್ಲಿಸಿ ಬೊಂಬಾಯಿ ಬೋಂಡ ಸಾಗು ಮಾಡಿದ ಇಡ್ಲಿ ಹಿಟ್ಟಿಗೆ ಒಂದಿಷ್ಟು ಮೈದಾ ಬೆರೆಸಿ ಜೊತೆಗೆ ಉಪ್ಪಿಟ್ಟು ಇತ್ತು.

ರಾತ್ರಿಯ ಪ್ಲೇಟ್ ಮೀಲ್ಸ್ ಜಾತ್ರೆಯ ನಂತರ ರದ್ದಾಗಿತ್ತು. ಇಂದು ಒಂದು ಕೆ.ಜಿ. ಅಕ್ಕಿ ಅನ್ನ ಮಾಡಿ ಸಾಂಬಾರ್ ಮಾಡಿ ಕೂತ.

''ಚಂದ್ರಣ್ಣ ಇದು ಖಂಡಿತ ಖರ್ಚು ಆಗೋಲ್ಲ. ಸುಮ್ನೆ ಲಾಸ್'' ಪೆಚ್ಚು ಮುಖ ಹಾಕಿಕೊಂಡು ಮಲ್ಯ ಹೇಳಿದ. ಚಂದ್ರು ಮುಖ ತಿರುವಿದ, ''ಏನು ತೊಂದರೆ ಇಲ್ಲ. ನಾವಂತೂ ಇದ್ದೇ ಇದ್ದೀವಿ. ಉಳಿದ್ರೂ ಬೆಳಿಗ್ಗೆಗೆ ಆಗುತ್ತೆ.''

ಆರರ ನಂತರ ಸತ್ಯನಾರಾಯಣ ಭವನಕ್ಕೆ ಗಿರಾಕಿಗಳೇ ಬರುತ್ತಿರಲಿಲ್ಲ. ಬಂದರೂ ಅರ್ಧ ಅರ್ಧ ಟೀ ಕುಡಿಯೋ ಜನ ಅಲ್ಲೊಬ್ಬರು ಇಲ್ಲೊಬ್ಬರು ಬರುತ್ತಿದ್ದರು. ಇಂದು ಅದೇ ಸ್ಥಿತಿ.

ಕಡೆ ಬಸ್ಸು ಬರೋ ವೇಳೆಗೆ ಚಂದ್ರು ಹೋಗಿ ಡ್ರೈವರ್‌ನ ಮಾತಾಡಿಸಿದ. ಮೊದಲು ಅವರು ಸತ್ಯನಾರಾಯಣ ಭವನಕ್ಕೆ ಊಟಕ್ಕೆ ಬರುತ್ತಿದ್ದುದ್ದು. ಈಗ 'ವೀರಶೈವ ಕೆಫೆ'ಗೆ ಹೋಗುತ್ತಿದ್ದರು. ಸತ್ಯನಾರಾಯಣರದು ಶಿಸ್ತಿನ ವ್ಯಾಪಾರ ಕೆಲವೊಮ್ಮೆ ಒಂದು ಮೆಟ್ಟಿಲು ಕೂಡ ಕೆಳಗಿಳಿಯಲಾರ.

''ಹೇಗಿದೆ ವ್ಯಾಪಾರ ?'' ವಿಚಾರಿಸುತ್ತಲೇ ಡ್ರೈವರ್ ಸೀಟಿನಿಂದ ಕೆಳಗಿಳಿದ ''ಬೇರೆ ರೂಟ್‌ಗೆ ಹಾಕಿಸ್ಕೊಂಡ್ಬಿಡ್ಬೇಕು. ಬರೀ ಅನ್ನ ಸಾರುಗಳು ತಿಂದು ತಿಂದು ಸಾಕಾಗಿದೆ. ರೊಟ್ಟಿ, ಪರೋಟ ಮಾಡೋಂಥವರೇ ಇಲ್ಲ'' ಹೇಳಿಕೊಂಡ. ಚಂದ್ರುಗೆ ಅಷ್ಟು ಸಾಕಿತ್ತು.

''ಏನಣ್ಣ, ಈಗೇಳ್ತೀಯಾ ? ಇಲ್ಲಿ ತಿನ್ನೋ ಜನ ಇಲ್ಲ. ನೀನು ಬೇಕೆನ್ನು, ಈಗ್ಲೇ ರೊಟ್ಟಿ ಮಾಡಿ ಕೊಡ್ತೀನಿ'' ಉತ್ಸಾಹದಿಂದ ಹೇಳಿದ. ಡ್ರೈವರ್‌ಗೂ ವೀರಶೈವ ಕೆಫೆಗೆ ನಡೆದುಕೊಂಡು ಹೋಗೋದು ಅನಿಸಿತು ''ನಡಿಯಪ್ಪ, ಇನ್ನು ಹತ್ತು ನಿಮಿಷದಲ್ಲಿ ರೆಡಿಯಾಗ್ಬೇಕು. ಹೇಗಿದ್ದಾರೆ ಯಜಮಾನ್ರು ?'' ಎಂದು ಅವನೊಂದಿಗೆ ಹೆಜ್ಜೆ ಹಾಕಿದಾಗ ಚಂದ್ರುವಿನ ಮನಸ್ಸು ಹೇಳ ತೀರದು.

''ಚೆನ್ನಾಗಿದ್ದಾರೆ. ಈಗ ಅವ್ರು ಊರಲ್ಲಿ ಇಲ್ಲ'' ಅಂದ.

ಡ್ರೈವರ್, ಕಂಡಕ್ಟರ್ ಜೊತೆಗೆ ಇನ್ನೊಬ್ಬ ಡ್ರೈವರ್ ಕೂಡ ಬಂದಿದ್ದರಿಂದ ಮೂವರಾಯಿತು. ಮಾತಾಡುತ್ತ ಇನ್ನು ನಾಲ್ವರು ಕೂಡ ಇತ್ತ ಬಂದರು. ಇದ್ದ ಆಟಾ, ಮೈದಾ ಎರಡು ಬೆರೆಸಿ ಕಲಸಿ ರೊಟ್ಟಿಯಲ್ಲ ಪರೋಟ ರೆಡಿ ಮಾಡಿ ಅದರೊಂದಿಗೆ ಮಧ್ಯಾಹ್ನದ ಪಲ್ಯ ಬಿಸಿ ಮಾಡಿ ಬಡಿಸಿದ.

ಬಿಸಿ ಬಿಸಿಯಾಗಿತ್ತು ಲೊಟ್ಟೆಯೊಡೆದು ತಿಂದರು. ಅನ್ನ ಹುಳಿ ಖರ್ಚಾಗಿ ಹೋಗಿ ಹಣ ಗಲ್ಲ ಸೇರಿತು.

''ಬೆಳಿಗ್ಗೆ ಬಿಸಿ ನೀರು ಕಾಯ್ಸಿ ಇಟ್ಟಿರುತ್ತೀನಿ. ಇಲ್ಲೆ ಬಂದು ಮುಖ ತೊಳ್ಕಳಿ'' ಆಹ್ವಾನವಿತ್ತ, ಡ್ರೈವರ್ ಹುಬ್ಬು ಕುಣಿಸಿ, ''ಪಾಕಡಾ ಇದ್ದೀಯ ಬಿಡು, ನಂಗೆ ನಾಳೇನೂ ಪರೋಟನೋ ರೊಟ್ಟಿನೋ ಹಾಕ್ಬಿಡು'' ಭುಜ ತಟ್ಟಿ ಹೋದ.

ಎಲ್ಲಾ ತೊಳೆದು ಬಳೆದು ಸ್ವಚ್ಛಗೊಳಿಸಿ ಗಲ್ಲಾದಲ್ಲಿದ್ ಹಣ ಎಣಿಸಿಕೊಂಡು ಮೂವರು ಸತ್ಯನಾರಾಯಣ ಮನೆಗೆ ಬಂದಾಗ ಹನ್ನೊಂದುವರೆ ದಾಟಿ ಹೋಗಿತ್ತು. ಲಾಭ, ನಷ್ಟಗಳ ಲೆಕ್ಕಕ್ಕಿಂತ ಗಿರಾಕಿಗಳನ್ನು ಬೆಳೆಸಿಕೊಳ್ಳಬೇಕೆಂಬ ನಿರ್ಧಾರಕ್ಕೆ ಬಂದಿದ್ದ.

ಇಂದು ಬಹಳ ಪುರಸತ್ತಾಗಿ ಹೆಂಡತಿಯೊಂದಿಗೆ ಪಗಡೆಯಾಡುತ್ತಿದ್ದ ಸತ್ಯನಾರಾಯಣ ಬಾಗಿಲು ತೆರೆದು ಬರ ಮಾಡಿಕೊಂಡರು.

''ಇದೇನು, ಇಷ್ಟು ಲೇಟು ?'' ಕೇಳಿದರು.

''ಇವತ್ತು ಕಡೆ ಬಸ್ಸು ಡ್ರೈವರ್ ಕಂಡಕ್ಟರ್ ಎಲ್ಲಾ ಬಂದಿದ್ದರು'' ಮಲ್ಯ ಹೇಳಿದ. ಸತ್ಯನಾರಾಯಣ್ ಬೆರಗಾದರು, ತಿಂಗಳುಗಳಿಂದ ಅವರು ವೀರಶೈವ ಕೆಫೆಯ ಪರ್ಮನೆಂಟ್ ಗಿರಾಕಿಗಳಾಗಿದ್ದರು. ''ಪರ್ವಾಗಿಲ್ಲ'' ಎಂದರು.

ಚಂದ್ರು ನಾಚಿಕೆಯಿಂದ ತಲೆ ತಗ್ಗಿಸಿಕೊಂಡ.

''ಅಮ್ಮ ಎಲ್ಲಾ ಹೇಳಿದ್ದಾರೆ. ನೀವು ಬೆಳಿಗ್ಗೆ ಒಂದ್ಸಲ ಸಂಜೆ ಒಂದ್ಸಲ ಬಂದು ಹೋದರೆ ಸಾಕು. ಮಿಕ್ಕಿದ್ದೆಲ್ಲ ನಾನು ನೋಡ್ಕೋತಿನಿ'' ಧೈರ್ಯವಾಗಿ ಹೇಳಿದ ಚಂದ್ರುವನ್ನು ನೋಡಿದರು ''ಅಂತು ನೀನು ನಂಗೆ ರೆಸ್ಟ್ ಕೊಡ್ತಾ ಇದ್ದೀಯಾ'' ಆ ಮಾತೇನು ವ್ಯಂಗ್ಯವಾಗಿ ಆಡಲಿಲ್ಲ.

''ರೆಸ್ಟ್ ಅಲ್ಲ ಯಜಮಾನರೇ ! ಪ್ರಮೋಷನ್'' ಅಂದ ಮಲ್ಯ.

''ಎಲ್ಲರದು ಊಟ ಆಯ್ತ ?'' ಸುಕನ್ಯ ವಿಚಾರಿಸಿದರು.

''ಈಗ ಹೋಗಿ ಮಾಡ್ತೀವಿ'' ಅಂದ ಲಕ್ಕ.

''ಇಷ್ಟು ತಡವಾಗಿಯಾ? ಊಟ ಮಾಡ್ಕೋಂಡೇ ಬರಬಹುದಿತ್ತು. ನಾನೇ ಬಡಿಸ್ತೀನಿ ಕೂತ್ಕೋಳಿ'' ನಿಂತೇ ಇದ್ದವರಿಗೆ ಹೇಳಿದಾಗ ಆರಾಮಾಗಿ ಕೂತರು ಅವರಿಗೆ ಹೋಟೆಲ್ ಊಟಕ್ಕಿಂತ ಸುಕನ್ಯ ಕೈನ ಅಡಿಗೆಯೇ ಇಷ್ಟ

ಅಕ್ಕರೆಯಿಂದ ಬಡಿಸಿದರು. ತೃಪ್ತಿಯಿಂದ ಊಟ ಮಾಡಿ ಎಲೆಗಳನ್ನು ಎಸೆದು ಹೋದರು. ಅವರನ್ನು ದಂಪತಿಗಳು ನೋಡಿದರು. ಮೂವರದು ಇಪ್ಪತ್ತು ಮುಟ್ಟದ ವಯಸ್ಸು. ಅವರ ತಲೆಯ ಮೇಲಿನ ಜವಾಬ್ದಾರಿಗಳು ಎಷ್ಟು, ಅವರುಗಳ ಸಂಬಳವನ್ನು ತಿಂಗಳಿಗೊಮ್ಮೆ ಬಂದು ಅವರುಗಳ ಮನೆಯವರು ಪಡೆದುಕೊಂಡು ಹೋಗುತ್ತಿದ್ದರು. ಚಿಕ್ಕಾಸು ಕೂಡ ಸಿಗುತ್ತಿರಲಿಲ್ಲ ಅವರಿಗೆ. ಸಿನಿಮಾಗೆ ಪೈಸಾ ಕೊಡುತ್ತಿದ್ದುದ್ದು ಸತ್ಯನಾರಾಯಣ ಬಟ್ಟೆಗಳನ್ನು ಕೂಡ ಅವರೇ ಹೊಲಿಸಿಕೊಡುತ್ತಿದ್ದರು. ಕಾಯಿಲೆ ಖಸಾಲೆಯ ಖರ್ಚು ಕೂಡ ಸತ್ಯನಾರಾಯಣ ಭವನ ಮಾಲೀಕರದೆ.

ಹಣವನ್ನು ಎಣಿಸಿ ನೋಡಿ ಆಶ್ಚರ್ಯ ಚಕಿತರಾದರು. ಇಷ್ಟು ವ್ಯಾಪಾರ ಮಾಡಿ ತಿಂಗಳಾನುಗಟ್ಟಲೇ ಆಗಿತ್ತು.

''ಅವ್ರೇ ಪರ್ವಾಗಿಲ್ಲ ನಂಗಿಂತ. ಅವ್ರುಗಳು ನರ್ಸರಿಯಿಂದ ಬಂದೋರು ನಾನು ಎಂ.ಎ. ಮಾಡಿದ್ಮೇಲೆ ಈ ರೂಟ್ ಹಿಡಿದಿದ್ದು. ಸಕ್ಸಸ್ ಅವ್ರ ಪಾಲಿಗೆ ಬರುತ್ತೆ. ನಿನ್ನ ಐಡಿಯಾ ಫಲ ಕೊಡೋಕೆ ಶುರು ಮಾಡಿದೆ'' ಹೆಂಡತಿಯ ಕಡೆ ನೋಡಿ ನಗೆ ಬೀರಿದರು.

ಈ ರಾತ್ರಿ ತೀರಾ ದೀರ್ಘವೆನಿಸಿತು ಸತ್ಯನಾರಾಯಣಗೆ ಒಂದು ರೀತಿಯ

ಹೋಟೆಲ್‌ನ ಜವಾಬ್ದಾರಿ ಬಿಟ್ಟು ಕೊಟ್ಟಂತಾದ್ದರಿಂದ, ಇನ್ನು ನಾರಾಯಣಪುರದ ಋಣ ತೀರಿತೆಂದರೆ ಅರ್ಥ. ಮುಂದೆ ನಿಶ್ಚಿಂತೆಯಿಂದ ಬದುಕಲು ಹಣ ಮಾತ್ರವಲ್ಲ ಕೈ ತುಂಬ ಕೆಲಸ, ಮನ ತುಂಬ ಕನಸುಗಳು ಬೇಕೆನಿಸಿತು. ಹೆಣ್ಣು-ವಿವಾಹ ಎಲ್ಲದರ ಆಯ್ಕೆಯು ಮುರುಳಿಯದೇ. ಅವನು ಇಷ್ಟಪಟ್ಟು ಬದುಕುವ ರೀತಿಯಿಂದ ವಿಮುಖನಾಗಿಸುವ ಇಷ್ಟ ಅವರಿಗೆಂದಿಗೂ ಇರಲಿಲ್ಲ.

ಹೊರಳಾಡಿ ಹೊರಳಾಡಿ ದಣಿದರೇ ವಿನಃ ನಿದ್ದೆ ಅವರ ಬಳಿಯಲ್ಲಿ ಸುಳಿಯಲಿಲ್ಲ. ಬಹಳ ವರ್ಷಗಳ ನಂತರ ನಿದ್ದೆಗಿರುವ ಮಹತ್ವ ಅವರಿಗೆ ತಿಳಿಯಿತು. ಭಾನುವಾರ ದವರೆಗೂ ಮನಸ್ಸು ಕಾಯಬೇಕೆನಿಸಿತು.

❑ ❑ ❑

ಭಾನುವಾರ ಬಸ್ಸಿನಿಂದ ಇಳಿದಾಗ ಕಾದಿದ್ದವನಂತೆ ಮಲ್ಯ ಓಡಿ ಬಂದು ಅವನ ಕೈಯಲ್ಲಿದ್ದ ಬ್ಯಾಗನ್ನು ಇಸುಕೊಂಡು, ''ಮುರುಳಿ ಅಣ್ಣ ಬರಲಿಲ್ವ ? ಬರಬಹುದ್ದಂತ ಅಂದ್ಕೊಂಡಿದ್ವಿ'' ಆಸೆಯ ಕಂಗಳಿಂದ ಹೇಳಿದ ಆ ಹುಡುಗನನ್ನೆ ದಿಟ್ಟಿಸಿದ. ಬೇರೆ ಸಣ್ಣ ಊರಿನ ಹೋಟೆಲ್‌ಗಳಲ್ಲಿನ ಹುಡುಗರು ತೊಟ್ಟ ಬಟ್ಟೆಗಳಂತೆ ಹರಿದು ಹೋಗಿರುವು ದಾಗಲೀ ಕೊಳೆಯಾಗಿರುವುದಾಗಲೀ ಕಾಣಲಿಲ್ಲ. ಕ್ರಾಪ್ ಕೂಡ ನೀಟಾಗಿ ಬಾಚಿದ್ದ.

''ಅವ್ರು ಇನ್ನೊಂದ್ಸಲ ಬರ್ತಾರೆ. ಯಜಮಾನ್ರು ಹೋಟೆಲ್‌ನಲ್ಲಿದ್ದಾರ ?'' ವಿಚಾರಿಸಿದ. ''ಈಗ್ಬಂದ್ರು. ಅವ್ರೆ ಕಳಿಸಿದ್ದು''ಅಂದವನು ಕರೆದೊಯ್ದ. ಸ್ವಲ್ಪ ಪರವಾಗಿಲ್ಲ ಎನ್ನುವಷ್ಟರ ಮಟ್ಟಿಗಿನ ಗಿರಾಕಿಗಳು ಇದ್ದರು.

ಗಲ್ಲಾ ಮೇಲೆ ಕೂತಿದ್ದ ಸತ್ಯನಾರಾಯಣ ಇಂದು ಬಹಳ ನೀಟಾಗಿ ಕಂಡರು. ಹಿಂದಿನಂತೆ ಬಟ್ಟೆಗಳೇನು ಅಸ್ತವ್ಯಸ್ತವಾಗಿರಲಿಲ್ಲ. ಮುಖದಲ್ಲಿ ಫ್ರೆಷ್‌ನೆಸ್ ಇತ್ತು.

''ಬಂದ್ಯಾ ವಿಶ್ವ, ಇವತ್ತು ಬಸ್ಸು ಅರ್ಧಗಂಟೆ ಲೇಟು'' ತಾವು ಗಲ್ಲಾದಿಂದ ಇಳಿದಾಗ ಅಡಿಗೆ ಮನೆಯಲ್ಲಿದ್ದ ಮುಂಡು ಉಟ್ಟ ಚಂದ್ರು, ''ಅಣ್ಣ ನೀವು ಇಲ್ಲೆ ಏನಾದ್ರೂ ತಿಂದ್ಕೊಂಡ್ ಹೋಗ್ಬೇಕು'' ಹೇಳಿದ.

''ಇನ್ನೂ ಸ್ನಾನ ಕೂಡ ಇಲ್ಲ. ಆಮೇಲೆ ಬರ್ತೀನಿ'' ಅನ್ನುವ ವೇಳೆಗೆ ಮಲ್ಯ ಕಾಫಿ ಹಿಡಿದು ಬಂದ. ''ಅಣ್ಣಂಗೆ ಕಾಫಿಯಾದ್ರೂ ಕುಡಿಯೋಕೆ ಹೇಳಿ'' ವಿನಂತಿಸಿದ ಯಜಮಾನರಲ್ಲಿ.

ಕಾಫಿ ಕುಡಿದ ನಂತರ ತನ್ನ ಬ್ಯಾಗ್ ಎತ್ತಿಕೊಂಡಾಗ ಸತ್ಯನಾರಾಯಣ ಗಲ್ಲಾ ಇಳಿದು ಬಂದು ಅಡಿಗೆ ಮನೆಯಲ್ಲಿದ್ದ ಚಂದ್ರುಗೆ ಏನೋ ಹೇಳಿ ವಿಶ್ವನೊಂದಿಗೆ ಮನೆಯತ್ತ ಹೆಜ್ಜೆ ಹಾಕಿದರು.

ವಿಶ್ವನಿಗೆ ಆಶ್ಚರ್ಯ. ಸದಾ ಹೋಟೆಲ್‌ಗೆ ಅಂಟಿಕೊಂಡಿದ್ದ ಈ ಮನುಷ್ಯ ಇಷ್ಟು ಬೇಗ ಬದಲಾದದ್ದು ಹೇಗೆ? ಮುಖ್ಯವಾದ ಕಾರಣವೇನಾದರೂ ಇದೆಯಾ? ಯೋಚನೆಗೊಳಗಾದ.

''ಹೆಚ್ಚು ಕಡ್ಮೆ ಹೋಟೆಲ್ ಮ್ಯಾನೇಜ್‌ಮೆಂಟ್ ಚಂದ್ರುವೇ'' ಎಂದರು ನಗುತ್ತ. ಅವನೇನು ಮಾತಾಡಲಿಲ್ಲ. ಮನೆ ತಲುಪುವವರೆಗೂ ತರಕಾರಿ ರೇಟುಗಳ ಬಗ್ಗೆ ಹೇಳುತ್ತಿದ್ದರು.

ಸುಕನ್ಯಗೆ ಇನ್ನೊಂದು ಆಸೆ ಇತ್ತು ವಿಶ್ವನೊಂದಿಗೆ ಮಗ ಬರಬಹುದೆಂದು. ಅದನ್ನು ತೋರ್ಪಡಿಸಿಕೊಳ್ಳದೇ ನಗು ನಗುತ್ತ ಸ್ವಾಗತಿಸಿದರು.

''ವಿಶ್ವ, ಯಾಕೆ ಸ್ವಲ್ಪ ಬಡವಾದಂಗೆ ಕಾಣ್ತೀಯಾ !'' ಎಂದರು.

''ತಾಯಿ ಕಣ್ಣಿಗೆ ಮಕ್ಳು ಸದಾ ಬಡವಾದಂಗೆ ಕಾಣತಾರಂತೆ. ಮಗಂತ ಸ್ವೀಕರಿಸಿದ್ಮೇಲೆ ಹೀಗೇನೆ ? ನಂಗೆ ಮಾತ್ರ ಅಣ್ಣ ಇಂದು ತುಂಬ ಗೆಲುವಾಗಿ ಫ್ರೆಶ್ ಆಗಿ ಕಾಣ್ತಾ ಇದ್ದಾರೆ.'' ಸತ್ಯನಾರಾಯಣ ಕಡೆ ನೋಟ ಹರಿಸಿದ.

ಸುಕನ್ಯ ನಕ್ಕರಷ್ಟೆ ಹಿಂದಿನ ನಿಶ್ಚಿಂತೆ ಈಗ ಇರಲಿಲ್ಲ. ಈಗಲೂ ಅಷ್ಟೇ ಸತ್ಯನಾರಾಯಣ ಮನೆಯಲ್ಲಿ ಇರುತ್ತಿರಲಿಲ್ಲ. ಸುತ್ತ ಮುತ್ತಲು ತೋಟಗಳಲ್ಲಿ ಓಡಾಡಿ ಒಟ್ಟೊಟ್ಟಿಗೆ ಕಾಯಿಪಲ್ಲೆ, ತೆಂಗಿನಕಾಯಿಯನ್ನು ಖರೀದಿಸಿ ತಂದು ಸತ್ಯನಾರಾಯಣ ಭವನಕ್ಕೆ ತಂದು ಹಾಕುತ್ತಿದ್ದರು. ಪಕ್ಕದಲ್ಲಿನ ಲಕ್ಕನ ತಮ್ಮ ಹೋಟೆಲ್ ಆಗಿ ಉಳಿದ ತರಕಾರಿಯನ್ನು ಪಕ್ಕದಲ್ಲಿಟ್ಟುಕೊಂಡು ಮಾರುತ್ತಿದ್ದ. ಅದರ ಲಾಭಾಂಶ ಕೂಡ ಸತ್ಯನಾರಾಯಣ ಭವನದ ಲಾಭಾಂಶ ಸೇರ್ಪಡೆಯಾಗುತ್ತಿತ್ತು. ಅವನು ಉಳಿದ ಸಮಯದಲ್ಲಿ ಹೋಟೆಲ್‌ನ ಅಚ್ಚುಕಟ್ಟು ಕೆಲಸವನ್ನು ಮಾಡುತ್ತಿದ್ದ. ಇದು ಅಲ್ಪ ಪ್ರಗತಿಯ ದ್ಯೋತಕವಾಗಿತ್ತು.

ಹೂ ಹಣ್ಣುಗಳನ್ನೆಲ್ಲ ಖರೀದಿಸಿ ತಂದಿದ್ದ ವಿಶ್ವ, ಅದನ್ನೆಲ್ಲ ತೆಗೆದಿಟ್ಟು ಅದರ ಮೇಲೆ ಮುರುಳಿ ಕೊಟ್ಟಿದ್ದ ನೋಟ್ ಬಂಡಲ್ ಇಟ್ಟ.

''ಇದ್ನ ಮುರುಳಿ ಕಳಿಸಿದ್ದು'' ಎಂದ.

ಇಂದು ಎಷ್ಟೇ ತಡೆ ಹಾಕಿದರೂ ಅಳುವನ್ನು ನುಂಗಲಾಗಲಿಲ್ಲ ಸುಕನ್ಯಗೆ. ಜೋರಾಗಿ ಅತ್ತೇ ಬಿಟ್ಟರು. ''ಅವ್ನೇ ಬಂದ್ಹೋಗಬಹುದಿತ್ತು. ಅವ್ನ ಪರ್ವಾಗಿ ಇವೆಲ್ಲ ಯಾಕೆ ಬೇಕಿತ್ತು'' ಎಂದು ಅಡಿಗೆ ಮನೆಗೆ ಹೋದ ಹೆಂಡತಿಯತ್ತ ನೋಟ. ನಿಟ್ಟುಸಿರು ದಬ್ಬಿ, ''ಇಲ್ಲಿ ತಾಯ್ತನವೇ ಮೇಲಾಗೋದು. ಎಷ್ಟೇ ಗಟ್ಟಿ ಮನಸ್ಸಾದರೂ ಮಕ್ಕಳ ವಿಷ್ಯ ಬಂದಾಗ ವೀಕಾಗಿ ಬಿಡುತ್ತೆ ಅವಳಾಗಿ ಅತ್ತು ಸಮಾಧಾನವಾಗ್ಲಿ'' ಎಂದವರು ಅವನೊಂದಿಗೆ ಬೇರೆ ಮಾತು ಪ್ರಾರಂಭಿಸಿದರು. ಇಂದು ಹೆಂಡತಿಯನ್ನು ಸಮಾಧಾನಿಸಲು ಹೋಗದಿದ್ದಕ್ಕೆ ಅವರ ಅಧೈರ್ಯವೇ ಕಾರಣವಾಗಿತ್ತು.

ಅವರ ಪ್ರಕಾರ ಬಹಳ ಬೇಗನೆ ಸಮಾಧಾನ ಮಾಡಿಕೊಂಡ ಸುಕನ್ಯ ಕೆನ್ನೆಗಳ ಮೇಲಿನ ಅತ್ತಗುರುತನ್ನು ಕೂಡ ಅಳಿಸಿಕೊಂಡು ಬಂದಂತಿತ್ತು.

''ನನ್ನೊಂದಿಗೆ ಮಾತಾಡಿ ಬೋರಾಗ್ಬಿಟ್ಟಿದೆ. ಇವತ್ತು ಸ್ವಲ್ಪ ರಿಲಾಕ್ಸ್, ಒಂದಿಷ್ಟು ತೆಂಗಿನಕಾಯಿ ತರೋದಿದೆ. ಬೇಗ್ಬರ್ತೀನಿ'' ಹೊರಟೇ ಬಿಟ್ಟರು ಸತ್ಯನಾರಾಯಣ.

ಆಮೇಲೆ ವಿಶ್ವನ ಉಪಚಾರವೆಲ್ಲ ಸುಕನ್ಯನೇ ಅವನಿಗಾಗಿ ವಿಶೇಷ ಅಡಿಗೆ ಮಾಡಿದ್ದರು. ಸಿಟಿಯ ಎಷ್ಟೋ ವಿಷಯಗಳನ್ನು ಹೇಳುವಾಗ ತುಟಿ ದಾಟಿ ಅಲಕಾ ಪತ್ರಿಕೆಯ ಬಗ್ಗೆಯು ಬಂತು.

''ಒಂದೆರಡು ಸಲ ಹಿಂದೆ ಆ ಪತ್ರಿಕೆ ನೋಡಿದ್ದೆ. ಅವ್ರು ಕೂಡ ಪತ್ರಿಕೆಗಳನ್ನ ಹಿಡಿದು ಬಂದಿದ್ರು. ನೀನು ಅಲ್ಲೆ ಅಲ್ವ ಆಕೆಲ್ಸ ಮಾಡೋದು ?'' ಕೇಳಿದರು.

ಆ ವಿಷಯ ಬಂದ ಕೂಡಲೇ ಮುರುಳಿ ಜೊತೆ ಅಲಕಾನು ನುಗ್ಗಿ ಬಂದಳು ಮಿದುಳಿಗೆ. ಚಡಪಡಿಸುವಂತಾದರೂ ಹತ್ತಿಕ್ಕಿಕೊಂಡ.

''ಹೌದಮ್ಮ ಸ್ಯಾಲರಿನು ಪರ್ವಾಗಿಲ್ಲ. ವಿದೇಶಗಳಿಗೂ ಪತ್ರಿಕೆ ಹೋಗುತ್ತೆ. ಸಾಕಷ್ಟು ಸರ್ಕ್ಯುಲೇಷನ್ ಇದೆ. ಅಷ್ಟೇ ಸಾಕೂಂತ ಅವ್ರ ಅಭಿಪ್ರಾಯವೇನೋ! ಸಣ್ಣ ಊರುಗಳು ಆ ಪತ್ರಿಕೆಯಿಂದ ವಂಚಿತವಾಗಿದೆ'' ಹೇಳಿದ ಹೆದರುತ್ತ ಎಂದು ಮಗ ತಾನು ಹೇಳಿ ಬಿಟ್ಟರೇ - ಗಡ ಗಡ ನಡುಗಿದ. ಅವನಂತು ಖಂಡಿತ ಅಂಥ ತಪ್ಪು ಮಾಡಲಾರ.

ಅಷ್ಟರಲ್ಲಿ ಬಂದು ಚಂದ್ರ ಬಲವಂತ ಮಾಡಿ ಅವನನ್ನು ಸತ್ಯನಾರಾಯಣ ಭವನಕ್ಕೆ ಕರೆದೊಯ್ದು ಅಡಿಗೆ ಮನೆಯಲ್ಲಿ ಕೂಡಿಸಿಕೊಂಡ. ಆಗ ತಾನೇ ಮಾಡಿದ ಜಿಬಿಸಿ ಜಿಲೇಬಿ ತಟ್ಟೆಯಲ್ಲಿತ್ತು. ಒಂದು ಪ್ಲೇಟುಗೆ ನಾಲ್ಕು ಹಾಕಿ ಅವನ ಮುಂದಿಟ್ಟ.

''ತಿಂದು ನೋಡಿ ಹೇಳಣ್ಣ. ಬೆಂಗ್ಳೂರು ಸಿಟಿಯಲ್ಲಿ ಕೂಡ ಇಂಥ ಜಿಲೇಬಿಗಳು ಸಿಕ್ಕೋಲ್ಲ'' ಅಭಿಮಾನದಿಂದ ಹೇಳಿದಾಗ ವಿಶ್ವ ಅವನನ್ನೆ ನೋಡಿದ. ಸ್ವಲ್ಪ ಬೆಳೆದಂತೆ ಕಂಡ ''ಬೇಡ ಕಣೋ, ತಿಂಡಿ ಆಯ್ತು. ಮತ್ತೆ ಊಟ ಮಾಡೋದಿದೆ. ರಾತ್ರಿ ಮತ್ತೊಂದು ಊಟ- ಇದು ಜಾಸ್ತಿ ಆಗ್ಬಿಡುತ್ತೆ'' ಎಂದ. ಚಂದ್ರು ಬಿಡಬೇಕಲ್ಲ.

''ಹೇಗಿದ್ದಾರೆ ಮುರುಳಿ ಅಣ್ಣ? ಆಗಾಗ ಬಂದ್ಹೋದರೆ ತುಂಬ ಚೆನ್ನಾಗಿರುತ್ತೆ. ಒಂದೊಂದು ದಿನ ಅಮ್ಮ ಎಷ್ಟು ಮಂಕಾಗಿ ಇರ್ತಾರೆ ಗೊತ್ತ ? ನೀನು ಯಾಕೆ ಆಕೆಯ ಮಗನಾಗಿರ್ಬಾರ್ದಿತ್ತು ಅಂದ್ಕೋತೀನಿ. ಅದು ನಮ್ಮಂಥ ದುರಾದೃಷ್ಟ ಜನಕ್ಕೆ ಸಾಧ್ಯನಾ? ದೇವಕಿ ಹೊಟ್ಟೆಯಲ್ಲಿ ಹುಟ್ಟೋ ಕೃಷ್ಣ ಅಲ್ವಾ?'' ದ್ವಾಪರ ಯುಗವನ್ನು ನೆನಪಿಸಿಕೊಂಡ.

ವಿಶ್ವನಿಗೆ ಮಾತಾಡಲೇ ಕಷ್ಟವಾಯಿತು. ದೇವಕಿ ಹೆತ್ತರೂ ಯಶೋದೆಯ ಮಗನಾಗಿ ಬೆಳೆದ ಪರಮಾತ್ಮ, ಇಲ್ಲಿ ಆಗಿದ್ದೆ ಬೇರೆ. ತಾನೇ ಅನಾಥಪಟ್ಟ ಕಟ್ಟಿಕೊಂಡ ಮುರುಳಿ ಶಿವಶಂಕರ ಪಿಳ್ಳೆಯ ಅಳಿಯನಾಗಿ ಸೇರ್ಪಡೆಯಾಗಿ ಬಿಟ್ಟ ಅದಕ್ಕೆ ಲೋಕೋದ್ಧಾರ ಕಾರಣ. ಇದಕ್ಕೆ ಸ್ವಂತ ಉದ್ಧಾರ ಕಾರಣ ವಿಶ್ವನ ಅವಡುಗಳು ಬಿಗಿಯಾದವು.

''ಅಣ್ಣ ಮಾತಾಡ್ಲೇ ಇಲ್ಲ. ಕಾರುನಲ್ಲಿ ಬಂದಿದ್ದರಲ್ಲ ದೊಡ್ಡ ಕೆಲ್ಸ ಸಿಕ್ಕಿದೇಂತ ಊರಿನ ಜನ ಆಡ್ಕೋತಾ ಇದ್ದಾರೆ'' ಎಂದು ಅವನೇ ಎಚ್ಚರಿಸಿದ.

''ಹೌದು, ದೊಡ್ಡ ಕೆಲ್ಸ ಸಿಕ್ಕಿದೆ. ದೊಡ್ಡ ಶ್ರೀಮಂತನಾಗಿ ಬಿಡ್ತಾನೆ'' ಅಂದ ಮೆಲ್ಲಗೆ. ಬೆರಳುಗಳ ಮೇಲಿದ್ದ ಜಿಲೇಬಿ ಇನ್ನು ಬಿಸಿಯಾಗಿತ್ತು. ಅದನ್ನು ಬಾಯಿಗಿಟ್ಟುಕೊಂಡು ''ಮುರುಳಿ ಅಣ್ಣ ಚೆನ್ನಾಗಿದ್ದಾನೆ. ಇಲ್ಲಿನ ಸಮಾಚಾರವೇನು ?'' ಕೈ ತೊಳೆದು ಬಂದ.

ಸ್ವಲ್ಪ ಮಾತಿನವನೇ ಚಂದ್ರು. ಇವೆಲ್ಲ ಸತ್ಯನಾರಾಯಣ ಮತ್ತು ಸುಕನ್ಯ ದಂಪತಿಗಳ ಮಗನಿಗೆ ತಿಳಿಯಲೀ ಎಂಬುದೇ ಅವನ ಪ್ರಮುಖ ಉದ್ದೇಶವಾಗಿತ್ತು.

''ಅಣ್ಣನ ಓದಿಗೆ ಪಂಡಿತರಲ್ಲಿ ಸಾಲ ತೆಗೆದಿದ್ರೂ. ಮಧ್ಯೆ ಮಾತು ಬಂದಾಗ ದಾಕ್ಷಿಣ್ಯ ಬೇಡವೆಂದು ಸಿಂಗಾರಯ್ಯನ ಬಳಿ ಸಾಲ ತೆಗ್ದು ಪಂಡಿತರಿಗೆ ಕೊಟ್ರು. ಅವ್ನ ಬಡ್ಡಿ ವಿಷಯ ಕೇಳಲೇ ಬೇಡಿ. ಸತ್ಯನಾರಾಯಣ ಭವನದಲ್ಲಿ ತಯಾರಾಗೋ ಪ್ರತಿಯೊಂದು ತಿಂಡಿನೂ ಅವ್ನ ಮನೆಗೆ ಪಾರ್ಸೆಲ್ ಆಗಿ ಒಯ್ಯುತ್ತಿದ್ದ. ಆಗಲೇ ನಷ್ಟ ಅನುಭವಿಸೋಕೆ ಶುರು ಮಾಡಿದ್ದು. ಸ್ವಲ್ಪ ಹೆಚ್ಚಿನ ಪ್ರತಿರೋಧ ತೋರುತ್ತಾ ಇದ್ದಿದ್ದು ನಾನೆ'' ಎಂದವನು ಭೇದಿ ಎಣ್ಣೆ ಬಿಸಿ ಮೈಸೂರು ಪಾಕ ಮೇಲೆ ಸೇರಿಸಿ ಕೊಟ್ಟಿದ್ದನ್ನು ಹಿಡಿದು ಎಲ್ಲಾ ಬಿತ್ತರಿಸಿದ. ಈಗಿನ ಸ್ಥಿತಿಯನ್ನು ಅವನ ಮುಂದಿಟ್ಟ.

''ಬಲವಂತಕ್ಕೆ ಯಜಮಾನ್ರು ದಿನಕ್ಕೆ ಎರ್ಡು ಸಲ ಬರ್ತಾರೆ. ಇನ್ನು ಅವ್ರಿಗೆ ನಾರಾಯಣಪುರದಲ್ಲಿ ಇರೋ ಇಷ್ಟವಿಲ್ಲ'' ಎಂದು ಅತ್ತುಕೊಂಡ.

ಇದು ಅಪಾಯದ ಮುನ್ಸೂಚನೆಯೆನಿಸಿತು. ಎಲ್ಲೋ ಇದೆಯೆಂದುಕೊಂಡಿದ್ದು ಈಗ ಹತ್ತಿರದಲ್ಲಿದೆಯೆಂದು ತಿಳಿದಾಗ ಅವನಿಗೆ ಭಯವಾಯಿತು. ಬೆವರೊರೆಸಿಕೊಂಡು ಮೇಲೆದ್ದ.

''ನಾನು ಇದ್ನ ಹೇಳಿದ್ದು ಅಣ್ಣ, ಅಮ್ಮನಿಗೆ ಗೊತ್ತಾಗ್ಬಾರ್ದು. ಬೇರೆ ರೀತಿಯಲ್ಲಿ ಮುರುಳಿಯಣ್ಣನ ಕಿವಿ ಮೇಲೆ ಹಾಕ್ಬಿಡಿ'' ಎಂದು ದೊಡ್ಡ ಜವಾಬ್ದಾರಿಯನ್ನು ಅವನಿಗೆ ವಹಿಸಿದ. 'ಹ್ಞೂ' ಎಂದು ಒಪ್ಪಿಕೊಂಡ. ಈ ಸಲ ಇವರನ್ನು ನೋಡಿದ ಮೇಲೆ ತಲೆಮರೆಸಿಕೊಂಡು ಹೋಗಿ ಬಿಡಬೇಕೆಂದು ತೀರ್ಮಾನಿಸಿಕೊಂಡು ಬಂದಿದ್ದ.

ನಿಧಾನವಾಗಿ ಕಾಲೆಳೆಯುತ್ತ ಮನೆಗೆ ಬಂದಾಗ ವಿಶ್ವ ತೀರಾ ಸಪ್ಪಗಾಗಿದ್ದ.

''ಅಬ್ಬಬ್ಬ ಚಂದ್ರು ಬಹಳ ಬೆಳ್ದು ಬಿಟ್ಟಿದ್ದಾನೆ. ಗಿರಾಕಿಗಳಿಗೆ ಮಾತಿನ ಕಜ್ಜಾಯ ತಿನ್ನಿಸಿಯೇ ಹಣ ವಸೂಲು ಮಾಡಿ ಬಿಡ್ತಾನೆ'' ಎಂದು ಬಲವಂತನ ನಗೆಯನ್ನರಳಿಸಿದ ತುಟಿಗಳ ಮೇಲೆ.

ಆಕೆಯ ಮುಖದಲ್ಲಿ ತೃಪ್ತಿ ಅರಳಿತು.

''ಇನ್ನು ಅವನದೇ ಸತ್ಯನಾರಾಯಣ ಭವನ. ಅವ್ರು ಒಂದು ಮಟ್ಟದಲ್ಲಿ ಮಾತ್ರ ವ್ಯಾಪಾರ ಮಾಡಬಲ್ಲರು. ಎಲ್ಲಾ ಟ್ರಿಕ್‌ಗಳನ್ನು ಉಪಯೋಗಿಸಬಲ್ಲಂತ ಚಾಲೂಕಿ ಚಂದ್ರುನಲ್ಲಿದೆ. ಆ ಹುಡ್ಗನಿಗೆ ಸಾಕಷ್ಟು ಜವಾಬ್ದಾರಿಗಳು ಇದೆ. ನಮ್ಮ ಬದ್ಕಿಗೆ ಆಧಾರವಾಗಿದ್ದ ಆ ಹೋಟೆಲ್ ಮುಚ್ಚಿ ಹೋಗ್ಬಾರ್ದು ಅಂದೇ ನಮ್ಮಗಳ ಅಭಿಪ್ರಾಯ'' ಅದನ್ನೆ ಸುಕನ್ಯ ಕೂಡ ಹೇಳಿದರು. ಚಂದ್ರು ಮಾತುಗಳೇ ಇಲ್ಲಿ ರಿಪೀಟ್ ಆಗಿತ್ತು.

ವಿಶ್ವ ಮಾತೇ ಆಡಲಿಲ್ಲ. ಸದ್ಯಕ್ಕೆ ಇವರುಗಳು ನಾರಾಯಣಪುರ ಬಿಡುವುದು ಗ್ಯಾರೆಂಟಿಯೆನಿಸಿತು.

''ಹೇಗೂ ಮುರುಳಿಗೊಂದು ಕೆಲ್ಸ ಸಿಕ್ಕಿದೆ. ಅವ್ನಿಗೊಂದು ಮದುವೆಯಾದರೇ ಅಂಥ ಜವಾಬ್ದಾರಿಗಳಿಲ್ಲ. ಉಪನ್ಯಾಸಕರಾಗಬೇಕೆಂದಿದ್ದ ಅವ್ರು ನೆಲೆ, ಹೊಟ್ಟೆಪಾಡಿಗಾಗಿ ಈ ವೃತ್ತಿಗೆ ಬಂದರು. ಸಂಜೆ ಕಾಲೇಜು, ಪ್ರೈವೇಟ್ ಕಾಲೇಜುಗಳಲ್ಲಿ ಒಂದಿಷ್ಟು ಫ್ರೀಯಾಗಿ ಪಾಠ ಹೇಳ್ಬಹ್ದು. ಅಂಥದೊಂದು ಆಸೆ ನಂಗಿದೆ'' ಇಂದು ನೇರವಾಗಿಯೇ ವಿಶ್ವನ ಮುಂದೆ ಮನಸ್ಸು ಬಿಚ್ಚಿಟ್ಟರು.

''ಹಾಗೆ ಮಾಡ್ಬಹುದ್ದು'' ಅಂದ.

ಸಂಜೆಯ ಸುಮಾರಿಗೆ ಪಂಡಿತರು ಇನ್ನೊಬ್ಬರೊಂದಿಗೆ ಬಂದವರು ''ಮುರುಳಿ ಬರಲಿಲ್ವಾ? ರೆಕ್ಕೆಗಳು ಬಂದ ಕೂಡ್ಲೇ ಹೇಗೆ ಹಾರಿ ಹೋಗ್ತಾರೆ ನೋಡಪ್ಪ '' ಅದನ್ನು ಅವರು ಹೇಳಿ ಕೂತರು. ಇವನಿಗೆ ಹೇಳುವ ಕಷ್ಟ ತಪ್ಪಿತು.

ಜೊತೆಯಲ್ಲಿ ಕರೆ ತಂದಿದ್ದವರನ್ನು ಪರಿಚಯಿಸಿದರು.

''ಏನು ತಿಳ್ಕೋಬೇಡ. ನಿಮ್ದು ಯಾವ ಪಂಗಡ'' ತೀಕ್ಷ್ಣವಾಗಿ ಕೇಳಿದರು.

''ಸದ್ಯಕ್ಕೆ ಮನುಷ್ಯರ ಮಧ್ಯೆ ಇದ್ದೀನೀಂತ ತಿಳ್ಕೊಂಡಿದ್ದೀನಿ'' ಸ್ವಲ್ಪ ಒರಟಾಗಿಯೇ ಹೇಳಿದ. ಆ ಮನುಷ್ಯ ಸುಮ್ಮನಾಗಬೇಕಲ್ಲ ''ಬಿಸಿ ರಕ್ತದ ಹುಡ್ಗು. ಇಷ್ಟಕ್ಕೆಲ್ಲ ಕೋಪ ಯಾಕೆ ? ನೀನೇನು ಹೇಳ್ಬೇಡ. ನಿಮ್ಮ ನೆಂಟರಿಷ್ಟರು ಎಲ್ಲಿದ್ದಾರೇಂತ ತಿಳ್ಸು. ಅವರಿಂದ್ಲೇ ತಿಳ್ಕೋತೀವಿ'' ಸಹನೆ ವಹಿಸಿದರು.

ವಿಶ್ವನಿಗೆ ನಗು ಬಂತು. ಸಧ್ಯಕ್ಕೆ ಇವರ ಮನೆಯಲ್ಲಿ ಮುರುಳಿ ಮದುವೆಯಾಗಲಿಲ್ಲವಲ್ಲ ಎನ್ನುವ ಸಮಾಧಾನ.

''ಅಪ್ಪ ಅಮ್ಮ ಹೋದ ಕೂಡ್ಲೇ ಅವ್ರುಗಳೆಲ್ಲ ಪರಾರಿಯಾಗ್ಬಿಟ್ರು. ಅಂಥವರ ಬಗ್ಗೆಯಲ್ಲ ಕೇಳ್ಬೇಡಿ. ಯಾಕೆ ನನ್ನ ಬ್ರಾಹ್ಮಣಾರ್ಥಕ್ಕೆ ಏನಾದ್ರೂ ಕರೀತಾ ಇದ್ದೀರಾ ? ನಂಗೆ ಇಂಟ್ರೆಸ್ಟ್ ಇಲ್ಲ ಬಿಡಿ. ರಾತ್ರಿ ಹೊರಟು ನಿಂತಿರೋ ನನ್ನ ಬಗ್ಗೆ ನಿಮ್ಗೇ ಇಷ್ಟೆಲ್ಲಾ ಡೀಟೈಲ್ಸ್ ಯಾಕೆ ಬೇಕು ?'' ಸ್ವಲ್ಪ ದನಿಯೇರಿಸಿದ.

ಅವನತ್ತ ಸರಿದ ಪಂಡಿತರು ಹೆಗಲ ಮೇಲೆ ಕೈ ಹಾಕಿ, ''ಕೋಪ ಮಾಡ್ಕೋಬೇಡ. ನೀನು ಒಳ್ಳೆ ಹುಡ್ಗಾಂತ ಬೇಕಾದರೇ ನಾನು ಸರ್ಟಿಫಿಕೇಟ್ ಕೊಡ್ತೀನಿಂದ್ರು ಸತ್ಯನಾರಾಯಣ. ಅದು ಯಾವ ಯೂನಿವರ್ಸಿಟಿ ಸರ್ಟಿಫಿಕೇಟ್‌ಗಿಂತ ಕಡ್ಮೆಯಲ್ಲ. ಇವ್ರಿಗೆ ಒಬ್ಬ ಮಗ್ಳು ಇದ್ದಾಳೆ. ನೀನು ವಯಸ್ಸಿನ ಯುವಕ. ಹಿರಿಯರಿಲ್ಲ ಅನ್ನೋ ಒಂದೇ ಕಾರಣಕ್ಕೆ ಒಂಟಿಯಾಗಿ ಬಿಡೋಕ್ಕಾಗುತ್ತ ? ಈ ರೀತಿ ಒಂದಿಷ್ಟು ಪುಣ್ಯ ಸಂಪಾದ್ನೇ ಮಾಡೋ ಆಸೆ'' ಕಾರಣವನ್ನು ಸೂಕ್ಷ್ಮವಾಗಿ ತಿಳಿಸಿದರು.

ಎರಡು ಕೈ ಜೋಡಿಸಿದ ವಿಶ್ವ ಎದ್ದೇ ಬಿಟ್ಟ ಸ್ವಲ್ಪ ತಲೆಯಾಡಿಸಿದ ಕೂಡ. ''ನಂಗೆ ಈಗಾಗ್ಲೇ ವಿವಾಹ ನಿಶ್ಚಯವಾಗಿದೆ - ವಾಯಿದೆ ಹಾಕಿದ್ದರಷ್ಟೆ'' ಮೆಲ್ಲಗೆ ಜಾರಿಕೊಂಡು ಹಿತ್ತಲಿಗೆ ಹೋದ.

ಸ್ವಲ್ಪ ಹೊತ್ತು ಮಾತಾಡುತ್ತ ಕೂತ ಪಂಡಿತರು, 'ಈಗಿನ ಕಾಲದ ಹುಡುಗರೇ ಅರ್ಥವಾಗೋಲ್ಲ' ಅನ್ನೋ ಡೈಲಾಗ್ ಹೊಡೆದೇ ಹೋಗಿದ್ದು.

ನಗುತ್ತ ಹಿತ್ತಲಿಗೆ ಬಂದ ಸುಕನ್ಯ ತರಾಟೆಗೆ ತಗೊಂಡರು. ''ಪಾಪ, ಅವರಾಗಿ ಅಷ್ಟೊಂದು ಕಾಳಜಿ ವಹಿಸಿರೋವಾಗ ನೀನು ಹಿಂಜರಿದರೆ ಹೇಗೆ? ಒಳ್ಳೆ ವಯಸ್ಸು ಕೆಲ್ಸ ಕೂಡ ಇದೆ. ಹೊಂದಿಕೊಂಡು ಹೋಗುವಂಥ ಹೆಣ್ಣು ಸಿಕ್ಕರೇ ಬಾಳು ಹಸನು'' ಅಂದು ನಿಲ್ಲಿಸಿದರು.

''ಅಮ್ಮ ಪೂರ್ತಿ ಮಾಡಿ. ಯಾಕೆ ಸುಮ್ಮನಾದ್ರಿ? ಇಲ್ಲದಿದ್ದರೆ ಕಾಷಾಯ ತೊಡಬೇಕಾಗುತ್ತೆ, ಇಲ್ಲ ಜೈಲು ಸೇರಬೇಕಾಗುತ್ತೆ'' ಎಂದು ಹೇಳಿದ.

ಸುಕನ್ಯ ಅವನನ್ನು ನೋಡುತ್ತ ನಿಂತು ಬಿಟ್ಟರು. ವಿವಾಹದ ಬಗ್ಗೆ ತುಂಬ ಕನ್‌ಫ್ಯೂಷನ್ ಇದೆಯೆನಿಸಿತು. ಆ ಬಗ್ಗೆ ಮಾತಾಡುವ ಇರಾದೆ ಇತ್ತು ಅಷ್ಟರಲ್ಲಿ ಸತ್ಯನಾರಾಯಣ ಬಂದರು. ಐದುನೂರು ತೆಂಗಿನಕಾಯಿ ಗಾಡಿಯಲ್ಲಿ ತುಂಬಿಸಿಕೊಂಡು ಹೋಗಿ ಹೋಟೆಲ್ ಬಳಿ ಹಾಕಿ ಮನೆಗೆ ಬಂದಿದ್ದರು.

''ಸುಕನ್ಯ, ಚಂದ್ರು ಬಂದಿದ್ದಾನೆ ನೋಡು'' ಹೇಳಿದರು.

ಈಗಾಗಲೇ ವಿಶ್ವನ ಊಟವಾದುದ್ದರಿಂದ ಒಂದಿಷ್ಟು ಅಡಿಗೆ ತೆಗೆದಿಟ್ಟುಕೊಂಡು ಮಿಕ್ಕಿದ್ದನ್ನು ಚಂದ್ರುಗೆ ಕೊಟ್ಟರು. ''ಇನ್ನು ಬಿಸಿಯಾಗಿದೆ ಊಟ ಮಾಡ್ಬಿಡು'' ಎಂದವರು ಬೆವರಿನಿಂದ ತೊಯ್ದ ಅವನ ಮುಖ ನೋಡಿದರು. ಹೋಟೆಲ್ ಭಾರಕ್ಕೆ ಎರಡು ದಿನ ಇಟ್ಟ ಸೊಪ್ಪಿನಂತಾಗಿದ್ದ. ''ಏನೋ ಇದು ಒ ಎರಡೇ ದಿನಕ್ಕೆ ನೋಡೋಕೆ ಆಗ್ದಂತಾಗಿದ್ದೀಯಾ'' ಮರುಕದಿಂದ ನುಡಿದರು. ಅವನ ಕಣ್ಣುಗಳಲ್ಲಿ ಮತ್ತಷ್ಟು ಆತ್ಮವಿಶ್ವಾಸ ಮಿನುಗಿತು. ಸುತ್ತಮುತ್ತಲು ಇಂಥ ಹೋಟೆಲ್ ಇದೆಂಥ ಯಾರು ಹೇಳ್ಬಾರ್ದು'' ಅಂದ.

''ಹಾಗಂತ ಸಿಕ್ಕಾಪಟ್ಟೆ ದುಡಿಯೋಕೆ ಹೋಗ್ಬೇಡ'' ಬುದ್ಧಿ ಹೇಳಿದರು.

ಅವನು ಹೋದ ಮೇಲೆ ಸತ್ಯನಾರಾಯಣ ನಕ್ಕರು ''ನೋಡಿದ್ಯಾ, ಅವ್ನ ಆತ್ಮವಿಶ್ವಾಸ. ರೋಗಗ್ರಸ್ಥ ಫ್ಯಾಕ್ಟರಿಗಳ್ನ ಅಲ್ಲಿನ ನೌಕರರಿಗೆ ವಹಿಸಿ ಬಿಟ್ಟರೇ ಆರಾಮಾಗಿ ಉದ್ಧಾರವಾಗುತ್ತೆ'' ಅಂತ ಹೇಳಿದರು. ಇಲ್ಲಿ ತಮ್ಮ ಸೋಲನ್ನು ಒಪ್ಪಿಕೊಳ್ಳುವುದು ನಾಚಿಕೆಯ ವಿಷಯವಾಗಿ ಕಾಣಲಿಲ್ಲ.

ಅವರಲ್ಲಿನ ಆ ಗುಣ ವಿಶ್ವನಿಗೆ ಬಹಳ ಮೆಚ್ಚಿಗೆಯಾಯಿತು. ಕೆಲವೊಮ್ಮೆ ತಂದೆ ಮಗ ಕೂಡ ಮೇಲೇರಲು ಹೊರಟರೇ ಅಸೂಯೆಯಿಂದ ನೋಡುವ ಕಾಲದಲ್ಲಿ ತುಂಬ ಈಸಿಯಾಗಿ ತಗೊಂಡ ಸತ್ಯನಾರಾಯಣ ತುಂಬು ವಿದ್ಯಾವಂತರೆಂದುಕೊಂಡ. ಅವರ ರೀತಿಯನ್ನು ನೋಡಿದರೇ ಮಗನಅಕ್ಷಮ್ಯಅಪರಾಧವನ್ನು ಕೂಡ ಸುಲಭವಾಗಿ ಕ್ಷಮಿಸಿ ಬಿಡಬಲ್ಲವರೆನಿಸಿತು. ಕೆಲವು ಕ್ಷಣಗಳು.

ಚಂದ್ರು ವಿಶ್ವನ ಸನ್ನೆ ಮಾಡಿ ಹೋಟೆಲ್‌ಗೆ ಕರೆದೊಯ್ದು ಸೌದೆ ಬಿಟ್ಟಿದ್ದ ಹಿತ್ತಲ್ಲಿ ಕೂಡಿಸಿಕೊಂಡು, ''ಅಣ್ಣ ಇಲ್ಲಿನ ಸಾಲವನ್ನು ನಾನು ಹೇಗಾದ್ರೂ ತೀರ್ಸಿ ಬಿಡಬಲ್ಲೆ, ಆದರೆ

ಅವರ ನೋವನ್ನು ತುಂಬಿ ಕೊಡೋಕ್ಕಾಗುತ್ತ ? ಎಷ್ಟೋ ಕೆಲಸವಿರ್ಲಿ ಆಗಾಗ ಬಂದ್ಹೋಗೋಕೆ ಹೇಳಿ'' ಕಣ್ಣೊರೆಸಿಕೊಂಡ. ಸ್ವಂತ ಮಗನಿಲ್ಲದ ಮಿಡಿತ ಅವನಲ್ಲಿ.

''ಖಂಡಿತ ಹೇಳ್ತೀನಿ'' ಭರವಸೆ ಕೊಟ್ಟ ಆದರೆ ಅದನ್ನು ಈಡೇರಿಸುವ ನಂಬಿಕೆಯೇನು ಇರಲಿಲ್ಲ. 'ಅಮ್ಮ ಅಣ್ಣನ ಚೆನ್ನಾಗಿ ನೋಡ್ಕೋ'' ಅಷ್ಟು ಹೇಳುವ ವೇಳೆಗೆ ಅವನೆದೆ ಭಾರವಾಯಿತು.

ಸಿಂಗಾರಯ್ಯ ಕೊಟ್ಟ ಹಿಂಸೆಯನ್ನೆಲ್ಲ ಮತ್ತೊಮ್ಮೆ ಹೇಳಿಕೊಂಡ.

ರಾತ್ರಿ ಊಟ ಮುಗಿಸಿ ಕಡೆಯ ಬಸ್ಸಿಗೆ ಹೊರಟಾಗ, ಸ್ವತಃ ಸತ್ಯನಾರಾಯಣ್ ಸುಕನ್ಯ ಬಂದು ಬೀಳ್ಕೊಟ್ಟಾಗ ತಾನೆಷ್ಟು ಮೋಸ ಮಾಡಿದೆನೆಂದು ಒಳಗೊಳಗೆ ನೊಂದುಕೊಂಡ. ಆ ಕ್ಷಣ ತಾನು ಸತ್ತು ಬಿಡಬೇಕೆಂದು ಅನ್ನಿಸಿದ್ದು ಕೂಡ ಉಂಟು.

ಬೆಳಿಗ್ಗೆ ಎದ್ದವನೇ ಕೆಲಸಕ್ಕೆ ಬಂದಾಗ ಪ್ಯಾನ್ ಬಂದು, ''ಚಿಕ್ಕೆಜಮಾನ್ರು ಕರೀತಾರೆಂತ'' ಹೇಳಿ ಹೋದ. ಯಾಕೋ ಇಂದು ಅವನ ಮುಖ ನೋಡುವುದು ಕೂಡ ಬೇಡವೆನಿಸಿತ್ತು. ಆದರೆ ಮನಸ್ಸಿಗೆ ಬಂದಿದ್ದೆಲ್ಲ ಕಾರ್ಯಗತ ಮಾಡಲು ಸಾಧ್ಯವೇ.

ಶಿವಶಂಕರ ಪಿಳ್ಳೆಯವರು ಚೆನ್ನೈಗೆ ಹೋದ ವಿಷಯ ತಿಳಿಯಿತು. ನೀರಸವಾಗಿಯೇ ಒಳಗೆ ಕಾಲಿಟ್ಟು ವಿಶ್ ಮಾಡಿದ. ತಟ್ಟನೆ ಸೀಟಿನಿಂದ ಎದ್ದ ಮುರುಳಿ ಕೈ ಹಿಡಿದುಕೊಂಡ.

''ಯಾಕೆ ಸಾರ್ ಕರೆಸಿದ್ದು ?'' ಕೇಳಿದ.

''ಸುಮ್ನೆ ಬಾರೋ ಈಡಿಯಟ್. ಕೂತ್ಕೋ....'' ಎಂದು ತನ್ನ ಸೀಟುಗೆ ಹೋದ.

ಸ್ವಲ್ಪ ಮುಜುಗರದಿಂದಲೇ ಕೂತ ವಿಶ್ವ, ಇಂದು ಆಡಲು ಮಾತೇ ಇಲ್ಲವೆನಿಸಿತು. ಯಾವ ಮಾತುಗಳಿಂದಲೂ ಪ್ರಯೋಜನವಿಲ್ಲವೆನಿಸಿದ್ದರಿಂದ ಮಾತೇ ಬೇಡವೆನಿಸಿತು.

''ಹೋಗಿದ್ಯಾ ಊರಿಗೆ ?'' ಕೇಳಿದಾಗ ಅವನೆದೆ ಬಡಿತ ಏರಿತ್ತು.

''ಹೋಗಿದ್ದೆ. ಯಾಕಪ್ಪ ಸುಮ್ನೆ ವಿಚಾರ್ಸಿ ನನ್ನ ಚಿತ್ತಕ್ಷೋಭೆಗಳಿಸುತ್ತಿ? ನಂಗಂತು ಪೂರ್ತಿ ತಲೆ ಕೆಟ್ಟು ಹೋಗಿದೆ. ಪ್ಲೀಸ್ ಮುರುಳಿ, ಮುಂದೇನು ನನ್ಹತ್ರ ಮಾತಾಡೋಕ್ಕಾಗ್ಲಿ, ಇಲ್ಲ ನೋಡೋಕ್ಕಾಗ್ಲಿ ಪ್ರಯತ್ನಿಸ್ಬೇಡ. ಇದ್ರಿಂದ ನಿಂಗೆ ಅಪಾಯ. ಹೇಗೂ ಆರಾಮಾಗಿದ್ದೀಯಲ್ಲ... ಹಾಗೆ ಇದ್ಕೊಂಡ್ ಬಿಡು. ಎಕ್ಸ್‌ಕ್ಯೂಜ್ ಮಿ'' ಕಣ್ಣೊರೆಸಿಕೊಂಡು ಎದ್ದು ಹೋಗಿ ಬಿಟ್ಟ.

ಮುರುಳಿ ಕೂತ ಕಡೆಯಲ್ಲಿ ಸ್ತಬ್ಧ ಚಿತ್ರವಾದ. ಎಷ್ಟೇ ಮರೆಯಬೇಕೆಂದರೂ ನೆನಪುಗಳು ಚಿತ್ರಹಿಂಸೆ ನೀಡುತ್ತಿತ್ತು. ಅದರಿಂದ ತಪ್ಪಿಸಿಕೊಳ್ಳುವುದು ಸಾಧ್ಯವಿಲ್ಲವೆನಿಸಿತು. ಯಾರು ನೀಡದ ಶಿಕ್ಷೆಯನ್ನು ಅಂತರಾತ್ಮ ನೀಡುತ್ತದೆಂಬ ಅರಿವಾಗಿದ್ದು ಈಚೆಗೇನೆ. ಅದನ್ನು ಅಂದು ವಿಶ್ವ ಒತ್ತಿ ತಿಳಿಸಿದ್ದು.

ಮುರುಳಿಗೆ ಕೆಲಸದಲ್ಲಿ ಕಾನ್ಸನ್ಟ್ರೇಟ್ ಮಾಡಲಾಗಲಿಲ್ಲ ಇವನ ಅಧಿಕಾರ, ಹಣ ನೋಡಿ ವಿಶ್ವ ಡೊಗ್ಗು ಸಲಾಂ ಹೊಡೆಯಲಿಲ್ಲ, ಸ್ನೇಹಕ್ಕಾಗಿ ಪರಿತಪಿಸಲಿಲ್ಲ, ಅದರ ಬದಲು

ಬೇಸತ್ತು ಎದ್ದು ಹೋಗಿದ್ದ. ಅವನ ಎಣಿಕೆ ಸುಳ್ಳಾಗಿತ್ತು. ಏನಾದರೂ ವಿಶ್ವನಿಗೆ ಸಹಾಯ ಮಾಡುವ ಮನಸ್ಸಿತ್ತು. ಆದರೆ ಅವನು ಸ್ವೀಕರಿಸುವ ಬಗ್ಗೆ ಮಾತ್ರ ಭರವಸೆ ಇರಲಿಲ್ಲ.

ಇಂದು ಅಲಕಾ ಪತ್ರಿಕಾಲಯಕ್ಕೆ ಬಂದಿರಲಿಲ್ಲ. ಗೆಳತಿ ಸುಶೀಲಳೊಂದಿಗೆ ಮ್ಯಾರೇಜ್ ಇನ್ವಿಟೇಷನ್ ಹಂಚಲು ಹೋಗಿದ್ದಳು. ಅವಳು ತುಂಬ ಬೆಸ್ಟ್ ಫ್ರೆಂಡ್ ದಿನಕ್ಕೊಮ್ಮೆಯಾದರೂ ತಮ್ಮ ಸ್ನೇಹಿತೆಯ ಬಗ್ಗೆ ಪ್ರಸ್ತಾಪಿಸುತ್ತಿದ್ದಳು.

ಮಧ್ಯಾಹ್ನ ಲಂಚ್‌ಗಾಗಿ ಐಶ್ವರ್ಯಗೆ ಬಂದಾಗ, ಆಗ ತಾನೇ ಬಂದು ನಿಂತಿತ್ತು ಸೀಲೋ. ಅದನ್ನು ಡ್ರೈವ್ ಮಾಡುತ್ತಿದ್ದವಳು ಯಜಮಾನಿಯೇ. ಹೆಚ್ಚು ಅಲಕಾ ಬಳಸುತ್ತಿದ್ದುದು ಅದನ್ನೆ.

''ಹಾಯ್'' ಎಂದು ಇಳಿಯುತ್ತ ಕೈಯಾಡಿಸಿದಳು. ಮದುವೆಯಲ್ಲಿ ಕತ್ತಿನವರೆಗೂ ಮಾತ್ರ ಇದ್ದ ಕೂದಲು ಇನ್ನಷ್ಟು ಬೆಳೆದಿದ್ದರೂ ಹೇರ್ ಡ್ರೆಸ್ ಮಾಡಿಸಿರಲಿಲ್ಲ. ಇಂದು ಅದನ್ನೆಲ್ಲ ಸೇರಿಸಿ ಕ್ಲಿಪ್ ಹಾಕಿದ್ದರಿಂದ ಸ್ವಲ್ಪ ಡಿಫರೆಂಟಾಗಿ ಕಂಡಳು. ''ಹಾಯ್'' ಎಂದು ತುಟಿಯರಳಿಸಿದ ನೋಟದಲ್ಲಿ ಮೆಚ್ಚಿಗೆ ಇತ್ತು. ವಿವಾಹಕ್ಕೆ ಮುನ್ನ ವಿಶೇಷ ಸಂದರ್ಭಗಳಲ್ಲಿ ಬಿಟ್ಟು ಬೇರೆ ದಿನಗಳಲ್ಲಿ ಸೀರೆಯುಡುತ್ತಿರಲಿಲ್ಲ. ಈಗ ಹಚ್ಚಿಗೆಯುಡುತ್ತಿದ್ದು ಸೀರೆಯೇ.

''ನಮಸ್ತೆ ಭಾವ'' ಕೈ ಜೋಡಿಸಿದಳು.

ಅವಳ ಹೆಗಲ ಮೇಲೆ ಕೈ ಹಾಕಿ ಅಲಕಾ ಜೋರಾಗಿ ನಕ್ಕಳು. ''ಅಂತು ಆರಾಮಾಗಿ ಭಾವನ್ನೊಡೆದು ಬಿಟ್ಟೆ'' ಎನ್ನುತ್ತಲೆ ಮೂವರು ಒಳಗೆ ಹೋದರು.

ಜೊತೆಯಲ್ಲಿಯೇ ಮಧ್ಯಾಹ್ನದ ಲಂಚ್ ತಗೊಂಡರು.

''ಸುಶಿ, ಡ್ಯಾಡ್ ಒಂದಿಷ್ಟು ಕೆಲ್ಸ ಹೇಳಿ ಹೋಗಿದ್ದಾರೆ. ಈಗ್ಲೋ ಆಗ್ಲೋ ಫೋನ್ ಬರುತ್ತೆ. ಬೆಂಚ್ ಮೇಲೆ ನಿಲ್ಲಿಸಿ ಬಿಡ್ತಾರೆ. ಡ್ರೈವರ್ ನಿನ್ನ ಡ್ರಾಪ್ ಮಾಡ್ತಾನೆ. ಇಲ್ಲ ಒಂದರ್ಧ ಗಂಟೆ ಇರು ಮುರುಳಿನೇ ಡ್ರಾಪ್ ಮಾಡ್ತಾರೆ. ನಾನಂತು ಇಂದು ಪೂರ್ತಿ ಐಶ್ವರ್ಯದಲ್ಲೆ ಇರ್ಬೇಕೂಂತ ಶಿವಶಂಕರ ಪಿಳ್ಳೆಯವ್ರ ಆಜ್ಞೆ ಆಗಿದೆ. ಅದ್ನ ಮೀರೋಕೆ ಸಾಧ್ಯನೇ ಇಲ್ಲ''ಚಟಪಟ ಮಾತಾಡಿದಳು. ಕೆಲವು ಸಂದರ್ಭಗಳಲ್ಲಿ ತುಂಬ ಗಂಭೀರವಾಗಿಯು ತೂಕವಾಗಿಯು ಇರುತ್ತಿದ್ದ ಮಾತುಗಳು ಸ್ನೇಹದಲ್ಲಿ ತೇಲಿದಾಗ ದೀಪಾವಳಿಯ ಪಟಾಕಿಗಳಾಗಿ ಬಿಡುತ್ತಿತ್ತು.

''ಬೇಡ ಕಣೇ, ನಾನು ಈಗ್ಲೇ ಹೋಗ್ತೀನಿ'' ಎಂದು ಕಿವಿಯಲ್ಲಿ ಬಗ್ಗಿ ಪಿಸು ಮಾತಾಡಿ ಕೆನ್ನೆ ಕೆಂಪಾಗಿಸಿ ಹೊರಟ ಸುಶೀಲಳನ್ನು ಕಾರಿನವರೆಗೂ ಬಂದು ಬೀಳ್ಕೊಟ್ಟಳು. ''ನನ್ನ ಮದ್ವೆಗಾಗಿ ನಾಲ್ಕು ದಿನ ರಜೆ ಹಾಕ್ಬಿಡು'' ಸುಶೀಲ ಅಹವಾಲನ್ನು ಮನ್ನಿಸಲು ಸಿದ್ಧಳಿರಲಿಲ್ಲ. ''ಬೇಡಮ್ಮ, ನನ್ನ ವಿವಾಹಕ್ಕೆ ನಾಲ್ಕು ದಿನ ರಜ ಹಾಕಿಲ್ಲ. ನನ್ನದೇನು ಗೌರ್ನಮೆಂಟ್ ಜಾಬ್ ಅಲ್ಲ. ಕೂಡ್ಲೇ ಡಿಸ್ ಮಿಸ್ ಮಾಡಿ ಬಿಸಾಕ್ತಾರೆ. ಯೂನಿಯನ್ನೋರು ಕೂಡ ನನ್ನ ಸಹಾಯಕ್ಕೆ ಬರೋಲ್ಲ. ಏಕೆಂದರೇ ನಮ್ಗಿಂತ ಕಿರಿಯಳು ನಮ್ಮಷ್ಟು ಅನುಭವವಿಲ್ಲ ಇವಳ್ನ ಇಷ್ಟು ದೊಡ್ಡ

ಪೋಸ್ಟ್‌ನಲ್ಲಿ ಇರಿಸಿದ್ದಾರೆಂದು ಕೆಲವು ಹಿರಿಯರು ಗೊಣಗಾಡ್ತ ಇದ್ದಾರೆ. ಅದ್ನ ಇಂಥ ಸಮಯದಲ್ಲಿ ಉಪಯೋಗಿಸ್ಕೊಂಡು ಬಿಟ್ಟರೇ, ಆರಾಮಾಗಿ ಮನೆಯಲ್ಲಿ ಇರ್ಬೇಕಾಗುತ್ತೆ. ಮೊನ್ನೆ .... ಮೊನ್ನೆ ತಾನೆ ಮಧ್ವೆಯಾಗಿದೆ. ಅವರದು ಕೂಡ ಪರ್ಮನೆಂಟ್ ಕೆಲಸ ಅಲ್ಲ. ಡ್ಯಾಡ್ ಅಳತೆಗೆ ಸಿಕ್ಕದಿದ್ದರೆ ಕೆಲ್ಸದಿಂದ ತೆಗೆದು ಹಾಕ್ತಾರೆ. ಆಮೇಲೆ ನಮ್ಗತಿ'' ಆಕಾಶದ ಕಡೆ ತೋರಿಸಿ ಕಿಲ ಕಿಲ ನಕ್ಕಳು.

ಸುಶೀಲ ವಿಂಡ್‌ನಿಂದ ಬಗ್ಗಿ ಅವಳ ಕೆನ್ನೆ ಜಿಗುಟಿ ''ಯೂ ನಾಟಿ, ಮುರುಳಿ ನಿನ್ನ ಹೇಗೆ ಸಮಾಳಿಸ್ತಾರೋ ?'' ಎಂದು ಅಣಕಿಸಿದಾಗ, ನಸು ನಗೆಯೊಂದಿಗೆ ಡ್ರೈವರ್‌ಗೆ ಹೋಗಲು ತಿಳಿಸಿ ಕೈ ಬೀಸಿದಳು. ಸ್ನೇಹಕ್ಕೆ ಒಂದು ಅದ್ಭುತ ಶಕ್ತಿ ಇದೆಯೆನಿಸಿತು.

ರೂಮಿಗೆ ಬಂದಾಗ ಎ.ಸಿ. ಆನ್ ಮಾಡಿಕೊಂಡು ಕೂತಿದ್ದವನು ಆಫ್ ಮಾಡಿ ''ಎಲ್ಲಾ ಮುಗೀತಾ?'' ಕೇಳಿದ. ಅವನಿಗೆ ಒರಗಿದಂತೆ ಕೂತು ''ಸಧ್ಯಕ್ಕೆ ಫ್ರೆಂಡ್ ಸರ್ಕಲ್‌ನಲ್ಲಿ ಇನ್ವಿಟೇಷನ್ ಕೊಟ್ಟಿದ್ದು ಮುಗೀತು. ನನ್ನ ವಿವಾಹದ ಸಮಯದಲ್ಲೂ ಟೆನ್‌ಷನ್ ಇರ್ಲಿಲ್ಲ. ನಾನು ವೈಯಕ್ತಿಕವಾಗಿ ಸುಶೀಲನ ಬಿಟ್ಟು ಯಾರನ್ನು ಇನ್ವೈಟ್ ಮಾಡಿದ್ದೇ ಇಲ್ಲ. ಆದ್ರೂ ಎಲ್ಲರು ಹಾಜರಾಗಿದ್ರು. ಪಾಪ ಅವ್ಳ ಅಪ್ಪ ಅಮ್ಮ ಅಣ್ಣ, ತಂಗಿ ಪ್ರತ್ಯೇಕ ಪ್ರತ್ಯೇಕವಾಗಿ ಇನ್ವಿಟೇಷನ್ ಕೊಡ್ತಾ ಇದ್ದಾರೆ. ಇನ್ನು ಮುಗ್ದಿಲ್ಲ. ಅವ್ರ ಮನೆಯಲ್ಲಿ ಸಣ್ಣ ಪುಟ್ಟ ಜಗಳ, ಚರ್ಚೆ ಸಂಭ್ರಮ ಹೇಳ ತೀರದು. ಅವಳಮ್ಮನಂತು ಮಗ್ಳಿಗೆ ಇಂತಿಂಥ ಸೀರೇನೇ ತರ್ಬೇಕೂಂತ. ಅವೆಲ್ಲ ಕಾಂಜೀವರಂ ಆಗಿರಬೇಕೂಂತ ಗಲಾಟೆ. ಮನೆಯ ಜವಾಬ್ದಾರಿ ಹೊತ್ತ ಹಿರಿಯ ಹಣಕಾಸಿನ ಬಗ್ಗೆ ಯೋಚಿಸಬೇಕಲ್ಲ. ''ಎಲ್ಲಾ ಕಾಂಜೀವರಂ ಬೇಡ' ಈ ಬಗ್ಗೆ ಪರ ವಿರುದ್ಧ ಎರಡು ಬಣಗಳಾಗಿದೆ. ಇದೆಲ್ಲ ಎಷ್ಟೊಂದು ಚೆನ್ನ ಅಲ್ವಾ ಮುರುಳಿ'' ಅವನೆದೆಗೆ ಒರಗಿ ಕೇಳಿದಳು.

'ಹ್ಞೂಂ' ಉಹ್ಞೂ' ಎರಡು ಅನ್ನಲಿಕ್ಕಾಗಲಿಲ್ಲ ಅವನಿಗೆ.

''ಏಯ್ ಮುರುಳಿ ಏನು ಪರಧ್ಯಾನ !'' ತೊಳಿಡಿದು ಅಲುಗಾಡಿಸಿ ಎಚ್ಚರಿಸಿದಳು ''ನಾನು ಸನಿಹದಲ್ಲಿದ್ದು ಕನಸ್ಸು ಕಾಣ್ತಾ ಇದ್ದೀಯಾಂದರೆ ತುಂಬ ಇಂಪಾರ್ಟೆಟ್ ಇರ್ಬೇಕು'' ಹಾಸ್ಯ ಮಾಡಿ ಕೆನ್ನೆ ತಟ್ಟಿದಳು.

''ಅಂಥದೇನಿಲ್ಲ ! ನೀನು ಹೇಳ್ದ ದೃಶ್ಯನ ಕಲ್ಪನೆ ಮಾಡಿಕೋತಾ ಇದ್ದೆ. ತೀರಾ ಪಂಚಾಯಿತಿ ಅನ್ನಿಸೋಲ್ವಾ ? ಗಡಿಬಿಡಿಯಿಂದ ಹೇಳಿದ.

''ನಂಗೆ ಅನ್ನಿಸೋಲ್ಲ, ಸುಶೀಲ ವಿವಾಹದ ಮುನ್ನಿನ ಈ ದಿನಗಳ್ನ ನನ್ನ ಮದ್ವೆಯ ಸಮಯಕ್ಕೆ ಹೋಲ್ಸಿಕೊಂಡರೇ ತುಂಬ ಡಲ್, ಎಷ್ಟೊಂದು ನೀರಸ ಆ ದಿನಗಳಿಗೂ ಅಂಥ ವ್ಯತ್ಯಾಸವೇನು ಕಾಣ್ಲಿಲ್ಲ'' ಎಂದು ನಿರುತ್ಸಾಹದಿಂದ ನುಡಿದಳು.

ನೇರವಾಗಿ ಪ್ರತಿಕ್ರಿಯಿಸಲು ಮುರುಳಿ ಹಿಂದೂ ಮುಂದು ನೋಡಿದ. ಅಪರಾಧ ಭಾವನೆ ಅರ್ಥವಾಗದ ಹಿಂಜರಿಕೆ.

''ಸಾರಿ ಅಲಕಾ, ಅರ್ಜೆಂಟಾಗಿ ಡ್ಯಾಡ್ ಒಂದ್ಕೆಲ್ಸ ವಹಿಸಿ ಹೋಗಿದ್ದಾರೆ ಹೋಗೋಣ್ವಾ'' ಅವಳ ಕೆನ್ನೆ ಸವರಿದ. ಅವನ ಬೆರಳುಗಳು ಕೂಡ ತಣ್ಣಗೆ ಕೊರೆಯುತ್ತಿತ್ತು. ಅಷ್ಟರಲ್ಲಿ ಸೆಲ್ಯೂಲರ್ ಸದ್ದು ಮಾಡಿತು, ''ಸಾರಿ ಅಮ್ಮ ತುಂಬ ಅರ್ಜೆಂಟಾಗಿದ್ರಿಂದ ನಿನ್ನ ಪರ್ಸನಲ್ ಸೆಲ್ಯೂಲರ್ ಬಟನ್‌ಗಳನ್ನೊತ್ತ ಬೇಕಾಯ್ತು. ನಮ್ಮತ್ತೆ ಧಾರೆ ಸೀರೆ ಒಂದ್ನಾಲ್ಕು ತಂದಿದ್ದಾರೆ, ಒಂದನ್ನು ಆಯ್ಕೆ ಮಾಡ್ಕೋಬೇಕು. ನಿನ್ನ ನೆರವು ಇಲ್ದೇ ಆಗೋಲ್ಲಾಂತ ಅನ್ನಿಸಿದೆ. ಸ್ವಲ್ಪ ಬರೋಕ್ಕಾಗುತ್ತ'' ದೈನ್ಯತೆ ಇತ್ತು ಸುಶೀಲ ಸ್ವರದಲ್ಲಿ.

''ಅಂತು ನೀನು ಮಾಡಿದ್ದು ರಸಭಂಗವೇ. ಮುರುಳಿ ನನ್ನ ನಿಮ್ಮ ಮನೆ ಹತ್ರ ಡ್ರಾಪ್ ಮಾಡ್ತಾರೆ. ಆಮೇಲೆ ಸ್ಕೂಟಿಯಲ್ಲಿ ತಂದ್ಬಿಡು'' ಎಂದು ಮೇಲೆದ್ದಳು. ದೊಡ್ಡ ಸಂಕಟದಿಂದ ಪಾರಾದಂತೆ ಮುರುಳಿ ನಿಟ್ಟುಸಿರು ದಬ್ಬಿದ. ಈ ಮನೋಭಾವ ಎಲ್ಲಿ ತಮ್ಮಿಬ್ಬರ ಮಧುರ ದಾಂಪತ್ಯದಲ್ಲಿ ಕಂದಕ ನೋಡಿ ಬಿಡುತ್ತದೆಯೋ ಎಂದು ಹೆದರಿದ.

ಇಂಡಿಕಾ ಸುಶೀಲ ಮನೆಯ ಮುಂದೆ ನಿಂತಾಗ ಒಳಗಿದ್ದವರೆಲ್ಲ ಹೊರಗೆ ಬಂದೇ ಬಿಟ್ಟರು. ಟೋಟಲ್ಲಾಗಿ ಹುಡುಗರು, ಮಕ್ಕಳು ಸೇರಿ ಇಪ್ಪತ್ತು ಮಂದಿಯಾದರೂ ಇದ್ದರು. ಅವನ ಗಂಟಲಲ್ಲಿ ಉಗುಳು ಸಿಕ್ಕಿ ಹಾಕಿಕೊಂಡಂತಾಯಿತು.

ಓಡಿ ಬಂದ ಸುಶೀಲ ''ಪ್ಲೀಸ್ ಬನ್ನಿ ಭಾವ. ನಿಮ್ಮನ್ನ ನೋಡೋಕೆ ಎಷ್ಟೊಂದು ಜನ ಕಾತುರದಿಂದ ಕಾಯ್ತ ಇದ್ದಾರೆ ನೋಡಿ. ಬರೀ ಜ್ಯೂಸ್ ಕುಡ್ಯೋಷ್ಟು ಸಮಯ ನಮ್ಮಲ್ಲಿ ಇದ್ದರೇ ಸಾಕು'' ರಿಕ್ವೆಸ್ಟ್ ಮಾಡಿಕೊಂಡಳು.

ಇಷ್ಟವಿಲ್ಲದಿದ್ದರೂ ಅಲಕಾಗಾಗಿ ಕೆಳಗಿಳಿದ. ಅವರಿಬ್ಬರದು ಒಳ್ಳೆ ಪೇರ್. ಗುಡ್ ಆಯ್ಕೆ ಎಂದು ಮುರುಳಿಯನ್ನು ನೋಡಿದವರೆಲ್ಲ ಹೇಳುತ್ತಿದ್ದರು.

ಇವರಿಬ್ಬರು ನಡೆದಾಗ ಅಕ್ಕಪಕ್ಕಕ್ಕೆ ಸರಿದರು ಎಲ್ಲರೂ. ಸುಶೀಲ ತಂದೆ ಕೋಣೆಗೆ ಒಯ್ದು ಕೂಡಿಸಿ, ''ಹೆಂಗಸರ ಗುಂಪೇ ಅಷ್ಟು, ಒಮ್ಮೆಲೇ ಒಂದತ್ತು ಜನ ಹೆಣ್ಣು ಮಕ್ಳನ ಒಟ್ಟಿಗೆ ನೋಡಿದರೇ ಎಂಥ ಗಂಡಾದರೂ ನರ್ವಸ್ ಆಗಿ ಬಿಡ್ಬೇಕು, ವಿವಾಹದ ದಿನ ಹತ್ತಿರವಾಯಿತಲ್ಲ, ನೆಂಟರಿಷ್ಟರು ಬಂದು ಇಳಿದಿದ್ದಾರೆ. ನನ್ನ ಕಡೆ ಅವ್ಳ ಕಡೆ ಬಂಧುಗಳು ಜಾಸ್ತಿ, ನಮ್ಮ ಮನೆಯಲ್ಲಿ ನಡೀತಾ ಇರೋ ಮೊದಲ ಮದ್ವೆ. ಯಾರನ್ನು ಬಿಟ್ಟರೂ ಆಕ್ಷೇಪಣೆ'' ಎಲ್ಲಾ ಒಟ್ಟಿಗೆ ಹೇಳಿ ಮುಗಿಸಿ ಹೊರಗೆ ಹೋದಾಗ ಸುಶೀಲ ಎದೆಯ ಮೇಲೆ ಕೈಯಿಟ್ಟುಕೊಂಡಳು. ''ಇನು ತಾಪತ್ರಯವಿಲ್ಲ ಬಿಡಿ'' ಅಂದಿದ್ದು ಮುರುಳಿಗೆ ಕೇಳಿಸಿತು.

ಇವರಿಬ್ಬರಿಗಾಗಿ ಕಿತ್ತಲೇ ಹಣ್ಣಿನ ಜ್ಯೂಸ್ ಬಂತು. ಹಿಂದೆಯೇ ಸುಶೀಲ ತಂಗಿ ಐದು ಜರೀ ಸೀರೆಗಳನ್ನು ಹೊತ್ತು ತಂದಳು.

''ಈ ಸೀರೆ ಬೇಡಾಂತಾಳೆ'' ತುಂಬು ಜರಿ ಇದ್ದ ಕನಕಾಂಬರದ ಕಲರ್ ಸೀರೆಯನ್ನು ಅವಳು ಅಲಕಾ ಮುಂದಿಡಿದಾಗ ಸುಶೀಲ ಕಿತ್ತು ಅಲ್ಲಿ ಹಾಕಿ, ''ನೀನು ಸುಮ್ನಿರು ಅಲಕಾ ಚೂಸಿಂಗ್ ಫೈನಲ್. ಆ ಬಗ್ಗೆ ಕಾಮೆಂಟ್ಸ್ ಇಲ್ಲ'' ತಂಗಿಯನ್ನು ಗದರಿದಳು ಸುಶೀಲ.

ಇವರು ಜ್ಯೂಸ್ ಕುಡಿಯೋ ವೇಳೆಗೆ ಸುಶೀಲ ಭಾವಿ ಅತ್ತೆ ಸಂಕೋಚದಿಂದಲೇ ಬಂದರು. ನಿಶ್ಚಿತಾರ್ಥದ ದಿನ ಪಾದರಸದಂತೆ ಓಡಿಯಾಡುತ್ತಿದ್ದ ಅಲಕಾ ಬಗ್ಗೆ ಮೆಚ್ಚಿಗೆ.

''ತುಂಬ ಒಳ್ಳೆ ಜೋಡಿ ! ನಮ್ಮ ಸುಶೀಲಾಗೆ ಇರೋ ಒಬ್ಬೇ ಫ್ರೆಂಡ್ ಅಂತೇ ಅಲಕಾ. ದೊಡ್ಡವರ ಮನೆ ಹುಡ್ಗಿಯಾದ್ರೂ ಸ್ವಲ್ಪ ಕೂಡ ಜಂಭ ಇಲ್ಲ'' ಬಹಳ ಮುತುವರ್ಜಿಯಿಂದ ಹೇಳಿ ''ನೋಡಮ್ಮ ನೀನೆ ಆರಿಸ್ಬೇಕಂತೆ ಧಾರೆ ಸೀರೆ'' ಎಂದರು.

ಹಣೆಗೆ ಕೈಯೊತ್ತಿಕೊಂಡು, ''ನನ್ನ ವಿವಾಹದ ಸೀರೆಗಳ್ನ ಆಯ್ಕೆ ಮಾಡಿದ್ದು ಡ್ಯಾಡಿ. ನಾನು ಹೆಚ್ಚು ಸೀರೆ ಉಡ್ತಾ ಇರ್ಲಿಲ್ಲ ಆಂಟಿ. ಈಗ ನನ್ನ ಆಯ್ಕೆಗೆ ಬಂದರೇ ಏನೇನು ಸರಿ ಹೋಗೋಲ್ಲ'' ಎಂದಳು ಅಲಕಾ.

ಅವರುಗಳು ಕೇಳಬೇಕಲ್ಲ. ಮುರುಳಿ ಎರಡು ಮೂರು ಸಲ ಹೊರಡುವ ಸೂಚನೆ ಕೊಟ್ಟು ನಾಲ್ಕನೇ ಸಲ ಎದ್ದೇ ಬಿಟ್ಟ ''ಅಲಕಾ ನಾನ್ಬರ್ತಿನಿ'' ಕಾರಿನವರೆಗೂ ಹೋಗಿ ಬೀಳ್ಕೊಟ್ಟು ''ಡೋಂಟ್ ವರಿ, ಡ್ರೈವರ್ ಕಾರು ತಗೊಂಡ್ಬರ್ತಾನೆ ಕರ್ಕಂಡ್ ಹೋಗೋಕೆ. ಈ ಮನೆ ಅವನಿಗೆ ಪರಿಚಯವೇ'' ಅಂದು ಕೈಯಾಡಿಸಿದ.

ಅಂತೂ ಇಂತೂ ಕಿತ್ತಳೆ ಬಣ್ಣ ದೊಡ್ಡ ಜರಿಯ ಬಾರ್ಡರ್, ಅದು ಅಚ್ಚ ಹಸುರಿನ ದಟ್ಟವಾದ ಸೆರಗಿದ್ದ ಸೀರೆಯನ್ನು ಆಯ್ಕೆ ಮಾಡುವ ವೇಳೆಗೆ ಸುಸ್ತಾದಳು. ಇಡೀ ಮನೆಯವರೆಲ್ಲ ಎಲ್ಲರೂ ಮೆಚ್ಚುವಂಥ ಸೀರೆಯೇ! ಅದು ಮುಗಿಯುವ ವೇಳೆಗೆ ಸಂಜಯೇ ಆಯಿತು.

ಸುಶೀಲನ ಅವರ ಅತ್ತೆ, ಅಮ್ಮ ಸೇರಿಯೇ ಮುದ್ದು ಮಾಡುತ್ತಿದ್ದು ನೋಡಿ ಅಲಕಾಗೆ ಅಸೂಯೆ ಆಯಿತು. ಈ ಕೊರತೆ ಎಷ್ಟು ದೊಡ್ಡದಾಗಿ ಬಿಟ್ಟಿತೆಂದರೆ ತಾನು ಯಾಕೆ ಸುಶೀಲ ಆಗಬಾರದಿತ್ತು ಎಂದು ಯೋಚಿಸುವ ಮಟ್ಟಕ್ಕೇ ಹೋದದ್ದು ದೊಡ್ಡ ವಿಷಯವಲ್ಲ. ಅವಳು ಅಷ್ಟು ವ್ಯಾಕುಲಗೊಂಡಿದ್ದಳು.

''ಸುಶೀಲ ಬರ್ತೀನಿ'' ಮೇಲೆದ್ದಳು.

ಆಗಲೇ ಕಾರು ಅವಳಿಗಾಗಿ ಕಾಯುತ್ತಿತ್ತು. ಎರಡು ಸಲ ಮೊಬೈಲ್ ಸದ್ದು ಮಾಡಿ ಮುರುಳಿಸ್ವರ ಕೇಳಿಸಿತು. ಸಮಯ ತೀರಾ ಅಮೂಲ್ಯವೇ, ಇಲ್ಲಿ ಕಳೆದ ಕ್ಷಣಗಳು ಕೂಡ ಅಮೂಲ್ಯವೆನಿಸಿತು. ಈ ಸಮಯ ಬದುಕಿನ ದಿವ್ಯ ಸಂಬಂಧಗಳ ಎಷ್ಟೋ ಅರ್ಥವನ್ನು ಬಿಡಿಸಿಟ್ಟಿತು.

''ಮೈ ಗಾಡ್, ನಂಗೆ ಭಯವಾಗುತ್ತೆ. ಭಾವ ನನ್ನ ತರಾಟೆಗೆ ತಗೊಂಡರೇ'' ಸುಶೀಲ ಭಯ ನಟಿಸಿದಾಗ ಕಾರೇರುವ ಮುನ್ನ ಅವಳ ಭಾವಿ ಅತ್ತೆಗೆ, ''ಸುಶೀಲ ಲಕ್ಕಿ'' ಅಂದಳಷ್ಟೆ

ಇವಳು ಐಶ್ವರ್ಯದಲ್ಲಿ ಇಳಿದಾಗ ಎಲ್ಲಾ ಜೀವಂತಿಕೆ ಕರೆದುಕೊಂಡಿದೆಯೆನಿಸಿತು. ನನ್ನ ತಾಯಿಯ ಸಾವು ವಿಧಿಯ ಕೈವಾಡ. ಅತ್ತೆಯನ್ನು ಹುಡುಕಿಕೊಳ್ಳುವ ಅವಕಾಶ ಸ್ವತಂತ್ರ ದೈವ ತನಗೆ ನೀಡಿತಲ್ಲ, ತಾನು ಯಾಕೆ ಸದುಪಯೋಗಪಡಿಸಿಕೊಳ್ಳಲಿಲ್ಲ.

''ಅಮ್ಮ ಏನು ತರ್ಲಿ'' ಒಳಗೆ ಪ್ರವೇಶಿಸುತ್ತಿದ್ದಂತೆ ಕೇಳಿದವನನ್ನು ನೋಡಿ, ''ಸದ್ಯಕ್ಕೆ ತಣ್ಣಗಿರೋ ನೀರು ಸಾಕು. ನಿಂಗೆ ಅಮ್ಮ ಅಪ್ಪ ಎಲ್ಲಾ ಇದ್ದಾರ ?'' ಈ ಪ್ರಶ್ನೆಗೆ ಅವನು ಬೆಪ್ಪಾದ ''ಇದ್ದಾರೆ'' ಅಂದ.

ಸುಮ್ಮನೆ ರೂಮಿಗೆ ಹೋದವಳು ಅಷ್ಟು ಚುರುಕಿನ ಹುಡುಗಿ ಎಷ್ಟು ನೀರಸವಾಗಿ ಮಲಗಿದಳೆಂದರೇ, ಸಮಸ್ತವನ್ನು ಕಳೆದುಕೊಂಡಂತೆ ಅವಳ ಮನ ರೋಧಿಸುತ್ತಿತ್ತು. ಸಂತೈಸುವವರಾರು. 'ಅಮ್ಮ ನೀನು ಖಂಡಿತ ಇರ್ಬೇಕಿತ್ತು. ನಂಗೆ ತುಂಬಾ ಅನ್ಯಾಯವಾಗಿದೆ' ಎಂದು ಅವಳ ಒಳ ಮನಸ್ಸು ಎಂದೋ ಸತ್ತ ತಾಯಿಯನ್ನು ನ್ಯಾಯ ಕೇಳುವಂತಿತ್ತು.

''ಅಮ್ಮ ನೀರು'' ಕೂಗಿದ.

''ಬೇಡ, ಇಲ್ಲೆ ಇದೆ'' ಎಂದು ಎದ್ದವಳು ಫ್ರಿಜ್‌ನಲ್ಲಿದ್ದ ವಾಟರ್ ತೆಗೆದು ಕುಡಿದಿಟ್ಟಳು. ಇಷ್ಟೆಲ್ಲ ಅನುಕೂಲಗಳು ಸುಶೀಲ ತಂದೆಯ ಮನೆಯಲ್ಲೂ ಇಲ್ಲ. ಬಹುಶಃ ಸೇರಿದ ಮನೆಯಲ್ಲೂ ಕೂಡ ಇಂಥ ಸೌಲಭ್ಯಗಳು ಸಾಧ್ಯವಿಲ್ಲ - ಆದರೂ ಸುಖೀ. ಪರಿಪೂರ್ಣವಾದ ಬದುಕನ್ನು ಅನುಭವಿಸಬಹುದು.

ಈ ವಿಷಯದ ಬಗ್ಗೆ ಒಂದು ಲೇಖನ ಯಾಕೆ ಸಿದ್ಧ ಮಾಡಬಾರದು ? ಕೆಲವರನ್ನು ಸಂದರ್ಶಿಸಬೇಕು. ಮೊದಲು ಎಲ್ಲಿಂದ ಶುರು ಮಾಡುವುದು.

''ಇದೇನಿದು ಕತ್ತಲಲ್ಲಿ ?'' ಮುರುಳಿ ಬಂದು ಲೈಟ್ ಹಾಕಿದಾಗಲೇ ಅವಳು ಎಚ್ಚೆತ್ತಿದ್ದು ''ಬಂದ್ರಲ್ಲ, ಇವತ್ತು ನನ್ನ ತಲೆ ಕೆಟ್ಟು ಹೋಗಿತ್ತು. ಆ ಬಗ್ಗೆ ತುಂಬ .... ಮಾತಾಡ್ಬೇಕು. ಸ್ವಲ್ಪ ಬನ್ನಿ ಮುರುಳಿ'' ಎಂದು ಕೈ ಹಿಡಿದು ಕೂಡಿಸಿಕೊಂಡು ಅಲ್ಲಿನ ಒಂದು ಸುಂದರ ಚಿತ್ರಣವನ್ನು ಬಿಡಿಸುತ್ತ ಹೋದಂಗೆ ಅವನ ಮುಖದ ಮೇಲೆ ಮಬ್ಬು ಹರಡತೊಡಗಿತು. ಚೇತರಿಸಿಕೊಳ್ಳದಿದ್ದರೇ ಅಲಕಾ ತಪ್ಪು ತಿಳಿಯಬಹುದೆಂದು ಹೆದರಿದ. ''ಅಂತು ನಿನ್ನ ಫ್ರೆಂಡ್ ತುಂಬ ಲಕ್ಕಿ. ಎಷ್ಟೊಂದು ಹಚ್ಕೊಂಡಿದ್ದೀಯ! ನಂಗೆ ಅಸೂಯೆ ಆಗುತ್ತೆ'' ಪ್ರಯತ್ನಪೂರ್ವಕವಾಗಿ ನುಡಿದ.

''ಈಗ ವಿಷ್ಯ ಅದಲ್ಲ. ನಾನು ತುಂಬ ಡೀಟೈಲ್ಲಾಗಿ ಅಲ್ಲಿನ ಪಾತ್ರ ಸನ್ನಿವೇಶಗಳು ವರ್ಣಿಸಿದೆ. ನಿಮ್ಗೆ ಏನು ಅನ್ನಿಸ್ತು? ನಂಗೆ ಇದು ಇಂಪಾರ್ಟೆಂಟ್ ಅಂದಳು ಒತ್ತಿ. ಕರ್ಚಿಫ್‌ಗಾಗಿ ಅವನ ಬೆರಳುಗಳು ತಡಕಾಡಿದವು. ಅಷ್ಟರಲ್ಲಿ ಸೆಲ್ಯೂಲರ್ ಸದ್ದು ಆದುದರಿಂದ ಅವಳ ಗಮನ ಅತ್ತ ಹರಿದಾಗ ತಪ್ಪಿಸಿಕೊಂಡು ಮೇಲೆದ್ದ.

ಉಡುಪು ಬದಲಾಯಿಸಿ. ಕುಕ್ ತಂದು ಕೊಟ್ಟ ಟೀ ಕುಡಿದು ಮೇಲಿನ ಬಾಲ್ಕನಿಯಲ್ಲಿ ಉಯ್ಯಾಲೆಯ ಮೇಲೆ ಬಂದು ಕೂತ. ಯಾಕಾದರೂ ಸುಶೀಲ ಇವಳ ಜೀವನದಲ್ಲಿ ಇದ್ದಾಳೋ ಎಂದು ಬೇಸರಿಸಿದ. ಅವಳ ಮನೆಯಲ್ಲಿನ ಘಟನೆಗಳು ಇವಳ ಮೇಲೆ ಯಾಕಿಷ್ಟು ಪ್ರಭಾವ ಬೀರುತ್ತಿದೆ. ಇದಕ್ಕೇನಾದರೂ ಹಿನ್ನೆಲೆ ಇದೆಯಾ ? ಬರೀ ಅವನಿಗೆ ತಲೆ ಕೆಟ್ಟಿತೆ ವಿನಃ ಏನು ಹೊಳೆಯಲಿಲ್ಲ.

ಬಂದ ಅಲಕಾ ಅವನ ಕೈ ಹಿಡಿದು ಒಳಗೆ ಎಳೆದೊಯ್ದು ಒಂದು ಕಡೆ ಕೂಡಿಸಿದಳು. ಟೀಪಾಯಿ ಮೇಲೆ ಮಧ್ಯ ವಯಸ್ಸಿನ ಸಂಪ್ರದಾಯಸ್ಥ ಹೆಣ್ಣುಗಳ ದೊಡ್ಡ ಸಂಗ್ರಹವೇ ಇತ್ತು. ಅದನ್ನು ನೋಡಿ ಗೊಂದಲಕ್ಕೆ ಒಳಗಾದ.

''ನಿಮ್ಮ ತಂದೆ, ತಾಯಿ ಫೋಟೋ ನಿಮ್ಹಲ್ಲಿ ಇಲ್ವಾ ?'' ಒಂದೇ ಒಂದು ಸಾಮಾನ್ಯ ಸರಳವಾಗಿ ಕೇಳಿದ ಪ್ರಶ್ನೆಗೆ ಭೂಮಿಗೆ ಕುಸಿಯುವಂತಾಯಿತು. ಎದೆಯ ಬಡಿತ ಏರದಂತೆ ಜಾಗ್ರತೆ ವಹಿಸಬೇಕಾಯಿತು. ''ಇತ್ತು, ಒಮ್ಮೆ ಹಾಸ್ಟಲ್‌ನಲ್ಲಿ ಕಳ್ಳತನವಾಯ್ತು, ಆಗ ಕಾಸ್ಟ್ಲಿ ವಸ್ತುಗಳು ? ಐ ಡೋಂಟ್ ಬಿಲೀವ. ಬೇರೆ ಏನು ಬೇಕಾದ್ರೂ ಸಂಪಾದ್ನೆ ಮಾಡ್ಕೋ ಬಹ್ದು. ಈಗ ಕಳ್ದು ಹೋದ ಅವ್ರ ಫೋಟೋಗಳ್ನ ನಿಮ್ಹಿಂದ ಸಂಪಾದ್ನೇ ಮೂಡೋಕೆ ಸಾಧ್ಯನಾ ?'' ಅವಳ ಮಾತಿನ ಅಂತರಾರ್ಥ ನಿಧಾನವಾಗಿ ಅರ್ಥವಾದಾಗ ಭಾರವಾದ ಉಸಿರು ದಬ್ಬಿ ಚೇತರಿಸಿಕೊಂಡ.

''ಇದ್ರಲ್ಲಿ ಹುಡ್ಕಿ ಕೊಡಿ ನಿಮ್ಮಮ್ಮನ್ನ, ನಂಗೆ ಸುಶೀಲ ಅತ್ತೇನಾ ಅಂದರೆ ಅವಳ ಭಾವಿ ಪತಿಯ ತಾಯಿಯನ್ನು ನೋಡಿದ್ಮೇಲೆ ನಂಗೂ ನನ್ನ ಅತ್ತೆನಾ ಅಂದರೆ ನಿಮ್ಮ ತಾಯಿನ ನೋಡ್ಬೇಕು ಅನ್ನಿಸಿದೆ. ಆದ್ರೆ ಹೇಗೆ ಸಾಧ್ಯ ? ಸದ್ಯಕ್ಕೆ ಫೋಟೋ ಇಮ್ಯಾಜಿನೇಷನ್‌ನಲ್ಲಾದ್ರೂ ನೋಡ್ಬೇಕು. ಬೇಗ ನೋಡಿ ಹುಡ್ಕಿ ಕೊಡಿ'' ಅವನ ತೋಳುನ ಮೇಲೆ ವಾಲಿ ಫೋಟೋ ಗಳನ್ನು ನೋಡತೊಡಗಿದಳು.

''ಇವೆಲ್ಲ ಎಲ್ಲಿ ಸಂಗ್ರಹಿಸಿದೆ ?'' ಮೆಲ್ಲಗೆ ಕೇಳಿದ.

''ಅದೇನು ಕಷ್ಟ? ನಾನು ಪೇಪರ್‌ನಲ್ಲಿ ಕೆಲ್ಸ ಮಾಡಿದವ್ಳು ಅಲ್ವಾ? ಸ್ಟೋರ್‌ನಲ್ಲಿರೋ ಪಾಂಡುಗೆ ಹೇಳ್ದೆ. ಇಂಥದ್ದರಲ್ಲಿ ಅವ್ನಿಗೆ ತುಂಬ ಆಸಕ್ತಿ. ಈಗ ಬೇಗ ಐಡೆಂಟಿಫೈ ಮಾಡಿ'' ಒತ್ತಡವೇರಿದಳು.

ಮುರುಳಿಯ ಕಣ್ತುಂಬಿತು. ತಾಯಿಯ ಮುಖವನ್ನು ನೆನೆಸಿಕೊಂಡ. ಅತ್ಯಂತ ಸುಂದರ ವಾಗಿದ್ದರು. ಒಳ್ಳೆ ಬಣ್ಣ, ತಿದ್ದಿ ತೀಡಿದಂಥ ಮುಖ, ತುಟಿಯಂಚಿನ ಮುಗುಳ್ನಗೆ ಎಂದೂ ಮಾಸಿಯೇ ಇಲ್ಲವೆನಿಸಿತು. ಒಂದೇ ಒಂದು ಬಿಳಿ ಕೂದಲು ಕೂಡ ಆಕೆ ತಲೆಯಲ್ಲಿ ಇರಲಿಲ್ಲ.

''ಅಲಕಾ ಪ್ಲೀಸ್ ಲೀವ್ ಮಿ ಅಲೋನ್. ಸ್ವಲ್ಪ ಹೊತ್ತು ಒಂಟಿಯಾಗಿ ಬಿಟ್ಬಿಡು ಅಂದ. ಬೇರೆಯ ಹೆಣ್ಣುಗಳಂತೆ ಮುನಿಸು ತೋರಲಿಲ್ಲ, ''ಸಾರಿ, ಆದ್ರೂ ನಿಮ್ತಂದೆ ತಾಯಿನ ಫೋಟೋದಲ್ಲಿಯಾದ್ರೂ ನೋಡೋ ಆಸೆ. ಅದೇನು ತಪ್ಪಲ್ಲವಲ್ಲ, ನೀವು ನೋಡಿ'' ಹೊರಗೆ ಹೋಗಿ ಬಾಲ್ಕನಿಯಲ್ಲಿ ನಿಂತಳು.

ಇಂದು ದೀರ್ಘವಾಗಿ ಚಿಂತಿತಳಾದಳು. ಹೆತ್ತವರ ಮೇಲೆ ಪ್ರೀತಿ ಸಹಜ ಎಂದರೂ ಅವರ ವಿಷಯ ಬಂದಾಗಲೆಲ್ಲ ನರ್ವಸ್ ಆಗುವುದು, ಎಕ್ಸೈಟ್ ಆಗುವುದು ಇದೆಲ್ಲ ಯಾಕೆ ? ಇದರ ಹಿಂದೆ ಏನಾದರೂ ಕಾರಣಗಳು ಇದ್ಯಾ? ಅವಳ ಮನ ಸಂಶೋಧನೆಗೆ ತೊಡಗಿತು. ಯಾರನ್ನು ವಿಚಾರಿಸುವುದು? ಮನದ ದುಃಖವನ್ನು ನೋವನ್ನು ತನ್ನೊಂದಿಗೆ ಮುರುಳಿ ಯಾಕೆ ಹಂಚಿಕೊಳ್ಳುವುದಿಲ್ಲ.

ಬಿಡುವಾಗಿದ್ದ ಅಲಕಾ ಮನಸ್ಸು ಈ ರೀತಿಯಲ್ಲಿ ಸಾಗಿತ್ತು. ಎಷ್ಟು ಬೇಗ ಕಾರ್ಯತತ್ಪರಳಾದಳೆಂದರೆ ಪತ್ರಿಕಾಲಯಕ್ಕೆ ಹೋಗಿ ತಂದೆಯ ಪರ್ಸನಲ್ ಲಾಕರ್ ಓಪನ್ ಮಾಡಿ ಅದರೊಳಗಿದ್ದ ಮುರುಳಿ ಫೈಲನ್ನು ಹೊರತೆಗೆದಳು. ಊರು ಶ್ರೀ ಶೈಲಪುರ, ತಂದೆ ಸತ್ಯನಾರಾಯಣ ತಾಯಿ ಸುಕನ್ಯ. ಇನ್ನು ಅಕ್ಕ ಪಕ್ಕ ಅಂದರೆ ಅಣ್ಣ-ತಮ್ಮ ಅಕ್ಕ-ತಂಗಿ ಅಂಥವರಾರು ಇರಲಿಲ್ಲ. ಎಜುಕೇಷನ್ ಎಂ.ಕಾಂ. ರ್‍ಯಾಂಕ್ ಪಡೆದು ವಿದ್ಯಾರ್ಥಿ - ಇಷ್ಟೇ ಡಿಟೈಲ್ಸ್ ಜೊತೆ ಡಾಕ್ಟರ್ ರಿಪೋರ್ಟ್ ಸಿಕ್ಕು. ಬ್ಲಡ್ ಗ್ರೂಪ್ 'ಬಿ' ಪಾಸಿಟಿವ್ ಪರಿಪೂರ್ಣವಾಗಿ ಆರೋಗ್ಯವಂತನಾಗಿದ್ದ.

ಮನೆಗೆ ಮರಳುವ ವೇಳೆಗೆ ಮುರುಳಿ ಆತಂಕಗೊಂಡಿದ್ದ. "ಸುಶೀಲ ಮನೆಗೂ ಫೋನ್ ಮಾಡಿದ್ದೆ. ಎಲ್ಲೋಗಿದ್ದೆ ? ಎಷ್ಟೊಂದು ಗಾಬ್ರಿ ಆಯ್ತು. ಡ್ಯಾಡ್ ಫೋನ್ ಮಾಡಿದ್ರು. ನಿನ್ನ ಸೆಲ್ಯೂಲರ್ ಇಲ್ಲೇ ಬಿಟ್ಹೋಗಿದ್ದೆ" ಆಕ್ಷೇಪಿಸುವಂತಿತ್ತು ಅವನ ದನಿ.

"ಆಫೀಸಿಗೆ ಹೋಗಿದ್ದೆ. ಯಾವ್ದೋ ಫೈಲ್ ನೋಡೋದಿತ್ತು" ಅಷ್ಟೇ ಹೇಳಿದ್ದು.

ಇಬ್ಬರೂ ಕೂಡಿಯೇ ರೂಮಿಗೆ ಬಂದಾಗ ಮುರುಳಿ ಅವನ ಮನಸ್ಸಿನಲ್ಲಿ ಅನುಮಾನದ ಮೊಳಕೆಯೊಡೆಯಬಾರದು ಎಂದು ಒಂದು ಫೋಟೋ ಆಯ್ದು ಇಟ್ಟಿದ್ದ.

"ನಮ್ಮಮ್ಮನ ಹೋಲಿಕೆ ಇದೆ. ಅವ್ರು ಇವ್ರಿಗಿಂತ ಹತ್ತು ಪಟ್ಟು ಚೆನ್ನಾಗಿದ್ರೂಂತ ನನ್ನ ಮನಸ್ಸು ಹೇಳ್ತಾ ಇದೆ" ಅಂದ. ಒಳಗಿನ ಮನಸ್ಸು ಗೋಳೋ ಎಂದು ಅಳುತ್ತಿತ್ತು. ಆ ಅಳು ಅವನಿಗೊಬ್ಬನಿಗೆ ಮಾತ್ರ ಕೇಳಿಸುತ್ತಿತ್ತು.

ಆ ಫೋಟೋವನ್ನು ತೆಗೆದು ಮುಖದ ಮುಂದಿಡಿದು ನೋಡಿದಳು. ಪ್ರಸಿದ್ಧ ಜ್ಯೂಯಲರಿ ಮಾರ್ಟ್‌ನವರು ಸಾಂಪ್ರದಾಯಿಕ ಒಡವೆ ವೇಷ ಭೂಷಣಗಳಲ್ಲಿ ಮಧ್ಯಮ ವಯಸ್ಸಿನ ಹೆಣ್ಣನ್ನು ಬಳಸಿಕೊಂಡಿದ್ದರು ಅಡ್ವರ್‌ಟೈಸ್‌ಮೆಂಟಿಗಾಗಿ.

"ಬ್ಯೂಟಿಫುಲ್ ! ಎಷ್ಟೊಂದು ಚೆನ್ನಾಗಿದ್ದಾರಲ್ಲ. ಫೆಂಟಾಸ್ಟಿಕ್ ಫೋಟೋ. ಇದ್ಕಿಂತ ನಿಮ್ಮನ್ನು ಚೆನ್ನಾಗಿದ್ದಾರೆಂದರೇ...." ಕುಣಿದಾಡಿ ಮುರುಳಿ ಮುಖದ ತುಂಬ ಮುತ್ತಿನ ಮಳೆಗರೆದಳು ಹತ್ತಿಕ್ಕಲಾರದ ಸಂತೋಷದಿಂದ. ಆದ ಸಂತೋಷದಿಂದ ಅವನ ಮನ ಹಕ್ಕಿಯಂತೆ ಹಾರಾಡುತ್ತಿತ್ತು "ಅವ್ರು ಈಗ ಬದ್ಕಿರಬೇಕಿತ್ತು ನಾನು ಅವ್ರ ಮಡಿಲಲ್ಲಿ ತಲೆ ಇಟ್ಟು ನಮ್ಮಮ್ಮನ್ನೆ ನೆನಪಿಸಿ ಕೊಳ್ತಾ ಇದ್ದೆ. ಈ ವಿಷ್ಯದಲ್ಲೂ ದುರಾದೃಷ್ಟ ನನ್ನ ಅಪ್ಪಿಕೊಂಡಿತು" ಕೊನೆಯ ಮಾತು ಉಸುರಿದ್ದು ದುಗುಡದಿಂದ.

ಕ್ರಾಪ್‌ನ ಕೂದಲೆಲ್ಲ ಕಿತ್ತುಕೊಂಡು ಅಳುವಂತಾಯಿತು ಮುರುಳಿಗೆ. ಅವನ ನಿರೀಕ್ಷೆ ಪೂರ್ತಿ ತಪ್ಪಾಗಿತ್ತು. 'ಈಗಿನ ಹುಡ್ಗಿಯರಿಗೆ ಗಂಡ ಒಬ್ಬ ಸಾಕು' ಅವನ ಕೋಲೀಗ್ಸ್ ಹೇಳಿದ ಮಾತುಗಳು ಇವು. ಹುಡುಗಿಯರು ಅವರ ಪ್ರಪಂಚದಲ್ಲಿ ಗಂಡನನ್ನು ಬಿಟ್ಟು ಬೇರೆಯವರಿಗೆ ಅಂದರೆ ಗಂಡನ ಕಡೆಯವರಿಗೆ ಜಾಗವನ್ನೇ ಕೊಡೋಲ್ಲ. ತುಂಬು ಕುಟುಂಬ ಅವಳಿಗೆ ಇಷ್ಟವಿಲ್ಲ, ಗಂಡ, ಅಪ್ಪ, ಅಮ್ಮನನ್ನು ದೂರವಿಟ್ಟಷ್ಟು ಅವರುಗಳು ಹತ್ತಿರವಾಗುತ್ತಾರೆ. ಇಂಥದೊಂದು ಲೇಖನ ನನ್ನ ಪತ್ರಿಕೆಯಲ್ಲಿ ಓದಿದ್ದ. ಅಲಕಾ ಮಾತ್ರ ಆ ತರಹ ಅಲ್ಲ.

ಈ ಯೋಚನೆಯಲ್ಲಿ ಇದ್ದಂಗೆಯೆ ಆ ಫೋಟವನ್ನು ಒಯ್ದು ಒಂದು ಸ್ಟೀಲ್ ಫ್ರೇಂಗೆ ಹಾಕಿ ''ಇವರೇ ಸದ್ಯಕ್ಕೆ ನಮ್ಮ ಅತ್ತೆ, ಅಂದರೆ ನಿಮ್ಮ ತಾಯಿ ಅಂದ್ಕೋತೀನಿ. ಇನ್ನು ನಿನ್ನ ಡ್ಯಾಡಿನ ಹುಡಿಕ್ಕೋಬೇಕು. ಕನಿಷ್ಟ ನಿಮ್ತಂದೆ ತಾಯಿ ಒಂದು ಫೋಟೋ ನೀವು ಇರಿಸ್ಕೊಂಡಿಲ್ಲವಲ್ಲ, ತುಂಬ ಸ್ಯಾಡ್. ನಿಮ್ಗೇ ನೆನಪು ಇರೋ ನೆಂಟರಿಷ್ಟರ ಮನೆಗಳಲ್ಲಿ ಮದುವೆ ಮುಂಜಿ ಸಂದರ್ಭದಲ್ಲಿ ತೆಗ್ದ ಅವ್ರಗಳ ಫೋಟೋ ಇದ್ದೆ ಇರುತ್ತೆ. ಪ್ಲೀಸ್ ನೀವು ಅವನ್ನೆಲ್ಲ ಕಲೆಕ್ಟ್ ಮಾಡ್ಕೊಳಿ. ನಾಳೆ ಹುಟ್ಟೋ ಮಗು ಈ ವಿಷ್ಯವನ್ನು ಪ್ರಶ್ನಿಸಿದರೆ, ಛೇ'' ಬಹಳ ದೊಡ್ಡ ತಪ್ಪು ಮಾಡ್ದೇ ಎನ್ನುವಂತೆ ಹೇಳಿದಾಗ ಮುರುಳಿಗೆ ಪಿಚ್ಚೆನಿಸಿತು.

ಒಂದೆ ಒಂದು ಪ್ರಶ್ನೆ ಅವಳನ್ನು ಕೇಳಬೇಕೆನಿಸಿತು. ಅದಕ್ಕೆ ಸ್ಪಷ್ಟ ಉತ್ತರ ಹೇಳಬಲ್ಲಂಥ ದಾಷ್ಟಿಕತನ ಅಲಕಾಗೆ ಇದೆಯೆಂದು ಅವನಿಗೆ ಗೊತ್ತು. ಸದ್ಯಕ್ಕೆ ಆ ಪ್ರಯತ್ನ ಮಾಡಲಿಲ್ಲ.

''ಸುಮ್ನೇ ಮೂಡ್ ಔಟ್ ಮಾಡ್ತೀಯಾ! ನಂಗೆ ಅವ್ರ ವಿಷ್ಯ ಎತ್ತಿದರೆ ನೋವಾಗುತ್ತೆ. ಅಂಥದ್ದರಲ್ಲಿ ಪದೇ ಪದೇ ಅದೇ ವಿಷಯ ಪ್ರಸ್ತಾಪ ಮಾಡ್ತೀಯ'' ನವಿರಾಗಿಯೇ ಹೇಳಿದ್ದು.

ಅಲಕಾ ಒಂದು ತರಹ ನೋಡಿದಳು. ಮುರುಳಿಯ ಚಿಂತನೆಗಳಲ್ಲಿ ಆಳವು ಇಲ್ಲ ವಿಸ್ತಾರವು ಇಲ್ಲಾಂತ ಅನ್ನಿಸಿತು.

''ನೀನು ನಂಗೆ ಅರ್ಥವಾಗ್ತ ಇಲ್ಲ. ತಾಯ್ತಂದೆಯರ ನೆನಪು ನೋವೇ ಆದರೂ ಅತ್ಯಂತ ಆಹ್ಲಾದಕರ. ಶರೀರ ಕೊಟ್ಟವರು, ಬೆಳೆಸಿದವರು, ಸಮಸ್ತವು ತಾವೇ ಅಂದು ಕೊಂಡಂಥವ್ರ ನೆನಪು ನಿಮ್ಗೆ ಬೇಸರವೇ. ವಿವಾಹದ ಒಂದು ವ್ಯವಸ್ಥೆಯ ಹಿಂದೆ ಎಷ್ಟೋ ಅಮೂಲ್ಯವಾದ ಚಿಂತನೆಗಳು ಇವೆ. ಸಮಾಜವನ್ನು ಸರಿಯಾದ ರೀತಿಯಲ್ಲಿ ನಡೆಸಲು ಇಂಥ ಒಂದು ವ್ಯವಸ್ಥೆ ಪ್ರಾರಂಭವಾಗಿದೆಯೆಂದುಕೊಂಡರು ದಂಪತಿಗಳು ಆರೋಗ್ಯ ಮನಸ್ಕರಾಗಿರಬೇಕೆಂದು ಕೊಂಡರೇ ದಂಪತಿಗಳು ಭಾವನಾತ್ಮಕವಾಗಿ ಒಂದಾಗಬೇಕು. ಇಲ್ಲಿ ಭಾವನೆಗಳು ಕಷ್ಟ ಸುಖಗಳ ಹಂಚಿಕೆಯೇ ಮುಖ್ಯ. ಕನಿಷ್ಠ ನಿಮ್ಮ ಪೇರೆಂಟ್ಸ್, ಬಾಲ್ಯ, ಕಾಲೇಜು ಓದಿದ ವಿವಿಧ ಅವಸ್ಥೆಗಳ ಬಗ್ಗೆ ನನ್ನಲ್ಲಿ ಏನು ಹೇಳಿಲ್ಲ. ಯಾಕೆ ? ನಿಮ್ಗೇನಾದ್ರೂ ಇನ್‌ಫಿಯಾರಿಟಿ ಕಾಂಪ್ಲೆಕ್ಸ್ ಕಾಡುತ್ತ ? ಬೇಡ ಮುರುಳಿ ಇದ್ರಿಂದ ತುಂಬ ತಪ್ಪು ಮಾಡ್ತಾ ಇದ್ದೀಯಾ. ನಂಗೆ ನಿನ್ನ ಹಿಂದಿನ ಬಡತ, ಅನಾತತ್ವ ಬಗ್ಗೆ ಬೇಸರ, ಉದಾಸೀನ ಅಂಥದೇನಿಲ್ಲ. ಆದರೆ ಈ ತರಹದ ಸ್ವಭಾವ ಮಾತ್ರ ಇಷ್ಟವಾಗೋಲ್ಲ. ಒಬ್ಬರ ತೆಕ್ಕೆಯಲ್ಲಿ ಒಬ್ರೂ ಎಷ್ಟೊತ್ತು ಕಳೀಬಹುದ್ದು ? ರೋಮಾನ್ಸ್ ನಿರಂತರವಾಗಿ ನಡ್ಸುವಂಥ ಕ್ರಿಯೆಯೇ. ಇಷ್ಟಕ್ಕೋಸ್ಕರ ದಾಂಪತ್ಯವೆಂದುಕೊಂಡರೇ ಮೂರ್ಖತನ. ಗುಡ್ ಫ್ರಂಡ್ ಆಗದ್ದಾಗ ಮಾತ್ರ ಉತ್ತಮ ಫೇರ್'' ಎಂದು ಗುಡುಗಿ ಹೊರಗೆ ಹೋದಳು.

ಕೂತ ಜಾಗದಿಂದ ಮುರುಳಿ ಅಲ್ಲಾಡಲಿಲ್ಲ, ಗುಡುಗು ಧಾರಾಕಾರವಾಗಿ ಸುರಿಯುತ್ತಿರುವ ಮಳೆಯ ಮಧ್ಯೆ ಒಂಟಿಯಾದ ಅನುಭವವಾಯಿತು. ಅದೆಷ್ಟು ಸುರಿದರೂ ಮಾಡಿದ ತಪ್ಪು, ಹೇಳಿದ ಸುಳ್ಳು ಅದರಲ್ಲಿ ಕರಗಿ ಹೋಗೋದಲ್ಲ.

ನಿಮಿಷಗಳನ್ನು ಲೆಕ್ಕ ಹಾಕುತ್ತ ಕೂತ. ಎದ್ದು ಟಿ.ವಿ. ಹಾಕಿದ ಒಂದು ಲವ್ ಫಿಲ್ಮ್ ನಡೆಯುತ್ತಿತ್ತು. ಇಬ್ಬರು ಯುವ ಪ್ರೇಮಿಗಳ ಹುಡುಗಾಟಗಳು. ಮನಸ್ಸಿಗೆ ಹಿತವೆನಿಸಿತು. ತನ್ನ ಮತ್ತು ಅಲಕಾನ ಅವರಲ್ಲಿ ಕಂಡ. ಇಬ್ಬರ ಜಗತ್ತಿನೊಡನೆ ಇದ್ದರೆ ಮಾತ್ರ ಸುಖಿಗಳು. ತನ್ನ ಜಗತ್ತನ್ನು ನೋಟವನ್ನು ವಿಶಾಲ ಮಾಡಿಕೊಳ್ಳುವ ಬದಲು ಸ್ವಾರ್ಥಿಯಾಗಿದ್ದರೇ ಎಷ್ಟು ಚೆನ್ನಿತ್ತು ಅಂದುಕೊಂಡ. ಹಾಗೆಂದು ಬಾಯಿ ಬಿಟ್ಟು ಹೇಳಲು ಸಾಧ್ಯವೇ? ಒಂದೆರಡು ವರ್ಷಗಳ ಓದು ವಿಶೇಷವಾಗಿ ನಡೆದಿತ್ತು. ಅವಳ ಲೈಬ್ರರಿಯನ್ನು ಮುಟ್ಟಿ ನೋಡುವುದು ಕೂಡ ಅವನಿಂದ ಸಾಧ್ಯವಾಗಿರಲಿಲ್ಲ.

ತಕ್ಷಣ ಅವನ ಮನಸ್ಸಿಗೆ ಒಂದು ಪ್ಲಾನ್ ಹೊಳೆಯಿತು. ತನ್ನ ಮಾತಿನಿಂದ ಗಂಡನಿಗೆ ಬೇಸರವಾಗಿದೆಯೆಂದು ತಿಳಿದರೇ. ಅಲಕಾ ಅಂತ ಪ್ರಸಕ್ತಿಯನ್ನು ನಿಲ್ಲಿಸಬಹುದೆಂದು ಕೊಂಡು ತೊಟ್ಟ ಬಟ್ಟೆಯಲ್ಲಿಯೇ ಕಾರನ್ನೇರಿದ. ಕೆಲವರು ಸಹಪಾಠಿಗಳು, ಸ್ನೇಹಿತರು ಇದ್ದರು. ಆತ್ಮೀಯನೆಂದರೆ ವಿಶ್ವ ಮಾತ್ರ. ಅವನ ಮನಸ್ಸಿಗೆ ಸ್ವಲ್ಪ ನೆಮ್ಮದಿ ಬೇಕೆನಿಸಿದ್ದರಿಂದ ಕಾರು ವೆಂಕಟಾಚಲ ಮನೆಯಿಂದ ದೂರದಲ್ಲಿಯೇ ಪಾರ್ಕ್ ಮಾಡಿ ಇಳಿದ. ಬಹಳ ಓಡಾಡಿದ ಹಾದಿಯೇ. ಇಂದೇನು ಭರ್ಜರಿಯಿಂದ ಸೂಟು ತೊಟ್ಟಿರಲಿಲ್ಲ. ಸಡಿಲವಾದ ಪೈಜಾಮ. ಅದು ತುಂಬಾ ಬೆಲೆ ಬಾಳುವಂಥದ್ದೆ. ಅದನ್ನು ಸಿಂಗಾಪುರದಲ್ಲಿ ಕೊಂಡಿದ್ದ.

ಸದ್ದಾಗದಂತೆ ಗೇಟುನ ತೆಗೆದು ನಿಶ್ಶಬ್ದವಾಗಿ ಹೆಜ್ಜೆಯ ಸಪ್ಪಳ ಕೂಡ ಒಳಗಿನವರಿಗೆ ಕೇಳದಿರಲೆಂದು ಹೆಜ್ಜೆಗಳನ್ನೆತ್ತಿ ಮೆಟ್ಟಿಲುಗಳನ್ನೇರತೊಡಗಿದ.

''ಯಾರೋ, ಗೇಟು ತೆಗೆದಂತಾಯ್ತಲ್ಲ'' ವೆಂಕಟಾಚಲನ ಹೆಂಡತಿ ಹೇಳಿದ್ದು ಕೇಳಿಸಿತು. ಹಿಂದೆಯೇ ''ನಾನು ಕಿಟಕಿನಲ್ಲಿ ನೋಡ್ತಾನೆ ಇದ್ದೀನಿ ಯಾರು ಬಂದಿಲ್ಲ'' ಆ ಮಹಾಶಯನ ಮಾತು. ಮುರುಳಿ ಎದೆಯ ಮೇಲೆ ಕೈಯಿಟ್ಟು ಕೊಂಡ. ಸದ್ಯಕ್ಕೆ ಒಂದು ದೊಡ್ಡ ಸಂಕಟದಿಂದ ಪಾರಾಗಿದ್ದ.

ಬಾಗಿಲು ತೆಗೆದೇ ಇತ್ತು. ಸದ್ಯಕ್ಕೆ ವಿಶ್ವ ಇದಾನೆಂದುಕೊಂಡ.

ಸ್ಟೀಲ್ ತಟ್ಟೆಯಲ್ಲಿ ಅಕ್ಕಿ ಆರಿಸುತ್ತಿದ್ದ ವಿಶ್ವ ಉದ್ದನೆಯ ನೆರಳು ಬಿದ್ದಿದ್ದು ನೋಡಿ ತಲೆಯೆತ್ತಿದ. ಸಂತೋಷವಾಗಿದ್ದು ಬರೀ ಕ್ಷಣಗಳು. ಯಾಕೆ ಬಂದನೋ ಎಂದುಕೊಂಡ. ಇವನಿಂದ ಅವನು ತೀವ್ರವಾದ ಬಿಕ್ಕಟ್ಟುನಲ್ಲಿ ಸಿಕ್ಕಿ ಹಾಕಿಕೊಂಡಿದ್ದ.

''ಬನ್ನಿ'' ಎಂದು ಮೇಲೆದ್ದ.

ಚಪ್ಪಲಿಯನ್ನು ಹೊರಗೆ ಬಿಟ್ಟು ಗೆಳೆಯನನ್ನು ಅಪ್ಪಿಕೊಂಡು ಅಳೋಕೆ ಶುರು ಮಾಡಿದಾಗ ವಿಶ್ವನಿಗೆ ಗಾಬರಿ ''ಏನಾಯ್ತೋ ? ಅವ್ರಿಗೆ ವಿಷ್ಯವೇನಾದ್ರೂ ಗೊತ್ತಾಯ್ತ ? ಹೇಗೂ ವಿವಾಹವಾಗಿ ಹೋಗಿದೆಯಲ್ಲ, ಇನ್ನೇನು ಮಾಡ್ಕೋತಾರೆ ?'' ಬಡಬಡಿಸಿದ.

ಅವನ ಅಳು ಒಂದು ಹಂತಕ್ಕೆ ಬಂದು ನಿಲ್ಲುವ ವೇಳೆಗೆ ಹತ್ತು ನಿಮಿಷಗಳೇ ಬೇಕಾಯಿತು. ರೆಟ್ಟೆ ಹಿಡಿದು ಕೂಡಿಸಿ, ''ಒಂದ್ನಿಮ್ಷ ಅನ್ನಕ್ಕೆ ಇಟ್ಟು ಬರ್ತೀನಿ. ನೀನು

ಬರೋದಿಕ್ಕೆ ಐದು ನಿಮಿಷಕ್ಕೆ ಮುನ್ನ ಬಂದಿದ್ದು. ರೂಮುಗಾಗಿ ಹುಡುಕಾಟ ನಡ್ಸಿದ್ದೀನಿ. ಅಷ್ಟು ಈಸಿಯಾಗಿ ನಾನು ಕೊಡೋ ಬಾಡ್ಗೆಗೆ ಸಿಕ್ಕಬೇಕಲ್ಲ'' ತನ್ನ ಬವಣೆಯನ್ನು ಹೇಳಿಕೊಂಡು ಆರಿಸಿದ ಅಕ್ಕಿಯನ್ನು ಪಾತ್ರೆಗೆ ಸುರಿದು ತೊಳೆಯಲು ಹೋದ.

ಗೋಡೆಗೆ ತಲೆಯಾನಿಸಿ ಕೂತ ಮುರುಳಿ, ಈ ರೂಮಿನ ಅವ್ಯವಸ್ಥೆ ನೋಡಿ ತಾನು ಕೆಲವು ತಿಂಗಳು ಇಲ್ಲಿ ಹೇಗೆ ವಾಸವಾಗಿದ್ದೆ? ಮನುಷ್ಯರು ವಾಸಿಸಲು ಯೋಗ್ಯವೇ? ಎನ್ನುವಂತೆ ಯೋಚಿಸಿದ. ಏನನ್ನು ಬೇಕಾದರೂ ಒತ್ತೆಯಿಟ್ಟು ಅಲ್ಲಿನ ನೆಲೆಯನ್ನು ಉಳಿಸಿಕೊಳ್ಳಬೇಕೆಂಬ ನಿಶ್ಚಯಕ್ಕೆ ಬಂದ. ಸ್ವಲ್ಪ ಹೆಚ್ಚು ಕಡಿಮೆಯಾಗಿ ಅನುಮಾನ ಬಂದರೂ ಶಿವಶಂಕರ್ ಪಿಳ್ಳೆ ಫುಟ್ಬಾಲ್ ಆಡಿ ಬಿಡುತ್ತಾರೆಂದು ಅವನಿಗೆ ಗೊತ್ತು.

''ಈಗ್ಹೇಳು, ಏನು ವಿಷ್ಯ ?'' ಗೆಳೆಯ ಮುಂದೆ ಬಂದು ಕೂತ.

''ಕೋಪದಿಂದ ಎದ್ದು ಹೋದೆ. ಹೇಗಿದ್ದಾರೆ ಅಮ್ಮ ಅಣ್ಣ?'' ವಿಚಾರಿಸಿದ. ಆದರೆ ಈಗ ಅವನಿಗೆ ಅವನ ಬುದುಕು, ಭವಿಷ್ಯ ಮುಖ್ಯವಾಗಿತ್ತು.

ವಿಶ್ವನ ಮುಖದಲ್ಲಿ ವಿಷಾದ ಮಿನುಗಿತು.

''ನೀನು, ಅವ್ರನ್ನ ಮರುತ್ಬಿಡು, ನಂಗೂ ನಿನ್ಹತ್ರ ಅವ್ರ ಬಗ್ಗೆ ಏನು ಮಾತಾಡೋ ಇಷ್ಟವಿಲ್ಲ. ನಾನು ಬರೀ ರೂಮಿನ ಹುಡುಕಾಟ ಮಾತ್ರ ನಡಿಸ್ತಾ ಇಲ್ಲ. ಬೇರೆ ಕಡೆ ಕೆಲ್ಸಕ್ಕಾಗಿ ಕೂಡ ಪ್ರಯತ್ನ ಮಾಡ್ತಾ ಇದ್ದೀನಿ. ಸಿಕ್ಕರೇ ಮುರುಳಿ ಅನೋ ವ್ಯಕ್ತಿ ನಂಗೆ ಫ್ರೆಂಡ್ ಆಗಿದ್ದ ಅನ್ನೋ ವಿಷ್ಯನೇ ಮರ್ತು ಬಿಡ್ತೀನಿ. ನನ್ನಿಂದ ನಿಂಗೇನು ತೊಂದರೆ ಆಗೋಲ್ಲ, ನಂಗೆ ಧೈರ್ಯವಿತ್ತು. ನಿನ್ತಂದೆ ಒಬ್ಬ ವಿಶಿಷ್ಟ ವ್ಯಕ್ತಿ. ಅಕಸ್ಮಾತ್ ವಿಷ್ಯ ತಿಳಿದ್ರೂ ದೂರ ಸರಿದು ಹೋಗ್ಬಿಡ್ತಾರೆ. ನೀನು ಇಷ್ಟಪಟ್ಟ ಜೀವನ ನಿಂಗೆ ಸಿಕ್ಕಿದೆ. ಆರಾಮಾಗಿ ಇದ್ಬಿಡು'' ಕಡ್ಡಿ ಎರಡು ತುಂಡಾದಂತೆ ಹೇಳಿದ ವಿಶ್ವ.

ದುಂಬಾಲು ಬಿದ್ದ, ಕಣ್ಣೀರು ಹಾಕಿದ. ನಂತರ ಅಲ್ಲಿನ ವಿಷಯ ಪೂರ್ತಿಯಾಗಿ ತಿಳಿದ. ಸಂಕಟಪಟ್ಟ. ಅದಕ್ಕೆ ತನ್ನ ತಂದೆಯ ಬೇಜವಾಬ್ದಾರಿಯೇ ಕಾರಣವೆಂದಾಗ ಮಾತ್ರ ವಿಶ್ವ ಗುರುಗುಟ್ಟಿದ.

''ಸ್ಟಾಪ್ ಇಟ್ ಏನೇನೋ ಮಾತಾಡ್ಬೇಡ !''

ವಿಶ್ವನ ಕೈ ಹಿಡಿದುಕೊಂಡು, ''ನಿಂಗೆ ಗೊತ್ತಿಲ್ಲ. ಹೋಟೆಲ್ ಮೈಯಿಟೆನನ್ಸ್‌ಗೆ ಕೆಲವು ರೀತಿ ನೀತಿ, ನಿಯಮಗಳು ಇವೆ. ಅವ್ರಿಗೆ ಅಲ್ಲಿ ಕೆಲ್ಸ ಮಾಡೋವ್ರಿಗೆ ಮೂರ್ಹೊತ್ತು ಫುಡ್. ಕಷ್ಟ-ಸುಖ ಅಂದಿದ್ದಕ್ಕೆಲ್ಲ ಸಹಾಯ. ಇದೆಲ್ಲ ಯಾಕ್ಬೇಕು ? ವೀರಶೈವ ಕೆಫೆಯವರು ಹೋಟಲ್ ಇಟ್ಟು ಎಷ್ಟು ವರ್ಷ ಆಯ್ತು ಗೊತ್ತಾ? ಈಗ ಹತ್ತು ಎಕ್ಕರೆ ತೋಟ, ಒಂದು ಟೆಂಟ್ ಸಿನಿಮಾ ಮಾಡಿದ್ದಾರಂತೆ. ಇವ್ರೇನು ಮಾಡಿದ್ದಾರೆ?'' ಕೋಪದಿಂದ ದೋಷಾರೋಪ ಮಾಡಿದಾಗ ತಣ್ಣಗೆ ಕೇಳಿದ ವಿಶ್ವ.

''ತೀರಾ ವ್ಯವಹಾರಿಕ ಮನುಷ್ಯನಲ್ಲ, ಹಣಕ್ಕೋಸ್ಕರ ಎಲ್ಲಾ ಮೌಲ್ಯಗಳ್ನ ತೂರಿ

ಬಿಡೋಂಥ ನೀಚ ವ್ಯಕ್ತಿ ಅವ್ರಲ್ಲ. ಆ ರೀತಿ ಹಣ ಮಾಡೋದು ಬಂಗ್ಲೆ ಕಾರು ಇಟ್ಕೊಂಡು ಸುಖವಾಗಿರೋದು ಅವ್ರಿಗೇನು ಬೇಕಿಲ್ಲ. ಇನ್ನು ಮೂರ್ಹೊತ್ತು ಹೊಟ್ಟೆ ತುಂಬ ತಿಂದ ಹುಡುಗ್ರು... ಸತ್ಯನಾರಾಯಣ ಭವನದ ಉಳಿವಿಗಾಗಿ ಹೋರಾಟ ನಡೆಸ್ತಾ ಇದ್ದಾರೆ. ಗೆಲ್ಲೋ ಉದ್ದೇಶ, ಉಲ್ಲಾಸ ಅವ್ರಿಗಿದೆ. ಆ ಫಲ ಅನುಭವಿಸೋಕೆ ಮಾತ್ರ ಪುಣ್ಯ ದಂಪತಿಗಳಿಗೆ ಇಷ್ಟವಿಲ್ಲ. ಜೀವ್ನದಲ್ಲಿ ಅವ್ರು ಮಾಡಿದ ಒಂದೇ... ಒಂದು ತಪ್ಪೊಂದರೇ ನಿನ್ನ ಹೆತ್ತಿದ್ದು. ಕೇಳಿದಂಗೆಲ್ಲ ದುಡ್ಡು ಸುರ್ದು ಬೆಳೆಸಿದ್ದು' ಕಠಿಣವಾಗಿ ಹೇಳಿದ.

ಮುರುಳಿಗೆ ದಿಕ್ಕೇ ತೋಚದಂತಾಯಿತು. ತನ್ನ ಮೇಲಿನ ಸ್ನೇಹಕ್ಕಿಂತ ತಾಯ್ತಂದೆಯರ ಮೇಲೆ ಅವನು ತೋರುವ ಅಭಿದಾಧಾನವೇ ಹೆಚ್ಚೆನಿಸಿದಾಗ ಭಯಪಟ್ಟ ಇವನನ್ನು ಕಳೆದುಕೊಳ್ಳಲು ಇಚ್ಛಿಸಲಿಲ್ಲ.

'ಎಕ್ಸ್‌ಕ್ಯೂಜ್ ಮೀ ಕಣೋ ! ನಂಗೇನಾಗಿದ್ಯೋ ಏನೋ, ತಲೆಕಟ್ಟು ಹೋಗಿದೆ. ಅಲಕಾ ಸ್ವಲ್ಪ ಬೇರೆ ತರಹ ಹುಡ್ಗೀ'' ಅಂದ ದೈನ್ಯತೆಯಿಂದ.

ವಿಶ್ವನಿಗೆ ಏನೇನು ಅರ್ಥವಾಗಲಿಲ್ಲ. 'ಹಾಳಾಗಲಿ' ಅಂದುಕೊಂಡರೂ ಮುರುಳಿ ಇಕ್ಕಟ್ಟಿಗೆ ಸಿಕ್ಕಿಕೊಳ್ಳುವುದು ಮಾತ್ರ ಬೇಡವಾಗಿತ್ತು.

''ಬೇರೆ ತರಹ ಎಂದರೇನು ? ನಿನ್ನ ಬಗ್ಗೆ ನಿರ್ಲಕ್ಷ್ಯದಿಂದ ವರ್ತಿಸ್ತಾಳ ? ತುಂಬಾ ಅಹಂಕಾರದ ಹೆಣ್ಣಾ ? ಮನಸ್ಸಿಗೆ ಶಾಂತಿ, ನೆಮ್ದಿ ಇಲ್ಲದ್ಮೇಲೆ ಯಾವ ಶ್ರೀಮಂತಿಕೆಯಿಂದ ಏನು ಪ್ರಯೋಜನ ?'' ಸಹಾನುಭೂತಿಯಿಂದ ಕೇಳಿದ.

''ಅದು ಯಾವ್ದೇ ಅಲ್ಲ. ಆ ತರಹ ಇದ್ದರೇ ಸಂಭಾಳಿಸಬಹುದಿತ್ತು. ದಿನ ಕಳೆದಂತೆ ಬದಲಾಗ್ತಾಳೇ ಅನ್ನೋ ನಂಬ್ಕೆ ಇತ್ತು. ಅದೆಲ್ಲ ಅಲ್ಲ ! ಅವ್ಳಿಗೆ ನನ್ನ ತಾಯ್ತಂದೆಯರ ಬಗ್ಗೆ ಇಂಟ್ರೆಸ್ಟ್, ಇದ್ಕೆ ಎಲ್ಲಿ ಹೋಗಿ ಸಾಯ್ಲಿ ?'' ಜಿಗುಪ್ಸೆಯಿಂದ ಉಸುರಿದ.

''ಹೇಗೂ ಅವ್ರು ಬದ್ಕಿಲ್ಲಾಂತ ಹೇಳಿ ಆಗಿದೆಯಲ್ಲ! ಅಂಥದ್ರಲ್ಲಿ ಇನ್ನೇನು ಇಂಟ್ರೆಸ್ಟ್ ?'' ಸ್ವಲ್ಪ ಉತ್ಪ್ರೇಕ್ಷೆಯಿಂದಲೇ ಕೇಳಿದ.

ಅವುಡುಗಚ್ಚಿ ತಲೆ ಕೊಡವಿದ ಮುರುಳಿ, ''ನಿಂಗೆ ಹೇಗೆ ವಿವರಿಸಿ ಹೇಳ್ಲಿ. ವಿಚಿತ್ರ ಪರಿಸ್ಥಿತಿಯಲ್ಲಿ ಸಿಕ್ಕಿ ಹಾಕ್ಕಂಡಿದ್ದೀನಿ. ನನ್ನ ತಂದೆ, ತಾಯಿ ಗುಣ, ಸ್ವಭಾವ ಅವ್ರ ರೂಪಿನ ಪರಿಚಯ ಬೇಕೂಂತ ಪದೇ ಪದೇ ಮಾತಿಗಿಳಿಯುತ್ತಾಳೆ. ನಾನು ಹೇಳೊ ಸ್ಥಿತಿಯಲ್ಲಿದ್ದೀನಾ? ಅವ್ರುಗಳ ಸುದ್ದಿ ಬಂದ ಕೂಡ್ಲೇ ನನ್ನ ಧೈರ್ಯವೇ ಉಡುಗಿಹೋಗುತ್ತೆ. ಮಾತೇ ಬರೋಲ್ಲ. ಅದು ಅಲಕಾಗೆ ಇಷ್ಟವಾಗೋಲ್ಲ. ಅವಳಮ್ಮನ ಬಗ್ಗೆ ಅವಳಿಗೆ ವಿಪರೀತ ಪ್ರೀತಿ. ಬೆಡ್ ರೂಮ್‌ನಲ್ಲಿ ಆಕೆಯ ಫೋಟೋ ಇದೆ. ಸಮಯ ಸಿಕ್ಕಾಗಲೆಲ್ಲ ಅವ್ಳ ಅಮ್ಮನ ಬಗ್ಗೆ ಹೇಳ್ತಾಳೆ. ನಂಗೆ ಇದೊಂದು ರೀತಿಯ ಹಿಂಸೆ ಆಗಿದೆ'' ಮುಖ ಹಿಂಡಿ ಹೇಳಿಕೊಂಡ.

''ನೀನು ಅಂದ್ಕೊಂಡಂಗೆ ವಿಚಿತ್ರ ಪರಿಸ್ಥಿತಿಯೇನಲ್ಲ, ಸಹಜ ಸ್ಥಿತಿನೇ. ಅಲಕಾ ತುಂಬ ಒಳ್ಳೆಯ ಹೆಣ್ಣು ಮಗ್ಳು. ಅಮ್ಮನ ನೆನಪು ಕಾಡೋದು ಸಹಜ. ಅದ್ಕೆಲ್ಲ ನಿನ್ನೆದೆಯ ಮೇಲೆ

ಹೇಳಿಕೊಳ್ಳುವ ಮಿಡಿತ ಅವಳದೇ.... ಇದ್ರಲ್ಲಿ ತಪ್ಪೇನಿದೆ ?'' ವ್ಯಂಗ್ಯವಾಗಿಯೇ ವಿಶ್ವ ವ್ಯಾಖ್ಯಾನಿಸಿದ.

ಹಣೆಯೊತ್ತಿಕ್ಕೊಂಡ ಮುರುಳಿ, ''ನಿಂಗೆ ಎಲ್ಲ ಸಹಜವಾಗಿಯೇ ಕಾಣುತ್ತೆ. ಎಷ್ಟೇ ಪ್ರಯತ್ನಪಟ್ಟರೂ ನಂಗೆ ಸಹಜವಾಗಿ ಆ ಮಾತುಗಳ್ನ, ಸಂದರ್ಭಗಳತ್ತ ಫೇಸ್ ಮಾಡೋಕೆ ಆಗ್ತಾ ಇಲ್ಲ. ಒಮ್ಮೆ ಸೈಕಿಯಾಟ್ರಿಸ್ಟ್‌ಗೆ ಕಂಡು ಬರೋಣಾಂತ. ನಂಗೇನು ತೋಚ್ತಾ ಇಲ್ವೋ ವಿಶ್ವ'' ಗೆಳೆಯನ ಎರಡು ಕೈ ಗಳನ್ನು ಹಿಡಿದುಕೊಂಡ. ಅವನಿಗೇನು ಮರುಕವುಂಟಾಗಲಿಲ್ಲ.

ಕೈಗಳನ್ನು ಬಿಡಿಸಿಕೊಂಡು ''ಅನ್ನವಾಗಿರಬೇಕು. ಇವತ್ತು ತುಂಬಾ ಸುತ್ತಾಡಿದೆ. ಅದ್ಕೆ ಹೊಟ್ಟೆಯಲ್ಲಿ ಭಯಂಕರ ಹಸಿವು, ಸಂಕಟ. ನೀನು ಊಟ ಮಾಡ್ತೀಯಾ ?'' ಎನ್ನುತ್ತಲೇ ಪುಟ್ಟ ಕಿಚನ್‌ನೊಳಕ್ಕೆ ಹೋದ. ಇರೋ ರೂಂನಲ್ಲಿಯೇ ಒಂದು ಗೋಡೆ ಹಾಕಿ ವಿಭಾಗಿಸಿ ಒಂದು ಸಣ್ಣ ಕಟ್ಟೆ ಹಾಕಿದ್ದರು. ಸದ್ಯಕ್ಕೆ ಅದು ಅಡಿಗೆ ಮನೆ. ಅಲ್ಲೂ ಕೂಡ ದೊಡ್ಡ ಸಂಪತ್ತೇನು ಇರಲಿಲ್ಲ. ನಾಲ್ಕಾರು ಸೀಸೆಗಳು. ಒಂದೆರಡು ಪ್ಲಾಸ್ಟಿಕ್ ಡಬ್ಬಗಳ ಜೊತೆ ನಾಲ್ಕಾರು ಸ್ಟೀಲ್ ಪಾತ್ರೆ, ತಟ್ಟೆಗಳ ಜೊತೆ ಒಂದು ಅನ್ನ ತೆಗೆಯುವ ಕೈ ಸೌಟು ಇತ್ತು. ನೀರು ತುಂಬಿಟ್ಟ ಒಂದು ಪುಟ್ಟ ಕೊಳಗ. ಒಂದು ಎಲೆಕ್ಟ್ರಿಕ್ ಸ್ಟೌ ಒಂದು ಕೆರೋಸಿನ್ ಸ್ಟೌ - ಇಷ್ಟೇ ಅಲ್ಲಿನ ಸಮಸ್ತವೆಲ್ಲ.

ಕುಕ್ಕರ್ ಕೆಟ್ಟು ಹೋಗಿದ್ದರಿಂದ ಎಲಕ್ಟ್ರಿಕ್ ಸ್ಟೌ ಮೇಲೆ ಅನ್ನಕ್ಕೆ ಇಟ್ಟಿದ್ದ. ಕೊತ ಕೊತ ಕುದಿಯುವ ಶಬ್ದ ತಣ್ಣಗಾದುದ್ದರಿಂದ ಸ್ಟೌ ಆಫ್ ಮಾಡಿ ಹೊರಗೆ ಬಂದ.

''ಊಟ ಮಾಡ್ತೀಯಾ? ಬಲವಂತ ಅಂತು ಮಾಡೋಲ್ಲ. ನಿಂಗೆ ತಿನ್ನೋಕೆ ಕಷ್ಟವೆನಿಸುತ್ತೆ'' ಅವನೇ ಹೇಳಿದ.

''ಅದೆಲ್ಲ ಏನಿಲ್ಲ! ಕಲ್ಸಿ ಒಂದು ತುತ್ತುನಷ್ಟು ತಗೊಂಡ್ತಾ' ಎಂದ ಅನ್ಯಮನಸ್ಕತೆಯಿಂದ. ಭಯ ಅವನನ್ನು ಆವರಿಸಿಕೊಂಡಿತ್ತು. ಎಂದಾದರೂ ವಿಶ್ವ ಬಾಯಿ ಬಿಟ್ಟರೇ, ಜೊತೆಯವರೊಂದಿಗೆ? ಆ ಪೈಕಿಯಲ್ಲ ಅನ್ನೋದು ಗೊತ್ತಿದ್ದರೂ ಸುಕನ್ಯ ಸತ್ಯನಾರಾಯಣರವರ ಮೇಲಿನ ಅಭಿಮಾನ ಸತ್ಯವನ್ನು ಬಾಯಿ ಬಿಡಿಸಿದರೇ, ಅಲಕಾ ಮುಂದೆ ಭೂಗತನಾಗಬೇಕಿತ್ತು. ತನಗೆ ಅಂಥ ಕೆಟ್ಟ ಧೈರ್ಯ ಹೇಗೆ ಬಂತೊಂತ ಯೋಚಿಸತೊಡಗಿದ.

ಒಂದು ಪುಟ್ಟ ತಟ್ಟೆಯಲ್ಲಿ ಒಂದೊಂದು ತುತ್ತಿನಷ್ಟು ಸಾರನ್ನ, ಮೊಸರನ್ನ ಕಲೆಸಿಕೊಂಡು ಬಂದು ಕೊಟ್ಟ. ತಾನೊಂದು ತಟ್ಟೆಗೆ ಬಡಿಸಿಕೊಂಡು ಬಂದು ಕೂತ.

''ವಿಶ್ವ, ನನ್ನ ಈಗ ಏನು ಮಾಡೂಂತೀಯಾ? ಸದ್ಯಕ್ಕೆ ಅಲಕಾ ಮುಂದೆ ಧೈರ್ಯವಾಗಿ ಫೇಸ್ ಮಾಡುವಂತಾದರೇ ಸಾಕು'' ಕೇಳಿಕೊಂಡ. ಸಧ್ಯಕ್ಕೆ ಇವನನ್ನು ಬಿಟ್ಟು ಬೇರೆ ಆತ್ಮೀಯರಾರು ಸಧ್ಯಕ್ಕೆ ಇರಲಿಲ್ಲ.

ಅನ್ನ ಕಲೆಸುತ್ತಿದ್ದವನು ತಲೆಯೆತ್ತಿ ''ನನ್ನ ಕೇಳಿದರೆ ನಾನು ಏನ್ಹೇಳ್ಲಿ. ನಿಂಗೆ ಅಂತರಾತ್ಮ ವಿಧಿಸಿದ ಶಿಕ್ಷೆ. ತಪ್ಪು ಮಾಡಿದವ್ನ ಸಮಾಜದಿಂದ, ಕಾನೂನಿನಿಂದ ಬಚಾವ್ ಆಗ್ಬಹ್ದು.

ದೇವರು ಹುಟ್ಟಿನಿಂದ ಸೃಷ್ಟಿಸಿದ ಅಂತರಾತ್ಮದ ನ್ಯಾಯಪೀಠದ ಮುಂದೆ ಯಾರು ತಪ್ಪಿಸಿಕೊಳ್ಳೋಕ್ಕಾಗೋಲ್ಲ. ಹೇಗೂ ಧೈರ್ಯದಿಂದ ಮುನ್ನುಗ್ಗಿದ್ದೀಯ ! ಚತುರತೆಯಿಂದ ಸಂಭಾಳಿಸ್ಕೋ. ಸಹಜವಾಗಿ ವರ್ತಿಸು. ಸದ್ಯದ ಪ್ರಾಬ್ಲಮ್ ಸಾಲ್ವ್ ಆಗುತ್ತೆ'' ಎಂದು ಹೇಳಿದ.

ಮೌನವಾಗಿ ತಿನ್ನುತ್ತಿದ್ದ ಮುರುಳಿ ಗೆಳೆಯನ ನೋಟವನ್ನೆದುರಿಸಲು ಹಿಂಜರಿದ.

''ಇಲ್ಲದಿದ್ದರೇ ಒಂದ್ಮಾತು ಹೇಳ್ಲಾ? ತಾಳಿ ಕಟ್ಟಿಸಿಕೊಂಡ ಗಂಡನ ಕಡೆಯವರನ್ನೆಲ್ಲ ಪ್ರೀತಿಸೋಂಥ ದೊಡ್ಡ ಗುಣ ಅಲಕಾಗೆ ಇದೆಯಲ್ಲ, ಧೈರ್ಯವಾಗಿ ಹೇಳ್ಬಿಡು. ನಿನ್ತಂದೆ ತಾಯಿನ ನೋಡಿದ್ಮೇಲೆ ನಿನ್ನ ಕ್ಷಮಿಸಿದರೂ ಹೆಚ್ಚಲ್ಲ'' ಇನ್ನೊಂದು ಸಜೆಷನ್ ಕೊಟ್ಟ ಏಟಿಗೆ ಮುರುಳಿಯ ನೆತ್ತಿ ಏರಿ ಕಣ್ ಕಣ್ ಬಿಟ್ಟ. ತಟ್ಟೆಯನ್ನು ಕೆಳಗಿಟ್ಟು ನೀರು ಕುಡಿಸಿ ನೆತ್ತಿಯ ಮೇಲೆ ತಟ್ಟಿ ''ಇದಂತು ಸದ್ಯಕ್ಕೆ ನಿನ್ನಿಂದ ಸಾಧ್ಯವಿಲ್ಲ. ಒಂದಿಷ್ಟು ಕೆಟ್ಟ ಧೈರ್ಯ ತಂದ್ಕೋ'' ಬದ್ಧಿ ಹೇಳಿ ಎರಡು ತಟ್ಟೆಗಳಲ್ಲಿ ಅನ್ನವನ್ನು ಹೊರಗೆ ಒಯ್ದು ಚೆಲ್ಲಿ ಬಂದ.

''ಯಾಕೆ ನೀನು ಊಟ ಮಾಡ್ಲಿಲ್ಲ? ಹಸಿವು ಅಂದೇ'' ಕೇಳಿದ ಮುರುಳಿ.

''ಹಸಿವಾಯ್ತು, ಈಗ ತನ್ನ ಪಾಡಿಗೆ ತಾನು ಮುಚ್ಚಿಹೋಯ್ತು. ನಾನು ಬೇರೆ ಕಡೆ ರೂಮು ಹುಡುಕ್ತಾ ಇದ್ದೀನಿ. ಸಿಕ್ಕ ಕೂಡ್ಲೇ ಬಿಟ್ಹೋಗ್ತೀನಿ. ಹಾಗೇ ಕೆಲ್ಸನೂ ಕೂಡ. ನನ್ನ ಬಗ್ಗೆ ನೀನು ತಲೆ ಕೆಡಿಸ್ಕೋಬೇಡ. ನಿಂಗೆಂದು ನನ್ನಿಂದ ಅಪಾಯವಾಗೋಲ್ಲ'' ಕೈ ಹಿಡಿದು ಭರವಸೆ ಕೊಟ್ಟ. ಒಂದು ರೀತಿಯಲ್ಲಿ ಸಮಾಧಾನವೆನಿಸಿತು ಮುರುಳಿಗೆ. ಆದರೂ ಮೇಲ್ಮುಖಕ್ಕೆ, ''ನೀನ್ಯಾಕೆ ಕೆಲ್ಸ ಬಿಡ್ತೀಯಾ ? ಅದ್ನ ಸಂಪಾದ್ನೇ ಮಾಡೋಕೆ ಸಾಕಷ್ಟು ಕಷ್ಟ ಪಟ್ಟಿದ್ದೀಯಾ. ನಾನು ಹೆಲ್ಪ್‌ಲೆಸ್. ಶಿವಶಂಕರ ಪಿಳ್ಳೆ ನನ್ಮೇಲೆ ಇನ್ನು ಗೂಢಚಾರರನ್ನು ಬಿಟ್ಟಿದ್ದಾರೇಂತ ಅನ್ನಿಸುತ್ತೆ. ನಾನು ಬ್ಯಾಂಕ್‌ನಿಂದ ಡ್ರಾ ಮಾಡಿದ್ದು, ಬ್ಯಾಂಕ್‌ಗೆ ದುಡ್ಡು ಕಟ್ಟಿದ್ದು ಎರಡರ ಲೆಕ್ಕ - ಜಮಾ ಅವ್ರಲ್ಲಿ ಇರುತ್ತೆ'' ಎಂದಾಗ ವಿಶ್ವನಿಗೆ ನಗು ಬಂತು.

''ಅದೇನು ತಪ್ಪಲ್ಲ. ಶಿವಶಂಕರ ಪಿಳ್ಳೆ ತುಂಬ ಬುದ್ಧಿವಂತರು. ನಿನ್ನ ಯಾವ್ದೇ ದೊಡ್ಡ ದೊಡ್ಡ ಪರೀಕ್ಷೆಗಳಿಗೆ ಕೂಡಿಸದಂತೆ ಅಳಿಯನಾಗಿ ಸೆಲೆಕ್ಟ್ ಮಾಡ್ಕೊಂಡ್ರು. ಆಮೇಲಿನ ನಿನ್ನ ನಡವಳಿಕೆಯ ಬಗ್ಗೆ ಒಂದು ಕಣ್ಣು ಇದ್ದೇ ಇರುತ್ತೆ. ನಿನ್ನ ಸರ್ಯಾಗಿ ರೂಪಿಸೋದು ಕೂಡ ಅವ್ರ ಜವಾಬ್ದಾರಿ'' ಬಹು ಎಚ್ಚರದಿಂದ ವಿವರಿಸಿದ.

ಹೊರಡುವ ಮುನ್ನ, ''ವಿಶ್ವ, ಹಾಗಾದರೇ, ಈಗ ಅಣ್ಣ ಹೋಟೆಲ್‌ಗೆ ಹೋಗ್ತಾ ಇಲ್ವಾ? ಮುಂದಿನ ಪ್ಲಾನ್ ಏನಾದ್ರೂ ಹೇಳಿದರಾ ?'' ಕೇಳಿದ.

''ದಿನಕ್ಕೊಮ್ಮೆ ಹೋಗಿ ಬರ್ತಾ ಇದ್ದಾರೆ. ವ್ಯಾಪಾರ ಒಂದಿಷ್ಟು ಕುದುರಿದೆ ಅಂದ ಚಂದ್ರು. ಮತ್ತೆ ಅದ್ನ ತಮ್ಮ ಕೈಯಲ್ಲಿ ತಗೋಳೋಕ್ಕೆ ಅಣ್ಣನಿಗೆ ಇಷ್ಟವಿಲ್ಲ. ಇನ್ಯಾಕೆ ನಾರಾಯಣಪುರದಲ್ಲಿ ಇರ್ತಾರೆ ?'' ಅಷ್ಟೇ ಅಂದಿದ್ದು. ಬೆವರು ಇಣಕಿತು ಅವನ ಮುಖದ ಮೇಲೆ. ಹೋದಾಗ ಅವನೇ ಕೆಲಸ ಸಿಕ್ಕ ಮೇಲೆ ಇಲ್ಲಿ ಕರೆತರುವ ವಿಷಯ ಹೇಳಿದ್ದ. ಆ ದಾರಿಯಲ್ಲಿ ಇದ್ದಾರೆ ಅವರುಗಳು.

''ಮುಂದೇನು ಮಾಡ್ಬೇಕೂಂತ'' ಅನುಮಾನಿಸುತ್ತ ಕೇಳಿದ.

''ಮಾಡೋದೇನಿದೆ, ನಿಂಗೆ ಕೆಲ್ಸ ಸಿಕ್ಕಿದೆಯಲ್ಲ. ಒಬ್ನೇ ಮಗ ನಿನ್ನ ಹತ್ರ ಬಂದು ಇರಬೇಕೆನ್ನೋದು ಸಹಜ ತಾನೇ! ಅದ್ನ ಅಮ್ಮ ಹೇಳಿದ್ರೂ ಕೂಡ. ಅವ್ರಿಗೆ ನಿನ್ನ ಬಿಟ್ಟಿರೋದು ಕಷ್ಟ'' ಸ್ವಲ್ಪ ಒರಟಾಗಿಯೇ ಹೇಳಿದ ವಿಶ್ವ.

ತೀರಾ ವಿಚಲಿತನಾದ ಮುರುಳಿ. ಅವನ ಸಂಬಳ ಹತ್ತುಸಾವಿರಕ್ಕಿಂತ ಹೆಚ್ಚು, ಸ್ವಂತ ಖರ್ಚುಗಳೇನು ಇರಲಿಲ್ಲ, ತಾನೇ ಅವರಿಗೆ ಗೊತ್ತಿಲ್ಲದಂತೆ ಒಂದು ಖಾತೆ ತೆಗೆದು ಹಣ ಜಮಾ ಮಾಡಿದ್ದ.

''ಈಗ ನನ್ನ ಏನು ಮಾಡೂಂತೀಯಾ ?'' ಅಸಹಾಯಕನಾಗಿ ಕೇಳಿದ.

''ಮತ್ತೇನು ಮಾಡ್ತೀಯಾ ? ಎರ್ಡು ಕಡೆಯವರನ್ನು ತಕ್ಕಡಿಗೆ ಹಾಕಿ ತೂಗಿ ಬಿಡು. ಯಾವ ಕಡೆಯವ್ರು ಹೆಚ್ಚು ವೈಟ್ ಬರ್ತಾರೋ, ಆ ಕಡೆ ಗಮನ ಕೊಡು. ಅದೆಲ್ಲ ನಿಂಗೆ ಬಿಟ್ಟಿದ್ದು. ಇನ್ನ ನನ್ನೇನು ಕೇಳ್ಬಡ. ಪ್ಲೀಸ್, ಸದ್ಯಕ್ಕೆ ನನ್ನ ಮರುತ್ಬಿಡು. ವಿಶ್ವ ಅನ್ನೋ ಫ್ರೆಂಡ್ ನಿಂಗೇ ಇರಲೇ ಇಲ್ಲ, ಆ ಈಡಿಯಟ್ ಪರಿಚಯ ನಿಂಗಿಲ್ಲ. ಅಲಕಾ ಪತ್ರಿಕೆಯಲ್ಲಿ ಮುದ್ರಣದ ವಿಭಾಗದಲ್ಲಿ ಕೆಲಸ ಮಾಡುವ ಒಬ್ಬ ಸಾಮಾನ್ಯ ನೌಕರ. ಇಷ್ಟು ಮಾತ್ರ ನಿನ್ನ ಮನಸ್ಸಿನಲ್ಲಿ ಇಟ್ಕೋ. ಮತ್ತೆ ಇಲ್ಲಿಗೆ ಬರೋ ತಾಪತ್ರಯ ತಗೋಬೇಡ. ಇದ್ರಿಂದ ನಂಗೂ, ನಿಂಗೂ ಇಬ್ರಿಗೂ ತೊಂದರೆ ಗುಡ್ ಬೈ'' ಎಂದವನು ಅವನ ಜೊತೆ ಕೆಳಗೆ ಇಳಿದು ಬಂದಾಗ ಗೇಟುಗಳಿಗೆ ಬೀಗ ಹಾಕಿತ್ತು; ಹಣೆಯೊತ್ತಿಕ್ಕೊಂಡ. ಹಿಂದಿರುಗಿ ಹೋಗಿ ತನ್ನಲ್ಲಿನ ಬೀಗದ ಕೈ ಬಂಚ್‌ನ ಹಿಡಿದು ಬಂದು ಬೀಗ ತೆಗೆಯಲು ಪ್ರಯತ್ನಿಸಿ ಸೋಲುವ ವೇಳೆಗೆ ವೆಂಕಟಾಚಲ ಬಾಗಿಲು ತೆಗೆದುಕೊಂಡು ಬಂದೇ ಬಂದರು.

''ನಮ್ಮ ಮನೆಯೋಳು ಯಾರೋ ಗೇಟು ತೆಗೆದ್ರೂಂತ ಹೇಳ್ದಾಗ ನಾನು ಇಲ್ಲಾಂತ ದಬಾಯಿಸ್ದೇ. ಇದೇನು ರಾತ್ರಿಯಲ್ಲಿ ಬಂದಿದ್ದೀರಾ? ನಿಮ್ಮ ತಂದೆಯವ್ರು ಕೂಡ ಮಧ್ಯರಾತ್ರಿಯಲ್ಲಿ ಬಂದಿದ್ರು. ಯಾರ ಸಮಯ ಸಂದರ್ಭಗಳು ಹೇಗಿರುತ್ತೊ ಏನೋ'' ದೊಡ್ಡ ಡೈಲಾಗ್ ಹಾಕಿದರು.

ಅದು ಮುಂದುವರಿಯುವುದು ಇಬ್ಬರಿಗೂ ಬೇಕಿರಲಿಲ್ಲ.

''ತುಂಬ ಅರ್ಜೆಂಟ್ ಅಂತ ಬಂದಿದ್ದ, ಮತ್ತೆ ಭಾನುವಾರ ಬರ್ತಾನೆ'' ಮೊಣಕೈನಿಂದ ತಿವಿದು ಮುರುಳಿಯನ್ನು ಗೇಟಿನಿಂದ ಹೊರಕ್ಕೆ ಹೊರಡಿಸಿ ಬೀಗ ಹಾಕ್ಬೇಡಿ. ಈಗ್ಬಂದ್ಬಿಡ್ತೀನಿ'' ಹೆಚ್ಚು ಕಡಿಮೆ ಮುರುಳಿಯನ್ನು ತಳ್ಳಿಕೊಂಡೇ ಹೋದ.

''ಅಣ್ಣ ಮಧ್ಯರಾತ್ರಿಯಲ್ಲಿ ಬಂದಿದ್ದಾ ?'' ಆವೇಗದಿಂದ ಕೇಳಿದ ಮುರುಳಿ.

''ಯಾಕ್ಬಂದಿದ್ರು ಗೊತ್ತಾ? ಸಿಂಗಾರಯ್ಯನಲ್ಲಿ ಸಾಲ ತೆಗ್ದು ನೀನು ಜಾನಕಿನ ನೋಡೋಕೆ ಹೋದಾಗ, ನಿನ್ನ ಒಂದಿನ ಸಾಲ ತೀರಿಸೋಕೆ ಕೊಟ್ರು. ಪೆಡಂಭೂತವಾಗಿ ಕಾಡಿದಾಗ ನಿಮ್ಮಮ್ಮನ ಒಡ್ವೆಗಳ್ನ ಮಾರೋಕ್ಕೋಸ್ಕರ ಮಧ್ಯರಾತ್ರಿಯಲ್ಲಿ ಗಂಟು ಕಟ್ಕೋಂಡ್

ಬಂದಿದ್ದರು. ಇದ್ನ ಅವರಾಗಿ ಹೇಳಿಲ್ಲ. ನಾನೆ ಪಂಡಿತರ್ನ ಬಿಡೋಕೆ ಹೋದಾಗ, ಬ್ಯಾಗ್‌ನಿಂದ ಹೊರಗೆ ಬಿದ್ದಿದ್ದ ಗಂಟುನ ಬಿಚ್ಚಿ ನೋಡ್ದೇ. ಅಮ್ಮನ ಮೈ ಮೇಲಿನ ಒಡ್ವೇ. ಈ ಸಲ ಬರೀ ಗಾಜಿನ ಬಳೆಗಳು ಇದ್ವು. ಇದು ಪಾಪವಾಗಿ ನಿನ್ನ ಕಾಡುತ್ತೋ ಮುರುಳಿ. ತಾಯಿಯ ಕಣ್ಣಿಂದ ಕಂಬನಿಯುಕ್ಕಿಸಿ ಇದ್ವರ್ಗೂ ಯಾವ ಮಗನು ಸುಖಪಟ್ಟಿದ್ದಿಲ್ಲ. ನಾನು ಹೋಗ್ತೀನಿ. ಮತ್ತೇನು ಮಾತಾಡಿ ಬಿಡ್ತೀನೋ'' ಎಂದ ವಿಶ್ವ ತಡೆಯಲಾರದೆ ಹಿಂದಕ್ಕೆ ಹೋದ.

ಕಾರಿನಲ್ಲಿ ಹೋಗಿ ಕೂತ ಮುರುಳಿಗೆ ಮೈಯಲ್ಲಿ ಶಕ್ತಿಯೇ ಇಲ್ಲವೆನಿಸಿತು. ''ಅಮ್ಮ ಅಮ್ಮ'' ಸ್ಟೀರಿಂಗ್ ವ್ಹೀಲ್ ಮೇಲೆ ತಲೆ ಇಟ್ಟು ಕಣ್ಣೀರು ಸುರಿಸಿದ. ಆಮೇಲೆ ಚೇತರಿಸಿಕೊಂಡು ಕಾರು ಸ್ಟಾರ್ಟ್ ಮಾಡಿದ.

ಬಂದ ಆಡಿಟರ್‌ನೊಂದಿಗೆ ಅಲಕಾ ಡಿಸ್‌ಕಷನ್‌ನಲ್ಲಿ ಇದ್ದುದ್ದರಿಂದ ರೂಮಿಗೆ ಹೋಗಿ ಬಟ್ಟೆ ಬದಲಾಯಿಸಿ ಮಲಗಿ ಬಿಟ್ಟ. ವಿಶ್ವನ ಆ ಮಾತು ಅವನನ್ನು ಭಯಂಕರ ಅಲೆಗಳಂತೆ ಅಪ್ಪಳಿಸಿತು. ಇದರಿಂದ ಪಾರಾಗುವುದು ಹೇಗೆ ?

''ಹಾಯ್ ಮುರುಳಿ'' ಬಂದ ಅಲಕಾ ಅವನನ್ನು ಆವರಿಸಿ, ''ಡಿನ್ನರ್ ಬೇಡಾದೆಯಂತೆ. ಎನಿಥಿಂಗ್ ರಾಂಗ್? ಇಷ್ಟೊಂದು ಇಂಟರ್‌ವರ್ಟ್ ಆಗ್ಬಾರ್ದು ಏನು ವಿಷ್ಯ'' ಕ್ರಾಪ್‌ನ ಜೊತೆ ಬೆರಳುಗಳಿಂದ ಆಡಿದಳು.

ಅನಾಮತ್ತಾಗಿ ಅವಳನ್ನು ಎಳೆದುಕೊಂಡ. ಆ ಮತ್ತು ತಾತ್ಕಾಲಿಕವಾಗಿಯಾದರೂ ದುಗುಡ, ವೇದನೆಯನ್ನು ಮರೆಸಿತು. ಬೆಳದಿಂಗಳು ಅಣಕಿಸುವಂತಿತ್ತು. ಎಲ್ಲಿಂದಲೇ ವಿಶ್ವನ ಮಾತುಗಳು ಕೇಳಿಸುತ್ತಿತ್ತು.

''ಅಲಕಾ.... ಅಲಕಾ...'' ಕನವರಿಸಿದ.

❑ ❑ ❑

'ಸತ್ಯನಾರಾಯಣ ಭವನ' ದಿನದಿಂದ ದಿನಕ್ಕೆ ಚೇತರಿಸಿಕೊಳ್ಳತೊಡಗಿದಾಗ ಸತ್ಯನಾರಾಯಣ, ಸುಕನ್ಯ ಊರು ಬಿಡುವುದು ಅಷ್ಟೇ ಗ್ಯಾರಂಟಿಯಾಯಿತು. ಚಂದ್ರುವಿನ ಬಲವಂತಕ್ಕೆ ದಿನಕ್ಕೆರಡು ಸಲ ಹೋಟೆಲ್‌ಗೆ ಹೋಗುತ್ತಿದ್ದರು. ಒಮ್ಮೆ ಮಾತ್ರ ಹೋಗುವ ಅಭ್ಯಾಸ ಮಾಡಿಕೊಂಡಾಗ ಚಂದ್ರು ಸುಕನ್ಯ ಬಳಿ ದೂರನ್ನು ಒಯ್ದ.

''ಯಜಮಾನ್ರು ಎರಡು ಸಲ ಬರೋರು. ಈಗ ಒಂದೇ ಒಂದ್ಸಲ ಬರ್ತಾರೆ. ನಮಗೇನು ಗೊತ್ತಾಗುತ್ತೆ? ಸ್ವಲ್ಪ ಹೇಳಿ'' ಪಟ್ಟು ಹಿಡಿದು ಕೂತ ಸಂಜೆ ಬಂದು.

ಸುಕನ್ಯ ಅವನ ಮುಂದೆ ಒಂದು ಲೋಟ ಗಸಗಸೆ ಪಾಯಸ ತಂದಿಟ್ಟು ''ಮೊದ್ಲು ಕುಡೀ ! ಹೋಟೆಲ್‌ಗೆ ನೀನು ಬಂದು ನಾಲ್ಕೈದು ವರ್ಷವೇ ಆಯ್ತು. ಇನ್ನು ಏನು ಗೊತ್ತಿಲ್ಲಾಂದರೇ ಹೇಗೆ ?'' ದಬಾಯಿಸಿದರು.

''ಬಂದಾಗ ಏನು ಬರ್‍ತಾ ಇರ್ಲಿಲ್ಲ. ಈಗ ತಿಂಡಿಗಳಿಂದ ಹಿಡ್ದು ಸ್ವೀಟ್‌ವರ್‍ಗೂ ಮಾಡ್ತೀನಿ. ಸದ್ಯಕ್ಕೆ ನಂಗೆ ಅಷ್ಟು ಸಾಕೂಂತ ಅಂದ್ಕೊಂಡೇ. ಆಗ ಆರಾಮಾಗಿದ್ದೆ. ಈಗ

ಎಷ್ಟೊಂದು ಜವಾಬ್ದಾರಿ'' ಬಾಯಿ ಮೇಲೆ ಕೈ ಇಟ್ಟುಕೊಂಡ. ''ಸಿಂಗಾರಯ್ಯನ ಮಾತು ಸುಳ್ಳಾಗ್ಬೇಕೂಂತ ಒಪ್ಕೊಂಡಿದ್ದು ಅಷ್ಟೇ. ಈಗ ಬೊಂಬಾಟ್ ವ್ಯಾಪಾರ ಆಗ್ತಾ ಇದೆ. ಯಜಮಾನ್ರು ಗಲ್ಲದ ಮೇಲೆ ಕೂತ್ಕೊಳ್ಳಿ.ಈಗ ದೇವರು ಇಲ್ದ ಗುಡಿಯಂತಾಗಿದೆ'' ಹೇಳಿದ. ಇದು ಸುಕನ್ಯಗೂ ಸಮ್ಮತವಲ್ಲ. ಸತ್ಯರಾಯಣ ಬಿಲ್‌ಕುಲ್ ಒಪ್ಪರು. ಇನ್ನು ಅವರಿಗೆ ಹೋಟೆಲ್ ಬಗ್ಗೆ ಆಸಕ್ತಿ ಇಲ್ಲ.

ಮೌನವಹಿಸಿದರು ಸುಕನ್ಯ. ದಿನ ಪೋಸ್ಟ್ ನೋಡುತ್ತಿದ್ದರು. ಮಗನಿಂದ ಒಂದೇ ಒಂದು ಪತ್ರವು ಬಂದಿರಲಿಲ್ಲ. ಆ ವಿಷಯ ಮಾತಾಡಿದಾಗಲೆಲ್ಲ ಸತ್ಯನಾರಾಯಣ ತುಟಿ ಬಿಚ್ಚುತ್ತಿರಲಿಲ್ಲ.

''ಅಮ್ಮ ನೀವು ಯಜಮಾನ್ರಿಗೆ ಹೇಳ್ಬೇಕು'' ಮತ್ತೆ ಒತ್ತಾಯಿಸಿದ.

''ನೀನು ಮೊದ್ಲು ಕುಡೀ'' ಒಳಗೆ ಹೋದರು.

ಚಂದ್ರು ಕುಡಿದಿಟ್ಟ ನಂತರ ಒಂದು ಸಣ್ಣ ಮುಚ್ಚಿದ ಕೊಳಗ ತಂದಿಟ್ಟು ''ಇದ್ನ ತಗೊಂಡ್ಹೋಗು. ಅವ್ರು ಕುಡೀಲಿ. ಬೆಂಕಿ ಮುಂದೆ, ಎಣ್ಣೆ ಮುಂದೆ ನಿಂತು ಕೆಲ್ಸ ಮಾಡೋದೂಂದರೇ ಉಷ್ಣವಾಗುತ್ತೆ. ಲಕ್ಕನ ಕಾಲು ಬೆರಳುಗಳೆಲ್ಲ ಸೆಲೆತಿದೆ. ರಾತ್ರಿ ಹೊತ್ತು ಮುಲಾಮು ಹಚ್ಚಿಕ್ಕೊಳ್ಳೋಕೆ ಹೇಳು'' ವಿಷಯ ಬಿಟ್ಟು ಬೇರೇನೋ ಹೇಳಿದರು.

''ಅಮ್ಮ ನನ್ಮಾತ್ಗೆ, ನೀವೇನು ಹೇಳ್ಲಿಲ್ಲ'' ಮತ್ತೆ ನೆನಪಿಸಿದ.

ಎರಡು ನಿಮಿಷದ ಮೌನದ ನಂತರ, ''ಅವ್ರು ಒಪ್ಪೋಲ್ಲ. ನಂಗೂ ಇಷ್ಟವಿಲ್ಲ. ಇಷ್ಟಪಟ್ಟೇನು ಈ ವೃತ್ತಿ ಹಿಡೀಲಿಲ್ಲ. ಹೊಟ್ಟೆಪಾಡಿಗಾಗಿಯೇ ನಾರಾಯಣಪುರಕ್ಕೆ ಬಂದಿದ್ದು. ಆಮೇಲೆ ಮುರುಳಿ ಭವಿಷ್ಯ ಮುಖ್ಯವಾಯ್ತು. ಈಗ ಅವ್ನಿಗೊಂದು ಕೆಲ್ಸ ಸಿಕ್ಕಿದೆ. ನಾವುಗಳು ಕೂಡ ಅಲ್ಲಿಗೇ ಹೋಗೋದೂಂತ ತೀರ್ಮಾನ ಮಾಡಿದ್ದೀವಿ. ಹೇಗೂ ಹೋಟೆಲ್ ಕುದುರಿಕೊಂಡಿದೆ. ಇನ್ನು ಅದರ ಮೇಲ್ವಿಚಾರಣೆ ಅಗತ್ಯವಿಲ್ಲ'' ಸ್ಪಷ್ಟವಾಗಿ ಹೇಳಿದರು.

ಚಂದ್ರು ಬೋರೆಂದು ಅತ್ತ. ಸುಕನ್ಯ ಒಂದಿಂಚು ಅಲ್ಲಾಡಲಿಲ್ಲ. ನಿರ್ಧಾರ ಅಚಲವಾಗಿತ್ತು. ಮುಂದೆ ನಾರಾಯಣಪುರದಲ್ಲಿ ಇರುವುದು ಆಕೆಗೆ ಸಮ್ಮತವಲ್ಲ.

''ಸ್ವಲ್ಪ ಅರ್ಥ ಮಾಡ್ಕೋ ಚಂದ್ರು'' ಗದರಿದರು.

ಕಣ್ಣೊರೆಸಿಕೊಂಡು ಮೇಲೆದ್ದು ಪಾಯಸದ ಕೊಳಗ ಎತ್ತಿಕೊಂಡಾಗ, ''ಅದ್ನ ಕೆಳಗಡೆ ಇಟ್ಟು ಹೋಗಿ ಮುಖ ತೊಳ್ಕಂಡ್ಬಾ'' ರೇಗಿ ಕಳಿಸಿದರು. ಟ್ರಂಕ್‌ನಲ್ಲಿದ್ದ ಮುರುಳಿಯ ಪ್ಯಾಂಟ್, ಷರಟುಗಳನ್ನು ತಂದು ''ಇವೆಲ್ಲ ತಗೊಂಡ್ಹೋಗು. ಒಳ್ಳೆ ಬಟ್ಟೆ ಹಾಕ್ಕೊಂಡ್ ನೀಟಾಗಿರು. ನಿನಗೆ ಆಗಿ ಮಿಕ್ಕದ್ದು ಅವ್ನಿಗೆ ಕೊಡು'' ಹೇಳಿದರು. ತಲೆಯಾಡಿಸಿ ಒಪ್ಪಿಗೆ ಸೂಚಿಸಿದ.

ಆಮೇಲೆ ಬಂದ ಸತ್ಯನಾರಾಯಣಗೆ ವಿಷಯ ತಿಳಿಸಿದರು.

''ಇಷ್ಟೊತ್ತು ಅಳ್ತಾ ಕೂತಿದ್ದ. ನೀವು ಮತ್ತೆ ಹೋಗಿ ಗಲ್ಲ ಮೇಲೆ ಕೂತ್ಕೋ ಬೇಕೂನ್ನೋದು ಅವ್ನ ಒತ್ತಾಯ. ನಾನು ಆಗೋಲ್ಲ'' ಅಂದೆ.

ಭಾವಣಿ ನೋಡುತ್ತಿದ್ದ ಸತ್ಯನಾರಾಯಣ್ ತಲೆ ತಗ್ಗಿಸಿ, ''ಸರ್ಯಾಗಿ ಹೇಳ್ದೇ. ನಾನೇ ಇದ್ವರ್ಗೂ ಅದ್ರ ಯಜಮಾನಿಕೆ ವಹಿಸ್ಕೊಂಡಿದ್ದರೆ ಬೋರ್ಡು ಕಿತ್ತು ಹಾಕ್ಬೇಕಿತ್ತು. ಅವ್ನ ಶ್ರಮ, ಚಾಲಾಕಿತನದಿಂದ್ಲೇ ಬಾಗ್ಲು ತೆಗೆದೊಂಡಿದೆ. ಅದ್ರ ಯಜಮಾನಿಕೆ ಅವ್ರಿಗೆ ಸಂಬಂಧ ಪಟ್ಟಿದ್ದೆ. ಈಗಾಗಲೇ ಎಂದು ಹೊರಡೋದೂಂತ ಸಿಕ್ಕಿದ ಜನ ಕೇಳ್ತಾ ಇದ್ದಾರೆ. ಅವ್ರಿಗಾಗಿ ಯಲ್ಲದಿದ್ರೂ ಏನು ಕೆಲ್ಸವಿಲ್ದೇ ಓಡಾಡಿಕೊಂಡಿರೋ ಬದ್ಲು ಆದಷ್ಟು ಬೇಗ ಇಲ್ಲಿಂದ ಹೋಗೋದು ಒಳ್ಳೇದು. ಮುರುಳಿಯಿಂದ ಪತ್ರ ಕೂಡ ಇಲ್ಲ'' ಎಂದು ನಿಟ್ಟುಸಿರು ದಬ್ಬಿದರು.

ಮುಂದಿನ ತಮ್ಮ ಬದುಕಿಗೆ ಮಗ ಆಸರೆಯಾಗಲಿ ಅನ್ನೋ ಕನಸ್ಸೇನು ಇರದಿದ್ದರೂ, ಇಲ್ಲಿಂದ ಹೊರಟ ಕೂಡಲೇ ಅಲ್ಲೊಂದು ನೆಲೆ ಬೇಕಿತ್ತು. ಅಲ್ಲಿ ಕೂತು ಆಮೇಲೆ ಯೋಚಿಸಿಯಾರು.

''ವಿಶ್ವನಿಗಾದ್ರೂ ಒಂದು ಪತ್ರ ಬರೀಬೇಕಿತ್ತು'' ಅಂದರು ಸುಕನ್ಯ.

''ಯಾಕೋ ಬೇಡಾಂತ ಅನ್ನಿಸ್ತು ಸುಕನ್ಯ. ಬಹುಶಃ ಅವ್ನಿಗೂ ಮುರುಳಿ ತನ್ನ ಕೆಲ್ಸದ ಬಗ್ಗೆ ಏನು ತಿಳಿಸಿಲ್ಲಾಂತ ಕಾಣುತ್ತೆ. ಆಕಸ್ಮಾತ್ ತಿಳಿದಿದ್ದರೂ ಹೇಳಲು ಹಿಂಜರಿಯುತ್ತಾ ನೇನೋ? ಇಂತ ಪರಿಸ್ಥಿತಿಯಲ್ಲಿ ನಮ್ಮ ಪತ್ರದಿಂದ ಅವ್ನು ಬೇಸರಗೊಳ್ಳಬಹುದ್ದು. ಆದ್ರೂ ಮುರುಳಿ ಬಗ್ಗೆ ತಿಳಿಯಬೇಕಾದರೆ ಅವನನ್ನೆ ಆಶ್ರಯಿಸ್ಬೇಕು'' ಎಂದರು. ಮುರುಳಿ ತನ್ನ ಕೆಲಸದ ಬಗ್ಗೆ ಯಾವುದೇ ಮಾಹಿತಿ ಕೊಡದೇ ಏಕೆ ಮುಚ್ಚಿಡುತ್ತಿದ್ದಾನೆ ? ಇದು ಒಗಟಾಗಿತ್ತು.

ಬಹಳ ಹೊತ್ತು ನೀರವತೆ ರಾಜ್ಯವಾಳಿತು ಅವರಿಬ್ಬರ ಮಧ್ಯೆ.

''ಒಂದು ಪುತ್ರ ಬರಿತೀನಿ ಅಥ್ವ ನಾನೇ ಹೋಗ್ಬರ್ತೀನಿ'' ಅಂದರು.

''ಬೇಡ, ಇಲ್ಲಿಂದ ಹೋಗೋದಂತು ತೀರ್ಮಾನವಾಗಿದೆ. ಈ ಮನೆ ಮಾರಿಬಿಟ್ಟರೇ ಒಂದಿಷ್ಟು ಹಣ ಇರುತ್ತೆ. ಅಡ್ವಾನ್ಸ್ ಕೊಟ್ಬಾದ್ರೂ ಒಂದ್ಮನೆ ಹಿಡೀಬಹ್ದು. ಆಗ ಮುರುಳಿ ನನ್ನೊಜ್ತೆ ಬಂದಿರ್ತಾನೆ. ಮಧ್ವೆ ಆ ಬಗ್ಗೆಯಲ್ಲ ಯೋಚ್ನೆ ಮಾಡ್ಬಹ್ದು''

ಹೆಂಡತಿಯ ಮಾತುಗಳು ಸರಿಯೆನಿಸಿತು. ಅದು ಬಿಟ್ಟರೇ ಬೇರೆ ದಾರಿ ಇರಲಿಲ್ಲ.

''ಹೇಗಾದ್ರೂ ಆಗ್ಲಿ ಒಂದ್ಸಲ ವಿಶ್ವನ್ನ ನೋಡ್ಬರ್ತೀನಿ. ಅವ್ನಿಗೆ ಒಂದ್ಮನೆ ಹುಡುಕೋಕೆ ಹೇಳ್ಬರ್ತೀನಿ. ಸದ್ಯಕ್ಕೆ ಒಂದು ಚಿಕ್ದು ಸಾಕು. ಆಮೇಲೆ ಮುರುಳಿ ಏನು ಹೇಳ್ತಾನೋ ಕೇಳೋಣ. ಇನ್ನು ಮುಂದಿನ ಬದ್ಕು ಅವನದೇ'' ಅರ್ಥಪೂರ್ಣವಾಗಿ ಹೇಳಿದರು.

ಈ ಸಲ ಬೆಂಗಳೂರಿಗೆ ಬಂದಾಗ ವಿಶ್ವ ಸಿಗಲಿಲ್ಲ. ಅಲ್ಲಲ್ಲಿ ಓಡಾಡಿ ರಾತ್ರಿ ಬಂದರು ರೂಮಿಗೆ ಬೀಗ ಹಾಕಿತ್ತು. ಅವರಾಗಿ ವೆಂಕಟಾಚಲನ ಹುಡುಕಿಕೊಂಡು ಕೆಳಗೆ ಹೋದರು.

ಬಾಗಿಲು ತೆಗೆದಿದ್ದು ವೆಂಕಟಾಚಲ ಹೆಂಡತಿ, ''ಇದ್ದಾರೆ ಬನ್ನಿ ಒಳ್ಗೆ'' ಆಹ್ವಾನಿಸಿದರು. ಸ್ವಲ್ಪ ಸಂಕೋಚದಿಂದಲೇ ಒಳಗಡಿ ಇಟ್ಟರು. ಊಟ ಮಾಡುತ್ತಿದ್ದ ಮನೆ ಯಜಮಾನ ಮುಗಿಸಿ ಹೊರ ಬರಲು ಸ್ವಲ್ಪ ಸಮಯವೇ ಹಿಡಿಸಿತು.

"ಮಗನ್ನ ನೋಡಿದ್ರಾ ?" ಟವಲ್ಲಿಗೆ ಕೈಯೊರೆಸುತ್ತ ಬಂದರು. ಅವರ ಪ್ರಶ್ನೆಗೆ ಉತ್ತರಿಸುವ ಬದಲು, "ವಿಶ್ವನ್ನ ನೋಡ್ಬೋಣಾಂತ ಬಂದೇ. ರೂಮಿಗೆ ಬೀಗ ಹಾಕಿದೆ. ಓವರ್ ಟೈಂ ಏನಾದ್ರೂ ಮಾಡ್ತಾ ಇದ್ದಾ ?" ಕೇಳಿದರು.

"ನಾಲ್ಕು ದಿನವಾಯ್ತು ಮುಖ ಕಂಡು. ಸೂಟುಕೇಸ್, ಬೆಡ್ಡಿಂಗ್ ಇಡ್ಕಂಡ್ ಹೋಗಿದ್ದು ನನ್ನ ಹೆಂಡ್ತಿ ನೋಡಿದ್ದಾಳೆ. ಯಾವುದಾದ್ರೂ ಊರಿಗೆ ಹೋಗಿರಬಹುದ್ದು" ಒಂದು ಹೊಸ ವಿಷಯವನ್ನು ವೆಂಕಟಾಚಲ ತಿಳಿಸಿ ವಿಚಲಿತರನ್ನಾಗಿ ಮಾಡಿದರು. 'ನಂಗ್ಯಾರೂ ಹೋಗಿ ಬರೋಂಥ ಬಂಧುಗಳೇ ಇಲ್ಲ! ಇದನ್ನು ವಿಶ್ವ ಹೇಳಿದ್ದ. ಅಂಥದ್ದರಲ್ಲಿ ನಾಲ್ಕು ದಿನ ಇಟ್ಟುಕೊಂಡು ಉಪಚರಿಸುವಂಥ ಬಂಧುಗಳು ಯಾರು ?

"ಹೌದಾ ?" ಮೇಲೆದ್ದರು.

"ನಾಲ್ಕು ದಿನವಾಯಿತಲ್ಲ ಹೋಗಿ, ಆಕಸ್ಮಾತ್ ರಾತ್ರಿಗೋ ಬೆಳಿಗ್ಗೆನೋ ಬರ್ಬಹ್ದು. ಹೇಗೂ ಬಂದಿದ್ದಿರಾ ! ನೋಡ್ಕೊಂಡೇ ಹೋಗಿ. ಹೇಗಿದ್ದಾನೆ ಮಗ? ಒಂದು ರಾತ್ರಿ ಬಂದೋರು ಬಹಳ ಹೊತ್ತು ಇದ್ದು ಹೋದ್ರು. ಇಲ್ಲೇನು ಕಾರು ಪಾರ್ಕ್ ಮಾಡೋಕೆ ಸ್ಥಳವಿಲ್ಲಾ? ಬಲಗಡೆಯ ಮೂಲೆಯಲ್ಲಿ ಕೆಂಪು ಇಂಡಿಕಾ ಪಾರ್ಕ್ ಮಾಡಿ ಬಂದಿದ್ರು. ಹೋಗುವಾಗ ನಾನು ನೋಡ್ದೇ. ಕಾರುನಲ್ಲಿ ಓಡಾಡ್ಬೇಕಾದರೇ ಒಳ್ಳೇ ಕೆಲ್ಸನೇ ಸಿಕ್ಕಿರಬೇಕು. ಅಂತು ಪುಣ್ಯ ಮಾಡಿದ್ರಿ ಬಿಡಿ" ಇವರ ಪುಣ್ಯದ ಬಗ್ಗೆ ನಿರಂತರವಾಗಿ ಮೂರು ನಿಮಿಷ ಮಾತಾಡಿದಾಗ ಅವರ ತಲೆ ಚಿಟ್ಟಿಡಿದಂತಾಯಿತು.

"ಇನ್ನೊಂದು ದಿನ ಪುರಸತ್ತಾಗಿ ಮಾತಾಡ್ತೀನಿ. ವಿಶ್ವನ ರೂಮಿನ ಡೂಪ್ಲಿಕೇಟ್ ಕೀ ಏನಾದ್ರೂ ನಿಮ್ಹತ್ರ ಇದ್ಯಾ ?" ಕೇಳಿದರು.

ವೆಂಕಟಾಚಲನ ಹೆಂಡತಿ ಕೀ ಹಿಡಿದು ಬಂದು ಕೊಟ್ಟಳು. "ನಾನೇ ಸಮಯಕ್ಕೆ ಬರುತ್ತೆಂತ ಒಂದು ಡೂಪ್ಲಿಕೇಟ್ ಕೀ ಮಾಡಿಸ್ದೇ" ಎಂದ ಅವರ ಮಾತಿಗೆ ಬರೀ ನಗೆ ಬೀರಿ ಮೆಟ್ಟಿಲೇರಿ ಮೇಲಕ್ಕೆ ಬಂದು ಬೀಗ ತೆಗೆದರು. ನಾಲ್ಕು ದಿನ ಸರಿಯಾಗಿ ಗಾಳಿಯಾಡದ ರೂಮು 'ಗಪ್' ಎನ್ನುವಂತಿತ್ತು. ಮುಚ್ಚಿದ ಕಿಟಕಿಯನ್ನು ತೆಗೆದಿಟ್ಟರು. ಎಲ್ಲಾ ಅಸ್ತವ್ಯಸ್ತವಾಗಿತ್ತು. ಇದ್ದ ಎರಡು ಹಾಸಿಗೆಗಳಲ್ಲಿ ಒಂದು ಹಾಸಿಗೆ ಇತ್ತು. ವಿಶ್ವನ ಬಟ್ಟೆ ಬರೆಗಳೇನು ಇರಲಿಲ್ಲ. ವ್ಯಕ್ತಿ ಗೂಳೆ ಎದ್ದಂಗೆ ಕಂಡಿತು.

ತಕ್ಷಣ ಬಂದ ವೆಂಕಟಾಚಲ ಬಿಟ್ಟ ಕಣ್ಣುಗಳಲ್ಲಿ "ನಂಗೆ ಇಂಥ ಅನುಮಾನ ಇತ್ತು ಬಿಡಿ. ಒಂದ್ಮಾತು ನೇರವಾಗಿ ಹೇಳಬಹುದಿತ್ತು. ಹೀಗೆ ಬಿಟ್ಹೋಗಿ ಬಿಟ್ಟರೇ ಅರ್ಥವೇನು ?" ಬಡಬಡಿಸಿದ ಆ ಮನುಷ್ಯ.

ಹಿಂದೆ ಬಂದು ಇಣಕಿದ ಆತನ ಧರ್ಮಪತ್ನಿ "ಒಂದ್ಸಲ ರೂಮು ಖಾಲಿ ಮಾಡೋ ವಿಷ್ಯ ಹೇಳಿದ್ರು. ಅವ್ರ ಆಫೀಸಿಗೂ ಇಲ್ಲಿಗೂ ತುಂಬ ದೂರವಾಗುತ್ತೆ. ಸರ್ಯಾದ ಸಮಯಕ್ಕೆ ಬಸ್ಸು ಸಿಕ್ದೇ ತೊಂದರೆಗೊಳಾಗಿದಿದೇಂತ ಅಂದಿದ್ರು" ಆಕೆ ಇದ್ದ ವಿಷಯ ಬಿತ್ತರಿಸಿದರು.

''ಎಲ್ಲ ಸಾಮಾನು ಇಲ್ಲೆ ಇದೆಯಲ್ಲ!'' ಸಮಾಧಾನ ದನಿಯಲ್ಲಿ ನುಡಿದರು ಸತ್ಯನಾರಾಯಣ. ''ಅಕಸ್ಮಾತ್, ಈಗ ನಾಲ್ಕು ದಿನಗಳಿಂದ ಬಂದಿಲ್ಲ. ತಿಂಗಳಾನುಗಟ್ಟಲೇ ಬರ್ದೇ ಇದ್ದರೆ ನಾವೇನು ಮಾಡೋದು? ನಮ್ಗೆ ತಿಂಗ್ಳು ಬಾಡ್ಗೆ ಬರದಿದ್ದರೇ ತುಂಬ ತೊಂದರೆಗೆ ಒಳಗಾಗಿರ್ತೀವಿ. ಆಗ ತುಂಬ ನಮ್ಮ ರೆಕಮಂಡ್ ಮಾಡಿದ್ದರಿಂದ ಅಡ್ವಾನ್ಸ್ ತಗೊಳ್ಳದೆ ಕೊಟ್ಟೆ'' ವೆಂಕಟಾಚಲ ಚಡಪಡಿಸಿಬಿಟ್ಟ.

''ಹಾಗೇನು ಆಗೋಲ್ಲ! ನಿಮ್ಗೆ ಮನುಷ್ಯರ ಮೇಲೆ ನಂಬಿಕೇನೇ ಇಲ್ಲ'' ಹೆಂಡತಿ ದಬಾಯಿಸಿದ ಮೇಲೆನೇ ತಣ್ಣಗಾಗಿದ್ದು. ಬಹುಶಃ ಎರಡನೇ ಹೆಂಡತಿ ಗಂಡಂದಿರೆಲ್ಲ ಇಷ್ಟೇನಾ?

ಸತ್ಯನಾರಾಯಣ ರಾತ್ರಿ ಅಲ್ಲೆ ಇರಲು ನಿರ್ಧರಿಸಿದರು.

''ಬೆಳಿಗ್ಗೆ ಹೋಗೋ ಮುಂದು ಬೀಗದ ಕೈ ಕೊಟ್ಹೋಗ್ತೀನಿ'' ಎಂದಾಗ ಆಕೆಯೇ ''ಊಟ ಮಾಡ್ಕೊಂಡ್ ಬಂದು ಮಲಕ್ಕೋಬಹುದ್ದು'' ಅಂದರು.

''ಬೇಡಮ್ಮ ನಾನು ಊಟ ಮುಗ್ಸಿಕೊಂಡೇ ಬಂದಿದ್ದು. ಏನೇನು ತೊಂದರೆ ಇಲ್ಲ. ನೀವುಗಳು ಹೋಗಿ ಮಲ್ಗಿಕೊಳ್ಳಿ'' ಎಂದು ಹೇಳಿ ವೆಂಕಟಾಚಲನ ಕೈ ಹಿಡಿದುಕೊಂಡು ''ನೀವೇನು ಸಂಶಯ ಇಟ್ಕೋಬೇಡಿ, ವಿಶ್ವ ತುಂಬ ಒಳ್ಳೆ ಹುಡ್ಗ. ಹಿಂದಿನದೇನಾದ್ರು ಬಾಕಿ ಇದ್ದರೆ ನಾನು ಕೊಟ್ಹೋಗ್ತೀನಿ. ನಂಬಿಕೆ ಒಳ್ಳೇದು. ಅಪನಂಬಿಕೆ ನಮ್ಮ ಮನಶಾಂತಿಯನ್ನು ಹಾಳು ಮಾಡ್ಬಿಡುತ್ತೆ'' ಭರವಸೆ ಕೊಟ್ಟು ಕಳುಹಿಸಿ, ಒಂದಿಷ್ಟು ಚೊಕ್ಕಟ ಮಾಡಿ ಹಾಸಿಗೆ ಬಿಡಿಸಿಕೊಂಡು ಹೊರಗಡೆ ನಲ್ಲಿಯಲ್ಲಿ ಬರುತ್ತಿದ್ದ ನೀರನ್ನು ಹಿಡಿದು ಕುಡಿದು ಬಂದು ಹಾಸಿಗೆಯ ಮೇಲೆ ಕೂತರು.

ವಿಶ್ವ ಎಲ್ಲಿಗೆ ಹೋಗಿರಬಹುದು? ರೂಮು ಬದಲಾಯಿಸಿದ್ದರೇ ಈ ಸಾಮಾನುಗಳನ್ನು ಬಿಟ್ಟು ಹೋಗಿದ್ದೇಕೆ? ಮುರುಳಿಯ ಹಾಗೇ ಇವನು ಅದೃಶ್ಯ ಕೆಲಸವನ್ನು ಹಿಡಿದುಕೊಂಡಿದ್ದಾನೆ? ಏನೇನು ಅರ್ಥವಾಗಲಿಲ್ಲ. ಸಮಯ ಕಳೆಯಲು ಪೇಪರ್ ಪತ್ರಿಕೆಗಳನ್ನು ಜೋಡಿಸಿದ್ದ ಕಡೆ ಹೋಗಿ ಆಯ್ದುಕೊಂಡಾಗ 'ಅಲಕಾ'ಗಳ ಸಂಖ್ಯೆಯೇ ಜಾಸ್ತಿಯಾಗಿತ್ತು.

ಒಂದು ನಾಲ್ಕು ಹಳೆಯ ಪತ್ರಿಕೆಗಳನ್ನು ತಂದು ಹಾಕಿಕೊಂಡು ಕೂತರು. ಸಂಪಾದಕೀಯ ಚೆನ್ನಾಗಿತ್ತು. ಒಂದೆರಡು ಉದಯೋನ್ಮುಖರ ಕತೆಗಳನ್ನು ಓದಲು ಪ್ರಯತ್ನಿಸಿ ಪುಟಗಳನ್ನು ತಿರುವಿದರು. ಅಂತು ಒಂದು ಉತ್ತಮ ಪತ್ರಿಕೆಯೆನಿಸಿತು. ಎರಡು ಜನಪ್ರಿಯ ಧಾರವಾಹಿಗಳು ಸರ್ಕ್ಯುಲೇಷನ್ ಹೆಚ್ಚಿಸುವಂತಿತ್ತು.

ಬೆಳಗಿನವರೆಗೂ ಹೆಚ್ಚು ಕಡಿಮೆ ಪತ್ರಿಕೆ ಓದುವುದರಲ್ಲಿಯೇ ಕತೆ ಹಾಕಿದರು. ವಿಶ್ವ ಬರುವಂತೆ ಕಾಣಲಿಲ್ಲ. ಬಿಸಿ ನೀರು ಕಾಯಿಸುವ ತಂಟೆಗೆ ಹೋಗ್ದೇ ತಣ್ಣೀರಿನಲ್ಲಿಯೇ ಸ್ನಾನ ಮುಗಿಸಿ ನೂರರ ಹತ್ತು ನೋಟುಗಳನ್ನು ಅದರೊಂದಿಗೆ ಸಣ್ಣ ಚೀಟಿಯನ್ನು ಬರೆದು ಕಿಟಕಿಯ ಬಾಗಿಲನು ಹಾಕಿ ಅಲ್ಲಿಟ್ಟರು. 'ವಿಶ್ವ ಸಂಕೋಚ ಬೇಡ. ಹಣನ ಉಪಯೋಗಿಸ್ಕೋ.

ನಾನು ಕೂಡ ನಿನ್ನ ಸ್ಥಿತಿಯಲ್ಲಿ ತುಂಬ ಕಂಡೋನು' ಎಂದು ಎರಡು ಸಾಲಿನ ಒಕ್ಕಣೆ ಬರೆದಿದ್ದರು.

ಬೀಗ ಹಾಕಿಕೊಂಡು ಕೆಳಗಿಳಿದು ಬಂದವರು ಆ ತಿಂಗಳಿನ ಸಾವಿರದ ಇನ್ನೂರು ರೂಪಾಯಿ ಬಾಡಿಗೆಯನ್ನು ವೆಂಕಟಾಚಲ ಕೈಯಲ್ಲಿಟ್ಟು ''ವಿಶ್ವ ಬಂದರೇ ನಾನು ಬಂದಿದ್ದೇಂತ ಹೇಳಿ. ಮತ್ತೆ ಬೆಂಗ್ಳೂರಿಗೆ ಬಂದಾಗ ನಾನು ಬಂದ್ಹೋಗ್ತೀನಿ. ನೀವು ಬಾಡ್ಗೆ ಬಗ್ಗೆ ಚಿಂತಿಸ್ಬೇಡಿ'' ಅಂದರು.

ವೆಂಕಟಾಚಲ ಥ್ರಿಲ್ ಆದರು. ಹಿಂದೆ ಇದ್ದ ಬಾಡಿಗೆಯವರೆಲ್ಲ ಮೂರು ನಾಲ್ಕು ತಿಂಗಳು ಬಾಡಿಗೆಗೆ ಹೆದರಿಸಿ ಬೆದರಿಸಿ ನಾಮ ಹಾಕಿ ಹೋದವರೇ. ಈ ಸಲವು ಹಾಗೇ ಎಂದು ತಿಳಿದು ಕೊರಗುತ್ತಿದ್ದರು. ಸ್ವಲ್ಪ ಬದಲಾಗಿದ್ದಕ್ಕೆ ಸಂತೋಷಗೊಂಡಿದ್ದರು.

''ನೀವು ತುಂಬ ಒಳ್ಳೆ ಜನ !'' ಅಂದರು ಉದ್ವೇಗದಿಂದ.

''ಇಲ್ಲಿ ಒಳ್ಳೆತನ ಏನಿದೆ? ನಿಮ್ಮ ಬಾಡಿಗೆ ನಿಮ್ಗೆ ಕೊಟ್ಟಿದ್ದೀನಷ್ಟೇ. ನೀವೆ ಸಾಕಷ್ಟು ತೊಂದರೆ ತಗೊಂಡಿದ್ದೀರಾ'' ಎಂದು ಹೊರಡಲು ಅನುವಾದಾಗ ವೆಂಕಟಾಚಲನ ಹೆಂಡತಿ ಒಂದು ದೊಡ್ಡ ಲೋಟದ ತುಂಬ ಕಾಫಿ ತಂದು ಕೊಟ್ಟು ''ಇಲ್ಲೆ ಬಂದು ಸ್ನಾನ ಮಾಡಿ ಕೊಂಡಿದ್ದರಾಗಿತ್ತು. ತಿಂಡಿ ರೆಡಿಯಾಗ್ತ ಇದೆ. ದಯವಿಟ್ಟು ತಿಂದ್ಹೋಗಿ'' ಒಳ್ಳೆಯ ಮಾತಾಡಿದರು.

''ಕಾಫಿ ಕೊಟ್ಟಿದ್ದೀರಲ್ಲ ಸಾಕು'' ಕೂತು ಕುಡಿದರು ಸತ್ಯನಾರಾಯಣ.

''ನನ್ನ ತಮ್ಮನಿಗೊಂದು ಕೆಲ್ಸ ಮಾಡ್ಸಿಕೊಡಿ. ಸುಮ್ನೇ ಓಡಾಡಿ ಪೋಲಿ ಬಿದ್ಹೋಗಿದ್ದಾನೆ. ನಮ್ಗೆ ಅವನದೇ ಚಿಂತೆ. ದಯವಿಟ್ಟು ಈಗ ನಿಮ್ಮ ಮಗ್ನ ಸಹಾಯ ನಮ್ಗೇ ಬೇಕು. ಅವ್ರು ಸಿಕ್ಕಾಗ್ಲೂ ಇದ್ನೆಲ್ಲ ಹೇಳಿ ಮಾರ್ಕ್ಸ್ ಕಾರ್ಡ್‌ ಜೆರಾಕ್ಸ್ ಪ್ರತಿಗಳನ್ನು ಕೊಟ್ಟಿದ್ದೀವಿ, ನೀವೊಮ್ಮೆ ನೆನಪಿಸಿ'' ಆಕೆ ಕೇಳಿಕೊಂಡಾಗ ಸತ್ಯನಾರಾಯಣ್‌ಗೆ ದಿಗ್ಭ್ರಮೆ ಆಯಿತು. ಏನೆಂದು ಭರವಸೆ ಕೊಡೋದು. ಮುರುಳಿ ಸಿಕ್ಕಾಗ ಕಂಡಿತ ಹೇಳ್ತೀನಿ'' ಎಂದು ಮೇಲೆದ್ದರು.

ನೇರವಾಗಿ ಬಸ್‌ಸ್ಟಾಂಡ್‌ಗೆ ಬಂದು ಒಂದು ದಿನ ಪತ್ರಿಕೆ ಕೊಂಡರು. ಅದರಲ್ಲಿನ ಒಂದು ಸಣ್ಣ ಪ್ರಕಟಣೆ ಅವರ ಸಮಸ್ಯೆಗೆ ಪರಿಹಾರ ಸೂಚಿಸುತ್ತದೆಯೆನಿಸಲಿಲ್ಲ. ಬಸ್ಸು ನಾರಾಯಣಪುರ ತಲುಪುವ ವೇಳೆಗೆ ಹತ್ತಾರು ಜನರ ಕೈಯಲ್ಲಿ ಪತ್ರಿಕೆ ಓಡಾಡಿ ಇವರ ಕೈ ಸೇರುವ ವೇಳೆಗೆ ಸೊಪ್ಪಾಗಿತ್ತು. ಕಳ್ಳೆಕಾಯಿ ಸೀಬೇಹಣ್ಣು ಖರೀದಿಸಿ ಅನಗತ್ಯವಾಗಿ ತಿಂದು ಹೊಟ್ಟೆ ಕೆಡಿಸಿಕೊಳ್ಳುವ ಜನ ಪೇಪರ್ ಕೊಂಡು ಮಿದುಳಿಗೆ ಒಂದಿಷ್ಟು ಆಹಾರ ಹಾಕಲು ಯಾರು ಸಿದ್ಧರಿಲ್ಲ – ಇದು ಸಮಾಜದ ಸ್ಥಿತಿ.

ನೋಡಿದ ಮಲ್ಯ ಬಸ್ಸು ಬಳಿಗೆ ಓಡಿ ಬಂದ. ಹೋಟೆಲ್ ಮುಂಭಾಗದಲ್ಲಿ ನಿಂತರೇ ಬಸ್ಸಿನಿಂದ ಇಳಿಯೋ ಜನ ಕಾಣುತ್ತಿದ್ದರು. ಸರಿಯಾಗಿ ಹಾಕಿದರೇ ಬಸ್ಸು ನಿಲ್ಲುವ ಜಾಗಕ್ಕೆ ಐವತ್ತು ಹೆಜ್ಜೆ ಆಗಬಹುದಷ್ಟೆ

''ಯಜಮಾನ್ರೆ'' ಈಗ ಮನೆ ಹತ್ರ ಹೋಗ್ಬಂದೆ'' ಅಂದವನು ಕೈಯಲ್ಲಿನ ಬ್ಯಾಗು, ಪೇಪರ್ ಎರಡು ಇಸಿಕೊಂಡ ''ಹೇಗಿದೆ, ವ್ಯಾಪಾರ?'' ಕೇಳುತ್ತಲೇ ಮುಂದಕ್ಕೆ ಹೆಜ್ಜೆ ಹಾಕಿದರು. ''ಪರ್ವಾಗಿಲ್ಲ, ತುಂಬ ಇಂಪ್ರೂ ಆಗಿದೆ. ನಾವು ಪರೋಟ, ಚೆನ್ನಾ ಮಸಾಲ, ಗ್ರೀನ್ ಪೀಸ್ ಎಲ್ಲಾ ಮಾಡೋಕೆ ಷುರು ಮಾಡಿದ್ದೀವಿ. ಕಾಲೇಜಿಗೆ ಹೋಗೋ ಹುಡುಗರೆಲ್ಲ ತಟೆ ಇಡ್ಲಿ ಬಿಟ್ಟು ನಮ್ಮ ಹೋಟೆಲ್‌ಗೆ ಬರೋಕೆ ಶುರು ಮಾಡಿದ್ದಾರೆ'' ಗೆಲುವಿನಿಂದ ಹೇಳಿಕೊಂಡು ಹಿಂಬಾಲಿಸಿದ.

ಹೋಟೆಲ್ ಬಳಿಗೆ ಒಂದು ಸಣ್ಣ ಜಗಳ ಶುರುವಾದಂಗಿತ್ತು. ಸಿಂಗಾರಯ್ಯನ ಧ್ವನಿ ಕೇಳುತ್ತಲೇ ''ಮಲ್ಯ, ನೀನು ಹೋಟೆಲ್‌ಗೆ ಹೋಗು. ಚಂದ್ರು ಒಬ್ನೇ ಆಗೋದ್ಬೇಡ. ನಿಮ್ಮ ಸಪೋರ್ಟ್‌ಗೆ ತೆಂಗಿನಕಾಯಿ ಮಂಜನನ್ನು ಕೂಡ ಕರ್ಕೊೀ'' ಎಂದು ಅವನ ಕೈಯಲ್ಲಿದ್ದ ಪೇಪರ್, ಬ್ಯಾಗು ಇಸಿಕೊಂಡು ಮನೆಯ ಕಡೆ ಹೆಜ್ಜೆ ಹಾಕಿದರು.

ಎದುರಾದ ಪಂಡಿತರ ಮಗ ನಗೆ ಬೀರಿ ನಿಂತು, ''ಬೆಂಗ್ಳೂರಿಗೆ ಹೋಗಿದ್ರಾ ? ಅದೆಲ್ಲ ಸುಳ್ಳು ವ್ಯಾಪಾರ ಸ್ವಲ್ಪ ಕುದುರಲೀಂತ ಮನೆಯಲ್ಲಿ ಕೂತು ಚಂದ್ರು ಕೈಯಲ್ಲಿ ಆಟ ಆಡಿಸ್ತಾ ಇದ್ದಾನೇಂತ ಎಲ್ಲಾ ಕಡೆ ಹೇಳ್ಕೊಂಡ್ ಬರ್ತಾ ಇದ್ದಾನೆ'' ಎಂದರು.

''ಅವ್ನಿಗೆ ಇಷ್ಟ ಬಂದಂಗೆ ಹೇಳ್ಕೊಳ್ಳಿ ಬಿಡಿ. ಸುಮ್ನೆ ಅವ್ನ ಮಾತಿಗೆ ಯಾಕೆ ಬೆಲೆ ಕೊಡ್ಬೇಕು. ಮನೆ ಮಾರೋ ವಿಷ್ಯ ಇದೆ. ಪಂಡಿತರು ಒಮ್ಮೆ ನಮ್ಮ ನೆಂಟರಿಗೆ ನಾರಾಯಣ ಪುರದಲ್ಲಿ ಒಂದ್ಮನೆ ಬೇಕೂಂತ ಅಂದಿದ್ರು. ಸ್ವಲ್ಪ ಕೇಳಿ ನೋಡಿ'' ಮನೆ ಮಾರುವ ನಿಶ್ಚಯವನ್ನು ಪ್ರಕಟಿಸಿದರು. ಸದ್ಯಕ್ಕೆ ವೆಂಕಟಾಚಲ ಮಹಡಿ ಮೇಲಿನ ರೂಮು ಅಂದರೆ ವಿಶ್ವ ಖಾಲಿ ಮಾಡುತ್ತಿರುವ ರೂಮಿಗೆ ತಾವು ಹೋಗಿ ಬಿಡುವುದೆಂದು ನಿಶ್ಚಯಿಸಿ ಬಿಟ್ಟಿದ್ದರು.

''ಹೊರಡೋದು ಖಾಯಮ್ಮಾಗಿ ಹೋಯ್ತು? ಊರಿನಲ್ಲಿ ಬಂಧುಗಳಂಗೆ ಇದ್ರಿ. ನಮ್ಮ ನಿಮ್ಮ ನಡ್ವೇ ಬಂಧುತ್ವ ಬೆಳೆದಿದ್ದರೇ ಚೆನ್ನಿತ್ತು. ಮಗ ಏನಂತಾನೆ ?'' ತಮಗೆ ಇನ್ನ ಆಸೆ ಇದೆಯೆನ್ನುವುದನ್ನು ಪ್ರಕಟಿಸಿದರು.

''ಅವನಿನ್ನು ಸಿಕ್ಕಿಲ್ಲ ! ಖಂಡಿತ ಅಂಥ ಒಂದು ಮನಸ್ಸು ನಮ್ಗೂ ಇದೆ. ಅವ್ನ ಒಪ್ಕೊಂಡರೇ ಈಗ್ಲೂ ನಮ್ಮದೇನು ಅಭ್ಯಂತರವೇನಿಲ್ಲ'' ಸಹಜವಾಗಿ ಹೇಳಿದವರು ಬೀಳ್ಕೊಟ್ಟು ಮನೆಯ ಕಡೆ ಹೆಜ್ಜೆ ಹಾಕಿದರು.

ಮನೆಗೆ ಬಂದಾಗ ಸುಕನ್ಯ ಸಪ್ಪಗಿದ್ದರು. ಬಡ್ಡಿ ಕೊಡುತ್ತಿದ್ದರೂ ಉಳಿದ ಅಸಲು ಹಣ ಕೂಡಲೇ ಬೇಕೆಂದು ಗಲಾಟೆ ಮಾಡಿ ಹೋಗಿದ್ದ. ಅದು ಅಂಥ ದೊಡ್ಡ ಮೊತ್ತವೇನು ಆಗಿಲ್ಲದಿದ್ದರೂ ಗಲಾಟೆಗೆ ಒಂದು ಕಾರಣ ಬೇಕಿತ್ತು.

''ಸಿಂಗಾರಯ್ಯ ಬಂದಿದ್ನಾ ?'' ಊಹಿಸಿದಂತೆ ಕೇಳಿದರು.

''ಹೌದು'' ಅಂದರು ಚುಟುಕಾಗಿ.

ಬ್ಯಾಗ್, ಪೇಪರ್‌ನ ಒಂದು ಕಡೆ ಇಟ್ಟು ''ಹೋಟೆಲ್‌ನಲ್ಲಿ ಕೂಡ ಗಲಾಟೆ ಮಾಡ್ತ ಇದ್ದ. ಚಂದ್ರು ಉಳಿವು ಅವರಿಗಾಗ್ಲಿಲ್ಲ ಸಮಾಧಾನದಿಂದಲೇ ಹೇಳಿದವರು ಬೀರು ಬಾಗಿಲು

ತೆಗೆದು ಉಳಿಕೆ, ಇತ್ತೀಚಿಗಿನ ಲಾಭಾಂಶದ ಹಣ ಎಲ್ಲವನ್ನು ಒಟ್ಟು ಮಾಡಿಕೊಂಡು "ಮುರುಳಿ ಕಳಿಸಿದ ಹಣ ಇತ್ತಲ್ಲ, ಅದ್ನ ಕೂಡ ಕೊಡು. ಅವ್ನ ಸಾಲ ಚುಕ್ತವಾಗ್ದ ಹೊರತು ಸತ್ಯನಾರಾಯಣ ಭವನ ಉದ್ಧಾರವಾಗೋಲ್ಲ. ನನ್ನ ತಪ್ಪಿಗೆ ಹುಡುಗ್ರು ಬೀದಿಗೆ ಬೀಳ್ಬೋದ್ಬೇಡ. ಏನು ಹೇಳ್ತೀಯ ಸುಕನ್ಯ ? ಈ ಮನೆ ಬಿಟ್ಟು ನಮ್ಹತ್ರ ಏನೇನು ಇಲ್ಲ" ಪರಿಸ್ಥಿತಿಯನ್ನು ಹೆಂಡತಿಯ ಮುಂದಿಟ್ಟರು.

ಪಡೆದ ದುಡ್ಡಿಗೆ ಎರಡರಷ್ಟು ಬಡ್ಡಿ ರೂಪದಲ್ಲಿ ಈಗಾಗಲೇ ಸಿಂಗಾರಯ್ಯನಿಗೆ ಸಂದಾಯ ಮಾಡಿದ್ದರು.

"ಬೇಡ ಬಿಡಿ ! ಮೊದ್ಲು ಅವ್ನ ಸಾಲ ತೀರ್ಲಿ" ಒಪ್ಪಿದರು.

ನೇರವಾಗಿ ಸತ್ಯನಾರಾಯಣ ಹೋಟೆಲ್ ಹತ್ತಿರ ಹೋದಾಗ ನಡೆದು ಹೋದ ಗಲಾಟೆಯ ಬಗ್ಗೆ ಗಿರಾಕಿಗಳು ವಿಮರ್ಶಿಸುತ್ತಿದ್ದರು ತಮಗೆ ತಿಳಿದಂಗೆ.

"ಚಂದ್ರು ನೀನು ಕೂಡ್ಲೇ ಹೋಗಿ ಸಿಂಗಾರಯ್ಯನ ಕರ್ಕೊಂಡ್ಬಾ" ಅವನನ್ನು ಅಟ್ಟಿದ್ದರು. ಇಲ್ಲೇ ತೀರ್ಮಾನವಾಗಬೇಕಿತ್ತು. ಹಿಂದೆಯೇ ಒಂದಿಬ್ಬರು ಖಾಯಂ ಗಿರಾಕಿಗಳು "ಅವ್ನು ಬಹಳ ಮಟ್ಟಿಗೆ ಬರೋಲ್ಲ ಒದ್ದು ಎಳ್ಕಂಡ್ ಬರ್ತೀವಿ. ಮಲ್ಯ, ಲಕ್ಕನು ಬರ್ಲಿ" ಎಲ್ಲರನ್ನು ಕರೆದುಕೊಂಡು ಹೋದ.

ಗಲ್ಲಾ ಮೇಲೆ ಕೂತವರು ಗಿರಾಕಿಗಳು ಬಂದಾಗ ಒಳಗೆ ಹೋಗಿ ಸಪ್ಲೈ ಕೂಡ ಮಾಡಿದರು. ಇಪ್ಪತ್ತೈದು ವರ್ಷದ ಹಿಂದೆ ಸತ್ಯನಾರಾಯಣ ಭವನ ಇಷ್ಟೊಂದು ದೊಡ್ಡದಾಗಿರಲಿಲ್ಲ. ಚಿಕ್ಕದು ಅಂದರೇ ಪೂರ ಚಿಕ್ಕದೇ. ಮೊದಲು ಇಡ್ಲಿ ಉಪ್ಪಿಟ್ಟು ಜೊತೆ ಜಿಲೇಬಿ, ಬೇಸನ್ ಲಾಡು ಅಂಥದ್ದು ಮಾತ್ರ ಮಾಡುತ್ತಿದ್ದುದು. ಕೈ ಸರಿಯಾಗಿ ಕುದುರಿರಲಿಲ್ಲ. ಎಷ್ಟು ಪಾಡು ಪಟ್ಟಿದ್ದರು ಅಂದಿನ ದಿನಗಳಲ್ಲಿ ಎರಡು ಹೊತ್ತು ಊಟ, ಒಂದು ನೆಲೆಗಾಗಿ, ಚಿಕ್ಕವನಿರುವಾದಂದಿನಲ್ಲೂ ಮುರುಳಿ ಹೋಟೆಲ್ ದೂರ ದೂರವೇ ಇದ್ದ. ಅಪ್ಪಿ ತಪ್ಪಿ ಇಲ್ಲಿನ ಯಾವುದಾದರೂ ಕೆಲಸ ಹೇಳಿದರೆ ಮೊಂಡು ಬೀಳುತ್ತಿದ್ದ - ಅವೆಲ್ಲ ಗತದಲ್ಲಿ ಸೇರಿ ಹೋದ ವಿಷಯಗಳು.

ಅಂತೂ ಇಂತು ಪತ್ರದ ಜೊತೆ ಸಿಂಗಾರಯ್ಯನನ್ನ ಹಿಡಿದು ತಂದರು. ಸಾಲ ಪೂರ್ತಿ ನೀಡಿ ಪತ್ರವನ್ನು ಹಿಂದಕ್ಕೆ ಪಡೆದ ಮೇಲೆ ಒಂದು ಪ್ಲೇಟು ಸಿಹಿ ತರಿಸಿ ಅವನ ಮುಂದಿಟ್ಟರು.

"ತಗೊಳ್ಳಿ ಸಿಂಗಾರಯ್ಯನೋರೆ, ಬಂದ ಮಾತುಗಳು, ಆದ ಗಲಾಟೆ ಎಲ್ಲಾ ಮರ್ತು ಬಿಡಿ" ಹೇಳಿ ಕೈ ಮುಗಿದು ಚಂದ್ರುವಿನ ಕೈಗೆ ಪತ್ರ ಕೊಟ್ಟರು. ಕೆಲವು ಗಿರಾಕಿಗಳು ಪ್ರೇಕ್ಷಕರಾಗಿದ್ದರು.

"ಎಲ್ಲಾ ಚಂದ್ರು ಇಂದ್ಲೇ ಆಗಿದ್ದು. ಅವ್ನಿಗೆ ಕಡಿಮೆ ಪೊಗರು ಇಲ್ಲ!" ದನಿಯೇರಿಸಿದಾಗ, ಮೂರ್ಖನೊಂದಿಗೆ ಆ ವಿಷಯದ ಬಗ್ಗೆ ಚರ್ಚೆ ಬೇಡವೆನಿಸಿತು. "ಇನ್ನು ಹುಡ್ಗ, ಬಿಸಿ ರಕ್ತ ಬಿಡಿ" ಸಾಂತ್ವನಿಸಿದರು.

ಸಿಂಗಾರಯ್ಯನಿಗೆ ಮುಖಭಂಗವಾಗಿತ್ತು. ಎಲ್ಲರೊಂದಿಗೆ ತಾನೇ ಸತ್ಯನಾರಾಯಣ ಭವನದ ಓನರ್ ಎಂದುಹೇಳಿಕೊಂಡು ಓಡಾಡುತ್ತಿದ್ದ. ಅಂಥ ಒಂದು ಹಗಲು ಕನಸು ಕೂಡ ಕಂಡಿದ್ದ. ಹೇಗೆ ಇನ್ನು ನಾರಾಯಣಪುರದಲ್ಲಿ ತಲೆಯೆತ್ತಿಕೊಂಡು ತಿರುಗುವುದೆಂದು ಯೋಚಿಸುತ್ತಿದ್ದ.

ಅವನನ್ನು ಕಳಿಸಿಯೇ ಹೋಟೆಲ್‌ನಿಂದ ಸತ್ಯನಾರಾಯಣ್ ಹೊರ ಬಿದ್ದಿದ್ದು. ಮನ ನಿರಾತಂಕವಾಗಿತ್ತು. ಈಗ ಒಂದು ನಿರ್ಧಾರಕ್ಕೆ ಬಂದಿದ್ದರಿಂದ ಗೊಂದಲಗಳೇನು ಇರಲಿಲ್ಲ.

''ಸುಕನ್ಯ, ಎಲೆ ಹಾಕು'' ಎಂದವರೇ ಷರಟು, ಬಿಚ್ಚಿ ಮೊಳೆಗೆ ತಗುಲಿಸಿ ಹಿತ್ತಲಿಗೆ ಹೋದರು ಕೈಕಾಲು ತೊಳೆಯಲು. ವಿಶಾಲವಾದ ಜಾಗವಿತ್ತು. ಅದಕ್ಕೆ ಕಬ್ಬಿಣದ ಬೇಲಿ ಹಾಕಿಸಿ, ಅಷ್ಟಿಷ್ಟು ಗಿಡಗಳನ್ನು ತಂದು ಹಾಕಿ ಬೆಳೆಸಿದ್ದರು. ಆಗ ಎಂತಹ ಹುರುಪು, ಉತ್ಸಾಹ ಇತ್ತು. ಮತ್ತೆ ಮನಸ್ಸು ಈ ಸ್ಥಿತಿಗೆ ಒಯ್ಯಲು ಶ್ರಮ ಬೇಕು, ಹೊಸ ಗಾಳಿಯು ಸಂಚಾರ ಬೇಕು.

ಬಕೆಟ್‌ನಲ್ಲಿರೋ ನೀರು ಮುಟ್ಟದೇ ಬಾವಿಯಲ್ಲಿ ನೀರು ಸೇದಿ ಮುಖ ಕೈ ಕಾಲು ತೊಳೆದುಕೊಂಡು ಒಳಗೆ ಬಂದರು. ಇಂದು ಮಾತ್ರ ಅವರ ಮನ್ಸು ಬಹಳ ಹಗುರವಾಗಿತ್ತು.

''ಸುಕನ್ಯ ಸಿಂಗಾರಯ್ಯನ ಸಾಲ ತೀರ್‍ತು. ಅವ್ರ ಹತ್ರ ಸಾಲ ಮಾಡಿದ್ಮೇಲೆ ನೆಮ್ದಿಯಾಗಿ ಇರೋಕೆ ಬಿಡ್ಲಿಲ್ಲ. ಅವ್ನು ಆರಾಮಾಗಿರ್‍ಲಿ ನಾವು ಶಾಂತಿಯಿಂದ ಇರೋಣ'' ಎನ್ನುತ್ತಲೆ ಇನ್ನೊಂದು ಎಲೆಯನ್ನು ಹಾಕಿ ತಾವೇ ನೀರಿಟ್ಟರು. ''ನೀನು ಕೂತ್ಕೊಂಡ್ ಬಿಡು. ತುಂಬ ಹಸಿವು ಕಣೆ. ಇವತ್ತು ಹೊಟ್ಟೆತುಂಬ ಊಟ ಮಾಡ್ಬೇಕು'' ಎಲೆಯ ಮುಂದೆ ಕೂತರು.

ಸೊಪ್ಪಿನ ಪಲ್ಯ, ಹಲಸಿನಕಾಯಿ ಕೂಟು, ಮುದ್ದೆ ಅನ್ನದ ಜೊತೆ ಮಾಕಳಿ ಬೇರಿನ ಉಪ್ಪಿನಕಾಯಿ. ಒಂದಕ್ಕಿಂತ ಒಂದು ಎಲ್ಲವು ರುಚಿಯೆನಿಸಿತು. ಹೆಂಡತಿಗೂ ಬಲವಂತ ಮಾಡಿ ಬಡಿಸುತ್ತ ತೃಪ್ತಿಯಿಂದ ಊಟ ಮಾಡಿದರು. ಇಂಥ ಊಟ ಆರೋಗ್ಯಕರವೆನಿಸಿತು.

''ವಿಶ್ವನು ಸಿಕ್ಲಿಲ್ಲ. ರಾತ್ರಿ ಅವ್ನ ರೂಮಿನಲ್ಲಿ ಮಲ್ಗಿ ಬಂದೆ. ಅವ್ನ ರೂಮು ಬದಲಾಯಿಸೋ ವಿಷ್ಯ ಓನರ್ ಹೆಂಡ್ತಿ ಹತ್ರ ಹೇಳಿದ್ನಂತೆ. ಸದ್ಯಕ್ಕೆ ನಾವು ಅಲ್ಲಿಗೆ ವಾಸಕ್ಕೆ ಹೋಗ್ಬಿಡ್ಬಹುದು. ಹೇಗೂ ಹೋಟೆಲ್‌ನದು ಒಂದು ವ್ಯವಸ್ಥೆ ಆಯ್ತು. ಮನೆ ಮಾರೋ ಬಗ್ಗ ಪಂಡಿತರ ಮಗ್ನಿಗೆ ತಿಳ್ಸಿದ್ದೀನಿ. ಇದೊಂದನ್ನ ನಿನ್ನ ಕೇಳಿಲ್ಲ'' ಭಾರವಾದ ಮನಸ್ಸಿನಿಂದ ಹೇಳಿದರು.

''ಹೇಳೋಕೆನಿದೆ! ಈಗಾಗ್ಲೇ ನಿರ್ಧಾರವಾದ ವಿಷ್ಯ ತಾನೆ!'' ಆ ವಿಷಯಕ್ಕೆ ಅಷ್ಟು ಒತ್ತು ಕೊಡಲು ಸುಕನ್ಯ ಇಚ್ಛಿಸಲಿಲ್ಲ ''ಇನ್ನು ಮುರುಳಿನ ಹೇಗೆ ಕಾಂಟ್ಯಾಕ್ಟ್ ಮಾಡೋದು ?'' ಹೆಂಡತಿಯ ಮಾತಿಗೆ ಅವರು ನಕ್ಕು ಬಿಟ್ಟರು.

''ಬಹುಶಃ ಕಷ್ಟಸಾಧ್ಯ ! ಪುಟ್ಟ ಮಗುವಾಗಿದ್ದಾಗ ನಿನ್ನ ಸತಾಯಿಸೋಕೆ ಎಲ್ಲಾದ್ರೂ ಬಚ್ಚಿಟ್ಕೋತಾ ಇದ್ದನೇನೋ ! ನೀನು ಹುಡ್ಕಿಕೋತಾ ಇದ್ದೆ. ಈಗ್ಲೂ ಅದೇ ಆಟ

ಆರಂಭಿಸಿದ್ದಾನೆ. ಈಗ ಹುಡ್ಕೋದು ತೀರಾ ಕಷ್ಟ ಅವ್ನ ವ್ಯಾಪ್ತಿ ತುಂಬ ವಿಶಾಲವಾಗಿದೆ. ಅವನಾಗಿ ಬರ್ಬೇಕೆ ವಿನಃ ನಾವಾಗಿ ಹುಡ್ಕಬಾರದು'' ಎಂದವರು ''ಹುಡ್ಕೋದು ಕಷ್ಟ ಅವನೇನು ಪುಟ್ಟ ಮಗುವಲ್ಲ, ಬದ್ಕಿನಲ್ಲಿ ಮೇಲೆ ಬರ್ಬೇಕು ಅನ್ನೋರಿಗೆ ಇಂಥ ಟೆನ್ಷನ್ ಸಹಜ. ಧೈರ್ಯವಾಗಿರು'' ಎಂದು ಹೆಂಡತಿಯ ಹೆಗಲ ಮೇಲೆ ಕೈಯಿಟ್ಟಾಗ ಫಳ ಫಳನೆ ಉದುರಿದವು ಕಂಬನಿಯ ಬಿಂದುಗಳು.

''ಏಯ್ ಸುಕನ್ಯ, ಇದೇನಿದು ? ರೆಕ್ಕೆಗಳು ಬಲಿತ ಮೇಲೆ ಹಾರಿ ಹೋಗೋ ಮಕ್ಳು ನೋಡಿ ಪಕ್ಷಿ ಸಂಕುಲವೇನಾದ್ರೂ ರೋಧಿಸುತ್ತಾ. ಈ ಮಾತು ಎಲ್ಲಾ ಪ್ರಾಣಿಗಳಿಗೆ ಅನ್ವಯ ವಾಗುತ್ತೆ. ಮಿದುಳು ಇರೋ ಮನುಷ್ಯ ಇದ್ನ ಅರ್ಥ ಮಾಡ್ಕೋ ಬೇಕಷ್ಟೆ'' ಎಂದು ಹೋದರು.

ಹೊರಗೆ ನಿಂತ ಸತ್ಯನಾರಾಯಣ ಕಣ್ಣೀರು ತೊಡೆದುಕೊಂಡರು. ವಿಶ್ವ ಸಿಕ್ಕದಿದ್ದರೇ ಮುರುಳಿಗಾಗಿ ಬೆಂಗಳೂರಿನ ಬೀದಿ ಬೀದಿಯಲ್ಲಿ ಹುಡುಕಾಡಿಕೊಂಡು ಅಲೆದಾಡುವುದು ಸಾಧ್ಯವೇ ? ಎಲ್ಲಾ ಹುಚ್ಚುಚ್ಚು ವಿಚಾರಗಳೆನಿಸಿತು.

ಹತ್ತರ ಸುಮಾರಿಗೆ ಚಂದ್ರು ಲಕ್ಕನೊಂದಿಗೆ ಬಂದ. ತುಂಬ ಸಪ್ಪಗಿದ್ದ.

''ಯಾಕೋ, ಒಂದು ತರಹ ಇದ್ದಿ ?'' ಕೇಳಿದರು ಸತ್ಯನಾರಾಯಣ.

ಬಗ್ಗಿ ಅವರ ಕಾಲುಗಳ ಮೇಲೆ ಬಿದ್ದು ಗೋಳೋ ಎಂದು ಅಳಲು ಶುರು ಮಾಡಿದ. ''ನೀವೆಲ್ಲೂ ಹೋಗ್ಬೇಡಿ'' ಇದೇ ಪಠಣ ಎಬ್ಬಿಸಿ ಕೆನ್ನೆಗೊಂದು ಕೊಟ್ಟರು. 'ನಿಂಗೇನು ಹುಚ್ಚು ಹಿಡಿದಿದ್ಯಾ ? ನಿಮ್ಮ ಮನೆ ಸ್ಥಿತಿ ಆ ತರಹ ಇದೆ. ಅದು ಕುರಿತು ಯೋಚ್ಸೋದು ನಮ್ಮ ಬಗ್ಗೆ ತಲೆ ಕೆಡಿಸ್ಕೋತಾನೆ'' ಛೀಮಾರಿ ಹಾಕಿದರು.

ಆಮೇಲೆ ಸುಕನ್ಯ ಬಂದು ಸಮಾಧಾನ ಹೇಳಿ ಇಬ್ಬರಿಗೂ ಊಟ ಹಾಕಿದರು.

ಅವರಿಬ್ಬರೂ ಹೋದ ಮೇಲೆ ಸತ್ಯನಾರಾಯಣ್ ಬೆಳಿಗ್ಗೆ ಕೊಂಡ ಸೊಪ್ಪಾದ ಪೇಪರ್ ಹಿಡಿದು ಕೂತರು. ಒಂದು ಪ್ರಕಟಣೆ ಅವರನ್ನು ಸೆಳೆಯಿತು. ಹೊಸದಾಗಿ ಪ್ರಾರಂಭಿಸಿರುವ ಒಂದು ಆದರ್ಶ ಕಾನ್ವೆಂಟ್‌ಗೆ ಕನಿಷ್ಟ ಹತ್ತು ವರ್ಷಗಳಾದರೂ ಎಕ್ಸ್‌ಪೀರಿಯನ್ಸ್ ಇರುವ ಸೇವಾ ಮನೋಭಾವದ ಮುಖ್ಯೋಪಾಧ್ಯಾಯರು, ಉಪಾಧ್ಯಾಯರು ಬೇಕಾಗಿದ್ದಾರೆ. ಅದನ್ನು ಓದಿದ ಕೂಡಲೇ ಅವರ ಮಿದುಳಿನಲ್ಲಿ ಬೆಳಕು ಮೂಡಿತು.

''ಸುಕನ್ಯ ಬೀರುನಲ್ಲಿರೋ ನನ್ನ ಸರ್ಟಿಫಿಕೇಟ್ಸ್ ಫೈಲು ಕೊಡು. ಈಗ ಕೆಲ್ಸಕ್ಕೆ ಟ್ರೈ ಮಾಡೋಣಾಂತ'' ನಗುತ್ತ ಹೇಳಿದರು. ಅದು ಎಂದಾದರೂ ಉಪಯೋಗಕ್ಕೆ ಬರುತ್ತದೆ ಯೆಂದು ಅವರು ಎಣಿಸಿರಲಿಲ್ಲ. ಅಂತು ಒಂದು ಪ್ರಯತ್ನ ಮಾಡುವ ತೀರ್ಮಾಕ್ಕೆ ಬಂದಿದ್ದರು.

ಸುಕನ್ಯಗೆ ನಗು ಬಂತು. ಫೈಲು ಹಿಡಿದು ಕೆಲಸಕ್ಕಾಗಿ ಓಡಾಡಿದ ದಿನಗಳು ಇತ್ತು. ಈಗ ಮತ್ತೆ ಅಂಥದೊಂದು ಪ್ರಯತ್ನ ಅನ್ಯಮನಸ್ಕತೆಯಿಂದ ಬೀರುವಿನ ಕೆಳಭಾಗದ ಕಪಾಟುನಲ್ಲಿದ್ದ ಫೈಲು ತಂದು ಗಂಡನ ಮುಂದಿಟ್ಟು ಕೂತರು.

''ಈಗ ಮತ್ತೆ ಕೆಲಸಕ್ಕಾಗಿ ಅನ್ವೇಷಣೆ !'' ನೋವಿತ್ತು ಆಕೆಯ ಸ್ವರದಲ್ಲಿ.

''ಈಗ ನನ್ನ ವಯಸ್ಸು ಮಹಾ ಎಷ್ಟು? ಉಳಿದಿದ್ದ ದಿನಗಳ್ನ ಆರೋಗ್ಯಯುತವಾಗಿ ಕಳೀಬೇಕೂಂದರೆ ಬರೀ ಊಟವಿದ್ದರೇ ಸಾಲ್ದು, ಕೈ ತುಂಬ ಕೆಲ್ಸ ಇರ್ಬೇಕು. ಯಾರೋ ಒಬ್ರೂ ಒಂದು ಪ್ರಕಟಣೆ ಕೊಟ್ಟಿದ್ದಾರೆ. ಅದ್ನ ಇಡಕೊಂಡು ಹೋಗೋಣ. ನಿನ್ನದೇನಾದ್ರೂ ಅಭ್ಯಂತರನಾ ?'' ಸತ್ಯನಾರಾಯಣ ನಸುನಗೆಯಿಂದ ಕೇಳಿದರು.

''ಖಂಡಿತ ಇಲ್ಲ, ನಂಗೂ ಡಿಗ್ರಿಯಾಗಿದೆಯಲ್ಲ. ಮೂರೊತ್ತು ಮನೆಯಲ್ಲಿ ಕೂತು ತಾನೇ ಮಾಡೋದೇನಿದೆ ? ನಂಗೂ ಒಂದು ಸಣ್ಣ ಕೆಲ್ಸ ಸಿಕ್ಕರೇ ಒಳ್ಳೇದೆ'' ಅಂದರು ಭಾರವಾದ ಮನದಿಂದ.

''ನೋಡೋಣ'' ಅಷ್ಟೆ ಅಂದಿದ್ದು.

ಹೆಚ್ಚಿಗೆ ಮಾತು ಬೆಳೆಸಿ ಹೆಂಡತಿಯ ಕಣ್ಣಲ್ಲಿ ನೀರು ನೋಡುವುದು ಅವರಿಗೆ ಬೇಕಲ್ಲ. ಆದರೆ ಸುಕನ್ಯ ಕಣ್ಣಲ್ಲಿ ನೀರಾಡಿತು. ಅದು ಗಂಡನಿಗೆ ಕಾಣದೆ ಇರಲಿಯೆಂದು ಎದ್ದು ಹೋಗಿ ಹಿತ್ತಲ್ಲಿ ನಿಂತರು. ಬದುಕಿನ ತಂತುಗಳು ತೀರಾ ಸೂಕ್ಷ್ಮವೆನಿಸಿತು. ಕಣ್ಣಿಗೆ ಕಾಣದಂಥ ಬೆಸುಗೆ ಇರುತ್ತದೆ. ಅರಿವಾಗದಂತೆ ಅವು ನಾಶವಾಗಿ ಬಿಡಬಹುದು.

ಮತ್ತೆ ಸುಕನ್ಯ ಒಳಗೆ ಬಂದಾಗ ಅಪ್ಲಿಕೇಷನ್ ತಯಾರಿಸುತ್ತಿದ್ದರು. ಸತ್ಯನಾರಾಯಣ ಮುಖದಲ್ಲಿ ಹೊಸತನವಿತ್ತು. ಎರಡನೆ ಸಲ ಬದುಕನ್ನು ಆರಂಭಿಸಲು ನಿಶ್ಚಯಿಸಿದಂಗೆ ಕಂಡಿತು.

''ಸುಕನ್ಯ, ನೀನು ಹೇಳಿದ್ದು ಸರಿನೇ, ನಿನ್ನ ಫೈಲು ಕೊಡು. ಇಬ್ರ ಅಪ್ಲಿಕೇಷನ್ ಕಳ್ಸಿ ನೋಡೋಣ. ಸಿಕ್ಕರೆ ಒಳ್ಳೇದು. ಸಿಗದಿದ್ದರೆ ತಲೆ ಕೆಡ್ಸಿಕೊಳ್ಳೋದ್ಬೇಡ'' ಎಂದರು ಬರೆಯುತ್ತಿದ್ದವರು ತಲೆಯೆತ್ತಿ.

ತನ್ನ ವಿದ್ಯಾಭ್ಯಾಸದ ಫೈಲು ಕೂಡ ಹಿಡಿದು ಬಂದು ಕೂತರು.

''ಇಷ್ಟೇಂತ ಸಂಬ್ಳ ಕೇಳೋದ್ಬೇಡ. ಸಂಬ್ಳ ಕಡ್ಮೆಯಾದ್ರು ಒಳ್ಳೆ ರೀತಿಯಲ್ಲಿ ವೇಳೆ ವ್ಯಯಿಸಿದ ತೃಪ್ತಿಯಾದ್ರೂ ಇರುತ್ತೆ. ನಮ್ಗೇ ಬದ್ಕೇ ಭಾರವಾಗಿ ಬಿಡಬಾರ್ದಲ್ಲ.'' ಇಂಥ ಒಂದು ಸೂಚನೆಯನ್ನು ಗಂಡನ ಮುಂದೆ ಇಟ್ಟಾಗ ನೂರು ಪಾಲು ಸರಿಯೆನಿಸಿತು ಸತ್ಯನಾರಾಯಣ್‌ಗೆ ''ನೀನು ಬಿ.ಎಸ್ಸಿ ಸೆನ್ಸ್ ಸ್ಟೂಡೆಂಟ್. ನಂಗಿಂತ ವಯಸ್ಸಿನಲ್ಲಿ ಚಿಕ್ಕೋಳು. ನೋಡೋಕು ಚೆನ್ನಾಗಿದ್ದೀಯಾ. ನಿಂಗೆ ಕೆಲ್ಸ ಸಿಕ್ಕೋ ಅವಕಾಶ ಹೆಚ್ಚಾಗಿದೆ'' ರೇಗಿಸಿದರು. ಹುಸಿಮುನಿಸಿನಿಂದ ಎದ್ದು ಹೋದರು ಸುಕನ್ಯ. ಇಷ್ಟು ವರ್ಷಗಳಿಂದ ಇಂಥ ನಗೆ ಚಾಟಿಕೆಗಳಿಗೆ ಸಮಯವೇ ಇರಲಿಲ್ಲ.

ಎರಡು ಅಪ್ಲಿಕೇಷನ್‌ಗಳನ್ನು ಕೂತು ರೆಡಿಮಾಡಿ ಅದರ ಜೊತೆ ಬಯೋಡೇಟಾ ಸೇರಿಸಿ ಕವರ್‌ಗೆ ವಿಳಾಸ ಬರೆದ ನಂತರವೇ ಮೇಲಕ್ಕೆ ಎದ್ದಿದ್ದು. ಸ್ವಲ್ಪ ಬೆನ್ನು ಸೊಂಟ ನೋವೆನಿಸಿತು. ವಿಶ್ರಾಂತಿ ಇಲ್ಲದೇ ದುಡಿದಿದ್ದರು ಹೋಟೆಲ್‌ನಲ್ಲಿ. ಕೆಲಸದ ಮಧ್ಯೆ ಯಾವ ನೋವುಗಳು ಕಂಡಿರಲಿಲ್ಲ. ಬಿಡುವಿನ ಸಮಯದಲ್ಲಿಯೇ ಇಂಥದೆಲ್ಲ ಎಂದುಕೊಂಡರು.

ಹೆಚ್ಚು ತಲೆ ಕೆಡಿಸಿಕೊಳ್ಳದೇ ಮೇಲೆದ್ದವರು ಷರಟನ್ನೇರಿಸಿ ಹೋಗಿ ಪೋಸ್ಟ್ ಮಾಡಿದವರು, ಪಂಡಿತರ ಕೈಗೆ ಸಿಕ್ಕರು.

''ಊರೆಲ್ಲ ಒಂದೇ ಸುದ್ದಿ. ಹೋಟೆಲ್ ಚಂದ್ರುಗೆ ಬಿಟ್ಟು ನೀನು ಬೆಂಗ್ಳೂರಿಗೆ ಹೋಗ್ಬಿಡ್ತೀಯಂತೆ. ಇರ್‍ಲಿ ಮಗ್ನಿಗೆ ಕೆಲ್ಸ ಸಿಕ್ಕಿದೆ. ಇನ್ನು ತಾಪತ್ರಯ ಪಡ್ಬಾರ್‍ದು ಅನ್ನೋದು ಒಳ್ಳೆ ವಿಚಾರನೇ. ಹೋಟೆಲು ಚಂದ್ರುಗೆ ಬಿಡೋದು ಅಂದರೇನು? ನೀನು ಕೊಟ್ಟು ಬಿಡೋದಾದರೆ ಒಳ್ಳೆ ರೇಟು ಕೊಡುಸ್ತೀನಿ'' ಪಂಡಿತರು ವ್ಯವಹಾರಿಕವಾಗಿ ಮಾತು ಆರಂಭಿಸಿದರು.

ತಕ್ಷಣ ಸತ್ಯನಾರಾಯಣ ಮಾತಾಡಲಿಲ್ಲ. ಅಷ್ಟಿಷ್ಟು ಒಳ್ಳೆಯತನ ಕಂಡಾಗ ಅದರಿಂದ ವಿಮುಖವಾಗಿಸುವ ಪ್ರಯತ್ನ ಬೇರೆಯವರು ಮಾಡುತ್ತಲೆ ಇರುತ್ತಾರೆ. ಈ ಹೊಗೆಯ ನಡುವೆ ಜೀವನ.

''ಮಾರಾಟ ಮಾಡೋ ಇಚ್ಛೆಯೇನು ಇಲ್ಲ. ಹೋಟೆಲ್ ಮುಚ್ಚಿ ಹೋದರೆ ಆ ಹುಡುಗ್ರು ಬೀದಿಗೆ ಬೀಳ್ತಾರೆ. ಇದ್ನೆಲ್ಲ ಮನಸ್ಸಿನಲ್ಲಿ ಇಟ್ಕಂಡ್ ಮುಂದುವರೀಬೇಕು'' ಆಳವಾದ ದನಿಯಲ್ಲಿ ನುಡಿದರು.

ಪಂಡಿತರು ಇನ್ನಷ್ಟು ಹತ್ತಿರಕ್ಕೆ ಸರಿದು, ''ಸ್ವಲ್ಪ ವ್ಯವಹಾರಿಕವಾಗಿ ಬುದ್ಧಿವಂತನಾಗ್ಬೇಕು ಸತ್ಯನಾರಾಯಣ. ಇವತ್ತು ಹೋಟೆಲ್ ಇರೋ ಸ್ಥಿತಿಲ್ಲಿ ಎಲ್ಲಾ ಹಾಗೆ ಬಿಟ್ಕೊಟ್ರು ಒಂದು ಲಕ್ಷದವರ್‍ಗೂ ಕೊಡೋ ಜನ ಇದ್ದಾರೆ. ಇಷ್ಟು ವರ್ಷ ಕೆಲ್ಸ ಮಾಡ್ಸಿಕೊಂಡಿದ್ದಕ್ಕೆ ಸಂಬ್ಳ ಕೊಟ್ಟಿದ್ದೀಯಾ. ಮುಂದಿನದು ಅವ್ರ ಹಣೆಬರಹ. ಅದು ನಿಂಗೆ ಅಗತ್ಯವಿಲ್ಲ'' ಒಬ್ಬ ಹಿತೈಷಿಯಂತೆ ಬುದ್ಧಿವಾದ ಹೇಳಿದರು. ಈ ಊರಿನಲ್ಲಿ ಕಷ್ಟ ಸುಖಕ್ಕೆ ಆದ ವ್ಯಕ್ತಿ. ಆದ್ದರಿಂದ ಮುಖದ ಮೇಲೊಡೆದಂತೆ ಈ ಮಾತುಗಳನ್ನು ತಳ್ಳಿ ಹಾಕುವಂತಿರಲಿಲ್ಲ. ''ಯೋಚ್ನೆ ಮಾಡ್ತೀವಿ. ಬನ್ನಿ ನಮ್ಮ ಹೋಟೆಲ್ ಕಾಫಿ ಕುಡ್ದು ಬಹಳ ದಿನವಾಯ್ತು'' ಎಂದು ಸತ್ಯನಾರಾಯಣ ಭವನಕ್ಕೆ ಕರೆದೊಯ್ದರು.

ಹೋಟೆಲ್ ತುಂಬ ಗಿರಾಕಿಗಳು ಇದ್ದರು. ವ್ಯಾಪಾರನು ಭರಾಟೆಯಿಂದ ಸಾಗುತ್ತಿತ್ತು. ಹೊರಗಡೆ ತೆಂಗಿನಕಾಯಿ, ತರಕಾರಿ ಮಾರುತ್ತಿದ್ದ ಲಕ್ಕನ ತಮ್ಮ ಈಗ ಒಳಗೆ ಬಂದು ಕೆಲಸ ಮಾಡುತ್ತಿದ್ದ.

ಮೊಣಕಾಲಿನ ಮೇಲಕ್ಕೆ ಕಟ್ಟಿದ ಪಂಚೆಯನ್ನು ಯಜಮಾನರನ್ನು ನೋಡಿದ ಕೂಡಲೆ ಕೆಳಗೆ ಸರಿಸಿದ ಆತುರಾತುರವಾಗಿ ಅಡಿಗೆ ಮನೆಯ ಬಾಗಿಲಲ್ಲಿ ಇದ್ದವನು ಒಂದೇ ಏಟಿಗೆ ಇವರುಗಳ ಮುಂದೆ ಪ್ರತ್ಯಕ್ಷನಾದ.

''ಚಂದ್ರು, ಎರ್‍ಡು ಕಾಫಿ ತಗಂಡ್ ಬಾರೋ'' ಇಂದು ಪಂಡಿತರೊಂದಿಗೆ ತಾವು ಕೂಡ ಅಡಿಗೆಯ ಮನೆಯಲ್ಲಿ ಹಾಕಿದ್ದ ಬೆಂಚ್ ಮೇಲೆ ಹೋಗಿ ಕೂತರು. ತಲೆಯೆತ್ತಿ ಮಾಡನ್ನು ನೋಡಿದರು. ಮೊದಲು ಗರಿಗಳನ್ನು ಹೊದೆಸಿದ್ದ ಹೋಟೆಲ್‌ನಲ್ಲಿ ವ್ಯಾಪಾರ ಶುರು ಮಾಡಿ ನಂತರ ಮಂಗಳೂರಿನ ಹೆಂಚು ಹೊದ್ದಿಸಿ ಭದ್ರ ಮಾಡಿದ್ದರು.

ನೆನಪುಗಳೆಲ್ಲ ಘಾಸಿಗೊಳಿಸಲಿಲ್ಲ. ಆದರ ಬದಲು ಅಭಿಮಾನವೆನಿಸಿತು.

ಕಾಫಿ ತಂದು ಕೊಟ್ಟ ಚಂದ್ರು ಅಷ್ಟು ದೂರದಲ್ಲಿ ನಿಂತ. ''ಕೆಲ್ಸ ನೋಡ್ಕೊಳ್ಗು'' ಎಂದವರು ತಾವೇ ಕಾಫಿಯ ಲೋಟವನ್ನು ಅವರ ಕೈಗೆ ಕೊಟ್ಟರು. ಪಂಡಿತರು ನೋಟ ಹರಿಸಿ ''ನಾನು ಈ ಕಡೆ ಬಂದಿರಲಿಲ್ಲ. ವ್ಯಾಪಾರ ಭರ್ಜರಿಯಾಗಿದೆ. ಹೋಗೋ ಮನಸ್ಸು ಇಲ್ಲದಿದ್ದರೇ ಉಳ್ಕೋ, ಇಲ್ಲ.... ನಂಗೆ ಹೇಳು'' ಪಿಸುಗುಟ್ಟಿದರು.

''ನಿಮ್ಗೇನಾದ್ರೂ ಹೋಟೆಲ್ ಮಾಡೋ ಯೋಚ್ನೆ ಇದ್ಯಾ?'' ನಗುತ್ತ ಕೇಳಿದರು. ಪಂಡಿತರು ದೇಶಾವರಿ ನಗೆ ಬೀರಿ, ''ಸ್ವಂತಕ್ಕೆ ಅಲ್ಲದಿದ್ದರೂ ಬಂಧುಗಳು ಇದ್ದಾರೆ. ಅವ್ರಿಗೆ ನೆರವು ನೀಡಿದಂತಾಗುತ್ತೆ. ನಮ್ಗೂ ಊರಲ್ಲಿ ಇನ್ನೊಂದ್ಮನೆ ಆಗುತ್ತೆ'' ತಮ್ಮ ಯೋಜನೆಯನ್ನು ತೀರಾ ದನಿ ತಗ್ಗಿಸಿ ಹೇಳಿದರು.

ಸತ್ಯನಾರಾಯಣ ಮಾತೇ ಆಡಲಿಲ್ಲ.

ಆಮೇಲೆ ಪಂಡಿತರು ಹೇಳಿದ್ದನ್ನು ಕೇಳಿದರೆ ವಿನಹ ತಾವಾಗಿ ಒಂದೇ ಒಂದು ಮಾತಾಡಲಿಲ್ಲ. ಕೆಲವು ಒಳ್ಳೆಯ ನಿರ್ಧಾರಗಳು ಯಾವಾಗಲೂ ಅಚಲವಾಗಿರಬೇಕೆಂಬುದು ಅವರ ಅನಿಸಿಕೆ.

ಇದಾದ ಮಾರನೆಯ ದಿನವೇ ಸಿಂಗಾರಯ್ಯ ತನ್ನ ಓದಿದ ಅಂದರೆ ಡಿಗ್ರಿಯಲ್ಲಿ ಫೇಲಾ ಮೊಮ್ಮಗನನ್ನು ಹಿಂದಿಟ್ಟುಕೊಂಡು, ಜೊತೆಯಲ್ಲಿ ಒಂದು ಬಾಳೆಗೊನೆಯ ನ್ನೊರೆಸಿಕೊಂಡು ಬಂದಿದ್ದು ಅಚ್ಚರಿಯೆನಿಸಿತು. ಅವನು ಹಣದ ಮನುಷ್ಯನೆಂದು ಅವರಿಗೆ ಗೊತ್ತು.

''ಅಪರೂಪಕ್ಕೆ ಈ ಕಡೆ ಬಂದ್ರಿ ?'' ಓದುತ್ತಿದ್ದ ಪೇಪರ್‌ನ ಮಡಚಿದರು.

ಬಾಳೆ ಗೊನೆಯನ್ನು ಗೋಡೆಯ ಮೂಲೆಗೆ ಸೇರಿಸಿ, ''ನಿಮ್ಮ ದರ್ಶನವಂತು ಅಪರೂಪವಾಗಿ ಹೋಯ್ತು. ಹೋಟ್ಲು ಕಡೆ ಹೋಗೋದೇ ಬಿಟ್ಟುಬಿಟ್ಟಿದಿರಂತೆ. ದೇವರಿಲ್ದ ಗುಡಿಯಂತಾಗಿದೆ'' ವಿಪರೀತ ವಿಶ್ವಾಸ ತೋರಿಸಿದ ಮಾತುಗಳಲ್ಲಿ.

''ಅದೆಲ್ಲ ಏನಿಲ್ಲ ಬಿಡಿ. ಈಗ ತಾನೆ ಅಲ್ಲಿಂದ್ಲೇ ಬಂದೆ. ಸ್ವಲ್ಪ ಹುಡುಗರ ಮೇಲೆ ಜವಾಬ್ದಾರಿ ಬೀಳ್ಲಿ. ಬಾಳೆಗೊನೆ ಯಾಕೆ ಇಡ್ಕಂಡ್ ಬಂದ್ರಿ? ಕೂತ್ಕೊಳ್ಳಿ ಅಂದರು. ಆ ಮನುಷ್ಯನ ಜೊತೆ ಮಾತು ಇಷ್ಟವಿರಲಿಲ್ಲ. ಹಾಗೆಂದು ಮನೆಗೆ ಬಂದ ಮನುಷ್ಯನ ಮುಖ ಮುರಿಯುವುದು ಕೂಡ ಸರಿ ಕಾಣಲಿಲ್ಲ.

ಸಿಂಗಾರಯ್ಯ ಮೊಮ್ಮಗನೊಂದಿಗೆ ಕೂತು ಅವನನ್ನು ಪರಿಚಯಿಸಿದರು.

''ಇವ್ನು ನನ್ನ ಮೊಮ್ಮಗ. ಅಂದರೇ ಮಗ್ಳು ಮಗ. ಓದಿಕೊಂಡ ಹುಡ್ಗ.''

''ಅಯ್ಯೋ, ನೋಡಿದ್ದೀನಿ ಇದೇ ಊರಿನಲ್ಲಿ ಇಷ್ಟು ವರ್ಷ ಇದ್ದು ನಿಮ್ಮ ಮೊಮ್ಮಗ್ನ ನೋಡ್ದೇ ಇರ್ತಿನಾ? ನೀವು ಸುಮ್ನೇ ಬರೋ ಜನವಲ್ಲ. ಏನು ವಿಷ್ಯ? ನೇರವಾಗಿಯೇ ಕೇಳಿದರು.

ತಕ್ಷಣ ಸಿಂಗಾರಯ್ಯ ಸತ್ಯನಾರಾಯಣ ಕೈ ಹಿಡಿದುಕೊಂಡ ''ನನ್ನಿಂದ ಏನಾದ್ರೂ

ತಪ್ಪಾಗಿದ್ದರೇ ಕ್ಷಮ್ಸಿ. ವ್ಯವಹಾರದಲ್ಲಿ ಕಟ್ಟು ನಿಟ್ಟಾಗಿ ಇರ್ಬೇಕು. ಹಣ ಕೊಟ್ಮೇಲೆ ತಂಟೆ ತಗಾದೆ ಅಂಥದೆಲ್ಲ ಇರುತ್ತೆ'' ಸಂಕೋಚ ನಟಿಸಿದ.

''ಅಯ್ಯೋ ಬಿಡಿ! ನಾನು ಅದ್ನೆಲ್ಲ ಮನಸ್ಸಿನಲ್ಲಿ ಇಟ್ಕಂಡಿಲ್ಲ. ನಮ್ಮ ನಿಮ್ಮ ನಡುವಿನ ವ್ಯವಹಾರ ಮುಗ್ದು ಹೋಯಿತಲ್ಲ, ಇನ್ಮೇಲೆ ವಿಶ್ವಾಸವಾಗಿರೋಣ ಬಿಡಿ'' ಎಂದರು ಸತ್ಯನಾರಾಯಣ.

ಆಮೇಲೆ ನಿಧಾನವಾಗಿ ತಾವು ಬಂದ ವಿಷಯ ತಿಳಿಸಿದರು. ಅಲ್ಲಿ ಒಂದು ಮಿಲ್ಟ್ರಿ ಹೋಟೆಲ್ ಇಡೋ ಪ್ಲಾನ್ ಇದೆಯೆಂದು ನಿಧಾನವಾಗಿ ಉಸುರಿದರು.

''ಇವ್ನಿಗೆ ಕೆಲ್ಸ ಸಿಕ್ಕೋಲ್ಲ. ಏನಾದ್ರೂ ಒಂದು ವ್ಯವಸ್ಥೆ ಮಾಡಬೇಕಲ್ಲ. ನಿಮ್ಮ ಹೋಟೆಲ್‌ನಿಂದ ಮುಂದಕ್ಕೆ ಒಂದು ಹೋಟೆಲು ಆಗಿದೆಯಲ್ಲ. ದಿನ ನೂರು ಮೊಟ್ಟೆ ಖರ್ಚು ಮಾಡ್ತಾನೆ. ಒಳ್ಳೆ ವ್ಯಾಪಾರ, ಒಳ್ಳೆ ಲಾಭ. ಆದರ ಅಲ್ಲಿ ಅವ್ನಿಗೆ ಜಾಗ ಸಾಲ್ದು. ನಿಮ್ಮ ಹೋಟೆಲ್ ವಿಶಾಲವಾಗಿದೆ. ಪೂರ್ಣ ಪ್ರಮಾಣದ ಮಿಲ್ಟ್ರಿ ಹೋಟೆಲ್ ಶುರು ಮಾಡಿದ್ಮೇಲೆ ಬಡ್ಡಿ ವ್ಯವಹಾರ ನಿಲ್ಸಿ ಗಲ್ಲಾ ಮೇಲೆ ಕೂತು ಬಿಡ್ತೀನಿ. ಎಷ್ಟಕ್ಕೆ ಕೊಡ್ತೀರಾ ? ಒಂದತ್ತು ಹೆಚ್ಚಾದ್ರೂ ಇವ್ನು ಹಿಂದೂ ಮುಂದು ನೋಡೋನಲ್ಲ'' ಜರ್ಬಾಗಿ ಕೇಳಿಕೊಂಡರು.

ಸುಕನ್ಯ ಮೂರು ಕಪ್ ಕಾಫಿ ತಂದಿಟ್ಟು ಮಾತಾಡಿಸಿದ ಶಾಸ್ತ್ರ ಮಾಡಿ ಒಳಕ್ಕೆ ಹೋದರು.

''ತಗೊಳ್ಳಿ'' ಎಂದು ತಾವೊಂದು ಕಪ್ ತಗೊಂಡರು. ಪೂರ್ತಿ ಕುಡಿಯುವ ವರೆಗೂ ಮಾತು ಬೇವೆಂದು ತೀರ್ಮಾನಿಸಿದ್ದರು. ಆ ಮನುಷ್ಯ ಕಾಫಿ ಕುಡಿಯುತ್ತ ಮಧ್ಯೆ ಮಧ್ಯೆ ಮಾತಾಡುತ್ತಲೆ ಇದ್ದ. ಇವರು 'ಹ್ಞೂ' ಗುಟ್ಟಿದರು. ಮೊಮ್ಮಗನೆಂದು ಕೊಂಡು ಬಂದಿದ್ದವನು ಒಂದೊಂದು ಮಾತು ಸೇರಿಸುತ್ತಿದ್ದ.

''ನೀವೇನು ಹೇಳ್ಲೇ ಇಲ್ಲ'' ಪ್ರಸ್ತಾಪಿಸಿದರು.

''ಹೋಟೆಲು ಮುಚ್ಚೋ ಉದ್ದೇಶವಿಲ್ಲ. ಚೆನ್ನಾಗಿ ವ್ಯಾಪಾರವಾಗುತ್ತಿದ್ದ ವಹಿವಾಟಿನ ಯಾವ ಮೂರ್ಖನಾದ್ರೂ ಮುಚ್ಚುತ್ತಾನಾ ? ಎಲ್ಲೋ ಏನೇ ಗಾಳಿ ಸುದ್ದಿ ಹಬ್ಬಿದೆ'' ಎಂದರು. ಸಿಂಗಾರಯ್ಯನ ಆಸೆಗೆ ತಣ್ಣೀರು ಎರಚಿದಂತಾಯಿತು. ಆದರೂ ಆ ಮನುಷ್ಯ ಪಟ್ಟು ಬಿಡ ''ಇಡೀ ಊರಿಗೆ ಊರೇ ಹೇಳ್ತಾ ಇದೆ. ನೀವು ಮಗ್ನ ಜೊತೆ ವಾಸಿಸೋಕೆ ಬೆಂಗ್ಳೂರಿಗೆ ಹೋಗೋ ವಿಷ್ಯ. ನಿಮ್ಗೇ ನನ್ನ ಮೇಲೆ ಬೇಜಾರು ಇರ್ಬಹ್ದು. ಹಾಗಂತ ಲಾಸ್ ಮಾಡ್ಕೋಬೇಡಿ. ಪಂಡಿತರು ಬಂಧುಗಳು ಬಂದು ಹೋಟೆಲ್ ಮಾಡ್ತಾರಂತಲ್ಲ'' ಸ್ವರವೇರಿಸಿದ.

ಆಗತ್ಯವಾಗಿ ಸಿಂಗಾರಯ್ಯನೊಂದಿಗೆ ಮಾತಿಗೆ ಮಾತು ಬೆಳೆಸುವುದು ಬೇಡವಾಗಿತ್ತು. ಉಪಾಯವಾಗಿ ಇವನನ್ನು ಹೊರ ಹಾಕುವುದು ಸರಿಯೆನಿಸಿತು.

'ಲಾಭವಾಗೋ ಹಾಗಿದ್ದರೇ ಯಾಕೆ ಬೇಡಾನ್ನಿ? ನಂಗೆ ಮಾರೋ ಇರಾದೆ ಇದ್ದ ಪಕ್ಷದಲ್ಲಿ ನಿಮ್ಗೂ ಹೇಳಿ ಕಳಿಸ್ತೀನಿ. ಆಗ ಯಾರು ಜಾಸ್ತಿಗೆ ಕೇಳ್ತೀರೋ ಅವ್ರಿಗೆ ಕೊಡ್ತೀನಿ.

ನಂಗೆ ಹಣದ ಬೆಲೆ ಗೊತ್ತಿಲ್ವಾ, ಸಿಂಗಾರಯ್ಯ ? ನನ್ನತ್ರ ಹೇಗೆ ನೀವು ಬಡ್ಡಿ ವಸೂಲು ಮಾಡಿದ್ದೀರಿ ?'' ನೆನಪಿಸಿದರು.

ಮೇಲೆದ್ದ ಸಿಂಗಾರಯ್ಯ, ''ಅಮ್ಮ ಬನ್ನಿ ಇಲ್ಲಿ'' ಎಂದು ಕರೆದು, ''ನೀವೇ ಸಾಕ್ಷಿ ! ಹೋಟೆಲು ಮಾರೋದಾದ್ರೆ ನಂಗೆ ಹೇಳಿ ಕಳಿಸ್ತೀನೀಂತ ಅಂದಿದ್ದಾರೆ. ಯಜಮಾನ್ರು ಮಾತಿಗೆ ತಪ್ಪದಂತೆ ನೋಡ್ಕೊಳ್ಳಿ'' ಹೇಳಿದವನೇ ಮೊಮ್ಮಗನನ್ನು ಕರೆದುಕೊಂಡು ಹೊರಟ.

ಸತ್ಯನಾರಾಯಣ ಅವನು ಹೋದತ್ತಲೇ ನೋಡಿದರು. ಸುತ್ತಮುತ್ತ ಇರೋ ತೋಟ, ಗದ್ದೆಗಳ ಒಡೆತನವೆಲ್ಲ ಸಿಂಗಾರಯ್ಯನ ಕುಟುಂಬಕ್ಕೆ ಸೇರಿ ಹೋಗಿತ್ತು. ಅದೆಲ್ಲ ಬರಿ ಮೋಸದಿಂದಲೇ ಪಡೆದುಕೊಂಡಿದ್ದು. ಆದರೂ ಇಂದಿಗೂ ಆ ಮನುಷ್ಯನಿಗೆ ಭೂಮಿಯ ಮೇಲೆ ಆಸೆ ಹೋಗಿರಲಿಲ್ಲ. ಇಂಥ ಗುಣ ರಕ್ತಗತವಾಗಿ ಬರುತ್ತಾ? ಇಲ್ಲದಿದ್ದರೇ ಪ್ರಯತ್ನಪೂರ್ವಕವಾಗಿ ರೂಢಿಸಿಕೊಳ್ಳಬೇಕಾ ?

ಇದೇ ಗುಂಗಿನಲ್ಲಿ ಬಹಳ ಹೊತ್ತು ಇದ್ದು ಬಿಟ್ಟರು.

❑ ❑ ❑

ಅಂದು ಭಾನುವಾರ ವಿಶ್ವ ಬಂದಾಗ ವೆಂಕಟಾಚಲ ಮನೆಯಲ್ಲೇ ಇದ್ದರು. ಅವನು ಬೇರೊಂದು ಬಡಾವಣೆಯಲ್ಲಿ ಒಂದು ಸಣ್ಣ ಕೋಣೆ ಹಿಡಿದು ತೀರಾ ಅಗತ್ಯವಾದ ಸಾಮಾನುಗಳನ್ನು ಅಲ್ಲಿಗೆ ಸಾಗಿಸಿಕೊಂಡಿದ್ದ. ಹಿಂದಿನ ದಿನ ಸಂಬಳವಾದುದ್ದರಿಂದ ಬಾಡಿಗೆ ಕೊಟ್ಟು ಉಳಿದ ಸಾಮಾನುಗಳನ್ನು ಒಯ್ಯಲು ಬಂದಿದ್ದ. ಅದಕ್ಕೆ ಒಂದೇ ಒಂದು ಕಾರಣ. ಸತ್ಯನಾರಾಯಣ ದಂಪತಿಗಳು ಮತ್ತು ಮುರುಳಿಯಿಂದ ಸಮಾನ ದೂರದಲ್ಲಿರಲು ನಿಶ್ಚಯಿಸಿದ್ದ ಅವನು ಸ್ವಲ್ಪ ಎಚ್ಚರ ತಪ್ಪಿದರೂ ಅನಾಹುತವಾಗುತ್ತಿತ್ತು. ಅದು ಅವನಿಗೆ ಬೇಕಿರಲಿಲ್ಲ.

''ಎಲ್ಹೋಗ್ಬಿಟ್ಟಿದ್ರಿ ? ವೆಂಕಟಾಚಲ ಪೇಪರ್ ಹಿಡಿದು ಹೊರ ಬಂದರು.

''ಅದ್ನೆಲ್ಲ ಆಮೇಲೆ ಹೇಳ್ತೀನಿ. ನಾನೇ ಕೆಳಗಡೆ ಬರ್ತೀನಿ'' ಮೆಟ್ಟಿಲುಗಳನ್ನೇರಿ ಮೇಲೆ ಹೋದ. ಆಂದೋಲನ ಸ್ಥಿತಿಯಲ್ಲಿತ್ತು ಅವನ ಮನ. ಬೀಗ ತೆಗೆದವನೇ ಕುಸಿದಂತೆ ಕುಳಿತ. ಗಾಳಿಯಾಡದ ರೂಮಿನಲ್ಲಿ ಕೆಟ್ಟ ವಾಸನೆ. ಕಿಟಕಿಗಳನ್ನು ತೆಗೆದಿಟ್ಟ ನಂತರ ಮೊದಲು ಕಂಡಿದ್ದು ನೋಟುಗಳು ಮತ್ತು ಒಂದು ಸಣ್ಣ ಸ್ಲಿಪ್. ಬಹುಶಃ ಮುರಳಿ ಬಂದು ಹೋಗಿರಬಹುದೇ? ಕಣ್ಣಂಚು ಒದ್ದೆಯಾಯಿತು ಮೊದಲು ಸ್ಲಿಪ್ನಲ್ಲಿ ಬರೆದಿದ್ದು ಓದಿದಾಗ, ಕಣ್ಣಂಚಿನಲ್ಲಿ ಬಚ್ಚಿಟ್ಟುಕೊಂಡಿದ್ದ ಕಂಬನಿಯ ಬಿಂದುಗಳು ಮೆಲ್ಲಗೆ ಕೆಲಗೆ ಜಾರಿ ಮನದ ದುಃಖವನ್ನು ಹೊರ ಚೆಲ್ಲಿದವು.

'ಹಣನ ಉಪಯೋಗಿಸ್ಕೋ' ಎಂದು ಮಾತ್ರ ಬರೆದಿದ್ದರೆ ವಿನಃ ಮುರುಳಿಯ ಬಗ್ಗೆ ಕೂಡ ವಿಚಾರಿಸಿರಲಿಲ್ಲ. ಅವರ ಕಾಲುಗಳು ಮೇಲೆ ಹೊರಳಾಡಿ ಕಣ್ಣೀರಿನ ಅಭಿಷೇಕ ಮಾಡಬೇಕೆನಿಸಿತು. ಎಂಥ ಉದಾತ್ತ ವ್ಯಕ್ತಿ. ಇಂಥ ಮನುಷ್ಯನನ್ನು ತಂದೆಯನ್ನಾಗಿ ಪಡೆಯಲು ಏಳು ಜನ್ಮಗಳ ಪುಣ್ಯ ಬೇಕೆನಿಸಿತು.

ಕೂತು ಮಗುವಿನಂತೆ ಅತ್ತ. ಇಂಥವರನ್ನು ಉಳಿಸಿಕೊಳ್ಳುವುದು ತನ್ನ ಸೌಭಾಗ್ಯದಲ್ಲಿ ಬರೆದಿಲ್ಲವಲ್ಲ ಎಂದು ಗೋಳಿಟ್ಟ. ಏನಾದರಾಗಲೀ ಅವರಿಂದ ತಾನು ದೂರ ಹೋದರೇ ಆ ನಷ್ಟ ತನಗೇ ಎಂದು ನಿರ್ಧರಿಸಿದ. ಆದರೆ... ಮುರುಳಿ... ತೋಚದಂತಾಯಿತು.

ನೋಟುಗಳನ್ನು ಜೇಬಿನಲ್ಲಿಟ್ಟುಕೊಂಡು ರೂಮನ್ನು ನೀಟಾಗಿ ಕಸ ಬಳೆದು ಸಾರಸಿದ. ಇದ್ದ ಪಾತ್ರೆಗಳನ್ನೆಲ್ಲ ತೊಳೆದು ನೀರು ತುಂಬಿಟ್ಟ. ಅವನ ಮನ ಗೊಂದಲದಲ್ಲಿತ್ತು. ಈಗೇನು ಎಂದಾದರೂ ತಾನು ನಿಜ ಹೇಳಬಹುದಾದ ಸಮಯ ಬರಬಹುದು. ಅಂದು ಘಟಸ್ಫೋಟವೇ. ಬಹಳ ಹೊತ್ತು ಅದೇ ರೀತಿಯಲ್ಲಿ ಕೂತಿದ್ದ.

''ವಿಶ್ವ, ಇದ್ದೀಯಪ್ಪ? ನಮ್ಮ ಮನೆಯೊಳು ಹೊರಟು ಹೋಗಿರಬಹ್ದು ನೋಡ್ಕೊಂಡ್ಬನ್ನಿ ಅಂದ್ಲು. ಇಷ್ಟು ದಿನ ಎಲ್ಹೋಗಿದ್ದೆ ?'' ಎನ್ನುತ್ತಲೆ ಒಳಗೆ ಬಂದು ಸ್ಟೂಲು ಮೇಲೆ ಕೂತರು. ಅದು ಅವರ ಸ್ವಂತದ್ದೆ. ರೂಮಿನಲ್ಲಿ ವಾಸಕ್ಕೆ ಬರುವವರಿಗೆ ಒಂದು ಕೊಡುಗೆ.

''ಮೇಲೆ ಹತ್ತಿ ಬರುವಾಗ ನಾನೇ ಬಂದು ನಿಮ್ಮನ್ನು ಕಾಣ್ತೇನಿ ಅಂತಹೇಳಿದ್ನಲ್ಲ, ತಗೊಳ್ಳಿ... ಬಾಡಿಗೆ...'' ಎಣಿಸಿ ಅವರ ಕೈಗಿಟ್ಟಾಗ ಸದ್ದಿಲ್ಲದೆ ತಗೊಂಡು, ''ಮುರುಳಿ ತಂದೆ ಸತ್ಯನಾರಾಯಣ ಬಾಡ್ಗೆ ಹಣ ಕೊಟ್ಹೋಗಿದ್ದರು. ಇದ್ನ ಮುಂದಿನ ತಿಂಗ್ಳು ಬಾಡ್ಗೆಗಾಗಿ ಇಟ್ಕೊಳ್ಲಾ ಅಥ್ವ ಹಿಂದಿರುಗಿಸಿ ಬಿಡ್ಲಾ ?'' ಕೇಳಿದರು. ಕೈಗೆ ಬಂದ ಹಣವನ್ನು ಅವರಿಗೆ ಕೊಡುವ ಮನಸ್ಸು ಇರಲಿಲ್ಲ.

ಅದನ್ನು ಅರ್ಥ ಮಾಡಿಕೊಂಡ ವಿಶ್ವ, ''ಆ ಬಗ್ಗೆ ನಿರ್ಧಾರಕ್ಕೆ ಬರೋಕೆ ಒಂದಿಷ್ಟು ಸಮಯ ಬೇಕು. ದಯವಿಟ್ಟು ನೀವು ಕೆಳಗಡೆ ಇರೀ, ನಾನ್ಬರ್ತೀನಿ'' ಬಲವಂತದಿಂದ ಅವರನ್ನು ಕಳುಹಿಸಿ ಬಾಗಿಲು ಹಾಕಿಕೊಂಡು ಮಲಗಿದ. ಭಯಂಕರ ಜಿಜ್ಞಾಸೆ ಅವನಲ್ಲಿ.

ಅಡ್ರೆಸ್ ಕೊಡದೇ ರೂಮ್ ಖಾಲಿ ಮಾಡೋದೋ? ಅಥವಾ ಇಲ್ಲೆ ಇದ್ದು ಬಂದಿದ್ದನ್ನು ಅನುಭವಿಸೋದು? ಇನ್ನೊಂದು ತಿಂಗಳು ಇದ್ದರೇ ಹೇಗೆ ? ಪ್ರಶ್ನೆಗಳ ನಡುವೆ ತಲೆ ಕೆಟ್ಟಂತಾಯಿತೇ ವಿನಃ ಏನೇನು ತೋಚಲಿಲ್ಲ. ಸದ್ಯಕ್ಕೆ ಇವತ್ತು ರೂಮು ಖಾಲಿ ಮಾಡಬಾರದೆಂಬ ನಿರ್ಧಾರಕ್ಕೆ ಬಂದ. ಆದರೆ ಈಗೊಂದು ರೂಮು ಹಿಡಿದಿದ್ದರಿಂದ ಎರಡು ರೂಮಿಗೆ ಕೊಡುವ ಚೈತನ್ಯ ಅವನಿಗೆ ಇರಲಿಲ್ಲ.

ಬಹಳ ಹೊತ್ತಿನ ಮೇಲೆ ಕೆಳಗಿಳಿದು ಬಂದಾಗ ವೆಂಕಟಾಚಲ ಹೆಂಡತಿ ತಲೆಗೂದಲನ್ನು ಬೆನ್ನ ಮೇಲೆ ಹರಡಿಕೊಂಡು ಬಿಸಿಲಿಗೆ ಒಣಗಿಸುತ್ತಿದ್ದವರು ನಗೆ ಬೀರಿದರು.

''ಎಲ್ಹೋಗಿದ್ರಿ, ಬನ್ನಿ ? ಒಳ್ಗೆ'' ಎಂದು ಒಳಗೆ ಹೋದಳು.

ಅಡಿಗೆಯ ಮನೆಯಲ್ಲಿದ್ದ ವೆಂಕಟಾಚಲ ಟವಲಿಗೆ ಕೈ ಒರೆಸುತ್ತಾ ಹೊರಗೆ ಬಂದರು ''ಅಡ್ಗೆ ಪೂರ್ತಿ ಆಗೋಕು ; ನೀವು ಬರೋಕು ಸರಿ ಹೋಯ್ತು'' ಎಂದ. ಆ ಮನುಷ್ಯನ ಮಾತು ವಿಶ್ವನಿಗೆ ಅರ್ಥವಾಗಲಿಲ್ಲ ''ನಿಮ್ಮ ಅಡ್ಗೆಗೂ ನಂಗೂ ಏನು ಸಂಬಂಧ ? ಒಂದೆರಡು ದಿನ ಬಿಟ್ಬರ್ತೀನಿ'' ಎಂದು ಹಿಂದಕ್ಕೆ ತಿರುಗಿದಾಗ ಆ ಮಹಾಶಯನ ಹೆಂಡತಿ

''ನೀವು ಊಟ ಮಾಡ್ಕೊಂಡ್ ಹೋಗ್ಬೇಕು'' ಎರ್ಡು ಹಿಡಿ ಅಕ್ಕಿ ಹೆಚ್ಚಿಗೆ ಹಾಕಿದ್ದೀನಿ. ಸುಮ್ನೇ ಅನ್ನ ಉಳ್ದು ಹೋಗುತ್ತೆ''

''ಆದ್ನ ನಿಮ್ಮ ಯಜಮಾನ್ರಿಗೆ ರಾತ್ರಿಗೆ ಬಡ್ಸಿ. ಮತ್ತೆ ಒಂದೆರಡು ದಿನ ಬಿಟ್ಬರ್ತೀನಿ'' ಹೊರಟೇ ಬಿಟ್ಟ. ಅವನಿಗೆ ಯಾರೊಂದಿಗೂ ಈಗ ಮಾತು ಬೇಕಿರಲಿಲ್ಲ.

ವಿಶ್ವ ತಿರುಗಿ ಕೂಡ ನೋಡದೇ ಬಸ್ಸು ಸ್ಟಾಪ್‌ಗೆ ಬಂದ.

ರೂಮಿಗೆ ಹೋಗಿ ಮಾಡುವುದೇನು ಇರಲಿಲ್ಲ. ಜೇಬಿನಲ್ಲಿ ಹಣವಿತ್ತು ಹೋಟೆಲ್‌ನಲ್ಲಿ ಊಟ ಮಾಡಿ ಒಂದು ಕೆಟ್ಟ ಪಿಕ್ಚರ್ ನೋಡಿಕೊಂಡೇ ಹಿಂದಿರುಗಿದ್ದು.

ರಾತ್ರಿ ಎಷ್ಟೇ ಪ್ರಯಾಸಪಟ್ಟರೂ ಅವನಿಗೆ ಕಣ್ಣು ಮುಚ್ಚಲಾಗಲಿಲ್ಲ. ಇಷ್ಟು ವರ್ಷಗಳ ಜೀವನದಲ್ಲಿ ಇದೊಂದು ಕೆಟ ರಾತ್ರಿಯೆನಿಸಿತು. ಸುಕನ್ಯ ಸತ್ಯನಾರಾಯಣ ಅವರ ವ್ಯಕ್ತಿತ್ವ ನೆನಪಾದರೆ ತಾನೊಬ್ಬ ದೊಡ್ಡ ಅಪರಾಧಿಯಂತೆ ಫೀಲಾಗುತ್ತಿದ್ದ.

ಕೆಲಸಕ್ಕಾಗಿ ಪ್ರಯತ್ನಿಸುತ್ತಿದ್ದ. ಸಿಗೋದಿರಲಿ, ಸಿಗುವ ಸೂಚನೆ ಕೂಡ ಸಿಕ್ಕಿರಲಿಲ್ಲ. ಮುಂದೇನು ? ಅಲಕಾ ಪತ್ರಿಕೆಯಲ್ಲಿ ಕೆಲಸ ಮಾಡುವುದು ಅವನಿಗೆ ಬೇಕಿರಲಿಲ್ಲ. ಹಾಗೆಂದು ಬಿಟ್ಟರೇ ಉಪವಾಸ ಸಾಯಬೇಕಿತ್ತು. ಹೋಗಲಿ ಆತ್ಮಹತ್ಯೆ ಮಾಡಿಕೊಂಡರೇ ಹೇಗೆ? ಅವನಂಥವನಿಗೆ ಇಂಥ ಯೋಚನೆಗಳು ಸಾಕಷ್ಟು ಬಂದು ಹೋಗಿತ್ತು? ಆದರೆ ಎಂದು ಸಾಯೋ ಪ್ರಯತ್ನವಂತು ಮಾಡಿರಲಿಲ್ಲ.

ಬೆಳಿಗ್ಗೆ ಇವನು ಕೆಲಸಕ್ಕೆ ಹೋಗುತ್ತಿದ್ದಂಗೆ ಮುರುಳಿ, ಅಲಕಾನ ಹೊತ್ತ ಕಾರು ಬಂದು ನಿಂತಿತು. ಅವರುಗಳ ಮುಖ ನೋಡುವುದು ಅವನಿಗೆ ಇಷ್ಟವಿಲ್ಲದಿರಬಹುದು. ಆದರೆ ಅನ್ನ ಕೊಡುವ ಮಾಲೀಕರಾದುದ್ದರಿಂದ ಗೌರವಿಸುವುದು ಅವನ ಕರ್ತವ್ಯವಾಗಿತ್ತು. ವಿಶ್ ಮಾಡಿ ಪಕ್ಕಕ್ಕೆ ಸರಿದು ಹೋದ.

ಕೂಲಿಂಗ್ ಗ್ಲಾಸ್ ತೆಗೆಯುತ್ತಾ ಕೆಳಗಿಳಿದ ಅಲಕಾ, ''ವಿಶ್ವ, ಲಂಚ್ ಬ್ರೇಕ್‌ನಲ್ಲಿ ಒಮ್ಮೆ ಬಂದ್ಹೋಗಿ. ಒಂದಿಷ್ಟು ಪರ್ಸನಲ್ಲಾಗಿ ಮಾತಾಡೋದಿದೆ'' ಎಂದು ಹೇಳಿದ್ದು. ಆಮೇಲೆ ಇಳಿದ ಮುರುಳಿಗೆ ಕೇಳಿಸಿ, ಅವನೆದೆ ನಗಾರಿಯಾಯಿತು. ಅವಳ ಉದ್ದೇಶವೇನು? ತನ್ನ ಬಗ್ಗೆ ಏನಾದರೂ ಅನುಮಾನ ಬಂದಿದೆಯಾ? ಆದರೆ ಅಲಕಾನ ಪ್ರಶ್ನಿಸುವ ಧೈರ್ಯ ವಾಗದೆ ಮೌನವಹಿಸಿದ. ಅವನು ಇಲ್ಲಿ ಕೆಲಸ ಬಿಟ್ಟು ಹೋಗುವುದೇ ಸರಿಯೆನಿಸಿತು.

ಅಲಕಾ ಪತ್ರಿಕಾಲಯಕ್ಕೆ ಕಾಲಿಟ್ಟಳೆಂದರೆ ಕೆಟ್ಟು ನಿಂತಿರುವ ಯಂತ್ರಗಳಿಗೂ ಕೂಡ ಜೀವ ಬಂದು ಬಿಡುತ್ತಿತ್ತು. ಶಿವಶಂಕರ ಪಿಳ್ಳೆಯ ಮಗಳು ತನ್ನ ಬುದ್ಧಿವಂತಿಕೆ ಮತ್ತು ನಡವಳಿಕೆಯಿಂದ ಸ್ವಂತ ಸಂಪಾದಿಸಿಕೊಂಡಿದ್ದಳು ಅದನ್ನು.

ಅವಳು ಎಲ್ಲೆಡೆ ಸುತ್ತಾಡದೇ ಆಫೀಸ್ ರೂಮಿಗೆ ಬಂದು ಕೂಡುತ್ತಿದ್ದುದ್ದು. ಮಾಮೂಲಾಗಿರುತ್ತಿದ್ದ ಮುರುಳಿ ಇಂದು ತಲೆಕೆಡಿಸಿಕೊಂಡಿದ್ದ.

ಛೇಂಬರ್‌ಗೆ ಬಂದ ಅಲಕಾ, ''ಮುರುಳಿ, ಒಂದ್ಕೆಲ್ಸ ಯಾಕೆ ಮಾಡ್ಬಾರ್ದು? ನಿಮ್ಮ

ಸಾಮಾನು ಹಾಸ್ಟೆಲ್‌ನಲ್ಲಿ ಕಳುವಾಯಿತಲ್ಲ ಆ ಡೇಟ್‌ನೊಂದಿಗೆ ಒಂದು ಪ್ರಕಟಣೆ ಕೋಡೋದು'' ಅನ್ನುವ ವೇಳೆಗೆ ಸೆಲ್ಯೂಲರ್ ಸದ್ದು ಕಡೆ ಗಮನ ಹರಿಸಿದಳು.

ಮುರುಳಿ ಕೋಪದಿಂದ ಉರಿದು ಬಿದ್ದ. ತನ್ನ ತಾಯ್ತಂದೆಯರನ್ನು ನೆನಪಿಸುವ ಮಡದಿ ಶತ್ರುವಾಗಿ ಕಂಡಳು. ಅವನು ಇದ್ದಿದ್ದೇ ಬಾಣಲೆ, ಅದರಿಂದ ಎತ್ತಿ ಉರಿಯುವ ಒಲೆಗೆ ಹಾಕುವುದು ಎಷ್ಟು ಸರಿ ?

ಫೋನ್ ಕೆಳಗಿಳಿಸಿದ ನಂತರ ''ಅಂದು ಹಾಸ್ಟೆಲ್ ರೂಮಿನಲ್ಲಿ ಕಳೆದ ಹೋದ ಸಾಮಾನುಗಳಲ್ಲಿನ ಫೋಟೋಗಳು ಯಾರಿಗಾದ್ರೂ ಸಿಕ್ಕಿದ್ದರೆ ಅಥ್ವಾ ಯಾರ ಬಳಿಯಲ್ಲಾದ್ರೂ ಇದ್ದರೇ ಅದನ್ನು ತಲುಪಿಸಿದವರಿಗೆ ಸೂಕ್ತ ಬಹುಮಾನ ಕೊಡಲಾಗುತ್ತೆ ಎಂದು ಬಿಡೋದು. ಇದೊಂದು ಪ್ರಯತ್ನ ಯಾಕೆ ಮಾಡ್ಬಾರ್ದು?'' ಅಂದಳು ಗದ್ದಕ್ಕೆ ಕೈ ಹಚ್ಚಿ. ಆ ನೀಳ ಸುಂದರ ಬೆರಳುಗಳನ್ನು ನೋಡಿದ. ತುಟಿಗೊತ್ತಿಕೊಳ್ಳಬೇಕೆನಿಸಿತು. ತಕ್ಷಣ ಆ ಕೆಲಸಕ್ಕೆ ಮುಂದಾದಾಗ ''ಷಟಪ್, ಇದು ಆಫೀಸ್. ಇಲ್ಲಿಗೆ ಬರೋದು ರೋಮಾನ್ಸ್ ನಡ್ಸೋಕ್ಕಲ್ಲ'' ಗುಡುಗಿ ಹೊರಕ್ಕೆ ಹೋದಳು.

ವಿವಾಹದ ನಂತರ ದಿನಗಳು ಕೂಡ ಅವಳಿಗೆ ಅದ್ಭುತವೆನಿಸಲಿಲ್ಲ. ಬಾಳಿಗೊಬ್ಬ ಸಂಗಾತಿ ಬಂದಿದ್ದ. ರಾತ್ರಿಗಳು ಸುಖಕರವೇ. ಆದರೆ ಹಗಲುಗಳು ಮಾತ್ರ ತೀರಾ ನೀರಸವೆನಿ ಸುತ್ತಿತ್ತು. ಯಾಕೆ? ವಿದ್ಯಾವಂತನಾದರೂ ಅವನಲ್ಲಿ ಬೌದ್ಧಿಕ ದಾರಿದ್ರ್ಯವಿದೆಯೆನಿಸಿತು. ಅದನ್ನು ಮನದಿಂದ ಪಕ್ಕಕ್ಕೆ ಸರಿಸಿ ಪ್ರಯತ್ನಪಟ್ಟರೇ ಮುರುಳಿ ಆ ಪಟ್ಟ ಮುಟ್ಟಬಲ್ಲನೆನಿಸಿತು. ಮುಕ್ತ ಪರಿಸರ, ಮುಕ್ತವಾದ ಬೆಳವಣಿಗೆ ಅವಳನ್ನು ಹೆಚ್ಚು ಪಕ್ವವಾಗಿಸಿತ್ತು. ಆದರಿಂದಲೇ ಕೆಲವನ್ನು ಪಟ್ಟ ಪುಟ್ಟವೆಂದು ಪರಿಗಣಿಸಿದರೂ ಕೆಲವುದರ ಬಗ್ಗೆ ಅಸಮಾನ್ಯವಾದ ನಿಗಾ.

ಸ್ವಲ್ಪ ಇರುಸು ಮುರುಸುನಿಂದಲೇ ಲಂಚ್‌ಬ್ರೇಕ್‌ನಲ್ಲಿ ಎಂ.ಡಿ. ಛೇಂಬರ್‌ಗೆ ಬಂದ ಯಾರೊಂದಿಗೋ ಸಂಭಾಷಿಸುತ್ತಿದ್ದ ಅಲಕಾ ಒಳಗೆ ಬರುವಂತೆ ಸನ್ನೆ ಮಾಡಿ ಅವನತ್ತ ತಿರುಗಿ ''ವಿಶ್ವ, ಇವತ್ತು ಮಧ್ಯಾಹ್ನದ ಲಂಚ್ ಐಶ್ವರ್ಯದಲ್ಲಿ ಯಾಕೆ ತಗೋಬಾರ್ದು ? ನಾವುಗಳು ಕೂಡ ಹೊರಟಿದ್ದೀವಿ'' ಆತ್ಮೀಯವಾಗಿ ಹೇಳಿದಾಗ ಅವನಿಗೆ ಮೈ ಪರಚಿ ಕೊಳ್ಳುವಂತಾಯಿತು.

''ಇಲ್ಲ ಮೇಡಮ್ !'' ಎಂದ.

''ಕಾರಣ ನಾವು ಕೇಳಿದ್ರೂ ನೀವು ಹೇಳೊಲ್ಲ. ಇಲ್ಲಿ ಕೂತು ಆರಾಮಾಗಿ ಮಾತಾಡೋಣಾಂದರೇ, ಸಾಧ್ಯವಿಲ್ಲಾಂತ ಅನ್ನಿಸುತ್ತೆ ಹೋಗ್ಲಿ, ಸಂಜೆ ಟೀಗೆ ನಮ್ಮಲ್ಲಿಗೆ ಬನ್ನಿ ಆದು ಮುರುಳಿ ಫ್ರೆಂಡಾಗಿ. ಏನು ಮುರುಳಿ'' ಎಂದು ಗಂಡನತ್ತ ನೋಟ ಹರಿಸಿದಾಗ, ಅವನು ನರ್ವಸ್ ಆಗಿದ್ದ. ಆದರೂ ಬೇಗ ಚೇತರಿಸಕೊಂಡ, ''ಹೌದೋ ವಿಶ್ವ, ನೀನು ಖಂಡಿತ ನಮ್ಮಲ್ಲಿಗೆ ಟೀಗೆ ಬರ್ಬೇಕು'' ಆಹ್ವಾನವಿತ್ತ.

ವಿಶ್ವ ಒಪ್ಪಿಕೊಳ್ಳುವ ಅಗತ್ಯವಿತ್ತು.

''ಆಯ್ತು, ಬರ್ತೀನಿ'' ಎಂದ. ಅವನಿಗೆ ಬೇಗ ಅಲ್ಲಿಂದ ಹೋಗುವುದು ಬೇಕಿತ್ತು ''ಬರ್ತೀನಿ ಮೇಡಮ್'' ಹೊರಟೇ ಬಿಟ್ಟ ಆತುರಾತುರವಾಗಿ.

''ಯೂ ಆರ್ ಲಕ್ಕಿ. ನಿಮ್ಗೇ ಒಬ್ಬ ಒಳ್ಳೆ ಫ್ರೆಂಡ್ ಇದ್ದಾನೆ. ದುರಾದೃಷ್ಟ ಅಲ್ಲಿವರ್ರೂಗ್ಗಿ ಬಂದು ನಿಮ್ಮನ್ನ ಬಿಟ್ಹೋಗಿದೆ. Nothing in the World is Single ಷೆಲ್ಲಿ ಕವಿ ಯಾವುದೋ ಸಂದರ್ಭದಲ್ಲಿ ಹೇಳ್ದ ಮಾತು ನೆನಪಾಯ್ತು'' ಅಂದಳು ಗಂಬೀರವಾಗಿ. ಓದಿದನ್ನ ಮನನ ಮಾಡಿಕೊಳ್ಳುವುದು ಮಾತ್ರವಲ್ಲ, ತಂದೆಯೊಂದಿಗೆ ಚರ್ಚಿಸಿದಳು. ಅದು ಅವಳನ್ನು ಬಹಳ ಬೆಳೆಸಿತ್ತು.

ಮಧ್ಯಾಹ್ನ ಮೂರಕ್ಕೆ ಒಂದು ಮೀಟಿಂಗ್ ಇದ್ದುದ್ದರಿಂದ ಲಂಚ್‌ಗೆ ಹೋಗುವುದು ಕ್ಯಾನ್ಸಲ್ ಆಯ್ತು. ಶಿವಶಂಕರ ಪಿಳ್ಳೆ ಒಂದು ಸೆಮಿನಾರ್‌ನಲ್ಲಿ ಭಾಗವಹಿಸಲು ನೇಪಾಳಕ್ಕೆ ಹೋಗಿದ್ದರು. ಸಾಕಷ್ಟು ಸಲ ಜೊತೆಯಲ್ಲಿ ಕರೆದೊಯ್ದಿದ್ದರು ಮಗಳನ್ನು. ಅಷ್ಟೇ ಆತುರವಾಗಿ ಹಿಂದಿರುಗುತ್ತಿದ್ದರು. ಈಗ ಆರಾಮಾಗಿ ಬರುತ್ತಿದ್ದರು.

ವಿಶ್ವ ಪತ್ರಿಕಾಲಯದಿಂದ ರೂಮಿಗೆ ಹೋಗಿ ಮುಖ ತೊಳೆದು ಬಟ್ಟೆ ಬದಲಾಯಿಸಿ ಐಶ್ವರ್ಯಗೆ ಬಂದ. ವಾಚ್‌ಮನ್ ವಿಪರೀತ ಪ್ರಶ್ನೆಗಳನ್ನು ಹಾಕದೇ ಒಳಗೆ ಬಿಟ್ಟರೂ, ಆಳೆತ್ತರದ ನಾಯಿಗಳು ಕಟ್ಟಿ ಹಾಕಿದ್ದರೂ ಬೊಗಳುತ್ತ ಸ್ವಾಗತಿಸಿದವು.

ಬಾಲ್ಕನಿಯಲ್ಲಿ ನಿಂತಿದ್ದ ಅಲಕಾ ಕಿರುನಗೆ ಬೀರಿ ಸ್ವಾಗತಿಸಿದಳು. ''ಬನ್ನಿ, ನೀವು ಮಿಸ್ ಮಾಡೋಲ್ಲಾಂತ ಗೊತ್ತಿತ್ತು'' ಮೃದುದನಿಯಲ್ಲಿ ಹೇಳಿದಾಗ, ಇಂಥ ಕೋಮಲ ಹುಡುಗಿಯನ್ನು ಪಡೆದ ಗೆಳೆಯನ ಅದೃಷ್ಟಕ್ಕೆ ಸಂತೋಷಗೊಂಡ.

ಇಂದು ಅಲಕಾ ಮೇಲಿನ ಬಾಲ್ಕನಿಗೆ ಕರೆದೊಯ್ದಳು. ಆರಾಮಾಗಿ ತೂಗಿ ಕೊಳ್ಳುತ್ತಿದ್ದ ಮುರುಳಿ ಮೇಲೆದ್ದ ''ನಾನು ಸೋತೆ ಕಣೋ ವಿಶ್ವ. ನಾನು ಅಲಕಾ ಬೆಟ್ಸ್ ಕಟ್ಟಿಕೊಂಡಿದ್ವಿ'' ನಗುತ್ತಾ ಹೇಳಿದ.

ವಿಶ್ವ ಪೆಚ್ಚು ನಗೆ ಬೀರಿದ. ಅವನೀಗ ಇವರಿಬ್ಬರ ಮಧ್ಯೆ ಏನು ಮಾತಾಡಬೇಕೆಂಬುದೇ ತೋರುತ್ತಿರಲಿಲ್ಲ. ಒಂದು ರೀತಿಯಲ್ಲಿ ಮಾನಸಿಕ ಹಿಂಸೆ.

ಒಂದು ರೌಂಡ್ ಟೇಬಲ್ ಇತ್ತು. ಅದರ ಸುತ್ತಲು ನಾಲ್ಕು ಕೇನ್ ಛೇರ್‌ಗಳು ಇತ್ತು. ಇನ್ನೊಂದು ಕಡೆ ವಿಚಿತ್ರ ಮಾದರಿಯ ಅತ್ಯಂತ ಸುಂದರವಾದ ಸೋಫಾ ಇತ್ತು.

''ಕೂತ್ಕೊಳಿ, ವಿಶ್ವ ಫ್ರೆಂಡ್ಸ್ ಆರಾಮಾಗಿ ಮಾತಾಡಿಕೊಳ್ಳಿ, ಅರ್ಧಗಂಟೆ 'ಬಿಟ್ಬರ್ತೀನಿ'' ಸೆಲ್ಯೂಲರ್ ಹಿಡಿದು ಕೆಳಗೆ ಹೋದಳು.

ವಿಶ್ವ ಹೋಗಿ ಮುರುಳಿ ಪಕ್ಕ ಕೂತು ಮುಖ ಒಂದು ತರಹ ಮಾಡಿದ ''ಯಾಕೆ ಈ ಆಹ್ವಾನ ? ಸಾಕಷ್ಟು ಕೆಲಸ್ಕೋಸ್ಕರ ಟ್ರೈ ಮಾಡ್ತಾ ಇದ್ದೀನಿ. ಇದ್ಕಿಂತ ಕಡ್ಮೆ ಸಂಬಳ ಸಿಕ್ಕರೂ ಹೋಗ್ಬಿಡ್ತೀನಿ. ಆದರೆ ಯಾವ್ದು ಸಿಕ್ಕಿಲ್ಲ. ರೂಮು ಕೂಡ ಬದಲಾಯಿಸೋ ಇರಾದೆಯಿಂದ್ಲೇ, ಬೇರೆ ರೂಮು ಇಡ್ದೇ. ಕಾರಣ ಏನು ಗೊತ್ತಾ ?'' ಕೇಳಿದ ಸೊಂಟದ ಮೇಲೆ ಕೈಯಿಟ್ಟುಕೊಂಡು.

''ನಂಗೊತ್ತು, ನನ್ನಿಂದ ನಿಂಗೆ ವಿಮೋಚನೆಯಾಗ್ಬೇಕು'' ಎಂದ ಮುರುಳಿ.

"ಹೌದು, ನಾನು ದೂರ ಹೋಗ್ಬಿಡೋದ್ರಿಂದ ನಿಂಗೂ ಅಪಾಯ ತಪ್ಪುತ್ತೆ. ಆದ್ರೆ ನನ್ನ ಊಟದ ಸಮಸ್ಯೆಯಾಗಿದೆ. ನಾನು ಒಬ್ಬ ಮೋಸಗಾರನಾಗಿ ಅಣ್ಣ ಅಮ್ಮನ ಮುಂದೆ ಖಂಡಿತ ನಿಲ್ಲಲಾರೆ. ಅವ್ರಿಗೆ ಮುಖ ತೋರಿಸ್ಲಾರ್ದೆ ಓಡಿ ಹೋಗ್ತಾ ಇದ್ದೀನಿ. ನಾನು ರೂಮಿನ ಅರ್ಧ ಖಾಲಿ ಮಾಡ್ಕೊಂಡ್ಹೋಗಿದ್ದೆ. ಅಣ್ಣ ಬಂದ್ಹೋಗಿದ್ದಾರೆ. ನಾನೇನೋ ಆರ್ಥಿಕ ತೊಂದರೆಯಲ್ಲಿ ಇದ್ದೀನೀಂತ ಹಣ ಇಟ್ಹೋಗಿದ್ದಾರೆ. ವೆಂಕಟಾಚಲಂಗೆ ಬಾಡ್ಗೆ ಕೊಟ್ಹೋಗಿದ್ದಾರೆ. ನಂಗೆ ದಿಕ್ಕೆ ತೋಚದಾಗಿದೆ" ಕಣ್ಣೊರೆಸಿಕೊಂಡ.

ಮುರುಳಿ ಕಲ್ಲಿನಂತೆ ಕೂತಿದ್ದ. ಅಲಕಾ ಇರೋ ಚುರುಕಿಗೆ ಒಂದಿಷ್ಟು ಕ್ಲೂ ಸಿಕ್ಕರೂ ಎಲ್ಲಾ ಜಾಲಾಡಿ ಬಿಡುತ್ತಾಳೆಂದು ಗೊತ್ತು. ಅವಳದು ಪತ್ರಿಕಾ ಮನಸ್ಸು.

"ಪ್ಲೀಸ್,ಸ್ವಲ್ಪ ಚೇತರಿಸ್ಕೋ. ಅಲಕಾನೆ ಎಸ್ಟಿಮೇಟ್ ಮಾಡೋಕೆ ಆಗೋಲ್ಲ. ಒಂದು ಪುಟ್ಟ ವಿಷ್ಯವಾಗ್ಲಿ ಬೇಗ ಕ್ಯಾಚ್ ಮಾಡ್ಬಿಡ್ತಾಳೆ. ಇನ್ನೊಂದು ದಿನ ನಿಧಾನವಾಗಿ ಮಾತಾಡೋಣ" ಎಂದ ನಿಟ್ಟುಸಿರು ದಬ್ಬುತ್ತ.

"ಮಾತು ಬೇಡ. ಏನೂ ಬೇಡ. ಆಹ್ವಾನಿಸಿದ್ದಕ್ಕೆ ಕಾರಣ ಹೇಳ್ಬಿಟ್ಟರೇ ಸಾಕು. ನಂಗೆ ಖಂಡಿತ ಇಂತಹ ಶ್ರೀಮಂತ ಗೆಳೆಯ ಬೇಡ. ನಂಗೇನು ಅಂಥ ದೊಡ್ಡ ದೊಡ್ಡ ಆಸೆಗಳಿಲ್ಲ ಹೇಗೋ ಇಷ್ಟು ವರ್ಷ ಕಳ್ದುಹೋಯ್ತು. ಮುಂದೇನು ಕಳ್ದು ಹೋಗುತ್ತೆ. ಭವಿಷ್ಯದ ಬಗ್ಗೆ ನಾನೇನು ತಲೆ ಕೆಡ್ಸಿಕೊಂಡಿಲ್ಲ. ಇದೆಲ್ಲ ನಿನ್ನ ಮನಸ್ಸಿನಲ್ಲಿ ಇರ್‍ಲಿ" ಎಂದ ವಿಶ್ವ ಸ್ವಲ್ಪ ದೂರದಲ್ಲಿದ್ದ ಸೋಫಾ ಮೇಲೆ ಹೋಗಿ ಕೂತ.

ಮುರುಳಿಯ ಬಾಯಿಂದ ಮಾತುಗಳೇ ಹೊರಡಲಿಲ್ಲ. ಒಂದೇ ಒಂದು ಸುಳ್ಳು ಅವನಿಗೆ ಎಲ್ಲಾ ನೀಡಿತ್ತು! ಹಾಗೆಂದು ಭಾವಿಸಿ ಮಂಪರಿನಲ್ಲಿದ್ದ. ಅದೇ ಸುಳ್ಳು ಅವನನ್ನು ಪಾತಾಳಕ್ಕೆ ಮೆಟ್ಟಿ ಬಿಡಬಹುದಿತ್ತು. ಅಲಕಾ ತುಂಬ ತುಂಬ ಡಿಫರೆಂಟ್ ಸದಾ ಗಂಡನ ಸೊಂಟ ಹಿಡಿದು ರೋಮ್ಯಾನ್ಸ್ ಮಾಡ ಬಯಸ್ಸೋ ಹುಡುಗಿಯರಿಂದ ಬಹಳ ದೂರ. ಅವಳ ಸುತ್ತಾಟಕ್ಕೆ ಅರ್ಥವಿರುತ್ತಿತ್ತು. ಮಾತು ಕೂಡ ಅಷ್ಟೇ ಅರ್ಥಪೂರ್ಣ.

ಮೊದಲು ಅಲಕಾ ಬಂದಳು. ಹಿಂದೆಯೇ ಕುಕ್ ಬಂದ. ಕಣ್ಣರಳಿಸಿ ನಕ್ಕಳು ದೊಡ್ಡದಾಗಿ "ಇದೇನು, ಎನಿಮಿಗಳ ತರಹ ಕೂತಿದ್ದೀರಿ? ಒಬ್ಬರ ಮೇಲೊಬ್ಬರ ದೋಷಾರೋಪವಾ ? ನಿಮ್ಮಿಬ್ರ ಸ್ನೇಹದ ಮಧ್ಯೆ ನಾನು ಬರೋದೆ ಇಲ್ಲ. ಬನ್ನಿ ವಿಶ್ವ" ಎಂದು ಕರೆದಳು.

ಮೂವರು ರೌಂಡ್ ಟೀಪಾಯಿ ಮುಂದೆ ಕೂತರು. ದೊಡ್ಡಸ್ಥಿಕೆಯು ಇಲ್ಲದೇ ತಾನೆ ಬಡಿಸಿದಳು. ಎರಡು ಸ್ವೀಟ್, ಖಾರದ ಶಾವಿಗೆ ಜೊತೆ ಹೆಸರು ತಿಳಿಯದ ರುಚಿಕರವಾದ ಡಿಷ್– ಎಲ್ಲವು ಚೆನ್ನಾಗಿತ್ತು. ತಿನ್ನಲು ಮಾತ್ರ ವಿಶ್ವ ಪ್ರಯಾಸಪಡಬೇಕಿತ್ತು. ಮಾತುಗಳಲ್ಲಿ ಅಂತರ ಮರೆಸಿ ಬಿಡುವಂಥ ಜಾಣ್ಮೆ ಅಲಕಾಗೆ ಇತ್ತು. ಆದ್ದರಿಂದ ಪ್ಲೇಟುಗಳು ಖಾಲಿಯಾದವು.

ನಂತರ ಟೀನು ಆಯಿತು. ಅಲಕಾ ಆಹ್ವಾನಿಸಿದ್ದು ಬರೀ ಔಪಚಾರಿಕವಾಗಿ ಎಂದು ಗೆಳೆಯರಿಬ್ಬರು ತೀರ್ಮಾನಕ್ಕೆ ಬರುವ ಮುನ್ನ ಒಂದು ದೊಡ್ಡ ಬಾಂಬು ಹಾಕಿ ಬಿಟ್ಟಳು.

''ವಿಶ್ವ, ನೀವು ಮುರುಳಿ ತಂದೆ ತಾಯಿನಾ ನೋಡಿದ್ರಾ ?''

ನೆತ್ತಿಯಿಂದ ಕಾಲಿನವರೆಗೂ ಬೆವರಿನಿಂದ ತೊಯ್ದು ಹೋದಂತಾಯಿತು ಅವನಿಗೆ. ಮುರುಳಿಯ ಮುಖದಲ್ಲಿ ರಕ್ತವೇ ಇರಲಿಲ್ಲ 'ಥೂ, ಯಾಕೆ ಇವಳಿಗೆ ಬೇಡದ ವಿಷಯದಲ್ಲಿ ಆಸಕ್ತಿ' ಎಂದು ಕೊಂಡರೂ ಅದನ್ನು ಮಡದಿ ಮುಂದೆ ಮಂಡಿಸಲು ಹಿಂಜರಿಕೆ.

''ನೀವು ಅವ್ರನ್ನ ನೋಡಿಲ್ವಾ? ಕನಿಷ್ಟ ಅವ್ರುಗಳ ಫೋಟೋನಾದ್ರೂ ನೋಡೋಣಾಂದರೇ, ಅವ್ರ ಕೂಡ ಮುರುಳಿ ಓದುವಾಗ ಹಾಸ್ಟಲ್ ರೂಂನಲ್ಲಿ ಕಳ್ಳತನವಾಯಿತಂತೆ. ಆಗ ಅವೆಲ್ಲ ಹೋಗ್ಬಿಟ್ಟಿದೆ. ಕನಿಷ್ಟ ಅವ್ರು ಬದ್ಕಿಲ್ಲದಿದ್ದರೂ ಅವ್ರ ಫೋಟೋಗಳನ್ನಾದ್ರೂ ನಾವು ಮುಂದಿನ ಜನರೇಷನ್‌ಗೆ ಕಾಯ್ದಿಡಬೇಕು. ಅದು ನಮ್ಮ ಡ್ಯೂಟಿ ಅನ್ನಿಸೋಲ್ವಾ ?'' ಅವಳ ವಾಗ್ಝರಿಗೆ ಬೆಚ್ಚಿ ಬಿದ್ದರು.

ಇಲ್ಲಿ ವಿಶ್ವನ ಅಂತರಾತ್ಮ ಸುಳ್ಳಾಡಲು ಸಮ್ಮತಿಸಲಿಲ್ಲ.

''ನೋಡಿದ್ದೆ ತುಂಬ ಒಳ್ಳೆ ಜೋಡಿ. ಅವ್ರನ್ನ ಇರ್ಸಿಕೊಳ್ಳೋ ಅದೃಷ್ಟ ಇವ್ನಿಗಿಲ್ಲ'' ಅತ್ತೇಬಿಟ್ಟ, ಅಲಕಾ ಷಾಕಾದಳು. ಗೆಳೆಯನ ತಾಯ್ತಂದೆಯರ ಬಗ್ಗೆ ಇಷ್ಟೊಂದು ಆತ್ಮೀಯತೆ ಇಟ್ಟುಕೊಂಡಿರುವ ವಿಶ್ವ ಅವರುಗಳಿಗೆ ಇನ್ನಷ್ಟು ಹತ್ತಿರವಾಗಿದ್ದಿರಬೇಕೆಂದುಕೊಂಡಳು.

''ಸಾರಿ ವಿಶ್ವ, ನಂಗೆ ಅವ್ರ ಫೋಟೋಗ್ರಾಫ್ ಬೇಕು. ಅದು ನಿಮ್ಮಲ್ಲಿದ್ದರೇ ಕೊಡಿ. ಕಂಪ್ಯೂಟರ್ ಸ್ಕ್ಯಾನ್ ಮಾಡಿ ವಾಪಸ್ಸು ಮಾಡ್ತೀನಿ. ಇಲ್ಲ ಹೇಗಾದ್ರೂ ಕಲೆಕ್ಟ್ ಮಾಡ್ಕೊಡಿ. ಇಲ್ಲದಿದ್ದರೇ ಮುರುಳಿ ಹುಟ್ಟಿದ ಊರು, ಬೆಳ್ದ ಊರು ಅಂಥ ಕಡೆಯಲ್ಲೆಲ್ಲ ಹುಡ್ಕಿಕೊಂಡು ಹೋಗ್ಬೇಕಾಗುತ್ತೆ. ಅದೇನು ರಿಸ್ಕ್ ಅಲ್ಲ ಬಿಡಿ. ಪ್ರತಿಯೊಬ್ಬ ವ್ಯಕ್ತಿಗೂ ರಕ್ತ ಸಂಬಂಧಿಗಳೆನಿಸ್ಕೊಂಡ ಜನ ಇದ್ದೆ ಇರ್ತಾರೆ. ಅವ್ರನ್ನೆಲ್ಲ ಮೀಟ್ ಮಾಡ್ಬೇಕಾಗುತ್ತೆ'' ಹೇಳುತ್ತ ಹೋಗುತ್ತಿದ್ದಂಗೆ ಮುರುಳಿ ತೀರಾ ಬೆಳ್ಳಗಾದ. ಬೇರೆಯವರಿಗೆ ಇದೆಲ್ಲ ರಿಸ್ಕ ಆಗಬಹುದು. ಸುದ್ದಿ ಮೂಲ ಹುಡುಕುವುದೇ ಪತ್ರಿಕಾ ಧರ್ಮ - ಅಂಥ ವೃತ್ತಿಯಲ್ಲಿರೋ ಅಲಕಾಗೆ ಇದೇನು ಅಸಾಧ್ಯವಲ್ಲ.

''ಅಷ್ಟೆಲ್ಲ ಯಾಕೆ ತೊಂದರೆ ತಗೋತೀರಿ, ಮೇಡಮ್? ನನ್ಹತ್ರ ಇದ್ದರೇ ಹುಡ್ಕಿಕೊಡ್ತೀನಿ ''ಭರವಸೆ ಕೊಟ್ಟ ವಿಶ್ವ ಹೆದರಿಕೆಯಿಂದ. ಇದು ಎಲ್ಲಿಯವರೆಗೂ ಹೋಗಿ ಮುಟ್ಟುತ್ತದೆಯೋ ಎನ್ನುವ ಭಯ.

ಆಮೇಲೆ ಅರ್ಧಗಂಟೆ ಹರಟೆಯೊಡೆದ ನಂತರವೇ ಅವನನ್ನು ಬೀಳ್ಕೊಟ್ಟಿದ್ದು.

''ಆಫೀಸ್‌ನಲ್ಲಿ ಏನೇ ಆಗಿರಬಹುದು. ಇಲ್ಲಿ ಮಾತ್ರ ಉರುಳಿ ನಿಮ್ಮ ಫ್ರೆಂಡ್. ಅಷ್ಟನ್ನು ಮಾತ್ರ ನಿಮ್ಮ ಮನಸ್ಸಿನಲ್ಲಿ ಇಟ್ಕಳಿ. ಆಗಾಗ್ಬನ್ನಿ, ನಮ್ಮನ್ನ ನೀವು ಇನ್ವೈಟ್ ಮಾಡಿದ್ರೆ ಖಂಡಿತ ಬರ್ತೀವಿ'' ಅತ್ಯಂತ ಸರಳವಾಗಿ ಹೇಳಿದ ಅಲಕಾ ಕಡೆ ವಿಶ್ವ - 'ಎಂಥ ಅದ್ಭುತ ಹೆಣ್ಣು' ಪ್ರತಿಯೊಬ್ಬ ಹೆಣ್ಣು ಇಂಥ ಸ್ವರೂಪ ಹೊತ್ತರೆ, ಮುರುಳಿಯಂಥ ಮನಸ್ಸಿನ ಗಂಡುಗಳು ಪಾತಾಳಕ್ಕೆ ಕುಸಿಯಬಹುದಷ್ಟೆ

ವಿಶ್ವ ಯೋಚಿಸುತ್ತ ಬಂದು ಸಿಟಿ ಬಸ್ಸು ಹತ್ತಿದ. ಇದಕ್ಕೆ ಮುಕ್ತಾಯ ಎಂದು? ಅಲಕಾ ಶ್ರೀಮಂತಳಾಗಿದ್ದರೂ ಸ್ವಲ್ಪ ಸ್ವಾರ್ಥ ಮನಸ್ಕಳಾದ ಮೋಜಿನ ಹೆಣ್ಣಾಗಿದ್ದರೇ ಮುರುಳಿ ಎಲ್ಲರನ್ನು ಮರೆತು ಸಂಪೂರ್ಣ ಸುಖಿಯಾಗಬಹುದಿತ್ತು. ಅವನ ತಪ್ಪಿಗೆ ದೇವರು ಕೊಟ್ಟ ಶಾಪವೇನೋ !

ಈಗ ಮಾಡಿರೋ ರೂಮಿಗೆ ಬಂದ. ವೆಂಕಟಾಚಲರ ರೂಮಿಗಿಂತ ಚಿಕ್ಕದು. ಗಾಳಿ ಬೆಳಕು ತೀರಾ ಕಡಿಮೆ. ಬಾಡಿಗೆಯ ಸಲುವಾಗಿ ಸಾಲಾಗಿ ಹತ್ತು ರೂಮು ಕಟ್ಟಿ ಬಾಡಿಗೆಗೆ ಕೊಟ್ಟಿದ್ದ ವ್ಯಕ್ತಿ ಪ್ರತಿ ಐದಕ್ಕೆ ಒಂದರಂತೆ ಸ್ನಾನದ ಮನೆ, ಕಕ್ಕಸು ಕಟ್ಟಿಸಿದ್ದ. ಕೆಲವೊಮ್ಮೆ ಜಗಳ ಕಾಯಬೇಕಿತ್ತು. ಆ ರೂಮಿಗೆ ಇದನ್ನು ಹೋಲಿಸಲಾರ. ಮೇಲೆ ಇದ್ದಿದ್ದೂ ಒಂದೇ ರೂಮು, ಹೊರಗಡೆ ವಿಶಾಲವಾದ ಜಾಗ ರೂಮು ಕೂಡ ಸಾಕಷ್ಟು ದೊಡ್ಡದೇ. ಅಷ್ಟೊಂದು ಅನುಕೂಲವಾಗಿದ್ದ ರೂಮು ಬಿಟ್ಟು ಈ ಕಿಷ್ಕಿಂಧ ಕಾಂಡಕ್ಕೆ ಬರೋದಿಕ್ಕೆ ಪರೋಕ್ಷವಾಗಿ ಮುರುಳಿಯೇ ಕಾರಣವಾಗಿದ್ದ. ಅವನ ಮಹತ್ವಾಕಾಂಕ್ಷಿಯ ಜೀವನಕ್ಕಾಗಿ ಒಂದು ಸಣ್ಣ ತ್ಯಾಗ.

ಊಟವೇನು ಬೇಕೂಂತ ಅನ್ನಿಸಲಿಲ್ಲ. ಪಕ್ಕದ ರೂಮಿಗೆ ಒಂದು ನಾಲ್ಕು ಇಂಚು ಗೋಡೆ ಅಡ್ಡ. ಆಂಧ್ರ ಕಡೆ ಮನುಷ್ಯ ಯಾವಾಗಲೂ ತೆಲುಗು ಹಾಡುಗಳ ಕ್ಯಾಸೆಟ್‌ನ ಟೇಪ್‌ರೆಕಾರ್ಡರ್ ಒಳಗೆ ತುರುಕಿಯೇ ಇರುತ್ತಿದ್ದ. ಇಂಥದ್ದೇ ಕ್ವಾಲಿಟಿಯ ಹಾಡುಗಳು ಅಂಥೇನಿಲ್ಲ, ಎಲ್ಲಾ ರೀತಿಯ ಹಾಡುಗಳು ಬಿತ್ತರವಾಗುತ್ತಿದ್ದರಿಂದ ವಿಶ್ವನಿಗೆ ಮನಶ್ಶಾಂತಿಯೇ ಇಲ್ಲದಂತಾಗಿತ್ತು. ಹಿಂದಿರುಗಿ ಬಿಡಲೇ ಎಂದು ಚಿಂತಿಸುತ್ತಿದ್ದ. ತಾಯಿಯ ಕಣ್ಣಲ್ಲಿ ಕಾಣುವ ಪ್ರಶ್ನೆಗೆ ತಾನೇನು ಉತ್ತರಿಸಲೀ ?

ಮರುದಿನ ಪತ್ರಿಕಾಲಯದ ಹತ್ತಿರದ ಬಸ್ ಸ್ಟಾಪ್‌ನಲ್ಲಿ ಇಳಿದಾಗ ಒಬ್ಬ ಪುಟ್ಟ ಹುಡುಗ ಬಂದು ಕೈ ತಟ್ಟಿ ಹಿಂದಕ್ಕೆ ತೋರಿಸಿದ. ಅತ್ತ ನೋಟ ಹರಿಸಿದವನು ಚಕಿತನಾದ. ಮುರುಳಿ ಬರುವಂತೆ ಸನ್ನೆ ಮಾಡಿದ.

"ಒಂದಿಷ್ಟು ಮಾತಾಡೋದಿದೆ" ಎಂದ ವಿಮನಸ್ಕತೆಯಿಂದ.

ಅಷ್ಟಿಷ್ಟೇನು ವಿಶ್ವನಿಗೆ ಪೂರ್ತಿ ಅರ್ಥವಾಗಿತ್ತು. ಮಾತಾಡದೇ ಅವನೊಂದಿಗೆ ಹೆಜ್ಜೆ ಹಾಕಿದ. ಹೋಟೆಲಿನ ಎ.ಸಿ. ರೂಮು ಹೊಕ್ಕರು. ಸಧ್ಯಕ್ಕೆ ಮಾತಾಡುವ ವಿಷಯ ಅಷ್ಟೊಂದು ಪ್ರಾಮುಖ್ಯತೆ ಪಡೆದುಕೊಂಡಿತ್ತು.

ಕೂತ ಮುರುಳಿ ಮುಖ ಮೇಲೆತ್ತಿ ಉಸಿರು ದಬ್ಬಿದ. ಅವನ ಕಣ್ಣುಗಳಲ್ಲಿ ಹೊಳಪೇ ಕಮ್ಮಿ ಆಗಿತ್ತು. ಎಷ್ಟು ದೊಡ್ಡ ಪ್ರಮಾದವನ್ನು ತಲೆಯ ಮೇಲೆ ಹಾಕಿಕೊಂಡಿದ್ದಾನೆಂದು ಸಹಾನುಭೂತಿಯಿಂದ ಮೆತ್ತಗಾದ ವಿಶ್ವ.

"ಏನೋ ವಿಷ್ಯ ? ನಿನ್ನ ನೋಡಿ ಪೂರ್ತಿ ಇಪ್ಪತ್ನಾಲ್ಕು ಗಂಟೆ ಕಳೆದೆ ಇಲ್ಲ. ಆದರೆ ನಿನ್ನ ಮುಖದಲ್ಲಿ ಇಷ್ಟೊಂದು ವ್ಯತ್ಯಾಸ. ಯಾಕೆ ಇಷ್ಟೊಂದು ಅಪ್ ಸೆಟ್ ಆಗಿದ್ದೀಯ?" ಮೃದುವಾಗಿ ಕೇಳಿದ.

''ಏನ್ಹೇಳ್ಲಿ ವಿಶ್ವ, ನೆನ್ನೆ ಸಂಜೆ ಅಲಕಾ ಮಾತುಗಳು ಕೇಳಿದೆಯೆಲ್ಲ ನಮ್ಮ ಲೆಕ್ಚರರ್ ಶೇಷು ಲವ್ ಮ್ಯಾರೇಜ್ ಮಾಡ್ಕೊಂಡ್ಮೇಲೆ ಮೂರು ಮಕ್ಕಳಾದ್ಮೇಲು ಅಪ್ಪ ಅಮ್ಮನ ನೋಡ್ಕೋಕೆ ಹೋಗ್ಲಿಲ್ಲ ಅನ್ನೊ ಸಂಗ್ತಿ ನಮ್ಗೆಲ್ಲ ಗೊತ್ತಿತ್ತಲ್ಲ. ವಿವಾಹವಾದ ಹೆಣ್ಣು ಗಂಡನೊಡನೆ ಸುಖವಾಗಿ ಇರ್ಲಿಲ್ಲವಾ? ಅವ್ಳು ಅಪ್ಪ ಅಮ್ಮ ನೋಡ್ಕೋಕೆ ಹೋಗ್ಲೇ ಬಾರದೆನ್ನುವ ಕರಾರನ್ನು ವಿಷ್ಯ ಎಲ್ಲರಿಗೂ ಗೊತ್ತಿತ್ತು. ಆದರೆ ಅಲಕಾ ಫುಲ್ಲಿ ಡಿಫರೆಂಟ್. ಇತಿಹಾಸವೆಲ್ಲ ಬೇಕು. ಅಂದು ಅವ್ಳ ಅಪ್ಪ ಇದ್ನೆಲ್ಲ ಕೇಳಿದ್ದರೆ ಖಂಡಿತ ಓಡಿ ಹೋಗಿಬಿಡ್ತಾ ಇದ್ದೆ. ಈಗ ನಮ್ಮಪ್ಪ ಅಮ್ಮನ ಫೋಟೋಗ್ರಾಫ್ಸ್ ಬೇಕಂತೆ. ನಾನು ಇಲ್ಲಾಂದೆ. ಬೇರೆ ರೀತಿಯಲ್ಲಿ ಕಲೆಕ್ಟ್ ಮಾಡಿಕೊಳ್ಳೋ ಸಾಮರ್ಥ್ಯ ಅವ್ಳಿಗಿದೆ. ಇದಕ್ಕೋಸ್ಕರ ನಿನ್ನ ಹುಡ್ಕಿ ಕೊಡ್ಬಂದೆ'' ಒಂದು ಕವರ್ ತೆಗೆದು ಅವನಿಗೆ ಕೊಟ್ಟು ''ಇದ್ನ ತಲುಪಿಸಿಬಿಡು''.

ಕವರ್‌ನಲ್ಲಿ ಮೂರು ಫೋಟೋಗಳು ಇತ್ತು. ಒಂದರಲ್ಲಿ ತಂದೆ ತಾಯಿ ಜೊತೆ ಅವನಿದ್ದ. ಇನ್ನೊಂದು ಸುಕನ್ಯ ಸತ್ಯನಾರಾಯಣರದು. ಮತ್ತೊಂದು ಅವನಮ್ಮನದು.

''ಮೂರನ್ನು ಕೊಡ್ತೀಯಾ? ಇನ್ನೊಂದು ಪ್ರಾಬ್ಲಮ್ನ ಸಿಕ್ಕಿ ಹಾಕಿಕೋತಿಯೇನು ! ಪ್ಲೀಸ್ ಸುಮ್ನೆ ಇದ್ಬಿಡು. ಹೇಗಾದ್ರೂ ಕಲೆಕ್ಟ್ ಮಾಡ್ಕಳ್ಳಿ ಇಲ್ಲ ಸತ್ಯ ಹೇಳ್ಬಿಡು'' ಎಂದ ವಿಶ್ವ ಅವನ ಪೇಚಾಟ ನೋಡಿ.

''ಮೈ ಗಾಡ್'' ಎಂದೆಯ ಮೇಲೆ ಕೈಯಿಟ್ಟುಕೊಂಡ ಮುರುಳಿ. ನಂಗೆ ಅಷ್ಟೊಂದು ಧೈರ್ಯ ಇಲ್ಲ ಬಿಡು. ಸದ್ಯಕ್ಕೆ ಇಷ್ಟರಿಂದ ಮುಗಿದರೇ ಸಾಕು. ಅಣ್ಣ ಯಾಕೆ ಬಂದಿದ್ದು?'' ನೆನಪಿಸಿಕೊಂಡು ಕೇಳಿದ.

''ಗೊತ್ತಿಲ್ಲ ! ನಾನು ಸುಮ್ನೆ ಸಮಸ್ಯೆಯ ಮಧ್ಯೆ ಸಿಕ್ಕಿ ಒಂಡಂತಾಯಿತು ಮನಸ್ಸಾಕ್ಷಿ ಅನ್ನೋದೊಂದು ಇರುತ್ತಲ್ಲ. ನಂಗೆ ಎಲ್ಲಾದ್ರೂ ಓಡಿ ಹೋಗ್ಬಿಡ್ಬೇಕೂಂತ ಅನ್ನಿಸಿದೆ'' ತೀರಾ ಬೇಸತ್ತು ನುಡಿದ.

ಬಗ್ಗಿ ಅವನ ಭುಜದ ಮೇಲೆ ಕೈಯಿಟ್ಟ ಮುರುಳಿ, ''ಎಲ್ಲಾ ಸಮಸ್ಯೆಗೆ ಪರಿಹಾರ ಇದ್ಯಾ? ವ್ಯಾಕುಲಚಿತ್ತನಾಗಿ ಪ್ರಶ್ನಿಸಿದ.

''ಬೇರೆ ಸಮಸ್ಯೆಗಳಿಗೆ ಪರಿಹಾರ ಇದ್ಯೋ ಇಲ್ವೋ, ನಿನ್ನ ಸಮಸ್ಯೆಗಂತು ತಕ್ಷಣಕ್ಕೆ ಪರಿಹಾರವಿದೆ. ಆರಾಮಾಗಿ ಅಲಕಾ ಮೇಡಮ್‌ಗೆ ಸತ್ಯ ತಿಳ್ಸಿ ಬಿಡು. ಒಂದೇ ಸಲಕ್ಕೆ ಎಲ್ಲಾ ತೀರ್ಮಾನವಾಗಿ ಬಿಡುತ್ತೆ'' ರೇಗಿದಂತೆ ನುಡಿದ.

ಮುರುಳಿ ತಲೆ ಕೊಡವಿದ. ಶ್ರೀಮಂತಿಕೆಯ ರುಚಿ ಸಿಕ್ಕಿತ್ತು. ಅದರಿಂದ ಹೊರ ಬರುವುದು ಸುತರಾಂ ಬೇಕಿಲ್ಲ. ಅವನ ಎಜುಕೇಷನ್‌ಗೆ ಎಂಥ ಪೋಸ್ಟ್ ಸಿಗಬಹುದು? ಎಷ್ಟು ಸ್ಯಾಲರಿ ಸಿಗಬಹುದು? ಜೀವನ ಪೂರ್ತಿ ಸವೆಸಿದರೂ ಅತ್ಯಂತ ಬೆಲೆ ಬಾಳುವ ನಾಲ್ಕು ಕಾರುಗಳ ಮಾಲೀಕನಾಗುವುದು ಸಾಧ್ಯವೇ.

''ಸಾಕು ಸುಮ್ಮನಿರು'' ಎಂದು ರೇಗಿದ.

ಅಷ್ಟರಲ್ಲಿ ವೆಯಿಟರ್ ಬಂದು ಎದುರು ನಿಂತ. ಇಬ್ಬರಿಗೂ ಏನು ಬೇಕಿರಲಿಲ್ಲ. ಬೋಂಡ ಸೂಪ್‌ಗೆ ಮುರುಳಿಯೇ ಆರ್ಡರ್ ಮಾಡಿದ.

''ಪ್ಲೀಸ್, ಒಂದು ಉಪಕಾರ ಮಾಡು ಮುರುಳಿ. ಎರಡು ಜೊತೆ ಕಾಷಾಯ ವಸ್ತ್ರಗಳನ್ನ ಕೊಡ್ಸಿಬಿಡು. ಇಷ್ಟವಿಲ್ಲದಿದ್ರೂ ಹಾಕ್ಕೊಂಡು ಹಿಮಾಲಯದ ಕಡೆ ಹೋಗ್ಬಿಡ್ತೀನಿ. ನಂಗೇನು ಬೇಡ. ಎರ್ಡು ಪ್ಲೇಟ್ ಬೋಂಡ ಸೂಪ್ ತಿಂದು ಬಿಲ್ ಕೊಟ್ಹೋಗು. ನಂಗೇ ಲೇಟಾಯ್ತು. ಹತ್ತು ನಿಮಿಷ ಲೇಟಾದ್ರೂ ಅಟೆಂಡೆನ್ಸ್ ಬುಕ್ ಒಳ್ಗೆ ಹೋಗುತ್ತೆ'' ಎಂದು ಹೋಟಲಿನಿಂದ ಹೊರಗೆ ಬಂದೇ ಬಿಟ್ಟ.

ಫೋಟೋಗಳ ಕವರ್ ಅವನ ಕೈಯಲ್ಲೆ ಇತ್ತು. ಮತ್ತೆ ಹಿಂದಕ್ಕೆ ಹೋದಾಗ ಮುರುಳಿ ತಲೆಯ ಮೇಲೆ ಕೈಯೊತ್ತು ಕೂತಿದ್ದ.

''ಇನ್ನೊಂದ್ಸಲ ಯೋಚ್ಸು. ಫೋಟೋಗಳ್ನ ಕೊಟ್ಟು ಇಕ್ಕಟ್ಟಿನೊಳ್ಗೆ ಸಿಕ್ಕಿ ಹಾಕಿಕೋ ಬೇಡ. ಬದುಕಿರೋ ಅಪ್ಪ ಅಮ್ಮನ ಫೋಟೋಗಳ್ನ ಕೊಟ್ಟು ಸತ್ತವರ ಲಿಸ್ಟ್‌ಗೆ ಸೇರಿಸೋಕೆ ನಂಗಿಷ್ಟವಿಲ್ಲ. ನಾನು ಹೀಗೆ ವಾಪಸ್ಸು ಹೋಗ್ತೀನಿ. ನಾನು ಕೊಟ್ಟೇಂತ ನೀನೇ ಕೊಟ್ಕೋ'' ಫೋಟೋ ಕವರ್‌ನ ಟೇಬಲ್ ಮೇಲೆ ಹಾಕಿ ನಡೆದು ಬಿಟ್ಟ.

ವಿಶ್ವನಿಗೆ ತೀರಾ ದುಃಖವಾಗಿತ್ತು. ಹತ್ತಾರು ವರ್ಷ ಬದುಕುವಂಥ ಆರೋಗ್ಯ ಸುಕನ್ಯ ಸತ್ಯನಾರಾಯಣ್‌ಗೆ ಇತ್ತು. ಅವರಂಥ ಉತ್ತಮರ ಅಗತ್ಯ ಸಮಾಜಕ್ಕೂ ಇತ್ತು.

ಪತ್ರಿಕಾಲಯಕ್ಕೆ ಹೋಗುವ ಬದಲು ವಿಶ್ವ ರೂಮಿಗೆ ಹಿಂತಿರುಗಿದ. ಅವನ ನಿಲುವಿನಲ್ಲಿ ಒಂದಿಷ್ಟು ಬದಲಾವಣೆ ತಂದಿತ್ತು. ತನ್ನ ಸಾಮಾನುಗಳನ್ನು ಪ್ಯಾಕ್ ಮಾಡಿಕೊಂಡು ಕೆಳಗಿದ್ದ ಓನರ್ ಮನೆಗೆ ಹೋಗಿ ತಾನು ರೂಮು ಖಾಲಿ ಮಾಡುವ ವಿಷಯ ತಿಳಿಸಿದಾಗ ಅವರು ಕೆಳಕ್ಕೂ ಮೇಲಕ್ಕೂ ನೋಡಿದರು.

''ತಕ್ಷಣಕ್ಕೆ ನಾವು ಅಡ್ವಾನ್ಸ್ ಎಲ್ಲಿಂದ ತರೋಣ ? ನೀವು ಎಷ್ಟೇ ದಿನ ಇರೀ ಒಂದು ತಿಂಗಳ ಲೆಕ್ಕಕ್ಕೆ ಬರೋದು. ಇಷ್ಟೆಲ್ಲ ಸಮಸ್ಯೆಗಳಿವೆ. ಈಗ ನಿಮ್ಗೇನು ತೊಂದರೆ ?'' ಅವರ ರೀತಿಯಲ್ಲಿ ವಾದಕ್ಕೆ ನಿಂತರು. ಹತ್ತು ನಿಮಿಷಗಳ ಕಾಲ ಮಾತಾಡಿ ಒಪ್ಪಿಸುವ ವೇಳೆಗೆ ಅವನಿಗೆ ಬೆವರು ಕಿತ್ತು ಬಂತು. ಅಡ್ವಾನ್ಸ್‌ನಲ್ಲಿ ಒಂದು ತಿಂಗಳ ಬಾಡಿಗೆ ಮುರಿದುಕೊಂಡು ಮಿಕ್ಕ ಹಣಕ್ಕೆ ಒಂದು ಚೆಕ್ ಕೊಟ್ಟರು.

ಸದ್ಯ ಹೇಗೋ ಬಿಡುಗಡೆ ಹೊಂದಿದಂತಾಯಿತು. ಹೋಗಿ ಒಂದು ಆಟೋ ತಂದು ಅದಕ್ಕೆಲ್ಲ ತುಂಬಿ ಹಿಂದಿನ ರೂಮಿನ ಅಡ್ರೆಸ್ ತಿಳಿಸಿದ. ಅಂತು ವೆಂಕಟಾಚಲ ಮನೆಯ ಋಣ ಹರಿದಿರಲಿಲ್ಲ. ಅವನೊಂದು ಗಟ್ಟಿ ನಿರ್ಧಾರಕ್ಕೆ ಬಂದಿದ್ದ. ಮುರುಳಿಯನ್ನು ಬೇಕಾದರೂ ಕಳೆದುಕೊಳ್ಳಲು ಸಿದ್ಧನಿದ್ದ. ಆದರೆ ಸುಕನ್ಯ ಸತ್ಯನಾರಾಯಣರವರ ಆತ್ಮೀಯತೆಯನ್ನು ಉಳಿಸಿಕೊಳ್ಳಬೇಕೆಂದು ಛಲ ತೊಟ್ಟಿದ್ದ.

ವೆಂಕಟಾಚಲ ಹೆಂಡತಿ ಹೊರಗೆ ಇಣಕಿ ಕಿರುನಗು ಬೀರಿದರು. ಇವನು ಪೆಚ್ಚಾಗಿ

ನಗೆ ಬೀರಿ "ಯಜಮಾನ್ರು ಇಲ್ವಾ?" ವಿಚಾರಿಸಿದ ಸಾಮಾನು ಇಳಿಸಿಕೊಂಡು ಆಟೋದವನಿಗೆ ಹಣ ಕೊಟ್ಟ ಮೇಲೆ.

"ಅವ್ರು ಇಷ್ಟೊತ್ನಲ್ಲಿ ಎಲ್ಲಿ ಮನೆಯಲ್ಲಿ ಇರ್ತಾರೆ?"

ಅದು ಅವನಿಗೂ ಗೊತ್ತಿದ್ದುದ್ದೇ. ಆದರೆ ಆಡಲು ಮಾತು ಬೇಕಿತ್ತು ಅದಕ್ಕಾಗಿ ಕೇಳಿದ್ದ. ಇವನು ಸಾಮಾನನ್ನು ಹೊತ್ತು ಒಯ್ಯುವಾಗ ಆಕೆಯದು ಮತ್ತೊಂದು ಪ್ರಶ್ನೆ.

"ನೀವು ರೂಮು ಖಾಲಿ ಮಾಡಿದ್ರಿ ಅಂದ್ಕೊಂಡ್ವಿ. ಹೆಚ್ಚು ಅಡ್ವಾನ್ಸ್ ಕೊಡೋ ಜನ ಕೂಡ ಬಂದಿದ್ರು. ಮತ್ತೆ ಸಾಮಾನು ವಾಪಸ್ಸು ತಂದಿದ್ದೀರಲ್ಲ?"

"ನಾನು ಸ್ವಲ್ಪ ನಿಧಾನವಾಗಿ ಮಾತಾಡ್ತೀನಿ. ಸದ್ಯಕ್ಕೆ ರೂಮು ಬಿಡೋಲ್ಲ. ಬೇಕಾದರೆ ನಾನು ಮುಂದಿನ ತಿಂಗ್ಳು ಅಡ್ವಾನ್ಸಾಗಿ ಒಂದಿಷ್ಟು ಹಣ ಕೊಡ್ತೀನಿ" ಎಂದು ಮೇಲಕ್ಕೆ ಸಾಮಾನು ಒಯ್ದು ಸಮಾಧಾನದ ನಿಟ್ಟುಸಿರು ದಬ್ಬಿದ.

ಆತುರಾತುರವಾಗಿ ಅವನ್ನೆಲ್ಲ ರೂಮಿನಲ್ಲಿ ತುಂಬಿ ಎರಡು ದಿನ ಲೀವ್ ಪಡೆದು ರಾತ್ರಿಯ ಬಸ್ಸಿನಲ್ಲಿ ನಾರಾಯಣಪುರಕ್ಕೆ ಹೊರಟ. ಅದು ಅಲ್ಲಿ ನಿಲ್ಲುವ ಕಡೆಯ ಬಸ್ಸು. ಅದೇ ಬೆಳಗಿನ ಫಸ್ಟ್ ಬಸ್ಸು ಆಗಿ ಬೆಂಗಳೂರಿಗೆ ಹೊರಡುತ್ತೆ. ರೂಟ್ ಬಸ್‌ಗಳು ಇದ್ದರೂ ಕೆಲವರು ನಿಲ್ಲಿಸುತ್ತಿರಲಿಲ್ಲ.

ಮನ ಅಲ್ಲೋಲ ಕಲ್ಲೋಲವಾಗುತ್ತಿದ್ದರು ಅವನ ನಿರ್ಧಾರ ಅಚಲವಾಗಿತ್ತು. ಸತ್ಯನಾರಾಯಣ ಅವರೊಂದಿಗೆ ತಾನು ಹೇಳಬೇಕಾದ್ದು ಹೇಳಿದ ನಂತರವೇ ಅವನಿಗೆ ಶಾಂತಿ ಸಿಗಬೇಕಿತ್ತು.

ಇಂದು ಇವನು ಬಸ್ಸಿನಿಂದ ಇಳಿದಾಗ ಸತ್ಯನಾರಾಯಣ ಮುಂಭಾಗದಲ್ಲಿ ನಿಂತು ಯಾರೊಂದಿಗೋ ಮಾತಾಡುತ್ತಿದ್ದರು. 'ಸತ್ಯನಾರಾಯಣ ಭವನ' ಬೋರ್ಡು ದೂರದವರೆಗೂ ಕಾಣುವಂತೆ ಟ್ಯೂಬ್ ಲೈಟ್‌ಗಳನ್ನು ಹಾಕಿದ್ದರಿಂದ ಅದರ ಬೆಳಕು ಬಸ್ಸು ಸ್ಟಾಪ್‌ವರೆಗೂ ರಾರಾಜಿಸುತ್ತಿತ್ತು.

ನಿಧಾನವಾಗಿ ನಡೆದು ಹೋಗಿ ಅವರ ಪಕ್ಕದಲ್ಲಿಯೇ ನಿಂತ. ಸತ್ಯನಾರಾಯಣ ಗಮನಿಸಲಿಲ್ಲ. ಹೋಟೆಲಿನ ಬಾಗಿಲಿಗೆ ಬಂದು ಚಂದ್ರು ಇವನನ್ನು ನೋಡಿ ಓಡಿ ಬಂದ.

"ಅಣ್ಣ.... ಬಂದಿದ್ದಾರೆ" ಎಂದು ಹೇಳಿದ ನಂತರವೆ ಸತ್ಯನಾರಾಯಣ ಇವನನ್ನು ಗಮನಿಸಿದ್ದು, "ಅರೆ ವಿಶ್ವ ನೋಡಲೇ ಇಲ್ಲ" ಅವನ ಕೈ ಹಿಡಿದು "ಬರ್ತೀನಿ....." ಅಂದರು ಮಾತಾಡುತ್ತಿದ್ದವರೊಂದಿಗೆ.

"ಇವ್ರು ಯಾರು ? ನಿಮ್ಮ ಮಗ ಮುರುಳಿ ಬಂದಂಗೆ ಕಾಣ್ಲಿಲ್ಲ! ದೊಡ್ಡ ಕೆಲ್ಸದಲ್ಲಿ ಇದ್ದಾರಂತಲ್ಲ. ಅಯ್ಯೋ, ಪಂಡಿತರು ಮೊಮ್ಮಗಳ್ನ ತಂದ್ಕೊಳಿ. ನಾವು ನೋಡಿದ ಹುಡ್ಗಿ. ನಮ್ಮ ಕಣ್ಮುಂದೆ ಬೆಳ್ದ ಮಗು. ಮುಚ್ಚಟೆಯಾಗಿ ಸಂಸಾರ ಮಾಡ್ಕೊಂಡ್ ಇರ್ತಾಳೆ" ಅವರಲ್ಲಿ ಒಬ್ಬ ವಯಸ್ಸಾದವರು ಹೇಳಿದರು.

''ನೋಡೋಣ'' ಅಂದರಷ್ಟೇ.

ಇಬ್ಬರು ಮನೆಯ ಕಡೆ ಹೆಜ್ಜೆ ಹಾಕಿದರು. ವಿಶ್ವ ವಿಶ್ವ ಪ್ರಯತ್ನ ಮಾಡಿ ಇಲ್ಲಿಗೆ ಬಂದಿದ್ದ. ಇಲ್ಲಿಗೆ ಬಂದ ನಂತರ ಏನೋ ಭಯ ! ಸಮ ಸ್ಥಿತಿಯಲ್ಲಿಡಲು ಪ್ರಯತ್ನಿಸಿದಷ್ಟು ಎದೆಯ ಬಡಿತ ಏರುತ್ತಿತ್ತು.

''ಸುಕನ್ಯ, ಯಾರು ಬಂದಿದ್ದಾರೆ ನೋಡು'' ಬಾಗಿಲು ತೆಗೆದ ಹೆಂಡತಿಗೆ ಹೇಳಿದರು. ಕೋಟಿ ದೀಪಗಳು ಒಮ್ಮೆಲೆ ಆಕೆಯ ಕಣ್ಣುಗಳಲ್ಲಿ ಹತ್ತಿಕೊಂಡಿತು. ವಿಶ್ವ ಒಬ್ಬನನ್ನೇ ನೋಡಿ ತಕ್ಷಣ ಆರಿಹೋಯಿತು. ''ಬಾ... ವಿಶ್ವ'' ಅಂದರು. ಆಕೆಯ ಸ್ವರದಲ್ಲಿ ಜೀವವೇ ಇರಲಿಲ್ಲ. ಅದು ವಿಶ್ವ ಮತ್ತು ಸತ್ಯನಾರಾಯಣಗೆ ಅರ್ಥವಾಯಿತು.

ಕತ್ತು ಹಿಸುಕಿದಂತಾಯಿತು ವಿಶ್ವನಿಗೆ. ಮುರುಳಿ ಒಮ್ಮೆ ಬಂದು ಹೋಗಬೇಕಾಗಿತ್ತೆಂದುಕೊಂಡ. ಆದರೆ ಅವನ ಸ್ಥಿತಿ ಅಷ್ಟೇನು ಚೆನ್ನಾಗಿಲ್ಲವೆನಿಸಿತು.

ಇದ್ದ ಅನ್ನ ಹುಳಿ ಸಾಕಿತ್ತು. ಆಕೆಗೆ ಊಟವೇ ಬೇಕೆನಿಸಲಿಲ್ಲ. ಇಬ್ಬರಿಗೂ ನಗು ನಗುತ್ತ ಬಡಿಸಿ ತಾವು ಒಳ ನಡು ಮನೆಯಲ್ಲಿ ಹಾಸಿಕೊಂಡು ಮಲಗಿದರು.

''ಅಣ್ಣ ಮುರುಳಿ ಚೆನ್ನಾಗಿದ್ದಾನೆ. ಆರೋಗ್ಯವಾಗಿದ್ದಾನೆ. ಅವ್ನ ಬಗ್ಗೆ ನೀವು ಯೋಚ್ಸುವಂಥದೇನಿಲ್ಲ! ಅವ್ನ ಕೆಲ್ಸವೇ ಅಂಥದ್ದು. ಸದಾ ಟೆನ್ಷನ್ ಅಲ್ಲಿ ಜಾಬ್ ಸೆಕ್ಯೂರಿಟಿ ಕಮ್ಮಿ ಅದ್ಕೇ...'' ಮುಂದೆ ಏನು ಹೇಳಲಾಗಲಿಲ್ಲ ಅವನಿಗೆ.

ಸತ್ಯನಾರಾಯಣ ಮುಗುಳ್ನಕ್ಕರು.

''ಆಯ್ತು ಬಿಡು ! ಅವ್ನ ಕ್ಷೇಮ ಸಮಾಚಾರ ತಿಳಿತಲ್ಲ. ವಿಶ್ವ, ಮಲಕ್ಕೋ ಬೆಳಿಗ್ಗೆ ಮಾತಾಡೋಣ'' ಸತ್ಯನಾರಾಯಣ ಮಾತುಗಳನ್ನು ಅಲ್ಲಿಗೆ ಮುಗಿಸಿದರು.

ಸುಕನ್ಯ ಗಂಡನನ್ನು ಹಿತ್ತಲಿಗೆ ಕರೆದೊಯ್ದರು'' ಮುರುಳಿ ಯಾಕೆ ಬರ್ಲ್ಲಿಲ್ಲ? ನಂಗ್ಯಾಕೋ ಭಯ ಆಗ್ತಾ ಇದೆ'' ಗದ್ಗದಿತರಾದರು.

''ಏನಿದೆಲ್ಲ ಅವ್ನಿಗೆ ಕೆಲ್ಸದ ಒತ್ತಡ. ಹೊಸ್ದಾಗಿ ಕೆಲ್ಸಕ್ಕೆ ಸೇರಿರೋದು. ಅವ್ನು ಆ ಕಡೆ ಹೆಚ್ಚಿನ ಗಮನ ಕೊಡ್ಬೇಕು. ಹೇಗೂ ವಿಶ್ವ ಬಂದ್ನಲ್ಲ, ಸಮಾಧಾನ ಪಟ್ಕೋ'' ಭುಜ ತಟ್ಟಿ ಧೈರ್ಯ ಹೇಳಿದರು.

ಆಕೆ ವಿವೇಕಿ. ಹೆಚ್ಚು ಗಂಡನನ್ನ ಕಾಡದೇ ಸುಮ್ಮನಾದರು. ಆಗಾಗ ಮುರುಳಿ ಬಂದು ಹೋಗುತ್ತಿದ್ದರೆ ಎಷ್ಟೋ ಸಮಾಧಾನದಿಂದ ಇರುತ್ತಿದ್ದರು. ಆ ರಾತ್ರಿ ಮೂವರಿಗೂ ಶಿವರಾತ್ರಿಯೆ. ಒಬ್ಬೊಬ್ಬರು ಒಂದೊಂದು ರೀತಿಯಲ್ಲಿ ಯೋಚಿಸುತ್ತಿದ್ದರು. ಸೂರ್ಯನಿಗಾಗಿ ಕಾಯುತ್ತಿದ್ದ ಕೋಟ್ಯಂತರ ಜನರಲ್ಲಿ ಇವರುಗಳು ಸೇರ್ಪಡೆಯಾದರು.

ಸತ್ಯನಾರಾಯಣ ನೀರೊಲೆಗೆ ಉರಿ ಹಾಕುವ ವೇಳೆಗೆ ವಿಶ್ವ ಎದ್ದು ಬಂದ. ''ಅಣ್ಣ ಈ ಪ್ರಾತಃಕಾಲದಲ್ಲಿ ಹೊರಗಡೆ ಓಡಾಡುತ್ತಿದ್ದರೆ ಹೆಚ್ಚು ಖುಷಿ. ಸಿಟಿಯ ಬದ್ಕಿನಲ್ಲಿ ಎಲ್ಲಾ

ಯಾಂತ್ರೀಕೃತವಾಗುತ್ತೆ. ಒಂದು ರೌಂಡ್ ನಮ್ಮೊಂದಿಗೆ ಹೋಗ್ಬರೋಣಾಂತ ಅನ್ನಿಸುತ್ತೆ'' ಎಂದ. ಅಷ್ಟು ಸಾಕಿತ್ತು ಸತ್ಯನಾರಾಯಣಗೆ ಅರ್ಥ ಮಾಡಿಕೊಳ್ಳಲು.

ಉರಿಯೆದ್ದ ಸೌದೆಗಳ ಮೇಲೆ ಮತ್ತೆರಡು ತೆಂಗಿನ ಮೊಟ್ಟೆಯನ್ನಿಟ್ಟು ''ಯಾಕೆ ಆಗ್ಬಾರ್ದು!'' ಮೇಲೆದ್ದರು. ''ಈಗ್ಲೇ ಹೋಗೋಣ'' ಎಂದವರು ಪಂಚೆಯ ಮೇಲಂದು ಷರಟು ತೊಟ್ಟು ''ಸುಕನ್ಯ ನಮ್ಗೆ ಕಾಫಿ ಮಾಡೋದ್ಬೇಡ. ಚಂದ್ರು ಕಾಫಿ ಮಾಡೋದ್ರಲ್ಲಿ ನಿಂಗೆ ಕಾಂಪಿಟೀಷನ್ ಮಾಡ್ತ ಇದ್ದಾನೆ'' ಹಾಸ್ಯವಾಗಿ ಹೇಳಿದರು.

ಅಂತು ಇವರಿಬ್ಬರು ಮನೆ ಬಿಟ್ಟಾಗ ಸುಕನ್ಯ ಬಾಗಿಲಲ್ಲಿ ಬಂದು ನಿಂತು ನೋಡಿದರು. ವಿಶ್ವ ಕೂಡ ತಮ್ಮ ಮಗನೇ ಆಗಿದ್ದರೆ ಚೆನ್ನಿತ್ತೆಂದುಕೊಂಡರು. ಹೊಟ್ಟೆಯಲ್ಲಿ ಹುಟ್ಟದಿದ್ದ ರೇನು, ಸ್ವಲ್ಪ ತಾವೇ ಧಾರಾಳ ಮನಸ್ಕರಾಗಿ ಅವನನ್ನು ಮಗ ಎಂದುಕೊಳ್ಳುವುದರಲ್ಲಿ ತಪ್ಪಿಲ್ಲವೆನಿಸಿತು.

ಮೂರು ಕಡೆ ನಡಿಗೆಯನ್ನು ಲ್ಯಾಂಡಿಂಗ್ ಮಾಡಿದರೂ, ವಿಶ್ವ ಹೇಳುವ ಪ್ರಯತ್ನ ಮಾಡಿದ್ದೇನೋ ನಿಜ. ಆದರೆ ಅವನಿಂದ ಮಾತುಗಳೇ ಹೊರಡಲಿಲ್ಲ. ಹೇಳುವ ವಿಷಯ ಜಟಿಲವೇನೋ ಎಂದು ಕೊಂಡವರು ಪಂಡಿತರ ತೋಟದ ಬಳಿ ಹಾಕಿದ್ದ ಕಲ್ಲು ಬೆಂಚಿನ ಮೇಲೆ ಕೂತರು.

''ಕೂತ್ಕೊಂಡ್ ಏನು ಹೇಳ್ಬೇಕೊ ಅದ್ನ ಹೇಳು. ವಿಷ್ಯ ಎಂಥದಾದ್ರೂ ತೊಂದರೆಯೇನಿಲ್ಲ'' ಸರಳವಾಗಿ ನುಡಿದರು ಸತ್ಯನಾರಾಯಣ.

''ಅಯ್ಯೋ, ಅಂತದೇನಿಲ್ಲ! ಮುರುಳಿ ತನ್ನ ಕೆಲ್ಸದ ಬಗ್ಗೆ ನಂಗೇನು ಹೇಳಿಲ್ಲ. ಅವ್ನು ಮಹತ್ವಾಕಾಂಕ್ಷಿ. ತಾನಾಗಿ ಹೇಳೋವರ್ಗೂ...'' ನಿಲ್ಲಿಸಿದವನ ಮುಖ ಬಿಳುಚಿಕೊಂಡಿತು. ಅವನ ಟೆನ್ಷನ್ ಕಡಿಮೆಯಾಗಲಿಯೆಂದು ಸತ್ಯನಾರಾಯಣ್ ನಕ್ಕು ಬಿಟ್ಟರು. ''ನೀನೇನು ಹೇಳ್ಬಾರ್ದು, ಅಷ್ಟೆ ತಾನೆ ? ಅದಕ್ಯಾಕೆ ತಲೆ ಕೆಡಿಸ್ಕೋತೀಯಾ? ವಿದ್ಯೆ ಇದೆ ಪ್ರಬುದ್ಧವಾಗಿ ಯೋಚ್ಸಲ್ಲ. ಅವ್ನ ಗುರಿ ಅವ್ನ ತಲುಪಬೇಕಾದರೆ ನಿರ್ಧಾರಗಳು ಅವರದೇ ಆಗಿರಬೇಕು. ಮಕ್ಳ ಭವಿಷ್ಯತ್ ತಂದೆ ತಾಯಿ ನೆರವಾಗ್ತಾರೆ. ಇಲ್ಲಿ ಪ್ರತಿಷ್ಠೆಯಲ್ಲ ಮುಖ್ಯ ಅವನ ಒಳಿತಷ್ಟೆ ಈಗ ನಿಶ್ಚಿಂತೆಯಾಯಿತಲ್ಲ. ನಾನು ಸುಕನ್ಯಗೆ ಹೇಳ್ತೀನಿ. ನಿನ್ನ ವಿಷ್ಯವೇನು?'' ಮಗನ ವಿಷಯವನ್ನು ಒತ್ತಟ್ಟಿಗೆ ಸರಿಸಿ ಅವನ ವಿಷಯಕ್ಕೆ ಬಂದರು.

ಅಪರಾಧಿ ಮನೋಭಾವ ಅವನಲ್ಲಿ ಹೊಕ್ಕಿತು.

''ಅಂಥದೇನಿಲ್ಲ'' ಅಂದ ಮೆಲ್ಲಗೆ.

''ಎಲ್ಲ ನಾರ್ಮಲ್ ಅಂದರೇ ಸಂತೋಷವೇ. ನಾನೊಮ್ಮೆ ಬಂದಿದ್ದೆ. ನೀನು ರೂಮು ಖಾಲಿ ಮಾಡ್ಬಹುದು ಅಂತ ವೆಂಕಟಾಚಲ ಅವರ್ ಶ್ರೀಮತಿ ಹೇಳಿದ್ರು. ಅದ್ಕಿಂತ ಅನುಕೂಲವಾದ ನಿನ್ನ ಆಫೀಸ್‌ಗೆ ಹತ್ತಿರವಾಗೋಂಥ ರೂಮು ಸಿಕ್ಕಿದ್ಯಾ? ಮತ್ತೇನಾದ್ರೂ ತೊಂದರೆನಾ? ಸಂಕೋಚ ಬೇಡ'' ಆತ್ಮೀಯವಾಗಿ ವಿಚಾರಿಸಿದರು.

ವಿಶ್ವ ಅತ್ತೆ ಬಿಟ್ಟ ಸತ್ಯನಾರಾಯಣ ಆತಂಕಗೊಂಡರೂ ತೋರಿಸಿಕೊಳ್ಳಿಲ್ಲ. ಮೌನವಹಿಸಿದರು.

''ಅದೇ ರೂಮಿಗೆ ಮತ್ತೆ ಷಿಫ್ಟ್ ಆದೆ'' ಅಂದ ಕೂಡಲೇ ಮೇಲೆದ್ದರು, ''ಒಳ್ಳೆ ಕೆಲ್ಸ ಮಾಡ್ದೇ. ನಾನು ಕೂಡ ಒಂದು ಯೋಚ್ನೆ ಮಾಡಿದ್ದೆ. ಸದ್ಯಕ್ಕೆ ಬೇರೆ ಮನೆ ಸಿಗೋವರ್ಗೂ ಆ ರೂಮಿನಲ್ಲಿರ್ರೋಣಾಂತ. ಈಗ ಸಮಸ್ಯೆನೇ ಇಲ್ಲ. ಆದರೆ ಇಲ್ಲಿ ತಕ್ಷಣಕ್ಕೆ ಒಂದೆರಡು ತಿಂಗಳಾದ್ರೂ ಖಾಲಿ ಮಾಡ್ಬಾರ್ದು ಅನ್ನೋ ನಿರ್ಧಾರಕ್ಕೆ ಬರ್ಬೇಕಾಯ್ತು. ಪಂಡಿತರು, ಸಿಂಗಾರಯ್ಯ ಇಬ್ರೂ ಪೈಪೋಟಿ ಮೇಲೆ ಹೋಟೆಲ್ ಕೊಳ್ಳೋಕೆ ಸಿದ್ಧವಾಗಿದ್ದಾರೆ. ಅದ್ನ ಚಂದ್ರು ಹೆಸರಿಗೆ ಬರ್ದು ರಿಜಿಸ್ಟ್ರೇಷನ್ ಮಾಡ್ಸಬೇಕು. ಇಂಥ ಕೆಲ್ಸಗಳೆಲ್ಲ ಇದೆ. ಅವನ್ನೆಲ್ಲ ಮುಗ್ಸಿಕೊಂಡೇ ಹೊರಡ್ಬೇಕು'' ಅತ್ಯಂತ ಸೂಕ್ಷ್ಮವಾಗಿ, ಅಷ್ಟೆ ವಿವರವಾಗಿ ತಿಳಿಸಿದರು.

''ಅಣ್ಣ ಹೇಗೂ ನಾನು ಅಲ್ಲೆ ಇದ್ದಿನಲ್ಲ. ನೀವುಗಳು ಬಂದ್ಬಿಡೋದಾದರೇ ಒಂದ್ಮನೆ ಮಾಡ್ಬಿಡ್ತೀನಿ'' ಉತ್ಸಾಹದಿಂದ ನುಡಿದ. ಅದನ್ನು ಅರಗಿಸಿಕೊಳ್ಳಲು ಸತ್ಯನಾರಾಯಣ ಒದ್ದಾಡಿದರು. ''ಇದೆಲ್ಲ ಮುಗಿದ್ಮೇಲೆ ಪತ್ರ ಬರೀತೀನಿ''

ಬಹಳ ತಲೆ ಕೆಡಿಸಿಕೊಂಡಿದ್ದ ವಿಶ್ವ ಎಷ್ಟೋ ಹಗುರವಾದ. ಅವನ ಪಾಲಿಗೆ ಅವರುಗಳು ಉಳಿದಿದ್ದೇ ದೊಡ್ಡ ಸಂತೋಷ.

ಇಬ್ಬರು ಹೋಟೆಲ್‌ಗೆ ಬಂದಾಗ ಗಿರಾಕಿಗಳಿಂದ ತುಂಬಿ ಹೋಗಿತ್ತು. ಚಂದ್ರು ಎಂದೂ ಗಲ್ಲದ ಮೇಲೆ ಕೂಡುತ್ತಿರಲಿಲ್ಲ. ಅಲ್ಲೆ ನಿಂತು ಗಿರಾಕಿಗಳಿಂದ ಹಣ ಪಡೆದು ಗಲ್ಲಾದೊಳಕ್ಕೆ ಹಾಕುತ್ತಿದ್ದ. ಸಂಜೆ ಮಲ್ಯನೊಂದಿಗೆ ಎಣಿಸಿ ಮೂವರು ಮನೆಗೆ ಹೋಗುತ್ತಿದ್ದರು.

ಚಂದ್ರು ಲಕ್ಕ ಹೇಳಿದ್ದು ಕೇಳಿ ಓಡಿ ಬಂದ.

''ಅಣ್ಣ, ಒಂದಿಷ್ಟು ಗಲ್ಲಾದ ಮೇಲೆ ಕೂತ್ಕಳ್ಳಿ, ಗಿರಾಕಿಗಳು ಜಾಸ್ತಿ ಇದ್ದಾರೆ'' ಎಂದು ಹೇಳಿ ಹೋದ. ಸತ್ಯನಾರಾಯಣ ಪಾಲಿಗೆ ಇದು ಬೇಡದ ಖರ್ಚಿ ಆಗಿತ್ತು. ಆಯ್ತು ವಿಶ್ವನಿಗೆ ಕರ್ಕೊಂಡ್ಹೋಗಿ ಒಳ್ಳೆ ಕಾಫಿ ಕೊಡು'' ಕಳಿಸಿ ತಾವು ಗಲ್ಲದ ಕಡೆ ಹೋದರು.

ಚಂದ್ರುಗಂತು ವಿಪರೀತ ಸಂಭ್ರಮ. ಹೆಗಲ ಮೇಲಿನ ಟವಲಿನಿಂದ ಮುಖದ ಬೆವರೊರೆಸಿಕೊಳ್ಳುತ್ತ , ''ಅಣ್ಣಾ , ಇವತ್ತು ಟಿಫಿನ್ ಕೂಡ ಇಲ್ಲೇ ಮಾಡ್ಬೇಕು ನಾನು ಅಮ್ಮನಿಗೆ ಹೇಳ್ತೀನಿ'' ಒಲೆಯ ಉರಿ ಹೆಚ್ಚಿಸಲು ಹೋದ.

''ಬೇಡ ಕಣೋ ಚಂದ್ರು. ಇನ್ನು ಸ್ನಾನ ಕೂಡ ಆಗಿಲ್ಲ. ಆಮೇಲೆ ಟಿಫಿನ್‌ಗೆ ಇಲ್ಲಿಗೆ ಬರ್ತೀವಿ, ನಂಗೊಂದಿಷ್ಟು ಕಾಫಿ ಕೊಡು'' ಅಲ್ಲೇ ಕೂತ. ಸತ್ಯನಾರಾಯಣ ಕಾಲದಲ್ಲಿ ಎಷ್ಟು ಸ್ವಚ್ಛವಾಗಿತ್ತೋ ಈಗಲೂ ಹಾಗೆಯೇ ಇತ್ತು. ಈಗ ಹುಡುಗರು ಮತ್ತಷ್ಟು ಕಷ್ಟಪಟ್ಟು ಕೆಲಸ ಮಾಡುವಂತೆ ಕಂಡರು.

ನಿಧಾನವಾಗಿ ಕಾಫಿ ಗುಟುಕರಿಸಿದ.

ಹೆಂಚು ಮೇಲೆ ದೋಸೆ ಹಾಕಿ ಬಂದು ನಿಂತವನು ''ಮುರುಳಿ ಅಣ್ಣ ಬರ್ಲಿಲ್ವಾ ? ಅಮ್ಮ ಏನು ಕೇಳದಿದ್ರು ಕಡೆ ಬಸ್ಸು ಬರೋ ಸಮಯಕ್ಕೆ ಹೊರ ಬಂದು ನಿಂತ್ಕೊತಾರೆ. ಮನಸ್ಸಿಗೆ ತುಂಬಾ ನೋವಾಗುತ್ತೆ. ತುಂಬ ದೊಡ್ಡ ಕೆಲ್ಸನೇ ಸಿಕ್ಕಿದೇಂತ ಪಂಡಿತರು ಹೇಳಿದ್ರೂ. ದೊಡ್ಮನೆ ಮಾಡ್ಬಹ್ದು. ಅಲ್ವಾ ?'' ಕೇಳಿದಾಗ ಸನ್ನೆಯಿಂದಲೇ ದೋಸೆ ನೋಡು ವಂತೆ ಕಳಿಸಿ ''ಆಮೇಲೆ ಬರ್ತೀನಿ ಮಾತಾಡ್ತೀನಿ'' ಕಾಫಿ ಲೋಟ ಇಟ್ಟು ಹೊರಗೆ ಬಂದ.

ತುಂಬ ಜನ ಗಿರಾಕಿಗಳು ಇದ್ದರು. ಸತ್ಯನಾರಾಯಣಗೆ ಹೇಳಿ ಹೊರ ಬಂದ. ಆದರೆ ಮನೆಗೆ ಮಾತ್ರ ಹೋಗುವ ಧೈರ್ಯವಾಗಲಿಲ್ಲ. ಸುಕನ್ಯ ಕಣ್ಣುಗಳಲ್ಲಿನ ಪುತ್ರವಾತ್ಸಲ್ಯ ತಬ್ಬಿಬ್ಬುಗೊಳಿಸುತ್ತಿತ್ತು. ಅಲಕಾ ಸುಕನ್ಯ ಒಂದು ಕಡೆ ನಿಲ್ಲಿಸಿ ನೋಡಿದ. ಯಾರನ್ನು ಕಳೆದುಕೊಂಡರೂ ಮುರುಳಿಗೆ ನಷ್ಟವೇ.

ಹತ್ತೇ ನಿಮಿಷದಲ್ಲಿ ಬಂದ ಸತ್ಯನಾರಾಯಣ ಅವನನ್ನು ಮನೆಗೆ ಕರೆ ತಂದು ''ಸುಕನ್ಯ, ವಿಶ್ವನ ಟಿಫನ್ ಇವತ್ತು ಸತ್ಯನಾರಾಯಣ ಭವನದಲ್ಲಿ. ಅಡ್ಗೇ ಮಾತ್ರ ಏನಾದ್ರು ಮಾಡ್ಕೋ'' ಆದೇಶವಿತ್ತು ಸ್ನಾನಕ್ಕೆ ಹೋದವರು ಐದೇ ನಿಮಿಷದಲ್ಲಿ ಮುಗಿಸಿಕೊಂಡು ಬಂದರು. ಹೆಂಡತಿಗೆ ಒಂದಿಷ್ಟು ತಿಳಿ ಹೇಳುವ ಅಗತ್ಯವಿತ್ತು.

''ವಿಶ್ವನ್ನ ಮುರುಳಿ ಬಗ್ಗೆ ಏನು ಕೇಳ್ಬೇಡ. ನಿನ್ಮಗನೇ ನಿಂಗೆ ದೊಡ್ಡ ಸರ್‌ಪ್ರೈಸ್ ಮಾಡ್ಬೇಕೂಂತ ಇದ್ದಾನಂತೆ. ನಾವು ಸ್ವಲ್ಪ ದಿನ ಮೌನವಹಿಸೋಣ'' ಎಂದು ಹೇಳಿದ ಗಂಡನ ಕಣ್ಣಲ್ಲಿ ಕಣ್ಣಿಟ್ಟು ನೋಡಿದರು. 'ಸರ್‌ಪ್ರೈಸ್' ಎನ್ನುವ ಪದ ಮಾತ್ರ ಅವರ ಮೇಲೆ ಹೆಚ್ಚಿನ ಪರಿಣಾಮ ಬೀರಿತ್ತು.

''ಸರಿ ಬಿಡಿ. ಅಂತು ವಿಶ್ವನ ಎದುರು ನಾನು ಮೌನಿಯಾಗ್ಬೇಕು'' ನಗುತ್ತ ಕೇಳಿದಾಗ ಸತ್ಯನಾರಾಯಣ ಗಾಬರಿ ನಟಿಸಿದರು. ''ಮಹಾರಾಯ್ತಿ, ಹಾಗೆಲ್ಲಾದ್ರೂ ಮಾಡಿಯೇ? ಅವ್ನ ತಾಯಿ ಇಲ್ದ ತಬ್ಬಲಿ. ಆ ಪ್ರೇಮಕ್ಕಾಗಿಯೇ ಇಲ್ಲಿವರ್ಗೂ ಬರೋದು'' ನಗಾಡಿದರು.

ಊಟ ಉಪಚಾರ ಎಲ್ಲಾ ಮುಗಿಯಿತು. ಆ ದಿನ ಅಲ್ಲೇ ಉಳಿದುಕೊಂಡ. ವಿಶ್ವ ಪಂಡಿತರ ಕೈಗೆ ಸಿಕ್ಕಿಕೊಂಡಿದ್ದು ಮಾತ್ರ ಆಕಸ್ಮಿಕ.

''ಇದೇನಯ್ಯ ಒಂಟಿಯಾಗಿ ಬಂದಿದ್ದೀಯ? ನಿನ್ನ ಗೆಳೆಯ ಎಲ್ಲಿ?'' ವಿಚಾರಿಸಿದಾಗ ಅವನಿಗೆ ತಪ್ಪಿಸಿಕೊಳ್ಳಲು ಒಂದೇ ದಾರಿ ಹೊಳೆದಿದ್ದು ''ಅವ್ನು ಮೂರು ತಿಂಗ್ಳ ಮಟ್ಟಿಗೆ ವಿದೇಶಕ್ಕೆ ಹೋಗಿದ್ದನೆ'' ಪಂಡಿತರ ಮಟ್ಟಿಗೆ ಇದೊಂದು ಹೊಸ ವಿಷಯ ''ನಂಗೆ ಸತ್ಯನಾರಾಯಣ ಏನು ಹೇಳ್ಲೇ ಇಲ್ಲ, ನಮ್ಮ ಹುಡ್ಗ ವಿದೇಶಕ್ಕೆ ಹೋಗ್ತಾನೆಂದರೆ ಹೆಮ್ಮೆನೇ . ಅದಿರ್ಲಿ ನಿನ್ನ ಬಗ್ಗೆ ಒಂದಿಷ್ಟು ಮಾಹಿತಿ ಬೇಕು'' ಮೊದಲಿನ ಪ್ರಸ್ತಾಪ ಮರುಕಳಿಸಿತು.

''ಎಂಥ ಮಾಹಿತಿ ? ನನ್ನದ್ವೆ ನಿಶ್ಚಿತಾರ್ಥ ಮುಗೀತು. ಆರು ತಿಂಗ್ಳು ಮೇಲೆ ಲಗ್ನ, ಬೆಂಗ್ಳೂರು ಅಂಥ ಊರಲ್ಲಿ ಛತ್ರ ಸಿಗಬೇಕಲ್ಲ!'' ಆರಾಮಾಗಿ ಸುಳ್ಳು ಹೇಳಿದ. ಸದ್ಯಕ್ಕೆ ಈ ಮಹಾಶಯನಿಂದ ತಪ್ಪಿಸಿಕೊಳ್ಳಲು ಅದೊಂದು ಸುಲಭವಾದ ದಾರಿಯೇ. ನೆಲೆ ತಾಣದ ಬದುಕಾಗಿದ್ದರಿಂದ ಅವನೆಂದು ವಿವಾಹದ ವಿಷಯವಾಗಿ ತಲೆ ಕೆಡಿಸಿಕೊಂಡಿರಲಿಲ್ಲ.

ಪಂಡಿತರು ಮತ್ತಷ್ಟು ಉತ್ಸುಕರಾದರು. ವಿದೇಶಕ್ಕೆ ಹೋಗಿ ಬಂದ ಗಂಡು ಮೊಮ್ಮಗ್ಗಳ ಕೈ ಹಿಡಿಯುವುದು ಅತ್ಯಂತ ಸಂತೋಷದ ವಿಷಯವೇ. ಈಗಾಗಲೇ ಸಾಕಷ್ಟು ಪ್ರಯತ್ನಗಳು ಮಾಡಿದ್ದರು ಮುರುಳಿಯಂಥ ಚಂದದ ಯುವಕ ಸಿಗದ್ದೇ ದೊಡ್ಡ ತಾಪತ್ರಯವಾಗಿತ್ತು.

ಇವನ ಜೊತೆಯಲ್ಲಿಯೇ ಸತ್ಯನಾರಾಯಣ ಮನೆಗೆ ಬಂದವರೇ ಗಂಡ ಹೆಂಡತಿಯರನ್ನು ತರಾಟೆಗೆ ತಗೊಂಡರು ''ನಮ್ಮ ನಿಮ್ಮ ನಡ್ವೇ ಇಷ್ಟೊಂದು ವಿಶ್ವಾಸ ಇದೆ. ಮುರುಳಿ ವಿದೇಶಕ್ಕೆ ಹೋದ ಸುದ್ದಿ ನಮ್ಗೆ ಹೇಳ್ಲಿಲ್ಲ'' ಬಹಳ ದೊಡ್ಡದಾಗಿ ಆರೋಪಿಸಿದರು.

ಅವರುಗಳು ಏನಾದರೂ ಹೇಳುವ ಮುನ್ನ ವಿಶ್ವನೇ ಬಾಯಿಬಿಟ್ಟ ''ಎಲ್ಲ ಆತುರದಲ್ಲಿ ನಡ್ದು ಹೋಯ್ತು. ಫ್ಲೈಟ್‌ನಲ್ಲಿ ಸೀಟು ರಿಸರ್ವ್ ಆದ್ಮೇಲೆ ಅವ್ನಿಗೂ ವಿಷ್ಯ ತಿಳಿದಿದ್ದು. ಅವ್ನು ತಾನೇ ಏನ್ಮಾಡ್ತಾನೆ. ಅಪ್ಪ ಅಮ್ಮನ ಅಪಾಲಜಿ ಕೇಳೋಕೆ ನನ್ನ ಕಳ್ಸಿದಾನೆ. ಅವ್ನ ಫ್ಲೈಟ್ ಹತ್ತಿಸಿಯೇ ಇಲ್ಲಿಗೆ ಬಂದಿದ್ದು'' ಭಯಂಕರವಾದ ಸುಳ್ಳನ್ನು ಪೋಣಿಸಿ ಹೇಳಿದ. ಆದರೆ ಇದು ಪೂರ್ತಿ ಸುಳ್ಳೇನು ಅಲ್ಲ. ಈಗಾಗಲೇ ಒಂದೆರಡು ಸಲ ಫ್ಲೈಟ್ ಹತ್ತಿದ್ದ. ಆದರೆ ಒಂಟಿಯಾಗಿ ಅಲ್ಲ. ಜೊತೆಯಲ್ಲಿ ಅಲಕಾ ಇದ್ದಳು. ಅವರನ್ನು ಬೀಳ್ಕೊಡಲು ವಿಶ್ವ ಏನು ಹೋಗಿರಲಿಲ್ಲ.

ಬಹಳ ಹೊತ್ತು ಪಂಡಿತರು ಮಾತಾಡಿ ಹೊರಟ ಮೇಲೆ ಸತ್ಯನಾರಾಯಣ್‌ಗೆ ಮುಖ ತೋರಿಸಲಾಗಲಿಲ್ಲ. ಸುಕನ್ಯ ಒಳಗೆ ಹೋದರು. ಅಷ್ಟರಲ್ಲಿ ಚಂದ್ರು ಒಬ್ಬ ಇಪ್ಪತ್ತರ ಒಳಗಿನ ಹುಡುಗನನ್ನು ಹಿಂದಿಟ್ಟುಕೊಂಡು ಬಂದ.

''ಯಜಮಾನ್ರೇ, ನಿಮ್ಮನ್ನು ಹುಡ್ಕಿಕೊಂಡು ಬಂದಿದ್ದಾನೆ'' ತಿಳಿಸಿದ.

''ನೀನ್ಹೋಗಿ ಹೋಟೆಲ್ ಹತ್ರ ಇರು'' ಎಂದು ಅವನನ್ನು ಕಳುಹಿಸಿ, ''ಚಂದ್ರು ಆ ಹುಡ್ಗನ್ನ ಕೆಲ್ಸಕ್ಕೆ ಮಾತಾಡಿದ್ದೀನಿ. ಈ ಕಡೆಯವ್ನೆ. ಅಡಿಗೆ ಮನೆ ಇನ್ ಛಾರ್ಜ್ ಅವ್ನಿಗೆ ವಹಿಸಿ, ಹೊರ್ಗಡೆ ನೀನು ನೋಡ್ಕೋ. ಸಂಬಳ ಎಲ್ಲಾ ಮಾತಾಡಿದ್ದೀನಿ'' ಅಂತ ಹೇಳಿದರು.

ಅವನು ಕದಲದೇ ನಿಂತಿದ್ದ.

''ಅರ್ಥವಾಯಿತಲ್ಲ! ಸ್ವಲ್ಪ ಸ್ವತಂತ್ರವಾಗಿ ಎಲ್ಲಾ ನೋಡ್ಕೋ. ಪ್ರತಿಯೊಂದಕ್ಕೂ ಇಲ್ಲಿಗೆ ಬರ್ಬೇಡ'' ಸ್ವಲ್ಪ ಅಧಿಕಾರದಿಂದಲೇ ಹೇಳಿದರು.

ಚಂದ್ರು ಕಣ್ಣೀರು ಸುರಿಸುತ್ತ ನಿಂತ. ಅವೆಲ್ಲ ತಾತ್ಕಾಲಿಕ. ಪ್ರಾರಂಭದ ಹಂತದಲ್ಲಿ ಇವೆಲ್ಲ ಸಹಜವೆಂದುಕೊಂಡರು ಸತ್ಯನಾರಾಯಣ.

ರಾತ್ರಿ ತಾವೇ ಬಂದು ವಿಶ್ವನ ಬಸ್ಸು ಹತ್ತಿಸಿದರು. ಅಪ್ಪಿತಪ್ಪಿಯು ಮುರುಳಿಯ ಸುದ್ದಿ ಎತ್ತಲಿಲ್ಲ. ಅಂತೂ ಅವನನ್ನು ಒಂದು ಇಕ್ಕಟ್ಟಿನಿಂದ ಪಾರು ಮಾಡಿದ್ದರು.

❑ ❑ ❑

ಸುಶೀಲ ಮದುವೆಯ ಮುನ್ನಿನ ದಿನವೇ ಅಲಕಾ ಅಲ್ಲಿ ಹೋಗಿ ಉಳಿದಿದ್ದಳು.

ವಿವಾಹ ಸಮಯಕ್ಕೆ ಶಿವಶಂಕರ ಪಿಳ್ಳೆ, ಮುರುಳಿ ಹೋಗುವುದೆಂದು ನಿರ್ಧಾರವಾಗಿತ್ತು. ಅಲ್ಲಿನ ಶಾಸ್ತ್ರ ಸಂಪ್ರದಾಯ ಹೆಣ್ಣುಗಳ ಗಲಾಟೆ ಎಲ್ಲವು ಇಷ್ಟವಾಯಿತು ಅವಳಿಗೆ.

ಕಾಶೀಯಾತ್ರೆ ಮುಗಿಯುವ ವೇಳೆಗೆ ಶಿವಶಂಕರ್ ಪಿಳ್ಳೆ ತಮ್ಮ ಹೊಸ ಮರ್ಸಿಡಿಸ್‌ನಲ್ಲಿ ಬಂದಿಳಿದರು ಅಳಿಯನೊಂದಿಗೆ. ಇಲ್ಲಿನವರ ಮಟ್ಟಿಗೆ ಇದೊಂದು ವೈಭವಯುತವಾದ ವಿವಾಹ ಸಮಾರಂಭವೇ. ಅದನ್ನು ಅಲಕಾ ಮದುವೆಗೆ ಮಾತ್ರ ಹೋಲಿಸಲಾಗುವುದಿಲ್ಲ. ಅರಮನೆ ಆವರಣದಲ್ಲಿ ನಡೆದ ವಿವಾಹ ಸಮಾರಂಭಕ್ಕೆ ಮಾನ್ಯ ಮುಖ್ಯಮಂತ್ರಿಗಳಿಂದ ಹಿಡಿದು, ವಿರೋಧ ಪಕ್ಷದ ಮುಖಂಡರು, ರಾಜಕೀಯ ಮುತ್ಸದಿಗಳು, ಒಂದನೇ ದರ್ಜೆ ಅಧಿಕಾರಿಗಳಿಂದ ಹಿಡಿದು ಎಲ್ಲಾ ವರ್ಗದ ಜನರು ಬಂದಿದ್ದರು.

''ಹಲೋ....'' ಸುಶೀಲ ತಂದೆ ಬಂದು ಎದುರುಗೊಂಡು ಕರೆದೊಯ್ದರು ಗೌರವದಿಂದ. ಅವರಿಗೆ ಮುಂದಿನ ಸೀಟುಗಳು ರಿಸರ್ವ್ ಆಗಿತ್ತು. ಹಿಂದೆಯೇ ಕೂಲ್ ಡ್ರಿಂಕ್ಸ್ ಸಪ್ಲೈ ಆಯಿತು.

ಹಾರಿ ಬಂದ ಮಗಳನ್ನು ನೋಡಿ ಅವರೇ ಥ್ರಿಲ್ ಆದರು. ಮಾರುದ್ದ ಜಡೆಯ ತುಂಬ ಹೂ ಮುಡಿದು ದೊಡ್ಡ ಬಾರ್ಡರ್‌ನ ಜರಿಯ ಸೀರೆಯುಟ್ಟು ತುಂಬು ಚಿನ್ನದ ದಾರದಿಂದ ನೆಯಿದ ಬ್ಲೌಸ್ ತೊಟ್ಟು ಕೈಗಳ ತುಂಬ ಹಸಿರು ಬಳೆ ತೊಟ್ಟ ಅಲಕಾ ತಮ್ಮ ಮಗಳಾ ಎಂದು ಯೋಚಿಸುವಂತಾಯಿತು.

''ಫೆಂಟಾಸ್ಟಿಕ್, ಏನು ಇಂಥ ಬದಲಾವಣೆ ?''

ಅಲಕಾ ಕೆನ್ನೆಗಳು ರಂಗೇರಿದವು. ''ಸುಶೀಲ, ಅಮ್ಮ ಅತ್ತೆ ಸೇರ್ಕೊಂಡ್ ಈ ಅಲಂಕಾರ ಮಾಡಿದ್ದಾರೆ. ನಾನು ಮೊದಲ ಸಲ ಜಡೆ ಹಾಕ್ಕೊಂಡಿರೋದು. ಎಲ್ಲಾ ತುಂಬ ಚೆನ್ನಾಗಿ ಕಾಣ್ತೀನೀಂತ ಹೇಳ್ತಾ ಇದ್ದಾರೆ'' ನಾಚಿ ಹೇಳಿದಳು.

ಶಿವಶಂಕರ ಪಿಳ್ಳೆ ಫಕ ಫಕ ನಕ್ಕರು. ಆದರೆ ಸದಾ ಇಂಥ ವೇಷದಲ್ಲಿ ಮಗಳು ಇರುವುದು ಅವರಿಗಿಷ್ಟವಿಲ್ಲ. ಅದನ್ನು ಬಾಯಿಬಿಟ್ಟು ಹೇಳಲಿಲ್ಲ ಅಷ್ಟೇ.

ಹತ್ತು ನಿಮಿಷದಲ್ಲಿ ಒಂದು ನಾಲ್ಕುಸಲವಾದರೂ ಸೆಲ್ಯುಲರ್ ಸದ್ದು ಮಾಡಿತು. ತಾವೇ ಕೆಲವು ಕಡೆಗೆ ಫೋನಾಯಿಸಿದರು. ಗಂಟೆಗಟ್ಟಲೇ ವೇಳೆ ವ್ಯಯಿಸಲು ಅವರಲ್ಲಿ ಟೈಮಿಲ್ಲ.

ಮಗಳನ್ನು ಸನ್ನೆ ಮಾಡಿ ಕರೆದು, ''ಹೋಗೋಣ, ಸಂಜೆ ಕ್ಲಬ್‌ನಲ್ಲಿ ಮೀಟಿಂಗ್‌ಇದೆ. ರಾತ್ರಿ ಇನ್ನೊಂದು ಬರ್ತಡೇ ಪಾರ್ಟಿ ಇದೆ'' ತಿಳಿ ಹೇಳಿದರು. ಅದೆಲ್ಲ ಅವಳಿಗೆ ಗೊತ್ತಿದ್ದುದ್ದೇ 'ಓಕೆ, ಡ್ಯಾಡ್ ನಾನು ಬಂದ್ಬಿಡ್ತೀನಿ' ಎಂದು ಹೋದವಳು ಮಾಂಗಲ್ಯಧಾರಣೆ ಯಾಗುತ್ತಿದ್ದಂಗೆ ಹಿಂದಕ್ಕೆ ಬಂದಳು.

''ಸಂಜೆ ಆರತಕ್ಷತೆಗೆ ಬಂದರಾಯ್ತು. ಈಗ ಹೇಳಿದರೇ ಅವಳದು ದೊಡ್ಡ ವಿರೋಧ ಶುರುವಾಗುತ್ತೇ'' ತಾನು ಹೊರಟಾಗ ಸುಶೀಲ ಅತ್ತೆ ಎದುರಾದವರು, ''ಎಲ್ಲಿಗೆ ಹೊರಟೆ

ಅಲಕಾ, ನಿನ್ನ ಫ್ರೆಂಡ್ ಕಣ್ಣುಗಳು ನಿನ್ನೆ ಹುಡುಕ್ತಾ ಇರುತ್ತೆ'' ಅಂದಾಗ ತಂದೆ, ಮುರುಳಿಯನ್ನು ಪರಿಚಯಿಸಿ ''ಸಾರಿ, ನೆನ್ನೆಯಿಂದ ಇಲ್ಲೇ ಇದ್ದೆ. ಸಂಜೆ ಬರ್ತೀವಿ. ಅಪ್ಪಿಗೆ ಈ ಸುದ್ದಿ ಕೊಡ್ಬೇಡಿ'' ಎನ್ನುವ ವೇಳೆಗೆ ಚಪ್ಪರ ದಾಟಿ ಮುರುಳಿ ಶಿವಶಂಕರ ಪಿಳ್ಳೆ ಹೋಗಿ ಆಗಿತ್ತು. ಹಾರುತ್ತ ಹೋಗಿ ಕೂಡಿಕೊಂಡಳು. ನೋವು, ಇರುಸು ಮುರುಸು ಬೆನ್ನಟ್ಟಿ ಅವಳನ್ನು ಬಾಧಿಸುತ್ತಲೇ ಇತ್ತು.

ಐಶ್ವರ್ಯಗೆ ಬಂದ ಮೇಲೆಯೇ ಊಟ ಮಾಡಿದ್ದು.

''ಡ್ಯಾಡ್, ಮೀಟಿಂಗ್ ಫೈಲ್ ನಾನು ನೋಡ್ತೀನಿ. ನೀವು ಸ್ವಲ್ಪ ರೆಸ್ಟ್ ತಗೊಳ್ಳಿ'' ಎಂದು ರಟ್ಟೆ ಹಿಡಿದು ರೂಮಿಗೆ ಕರೆದೊಯ್ದು ''ಪ್ಲೀಸ್ ಡ್ಯಾಡ್, ನಿನ್ನ ಬಗ್ಗೆ ಸುಶೀಲ ತಾತ ಏನ್ಹೇಳಿದ್ರೂ ಗೊತ್ತ?'' ಮಗಳ ಮಾತಿಗೆ ನಕ್ಕು ಬಿಟ್ಟರು. ಸಾಕಷ್ಟು ಕೀರ್ತಿ, ಹಣ ಮಾಡಿದವರೇ ಈಗ ಅವುಗಳ ಹುಚ್ಚೇನು ಇರಲಿಲ್ಲ.

''ನಂಗೆ ಹೇಗಮ್ಮ ಗೊತ್ತಾಗುತ್ತೆ? ನೀನೆ ಹೇಳ್ಬೇಕು'' ಎಂದು ಮಗಳ ಕೆನ್ನೆ ತಟ್ಟಿದರು. ''ನಿಮ್ಮಂಥವ್ರ ಸಮಾಜದ ಆಸ್ತಿ. ಎಚ್ಚರದಿಂದ ನೋಡ್ಕೊಳ್ಳೀಂತ ಹೇಳಿದ್ರು. ಐ ರಿಯಲೀ ಪೌಂಡ್ ಆಫ್ ಯು ಡ್ಯಾಡ್. ಈಗಿನ ಸಿಚ್ಯುಯೇಷನ್‌ನಲ್ಲಿ ಒಂದು ಪತ್ರಿಕೆಯ ಸದಭಿರುಚಿಯನ್ನು ಕಾಯ್ದುಕೊಳ್ಳೋದು ಕಷ್ಟ ನನ್ನ ಮೇಲೆ ಬಹಳ ದೊಡ್ಡ ಜವಾಬ್ದಾರಿ ಇದೆ'' ಕೊನೆಯ ವಾಕ್ಯ ಹೇಳುವಾಗ ಅವಳ ದನಿ ಭಾರವಾಯಿತು.

ಮಗಳನ್ನು ಕಣ್ಣುಗಳಲ್ಲಿ ತುಂಬಿಕೊಳ್ಳುವಂತೆ ನೋಡಿದರು.

''ಮುರುಳಿ ಕಾಯ್ತ ಇರ್ಬೇಕು. ಆರಾಮಾಗಿ ಒಂದಿಷ್ಟು ಮ್ಯಾರೇಜ್ ಲೈಫ್ ಎಂಜಾಯ್ ಮಾಡಿ'' ತಂದೆಯ ಮಾತಿಗೆ ಜೋರಾಗಿ ನಕ್ಕಳು. ''ಮಗ್ಳಿಗೇಂತ ಈ ಕನ್‌ಸೆಷನ್ನಾ ?'' ನಾಲಿಗೆ ತುದಿಯವರೆಗೂ ಬಂದ ಇನ್ನೊಂದು ಮಾತನ್ನು ಮಾತ್ರ ನುಂಗಿಕೊಂಡರು.

ಮುರುಳಿ ಪಿ.ಸಿ.ಯ ಮುಂದೆ ಕೂತು ಏನೋ ಟೈಪ್ ಮಾಡುತ್ತಿದ್ದವನು ನೋಡಿ ಆಫ್ ಮಾಡಿ ಮೇಲೆದ್ದ . ''ಮೈ ಗಾಡ್, ಫ್ರೆಂಡ್ ವಿವಾಹ ಅಂದರೇ ಅಲ್ಲೇ ಉಳ್ದು ಬಿಡೋದಾ? ಬದ್ಕೇ ಬೋರಾಗಿ ಬಿಡ್ತು, ಕೆಲವು ಗಂಟೆಗಳಿಗೆ'' ಎಂದು ಅವಳನ್ನು ತನ್ನ ಬಾಹುಗಳಲ್ಲಿ ತುಂಬಿಕೊಂಡ. ಕ್ಷಣಗಳು ಸರಿದಿದ್ದು ಗೊತ್ತಾಗಲಿಲ್ಲ.

ಫೋನ್ ಸದ್ದು ಮಾಡಿತು. ಹಣೆಯೊತ್ತಿಕೊಂಡು ದಢಬಡನೆ ಮೇಲೆದ್ದು ಫೋನ್ ಅಟೆಂಡ್ ಮಾಡಿ ಬಾತ್‌ರೂಂಗೆ ನುಗ್ಗಿದವಳೇ ಮುಖ ತೊಳೆದುಕೊಂಡು ಡ್ರೆಸ್ಸಿಂಗ್ ರೂಂಗೆ ಹೋದವಳು ಐದು ನಿಮಿಷದಲ್ಲಿ ರೆಡಿಯಾಗಿ ಅವನ ಮುಂದಿದ್ದಳು.

''ನಾನು ಡ್ಯಾಡ್‌ಜೊತೆ ಮೀಟಿಂಗ್‌ಗೆ ಹೋಗ್ತೀನಿ. ನೀವು ಆಫೀಸಿಗೆ ಹೋಗಿ'' ದಢ ದಢ ಹೋಗಿಯೇ ಬಿಟ್ಟಳು. ಅಲಕಾ ಚಾಕಚಕ್ಯತೆ, ಓಡಾಟವನ್ನು ಇಂದಿಗೂ ಯಾರಿಗೂ, ಯಾವುದಕ್ಕೂ ಹೋಲಿಸಲಾಗಿರಲಿಲ್ಲ ಅವನಿಗೆ.

ಟೇಬಲ್ಲು ಮೇಲೆ ಪ್ರೇಮ್‌ಗೆ ಹಾಕಿಟ್ಟಿದ್ದಳು ಸತ್ಯನಾರಾಯಣ ಮತ್ತು ಸುಕನ್ಯ ಫೋಟೋವನ್ನು ಎತ್ತಿಕೊಂಡು ತೀರಾ ಕಣ್ಣಿನ ಸಮೀಪ ತಂದ. ಅವನ ಕಣ್ಣಿಂದ ಎರಡು ಕಂಬನಿ ಬಿಂದುಗಳು ಫ್ರೇಮ್ ಮೇಲೆ ಉದುರಿತು. ಈ ರೂಮಿಗೆ ಬಂದ ಪ್ರತಿಕ್ಷಣವು ಕಾಣುತ್ತಿದ್ದುದ್ದು ಆ ಫ್ರೇಮ್. ಕ್ಷಣ ಕೂಡ ಮರೆಯಲು ಸಾಧ್ಯವಿರಲಿಲ್ಲ. ದೇವರು ಮಾಡಿದ ತಪ್ಪಿಗೆ ಅಲಕಾ ಮುಖಾಂತರ ತನಗೆ ಶಿಕ್ಷೆ ವಿಧಿಸುತ್ತಿದ್ದನಾ ?

ಒಂದೆರಡು ಸಲ ಆ ಫ್ರೇಮ್‌ನ ಒಳಗಿಟ್ಟಾಗ ತೆಗೆದಿಟ್ಟಿದ್ದಳು ಅಲಕಾ ''ಯಾಕೆ ತೆಗೆದಿಟ್ರಿ? ಇಲ್ಲಿ ನನ್ನ ಮಮ್ಮಿ ಫೋಟೋ ಇಲ್ವ? ನಿನ್ತಂದೆ ತಾಯಿಗಳು ಕೂಡ ನಿಂಗೆ ಇಂಪಾರ್ಟೆಂಟ್. ಒಮ್ಮೆ ನೋಡಿದರೇ ನೆನಪಿನಲ್ಲಿ ಇಟ್ಟುಕೊಳ್ಳಬಹುದಾದ ಮುಖಗಳು'' ಅಂದಿದ್ದಳು. ಬಹುಶಃ ಎಂದಾದರೂ ಅವರನ್ನು ನೋಡಿದರೇ ಖಂಡಿತ ಗುರ್ತಿಸಬಲ್ಲಳು ಎನಿಸಿದಾಗ ಭಯಗೊಂಡ.

ಮಾರನೇ ದಿನ ಒಂದು ಲೆಟರ್ ಕಳುಹಿಸಿದ ವಿಶ್ವನಿಗೆ 'ಹೋಟೆಲ್ ಏಟ್ರಿಯಾ ಬಳಿ ಸಂಜೆ ಏಳಕ್ಕೆ ಭೇಟಿಯಾಗೋಣ' ಅಷ್ಟೇ ಅದರ ಒಕ್ಕಣೆ. ಮನದಲ್ಲಿ ಸ್ನೇಹದ ಕಾರಂಜಿ ಪುಟಿಯುತ್ತಿದ್ದರೂ ಹತ್ತಿಕ್ಕಿಕೊಂಡಿದ್ದ. ತನ್ನ ಅವನ ಭೇಟಿಯಿಂದ ಬೇಸರ ಕೋಲಾಹಲ ಮಾತ್ರ ಎಂದುಕೊಂಡಿದ್ದ. ಇಂದು ಅದನ್ನು ಸ್ಪಷ್ಟವಾಗಿ ಹೇಳಿ ನಿವಾರಿಸಿಕೊಂಡಿದ್ದ.

ಪತ್ರಿಕಾಲಯದಿಂದ ರೂಮಿಗೆ ಹೋಗದೇ ಅಲ್ಲಲ್ಲಿ ಓಡಾಡಿಕೊಂಡು ಏಳಕ್ಕೆ ಏಟ್ರಿಯಾ ಹೋಟೆಲ್ ಬಳಿಗೆ ಬಂದಾಗ ಮುರುಳಿಯ 'ಇಂಡಿಕಾ' ಕಾರು ಪಾರ್ಕ್ ಆಗಿತ್ತು. ಅತ್ತಿತ್ತ ನೋಡುವ ವೇಳೆಗೆ ಅವನೇ ಬಂದು ಕರೆದೊಯ್ದ.

'ಕೂತ್ಕೋ...ಬಾ'' ಡೋರ್ ತೆಗೆದು ಸ್ಟೀರಿಂಗ್ ಮುಂದೆ ಕೂತು ಹೇಳಿದ, ''ಬೇಡ, ಇಲ್ಲಿ ಎಲ್ಲಾದ್ರೂ ಮಾತಾಡೋಣ'' ನಿರಾಕರಿಸಿದ.

''ಪ್ಲೀಸ್, ವಿಶ್ವ ಬಾ'' ಒತ್ತಿ ಕರೆದ.

ಮೈನ್ ರೋಡಿನಲ್ಲಿ ಸಣ್ಣ ಮಾತುಕತೆಗೂ ಜನ ಸೇರುತ್ತಾರೆಂದು ಗೊತ್ತಿದ್ದರಿಂದ ನಿಶ್ಶಬ್ದವಾಗಿ ಹತ್ತಿ ಕೂತ. ವಾಹನಗಳ ನಡುವೆ ಲೀಲಾಜಾಲವಾಗಿ ಡ್ರೈವ್ ಮಾಡುತ್ತಿದ್ದ ಗೆಳೆಯನ ಬಗ್ಗೆ ಭೇಷ್ ಎನಿಸಿತು. ಸಿಟಿಯಿಂದ ಸಾಕಷ್ಟು ದೂರ ಇರುವ ಡಾಬ ಮುಂದೆ ಹೋಗಿ ನಿಂತಿತು.

'ಇಲ್ಲಿ ರೋಟಿ, ದಾಲ್ ಚೆನ್ನಾಗಿರುತ್ತೆ'' ಮುರುಳಿ ಇಳಿಯುತ್ತ ಹೇಳಿದ ಹೊಟ್ಟೆಯಲ್ಲಿ ಜಾಗ ಇಲ್ಲ, ನಂಗೆ ರೋಟಿ ದಾಲ್ ಅಂಥದೇನು ರುಚಿಸೋಲ್ಲ, ಏನು ವಿಷ್ಯ ?'' ಮೊಂಡು ಹಿಡಿದ ಮಗುವಿನಂತೆ ನಿಂತ.

ಬಹಳ ಬಲವಂತದಿಂದ ಕರೆದೊಯ್ದು. ಅತ್ಯಂತ ಮೃದುವಾದ ರೋಟಿ ದಾಲ್ ರುಚಿಯಾಗಿಯೇ ಇತ್ತು. ಆದರೂ ಇಬ್ಬರು ಲೊಟ್ಟೆಯೊಡೆದು ತಿನ್ನಲಿಲ್ಲ.

''ಕಾಲೇಜಿನಲ್ಲಿ ಓದ್ತಾ ಇರೋವಾಗ ಸ್ನೇಹಿತರೊಂದಿಗೆ ಈ ಡಾಬಗೆ ಎಷ್ಟೋ ಸಲ ಬಂದಿದ್ದೆ. ಆಗ ತಿನ್ನುತ್ತಿದ್ದ ರೋಟಿಗೆ ಎಷ್ಟೊಂದು ರುಚಿ ಇರುತ್ತಿತ್ತು. ಎಲ್ಲಾ ಎರಡೆರಡು

ಮೂರು ಊರು ತಿಂತಾ ಇದ್ವಿ. ಒಂದ್ಸಲ ಹಣ ಕಳಿಸಿದ ಒಂದೂವರೆ ಸಾವಿರ ಒಂದು ಸಂಜೆಯ ಊಟಕ್ಕೆ ಖರ್ಚಾಗಿ ಹೋಯ್ತು. ಬೇಕೆನಿಸಿದ್ದೆಲ್ಲ ಬೇಕಾದಷ್ಟು ತಿಂದ ಫ್ರೆಂಡ್ಸ್ ಬಿಲ್ ನನ್ನ ತಲೆಗೆ ಕಟ್ಟಿದ್ದರು'' ಹೇಳಿಕೊಂಡ ನಿಧಾನವಾಗಿ.

''ಮುರುಳಿ ಇನ್ಮೇಲೆ ಖಂಡಿತವಾಗಿಯೂ ನಾನು, ನೀನು ಭೇಟಿ ಮಾಡೋದು ಬೇಡ. ಕೆಲ್ಸ ಹುಡುಕ್ತಾನೇ ಇದ್ದೀನಿ. ಯಾವ್ದು ಸಿಕ್ತಾ ಇಲ್ಲ. ಆದ್ರೂ ಆದಷ್ಟು ಬೇಗ ಕೆಲ್ಸ ಬಿಟ್ಹೋಗ್ತೀನಿ. ನನ್ನ ಕರ್ಕೊಂಡ್ಬಂದ ಉದ್ದೇಶವೇನು ?'' ಸಿಡುಕಿ ಕೇಳಿದ. ಎಲ್ಲಕ್ಕೂ ಮುರುಳಿ ಕಾರಣ ಎನ್ನುವ ಕೆಟ್ಟ ಕೋಪ.

''ರೂಮು ಖಾಲಿ ಮಾಡಿದ್ಯಾ ?'' ಕೇಳಿದ ಮುರುಳಿ.

''ಅರ್ಧ ಖಾಲಿ ಮಾಡಿದ್ದೆ'' ಎಂದ.

''ಹಾಗಂದರೇನು? ಅರ್ಧ ಖಾಲಿ ಮಾಡೋದು, ಪೂರ್ತಿ ಖಾಲಿ ಮಾಡೋದು.'' ಬೇರರ್ ತಂದಿಟ್ಟ ಬಿಲ್ ನೋಡ ಜೊತೆಗೆ ಐವತ್ತು ರೂಪಾಯಿ ಟಿಪ್ಸ್ ಹಾಕಿ ಮೇಲೆದ್ದ ಮುರುಳಿ. ಅವನು ಬಯಸಿದ್ದು ಇಂಥ ಧೀಮಂತ ಬದುಕನ್ನೇ. ಅದು ಹೆಚ್ಚು ಕಷ್ಟವಿಲ್ಲದೆ ಕೈ ಸೇರಿದ್ದೇ ಅದೃಷ್ಟ.

ಇಬ್ಬರು ಹೊರಗೆ ಬಂದರು. ಪೂರ್ತಿ ಕತ್ತಲು ಮುಸುಕಾಗಿತ್ತು. ಆಕಾಶದಲ್ಲಿ ನಕ್ಷತ್ರಗಳು ಹೊಳೆಯುತ್ತಿತ್ತು. ಡಾಬದಿಂದ ಸ್ವಲ್ಪ ಮುಂದಕ್ಕೆ ಹೋಗಿ ನಿಂತರು.

''ಅರ್ಧ ಖಾಲಿ ಮಾಡ್ದೇ ಅಂದೆ. ಹಾಗಂದ್ರೇನು ?'' ಮತ್ತೆ ಕೇಳಿದ ಮುರುಳಿ.

''ಅರ್ಧ ಸಾಮಾನು ಬೇರೆ ರೂಮಿಗೆ ಸಾಗಿಸಿ ಅಲ್ಲೆ ಉಳಿದೆ. ಸಂಬಳದ ದಿನ ಬಾಡ್ಗೇ ಕೊಟ್ಟು ಮಿಕ್ಕ ಸಾಮಾನು ಒಯ್ಯುವ ಇರಾದೆ ಇತ್ತು. ಅಂದು ಹೋದ ಮೇಲೆ ನನ್ನ ಇರಾದೆ ಬದಲಾಯ್ತು. ಕೊಂಡೊಯ್ದು ಸಾಮಾನನ್ನ ಮತ್ತೆ ಅಲ್ಲಿಗೆ ಸಾಗ್ಸಿ ಅಲ್ಲೇ ಇದ್ದೇನೆ. ಅಷ್ಟು ಅನ್ಕೂಲವಾದ ರೂಮು ನಾನು ಕೊಡೋ ಬಾಡ್ಗೆಗೆ ಸಿಗೋಲ್ಲ'' ಎಂದ ಸ್ವಲ್ಪ ಬಿಗುವಾಗಿಯೇ.

''ನೀನು ನಿರ್ಧಾರನ ಬದಲಾಯಿಸಿದಕೆ ಕಾರಣ ಕೇಳಬಹುದಾ?'' ಮೆತ್ತಗೆ ಕೇಳಿದ. ವಿಶ್ವ ಉರಿದು ಬಿದ್ದ. ''ಅದ್ನ ನಿಂಗೆ ಹೇಳಬಹುದಾದ ಅಗತ್ಯವೇನಿಲ್ಲ. ಅಣ್ಣ ಅಮ್ಮನ ನೋಡೋಕೆ ನಾರಾಯಣಪುರಕ್ಕೆ ಹೋಗಿದ್ದೆ. ನಿನ್ನ ಬೇಕಾದ್ರೂ ನಾನು ಬಿಡ್ಬಲ್ಲೇ, ಅವ್ರನ್ನ ನಾನು ಬಿಡೋಲ್ಲ. ಎಷ್ಟು ಜನ್ಮದ ಪುಣ್ಯವೋ ಈ ಅನಾಥನಿಗೆ ತಂದೆ ತಾಯಿ ಲಭ್ಯವಾಗಿದ್ದಾರೆ. ಅದ್ನ ನಾನು ಯಾಕೆ ಕಳ್ಕೊಳ್ಲಿ. ನಿಮ್ಮ ಮಗ ದೊಡ್ಡ ಗುರಿ ಸಾಧಿಸೋಕೆ ಹೊರ್ಟ್ಟಿದ್ದಾನೆ. ಬಂದ್ಮೇಲೆ ಸರ್‌ಪ್ರೈಸ್ ಮಾಡ್ತಾನೆ. ಅದ್ವರ್ಗೂ ನನ್ನನ್ನೇನು ಕೇಳ್ಬೇಡೀಂತ ಅಣ್ಣಂಗೆ ಹೇಳಿದ್ದೀನಿ. ಅದ್ಕೆ ಅವ್ರು ಒಪ್ಕೊಂಡಿದ್ದಾರೆ. ಸದ್ಯಕ್ಕೆ ಇಷ್ಟೇ. ನೀನು ಕರ್ಕಂಡ್ ಬಂದ ಕಾರಣವೇನು ವಿಶ್ವನ ಸ್ವರ ಮತ್ತಷ್ಟು ಬಿರುಸಾಯಿತು.

''ಅಣ್ಣ ಅಮ್ಮ ಹೇಗಿದ್ದಾರೆ ?'' ಮುರುಳಿಯ ಸ್ವರ ಮೆತ್ತಗಾಗಿತ್ತು.

''ಚೆನ್ನಾಗಿದ್ದಾರೆ, ಇಷ್ಟು ಸಾಕಲ್ಲ! ನಾನ್ಹೋಗ್ತೀನಿ'' ಎಲ್ಲೋ ಹೋಗೋದಿದೆ. ಸಿಟಿ

ಬಸ್ಸು ಸಿಗುತ್ತೆ, ನಾನ್ಹೋಗ್ತೀನಿ ನಾಲ್ಕು ಹೆಜ್ಜೆ ಮುಂದೆ ಹೊರಟ ಗೆಳೆಯನ ಕೈ ಹಿಡಿದುಕೊಂಡ ಮುರುಳಿ ''ಅಮ್ಮ ಏನು ತಿಂಡಿ ಕೊಟ್ಟು ಕಳಿಸಿಲ್ವಾ ?'' ದುಗುಡವಿತ್ತು ಅವನ ಸ್ವರದಲ್ಲಿ.

''ಏನೋ, ಇದೆಲ್ಲ!'' ಅನ್ನುವ ವೇಳೆಗೆ ಮುರುಳಿ ಅವನನ್ನು ಅಪ್ಪಿಕೊಂಡು ಬಿಟ್ಟ. ಅವನ ಕಣ್ಣಿಂದ ಧಾರಾಕಾರವಾಗಿ ಕಂಬನಿ ಸುರಿಯುತ್ತಿತ್ತು. ''ವಿಶ್ವ ನಂಗೆ ಅಮ್ಮ ಅಣ್ಣನ್ನ ನೋಡ್ಬೇಕೂಂತ ಅನಿಸ್ತಿದ್ರೆ. ಅಮ್ಮನ ತೊಡೆಯ ಮೇಲೆ ತಲೆಯಿಟ್ಟು ಮಲ್ಗಬೇಕೆನ್ನೋ ಆಸೆ'' ಹಲುಬಿದ. ವಿಶ್ವ ಎದುರಿಸಿದ ಸತ್ಯ ಗೊತ್ತಾದರೆ ಶಿವಶಂಕರ ಪಿಳ್ಳೆ ಎಂಥ ಶಿಕ್ಷೆ ವಿಧಿಸ ಬಹುದು? ಇಲ್ಲಾ, ಅಳಿಯನೆಂದು ಕ್ಷಮಿಸಬಲ್ಲರಾ ? ಅವನು ಯಾವೊಂದು ತೀರ್ಮಾನಕ್ಕೂ ಬರದಾದ.

''ಸಮಾಧಾನ ಮಾಡ್ಕೋ ! ನಿಂಗೆ ಮೊದ್ಲೇ ಬುದ್ಧಿ ಇರಬೇಕಿತ್ತು. ಅಮ್ಮ ಅಣ್ಣ ಹೋಗಿ ನೋಡ್ಕೊಂಡ್ಬಾ ಒಳ್ಳೆ ಸಮಯ ನೋಡಿ ಅಲಕಾಗೆ ಹೇಳು'' ಸಾಂತ್ವನಿಸಿದ. ಅಂತು ಯಾವುದೇ ನಿರ್ದಿಷ್ಟ ತೀರ್ಮಾನಕ್ಕೆ ಬರಲಿಲ್ಲ. ಕಾರು ಹತ್ತುವ ಮುನ್ನ ''ನಾಳೇನೆ ಹೋಗ್ಬರ್ತೀನಿ'' ಅಂದ. ಅವನಿಂದ ಹೋಗಲಿಕ್ಕಾಗಲಿಲ್ಲ.

ಅವನು ಹೇಳಿದ ದಿನ ಆಗಸ್ಟ್ 15, ಅಲಕಾ ಹುಟ್ಟಿದ ಹಬ್ಬ! ಐಶ್ವರ್ಯದಲ್ಲಿ ದೊಡ್ಡ ಹಬ್ಬವೇ. ಮದುವೆಯಾದ ಮೊದಲ ವರ್ಷ ಬರೋ ಮಡದಿಯ ಜನ್ಮದಿನವನ್ನು ಸಂಭ್ರಮದಿಂದಲೇ ಆಚರಿಸಬೇಕು.

ಬೆಳಿಗ್ಗೆ ಹೊರಡುವಾಗಲೇ ಮಡದಿಯ ಭುಜದ ಮೇಲೆ ಕೈಯಿಟ್ಟ ''ಮಧ್ಯಾಹ್ನ ಆಫ್ ಡೇ ಲೀವ್ - ನಿಂಗೂ ನಂಗೂ ಸೇರ್‍ಸಿ ಅಪ್ಲೈ ಮಾಡಿದ್ದೀನಿ. ಸಂಜೆ ಷಾಪಿಂಗ್ ಹೋಗೋಣ'' ಕಣ್ಣು ಮಿಟುಕಿಸಿದ. ಅವಳು ಕುಣಿದಾಡದಿದ್ದರೂ ಸಂತೋಷಗೊಂಡಳು. ಗಂಡನಿಂದ ಬರುವ ಎಂಥ ಗಿಫ್ಟ್ ಆದರೂ ಅಮೂಲ್ಯವೇ.

''ನಾನು ಬರೋದ್ಬೇಡ. ಗಿಫ್ಟ್ ಯಾವಾಗ್ಲೂ ಸರ್‌ಪ್ರೈಸ್ ಆಗಿದ್ದರೇನೆ ಚೆನ್ನ ನೀವೆ ಹೋಗ್ಬನ್ನಿ. ಒಂದು ಹೊಸ ಲೇಖನ ರೆಡಿ ಮಾಡೋದಿದೆ. ವರ್ಷದ ಪ್ರತಿಭಾ ಪುರಸ್ಕಾರ ಪಡೆದ ಶ್ರೀ ಗಂಗಾಧರಯ್ಯನೋರ್‍ನ ಇಂಟರ್‌ವ್ಯೂ ಮಾಡೋದಿದೆ. ನಿಮ್ಮ ಕಾರ್ಯಕ್ರಮ ನಾಳೆ ಬೆಳಿಗ್ಗೆಗೆ ಪೋಸ್ಟ್‌ಪೋನ್ ಮಾಡಿ ನನ್ನೊತೆ ಬನ್ನಿ ಒಂದಿಷ್ಟು ಎಕ್ಸ್‌ಪೀರಿಯನ್ಸ್ - ಅಂಥವರೊಂದಿಗೆ ಮಾತಾಡೋದೆ ಥ್ರಿಲ್'' ಉತ್ಸಾಹದಿಂದ ನುಡಿದಳು.

''ನೋ ನೋ, ನನ್ನ ಪ್ರೋಗ್ರಾಂ ಎಂದೂ ಛೇಂಜ್ ಆಗೋಲ್ಲ'' ನಿರಾಕರಿಸಿದ ''ಓಕೆ'' ಅಂದು ಕ್ಯಾಮೆರಾ ಬ್ಯಾಗ್‌ನೊಂದಿಗೆ ಕಾರು ಹತ್ತಿದಾಗ ಒಂದು ರೀತಿಯ ಕುತೂಹಲ 'ತನಗಾಗಿ ಮುರುಳಿ ಏನು ತರಬಹುದು ?' ಅಷ್ಟೆ ಪತ್ರಿಕಾಲಯ ತಲುಪಿದ ಮೇಲೆ ಮರೆತೇ ಬಿಟ್ಟಳು.

ಯಾವಾಗಲೂ ಸ್ವಂತದ ಬಗ್ಗೆ ಯೋಚಿಸುತ್ತಿದ್ದ ಮುರುಳಿ ಅವನಿಗೆ ಬೇಕಾದ ಉಡುಪು, ವಸ್ತುಗಳ ಕೊಳ್ಳುವಿಕೆಯ ಪರಿಜ್ಞಾನವಿತ್ತೇ ವಿನಹ ಒಂದು ಹೆಣ್ಣಿಗಾಗಿ ಮಡದಿಗಾಗಿ ಮೊದಲ ಸಲ ಗಿಫ್ಟ್ ಕೊಳ್ಳಬೇಕಾಗಿದ್ದರಿಂದ ಪೇಚಾಟಕ್ಕೆ ಇಟ್ಟುಕೊಂಡಿತು.

ಎಲ್ಲಾ ರೀತಿಯ ಅಮೂಲ್ಯ ಒಡ್ವೆ, ವಸ್ತ್ರಗಳು ಅವಳಲ್ಲಿದೆ ಎನ್ನುವುದೇ ಇವನ ಅಭಿಪ್ರಾಯ. ಮಗಳ ಬರ್ತ್‌ಡೇಗೆ ಅಪ್ಪನ ದೊಡ್ಡ ಉಡುಗೊರೆ ಇರುತ್ತೆ. ತೀರಾ ಆತ್ಮೀಯರೆನಿಸಿಕೊಂಡ ಜನ ಬರುವಾಗ ಬರಿಗೈಯಲ್ಲಿ ಬರುವುದಿಲ್ಲ. ಅಂಥದ್ದರಲ್ಲಿ ತಾನೇಕೆ ಉಡುಗೊರೆಗಾಗಿ ತಲೆ ಕೆಡಿಸಿಕೊಳ್ಳಬೇಕು ಎನ್ನುವ ಅಂಶ ತಲೆಯಲ್ಲಿ ಹೊಕ್ಕಿದ್ದೇ ತಡ ಆ ವಿಷಯವನ್ನು ಕೈ ಬಿಡಲು ಸಿದ್ಧವಾದ. ಬೀರು ಲಾಕರ್‌ನಲ್ಲಿ ಸಾಕಷ್ಟು ಉಂಗುರಗಳು ಇತ್ತು. ಅದನ್ನೇ ಒಂದು ತೆಗೆದು ಪ್ಯಾಕ್ ಮಾಡಿ ಉಡುಗೊರೆಯಾಗಿ ಕೊಟ್ಟು ಬಿಡೋದೆಂದು ನಿರ್ಧರಿಸಿದ.

ಅಂದು ವಿಶ್ವನ ಹುಡುಕಿಕೊಂಡು ಹೋಗಿ ಅಲಕಾ ತನ್ನ ಬರ್ತ್‌ಡೇ ಪಾರ್ಟಿಗೆ ಬರಲೇಬೇಕೆಂದು ಆಹ್ವಾನಿಸಿದಳು ಸರಳವಾಗಿ, ''ವಿಶ್ವ, ನೀವು ಖಂಡಿತ ಮಿಸ್ ಮಾಡ್ಬಾರ್ದು. ನಿಮ್ಮ ಫ್ರೆಂಡ್ ಮಡದಿಯಾಗಿ ನಿಮ್ಮೊಂದಿಗೆ ಜಗಳ ಕಾಯ್ಬೇಕಾಗುತ್ತೆ'' ಎಚ್ಚರಿಸಿಯೇ ಹೋಗಿದ್ದು.

ಅವನಿಗೆ ಮುರುಳಿ ಕಾಟ ತಪ್ಪಿದರೂ ಅಲಕಾ ಕಾಟ ತಪ್ಪದೆಂದು ಕೊಂಡ. ಆದರೆ 'ಕಾಟ' ಎನ್ನುವ ಪದ ಗಳಿಸಿದ್ದು ತಪ್ಪಾಯಿತೆಂದುಕೊಂಡ. ಪತ್ರಿಕಾಲಯದಿಂದ ನೇರವಾಗಿ ಗಿಫ್ಟ್ ಸೆಂಟರ್‌ಗೆ ಹೋದಾಗ ಹೊರಗೆ ಕಾರು ನಿಂತಿರುವುದು ಕಂಡಿತು. ಹಾಗೇ ಹಿಂದಿರುಗಲು ಯೋಚಿಸಿದ. ವೆರೈಟಿ ಆಫ್ ಗಿಫ್ಟ್‌ಗೆ ಪ್ರಸಿದ್ಧವಾದ ಅಂಗಡಿ. ಅಲಕಾಗೆ ನೀಡುವ ಉಡುಗೊರೆಗೆ ಹಣ ಕಮ್ಮಿಯಾದರೂ ಅದ್ಭುತವಾಗಿರಬೇಕೆಂದು ಅನಿಸಿಕೆ.

ವಿಶ್ವ ಬಂದು ಒಂದು ಕಡೆಯಿಂದ ನೋಡಿಕೊಂಡು ವಿವಿಧ ನಮೂನೆಯ ಗಡಿಯಾರಗಳಿದ್ದ ಕಡೆ ಬಂದಾಗ, ಅಲ್ಲೆ ಮುರುಳಿ ಕೂಡ ಇದ್ದ. ಅವನನ್ನು ಹರ್ಟ್ ಮಾಡುವ ಉದ್ದೇಶವಿಲ್ಲದಿದ್ದರಿಂದ ನಗು ನಗುತ್ತ ಮಾತಾಡಿಸಿದ.

''ಮೊದಲ ವರ್ಷದ ಪ್ರಸಂಟೇಷನ್ ಬಹಳ ಕಾಲದವರ್ಗೂ ನೆನಪಿನಲ್ಲಿ ಇರ್ಬೇಕು'' ಛೇಡಿಸಿದ. ಅವನು ನಿರುತ್ಸಾಹದಿಂದ, ''ಅವಳ ಹತ್ರ ದೇಶಿ ವಿದೇಶಿ ಎಲ್ಲಾ ವಸ್ತುಗಳು ಇದೆ. ಏನು ಖರೀದಿಸ್ಬೇಕೂಂತ ಗೊತ್ತಾಗದೆ ತಲೆ ಬಿಸಿಯಾಗಿದೆ'' ತೋಡಿಕೊಂಡ ಮುರುಳಿ.

''ಎಲ್ಲಾ ಇರ್ಬಹ್ದು. ಅವೆಲ್ಲ ನೀನು ಕೊಟ್ಟಿದ್ದಲ್ಲ. ನಿನ್ನ ಮನಸ್ಸಿಗೆ ಬಂದಿದ್ದು ಖರೀದಿಸು. ಹೊರ್ಗಡೆ ಕೌಂಟರ್ ಬಳಿ ಸಿಕ್ತೀನಿ'' ಎಂದು ಮುಂದಕ್ಕೆ ಹೋದ.

ಇವನು ಗಿಫ್ಟ್ ಪ್ಯಾಕೆಟ್ ಹಿಡಿದು ಬಂದಾಗ ಕೌಂಟರ್ ಬಳಿ ಇದ್ದ ಮುರುಳಿ ಕಿರು ನಗು ಬೀರಿದ. ಎರಡೂವರೆ ಲಕ್ಷದ ಖರೀದಿಗೆ ವೀಸಾ ಕ್ರೆಡಿಟ್ ಕಾರ್ಡ್ ಕೊಟ್ಟಿದ್ದ. ಅವನ ಕೈಯಲ್ಲಿ ಇದ್ದಿದ್ದು ಮಾತ್ರ ಒಂದು ಸಣ್ಣ ಪ್ಯಾಕೆಟ್.

''ಪರ್ವಾಗಿಲ್ಲ, ದೊಡ್ಡ ಮೊತ್ತದ ಗಿಫ್ಟ್ ಕೊಂಡಿದ್ದೀಯ'' ಹಾಸ್ಯ ಮಾಡಿದ. ಈಗ ಅವನ ಮುಖದಲ್ಲಿ ತೇಲಿದ್ದು ಅಹಂಕಾರದ ನಗು, ''ಹೌದು ವಜ್ರದ ಉಂಗುರ ಖರೀದಿಸಿದ್ದೀನಿ. ತುಂಬ ಬ್ಯೂಟಿಫುಲ್ಲಾಗಿದೆ'' ಎಂದು ಕಾರಿನ ಬಳಿಗೆ ಕರೆದೊಯ್ದು ಪಾಕೆಟ್ ಬಿಡಿಸಿ ತೋರಿಸಿದ. ಒಂದಲ್ಲ ಎರಡು ವಜ್ರದ ಉಂಗುರಗಳನ್ನು ಖರೀದಿಸಿದ್ದ.

''ತುಂಬಾ ಚೆನ್ನಾಗಿದೆ. ಎರಡು ಮೇಡಮ್‌ನವರಿಗೇನಾ?'' ವಿಚಾರಿಸಿದ.

``ನೋ ಇದು ಅಲಕಾಗೆ ಇನ್ನೊಂದು ನಂಗೋಸ್ಕರ ಖರೀದಿಸಿದೆ'' ಎಂದ ಅವನ ಬೆರಳಿನಲ್ಲಿದ್ದ ವಜ್ರದ ಉಂಗುರ ಫಳಕ್ಕೆಂದಿತು.

ವಿಶ್ವನ ಮುಖ ಸಪ್ಪಗಾಯಿತು. ಎಂಗೇಜ್‌ಮೆಂಟ್‌ನಲ್ಲಿ ವಜ್ರದ ಉಂಗುರ ಉಡುಗೊರೆಯಾಗಿ ಕೊಟ್ಟಿದ್ದರು ಶಿವಶಂಕರ ಪಿಳ್ಳೆ. ಅದು ಯಾವಾಗಲೂ ಅವನ ತೋರು ಬೆರಳಿನಲ್ಲಿದ್ದರೂ ಆಗಾಗ ಅದರ ಜಾಗದಲ್ಲಿ ಬೇರೆ ಬೇರೆ ಉಂಗುರಗಳು ಆಕ್ರಮಿಸುತ್ತಿತ್ತು. ಅವೆಲ್ಲ ಮ್ಯಾರೇಜ್‌ನಲ್ಲಿ ಶಿವಶಂಕರ ಪಿಳ್ಳೆಯವರ ಅಳಿಯನಿಗೆ ಉಡುಗೊರೆಯಾಗಿ ಬಂದಿದ್ದವು.

``ಮುರುಳಿ ಒಂದ್ಮಾತು ಹೇಳಿದರೇ ಬೇಜಾರಿಲ್ಲ ತಾನೆ? ಬೌದ್ಧಿಕವಾಗಿ ಶ್ರೀಮಂತಿಕೆಯಲ್ಲಿ ಬೆಳ್ದ ಅಪ್ಪ ಮಗ್ಳು - ಈಗ್ಲೂ ಅಲ್ಲೆ ಇರೋದು ಅಂಥವರ ಮಧ್ಯದ ಒಡನಾಟ ಅತ್ಯಂತ ಸೂಕ್ಷ್ಮವಾದದ್ದು. ನೀನು ಅದಷ್ಟು ಹುಷಾರಾಗಿರೋದಿದು ಒಳ್ಳೆದು'' ಎಂದು ಹೇಳಿದವನೇ ಹೋದ.

ತಕ್ಷಣ ವಿಶ್ವನ ಮಾತಿನಿಂದ ಕೋಪ ಬಂದರೂ, ಅದರಲ್ಲಿನ ಸತ್ಯಾಂಶವನ್ನು ಬಹಳ ಬೇಗ ಅರಿತ. ಅಲಕಾಗೆ ಒಡವೆಗಳ ಬಗ್ಗೆ ಹೆಚ್ಚಿನ ಆಸೆ ಇದ್ದಂಗೆ ಕಾಣಲಿಲ್ಲ. ಬೇರೆ ಏನಾದರೂ ಒಯ್ಯಬೇಕೆಂದುಕೊಂಡಿದ್ದಷ್ಟೇ, ಅದನ್ನು ಕಾರ್ಯಗತಗೊಳಿಸಲಾಗಲಿಲ್ಲ.

ಆಗಸ್ಟ್ 15ರದಿನ ಎಲ್ಲೆಲ್ಲು ಸಡಗರ ಸಂಭ್ರಮಗಳೇ. ಅಲಕಾ ತನ್ನ ಹುಟ್ಟಿದ ಹಬ್ಬದ ಆಚರಣೆಯನ್ನು ಬಲವಾಗಿ ವಿರೋಧಿಸುತ್ತಿದ್ದಳು. ಈ ಮಾತನ್ನು ಮಾತ್ರ ಸೀರಿಯಸ್ಸಾಗಿ ತಗೊಂಡಿರಲಿಲ್ಲ ಶಿವಶಂಕರ ಪಿಳ್ಳೆ. ಅದಕ್ಕೆ ಶ್ರೀಮಂತ ಬರ್ತ್‌ಡೇ ಪಾರ್ಟಿಗಳಿಗೆ ಪ್ರತ್ಯೇಕವಾದ ಕಾರಣಗಳು ಇತ್ತು.

ಈ ಸಲ ಬಹಳ ಕಡಿಮೆ ಮಂದಿಯನ್ನು ಮಾತ್ರ ಆಹ್ವಾನಿಸಲಾಗಿತ್ತು ಅಲಕಾ ಬರ್ತ್‌ಡೇಗೆ. ಕೇಕ್ ಕಟ್ ಮಾಡಿ ಹ್ಯಾಪಿ ಬರ್ತ್‌ಡೇ ಹೇಳೋದು ಬೇಡಾಂತ ವಿರೋಧಿಸಿದ್ದರಿಂದ ಆ ವಿಧಿಯನ್ನು ಕೈ ಬಿಡಲಾಗಿತ್ತು.

ಮೊದಲ ಸಲ ಬರ್ತ್‌ಡೇ ದಿನ ಸೀರೆಯುಟ್ಟು ಎಲ್ಲರನ್ನು ಅಚ್ಚರಿಗೊಳಿಸಿದ್ದಳು.

``ಏನಮ್ಮ ಇದು ಡಾ. ಪರಮೇಶ್ವರ್ ಕೇಳಿದಾಗ, ``ಕುಮಾರಿಯಿಂದ ಶ್ರೀಮತಿಗೆ ಪ್ರಮೋಷನ್ ಸಿಕ್ಕಿದೆಯಲ್ಲ. ಒಂದಿಷ್ಟು ಬದಲಾವಣೆ ಬೇಡ್ವಾ, ಅಂಕಲ್? ತೀಕ್ಷ್ಣವಾಗಿ ಹೇಳಿದ್ದಳು. ಅವರು ಜೋರಾಗಿ ನಕ್ಕರು.

ಸಾಕಷ್ಟು ಉಡುಗೊರೆಗಳು ಬಂದವು. ಯಾವುದನ್ನು ಬಿಚ್ಚಿ ನೋಡುವ ಉತ್ಸಾಹವಿರಲಿಲ್ಲ. ತಂದೆ ಕೊಟ್ಟ ಸುರುಳಿಯನ್ನು ಬಿಚ್ಚಿ ನೋಡಿದಾಗ ಮನೆಯ ಬ್ಲೂಪ್ರಿಂಟ್ ಇತ್ತು. ಇದು ಐದಾರು ವರ್ಷಗಳ ಕನಸು. ತಂದೆಯನ್ನು ಅಪ್ಪಿಕೊಂಡು ಬಿಟ್ಟಳು.

``ನಾಳೆ ಭೂಮಿ ಪೂಜೆ. ನೀವುಗಳು ಕಟ್ಟಿಸ್ತಾ ಇರೋ ಮನೆ. ಅಲ್ಲಿ ನಿಮ್ಮ ಇಷ್ಟಾಯಿಷ್ಟಗಳೇ ಮುಖ್ಯ. ಮುರುಳಿಯೊಂದಿಗೆ ಯೋಚಿಸಿ, ಚರ್ಚಿಸಿ ಚೇಂಜಸ್ ಇದ್ದರೆ

ಇಂಜಿನಿಯರ್‌ಗೆ ತಿಳ್ಸಬಹುದ್ದು'' ಎಂದು ಆಶೀರ್ವದಿಸಿದಾಗ ಅಲಕಾ ಕಣ್ಣಲ್ಲಿ ನೀರಿತ್ತು. ಬಾಗಿ ಅವರ ಪಾದಗಳನ್ನು ಸ್ಪರ್ಶಿಸಿದಳು ''ಐಯಾಮ್ ವೆರಿ ಹ್ಯಾಪಿ ಡ್ಯಾಡಿ'' ಉದ್ಗರಿಸಿದಳು.

ಅವಳು ಸಿವಿಲ್ ಇಂಜಿನಿಯರಿಂಗ್ ಮುಗಿಸಿದಾಗಲೇ ಇಂಥದೊಂದು ಪ್ಲಾನ್ ತಯಾರಿಸಿ ತಂದೆಯ ಮುಂದೆ ಇಟ್ಟಿದ್ದಳು. ಅಂದು 'ಅಸ್ತು' ಎಂದಿರಲಿಲ್ಲ. ಇಂದು ಹುಟ್ಟು ಹಬ್ಬದ ಉಡುಗೊರೆಯಾಗಿ ನೀಡಿದ್ದರು.

''ನೋ ನೀನು ಇಂಜಿನಿಯರಿಂಗ್‌ಗೆ ಸೇರಿದಾಗ ನೀನು ಬೇರೆ ಫೀಲ್ಡ್ ಆರ್‍ಸಿ ಕೊಳ್ತೀಯಾ, ನನ್ನ ಪತ್ರಿಕೆ ಅನಾಥವಾಗುತ್ತೆ ಅಂದ್ಕೊಂಡೇ. ಅದು ಸುಳ್ಳಾಯ್ತು. ನೀನು ಪತ್ರಿಕೆಗೆ ಬಂದೆ. ನಿನ್ನ ಪ್ಲಾನ್ ಉಸ್ತುವಾರಿಕೆಯಲ್ಲಿ ಒಂದು ಬಂಗ್ಲೆಯಾದ್ರೂ ರೆಡಿಯಾಗಿರ್‍ಲಿಲ್ಲಾಂತ ಆಸೆ'' ಉದ್ವೇಗದಿಂದ ಹೇಳಿದರು.

ತಂದೆ, ಮಗಳ ಮಧ್ಯೆ ಮುರುಳಿ ಪ್ರೇಕ್ಷಕನಾಗಿದ್ದ. ಒಂಟಿಯೆನಿಸಿತು. ಆದರೆ ಈ ವೈಭೋಗದ ಮುಂದೆ ಅವನ್ನೆಲ್ಲ ಮರೆಯಬಲ್ಲ. ಕಷ್ಟದ ಜಗತ್ತಿಗಿಂತ ಶ್ರೀಮಂತಿಕೆಯ ರಂಗಿನ ಪ್ರಪಂಚ ಇಷ್ಟವಾಗಿತ್ತು.

''ಇನ್ನು ಆರು ತಿಂಗಳಲ್ಲಿ ಬಂಗ್ಲೇ ರೆಡಿಯಾಗ್ಬಿಡಬೇಕು. ಎಲ್ಲಾ ವ್ಯವಸ್ಥೆನು ಆಗಿದೆ. ನೀನು ಮುರುಳಿ ಸದ್ಯಕ್ಕೆ ಆ ಕಡೆ ಗಮನ ಕೊಡಿ. ವರ್ಕ್ ಮಾತ್ರವಲ್ಲ ಎಲ್ಲಾ ಸೂಪರ್ಬ್ ಆಗಿರ್ಬೇಕು. ಆದರೆ ಒಂದು ಕರಾರು'' ಅಂದರು ಮತ್ತೆ.

ತೀರಾ ತಂದೆಯ ಸನಿಹಕ್ಕೆ ಹೋದ ಅಲಕಾ ಅವರೆದೆಗೆ ತಲೆಯಾನಿಸಿ, ''ಏನು ಅಂತ ಕರಾರು ? ನಾನು ಎಂದೂ ನಿಮ್ಮ ಮಾತು ಕೇಳಿಲ್ಲ, ಡ್ಯಾಡ್ ಈ ಕಾಲದಲ್ಲೂ ನೀವು ಮುರುಳಿ ಕಡೆ ಕೈ ತೋರ್‍ಸಿದ ಕೂಡ್ಲೇ ಹಾರ ಹಾಕ್ಬಿಟ್ಟೆ. ಈಗ ಇನ್ನೆಂಥ ಕರಾರು?'' ಕೇಳಿದಳು. ಸ್ವಲ್ಪ ಪಿಚ್ಚೆನಿಸಿತು ಶಿವಶಂಕರ ಪಿಳ್ಳೆಗೆ. ತಾನು ಆ ವಿಷಯದಲ್ಲಿ ಪೂರ್ತಿ ಸ್ವಾರ್ಥಿಯಾಗಿ ಬಿಟ್ಟೆನಾ? ಗಂಡಿನ ಆಯ್ಕೆಯಲ್ಲಿ ಅವಳಿಗೆ ಪೂರ್ಣವಾಗಿ ಸ್ವತಂತ್ರ ಕೊಡಬೇಕಿತ್ತೆಂದುಕೊಂಡರು.

ಎದುರಿಗೆ ಮುರುಳಿ ಇದ್ದುದ್ದರಿಂದ ಆ ವಿಚಾರವನ್ನು ಅಲ್ಲಿಗೆ ಬಿಟ್ಟರು.

''ಈ ಬಂಗ್ಲೆ ಸಿದ್ಧವಾದ ಮೇಲೆ ಎಲ್ಲಿ ಆ ಫೀಲ್ಡ್ ಕಡೆ ಗಮನ ಹರಿಸ್ತೀಯೋ ಅನ್ನೋ ಭಯ'' ನಗುವಿನೊಂದಿಗೆ ಹೇಳಿದರು.

ತಂದೆಯ ಕೈ ಹಿಡಿದುಕೊಂಡು, ''ಇಲ್ಲ ಡ್ಯಾಡ್, ನನ್ನ ಆಸಕ್ತಿ ಬರೀ ಪತ್ರಿಕೆಯ ಮೇಲೆ ಮಾತ್ರ. ಡೋಂಟ್ ವರೀ'' ಆಶ್ವಾಸನೆ ಕೊಟ್ಟಳು.

ವಜ್ರದ ಉಂಗುರ ಮುರುಳಿ ಬೆರಳಿಗೆ ತೊಡಿಸಿದಾಗ ಎಷ್ಟೇ ಪ್ರಯತ್ನಪಟ್ಟರೂ ಅವಳ ಕಣ್ಣುಗಳು ಮಿನುಗಲಿಲ್ಲ. ಒಡವೆ, ಸೀರೆ ಬಿಟ್ಟು ಯೋಚಿಸಬಲ್ಲಂಥ ಪ್ರಬುದ್ಧಳು ಅಲಕಾ.

''ಫೆಂಟಾಸ್ಟಿಕ್, ತುಂಬ ತುಂಬ ಚೆನ್ನಾಗಿದೆ'' ಅಂದು ತುಟಿಗೊತ್ತಿಕೊಂಡಳು. ಮುರುಳಿ ರಂಗಾದ. ತಾನು ತುಂಬ ಬೆಲೆಯುಳ್ಳ ಉಂಗುರ ತಂದು ಪ್ರಸೆಂಟ್ ಮಾಡಿದ್ದೆನೆಂಬ

ಗರ್ವ ಅವನ ಮುಖದಲ್ಲಿ ಮೂಡಿದನ್ನು ಗುರ್ತಿಸಿದರೂ ಪ್ರತಿಕ್ರಿಯಿಸಲಿಲ್ಲ "ಲೆಟ್ಸ್ ಗೋ, ಈಗ ನಿರ್ಮಾಣವಾಗೋದು ನಮ್ಮ ಮನೆ" ಭಾವೋದ್ವೇಗದಿಂದ ಉಲಿದಳು.

ಮರುದಿನ ಭರ್ಜರಿಯಾದ ಭೂಮಿ ಪೂಜೆ. ಅರ್ಧ ಗಂಟೆಯಲ್ಲಿಯೇ ಆಳುಕಾಳುಗಳ ಜೊತೆ ಸಾಲಾಗಿ ಬಂದು ನಿಂತವು ಕಲ್ಲು, ಸಿಮೆಂಟ್, ಜಲ್ಲಿಯ ರಾಶಿ. ಪೂಜೆ ವಿದ್ಯುಕ್ತವಾಗಿ ನೆರವೇರಿದ ಕೂಡಲೇ ಕೆಲಸ ಶುರುವಾಗಿಯೇ ಬಿಟ್ಟಿತ್ತು. ಮಗಳಿಗೆ ಗೊತ್ತಿಲ್ಲದಂತೆ ಮಾರ್ಬಲ್‌ಗಳ ರಾಶಿಯೇ ತರಿಸಿ ಹಾಕಿದ್ದರು. ಶಿವಶಂಕರ ಪಿಳ್ಳೆ. ಈ ಬಂಗ್ಲೆ ಮಗಳ ಬರ್ತ್‌ಡೇಗೆ ಪ್ರಸೆಂಟೇಷನ್. ಮುಂದಿನ ಬರ್ತ್‌ಡೇ ದಿನ ಅಥವಾ ಅದಕ್ಕಿಂತ ಮೊದಲೇ ಗೃಹಪ್ರವೇಶ ಮಾಡುವ ಇರಾದೆ ಅವರದು.

"ನಂಗೆ ಕ್ಲೂ ಕೂಡ ಕೊಡ್ಲಿಲ್ಲ, ಡ್ಯಾಡ್" ಅಂದಳು ತಂದೆಯತ್ತ ಮೆಚ್ಚಿಗೆಯ ನೋಟ ಹರಿಸುತ್ತ. "ಇದು ನಿಂಗೆ ತುಂಬ ಸರ್‌ಪ್ರೈಸ್ ಆಗ್ಬೇಕೂಂತ ಇದ್ದೆ. ಪೂರ್ತಿ ಬಂಗ್ಲೆ ಮುಗಿದ್ಮೇಲೆ ಬೀಗದ ಕೈ ಕೊಡ್ಬೇಕೆನ್ನೋ ಹುಮ್ಮಸ್ಸು ಇತ್ತು. ಬಹಳ ಯೋಚ್ಸಿ ಅದನ್ನ ಕೈ ಬಿಟ್ಟೆ, ನೀನು ಓದಿದ ಓದುಗೆ ಛಾಲೇಂಜ್ ಆಗ್ಲಿ ನಿಂಗೂ ಒಂದು ತರಹ ಸ್ಫೂರ್ತಿ ಸಿಗುತ್ತೆ. ಕಟ್ಟಡದ ಬ್ಲೂ ಪ್ರಿಂಟ್ ನಿನ್ನ ಕೈಯಲ್ಲಿಟ್ಟಿದ್ದೀನಿ. ಎಲ್ಲದರ ರೆಸ್ಪಾನ್ಸಿಬಲಿಟಿ ನಿಂದೆ. ಬೇಕಾದರೆ ಮುರುಳಿ ಸಜೇಷನ್ ಪಡ್ಕೋ ಅಂದಾಗ, ಅವನು ಅಲಕಾ ಪಕ್ಕದಲ್ಲಿಯೇ ನಿಂತಿದ್ದ.

ಮುರುಳಿಗೆ ಕಣ್ಣುಗಳು ತಿರುಗಿದಂತಾಗಿತ್ತು. ನಿರ್ಮಾಣವಾಗುವ ಭವ್ಯ ಬಂಗಲೆಯ ಕಲ್ಪನೆಯೇ ರೋಮಾಂಚಕಾರಿಯೆನಿಸಿತು. ಸ್ವಿಮಿಂಗ್ ಫೂಲ್ ನಿರ್ಮಾಣಕ್ಕಾಗಿ ಕೆಲವು ಸಾಧನಗಳನ್ನು ವಿದೇಶದಿಂದ ಬುಕ್ ಮಾಡಿದ್ದರು.

ಶಿವಶಂಕರ ಹೊರಟ ಮೇಲೆ ಅವರಿಬ್ಬರೇ ಉಳಿದಿದ್ದು. ಬ್ಲೂಪ್ರಿಂಟ್ ಮಾಡಿಕೊಂಡು ಯೋಚಿಸುತ್ತಿದ್ದವಳು ತಟ್ಟನೇ ತಲೆಯೆತ್ತಿದಳು ಮುರುಳಿಯ ಕಡೆ ನೋಟ ಅವಳ ಮೇಲಿತ್ತು. ಕ್ಷಣ ಅವಳ ಕೆನ್ನೆಗಳ ಕೆಂಪಗಾದರೂ ಬೇಗನೇ ಮೊದಲಿನ ಬಣ್ಣಕ್ಕೆ ಹಿಂದಿರುಗಿತು.

"ಮುರುಳಿ ನಿಮ್ಗೇ ಏನು ಅನ್ಸಿಸ್ತು?" ಕೇಳಿದ ಕೂಡ್ಲೇ ಅವಳ ಪಕ್ಕ ಕೂತ "ವಂಡರ್ ಫುಲ್, ನಾವಿಬ್ಬರೇ ಅಲ್ವಾ ಈ ಬಂಗ್ಲೆಗೆ?" ಶಿವಶಂಕರ್‌ನ ಬಿಟ್ಟು ಯೋಚಿಸಿದ. ಆಗ ಅವನಿಗೆ ಇನ್ನಷ್ಟು ಸ್ವತಂತ್ರ ಸಿಗುತ್ತದೆಯೆನ್ನುವ ಆಸೆ. ಅವರ ಕಣ್ಣುಗಾವಲಿಗೆ ಅಂಜುತ್ತಿದ್ದ. ಅವರನ್ನು ಬಿಟ್ಟು ಮುಕ್ತವಾದ ಪ್ರಪಂಚವೊಂದು ಬೇಕಿತ್ತು.

ಅಲಕಾ ಮುಖ ತೀರ ಸೀರಿಯಸ್ಸಾಯಿತು.

"ನಂಗೆ ಸರಿಯೆನಿಸ್ಲಿಲ್ಲ, ನಿಮ್ಮ ಮಾತು! ಡ್ಯಾಡ್‌ನ ಬಿಟ್ಟು ನಾವಿಬ್ರೂ ಇಲ್ಲಿರೋದೆ. ಇಂಪಾಜಿಬಲ್, ಅಂಥ ಯೋಚ್ನೆ ನಂಗೆಂದು ಬರೋಕೆ ಸಾಧ್ಯವಿಲ್ಲ. ಈಗ್ಲೇ ಒಂಟಿತನದಿಂದ ಪರದಾಡೋ ಹಾಗಾಗಿದೆ. ಬರೀ ನಾವಿಬ್ರೇ ಎಂದು ಯೋಚ್ಸೋಕೆ ಭಯವಾಗುತ್ತೆ" ಎಂದು ಹರಡಿದ್ದ ಬ್ಲೂಪ್ರಿಂಟ್‌ನ ಮಾಡಿಚಿ ಆಳುಗಳು ಕೆಲಸ ಮಾಡುತ್ತಿದ್ದ ಕಡೆ ಹೋದಳು. ಸುಶೀಲ ಅತ್ತೆ, ಮಾವ, ನಾದಿನಿ, ಮೈದುನನನ್ನು ನೋಡಿದಾಗಿನಿಂದ ತಾನು ಕಳೆದುಕೊಂಡಿದ್ದನ್ನು ಲೆಕ್ಕ

ಹಾಕುತ್ತಿದ್ದಳು. ಅದು ಒಂದು ಆಳತೆಗೆ ಸಿಗದಷ್ಟು ಅಗಾಧವಾಗಿದೆಯೆಂದು ತಿಳಿದಾಗ ನಿರಾಶಳಾಗಿದ್ದಳು.

ಮತ್ತೆ ಮುರುಳಿ ನಿಂತಿದ್ದ ಕಡೆ ಬಂದು, ''ಮುರುಳಿ, ನೀವ್ಹೋಗಿ ಆಫೀಸ್‌ಗೆ ನಂಗೊಂದಿಷ್ಟು ಕೆಲ್ಸವಿದೆ ಮುಗ್ಸಿಕೊಂಡು ಐಶ್ವರ್ಯಗೆ ಹೋಗ್ತೀನಿ'' ಎಂದು ಹೇಳಿದಳು. ತಾನು ಆಡಿದ ಮಾತಿಗೆ ಮುರುಳಿ ಪಶ್ಚಾತ್ತಾಪ ಪಡುತ್ತಿದ್ದರು ಅದನ್ನು ಹೇಗೆ ವ್ಯಕ್ತಪಡಿಸಬೇಕೆಂದು ಮಾತ್ರ ತಿಳಿಯಲಿಲ್ಲ ಅಷ್ಟೇ.

ಮದುವೆಯ ನಂತರ ಮೊದಲ ಸಲ ಅಲಕಾ ತನ್ನ ಮೇಲೆ ಬೇಸರಗೊಂಡಿದ್ದಾಳೆಂದು ತಿಳಿದ. ಆದರೆ ಇದು ಮೊದಲ ಸಲವಲ್ಲ. ಅವಳಿಗೆ ಗಂಡನ ಮೇಲೆ ಸಾಕಷ್ಟು ಸಲ ಬೇಜಾರಾಗಿದ್ದರು ಮೌನವಹಿಸಿದ್ದಳು.

''ನನ್ನ ಮಾತಿನಲ್ಲಿ ಅಪ್ಪಿದೆ ಅಂತ ಅನಿಸಿದ್ಯಾ ?'' ಕೇಳಿದ.

ಈಗ ಅವಳಿಗೆ ಮಾತು ಬೇಡವಾಗಿತ್ತು ''ಇಲ್ಲಾಂತ ಮಾತ್ರ ನಾನು ಹೇಳೋಲ್ಲ. ನಿಮ್ದು ಕೂಡ ಅಂಥ ತಪ್ಪೇನಿಲ್ಲ. ಬರೀ ನಿಮ್ಮ ಚಿಂತನೆಗಳೆಲ್ಲ ನಿಮ್ಮ ಸುತ್ತನೇ. ನಾನು ಒಬ್ಳು ಅಲ್ಲಿ ಉಳ್ಕೊಂಡಿದಕ್ಕೆ ಕಾರಣ ಇದೆ. ಸಂಜೆ ಮಾತಾಡೋಣ. ಪ್ಲೀಸ್ ನೀವು ಇನ್ನು ಹೋಗಿ ಮುರುಳಿ'' ಗಂಭೀರವಾಗಿ ಹೇಳಿದಳು.

ಅವನಿಗೆ ಭಯಂಕರ ಕೋಪ ಬಂತು. ಅದನ್ನು ತೋರಿಸುವುದು ಮಾತ್ರ ಸಾಧ್ಯವಿರಲಿಲ್ಲ. ನಿರ್ಮಾಣವಾಗುವ ಬಂಗ್ಲೇ ಅವಳಪ್ಪನ ಉಡುಗೊರೆ. ಅಲಕಾ ಪತ್ರಿಕೆಯ ಮಾಲೀಕಳು ಅವಳೇ. ಎಲ್ಲಾ ಅವಳದೇ ಎಂದುಕೊಂಡಾಗ ತಾನೇನು ಎಂದುಕೊಳ್ಳುತ್ತಲೇ ಕಾರು ಹತ್ತಿದ.

ಆರಾಮಾಗಿರೋದು ಬಿಟ್ಟು ತಲೆ ಕೆಡಿಸಿಕೊಳ್ಳುವುದೆಂಬ ನಿರ್ಧಾರಕ್ಕೆ ಬಂದ. ಅವನು ನೇರವಾಗಿ ಬಂದಿದ್ದು ಐಶ್ವರ್ಯಗೆ. ಬೆಡ್‌ರೂಮಿಗೆ ಹೋದ ಕೂಡಲೇ ಎದುರಾದದ್ದು ಸುಕನ್ಯ, ಸತ್ಯನಾರಾಯಣರ ಫೋಟೋ ಫ್ರೇಮ್. ಇಂದು ಹೋಗಿ ಅದರ ಮುಂದೆ ನಿಂತ.

''ಅಣ್ಣ, ಅಮ್ಮ ಕ್ಷಮ್ಸಿ ಬಿಡಿ. ಜೀವನ ಪೂರ್ತಿ ನೀವು ಹಗಲು ಇರುಳು ಕಷ್ಟಪಟ್ಟು ಸಂಪಾದಿಸಿದ್ದೇನು ? ನಾನು ದುಡಿದರೂ ಸಂಪಾದಿಸುತ್ತಿದ್ದುದ್ದು ಎಷ್ಟು, ಬರೀ ಸಂಕಟಗಳ ಮಾಲೆ. ನಿಜ್ವಾಗಲೂ ಇಂಥ ಶ್ರೀಮಂತಿಕೆಯನ್ನು ನಾನು ಬಯಸಿದ್ದೆ'' ಹೇಳಿಕೊಂಡ ಭಾವಚಿತ್ರದ ಮುಂದೆ.

ಅಷ್ಟರಲ್ಲಿ ಸೆಲ್ಯುಲರ್ ಸದ್ದು ಮಾಡಿತು.

''ಹಲೋ ಮುರುಳಿ ಎಲ್ಲಿದ್ದೀರಿ ? ಈಗ ಅಪ್ಪ ವಿಚಾರಿಸಿದ್ರು. ಸ್ವಲ್ಪ ಟೆನ್‌ಷನ್ ಇದೆ. ನೇರವಾಗಿ ಅಲ್ಲಿಗೆ ಹೋಗಿ'' ಎಂದು ಕಟ್ ಮಾಡಿದಳು.

ತಂದ ಕಾಫಿ ಕೂಡ ಕುಡಿಯಲಿಲ್ಲ. ದಢ ಬಡನೆ ಬಂದು ಕಾರೇರಿದ. ಸದಾ ಒಂದಲ್ಲ ಒಂದು ಟೆನ್‌ಷನ್ ಇರುತ್ತಿತ್ತು. ಅಭ್ಯಾಸವಾಗಿ ಹೋಗಿದ್ದ ಅಪ್ಪ ಮಗಳಿಗೆ ಏನು

ಅನ್ನಿಸುತ್ತಿರಲಿಲ್ಲ. ಬರೀ ಓದು ಕಾಲೇಜು ಓಡಾಟದಲ್ಲಿ ದಿನಗಳನ್ನು ಆರಾಮಾಗಿ ಕಳೆದ ಇವನಿಗೆ ಮಾತ್ರ ತಲೆ ಬಿಸಿಯಾಗುತ್ತಿತ್ತು.

ಕಟ್ಟಡದ ಕಡೆ ಹೆಚ್ಚು ಗಮನವಿರಿಸಿದ್ದ ಅಲಕಾ ಹೆಚ್ಚು ಹೊತ್ತು ಅಲ್ಲಿರುತ್ತಿದ್ದಳು. ಜೊತೆಗೆ ರೆಗ್ಯುಲರ್ ಆಗಿ ಪೇಪರ್‌ನಲ್ಲಿ ಒಂದು ಅಂಕಣ ಪ್ರಾರಂಭಿಸಿ 'ಭಾರತೀಯ ಇತಿಹಾಸ ಮತ್ತು ಪ್ರಮುಖ ವ್ಯಕ್ತಿ'ಗಳು ಎನ್ನುವ ಕಾಲಂನಲ್ಲಿ ಅವಳ ಬರವಣಿಗೆ ಅಚ್ಚಾಗುತ್ತಿತ್ತು. ಅದಕ್ಕಾಗಿ ರಾತ್ರಿ ಹೊತ್ತು ಕೂತು ಓದುತ್ತಿದ್ದಳು.

ಅಂದು ಬೀರು ಡ್ರಾಯರ್ ತೆಗೆದಾಗ ಎರಡು ಸ್ಲಿಪ್‌ಗಳು ಸಿಕ್ಕವು. ನಗರದ ಅತ್ಯಂತ ಶ್ರೀಮಂತ ಭವ್ಯ ಗಿಫ್ಟ್ ಸೆಂಟರ್‌ನಲ್ಲ ಎರಡು ವಜ್ರದ ಉಂಗುರಗಳನ್ನು ಖರೀದಿಸಿದ ರಸೀದಿಗಳು. ಇದು ಅವಳಿಗೆ ಇಷ್ಟವೆನಿಸಲಿಲ್ಲ. ವ್ಯಕ್ತಿಗೆ ತಾನು ಮಾಡುವ ಕೆಲಸದ ಮೇಲೆ ಪ್ರೀತಿ ಇರಬೇಕೇ ವಿನಹಃ ಚಿನ್ನ ಉಡುಪು ಅಂಥದ್ದರ ಶೇಖರಣೆಯಲ್ಲ.

"ಇದೇನಿದು ?"ಸಂಜೆಯ ಟೀ ಟೈಮ್‌ನಲ್ಲಿ ರಸೀದಿಗಳನ್ನು ಮುರುಳಿಯ ಮುಂದಿಡಿದಳು. "ನಿಂಗೆ ಬರ್ತಡೇ ಪ್ರೆಸಂಟೇಷನ್‌ಗಾಗಿ ಕೊಂಡೆ" ಅಂದ. ಅಲಕಾ ಸುಮ್ಮನಾದಳು. ಅವನಲ್ಲಿ ಯಾವುದೇ ಕಾಂಪ್ಲೆಕ್ಸ್ ಬೆಳೆಯಬಾರದೆನ್ನುವುದು ಅವಳ ಅಭಿಮತ.

"ಚಂದ್ರಗುಪ್ತ ಮೌರ್ಯರ ಬಗ್ಗೆ ಟಿಪ್ಪಣಿ ಮಾಡೀಂತ ಅಂದಿದ್ದೆ. ಅದು ಎಲ್ಲಿವರ್ಗೂ ಬಂತು ?" ಅಲ್ಲೆ ಕೂತಳು. ಅವನಿಗೆ ಇತಿಹಾಸವೆಂದರೆ ಬೋರ್. ಆ ಕಡೆ ಗಮನವೇ ಕೊಟ್ಟಿರಲಿಲ್ಲ "ಸಾರಿ ಅಲಕಾ, ನಂಗೆ ಇತಿಹಾಸವೆಂದರೆ ಬೋರ್. ಬರವಣಿಗೆಯೆಂದರೆ ಸ್ವಲ್ಪನು ಇಷ್ಟವಾಗೋಲ್ಲ. ನಾನು ಕ ರ್ಸ್ ಸ್ಟೂಡೆಂಟ್" ನಿಸ್ಸಹಾಯಕತೆಯಿಂದ ನುಡಿದ.

ಅವನನ್ನು ನೋಡಿದಳು. ಇಂಟರ್‌ವ್ಯೂ ಮಾಡಿದ ತಂದೆ ಪ್ರತಿಯೊಂದನ್ನು ನಮೂದಿಸಿದ್ದರು. ಅದರಲ್ಲಿ ವರ ಹವ್ಯಾಸಗಳಲ್ಲಿ ಓದುವಿಕೆ ತೀರಾ ಮುಖ್ಯವಾಗಿತ್ತು. ಕಾಲೇಜಿನ ದಿನಗಳಲ್ಲಿ ಬರವಣಿಗೆಗೆ ತೀರಾ ಇಷ್ಟವಾಗಿತ್ತೆಂದು ಹೇಳಿಕೊಂಡಿದ್ದ. ಬರೀ ಕೆಲಸ ಬೇಗ ಸಿಗುತ್ತದೆ ಎನ್ನುವ ಒಂದೇ ಕಾರಣಕ್ಕೆ ತಾನು ಕಾಮರ್ಸ್ ತಗೊಂಡಿದ್ದೆಂದು ಹೇಳಿಕೊಂಡಿದ್ದ.

"ಅಂದರೇ ನಿಮ್ಗೇ ಅಕೌಂಟ್ಸ್ ಇಷ್ಟಾಂತ ಆಯ್ತು. ಆ ಸೆಕ್ಷನ್‌ನಲ್ಲಿಯೇ ಕೆಲ್ಸ ಮಾಡಿ. ನೀವು ಸಿ.ಎ. ಮಾಡ್ಬಹುದಿತ್ತಲ್ಲ. ಪ್ರತ್ಯೇಕವಾಗಿ ಆಫೀಸ್ ತೆಗೆಯುವ ಹಾಗಿದ್ದರೆ ಡ್ಯಾಡ್ ಸಹಾಯ ಮಾಡ್ತಾರೆ. ಮಾಡೋ ಕೆಲ್ಸ ಇಷ್ಟ ಅದರ ಬಗ್ಗೆ ಪ್ರೀತಿ ಇರ್ಬೇಕು. ಎಲ್ಲರಿಗೂ ಇಂಥ ಅವಕಾಶಗಳು ಸಿಗೋಲ್ಲ. ಹೊಟ್ಟೆ ಪಾಡಿಗಾಗಿ ಯಾವ್ದೇ ಒಂದು ಕೆಲ್ಸ ಆರಿಸ್ಕೊಂಡು ಜೀವನ ಸಾಗಿಸ್ತಾ ಇರೋರು ನೂರಕ್ಕೆ ತೊಂಬತ್ತೊಂದು ಮಂದಿ" ಬಿಡಿಸಿ ಬಿಡಿಸಿ ಹೇಳಿದಳು. ಆಳವಾಗಿ ಮುರುಳಿ ಚಿಂತಿಸಲೇ ಹಿಂಜರಿಯುತ್ತಿದ್ದ.

ಅವಳ ಮಾತುಗಳಿಗೆ ಪ್ರತಿಕ್ರಿಯಿಸಲಾರದೆ ಮೌನವಾಗಿ ಎದ್ದು ಹೋದ ಮುರುಳಿ.

ಕಟ್ಟಡ ಸೂಪರ್ ವೇಗದಲ್ಲಿ ಮೇಲೇರುತ್ತಿತ್ತು. ತಂದೆ ಮಗಳು ಓಡಾಡಿಕೊಂಡು ಐಶ್ವರ್ಯಗೆ ಹಿಂದಿರುಗಿದಾಗ ಆರು ಗಂಟೆ ಆಗಿತ್ತು. ಇಂದು ಶಿವಶಂಕರ ಪಿಳ್ಳೆ ಮಗಳ ಬಳಿ ಮನಸ್ಸು ಬಿಚ್ಚಿ ಮಾತಾಡಬೇಕೆಂದು ಕೊಂಡಿದ್ದರು. ಒಂದೆರಡು ಸಲ ಅಲಕಾ ಮಾತಾಡಿದ ರೀತಿಯಿಂದ ಅವಳಿಗೆ ತನ್ನಿಂದ ಅನ್ಯಾಯವಾದೆಯೆನ್ನುವ ಗುಮಾನಿ ಅವರಿಗೆ.

''ಅಲಕಾ ಸ್ವಲ್ಪ ಬಾ'' ಎಂದು ಮುಂದಿನ ರೆಸ್ಟ್ ರೂಂಗೆ ಕರೆದೊಯ್ದರು. Don't Disturb ಅನ್ನೋ ಬೋರ್ಡ್ ರೂಮಿನ ಮುಂಭಾಗದಲ್ಲಿ ರಾರಾಜಿಸಿತು. ಅನಿವಾರ್ಯ ಸಂದರ್ಭಗಳಲ್ಲಿ ಬೋರ್ಡು ಅಲ್ಲಿ ಆಸೀನಗೊಳ್ಳುತ್ತಿತ್ತು.

''ಕೂತ್ಕೋ, ಬಹಳ ದಿನಗಳಿಂದ ಮನಸ್ಸು ಬಿಚ್ಚಿ ನಿಮ್ಮೊಂದಿಗೆ ಮಾತಾಡಬೇಕೆಂದು ಕೊಂಡರೂ ಆಗ್ಲಿಲ್ಲ. ರಾತ್ರಿಗಳಲ್ಲಿ ಅದು ಕೊರಿತಾ ಇರುತ್ತೆ. ನಿನ್ನ ವಿವಾಹದ ವಿಷ್ಯದಲ್ಲಿ ನಾನು ಪೂರ್ತಿ ಸ್ವತಂತ್ರ ತಗೋಬಾರ್ದಿತ್ತು. ನನ್ನ ಸ್ವಾರ್ಥಕ್ಕಾಗಿ ನಿನ್ನ ಹಕ್ಕನ್ನು ಬಲಿಕೊಟ್ಟೆ ಅನ್ನೋದೊಂದು ಚಿಂತೆ.'' ನೇರವಾಗಿಯೇ ವಿಷಯಕ್ಕೆ ಬಂದರು.

ಅಲಕಾ ಮೌನವಹಿಸಿದಳು. ಅಲ್ಲಿ ನೀರವತೆ ಆಟವಾಡಿತು.

''ಫ್ರಾಂಕಾಗಿ ಮಾತಾಡು. ನನ್ನಿಂದ ತಪ್ಪಾಗಿದೇಂತ ಅನ್ನಿಸಿದೆ. ಅದು ಎಷ್ಟು ಪರ್ಸೆಂಟ್ ಅಂತ ತಿಳ್ಕೊಳ್ಳೊ ಇಚ್ಛೆ ನಂದು. ಎಂಥ ಬುದ್ಧಿವಂತ ಮನುಷ್ಯನಾದ್ರೂ ದಿನಕ್ಕೆ ಒಮ್ಮೆ 5 ನಿಮಿಷ ವಿವೇಕ ಕಳ್ಕೊಂಡ್ಕೋತಾನಂತೆ. ಪ್ಲೀಸ್ ಮನಸ್ಸು ಬಿಚ್ಚಿ ಮಾತಾಡು'' ಒತ್ತಿ ಹೇಳಿದರು.

ತಲೆ ಬಗ್ಗಿಸಿಕೊಂಡು ಕೂತಿದ್ದ ಅಲಕಾ ತಲೆಯೆತ್ತಿದಳು.

''ನಂಗೆ ಅಮ್ಮ ಅಲ್ಲ. ಇದ್ದಿದ್ದು ನೀವೊಬ್ರೆ. ಬರೀ ಅನ್ನನೇ ಎಲ್ಲಾ ಇತರ ವ್ಯಂಜನ ರುಚಿಗಳನ್ನು ಕೊಡಬಲ್ಲದು ? ವಿವಾಹದಲ್ಲಿ ಔತಣ ಕೂಟಗಳಲ್ಲಿ ವಿವಿಧ ರೀತಿಯ ಪಲ್ಯ, ಸ್ವೀಟ್ಸ್, ತೊವ್ವೆ, ಪಾಯಸಗಳನ್ನು ಬಡಿಸ್ತಾರೆ. ಅದೊಂದು ಪರಿಪೂರ್ಣ ಊಟ ಅನ್ನೋ ರೀತಿಯಲ್ಲಿ. ಕೆಲವರಿಗೆ ಬರೀ ಅನ್ನವೇ ಕೊಟ್ಟ ದೇವ್ರು ಶಿಕ್ಷೆ ವಿಧಿಸ್ತಾನೆ. ಕೆಲವು ಸಾಮರ್ಥ್ಯವಿದ್ದರೂ ಬರಿ ಅನ್ನವನ್ನೇ ತಟ್ಟೆಗೆ ಹಾಕ್ಕೊಂಡ್ ಶಿಕ್ಷೆ ವಿಧಿಸ್ಕೋತಾರೆ. ಮೊದಲನೆಯದು ಅನಿವಾರ್ಯ; ಎರಡನೆಯದು ಮಾತ್ರ ಅವಿವೇಕ'' ಅವಳ ಮೃದುವಾದ ಸ್ವರ ಸ್ವಲ್ಪ ಮಟ್ಟಿಗೆ ಒರಟಾಯಿತು.

ಅತ್ಯಂತ ಶ್ರದ್ಧೆಯಿಂದ ಆಲಿಸುತ್ತಿದ್ದರು ಶಿವಶಂಕರ ಪಿಳ್ಳೆ. ನಾವು ಎಲ್ಲಿ ತಪ್ಪಿದ್ದೆಂದು ಅವರ ಅರಿವಿಗೆ ಬಂತು. ಆದರೆ ಮಾತಾಡಲಿಲ್ಲ.

''ನಾನು ಸುಶೀಲ ಎಂಗೇಜ್‌ಮೆಂಟ್‌ಗೆ ಹೋದಾಗ ನಾನು ಕಳೆದುಕೊಂಡಿದ್ದು ಎಷ್ಟೊಂತ ಅರ್ಥವಾಯ್ತು. ಫೈವ್‌ಸ್ಟಾರ್ ಹೋಟೆಲ್‌ನಲ್ಲಿ ನನ್ನ ಮುರುಳಿಯ ಎಂಗೇಜ್‌ಮೆಂಟ್ ನಡೆಯಿತು. ಅದು ತೀರಾ ನಾಟಕೀಯವೆನಿಸಿತು. ಬಂದ ಜನರಾರು ಹೃದಯಕ್ಕೆ, ಮನಸ್ಸಿಗೆ, ರಕ್ತಕ್ಕೆ ಹತ್ತಿರವಾದವ್ರು ಯಾರೂ ಇರ್ಲಿಲ್ಲ. ಅವರವ್ರ ಪಾಡಿಗೆ ಅವ್ರು ಬಂದ್ರು, ಅವರವ್ರ ಪಾಡಿಗೆ ಹೋದ್ರು. ಮುರುಳಿ ಸನ್‌ವ್ಯೂಗೆ ಹೋದಾಗ ನಾವಿಬ್ರೂ

ಐಶ್ವರ್ಯಗೆ ಹಿಂದಿರುಗಿದ್ವಿ. ಕನಿಷ್ಟ ಸಂಭ್ರಮ, ಸಂತೋಷ ಅರ್ಧಗಂಟೆ ಕೂಡ ನನ್ನ ಮನಸ್ಸಿನಲ್ಲಿ ಇರ್ಲಿಲ್ಲ. ನಂಗೆ ಅಳಿಯನ್ನ ಸ್ವಾಗತಿಸೋ ಮನೆ ತುಂಬಿಸಿಕೊಳ್ಳುವಂಥ ಅತ್ತೆ ಮಾವಂದಿರನ್ನು ತರಬಹುದಿತ್ತು. ಈಗ ನಿಮ್ಗೆ ಅರ್ಥವಾಗಿರ್ಬಹ್ದು. ನಾವು ಕಳ್ಕುದ್ಕೊಂಡಿದ್ದೆಷ್ಟು? ಮುರುಳಿಗೆ ಅಣ್ಣ ತಮ್ಮ ಅಕ್ಕ ತಂಗಿ ಯಾರು ಇಲ್ಲ. ಅವರೆಲ್ಲ ಇರೋ ಒಂದು ಕುಟುಂಬ ನನ್ನದಾಗಿದ್ದರೇ ನನ್ನ ಪರ್ಸೆಂಟ್ ಅಪ್-ಗೇನ್ ಎಷ್ಟುಂತ ಯೋಚ್ಸಿ. ನೀವು ಸ್ವಾರ್ಥಿಗಳು ಆಗ್ಬಿಟ್ರಿ'' ಜೋರಾಗಿ ಅಳೋಕೆ ಶುರು ಮಾಡಿದಾಗ ಶಿವಶಂಕರ ಪಿಳ್ಳೆ ತಲೆ ಬಗ್ಗಿಸಿದರು.

ತಾವು ಪಡೆದೆವೆಂದುಕೊಂಡಿದ್ದ ಖುಷಿ ಇಲ್ಲಿ ಕುಸಿಯಿತು. ಕಳೆದುಕೊಂಡಿದ್ದು ಮಾತ್ರ ಅಗಾಧ. ಮಾತೇ ಆಡಲಾಗಲಿಲ್ಲ ಅವರಿಂದ. ಎಷ್ಟೋ ಹೊತ್ತು ಹಾಗೆಯೇ ಕೂತುಬಿಟ್ಟರು. ತಾನೆಷ್ಟು ಅವಿವೇಕಿಯೆಂದು ಆಗ ಗೊತ್ತಾಯಿತು.

''ಎಕ್ಸ್‌ಕ್ಯೂಜ್ ಮಿ ಅಲಕಾ'' ಅಂದರು ಗದ್ಗದಿತರಾಗಿ.

ತಂದೆಗೆ ತೆಕ್ಕೆ ಬಿದ್ದು ಕಣ್ಣೀರು ಸುರಿಸಿದಳು. ಅವಳ ಮನದ ನಿರಾಶೆ ಸದ್ದಿಲ್ಲದೆ ಕಣ್ಣೀರಿನ ರೂಪದಲ್ಲಿ ಹರಿದು ಹೋಗುತ್ತಿತ್ತು. ಶಿವಶಂಕರ ಪಿಳ್ಳೆ ಮಾನಸಿಕವಾಗಿ ಪಾತಾಳಕ್ಕೆ ಇಳಿದಿದ್ದರು. ತಾವು ಬುದ್ಧಿವಂತನೆಂಬ ಗರ್ವ, ತಾನು ಮಾಡುವುದೆಲ್ಲ ಸರಿಯೆನ್ನುವ ಭ್ರಮೆ ಅವರಿಂದ ದೂರ ನಿಂತು ಅಣಕಿಸಿತು.

''ಐ ಕೆನ್ ಅಂಡರ್‌ಸ್ಟಾಂಡ್ ಯುವರ್ ಫೀಲಿಂಗ್ಸ್....'' ಮಗಳ ಬೆನ್ನನ್ನು ವಾತ್ಸಲ್ಯದಿಂದ ಸವರಿದರು, ''ಬಹುಶಃ ನಿಮ್ಮಮ್ಮ ಬದ್ಕಿದ್ದಿದ್ದರೇ ಈ ತಪ್ಪು ನನ್ನಿಂದ ಆಗ್ತಾ ಇರ್ಲಿಲ್ಲ'' ಸತ್ಯ ಉಸುರಲು ಹಿಂಜರಿಯಲಿಲ್ಲ.

ತಂದೆ, ಮಗಳು ಇಬ್ಬರನ್ನೊಬ್ಬರು ಸಮಾಧಾನ ಮಾಡಿಕೊಂಡರು. ಮುರುಳಿಯ ಬಗೆಗಿನ ಕೆಲವು ಮಾತುಗಳು ತುಟಿಯವರೆಗೂ ಬಂದರೂ ಹೊರ ಚೆಲ್ಲಲಿಲ್ಲ ಅಲಕಾ. ಇದು ಕೈಹಿಡಿದವನ ಮೇಲಿನ ಪ್ರೀತಿ ಇರಬಹುದು ಅಥವಾ ತಂದೆಯ ಮನಸ್ಸನ್ನು ಇನ್ನಷ್ಟು ನೋಯಿಸಬಾರದೆನ್ನುವ ಮನಸ್ಸು ಇರಬಹುದು.

''ನನ್ಮೇಲೆ ಮಾತ್ರ ರಿವೆಂಜ್ ತೀರಿಸ್ಕೋಬಾರ್ದು'' ನಗುತ್ತ ಹೇಳಿದರು.

''ರಿವೇಂಜ್, ಏನಪ್ಪ ಅದು? ನಿಮ್ಮ ಮೇಲೆ ದ್ವೇಷ ಸಾಧಿಸೋಂಥ ಮಗಳಲ್ಲ. ಕೆಲವಕ್ಕೆ ಯಾರನ್ನು ಹೊಣೆಗಾರನಾಗಿಸೋದು ತಪ್ಪೇನೋ ಅನ್ನಿಸುತ್ತೆ. ಹಿರಿಯರ ಅನುಭವಗಳು ಇದನ್ನು ರುಜು ಮಾಡಿದೆ'' ಸಮಾಧಾನದಿಂದ ನುಡಿದಳು.

''ತಮ್ಮ ಏಕಾಂಗಿತನ ಕರ್ಗಿ ಹೋಗ್ಬೇಕೂಂದರೇ ಆದಷ್ಟು ಬೇಗ ಒಬ್ಬ ಪುಟಾಣಿ ಅಲಕಾ ಬೇಕು. ಆಗ ಎಲ್ಲರೂ ಎಂಗೇಜ್ ಆಗ್ಬಿಡ್ತೀವಿ ಅವ್ಳ ಸಾಮ್ರಾಜ್ಯದಲ್ಲಿ'' ಎಂದರು ಶಿವಶಂಕರ ಪಿಳ್ಳೆ.

ಅಲಕಾ ನಕ್ಕಳು. ಅವಳ ಪ್ರಕಾರ ಇನ್ನೊಂದು ವರ್ಷವಾದರೂ ಮಗುವಿನ ಜವಾಬ್ದಾರಿ ಹೊರಲು ಸಿದ್ಧಳಿರಲಿಲ್ಲ. ಮುರುಳಿಗೆ ಇನ್ನಷ್ಟು ಕಲಿಕೆಯ ಅಗತ್ಯವಿತ್ತು. ಮಾವ,

ಅಳಿಯ ಎದುರಾದರೇ ಶಿವಶಂಕರ್ ಪಿಳ್ಳೆ ತಮ್ಮ ಅಳಿಯನನ್ನು 'ಬುದ್ದು' ಎಂದು ತೀರ್ಮಾನಿಸಿ ಬಿಟ್ಟರೇ ಹೆಚ್ಚು ನೋಯುವುದು ಅವರೆಂದು ಗೊತ್ತು.

ಆಮೇಲೆ ಒಂದು ಗಂಟೆಯ ಕಾಲ ತಂದೆ, ಮಗಳು ಪೇಪರ್ ಬಗ್ಗೆ ಮುಂದೆ ಮಾಡಬಹುದಾದ ಬದಲಾವಣೆಗಳ ಬಗ್ಗೆ ಸಾಕಷ್ಟು ಮಾತಾಡಿದರು. ಸ್ವಲ್ಪ ಹಗುರವಾಗಿದ್ದು ಅಲಕಾನೆ. ಆದರೆ ತಪ್ಪಿಗೆ ಹೊರೆ ಹೊತ್ತವರು ಶಿವಶಂಕರ ಪಿಳ್ಳೆ.

ಅವರನ್ನು ಭೇಟಿಯಾಗಲು ಕ್ಲಬ್‌ನ ಮಿತ್ರರು ಬಂದಿದ್ದರಿಂದ ಅಲಕಾ ಮೇಲಕ್ಕೆ ಬಂದಳು. ಕೂತ ಮುರುಳಿ ಪತ್ರಿಕೆಯನ್ನು ತಿರುವುತ್ತಿದ್ದವನು ಅವಳ ಮುಂದಿಡಿದ.

"ಈ ಸಲ ಹೆಚ್ಚು ಮೆಚ್ಚಿಗೆಯ ಪತ್ರಗಳು ಬಂದಿರೋದು ನಿನ್ನ ಅಂಕಣದ ಬಗ್ಗೆಯೇ."

ಅದು ಅವಳಿಗೆ ಗೊತ್ತಿದ್ದರಿಂದ ಹೆಚ್ಚೇನು ಸಂವೇದಿಸಲಿಲ್ಲ. ಸ್ವಲ್ಪ ಡಿಫರೆಂಟಾಗಿ ಮಾತಾಡಬೇಕೆನಿಸಿದ್ದರಿಂದ, "ಮುರುಳಿ, ಈ ಸಲದ ಬರ್ತ್‌ಡೇ ಗಿಫ್ಟ್‌ಗಳು ನೋಡೇ ಇಲ್ಲ ಅದನ್ಯಾಕೆ ನೋಡ್ಬಾರ್ದು" ಗೆಲುವಾಗಿ ಹೇಳಿ ಅವನನ್ನು ಕೈ ಹಿಡಿದು ಪಕ್ಕದ ಕೋಣೆಗೆ ಕರೆದೊಯ್ದಳು. ಅವಳ ತೀರಾ ಪರ್ಸನಲ್ ಕೋಣೆ. ಅಲ್ಲಿದ್ದುದೆಲ್ಲ ಅವಳ ಕಲೆಕ್ಷನ್.

ಪೇಂಟಿಂಗ್ಸ್, ಡೆಕೋರೇಷನ್‌ಗೆ ಅಗತ್ಯವೆನಿಸುವ ಸುಂದರವಾದ ಬ್ರಾಸ್‌ನ ಹೂದಾನಿಗಳು, ವಾಚ್‌ಗಳು, ಗಂಧದ ವಿಗ್ರಹಗಳು ಇದ್ದವು. ಇನ್ನೊಂದು ಉದ್ದನೆಯ ಪ್ಯಾಕೆಟ್ ಬಿಚ್ಚಿದಾಗ ಚಲಿಸಿಹೋದಳು. ಅದು ವಿಶ್ವನ ಕೊಡುಗೆ. ವಿನೂತನ ರೀತಿಯ ಫಳಫಳ ಎಂದು ಚಿನ್ನದ ಹೊಳಪುಳ್ಳ ಸ್ಟಾಂಡ್‌ನ ನಡುವೆ ಇರುವ ಗಡಿಯಾರವನ್ನು ಎರಡು ಕಡೆ ಪುಟ್ಟ ಮಕ್ಕಳು ತೂಗುತ್ತಿರುವುದು. ಕುಣಿದಾಡುವಷ್ಟು ಚೆನ್ನಾಗಿತ್ತು.

"ವಂಡರ್‌ಫುಲ್, ಕೊಡೋ ಗಿಫ್ಟ್ ಎಚ್ಚರಿಕೆಯಿಂದ ಆಯ್ಕೆ ಮಾಡಿದ್ದಾರೆ ವಿಶ್ವ. ಅವ್ರ ಮನತತ್ವ ಅರಿತು ಉಡುಗೊರೆ ಕೊಟ್ಟಾಗ ಮಾತ್ರ ವ್ಯಾಲ್ಯೂಬಲ್ ಎನಿಸುತ್ತೆ. ಡ್ಯಾಡ್‌ಗೆ ಯಾರಾದ್ರೂ ವಜ್ರದ ರಿಂಗ್ ಪ್ರಸೆಂಟ್ ಮಾಡಿದರೆ ನಕ್ಕು ಬಿಡ್ತಾರೆ. ಅವ್ರಿಗೆಂದು ಅದು ಉಪಯೋಗಕ್ಕೆ ಬರೋಲ್ಲ" ಸ್ಪಷ್ಟವಾಗಿ ಹೇಳಿದಳು ಅದನ್ನು ತಿರುಗಿಸುತ್ತ.

ಮುರುಳಿಗೆ ಚುಚ್ಚಿದಂತದಾಯಿತು. ಅವನು ಕಂಡಂಗೆ ಅವಳು ಒಡವೆಗಳನ್ನು ಧರಿಸುತ್ತಿದ್ದುದ್ದು ಅಪರೂಪ. ಪಾರ್ಟಿ, ಮದುವೆಗಳ ಸಂದರ್ಭದಲ್ಲಿ ಒಂದಿಷ್ಟು ಒಡವೆ ಯನ್ನು ಕತ್ತು ಮತ್ತು ಕೈಗಳಲ್ಲಿ ಕಾಣಬಹುದಿತ್ತು. ಈಗಾಗಲೇ ಸಾಕಷ್ಟು ಚಿನ್ನದ ಶೇಖರಣೆ ಒಡವೆ ರೂಪದಲ್ಲಿ ಅವಳಲ್ಲಿ ಇದ್ದುದ್ದರಿಂದ ಆ ಬಗ್ಗೆ ಅಲಕಾಗೆ ಆಸಕ್ತಿ ಕಡಿಮೆಯೇ.

ಮಡದಿಯ ಕೈ ಹಿಡಿದುಕೊಂಡು, "ಯು ಆರ್ ರಿಯಲೀ ಗ್ರೇಟ್. ನಿನ್ನ ಚಿಂತನೆಗಳು ತುಂಬ ಡಿಫರೆಂಟಾಗಿರುತ್ತೆ, ಆದರೆ ಕೈಹಿಡಿದವನಿಗೆ ನಿರಾಶೆ ಆಗ್ಬಾರ್ದಲ್ಲ" ಸ್ಪಷ್ಟವಾಗಿ ಹೇಳಿದ.

ಚರ್ಚೆ ದೀರ್ಘವಾದರೇ ಮುರುಳಿಗೆ ಹರ್ಟ್ ಆಗಬಹುದು. ಅಷ್ಟು ಪ್ರಯೋಜನ ಬಿಟ್ಟು ಅದರಿಂದೇನು ಸಾಧಿಸಲಾಗೋಲ್ಲವೆಂದು ಸುಮ್ಮನಾದಳು.

❑ ❑ ❑

ನಾರಾಯಣಪುರ ಬಸ್ಸು ಬಿಟ್ಟಾಗ ಸತ್ಯನಾರಾಯಣ, ಸುಕನ್ಯ ಅವರೊಂದಿಗೇನು ದೊಡ್ಡ ಲಗೇಜೇನು ಇರಲಿಲ್ಲ. ಪುಟ್ಟ ಸಂಸಾರಕ್ಕಾಗುವ ಸಾಮಾನು, ಸರಂಜಾಮಿನೊಂದಿಗೆ ಬಟ್ಟೆ ಹಾಸಿಗೆ ಒಂದಿಷ್ಟು ಅಷ್ಟೇ.

ಬಿಕ್ಕಿ ಬಿಕ್ಕಿ ಅಳುತ್ತಿದ್ದ ಚಂದ್ರು, ಮಲ್ಯ ಮಿಕ್ಕವರನ್ನು ನೋಡಿ ಅವರ ಕರುಳು ಕಿತ್ತು ಬಂದರೂ ಅನಿವಾರ್ಯವಾಗಿತ್ತು. ಬೆಂಗಳೂರು ಹೊರಗಿನ ವಲಯದಲ್ಲಿ ಪ್ರಾರಂಭ ವಾಗುವ ಒಂದು ಕಾನ್ವೆಂಟ್‌ನಲ್ಲಿ ಅವರಿಗೆ ಮಾತ್ರವಲ್ಲ ಸುಕನ್ಯಗೂ ಕೆಲಸ ಸಿಕ್ಕಿತ್ತು. ಬೇರೆಯ ಬದುಕು ಅವರನ್ನು ಕೈ ಬೀಸಿ ಕರೆದಿತ್ತು. ಊರಿನಲ್ಲಿ ಯಾರಿಗೂ ಏನು ಹೇಳಿರಲಿಲ್ಲ.

''ಹೋದ್ಮೇಲೆ ವಿಳಾಸ ಕೊಟ್ಟು ಪತ್ರ ಬರೀತೀನಿ'' ಚಂದ್ರು ಭುಜದ ಮೇಲೆ ಕೈ ಹಾಕಿ ಹೇಳಿದ್ದರು. ಕೇಳಿದವರಿಗೆಲ್ಲ ತಿಳಿಸಿದ್ದು ಇಷ್ಟೆ. ಮನೆ ಮಾರಿದ ಹಣದಲ್ಲಿ ಒಂದಿಷ್ಟು ಹುಡುಗರ ಕೈಗೆ ಹಾಕಿ ಮಿಕ್ಕಿದ್ದನ್ನು ಹಿಡಿದು ಹೊರಟಿದ್ದರು.

ಸಿಟಿ ಬಸ್‌ಸ್ಟಾಂಡ್‌ನಲ್ಲಿ ಇಳಿದು ಆಟೋ ಗೊತ್ತು ಮಾಡಿಕೊಂಡು ಬಂದು ಸಾಮಾನನ್ನೇರಿದರು. ಹೆಂಡತಿಯ ಕಡೆ ತಿರುಗಿ, ''ಏನಾದ್ರೂ ತಗೋಳೋದು ಇದ್ಯಾ ?'' ಕೇಳಿದರು. ಇಲ್ಲವೆಂದು ಹೇಳಿದ ಮೇಲೆ ಆಟೋ ಚಕ್ರಗಳು ಮುಂದಕ್ಕೆ ಉರುಳಿದವು.

ಸಿಟಿಯಿಂದ ಬಹಳ ದೂರವೇ ಇತ್ತು. ಮೈನ್ ರೋಡಿನಿಂದ ಆಟೋ ಮಣ್ಣಿನ ರೋಡಿಗೆ ಇಳಿದು ಒಂದು ಪುಟ್ಟ ಕಟ್ಟಡದ ಮುಂದೆ ನಿಂತಿತು. ಅಷ್ಟು ದೂರದಲ್ಲಿ ನಿಂತಿದ್ದ ವಾಚ್‌ಮನ್ ಓಡಿ ಬಂದು ಬೀಗ ಕೈ ಕೊಟ್ಟ

''ಯಜಮಾನ್ರು ಬೆಳಿಗ್ಗೆನೆ ಬಂದ್ಹೋದ್ರು'' ಅಷ್ಟೇ ಹೇಳಿದ್ದು.

ಹೊಸದಾಗಿ ಕಟ್ಟಿದ ಪುಟ್ಟ ಮನೆಗೆ ಹೊಡೆದ ಪೈಂಟ್ ವಾಸನೆ ಗಪ್ಪೆಂದು ರಾಚುತ್ತಿತ್ತು. ಸತ್ಯನಾರಾಯಣ ಬಾಗಿಲು ತೆಗೆದು, ಕಿಟಕಿಗಳನ್ನು ತೆರೆದಿಟ್ಟ ನಂತರ ಸಾಮಾನನ್ನು ಒಯ್ದರು ಒಳಕ್ಕೆ.

ಮುಂದೆ ಪುಟ್ಟದೊಂದು ವರಾಂಡ, ಅದರಾಚೆಗೆ ಒಂದು ಹಾಲ್ ಅದಕ್ಕೆ ಅಂಟಿ ದಂತೆ ಒಂದು ರೂಮು, ಅದಕ್ಕೆ ಅಭಿಮುಖವಾಗಿ ಅಡಿಗೆ - ಅದರಾಚೆ ಒಂದು ಓಣಿ, ಅಲ್ಲೆ ಬಾತ್‌ರೂಮು, ಟಾಯ್ಲೆಟ್ ಎಲ್ಲ ಕಾಟಾಚಾರದ ಮನೆಯಲ್ಲ, ಅಚ್ಚುಕಟ್ಟಾಗಿ ವಿಂಗಡಿಸಿದ್ದರು.

''ಹೇಗಿದೆ ಮನೆ ?'' ಕೇಳಿದರು ಸತ್ಯನಾರಾಯಣ.

''ತುಂಬ ಚೆನ್ನಾಗಿದೆ. ಇದ್ಕಿಂತ ದೊಡ್ಡದಾದರೇ ಒಂದು ರೀತಿಯಲ್ಲಿ ಕಷ್ಟವೇ'' ಅಂದು ನಿಲ್ಲಿಸಿದರು. ಮುಂದಿನ ಮಾತುಗಳನ್ನು ಆಡರು. ಮುರುಳಿಯಿಂದ ಒಂದೇ ಒಂದು ಪತ್ರ ಅವರಿಗೆ ಬಂದಿರಲಿಲ್ಲ. ಎಲ್ಲಿದ್ದಾನೆ ? ಕ್ಷೇಮವಾಗಿದ್ದಾನೆಂದು ತಿಳಿದಿದ್ದರು ಸಾಕಿತ್ತು

ಅದು ಸತ್ಯನಾರಾಯಣಗೂ ಗೊತ್ತಿತ್ತು. ವಿಚಾರಿಸುವುದಿಲ್ಲವೆಂದು ವಿಶ್ವನಿಗೆ ಪ್ರಾಮಿಸ್ ಮಾಡಿದ್ದರಿಂದ ಅವನನ್ನೇನು ಕೇಳುವ ಹಾಗಿರಲಿಲ್ಲ. ಅವನು ಬರೆದ ಪತ್ರದಲ್ಲಿ 'ಮುರುಳಿ ಚೆನ್ನಾಗಿದ್ದಾನೆ' ಎನ್ನುವ ಮಾತೊಂದನ್ನು ಬರೆದಿದ್ದ.

ಹಿಂದುಗಡೆ ನಲ್ಲಿ ಇತ್ತು. ಗಂಡ ಹೆಂಡತಿ ಮನೆಯನ್ನು ಗುಡಿಸಿ ಸಾರಿಸಿ ಸಾಮಾನುಗಳನ್ನು ಜೋಡಿಸಿಕೊಂಡ ನಂತರ ಸತ್ಯನಾರಾಯಣ ಹೋಗಿ ಹಾಲಿಡಿದು ಬಂದರು. ಕಾಯಿಸಿ ದೇವರ ಮುಂದೆ ದೀಪ ಹಚ್ಚಿಟ್ಟು ಕೈಮುಗಿದು ಕುಡಿದರು.

''ಸುಕನ್ಯ, ಎಷ್ಟೊಂದು ವಿಚಿತ್ರ ನೋಡು. ಆಗ ಸಾಕಷ್ಟು ಕೆಲಸಕ್ಕಾಗಿ ಅಲೆದಾಡಿದೆ. ಸಿಕ್ಕ ಕೆಲ್ಸ ಕೂಡ ಉಳೀಲಿಲ್ಲ. ಈ ವಯಸ್ಸಿನಲ್ಲಿ ಅನಾಯಾಸವಾಗಿ ಕೆಲ್ಸ ಸಿಗ್ಬೇಕಾದರೆ ದೈವ ಕೃಪೆ ಇರ್ಬೇಕಲ್ಲ ! ಒಂದು ಹಂತದವರ್ಗೇ ನಂಗೆ ದೇವರ ಬಗ್ಗೆ ನಂಬ್ಕೆ ವಿಶ್ವಾಸ, ನಂಬ್ಕೇ ಅಗತ್ಯವೆನಿಸುತ್ತೆ'' ಭಾವುಕರಾಗಿ ನುಡಿದರು.

ಮಾರನೇ ದಿನ ಕಾನ್ವೆಂಟ್ ಫೌಂಡರ್ ಸೇಠ್ ಬಂದವರು ಸತ್ಯನಾರಾಯಣ ತಮ್ಮ ಜೊತೆಯಲ್ಲಿ ಕರೆದೊಯ್ದರು. ಎಂಟು ದಿನ ಬಿಡುವಿಲ್ಲದ ಕೆಲಸ. ಬೆಳಿಗ್ಗೆ ನಾನು ಮನೆ ಬಿಟ್ಟರೆ ರಾತ್ರಿಯೇ ಬರುತ್ತಿದ್ದುದು. ಸುಕನ್ಯ ಒಬ್ಬರೆ ಮನೆಯಲ್ಲಿ. ಕಟ್ಟಿಟ್ಟ ಪುಸ್ತಕಗಳನ್ನೆಲ್ಲ ಬಿಚ್ಚಿ ಓದತೊಡಗಿದರು.

ಆ ದಿನ ರಾತ್ರಿ ಬಂದಾಗ ಹತ್ತರ ಸುಮಾರು, ''ಸುಕನ್ಯ, ಬೇಜಾರು ಆಯ್ತಾ ? ಕಾನ್ವೆಂಟ್ ಪ್ರಾರಂಭೋತ್ಸವರ್ಗೂ ಒಂದಿಷ್ಟು ಓಡಾಟ ಇರುತ್ತೆ. ಆಮೇಲೆ ಮಾಮೂಲಿ ಕೆಲ್ಸ. ಕಾಲೇಜು ಮೇಷ್ಟ್ರ ಕೆಲ್ಸಕ್ಕಿಂತ ಪುಟ್ಟ ಮಕ್ಕಿಗೆ ಪಾಠ ಹೇಳೋದೆ ಒಂದು ಹಿತ'' ಸಂತಸದಿಂದ ನುಡಿದರು.

''ಒಂದ್ಸಲ ವಿಶ್ವನಾದ್ರೂ ನೋಡ್ಬೇಕಿತ್ತು. ಇಲ್ಲಿಗೆ ಬಂದಿದ್ದೀವಿ ಮುರುಳಿಗೆ ಗೊತ್ತಾಗ್ಬೇಕಲ್ಲ'' ಸೂಚಿಸಿದರು. ತಾಯಿ ಕರುಳಿನ ನೋವು ಅವರಿಗೆ ಗೊತ್ತಾಗದೇನು. ಖಂಡಿತ ನಾಳೇನೇ ಹೋಗಿ ನೋಡ್ತೀನಿ'' ಭರವಸೆ ಕೊಟ್ಟ.

ಬೆಳಿಗ್ಗೆ ಬೆಳಿಗ್ಗೆಯೇ ಬಿ.ಟಿ.ಎಸ್. ಬಸ್ಸು ಹಿಡಿದು ವಿಶ್ವನ ನೋಡೋಕೆ ಹೋದರು. ಹಲ್ಲು ಬ್ರಷ್ ಮಾಡುತ್ತಿದ್ದವನು ಬಾಯಿ ಮುಕ್ಕಳಿಸಿ ಓಡಿ ಬಂದು ಎತ್ತಿದ್ದ ಪಂಚೆಯನ್ನ ಕೆಳಗೆ ಬಿಟ್ಟು ''ನಾನೇ ಭಾನುವಾರ ಬರೋಣಾಂತಿದ್ದೆ.

ಸತ್ಯನಾರಾಯಣ ಕಿರುನಗೆ ಬೀರಿದರು.

''ನಾರಾಯಣಪುರಕ್ಕೆ ಹೋಗೋದ್ಬೇಡ. ಇಲ್ಲೆ ನಂಗೂ, ಸುಕನ್ಯಗೂ ಕೆಲ್ಸ ಸಿಕ್ಕಿದೆ.'' ಅವರ ಮಾತಿಗೆ ವಿಶ್ವ ಬೆಪ್ಪಾದ ''ಬನ್ನಿ ಅಣ್ಣ'' ಒಳಗೆ ಕರೆದೊಯ್ದು ಛೇರ್ ಮೇಲಿದ್ದ ಪತ್ರಿಕೆಗಳನ್ನು ಕೆಳಗೆ ಹಾಕಿದ, ''ಖಂಡಿತ ಬೇಜಾರು ಮಾಡ್ಕೋಬೇಡಿ. ಎರಡೇ ನಿಮಿಷದಲ್ಲಿ ಸ್ನಾನ ಮಾಡ್ಕೊಂಡ ಬಂದ್ಬಿಡ್ತೀನಿ'' ಟವಲಿಡಿದು ಓಡಿದಾಗ ನಿಧಾನವಾಗಿ ಕೂತು ಎಲ್ಲೆಡೆ ನೋಟ ಹರಿಸಿದರು. ಯಾವುದೇ ಬದಲಾವಣೆ ಇಲ್ಲ. ಕರುಣೆ ಉಕ್ಕಿತು. ಇಂಥ ದಿನಗಳ ಕಷ್ಟದ ಅನುಭವ ಅವರಿಗಿತ್ತು.

ಒದ್ದೆ ತಲೆಯಲ್ಲಿ ನೀರು ತೊಟ್ಟಿಕ್ಕುತ್ತಿದ್ದಂತೆಯೇ ಟವಲುಟ್ಟು ಓಡಿ ಬಂದವನು ಬಟ್ಟೆ ಧರಿಸಿ ಕಾಫಿ ಮಾಡಿ ಅವರಿಗೆ ಕೊಟ್ಟು ಕೂತ. ನಿಧಾನವಾಗಿ ಕಾಫಿ ಕುಡಿದಿಟ್ಟ ನಂತರ ಮಾತು ಆರಂಭಿಸಿದರು.

ನಿಧಾನವಾಗಿ ವಿವರಿಸಿದರು.

''ಮೊದ್ಲು ಆ ಜಾಗಕ್ಕೆ ಯಾವ ಹೆಸರಿತ್ತೋ ಗೊತ್ತಿಲ್ಲ. ಈಗ ಭವಾನಿ ನಗರ ಅಂಥ ಅಂತಾರೆ. ಕಾನ್ವೆಂಟ್ ಹೆಸರೂ ಕೂಡ ಅದೇ. ವಾಸಕ್ಕೆ ಒಂದು ಕ್ವಾಟರ್ಸ್ ಕೂಡ ಕೊಟ್ಟಿದ್ದಾರೆ. ಜೀವನ ದೂಡೋಕೆ ಚಿಂತೆ ಇಲ್ಲ. ಆರಾಮಾಗಿ ಸರಿದು ಹೋಗುತ್ತೆ ನನ್ನ ಅವ್ವ ಜೀವನ.''

ವಿಶ್ವನ ಬಾಯಿಂದ ಮಾತೇ ಹೊರಡಲಿಲ್ಲ. ಮುರುಳಿಯನ್ನು ಒಂದೆರಡು ಸಲ ನೋಡಿದರೂ ಮಾತನಾಡಿಸಲಾಗಲಿಲ್ಲ.

''ಬರ್ತೀನಿ ವಿಶ್ವ, ಭಾನುವಾರ ಸಾಧ್ಯವಾದರೇ ಬಾ. ಅವ್ವಿಗೆ ಸಂತೋಷವಾಗುತ್ತೆ. ಮುರುಳಿ ಬಗ್ಗೆ ಕೇಳೊಲ್ಲಾಂತ ಮಾತು ಕೊಟ್ಟಿದ್ದೆ. ಈಗ ಮುರುಳಿಗೆ ನಾವು ಬಂದಿರೋ ವಿಷ್ಯ ತಿಳ್ಸಿ ವಿಳಾಸ ಕೊಡು'' ಎಂದರು. ಅವರ ಮುಖದಲ್ಲಿ ವಿಷಾದ ಇತ್ತು. ವಿಳಾಸವಿದ್ದ ಚೀಟಿಯನ್ನು ಅವನಿಗೆ ಕೊಟ್ಟು ಮೇಲೆದ್ದರು.

ಬಸ್ಸು ಸ್ಟಾಪ್‌ನವರೆಗೂ ಜೊತೆಗೆ ಬಂದ ವಿಶ್ವ, ಸತ್ಯನಾರಾಯಣ ನಗುತ್ತ, ''ಅಂತು ಇವತ್ತು ವೆಂಕಟಾಚಲ ಸಿಗ್ಲಿಲ್ಲ. ಸಂಡೇ ಬರ್ತೀಯಾ?'' ಕೇಳಿದರು. ಬಸ್ಸು ಬಂದಾಗ ''ಖಂಡಿತ ಬರ್ತೀನಿ, ಅಣ್ಣ'' ಅಂದ. ಕ್ಯೂನಲ್ಲಿದ್ದ ಜನರನ್ನು ಹತ್ತಿಸಿಕೊಂಡ ಬಸ್ಸು ಮುಂದಕ್ಕೆ ಹೋಯಿತು.

ಅವರು ಒಂದಿಷ್ಟು ತರಕಾರಿ ಹಿಡಿದು ಭವಾನಿ ನಗರಕ್ಕೆ ಬಂದರು.

''ವಿಶ್ವ ಸಿಕ್ಕಿದ್ನಾ?'' ಬಾಗಿಲು ತೆಗೆದ ಕೂಡಲೇ ಕೇಳಿದರು ಸುಕನ್ಯ.

''ಸಿಕ್ಕಿದ್ದ. ಭಾನುವಾರ ಬರ್ತಿನೀಂತ ಹೇಳಿದ್ದಾನೆ. ಮುರುಳಿಗೆ ಕೊಡೋಕೆ ವಿಳಾಸ ಕೊಟ್ಟಂದಿದ್ದೀನಿ. ಬೆಂಗ್ಳೂರಿನಲ್ಲೆ ಇದ್ದಾರೆ ಓಡ್ಬರ್ತಾನೆ ಬಿಡು. ನಾರಾಯಣಪುರ ದೂರ. ಆಗಾಗಂತು ಬರ್ತಾನೆ'' ಎಂದರು.

''ಅವ್ನು ಇಲ್ಲಿಂದಲೇ ಓಡಾಡಬಹುದಲ್ಲ'' ಆಕೆಯ ಆಸೆ.

''ಮುರುಳಿ ಬಂದ್ಮೇಲೆ ಕೇಳೋಣ. ಅವ್ನ ಅನುಕೂಲ ಮುಖ್ಯ. ಇಲ್ಲಿ ನಮ್ಗೆ ಕಾನ್ವೆಂಟ್ ಹತ್ತಿರದಲ್ಲಿದೆ, ಹೆಚ್ಚೇನು ತೊಂದರೆ ಆಗೋಲ್ಲ'' ಅಂದರು. ಹೆಣ್ಣಿನ ಮನಸ್ಸು ಮಕ್ಕಳ ವಿಷಯದಲ್ಲಿ ಅತಿ ಸೂಕ್ಷ್ಮವೆಂದು ಗೊತ್ತು. ಖಂಡಿತ ನೋಯಿಸರು.

ಹಿಂದಿನ ಕೊಳಾಯಿನಿಂದ ನೀರು ಒತ್ತು ಹಾಕಿ ತರಕಾರಿ ಹೆಚ್ಚಿ ಕೊಟ್ಟು ಹೆಂಡತಿಗೆ ಒಂದಿಷ್ಟು ಸಹಾಯ ಮಾಡಿದಾಗ ಸುಕನ್ಯ ಸಂಕೋಚಿಸಿದರು.

''ಚಿಕ್ಕಮನೆ, ಇಬ್ಬರಿಗೆ ಅಡ್ಗೇ, ಇಷ್ಟು ನಾನು ಮಾಡಲಾರೆನಾ ?''

''ಇನ್ಮೇಲೆ ಹಾಗಲ್ಲ, ನೀನು ಕೆಲ್ಸಕ್ಕೆ ಬರ್ತೀಯ. ಸಂಪಾದ್ನೇ ಫಿಫ್ಟಿ ಫಿಫ್ಟಿ ಆದ್ಮೇಲೆ ಕೆಲ್ಸನು ಫಿಫ್ಟಿ ಫಿಫ್ಟಿ ಆಗ್ಬೇಕು. ನಂಗೂ ಶರೀರಕ್ಕೆ ಒಂದಿಷ್ಟು ವ್ಯಾಯಾಮ ಬೇಕು ಸುಕನ್ಯ.''

ಆಕೆ ಮಾತೇ ಆಡಲಿಲ್ಲ. ಇಂದಿಗೂ ಹೆಂಡತಿಯನ್ನು ನೋಯಿಸದೇ ಮಗುವಿನಂತೆ ನೋಡಿಕೊಳ್ಳುವ ಎಷ್ಟು ಜನ ಗಂಡಂದಿರು ಸಿಗಬಹುದು ? ಗಂಡನ ಬಗ್ಗೆ ಅಭಿಮಾನಪಟ್ಟು ಕೊಂಡರು. ಆಗ ನೆನಪಾದದ್ದು 'ಶ್ವೇತಗುಲಾಬಿ' ಕಾದಂಬರಿ.

ವಿಶ್ವ ಹೇಳಿದಂತೆ ಭಾನುವಾರ ಬಂದ. ಮರುದಿನವೇ ಕಾನ್ವೆಂಟ್‌ನ ಓಪನಿಂಗ್ ಸೆರೆಮನಿ. ಕಾನ್ವೆಂಟ್ ಮುಂದೆ ದೊಡ್ಡ ಪೆಂಡಾಲ್ ಮತ್ತು ಬಣ್ಣ ಬಣ್ಣದ ಪೇಪರ್‌ನಿಂದ ಅಲಂಕರಿಸಲ್ಪಟ್ಟಿತ್ತು. ಮನೆಯಲ್ಲಿ ಸತ್ಯನಾರಾಯಣ ಇರಲಿಲ್ಲ.

"ಮುರುಳಿ ಸಿಕ್ಕಿದ್ನಾ? ವಿಳಾಸ ಕೋಟ್ಯಾ?" ನೋಡಿದ ಕೂಡಲೇ ಕೇಳಿದ್ದು ಈ ಎರಡೇ ಪ್ರಶ್ನೆಗಳು. ಅವನ ನಾಲಿಗೆ, ಗಂಟಲಲ್ಲಿನ ಪಸೆಯಾರಿತು. "ಇಲ್ಲಮ್ಮ ಸಿಗ್ಲೇ ಇಲ್ಲ" ತಡವರಿಸಿದ.

"ನಂಗೇನು ಅರ್ಥವಾಗಿಲ್ಲ! ಅವ್ನು ಯಾವುದಾದ್ರೂ ಇಕ್ಕಟ್ಟಿನಲ್ಲಿ ಸಿಕ್ಕಿ ಹಾಕ್ಕೊಂಡಿದ್ದನಾ? ಅವ್ನಿಗೆ ಶ್ರೀಮಂತಿಕೆ ಜೀವ್ನ ಇಷ್ಟ ಇದೇನಾದ್ರೂ ಅವನನ್ನು ಕಷ್ಟಕ್ಕೆ ಸಿಕ್ಕಿಕಸಿದ್ಯಾ?" ಕೇಳಿದರು. ತಾಯಿ ಕರುಳು ಸರಿಯಾಗಿ ಗುರ್ತಿಸಿತ್ತು.

"ಖಂಡಿತ ಅಂಥದೇನಿಲ್ಲ! ಅವನಾಗಿ ಬಂದು ನಿಮ್ಗೇ ಸರ್‌ಪ್ರೈಸಾಗಿ ಹೇಳೋವರ್‍ಗ್ಗೂ ಏನು ಹೇಳೋದ್ಬೇಡಾಂತ ಅಂದಿದ್ದಾನೆ. ನಂಗೂ ಸರ್‍ಯಾಗಿ ಏನೂ ಗೊತ್ತಿಲ್ಲ. ಅವನನ್ನೇ ತಂದು ನಿಲ್ಲಿಸ್ತೀನಿ. ನೀವೇ ಕೇಳಿಕೊಳ್ಳಿ" ಎಂದ ಸುಸ್ತಾದವನಂತೆ.

ಆಕೆ ಅರ್ಥ ಮಾಡಿಕೊಂಡರು. ಈ ಬಗ್ಗೆ ಸತ್ಯನಾರಾಯಣ ಹೆಂಡತಿಯನ್ನು ಎಚ್ಚರಿಸಿದ್ದರೂ ಉದ್ವೇಗವನ್ನು ಹತ್ತಿಕ್ಕಲಾರದೆ ಹೋಗಿದ್ದರು ಸುಕನ್ಯ.

"ಸಾರಿ ವಿಶ್ವ" ಎಂದ ಸುಕನ್ಯ ಅವನಿಗೆ ಮಾತಾಡಲು ಅವಕಾಶ ಕೊಡದೇ ಇಡೀ ಮನೆಯನ್ನೆಲ್ಲ ತೋರಿಸಿಕೊಂಡು ಅಡಿಗೆ ಮನೆಯಲ್ಲಿ ಕೂಡಿಸಿ, "ಇಲ್ಲೇ ಕೂತ್ಕೋ" ಎಂದು ಅವಲಕ್ಕಿ ನೆನೆಸಿಟ್ಟರು.

ಪುಟ್ಟ ಮನೆಯಲ್ಲಿ ಉತ್ಸಾಹದಿಂದ ಓಡಾಡುತ್ತಿದ್ದನ್ನು ನೋಡಿ ಅವಕ್ಕಾದ. ಮೊದಲ ಸಲ ಆರಂಭಿಸಿದಂತಿತ್ತು. ಕಣ್ಣರಳಿಸಿ ನೋಡಿದ ಆಕೆ ಚಟುವಟಿಕೆಗಳನ್ನು.

ಹೊಗೆ ಕರೆ ತಂದು ಕಾನ್ವೆಂಟ್‌ನತ್ತ ಕೈ ತೋರಿದರು. "ಒಂದರಿಂದ ಏಳರವರೆಗಿನ ತರಗತಿಗಳನ್ನು ಪ್ರಾರಂಭಿಸ್ತಾ ಇದ್ದಾರೆ. ಕಾನ್ವೆಂಟಿನ ಶಿಸ್ತಿನ ವಿದ್ಯಾಭ್ಯಾಸಕ್ಕಾಗಿ ಹುಡುಗರು ಸಿಟಿಗೆ ಹೋಗುತ್ತಿದ್ದಾರಂತೆ. ಇನ್ನು ಐದು ವರ್ಷ ಯಾರಿಂದ್ಲೂ ಡೊನೇಷನ್ ತಗೊಳ್ಳೊಲ್ಲಾಂತ ಪ್ರಚಾರ ಮಾಡಿರೋದು ಅಡ್ವಾಂಟೇಜ್ ಆಗ್ಬಹ್ದು. ಅಂತೂ ಇನ್ಮೇಲೆ ಹೊಸ ರೀತಿಯ ಬದ್ಕು" ಅಂದರು. ಅದರಲ್ಲಿ ತುಂಬು ಸಂತಸವಿತ್ತು.

ವಿಶ್ವ ಸಂಜೆಯವರೆಗೂ ಇದ್ದು ಹಿಂದಿರುಗಿದವನು ಮುರುಳಿ ಪರ್ಸನಲ್ ಸೆಲ್ಯುಲರ್‌ಗೆ ಕಾಂಟ್ಯಾಕ್ಟ್ ಮಾಡಲು ನಿರಂತರವಾಗಿ ಪ್ರಯತ್ನಿಸಿ ಲೈನ್‌ನಲ್ಲಿ ಮುರುಳಿ ಸಿಕ್ಕಾಗ "ಒಬ್ನೆ ಇದ್ದೀಯಾ ? ಮಾತಾಡಬಹುದಾ ?" ವಿಚಾರಿಸಿದ.

ಮೇಲಿನ ಬಾಲ್ಕನಿಯಲ್ಲಿ ನಿಂತಿದ್ದ ಮುರುಳಿ, "ಅದೇನು ಹೇಳು, ಒಬ್ನೆ ಇರೋದು" ಅಂದ ಕೂಡಲೇ "ಬೇಗ ನೋಟ್ ಮಾಡ್ಕೋ ನಿನ್ನಪ್ಪ ಅಮ್ಮ ಇಲ್ಲಿಗೆ ಷಿಫ್ಟ್ ಆಗಿದ್ದಾರೆ. ಅವರಿಬ್ರಿಗೂ ಕೆಲ್ಸ ಸಿಕ್ಕಿದೆ. ಭವಾನಿ ನಗರದ ಭವಾನಿ ಕಾನ್ವೆಂಟ್‌ನಲ್ಲಿ, ಇಷ್ಟು ಸಾಕು.... ಸುಲಭವಾಗಿ ವಿಳಾಸ ಹುಡುಕ್ಕೋ ಬಹ್ದು" ಫೋನಿಟ್ಟುಬಿಟ್ಟ

ಮುರುಳಿಗೆ ತಲೆ ಕೆಟ್ಟಂತಾಯಿತು. ಇಂದು ಅಲಕಾ ತುಂಬಾ ಖುಷಿಯಾಗಿದ್ದಳು. ಇಂದು ಮೋಲ್ಡ್‌ಗೋಸ್ಕರ ಹಾಕಿದ್ದ ಸಪೋರ್ಟ್‌ಗಳು ಬಿಚ್ಚಿ ಮತ್ತೆ ಕೆಲಸ ಪ್ರಾರಂಭಿಸಿದ್ದರಿಂದ ಚಿಟ್ಟೆಯಂತೆ ಒಳಗೆಲ್ಲ ಹಾರಾಡಿದ್ದಳು. ಅವಳು ಅಂದಾಜುಗಿಂತ ಬ್ಯೂಟಿಫುಲ್ಲಾಗಿ ಕಟ್ಟಡವೆದ್ದಿದ್ದೂ ಅವಳಿಗೆ ಸಂತೋಷ. ಅತ್ಯಂತ ಸುಂದರವಾದ ಈ ಬಂಗ್ಲೆಯಲ್ಲಿ ವಾಸಿಸುವುದೇ ಸುಕೃತವೆಂದು ಆನಂದದಿಂದ ಇದ್ದ.

ಅಪ್ಪ, ಅಮ್ಮನಿಗೆ ಈಗ ಕೆಲ್ಸ ಸಿಗೋದೂಂದರೇನು? ಇವನಿಗೆ ತಲೆ ಬುಡ ಅರ್ಥವಾಗಲಿಲ್ಲ. ತೀರಾ ಕಡಿಮೆ ಸಂಬಳಕ್ಕೆ ದುಡಿಸಿಕೊಳ್ಳುವ ಎಷ್ಟೋ ಸ್ಕೂಲು ಕಾಲೇಜುಗಳು ಎದ್ದಿರುವುದರಿಂದ, ಇಂಥವರ ಸೇರ್ಪಡೆಯಾಗಿದೆ. 'ಛೇ, ಅಲ್ಲೆ ನಾರಾಯಣ ಪುರದಲ್ಲಿ ಇರಬಹುದಿತ್ತು. ನಾನು ಆಗಾಗ ಹಣ ಕಳುಹಿಸುತ್ತಿದ್ದೆ' ಇಂಥ ಯೋಚನೆಗಳು ಬಂದು ಅವನ ತಲೆ ಬಿಸಿಯಾಯಿತು, ಈಗೇನು ಮಾಡುವುದು ?

''ಹಾಯ್... ಮುರುಳಿ'' ಎಂದು ಬಂದ ಅಲಕಾ ಇವನ ಕುತ್ತಿಗೆಗೆ ಜೋತು ಬಿದ್ದಳು ''ಗೃಹಪ್ರವೇಶಕ್ಕೆ ದಿನ ಗೊತ್ತು ಮಾಡಿ ಕೂಡ ಆಯ್ತು. ಇನ್ನೊಮ್ಮೆ ಹಸೆಮಣೆಯ ಮೇಲೆ ಕೂತು ಪೂಜೆ ಮಾಡ್ಬಹ್ದು'' ಸಂಭ್ರಮದಿಂದ ನುಡಿದಳು.

''ಷ್ಯೂರ್, ಅಂತು ಫೆಂಟಾಸ್ಟಿಕ್ ಬಂಗ್ಲೆ'' ಉದ್ಗರಿಸಿದ.

''ಬಂಗ್ಲೆಗೆ ಏನು ಹೆಸರಿಡೋಣ ?'' ಎದುರು ಕೂತು ಕೇಳಿದಳು.

''ಅಲಕಾ ಮುರುಳೀಂತ ಇಡ್ಬಹ್ದು'' ಅಂದ ತಟ್ಟನೆ.

ಅವನನ್ನೇ ತೀಕ್ಷ್ಣವಾಗಿ ನೋಡಿ, ''ಈ ಬಂಗ್ಲೆಗೆ ನನ್ನ ಮಮ್ಮೀ ಹೆಸ್ರು ಇಟ್ಟಾಗಿದೆ. ಆ ಬಂಗ್ಲೆಗೆ ನಿಮ್ಮ ತಾಯಿ ಹೆಸರು ಇಡೋದೂಂತ ತೀರ್ಮಾನವಾಗಿದೆ. ಸುಕನ್ಯ ಬ್ಯೂಟಿಫುಲ್ ನೇಮ್. ನಾನು ಅವ್ರನ್ನು ನೋಡದಿದ್ರೂ... ಅವ್ರ ಹೆಸರು ಸದಾ ನೆನಪಾಗ್ಬೇಕು'' ಎಂದಳು.

ಎಲ್ಲ ಸಕ್ರಮವಾಗಿದ್ದರೇ ಇದು ಸಂತೋಷದ ವಿಷಯವೇ. ದೊಡ್ಡ ಪ್ರಳಯವನ್ನು ಎದುರುಗೊಂಡಂತಾಯಿತು. ಅಮ್ಮನ ಹೆಸರು ಪ್ರಿಯವೇ. ಸದಾ ಆ ಹೆಸರು ಅವನನ್ನು ನೆಮ್ಮದಿಯಾಗಿ ಬಿಡಲು ಸಾಧ್ಯವೇ ?

''ನಿಮ್ಗೆ ಆ ಹೆಸರು ಇಷ್ಟವಾಗ್ಲಿಲ್ಲಾ? ನಾವೇ ಇರೋದ್ರಿಂದ ನಮ್ಮಗಳ ಹೆಸರೇನು ಬೇಡ. ನಮ್ಗೆ ಮೊದಲನೆಯದು ಹೆಣ್ಣು ಮಗುವಾದರೆ ಐಶ್ವರ್ಯ ಗಂಡು ಮಗುವಾದರೇ ಸತ್ಯನಾರಾಯಣ'' ಅತ್ಯಂತ ಸಂತೋಷದಿಂದ ನುಡಿದಳು.

ಅಲಕಾನ ದಿಟ್ಟಿಸಿ ನೋಡಿದ. ಅವಳಿಗೆ ಸುಂದರವಾದ ರೂಪ ಮಾತ್ರವಲ್ಲ ಅತ್ಯಂತ ಒಳ್ಳೆಯ ಮನಸ್ಸು ಕೂಡ ಇದೆಯೆನಿಸಿತು. ಇಂಥ ಸೊಸೆಯನ್ನು ಒಯ್ದು ಅವರ ಮುಂದೆ ನಿಲ್ಲಿಸಿದರೇ, ಹೇಗೆ ಪ್ರತಿಕ್ರಯಿಸಬಹುದು ?

ಆಮೇಲೆ ಮಾತು ಬೇರೆ ಕಡೆ ಹೊರಳಿದ್ದರಿಂದ, ಅಲ್ಲಿಗೆ ಆ ವಿಷಯ ನಿಂತಿತು. ಇಷ್ಟು ಮಾತಾಡಿ ಅಲಕಾ ಆರಾಮಾಗಿದ್ದಳು. ಆದರೆ ಮುರುಳಿ ಬೆಂದು ಹೋಗುತ್ತಿದ್ದ.

ಬೇಯುವಿಕೆಯ ಧಗೆ ಅವಳಿಗೆ ಸೋಕದಂತೆ ಶಿವಶಂಕರ ಪಿಳ್ಳೆಯವರ ರಕ್ಷಾ ಕವಚವಿತ್ತು.

ಇಡೀ ರಾತ್ರಿ ನಿದ್ರಿಸಲಾಗಲಿಲ್ಲ ಅವನಿಗೆ. ತೀರಾ ಬೆಳಗಿನ ಜಾವವೇ ಎದ್ದು ರಾಕೆಟ್ ಹಿಡಿದು ಹೊರಬಿದ್ದ. ಈಚೆಗೆ ಕೆಲವು ಕ್ಲಬ್‌ಗಳಿಗೆ ಅವನು ಮೆಂಬರ್. ವಿಶ್ವನ ರೂಮಿಗೆ ಸ್ವಲ್ಪ ದೂರದಲ್ಲಿಯೇ ಕಾರು ಪಾರ್ಕ್ ಮಾಡಿ ಇಳಿದು ಅತ್ತ ನಡೆದ.

ಹಾಲು ಪ್ಯಾಕೆಟ್ ಹಿಡಿದ ವಿಶ್ವ ಮಾರ್ಗ ಮಧ್ಯದಲ್ಲಿಯೇ ಎದುರಾದರೂ ಮಾತೇ ಆಡಲಿಲ್ಲ. ಮುರುಳಿನೇ ಹೋಗಿ ಅವನ ಕೈ ಹಿಡಿದ.

''ನಿನ್ನಿಂದ ಫೋನ್ ಬಂದ್ಮೇಲೆ ತೀರಾ ಅಪ್‌ಸೆಟ್ ಆಗ್ಬಿಟ್ಟೆ'' ಎಂದ ಮೆಲುಸಿರು ದಬ್ಬುತ್ತ. ವಿಶ್ವ ನೋಟವೆತ್ತದೆ, ''ನಿಮ್ಮಂದೆ ತಾಯಿ ನಿಂಗೆ ವಿಳಾಸ ತಲುಪಿಸೋಕೆ ಹೇಳಿದ್ರೂ. ಅದು ನನ್ನ ಕರ್ತವ್ಯವಾಗಿತ್ತು. ನೆನ್ನೆ ಹೋದಾಗ ನೀನು ಯಾವ ದೊಡ್ಡ ಆಪತ್ತಿನಲ್ಲಿದ್ದೀ ಯೋಂತ ಅಮ್ಮ ಪೇಚಾಡ್ತ ಇದ್ರು. ನಾನು ಚೆನ್ನಾಗಿದ್ದೀನೀಂತ ನೀನೇ ತಿಳ್ಸಿಬಿಡು. ಅವ್ರುಗಳು ನೆಮ್ದಿಯಾಗಿ ಇರ್ತಾರೆ'' ಮುಖ ಗಂಟಿಕ್ಕಿಯೇ ಹೇಳಿದ.

''ಯಾಕೋ, ಹೀಗೆಲ್ಲ ಮಾತಾಡ್ತೀಯಾ? ನಿಂಗೆ ವಿಷ್ಯವೆಲ್ಲ ಗೊತ್ತಿದೆ. ನಂಗೆ ಅಲಕಾಗೆ ನಿಜ ಸಂಗ್ತಿ ಹೇಳೋಕೆ ಭಯ. ಶಿವಶಂಕರ ಪಿಳ್ಳೆಯಂತೂ ಖಂಡಿತ ಕ್ಷಮಿಸೋಲ್ಲ. ರದ್ದಿ ಗೋಡಾನ್‌ಗೆ ಬಿಸಾಕ್ಸಿ ಬಿಡ್ತಾರೆ. ನಾನ್ಹೋಗಿ ಅಮ್ಮ ಅಪ್ಪನ್ನ ನೋಡೋದು ಒಳ್ಳೇದಾ ?'' ಪೇಚಾಡಿಕೊಂಡ.

ಕೈಯಲ್ಲಿ ಹಾಲಿನ ಪ್ಯಾಕೇಟ್ ಹಿಡಿದೇ ಎರಡು ಕೈ ಜೋಡಿಸಿದ, ''ಪ್ಲೀಸ್ ನನ್ನನೇನು ಕೇಳ್ಬೇಡ. ಈಗ್ಲೇ ಸಾಕಷ್ಟು ಮಾನಸಿಕ ಹಿಂಸೆ ಅನುಭವಿಸ್ತಾ ಇದ್ದೀನಿ. ಈಗ್ಲೂ ಅಮ್ಮ ಅಣ್ಣನ್ನ ನೈತಿಕವಾಗಿ ಫೇಸ್ ಮಾಡೋಕೆ ಆಗ್ತಾ ಇಲ್ಲ. ನಿಂಗೆ ಹೇಗೆ ಅನ್ನಿಸುತ್ತೋ ಹಾಗೆ ಮಾಡು'' ಮತ್ತೊಮ್ಮೆ ಅಡ್ರೆಸ್ ಹೇಳಿ ತನ್ನ ಪಾಡಿಗೆ ತಾನು ಹೋದ. ಅಷ್ಟು ದೂರ ಬಂದಿದ್ದವನನ್ನು ರೂಮಿಗೆ ಕೂಡ ಕರೆಯಲಿಲ್ಲ.

ಹಿಂದಕ್ಕೆ ಹೋಗಿ ಕಾರು ಹತ್ತಿಕೊಂಡವನು ಭವಾನಿ ನಗರದ ಬಸ್‌ಸ್ಟಾಪ್ ಬಳಿ ಕಾರು ಪಾರ್ಕ್ ಮಾಡಿ ಇಳಿದು ನಡೆಯುತ್ತ ಹೋದ. ಒಂದು ಕನ್‌ಸ್ಟ್ರಕ್ಷನ್ ಕಂಪೆನಿಯವರು ಭೂಮಿಯನ್ನು ಗುತ್ತಿಗೆಗೆ ಪಡೆದು ಬಲಗಡೆಗೆ ಫ್ಲಾಟ್‌ಗಳನ್ನು ನಿರ್ಮಿಸುತ್ತಿದ್ದರು. ಸಿಟಿಯಿಂದ ಸ್ವಲ್ಪ ದೂರದ ಹೊರವಲಯವಾದ್ದುದರಿಂದ ಸೈಟ್‌ಗಳನ್ನು ವಿಂಗಡಿಸಿ ಮಾರಾಟಕ್ಕೆ ಬಿಟ್ಟಿದ್ದರು. ಮನೆಗಳು ತುಂಬ ವಿರಳವಾಗಿತ್ತು. ಸ್ವಲ್ಪ ಎತ್ತರ ಜಾಗದಲ್ಲಿ ಕಾನ್ವೆಂಟ್ ಕಟ್ಟಿದ್ದರಿಂದ ಬಸ್‌ಸ್ಟಾಪ್‌ನಿಂದ ಕಾಣುತ್ತಿತ್ತು. ಅಲ್ಲಿಗೆ ಬಂದ. ಅಷ್ಟು ದೂರದಲ್ಲಿ ಒಂದು ಹೊಸ ಪುಟ್ಟ ಬಿಲ್ಡಿಂಗ್ ಕಾಣಿಸಿತು.

ಮುರುಳಿಯ ಎದೆ ಬಡಿತ ಆನಂದದಿಂದಲೋ, ಭಯದಿಂದಲೋ ಏರಿತು. 'ಅಮ್ಮ....' ಎಂದು ಸುಕನ್ಯ ಮಡಿಲಲ್ಲಿ ತಲೆ ಇಟ್ಟು ಮಲಗಿಬಿಡಬೇಕೆನಿಸಿತು. ಆದರೂ ಹೆಜ್ಜೆಯ ವೇಗ ಹೆಚ್ಚಿಸಲಾಗಲಿಲ್ಲ. ಒಂದೊಂದು ಹೆಜ್ಜೆಯೂ ಭಾರವೆನಿಸಿತು.

ಕಾಲಿಂಗ್ ಬೆಲ್ ಒತ್ತಿದ. ಬಾಗಿಲು ತೆಗೆದ ಸುಕನ್ಯ ''ಓ, ಮುರುಳಿ...'' ಅಂದರು. ಆ ಕಣ್ಣುಗಳಲ್ಲಿನ ವಾತ್ಸಲ್ಯದ ಮಿಂಚು ನಭೋಮಂಡಲವನ್ನು ತೇಜೋಮಯ ಮಾಡುವಂತಿತ್ತು.

''ಬಾ.... ಒಳ್ಗೇ !'' ಎಂದರು ಉದ್ವಿಗ್ನತೆಯನ್ನು ಹತ್ತಿಕ್ಕುತ್ತ.

ಒಳಗೆ ಬಂದು ಛೇರ್ ಮೇಲೆ ಕೂತ ಮುರುಳಿ, ''ಏನಮ್ಮ ಇದೆಲ್ಲ ? ಇಲ್ಲಿಗ್ಬಂದ್ ಕೆಲ್ಸಕ್ಕೆ ಸೇರೋ ಅಗತ್ಯವೇನಿತ್ತು ? ಸ್ವಲ್ಪ ಕಾಲಾವಕಾಶ ಸಿಕ್ಕಿದ್ದರೇ ನಾನೇ ಇಲ್ಲಿ ಮನೆ ಮಾಡಿ ನಿಮ್ಮಗಳ್ನ ಕರ್ಕಂಡ್ ಬರ್‍ತಾ ಇದ್ದೆ. ಅಷ್ಟರಲ್ಲಿ ಇಷ್ಟೊಂದು ಆತುರ'' ಬೇಸರ ವ್ಯಕ್ತಪಡಿಸಿದ.

ಸುಕನ್ಯ ತಾಯ ಮನ ತಣ್ಣಗಾಯಿತು.

''ಅಲ್ಲಿ ಕೆಲವು ಪ್ರಾಬ್ಲಮ್‌ಗಳು. ಆ ವೃತ್ತಿನ ಹೊಟ್ಟೆಪಾಡಿಗಾಗಿ ಆಶ್ರಯಿಸಿದ್ದು. ಹಿಂದೆ ನಿನ್ನ ಬೆಳವಣಿಗೆ, ವಿದ್ಯಾಭ್ಯಾಸದ ಜವಾಬ್ದಾರಿ ಇತ್ತು. ಹುಡುಗರಿಗೆ ಪಾಠ ಹೇಳೋ ಇರಾದೆ ನಿನ್ತಂದೆಗೆ ಇತ್ತು. ಅದ್ಕೇ ಈಗ ಅವಕಾಶ ಕೂಡಿ ಬಂದಿದೆ. ನೀನು ಇಲ್ಲಿ ಮನೆ ಮಾಡಿ ಕರೆತರೋ ಕಷ್ಟನೇ ಇಲ್ಲ. ಇಲ್ಲಿಂದಲೇ ಓಡಾಡಿಕೋಬಹುದ್ದು. ಮನೆ ಊಟ, ತಿಂಡಿಯಿಂದ ಸ್ವಲ್ಪ ಚೇತರಿಸ್ಕೋಬಹುದ್ದು'' ಎಂದರು.

''ಚೇತರ್ರಿಸಿಕೊಳ್ಳೋಕೆ ನಂಗೇನಾಗಿದೆ? ಇಲ್ಲಿಂದಂತೂ ನನ್ನಿಂದ ಓಡಾಡೋಕ್ಕಾ ಗೋಲ್ಲ. ಮೂರು ತಿಂಗ್ಳು ನನ್ನ ಬೇರೆ ಕಡೆಗೆ ಪೋಸ್ಟ್ ಮಾಡಿದ್ದಾರೆ'' ಉದುರಿಸಿದ ಸುಳ್ಳಿನ ಮುತ್ತುಗಳನ್ನು.

ಸೀದಾ ಅಡಿಗೆ ಮನೆಗೆ ಹೋಗಿಬಿಟ್ಟ ಸುಕನ್ಯ ಕಣ್ಣೀರು ಹಾಕಿದರು. ಇಲ್ಲಿಗೆ ಬರುವು ದೆಂದು ನಿರ್ಧಾರವಾದ ಮೇಲೆ ಮಗ ತಮ್ಮ ಬಳಿ ಇರಬಹುದು. ಸೊಸೆ ಮೊಮ್ಮಕ್ಕಳು ಮುಂದಿನ ಪಾರ್ಟ್‌ನ ಜೀವನ ಸೊಗಸೆಂದುಕೊಂಡಿದ್ದು ಮಗನ ಮಾತುಗಳಿಂದ ಚದುರಿಹೋಯಿತು.

''ಹೋಗ್ಲಿ ಬಿಡು. ನಿಂಗೆ ಹೇಗೆ ಅನುಕೂಲವೆನಿಸಿದರೇ ಹಾಗೆ ಮಾಡು'' ಅಲ್ಲಿಂದಲೇ ಹೇಳಿ ಕಾವಲಿಯನ್ನು ಸ್ಟೌವ್ ಮೇಲಿರಿಸಿದರು. ''ಕೈ ಕಾಲು ತೊಳ್ಕೋ. ಬಿಸಿಯಾಗಿ ದೋಸೆ ಮಾಡಿ ಕೊಡ್ತೀನಿ. ನಿಮ್ಮಣ್ಣ ಹೊರ್ಗಡೆ ಹೋಗಿದ್ದಾರೆ, ಬರ್‍ತಾರೆ'' ಅಲ್ಲಿಂದಲೇ ಹೇಳಿದರು. ತಮ್ಮದು ಮುಗಿಲನ್ನು ಹಿಡಿದಿಡುವ ಪ್ರಯತ್ನವೆನಿಸಿತು.

ಕೈ ಕಾಲು ತೊಳೆದ ಮುರುಳಿ ಅಡಿಗೆ ಮನೆಯಲ್ಲಿದ್ದ ಪುಟ್ಟ ಸ್ಟೂಲ್ ಮೇಲೆ ಕೂತ. ''ನಾರಾಯಣಪುರದಲ್ಲಿ ಅಂಥದೇನು ತೊಂದರೆ ಆಗಿತ್ತು?'' ವ್ಯಾವಹಾರಿಕವಾಗಿ ಕೇಳಿದಾಗ, ಆಕೆಗೆ ಹೇಳಬೇಕೆನಿಸಲಿಲ್ಲ. ''ಆ ವಿಷ್ಯ ಬಿಡು. ಅದೆಲ್ಲ ಮುಗಿದ ಕತೆ. ನಿನ್ನ ಕೆಲ್ಸದ ಬಗ್ಗೆ ಹೇಳು'' ಎಂದು ದೋಸೆ ಮೊಗಚಿ ಹಾಕಿದರು.

''ಈಗ ಹತ್ತು ಸಾವಿರದವರ್ಗೂ ಇನ್‌ಕಮ್ ಇದೆ. ಮುಂದೆ ಒಳ್ಳೆ ಫ್ಯೂಚರ್ ಇದೆ'' ಅಂದ. ಯಾವುದೋ ಗಮನದಲ್ಲಿ.

ದೋಸೆಯನ್ನು ತಟ್ಟೆಗೆ ಹಾಕಿ ನಾರಾಯಣಪುರದಿಂದ ತಂದಿದ್ದ ತುಪ್ಪದ ಜೊತೆ ಚಟ್ನಿ ಹಾಕಿ ಮಗನಿಗೆ ಕೊಟ್ಟವರು ವಾತ್ಸಲ್ಯದಿಂದ ಕೂದಲನ್ನು ಸವರಿದರು. ನೆತ್ತಿಯ ಮೇಲೆ ಕೈಯಿಟ್ಟು ನೋಡಿದರು.

''ನೆತ್ತಿ ಸುಡ್ತಾ ಇದೆ, ನೋಡು. ನೀರಿಗೆ ಉರಿ ಹಾಕಿ, ನೆತ್ತಿಗೆ ಎಣ್ಣೆ ಒತ್ತಲಾ ? ಕಣ್ಣು ಕೆಂಪಗಾಗಿದೆ. ಉಷ್ಣ ಜಾಸ್ತಿಯಾದರೇ ಆಗಾಗ ತಲೆನೋವು ಬರುತ್ತೆ'' ಅಕ್ಕರೆಯಿಂದ ಹೇಳಿದರು. ಮಗನ ಎಲ್ಲಾ ತಪ್ಪುಗಳನ್ನು ಸುಲಭವಾಗಿ ಕ್ಷಮಿಸುವಂಥವಳು ತಾಯಿ ಮಾತ್ರವೆನಿಸಿತು. ತಟ್ಟನೇ ಕೈ ಹಿಡಿದುಕೊಂಡು ಕೆನ್ನೆಗೆ ಒತ್ತಿಕೊಂಡ.

''ಅಮ್ಮ ನನ್ಮೇಲೆ ಕೋಪ ಇಲ್ವಾ ?'' ಕೇಳಿದ ನೋವಿನಿಂದ.

''ಯಾಕೆ ಕೋಪ ? ಈ ಸ್ಟೇಜ್ ತುಂಬ ಸೂಕ್ಷ್ಮ ಕಣೋ. ಒಮ್ಮೆ ನೆಲೆಯೂರಿದ್ಮೇಲೆ ಅಂಥ ಟೆನ್‌ಷನ್ ಏನು ಇರೋಲ್ಲ. ಹೇಗೂ ಕೈ ತುಂಬ ಸಂಬ್ಳ ಬರೋಂಥ ಕೆಲ್ಸ ಸಿಕ್ಕಿದೆ. ಮಧ್ವೇ ಮಾಡ್ಕೊಂಡ್ ಬಿಡು. ನಿನ್ನ ಗಮನಿಸೋಕೆ ಒಬ್ಬ ಸಂಗಾತಿ ಬೇಕೇ ಬೇಕು. ಪಂಡಿತರ ಮೊಮ್ಮಗ್ಳಿಗೆ ಇನ್ನು ವಿವಾಹವಾಗಿಲ್ಲ. ನಿನ್ನ ಬಗ್ಗೆ ಅವ್ರ ಮನಸ್ಸಿನಲ್ಲಿ ಇನ್ನು ಆಸೆ ಇದೆ. ಬೇಡಾಂದರೇ ಬೇರೆ ಪ್ರಯತ್ನ ಮಾಡೋಣ'' ಮೃದುವಾಗಿ ಓಲೈಸುವಂತೆ ಹೇಳಿದರು.

ಬಾಯಿವರೆಗೂ ಹೋದ ದೋಸೆ ತುಂಡು ಕೆಳಗೆ ಬಿತ್ತು. ನೆತ್ತಿ ಹತ್ತಿತು. ಅಕ್ಕರೆಯಿಂದ ನೆತ್ತಿಯ ಮೇಲೆ ತಟ್ಟಿ ನೀರು ಕುಡಿಸಿದರು. ಸ್ವಲ್ಪ ಸುಧಾರಿಸಿಕೊಂಡ.

''ಸದ್ಯಕ್ಕೆ ಮದ್ವೆ ಸುದ್ದಿ ಬೇಡ. ಪಂಡಿತರಿಗೆ ತಿಳ್ಸಿ ಬಿಡಿ ಬೇರೆ ಕಡೆ ವರಾನ ನೋಡೋಳ್ಳೀಂತ. ಹುಡ್ಗೀನ ನೋಡೋಂಥ ಕಷ್ಟ ನಿಮ್ಗೆ ಬೇಡವೇ ಬೇಡ'' ಮತ್ತೆ ದೋಸೆ ಮುರಿದ. ಇನ್ನೊಂದು ದೋಸೆ ತಿರುವಿ ಹಾಕುತ್ತಿದ್ದ ಸುಕನ್ಯ ''ಅಂದರೆ ನೀನೆ ಸೆಲೆಕ್ಟ್ ಮಾಡಿಕೊಂಡಿದ್ದೀಯಾಂತ ಆಯ್ತು. ನೋ ಪ್ರಾಬ್ಲಮ್. ನಮ್ಮದೇನು ಅಬ್‌ಜೆಕ್ಷನ್ ಇಲ್ಲ. ನಿನ್ನ ಬದ್ಕಿನಲ್ಲಿ ಸಹಭಾಗಿತ್ವ ಪಡ್ಯೋ ಹೆಣ್ಣು ನಿಂಗೆ ಮೆಚ್ಚಿಗೆಯಾದರೆ ಸಾಕು. ನಾವು ಅನುಸರಿಸ್ಕೊಂಡ್ ಹೋಗ್ತೀವಿ ಬಿಡು'' ದೋಸೆಯನ್ನು ಎತ್ತಿ ಅವನ ತಟ್ಟೆಗೆ ಹಾಕಿದಾಗ ಕೈ ಅಡ್ಡ ಹಿಡಿದ ''ಬೇಡಮ್ಮ ಇಷ್ಹೊತ್ತಿಗೆ ನಾನೇನು ತಿನ್ನೋಲ್ಲ. ನನ್ನ ಬ್ರೇಕ್‌ಫಾಸ್ಟ್ ಒಂಬತ್ತು ಗಂಟೆಗೆ.''

ಸ್ಟೌವ್ ಆಫ್ ಮಾಡಿ ಮಗನ ಕಡೆ ನೋಡಿದರು. ಮುಖಕ್ಕೆ ಒಳ್ಳೆ ಬಣ್ಣ ಬಂದಿತ್ತು. ಕಣ್ಣುಗಳು ಮಿನುಗುತ್ತಿದ್ದುವು. ತೊಟ್ಟ ಬಟ್ಟೆಗಳು ಕೂಡ ಆಕರ್ಷಕವಾಗಿದ್ದವು. ಸುಖೀ ಎಂದು ಹೇಳಲು ಇಷ್ಟಕ್ಕಿಂತ ಹೆಚ್ಚು ಬೇಕೆನಿಸಲಿಲ್ಲ.

ಬೆರಳಿನಲ್ಲಿದ್ದ ವಜ್ರದ ಉಂಗುರ ಫಳಕ್ಕೆಂದಿತು. ಇಷ್ಟು ಹೆಚ್ಚಿನ ಸಂಪಾದನೆ ಆತಂಕ ತಂದರೂ ಹತ್ತು ಸಾವಿರ ಸಂಬಳವೆಂದಿದ್ದ. ಅದರಿಂದ ಇದೇನು ಹೆಚ್ಚೆಸಲಿಲ್ಲ. ಅವನಾಗಿ ಹೇಳಲಿ, ತಾನಾಗಿ ಕೇಳುವುದು ಬೇಡವೆಂದುಕೊಂಡರು.

ಮುರುಳಿ ತಿಂದಿದ್ದು ಬರೀ ಒಂದೂವರೆ ದೋಸೆ. ಹಾಲು ಬಿಸಿ ಮಾಡಿಕೊಟ್ಟರು.

''ನಿನ್ನ ಜಾಬ್ ಡೆಸಿಗ್ನೇಷನ್ ಏನು? ಒಂದು ಸಣ್ಣ ಕೆಲಸ್ಕಾದ್ರೂ ಹೆಸರು ಇರುತ್ತೆ. ಹತ್ತು ಸಾವಿರ ಸಂಬ್ಳ ತಗೊಳ್ಳೋ ಕೆಲಸ್ಕೆ ಒಂದು ಹೆಸರು ಇರೋಲ್ವಾ?'' ಆಕೆಯ ಲಾಜಿಕ್ ಕರೆಕ್ಟಾಗಿತ್ತು. ಸುಕನ್ಯ ಕಲಿತ ಹೆಣ್ಣು.

''ಈಗ ಬರೀ ಎಕ್ಸಿಕ್ಯೂಟಿವ್‌ಗಳಾಗಿ ನೇಮಕ ಮಾಡ್ಕಂಡಿದ್ದಾರೆ. ಈಗ ಬರೀ ಮಾರ್ಕೆಟಿಂಗ್ ಸರ್ವೆ ಮಾಡ್ತಾ ಇದ್ದೀವಿ. ಆರು ತಿಂಗ್ಳು ಬಿಟ್ಮೇಲೆ ಎಲ್ಲಾದ್ರೂ ಪೋಸ್ಟಿಂಗ್ಸ್ ಕೊಡ್ತಾರೆ. ಇಲ್ಲೊಂದು ಆಫೀಸ್ ಲಾಂಚ್ ಮಾಡ್ಬಹ್ದು. ಆಗ ನಮ್ಮ ಕ್ಯಾಲಿಬರ್‌ಗೆ ಸರ್ಯಾದ ಕೆಲ್ಸ, ಅದಕ್ಕೊಂದು ಹೆಸರು ಸಂಬಳ ಎಲ್ಲಾ ಸಿಗುತ್ತೆ. ಅಲ್ಲಿವರ್ಗೂ ನನ್ನ ಏನು ಕೇಳ್ಬೇಡಿ'' ಹೇಳಿದ ಕರಾರಾಗಿ.

ಸುಕನ್ಯಗೂ ಕೇಳಬೇಕೂಂತೇನು ಅನ್ನಿಸಲಿಲ್ಲ.

''ನೆತ್ತಿಗೆ ಎಣ್ಣೆ ತಟ್ಟಿ ತಲೆ ನೀರು ಹಾಕ್ಲಾ? ನೀನು ಇರು ಹಂಡೆ ಒಲೆಗೆ ಉರಿ ಹಾಕ್ಬರ್ತೀನಿ'' ಹೊರಟಾಗ ಕೈ ಹಿಡಿದು ನಿಲ್ಲಿಸಿದ ''ನಂಗೆ ಇರೋಕ್ಕಾಗೊಲ್ಲ'' ಎಂದು ಜೇಬಿನಿಂದ ನೋಟುಗಳ ಕಂತೆ ತೆಗೆದು ಅಮ್ಮನ ಕೈಯಲ್ಲಿಟ್ಟ.

''ಬೇಡ ಮುರುಳಿ, ನಿನ್ನ ಸೇವಿಂಗ್ಸ್‌ನಲ್ಲಿ ಹಾಕ್ಕೋ. ಈಗ ಸಾಲ ಇಲ್ಲ. ಅಂಥ ಖರ್ಚು ಕೂಡ ಇಲ್ಲ. ಇದು ಫ್ರೀಯಾಗಿ ಕೊಟ್ಟಿರೋ ಕ್ವಾರ್ಟಸ್. ಇಬ್ರಿಗೂ ಸಂಬಳ ಬರುತ್ತೆ. ಹೆಚ್ಚಿನ ಹಣದ ಅಗತ್ಯವಿಲ್ಲ. ನೀನು ಕಳ್ಸಿದ ಹಣ ಕೂಡ ಹಾಗೇ ಇದೆ. ಬ್ಯಾಂಕ್‌ನಲ್ಲಿ ಹಾಕ್ಕೋ'' ಎಂದು ಒಳಗಿದ್ದ ಹಣವನ್ನು ಕೂಡ ತಂದು ಅವನಿಗೆ ಕೊಟ್ಟರು.

ಬಲವಂತ ಮಾಡದೇ ಜೇಬಿಗೆ ಸೇರಿಸಿದ.

''ಅಣ್ಣ ಇನ್ನು ಬರಲೇ ಇಲ್ವಲ್ಲ'' ಬಾಗಿಲ ಕಡೆ ನೋಡಿದ.

''ಇನ್ವಿಟೇಷನ್ ಹಿಡ್ದು ಸೇಠ್ ಜೊತೆ ಓಡಾಡ್ತ ಇದ್ದಾರೆ. ನಾಳೇನೇ ಕಾನ್ವೆಂಟ್ ಓಪನ್. ದುಡ್ಡಿರೋ ಜನ ಸಾಕಷ್ಟು ಸುರಿದಿದ್ದಾರೆ. ಸುತ್ತಮುತ್ತಲಿನ ಹುಡುಗರಿಗೆ ಒಳ್ಳೆ ವಿದ್ಯಾಭ್ಯಾಸ ಸಿಗಲೀ ಅನ್ನೋದೇ ವಿಚಾರ. ಅಂದಿನ ಸರ್ಟಿಫಿಕೇಟ್ಸ್ ಇಂದು ಕೆಲಸ್ಕೆ ಬಂತು'' ಆಕೆ ಅಭಿಮಾನದಿಂದ ಹೇಳಿಕೊಂಡರು.

ಶಿವಶಂಕರಪಿಳ್ಳೆ ಬೆಂಗಳೂರಿನಲ್ಲಿ ಪ್ರಮುಖ ವ್ಯಕ್ತಿ. ಅವರ ಮಗಳು ಕೂಡ ಅದೇ ಸಾಲಿನಲ್ಲಿದ್ದುದು ಮಾತ್ರವಲ್ಲ ಸ್ವಂತ ವ್ಯಕ್ತಿತ್ವ ರೂಪಿಸಿಕೊಂಡಿದ್ದರು. ಹೆಸರಾಂತ ಜನರನ್ನು ತಾನೇ ಇಂಟರ್‌ವ್ಯೂ ಮಾಡಿದ್ದಳು. ಸಾಕಷ್ಟು ಉತ್ತಮ ಲೇಖನಗಳಿಗಾಗಿ ಪ್ರಶಸ್ತಿ ಪಡೆದುಕೊಂಡಿದ್ದಳು. ಈಗ ಆ ಮಟ್ಟದಲ್ಲಿ ಚಲಾವಣೆಯಾಗುತ್ತಿದ್ದ ನಾಣ್ಯ ಅವನು. ಇವರ ಬಗ್ಗೆ ಅವರುಗಳು ತಿಳಿದರೂ ಅವರುಗಳ ಬಗ್ಗೆ ಇವರು ತಿಳಿದರೂ ಅಪಾಯವೇ.

ಇದನ್ನೆಲ್ಲ ಮನಸ್ಸಿನಲ್ಲಿ ಇಟ್ಟುಕೊಂಡು ಮುರುಳಿ, ''ಇಲ್ಲಿ ಎಲ್ಲಾ ಪಲ್ಯೂಷನ್. ನೀವು ನಾರಾಯಣಪುರದಲ್ಲಿ ಇದ್ದಿದ್ದರೇ ಚೆನ್ನಿತ್ತು'' ಮತ್ತೆ ಅಂದಾಗ ಸುಕನ್ಯಗೆ ರೇಗಿತು ''ನಿಂಗೇನಾದ್ರೂ ತೊಂದರೆನಾ?'' ಮೊನಚಾಗಿ ಕೇಳಿದರು. ಬಂದವನು ಕೂತು

ನಿಧಾನವಾಗಿ ಕಷ್ಟ ಸುಖ ವಿಚಾರಿಸದೇ 'ತಪ್ಪು ಒಪ್ಪುಗಳ' ಬಗ್ಗೆ ಹೇಳೋಕೆ ಬಂದಿದ್ದು ಅಸಹನೀಯವೆನಿಸಿತು.

'ನೀನು ತಪ್ಪು ತಿಳ್ಕೊಂಡೇ. ನೀವು ಈ ವಯಸ್ಸಿನಲ್ಲಿ ದುಡಿಯೋದು ನಂಗಿಷ್ಟ ವಾಗ್ಲಿಲ್ಲ'' ಹೇಳಿದ. ಆಕೆಗೆ ನಿಜವಾಗಿಯೂ ರೇಗಿತು ''ನಮ್ಗೇ ಯಾವ ವಯಸ್ಸಾಗಿದೆ ? ಮೊಮ್ಮಕ್ಕಿಗೆ ಮಕ್ಕಳಾದವರೆಲ್ಲ ಈಗ್ಲೂ ಸಮಾಜಕ್ಕೆ ಪ್ರಯೋಜಕರಾಗಿದ್ದಾರೆ. ಅಂಥದ್ದರಲ್ಲಿ ಇಷ್ಟೊಂದು ಆರೋಗ್ಯವಾಗಿರೋ ನಮ್ಗೇನು?'' ಎನ್ನುತ್ತ ಹೋಗಿ ಎಣ್ಣೆಯನ್ನು ಬಿಸಿ ಮಾಡಿಕೊಂಡು ಬಂದಾಗ ಅವನು ಎದ್ದೇ ಬಿಟ್ಟ.

''ಈಗ ಹೋಗೋದಿದೆ. ಮತ್ತೆ ಯಾವಾಗ್ಲಾದ್ರೂ ಬರ್ತೀನಿ.'' ಅಣ್ಣ ಬರಲೇ ಇಲ್ಲ. ಬಂದರೇ ನೀವೆ ಹೇಳ್ಬಿಡಿ'' ಷೂ ಏರಿಸಿದಾಗ, ಸುಕನ್ಯ ಕಣ್ಣಲ್ಲಿ ಕಂಬನಿ ಇಣುಕುವುದೊಂದು ಬಾಕಿ ಇತ್ತು. ''ಅಪರೂಪಕ್ಕೆ ಬಂದೋನು ಹಾಗೆ ಹೋಗೋದೂಂದರೇನು ? ನಿಮ್ಮ ಅಣ್ಣ ಬೇಗ್ಬರ್ತಾರೆ. ಜೊತೆಯಲ್ಲಿ ಕೂತು ಊಟ ಮಾಡ್ಕೊಂಡ್ಹೋಗು ಬಲವಂತ ಮಾಡಿದರು. ಮಗ ಇನ್ನು ಕೆಲವು ಗಂಟೆಗಳಾದರೂ ತನ್ನ ಕಣ್ಮುಂದೆ ಇರಲಿಯೆನ್ನುವುದು ಆಕೆಯ ಬಯಕೆ.

''ಖಂಡಿತ ಆಗೋಲ್ಲ. ಇನ್ನೊಮ್ಮೆ ಬರ್ತೀನಿ'' ಆತುರ ತೋರಿದ.

ಹೊಸಲಿನಿಂದ ಆಚೆ ಹೋದವನು ಹಿಂದಕ್ಕೆ ಬಂದು ತಾಯಿಯನ್ನು ಅಪ್ಪಿಕೊಂಡು ಕಣ್ಣೀರು ಸುರಿಸಿದ, ''ಅಮ್ಮ ನನ್ನಿಂದ ಏನಾದ್ರೂ ತಪ್ಪಾಗಿದ್ದರೇ ಖಂಡಿತ ಕ್ಷಮ್ಸಬೇಕು'' ಕೇಳಿಕೊಂಡ. ಆಕೆಯ ಬಾಯಿಂದ ಮಾತುಗಳು ಬರುವುದೇ ಪ್ರಯಾಸವಾಯಿತು.

''ಕ್ಷಮಿಸ್ಸಿತ್ತೀನಿಂತ ಹೇಳು'' ಎರಡು ಕೈಗಳನ್ನು ಹಿಡಿದುಕೊಂಡ. ಆಕೆಗೆ ಅನುಮಾನ ಬಂತು ''ಅಂಥ ತಪ್ಪೇನು ಮಾಡಿದ್ದೀಯ ಬಿಡು'' ಎಂದು ಒಳಗೆ ಹೋದವರೇ ಗಟ್ಟಿ ಚೈನ್‌ನಲ್ಲಿ ಮಾಡಿಸಿದ ಹವಳ ಕರೀಮಣಿ ಜೊತೆ ಮಾಂಗಲ್ಯವಿದ್ದ ಪೊಟ್ಟಣವನ್ನು ಅವನ ಕೈಯಲ್ಲಿಟ್ಟು ''ಇದು ಸೊಸೆಗೇಂತ ಮಾಡ್ಸಿ ಇಟ್ಟಿದ್ದೆ. ಹೇಗೂ ಆಯ್ಕೆ ನಿಂದೇ ಆಗಿದೆ. ಅರ್ಜೆಂಟಾಗಿ ತಾಳಿ ಕಟ್ಟೋ ಸಂದರ್ಭ ಬಂದಾಗ ಇದ್ನ ಉಪಯೋಗಿಸ್ಕೋ'' ಎಂದರು ತುಂಬು ಮನದಿಂದ. ತೀರಾ ಕಕ್ಕಾಬಿಕ್ಕಿಯಾದ.

''ಬೇಡಮ್ಮ....'' ಅಂದ ಅಷ್ಟೆ 'ನೀನಿಲ್ಲದೆ ನನ್ಮದ್ವೆ ಆಗುತ್ತಾ ?' ಅನ್ನೋ ಒಂದು ಮಾತಿಗಾಗಿ ಕಾದರು ಸುಕನ್ಯ. ಮುರುಳಿ ಅನ್ನಲಿಲ್ಲ. ಸುಲಭವಾಗಿ ಅರ್ಥಮಾಡಿಕೊಂಡರು. ''ಬೇಡಾನ್ನ ಬಾರ್ದು ಇಟ್ಕೋ. ಮಾಂಗಲ್ಯ ಆವಾಗ್ಲೂ ಅತ್ತೆಯ ಮನೆಯದೇ ಕೆಲವೊಮ್ಮೆ ದಿಢೀರೆಂದು ನಿರ್ಣಯಕ್ಕೆ ಬರ್ಬೇಕಾಗುತ್ತೆ. ನೀನು ಚೆನ್ನಾಗಿರೋದು ನಮ್ಗೇ ಮುಖ್ಯ'' ಎಂದವರು ಪಕ್ಕಕ್ಕೆ ತಿರುಗಿ ಕಣ್ಣೀರು ತೊಡೆದುಕೊಂಡರು.

ಇನ್ನ ಅವನಿಗೆ ತಂದೆಯನ್ನೆದುರಿಸುವ ಶಕ್ತಿ ಇಲ್ಲದಾಯಿತು.

''ಬರ್ತೀನಿ....'' ಮಾಂಗಲ್ಯದ ಪೊಟ್ಟಣ ಅಲ್ಲೇ ಇಟ್ಟಾಗ ತೆಗೆದು ಅವನ ಕೈಯಲ್ಲಿಟ್ಟು ''ಮಾಂಗಲ್ಯ ಅತ್ತೆ, ಮಾವ ಮಾಡ್ಸಿ ಕೊಡೋದೆ ಶ್ರೇಯಸ್ಕರ, ಸಂಪ್ರದಾಯ.

ನಮ್ಮ ಬಗ್ಗೆ ಯೋಚ್ನೆ ಬೇಡ. ಹಣ ಕಳ್ಸೋಂಥ ರಿಸ್ಕ್ ತಗೋ ಬೇಡ. ಬರೋ ಸಂಬಳ ಬೇಕಾದಷ್ಟಾಯ್ತು.

ಬಗ್ಗಿ ಕಾಲಿಗೆ ನಮಸ್ಕರಿಸಿ ಹೊರಟ ಮಗನನ್ನು ಅವನು ಕಣ್ಣು ಮರೆಯಾಗುವ ವರೆಗೂ ನೋಡಿದರು. ದುಃಖ ತಡೆಯದಾಯಿತು. ಸಾಕಷ್ಟು ಅತ್ತು ಸಮಾಧಾನ ಮಾಡಿಕೊಳ್ಳುವ ವೇಳೆಗೆ.

ಸೇಟ್ ಕಾರಿನಲ್ಲಿ ಸತ್ಯನಾರಾಯಣ ಭವಾನಿ ನಗರ ಕಡೆ ಬರುವಾಗ 'ಇಂಡಿಕಾ'ದಲ್ಲಿ ದರ್ಪದಿಂದ ಕೂತು ಡ್ರೈವ್ ಮಾಡುತ್ತಿದ್ದ ಮಗನನ್ನು ಕಣ್ತುಂಬ ನೋಡುವ ಮೊದಲೇ ಮರೆಯಾಗಿ ಹೋಯಿತು ಕಾರು. ಎಂತಹ ಸಂಕಟವಾಯಿತೆಂದರೇ ಅವರಿಂದ ತಡೆದು ಕೊಳ್ಳುವುದೇ ಕಷ್ಟವಾಯಿತು. ಎದೆಯಲ್ಲಿ ಒತ್ತಿದಂಥ ಭಾರ - ಅವರಲ್ಲಿನ ಆತ್ಮಸ್ಥೈರ್ಯವೇ ಕೆಲವು ಸೆಕೆಂಡುಗಳಲ್ಲಿ ಚೇತರಿಕೆಯನ್ನುಂಟು ಮಾಡಿತು.

ಮನೆಗೆ ಬಂದಾಗ ತೀರಾ ದಣಿವಾಗಿದ್ದರೂ ತೋರಿಸಿಕೊಳ್ಳಲಿಲ್ಲ. "ಸುಕನ್ಯ, ಒಂದ್ಲೋಟ ನೀರು ಕೊಡು" ಕೇಳಿ ಕೂತರು. ಒಂದು ಟೇಬಲ್ಲು, ಎರಡು ಛೇರ್, ಒಂದು ಸ್ಟೂಲನ್ನು ಕ್ವಾರ್ಟರ್ಸ್‌ನಲ್ಲಿ ಹಾಕಿಸಿದ್ದರಿಂದ, ಬೇರೆ ಆಸನ ವ್ಯವಸ್ಥೆ ಬೇಕಿರಲಿಲ್ಲ.

ಲೋಟ ತೆಗೆದುಕೊಂಡವರೇ, "ಒಂದು ಲೋಟ ಯಾವುದಾದ್ರೂ ಪಾನಕ ಮಾಡ್ಕೊಂಡ್ಬಾ" ಹೆಂಡತಿಯನ್ನು ಒಳಗೆ ಕಳಿಸಿದರು. ತಮ್ಮ ಬಳಲಿಕೆ ಆಕೆಯಿಂದ ಕೆಲವು ಕ್ಷಣಗಳು ಮುಚ್ಚಿಡುವ ಪ್ರಯಾಸ ಅವರದು.

ಬೆಲ್ಲದ ಪಾನಕಕ್ಕೆ ಯಾಲಕ್ಕಿಯ ಸುವಾಸನೆ ಬೆರೆಸಿ ತಂದಿಟ್ಟ ಪಾನಕವನ್ನು ಕುಡಿದು ಚೇತರಿಸಿಕೊಂಡ ನಂತರವೇ ಹೆಂಡತಿಯತ್ತ ಗಮನ ಹರಿಸಿದ್ದು. ಅತ್ತು ಕೆಂಪಗಾದ ಕೆನ್ನೆಗಳು ಒಂದು ಕತೆಯನ್ನು ಹೇಳಿತು.

"ಸುಕನ್ಯ, ನಿನ್ನ ಕೆನ್ನೆಗಳು ಇಷ್ಟೊಂದು ಕೆಂಪಗಾಗಿದ್ದು ಇವತ್ತೇ ಗಮನಿಸಿದ್ದು" ಹಾಸ್ಯ ಮಾಡಿದರು. ಗಂಡನಿಗೆ ತೆಕ್ಕೆ ಬಿದ್ದು ಸುಕನ್ಯ ಕಣ್ಣೀರು ಸುರಿಸಿದರು "ಯಾಕೆ ಕಣ್ಣೀರು? ನಮ್ಮಿಂದ ದೂರವಾದ್ರೂ ಕ್ಷೇಮವಾಗಿ, ಸಂತೋಷವಾಗಿ ಇದ್ದಾನಲ್ಲ ಅಷ್ಟು ಸಾಕು. ಬದ್ಕಿನಲ್ಲಿ ಇಷ್ಟು ಕೂಡ ಎಷ್ಟೋ ಜನರಿಗೆ ಸಿಗೋಲ್ಲ. ಇರೋದ್ರಲ್ಲಿ ಸಂತೃಪ್ತಿಪಟ್ಕೊಂಡರೇ ನೆಮ್ದಿಯಾಗಿರ್ಬಹುದು" ವಿವೇಕದ ನುಡಿಗಳು ಇವು.

ಗಂಡ ಮುರುಳಿಯನ್ನು ನೋಡಿದ್ದಾರೆಂದು ಡೆಫಿನೆಟ್ ಆದ ಮೇಲೆ ನಿಧಾನಕ್ಕೆ ಸಮಾಧಾನಕ್ಕೆ ಬಂದರು. ಸತ್ಯನಾರಾಯಣ ನಿಧಾನಿ. ಆವೇಶಕ್ಕಿಂತ ಆಲೋಚನೆ ಒಳ್ಳೆಯದೆಂದು ಅವರ ಅಭಿಪ್ರಾಯ.

"ಮುರುಳಿ ಬಂದಿದ್ದ" ಹೇಳಿದರು ಸುಕನ್ಯ.

"ನೋಡ್ದೇ, ಎದುರಾದ ಕಾರಿನಲ್ಲಿದ್ದ. ಅವ್ನು ನನ್ನ ನೋಡಿರಲಿಕ್ಕಿಲ್ಲ, ನಂಗೂ ಕೂಗೋಕ್ಕಾಗಿಲ್ಲ. ಚೆನ್ನಾಗಿದ್ದಾನೆ, ತಾನೇ ?" ವಿಚಾರಿಸಿದರು. ಹತ್ತಿರದಿಂದ ನೋಡಬೇಕು.

ಮೈದಡವಬೇಕು. ಕೂತು ಸಾಕಷ್ಟು ಮಾತಾಡಬೇಕು - ಇಂಥ ಆಸೆಗಳು ಅವರಿಗೂ ಇತ್ತು.

ತುಟಿ ಕಚ್ಚಿ ಸುಕನ್ಯ ಅಳುವನ್ನು ನುಂಗಿದರು.

"ಸದ್ಯಕ್ಕೆ ಮೂರು ತಿಂಗ್ಳು ಅವನ್ನ ಬೇರೆ ಕಡೆ ಕಳಿಸ್ತಾ ಇದ್ದಾರಂತೆ. ಬಂದ್ಮೇಲೆ ತನ್ನ ಕೆಲ್ಸಕ್ಕೆ ಒಂದು ಡೆಸಿಗ್ನೇಷನ್. ಸರ್ಯಾದ ಸ್ಯಾಲರಿ ಫಿಕ್ಸ್ ಆಗುತ್ತೇಂದ. ಈಗ ನೋಡೋಕೆ ಮತ್ತಷ್ಟು ಸ್ಮಾರ್ಟಾಗಿದ್ದಾನೆ" ಅಷ್ಟನ್ನು ಮಾತ್ರ ಹೇಳಿದರು.

ಮಗ ಕ್ಷೇಮವಾಗಿದ್ದಾನೆ, ಸುಖವಾಗಿದ್ದಾನೆಂದು ಅರಿವಾದ ಮೇಲೆ ಅವನ ಬಗ್ಗೆ ಹೆಚ್ಚಿಗೆ ಚಿಂತಿಸುವ ಅಗತ್ಯವಿಲ್ಲ ಎನ್ನುವ ನಿರ್ಧಾರಕ್ಕೆ ಬಂದರು ಸತ್ಯನಾರಾಯಣ.

"ತುಂಬ ಹಸಿವು. ತಿಂಡಿ ತಂಗೊಂಡ್ಬಾ" ಎಂದರು.

ಮಗನ ಪ್ರಸ್ತಾಪದಿಂದ ನೋವೆಂದು ತಿಳಿದ ಅವರು ಅದನ್ನು ದೀರ್ಘವಾಗಿ ಎಳೆಯುವುದು ಬೇಡವೆಂಬ ತೀರ್ಮಾನಕ್ಕೆ ಬಂದರು.

ಕಾನ್ವೆಂಟ್ ಶುರುವಾದ ಒಂದು ವಾರಕ್ಕೆ ವಿದ್ಯಾ ಇಲಾಖೆಗೆ ಕೆಲವು ಪತ್ರಗಳನ್ನು ಕೊಡಲು ಹೊರಟಿದ್ದ ಸತ್ಯನಾರಾಯಣ ಮಗನನ್ನು ನೋಡಿದ್ದು ಆಕಸ್ಮಿಕ. ಗೋಧಿ ಬಣ್ಣದ ಫುಲ್ ಸೂಟುನಲ್ಲಿದ್ದ ಅವನು ಕೆಂಪು ಇಂಡಿಕಾದಿಂದ ಕೆಳಗಿಳಿದಾಗ, ಅವನ ಬೆರಳಿನಲ್ಲಿದ್ದ ವಜ್ರದ ಉಂಗುರ ಫಳಕ್ಕೆಂದಿತು. ತಂದೆ ಮಗನ ನಡುವಿನ ಅಂತರ ಬಹಳ ಕಮ್ಮಿ ಇತ್ತು. ಇವರು ಕಣ್ತುಂಬ ನೋಡಿದರು. ಅವನ ನೋಟ ತಂದೆಯತ್ತ ಹರಿಯದ್ದು ಒಂದು ಪುಣ್ಯ.

ಸತ್ಯನಾರಾಯಣ ಹತ್ತಿರದಲ್ಲೇ ಇದ್ದ ಒಂದು ದೇವಸ್ಥಾನದ ಪ್ರಾಂಗಣದಲ್ಲಿ ಹೋಗಿಕೂತು ಬಿಟ್ಟರು. ಮೈಯಲ್ಲಿ ತೀರಾ ನಿಶ್ಶಕ್ತಿ ತಲೆದೋರಿತ್ತು. ಅವರ ಮಿದುಳು ಸ್ತಬ್ಧವಾಗಿತ್ತು. ಕಾರ್ಯನಿರ್ವಹಿಸದೇ ಬಾಯಿಯಿಲ್ಲದ ಪ್ರೇಕ್ಷಕನಾಗಿತ್ತು.

"ಅಣ್ಣ, ಇದೇನು ಇಲ್ಲಿ?" ವಿಶ್ವ ಹೋಗುತ್ತಿದ್ದವನು ಓಡಿ ಬಂದ. ದೌರ್ಬಲ್ಯದ ಅರಿವಾಗುವುದು ಅವರಿಗಿಷ್ಟವಿಲ್ಲ "ಅರೆ ವಿಶ್ವ! ಇಲ್ಲೇ ಆಫೀಸಿಗೆ ಬಂದಿದ್ದೆ. ಇಲ್ಲಿ ಪ್ರಶಾಂತತೆ ಹಿಡಿಸ್ತು. ಅದ್ಕೇ ಬಂದು ಕೂತೆ" ಸಮರ್ಥನೆ ನೀಡಿದರು. ತುಟಿಯವರೆಗೂ ಬಂದರೂ ಮುರುಳಿಯ ಬಗ್ಗೆ ಪ್ರಶ್ನಿಸಲಿಲ್ಲ.

ಆದರೂ ಅವರ ನಿಸ್ತೇಜ ಮುಖ ನೋಡಿ ನಂಬಲಾಗಲಿಲ್ಲ, ವಿಶ್ವನಿಗೆ.

"ಮುರುಳಿ ಸಿಕ್ಕಿದ್ನಾ?" ಕೇಳಲೋ ಬೇಡವೋ ಎಂದು ಹೆದರುತ್ತಲೇ ಪ್ರಶ್ನಿಸಿದ.

"ಹೋದ್ವಾರ ಬಂದಿದ್ದ. ನಾನು ಸಿಕ್ಕಿಲ್ಲ. ಅವ್ರಮ್ಮನ ಕೈಯಲ್ಲಿ ದೋಸೆ ತಿಂದು ಹೋದ್ನಂತೆ. ನೀನೇನು ಈ ಕಡೆ?" ಕೇಳಿದರು.

"ಒಬ್ಬ ಗೆಳೆಯನ್ನ ನೋಡೋದಿತ್ತು!" ಜಾರಿಕೊಂಡ.

ಆಮೇಲೆ ಇಬ್ಬರು ಜೊತೆಯಲ್ಲಿ ಹೋಗಿ ಹೋಟೆಲಲ್ಲಿ ತಿಂಡಿ ತಿಂದ ನಂತರ ಸತ್ಯನಾರಾಯಣನ ಬಸ್ಸುಗೆ ಹತ್ತಿಸಿ ಟೂತ್‌ಪೇಸ್ಟ್, ಬ್ರಷ್ ಕೊಳ್ಳಲು ಜನರಲ್ ಸ್ಟೋರ್ಸ್‌ಗೆ

ಹೋದವನು ಅಲಕಾನ ನೋಡಿ ಅವಾಕ್ಕಾದ. ಬಹುಶಃ ಅವಳು ನೋಡದಿದ್ದರೇ ಸರಿದು ಹೋಗಿ ಬಿಡುತ್ತಿದ್ದ.

''ಹೇಗಿದ್ದೀರಿ, ವಿಶ್ವ ?'' ಸರಳವಾಗಿ ವಿಚಾರಿಸಿದಳು.

''ಫೈನ್.... ! ಒಬ್ಬರೇ ಬಂದ್ರಾ ?'' ನಮ್ರತೆಯಿತ್ತು ಅವನ ಸ್ವರದಲ್ಲಿ.

''ಭಟ್ಟರು ಕೂಡ ಬಂದಿದ್ದಾರೆ. ನಂಗೆ ಕೊಳ್ಳೋದರಲ್ಲಿ ಆಸಕ್ತಿ ಇರೋದ್ರಿಂದ ನಾನೇ ಶಾಪಿಂಗ್‌ಗೆ ಬರೋದು. ಎಲ್ಲಿ ನಿಮ್ಮ ಫ್ರೆಂಡ್‌ನ ನೋಡೋಕೆ ಬರಲೇ ಇಲ್ಲ'' ಅವಳ ಮಾತಿಗೆ ಸಂಕೋಚದ ನಗೆ ಬೀರಿದ.

''ಬರ್ತಿನಿ ಮೇಡಮ್'' ಹೊರಟವನನ್ನು ಅವಳ ಸ್ವರ ಹಿಡಿದು ನಿಲ್ಲಿಸಿತು. ''ಇರೀ ವಿಶ್ವ'' ಅವನ ನಾಲಿಗೆಯಲ್ಲಿನ ಪಸೆಯಾರಿತು. ಬವಳಿ ಬಂದಂತಾಯಿತು. ಸದ್ಯಕ್ಕೆ ಮುರುಳಿಯ ಇತಿಹಾಸದ ಬಗ್ಗೆ ಪ್ರಶ್ನಿಸಲು ಶುರುವಾದರೇ? ಗೊತ್ತಿಲ್ಲ ಗೊತ್ತಿಲ್ಲ ಅಷ್ಟನ್ನು ಬಿಟ್ಟು ಬೇರೇನು ಹೇಳಬಾರದೆಂದು ನಿಶ್ಚಯಿಸಿದ.

ಭಟ್ಟರಿಗೆ ಏನೋ ಹೇಳಿ ಹಣವನ್ನಿತ್ತು ಅವನೊಂದಿಗೆ ಹೊರಗೆ ಬಂದವಳು ಕಾರು ಪಾರ್ಕ್ ಮಾಡಿದ್ದ ಕಡೆ ಹೊರಟಾಗ ಎದೆಯಲ್ಲಿ ಚಳಿ ಶುರುವಾಯಿತು.

''ನಿಮ್ಗೆ ಈಗ ಕಟ್ತಾ ಇರೋ ಬಂಗ್ಲೇ ಬಗ್ಗೆ ಮುರುಳಿ ಏನಾದ್ರೂ ತಿಳಿಸಿದ್ರಾ'' ಕೇಳುತ್ತಲೇ ಕಾರಿನ ಬಾಗಿಲು ತೆಗೆದಾಗ, ಅವನಿಗೆ ಮೊದಲ ಸಲ ತನಗೆ ಉಸಿರಾಟದ ತೊಂದರೆ ಇದೆಯೆನಿಸಿತು. ಅಂಥದ್ದೊಂದು ಭ್ರಮೆ ಆವರಿಸಿದಾಗ ತಬ್ಬಿಬ್ಬಾದ. ''ಕೂತ್ಕೋಳಿ ವಿಶ್ವ'' ಆಜ್ಞೆಯನ್ನು ಶಿರಸಾವಹಿಸಿದಂತೆ ಕಾರಿನ ಹಿಂದಿನ ಡೋರ್ ತೆಗೆದುಕೊಂಡು ಹತ್ತಿ ಕೂತ ''ಮುರುಳಿ ಕೂಡ ಅಲ್ಲೇ ಇದ್ದಾರೆ''ದಾರಿಯಲ್ಲಿ ಹೇಳಿದಳು.

ಅವನಿಗೇನು ಅರಿವಾಗದಿದ್ದರೂ ಏನು, ಎತ್ತ, ಎಲ್ಲಿ ಎಂದು ಪ್ರಶ್ನಿಸಲು ಹೋಗಲಿಲ್ಲ.

ಕೊನೆಯ ಹಂತದಲ್ಲಿದ್ದ ಬಂಗ್ಲೆಯ ಮುಂಭಾಗಲ್ಲಿ ಕಾರು ಪಾರ್ಕ್ ಮಾಡಿ ಇಳಿದಾಗ, ತಾನು ತಡವರಿಸಿ ಬಿದ್ದಂಗೆ ಕೆಳಗಿಳಿದ. 'ಅಲಕಾ ನನ್ನೇನು ಕೇಳದಿರಲಿ' ಎಂದು ಜಗತ್ತಿನಲ್ಲಿ ಚಾಲ್ತಿಯಲ್ಲಿರುವ ಎಲ್ಲಾ ದೇವರುಗಳ್ನ ಅವಸರವಸರವಾಗಿ ಪ್ರಾರ್ಥಿಸಿದ.

ಎರಡು ಅಂತಸ್ತಿನ ಭವ್ಯವಾದ ಅತ್ಯಂತ ಸುಂದರವಾದ ಶ್ರೀಮಂತ ಬಂಗ್ಲೆ ಕಣ್ಣರಳಿಸುವಂತೆ ಮಾಡಿದಳು. ಮುಂದಿನ ಬಾಲ್ಕನಿಯಲ್ಲೇ ಇಂಜಿನಿಯರ್‌ರೊಂದಿಗೆ ಮಾತಾಡುತ್ತಿದ್ದ ಮುರುಳಿ ಮೊದಲು ಗಾಬರಿಯಾದರೂ ತನ್ನನ್ನು ಖಂಡಿತ ವಿಶ್ವ ರಕ್ಷಿಸುತ್ತಾನೆಂಬ ತಿಳಿದಿದ್ದರಿಂದ ಧೈರ್ಯದಿಂದ ಮುಗುಳ್ನಗೆ ಬೀರಿದ.

''ಮುರುಳಿ, ನೀವು ವಿಶ್ವಗೆ ಮನೆ ತೋರ್ಸಿ, ಅವ್ರ ಸಜೆಷನ್ ಕೂಡ ಕಲೆಕ್ಟ್ ಮಾಡ್ಕಳ್ಳಿ. ನಾನು ಎರಡು ನಿಮಿಷದಲ್ಲಿ ಬಂದು ಬಿಡ್ತೀನಿ'' ಅವರಿಬ್ಬರನ್ನು ಕಳುಹಿಸಿ ಇಂಜಿನಿಯರ್ ನೊಂದಿಗೆ ಕಾಂಪೌಂಡ್‌ನಲ್ಲಿ ಮಾರ್ಬಲ್‌ನಿಂದ ಯಾವ ರೀತಿ ಡಿಸೈನ್ ಮಾಡಬೇಕು. ಎಲ್ಲೆಲ್ಲಿ ಯಾವ ಯಾವ ಗಿಡಗಳು ಹಾಕಬೇಕೂಂತ ಚರ್ಚಿಸಿದ ನಂತರವೇ ಬಂದಿದ್ದು.

''ಹೇಗಿದೆ ವಿಶ್ವ ?'' ವಿಶ್ವಾಸದಿಂದ ಕೇಳಿದಳು.

''ಬ್ಯೂಟಿಫುಲ್, ಇಂಥ ಬಂಗ್ಲೇ ನಾನು ನೋಡ್ತಾ ಇರೋದೇ ಮೊದಲ ಸಲ ಏನ್ಹೇಳ್ಬೇಕೋ ಗೊತ್ತಾಗ್ತ ಇಲ್ಲ'' ಎಂದ. ಸಂಕೋಚ ಅವನ ದನಿಯಲ್ಲಿ ಅಡಗಿದ್ದು ಗುರ್ತಿಸಿದ ಅಲಕಾ, ''ಪ್ಲೀಸ್ ವಿಶ್ವ, ಇಲ್ಲಿ ನೀವು ಮುರುಳಿ ಫ್ರೆಂಡ್ ಅಷ್ಟೆ ಸುಮ್ನೇ ಅಂತರವಿದೆ ಎಂದ್ಕೊಂಡು ಕಾಂಪ್ಲೆಕ್ಸ್‌ಗೆ ಗುರಿಯಾಗ್ಬೇಡಿ. ಬಿ ಫ್ರೀ ಎಲ್ಲಾ ಕಡೆ ನೋಡಿ ಸಜೆಷನ್ ಕೊಡಿ'' ತಾನು ಮತ್ತೊಮ್ಮೆ ಅವನನ್ನು ಕರೆದೊಯ್ದು ಹಂತ ಹಂತವಾಗಿ ಎಲ್ಲಾ ತೋರಿಸಿಕೊಂಡು ಬಂದಳು.

ಮೇಲಿನ ಬಾಲ್ಕನಿಯಲ್ಲಿ ಮೂವರು ಕೂತು. ಅಲ್ಲಿ ಒಂದು ಪುಟ್ಟ ಆಫೀಸ್ ಶುರುವಾಗಿತ್ತು, ಮಾತಾಡಲು, ಚರ್ಚಿಸಲು ಅನುಕೂಲವಾಗಿತ್ತು.

''ಈ ಬಂಗ್ಲೆಗೆ ಒಂದು ಸುಂದರವಾದ ಅಷ್ಟೇ ಅರ್ಥಪೂರ್ಣವಾದ ಹೆಸರನ್ನು ಸೂಚಿಸಿ, ನೋಡೋಣ'' ಸವಾಲೆಸದಂತೆ ಕೇಳಿದಳು.

ಈಗಾಗಲೇ ಹೆಸರಿನ ಬಗ್ಗೆ ನಿರ್ಧಾರಕ್ಕೆ ಬಂದಾಗಿತ್ತು. ಅಮೃತಶಿಲೆಯ ಮೇಲೆ ಫಿಕ್ಸ್ ಮಾಡಿಸಲು ಬ್ರಾಸ್ ಬೋರ್ಡ್ ರೆಡಿಯಾಗಿತ್ತು. ವಿಶ್ವ ಮುರುಳಿಯತ್ತ ನೋಡಿದ. ಅವನು ಮೌನವಹಿಸಿದ್ದ.

''ನನ್ನ ತಲೆ ಇಂಥ ವಿಷ್ಯದಲ್ಲಿ ಕೆಲ್ಸ ಮಾಡೋಲ್ಲ ಮೇಡಮ್ ಒಂದು ಪ್ರಕಟಣೆ ಕೊಟ್ಟು ಆಯ್ಕೆಯಾದ ಹೆಸರಿಗೆ ಒಂದು ಸಾವಿರ ಬಹುಮಾನವೆಂದು ಘೋಷಿಸಿ ಬಿಡಿ. ಸಾವಿರಾರು ಹೆಸರುಗಳು ಬಂದು ಬೀಳುತ್ತೆ. ಅದರಲ್ಲಿ ಪುಟ್ಟದಾದ, ಅತ್ಯಂತ ಸುಂದರವಾದ ಒಂದ್ಹೆಸರನ್ನು ಆಯ್ಕೆ ಮಾಡಿಕೊಳ್ಳಬಹುದ್ದು'' ತನ್ನ ತಿಳಿವಳಿಕೆಗೆ ಅನುಸಾರವಾಗಿ ಉಸುರಿದ.

ಎರಡು ನಿಮಿಷ ಸುಮ್ಮನಿದ್ದ ಅಲಕಾ, ''ಈ ವಾಸವಾಗಿರೋ ಬಂಗ್ಲೆಗೆ ಹೆಸರು ಐಶ್ವರ್ಯ. ಅದು ನನ್ನತಾಯಿ ಹೆಸರು. ಈ ನೂತನ ಬಂಗ್ಲೆಗೆ ನಮ್ಮ ಅತ್ತೆ ಹೆಸರು'' ಅಂದಾಗ ವಿಶ್ವ ಗೆಳೆಯನ ಮುಖ ನೋಡಿದ. ಅವನ ಕಣ್ಣುಗಳಲ್ಲಿ ಬರೀ ನಿಸ್ಸಹಾಯಕತೆ ಇತ್ತು. ಅನುಮಾನ ಪರಿಹರಿಸಿಕೊಳ್ಳಲು, ''ನಿಮ್ಮಂದೆ ತಂಗಿ ಅಕ್ಕ....''

''ಇಲ್ಲ, ನಮ್ಮ ಮುರುಳಿ ತಾಯಿ ಸುಕನ್ಯ. ನಂಗೆ ಅವ್ರನ್ನ ನೋಡಿ ಆಶೀರ್ವದಿಸಿಕೊಳ್ಳೋಂತ ಭಾಗ್ಯವಿಲ್ಲ. ಸದಾ ನಾವು ವಾಸಿಸೋ ಬಂಗ್ಲೆಗೆ ಆಕೆಯ ಹೆಸರಿನ ತಂಪು ಇರಲೀಂತ'' ಭಾವಪೂರ್ಣವಾಗಿ ಹೇಳಿದಳು.

ವಿಶ್ವನಿಗೆ ಸಂತೋಷ ತಡೆದುಕೊಳ್ಳಲಾಗಲಿಲ್ಲ, ಆದರೆ ಗೆಳೆಯನ ಕಡೆ ಹರಿಸಿದ್ದು ತಿರಸ್ಕಾರದ ನೋಟವನ್ನು. ದೈವ ಒಂದು ರೀತಿಯಲ್ಲಿ ಅವನನ್ನ ಶಿಕ್ಷಿಸುತ್ತಿದೆಯೆಂದುಕೊಂಡ.

''ತುಂಬ ಒಳ್ಳೆ ಹೆಸರು. ಸುಕನ್ಯ ಅಮ್ಮ ಸಾಕ್ಷಾತ್ ಸುಕನ್ಯನೇ. ನಂಗಂತೂ ಈ ಹೆಸರು ತುಂಬ ಹಿಡಿಸಿತು'' ಬಾಯಿ ತುಂಬ ಹೊಗಳಿದ.

ಮುರುಳಿ ಅಯೋಮಯವಾಗಿ ನೋಡಿದ. ಕೆಲವು ಗಂಟೆಗಳಲ್ಲಿ ಹೇಳಿದ ಸುಳ್ಳು

ಅಪ್ಪ ಅಮ್ಮನನ್ನು ಮರೆಯಬೇಕೆಂದು ಇರುತ್ತಿದ್ದ ಅದೂ ಸಾಧ್ಯವಾಗುತ್ತಿರಲಿಲ್ಲ. ಮುಂದೆ ಪೂರ್ತಿ ಸಾಧ್ಯವಾಗುವುದಿಲ್ಲವೆಂದುಕೊಂಡಳು.

ಇವನು ಹೊರಟಾಗ ಜ್ಞಾಪಿಸಿಕೊಂಡು, ''ಮೊನ್ನೆ ಪ್ರಿಂಟಿಂಗ್ ಸೆಕ್ಷನ್‌ಗೆ ಬಂದಿದ್ದೆ ನೀವು ಕಾಣಲೇ ಇಲ್ಲ'' ಎಂದಳು ಅಲಕಾ. ಅವನು ಬರೀ ನಗೆ ಬೀರಿದ. ಅಲ್ಲಿ ಅವನು ಕೆಲ್ಸ ಬಿಟ್ಟಾಗಿತ್ತು. ಅದು ಮುರುಳಿಗೆ ಗೊತ್ತಿತ್ತು.

''ಎಲ್ಲಿಗೆ ಹೇಳಿ, ನಿಮ್ಮನ್ನು ಡ್ರಾಪ್ ಮಾಡ್ತೀನಿ'' ಅಲಕಾ ಅಂದಾಗ ನಿರಾಕರಿಸಿದ, ''ಇಲ್ಲಿ ನನ್ನ ಫ್ರೆಂಡ್ ಒಬ್ಬರನ್ನು ನೋಡ್ಬೇದಿದೆ. ಮತ್ತೆ ಸಿಗ್ತೀನಿ'' ಆದಷ್ಟು ಬೇಗ ಕಾಲು ತೆಗೆದ.

ಬಂದು ಮುರುಳಿಯ ಪಕ್ಕ ನಿಂತ ಅಲಕಾ, ''ವಿಶ್ವ ಒಬ್ಬ ಒಳ್ಳೆಯ ಸ್ನೇಹಿತ. ಅವ್ರಿಗೆ ಏನಾದ್ರೂ ಹೆಲ್ಪ್ ಮಾಡಿ. ಪ್ರಮೋಷನ್ ಅದಕ್ಕೆಲ್ಲ ಯೂನಿಯನ್ ಗಲಾಟೆ ಇರ್ಬಹ್ದು. ನಮ್ಮ ಎಸ್ಟೇಟ್ ಇನ್ಚಾರ್ಜ್ ಆಗಿ ಕೆಲ್ಸಕ್ಕೆ ತಗೊಳ್ಳಿ. ಅಲ್ಲಿ ಕ್ವಾರ್ಟರ್ಸ್ ಇದೆ. ಇನ್ನು ಹೆಚ್ಚಿಗೆ ಸಂಬಳ ಸಿಗುತ್ತೆ. ನಿಮ್ಮ ಗೆಳೆಯನನ್ನು ನೋಡ್ಬೇಂಕೂಂತ ಎಸ್ಟೇಟ್‌ಗೆ ಹೋಗ್ಬಹ್ದು'' ಒಳ್ಳೆಯ ಸಲಹೆ ಕೊಟ್ಟಳು. ಅವನು ಅನುಮೋದಿಸುವ ಸ್ಥಿತಿ ಇರಲಿಲ್ಲ.

''ಅವ್ನು ಇಷ್ಟಪಡೋಲ್ಲ. ತುಂಬ ಸ್ವಾಭಿಮಾನಿ. ಗೆಳೆತನ ದೂರದಿಂದ್ಲೇ ಆಸ್ವಾದಿಸ ಬೇಕೆನ್ನೋದು ಅವ್ನ ಮತ'' ಎಂದ. ಅವನು ಇದ್ದ ಒಂದು ಒಳ್ಳೆ ಕೆಲ್ಸ ಬಿಟ್ಟು ಹೋಗೋಕೆ ಇವನೇ ಕಾರಣವಾಗಿದ್ದ.

ಇವರ ಕಾರು ಪತ್ರಿಕಾಲಯಕ್ಕೆ ಬಂದಾಗ ಸತ್ಯನಾರಾಯಣ ಒಳಗಿನಿಂದ ಹೊರ ಬರುತ್ತಿದ್ದರು. ಅವರು ವಿಶ್ವನನ್ನು ಹುಡುಕಿಕೊಂಡು ರೂಮಿಗೆ ಹೋದವರು ಅವನು ಅಲ್ಲಿ ಇರದಿದ್ದರಿಂದ ಇಲ್ಲಿಗೆ ಬಂದಿದ್ದರು. ಇಲ್ಲಿ ಅವನು ಕೆಲಸ ಬಿಟ್ಟ ಎಂಬ ಸಂಗತಿ ತಿಳಿದು ಹಿಂದಿರುಗುವಾಗ ಮಗನನ್ನು ಕಂಡಿದ್ದು ಆಕಸ್ಮಿಕವಾಗಿ. ಮುಂದಕ್ಕೆ ಹೋದವರು ಗೇಟಿನ ಬಳಿ ನಿಂತರು. ಅಲಕಾ ಮುರುಳಿ ಕಾರಿನಿಂದ ಇಳಿದು ಒಳಗೆ ಹೋಗಿದ್ದನ್ನು ಕಣ್ಣಾರೆ ಕಂಡರು. ಆ ಕ್ಷಣ ಭೂಮಿ ಇಬ್ಭಾಗವಾಗಿ ಪಾತಾಳ ಸೇರಿ ಹೋದಂತಾಯಿತು.

''ಯಾಕೆ ಸಾಬ್ ನಿಂತಿರಿ ?'' ವಾಚ್‌ಮನ್ ವಿಚಾರಿಸಿದ.

''ಏನಿಲ್ಲ ಪ್ರಿಂಟಿಂಗ್ ಸೆಕ್ಷನ್‌ನಲ್ಲಿ ಕೆಲ್ಸ ಮಾಡೋ ವಿಶ್ವನ್ನ ನೋಡ್ಬೇಕೂಂತ್ಬಂದೆ ಇಲ್ಲಿ ಕೆಲ್ಸ ಬಿಟ್ಟಿದ್ದಾನೇಂತ ತಿಳೀತು. ಬೇರೆಯವ್ರಿಂದ ಅವ್ನ ಬಗ್ಗೆ ಏನಾದ್ರೂ ಇನ್‌ಫರ್ಮೇಷನ್ ಸಿಕ್ಕುತ್ತಾಂತ ಯೋಚಿಸ್ತಾ ಇದ್ದೆ. ಮ್ಯಾನೇಜ್‌ಮೆಂಟ್ ಸೆಕ್ಷನ್‌ನಿಂದ ಏನಾದ್ರೂ ತಿಳೀಬಹುದಾ?'' ಎಂದು ಅವನನ್ನೆ ಕೇಳಿದರು.

''ಗೊತ್ತಿಲ್ಲ ಸಾಬ್, ವಿಶ್ವ ಗೊತ್ತುಂಟು. ಈಚೆಗೆ ಬರ್ತಾ ಇಲ್ಲ ಬೈಂಡಿಂಗ್ ಸೆಕ್ಷನ್‌ನಲ್ಲಿ ಕೆಲ್ಸ ಮಾಡೋ ಇಸ್ಮಾಯಿಲ್‌ನ ಕೇಳಿ ನೋಡಿ. ಅವ್ರು ನಮ್ಮ ಯೂನಿಯನ್ ವೈಸ್ ಪ್ರೆಸಿಡೆಂಟ್'' ಎಂದು ತಕ್ಷಣ ಗೇಟು ಬಳಿ ಓಡಿ ಹೋದ.

ಸತ್ಯನಾರಾಯಣ ಪೂರ್ತಿ ಪಕ್ಕಕ್ಕೆ ಸರಿದರು. ಈ ಪತ್ರಿಕೆಯ ಓನರ್, ಎಡಿಟರ್ ಶಿವಶಂಕರ ಪಿಳ್ಳೆಯ ಬಗ್ಗೆ ಅವರಿಗೇನು ಗೊತ್ತಿಲ್ಲ.

ಕಾರು ಮುಂದಕ್ಕೆ ಹೋಯಿತು. ಇಳಿದ ವ್ಯಕ್ತಿಯನ್ನು ಕೂಡ ನೋಡಿದರು. ಬಿಳಿಯ ಪಂಚೆ, ಮೇಲೊಂದು ಬಿಳಿಯ ಜುಬ್ಬಾ ಅದರ ಮೇಲೊಂದು ವಾಸ್ ಕೋಟ್ ಕಣ್ಣಿಗೆ ಚಿನ್ನದ ಕಟ್ಟಿನ ಕನ್ನಡಕ, ಮುಖದ ಮೇಲೆ ದರ್ಪಬೆರೆತ ಗಾಂಭೀರ್ಯ.

''ಇವ್ರು ಶಿವಶಂಕರ ಪಿಳ್ಳೆಯವ್ರ'' ವಾಚ್‌ಮನ್‌ಗೆ ಕೇಳಿದರು.

ಅವನು ಬರೀ ಪ್ರಶ್ನೆಗೆ ಮಾತ್ರ ಉತ್ತರಿಸಲಿಲ್ಲ. ಇನ್ನಷ್ಟು ವಿಸ್ತಾರವಾಗಿ ಹೇಳಿದ ''ಹೌದು, ಸ್ವಲ್ಪ ಮುಂದೆ ಬಂದರಲ್ಲ ಅವರೇ ಮಗಳು, ಅಳಿಯ. ಸಾಕಷ್ಟು ಆಸ್ತಿ ಇರೋ ಜನ ಮನೆ ಅಳಿಯನನ್ನು ತಂದ್ಕೊಂಡಿದ್ದಾರೆ. ಅವ್ರಿಗೂ ಯಾರು ಇಲ್ವಂತೆ. ಸಮಸ್ತವು ಇವ್ರೆ'' ಆಮೇಲೆ ಅವನೇನು ಹೇಳಿದನೋ ಇವರಿಗೇನು ಕೇಳಿಸಲಿಲ್ಲ. ನಿಂತಲ್ಲಿಯೇ ಬೆವೆತರು. ಜೇಬಿನಲ್ಲಿ ಕೈಗೆ ಸಿಕ್ಕ ಐವತ್ತರ ನೋಟನ್ನು ಅವನಿಗೆ ಕೊಟ್ಟರು ಧನ್ಯವಾದ ಅರ್ಪಿಸುವಂತೆ.

ತಮ್ಮ ಶರೀರ ಎಷ್ಟು ಭಾರವಾಗಿದೆ. ಇದನ್ನು ಹೊತ್ತುಕೊಂಡು ತಿರುಗೋದೂಂತ ಮೊದಲ ಸಲ ಯೋಚಿಸಿದರು. ಹತ್ತಿರದ ಹೋಟೆಲ್‌ಗೆ ಬಂದು ನೀರು ಕುಡಿದು ವಿರಮಿಸಿಕೊಂಡರು. ಮಗನ ಧೈರ್ಯಕ್ಕೆ 'ಹ್ಯಾಟಾಫ್' ಹೇಳುವಂತಾಯಿತು.

ಅವರ ಎಡಗೈ ನಿಧಾನವಾಗಿ 'ಲಬ್ ಡಬ್' ಎಂದು ಸದ್ದು ಮಾಡುವ ಹೃದಯದ ಭಾಗವನ್ನು ಸವರಿ ನೋಡಿತು. ಅದು ಮಾಮೂಲಿನಂತೆ ತನ್ನ ಕೆಲಸವನ್ನು ನಿರ್ವಹಿಸುತ್ತಿತ್ತು. ನೀಳವಾಗಿ ಉಸಿರೆಳೆದು ದಬ್ಬಿದರು.

ಹೋಟೆಲ್‌ನಿಂದ ಹೊರ ಬಂದರು. ಜನ ಇರುವೆಗಳಂತೆ ವೆಹಿಕಲ್‌ಗಳಲ್ಲಿ ಕಾಲುನಡಿಗೆಯಲ್ಲಿ ಓಡಾಡುತ್ತಿದ್ದರು. ಆಸೆ-ನಿರಾಸೆ, ಸಂತೋಷ-ದುಃಖ ತುಂಬಿದ ಜಗತ್ತಿನಲ್ಲಿ ತಾವೊಬ್ಬರು ಬೇರೆ ಹೇಗೆ? ಅನಂತ ವಿಶ್ವದಲ್ಲಿ ತಾನೊಂದು ಬಿಂದು. ಆಳಕ್ಕೆ ಇಳಿದು ಚಿಂತಿಸತೊಡಗಿದಾಗ ಈ ಪೆಟ್ಟನ್ನು ತಾಳಿಕೊಳ್ಳುವ ಶಕ್ತಿ ಅವರ ಮನಸ್ಸಿಗೆ ಬಂತು.

ಸಿಟಿ ಬಸ್ಸು ಹತ್ತಿದವರು ನೇರವಾಗಿ ಕಾನ್ವೆಂಟ್‌ಗೆ ಹೋದರು. ಕೆಲಸದ ಒತ್ತಡ, ಮಕ್ಕಳ ನಡುವೆ ಸಮಯ ಹೋಗಿದ್ದೆ ತಿಳಿಯಲಿಲ್ಲ. ಈಗ ಒಂದು ವರ್ಷದಿಂದ ಈ ಭವಾನಿ ಕಾನ್ವೆಂಟ್ ಬಗ್ಗೆ ಪ್ರಚಾರ ಮಾಡಿದ್ದರು. ಈ ಶಾಲೆಯ ತೆರೆಯುವಿಕೆಯಲ್ಲಿನ ಧ್ಯೇಯೋದ್ದೇಶಗಳನ್ನು ಮನೆ ಮನೆಗೂ ತಲುಪಿಸಿದ್ದರಿಂದ, ವಿದ್ಯಾರ್ಥಿಗಳು ಆರಾಮಾಗಿ ಭರ್ತಿಯಾಗಿದ್ದರು. ಇದೊಂದು ಸಂತೋಷದ ವಿಷಯ ಮ್ಯಾನೇಜ್‌ಮೆಂಟ್‌ನವರಿಗೆ.

ಕಡೆಯ ಬೆಲ್ ಹೊಡೆದ ನಂತರ ಎಲ್ಲಾ ಕೆಲಸಗಳನ್ನು ಮುಗಿಸಿಕೊಂಡು ಕಾನ್ವೆಂಟ್‌ಗೆ ಬೀಗ ಹಾಕಿಸಿಕೊಂಡು ಸುಕನ್ಯ, ಸತ್ಯನಾರಾಯಣ ಇಬ್ಬರು ಜೊತೆಗೆ ಬಂದರು.

ಉಡುಪು ಬದಲಾಯಿಸಿ ಬಂದ ಹೆಂಡತಿಯನ್ನು ನೋಡಿ, ''ನಾರಾಯಣಪುರದ

ಸುಕನ್ಯಗೂ ಈಗಿನ ಸುಕನ್ಯಗೂ ಬಹಳ ವ್ಯತ್ಯಾಸ ಕಾಣ್ತಾ ಇದೆ. ಅಂದು ಬರೀ ಗೃಹಿಣಿ, ಇಂದು ವಿದ್ಯಾರ್ಥಿಗಳಿಗೆ ಕಲಿಸ ಹೊರಟ ಶಿಸ್ತಿನ ಮೇಡಮ್'' ನಗೆಯಾಡಿದರು.

ಆಕೆಯ ಕಣ್ಣುಗಳು ಮಿನುಗಿದವು. ಒಂಬತ್ತುವರೆಯಿಂದ ಐದರವರೆಗೂ ಯಾರ ನೆನಪು ಬರಲೂ ಸಾಧ್ಯವಿರಲಿಲ್ಲ. ಪುಟ್ಟ ಮಕ್ಕಳ ಹಲವು ಸಮಸ್ಯೆಗಳ ಮಧ್ಯೆ ಬದುಕು ತೀರಾ ಚೆಂದವೆನಿಸಿತ್ತು. ಮುಗ್ಧ ವಯಸ್ಸಿನ ಮಾತು, ನಗು, ಅಳು ಎಲ್ಲವು ಚೆಂದವೇ - ಇಲ್ಲಿ ಅವರ ಪಾಲಿಗೆ ಇನ್ನೊಂದು ಲೋಕ ಸೃಷ್ಟಿಯಾಗಿತ್ತು.

ತಕ್ಷಣ ಬಂದು ಸುಕನ್ಯ ಗಂಡನ ಬಳಿ ಕೂತು, ''ನಮ್ಗೆ ಸಿಂಗಾರಯ್ಯ ಅಲ್ಲಿ ಸಮಸ್ಯೆಗಳ್ನ ಸೃಷ್ಟಿಸದಿದ್ದರೆ ನಾವು ಬೇರೆ ಯೋಚ್ನೇ ಮಾಡ್ತಾ ಇದ್ದೆವೋ ಇಲ್ವೋ! ಆಗ ನೋವು ಅನುಭವಿಸಿರಬಹುದು. ಆದರೆ ಈಗಿನ ಸುಖದ ನೆಮ್ದಿಯ ಮುಂದೆ ಅದೇನು ಅಲ್ಲ'' ಭಾವುಕರಾಗಿ ಮಾತಾಡಿದರು.

ಸತ್ಯನಾರಾಯಣ ಹೆಂಡತಿಯನ್ನು ಎದೆಗೊರಗಿಸಿಕೊಂಡು ತಲೆ ಸವರಿದರು. ಆ ಸಾಮೀಪ್ಯ ಎಷ್ಟೊಂದು ಆನಂದವನ್ನು ತಂದಿತು. ಇಂಥ ಕ್ಷಣಗಳು ಅವರ ಜೀವನದಲ್ಲಿ ಅಧಿಕವಾದವು.

ಮೂರು ದಿನ ಬಹಳಷ್ಟು ಯೋಚಿಸಿದ ಸತ್ಯನಾರಾಯಣ್ ಒಂದು ನಿರ್ಧಾರಕ್ಕೆ ಬಂದರು. ಮಗನ ಮದುವೆಗಾಗಿ ಒಂದಿಷ್ಟು ಹಣ ಇಟ್ಟಿದ್ದರು. ಇನ್ನ ಅದರ ಅಗತ್ಯ ಕಾಣಲಿಲ್ಲ. ಅದು ಒಂದು ಉತ್ತಮ ಪ್ರಯೋಜನಕ್ಕಾಗಿ ಆ ಹಣ ಬಳಕೆಯಾಗಬೇಕೆಂಬ ನಿರ್ಣಯಕ್ಕೆ ಬಂದಿದ್ದರಿಂದ ಹೆಂಡತಿಯ ಮುಂದೆ ವಿಷಯ ಮಂಡಿಸಿದರು.

''ಸುಕನ್ಯ ಕೆಲವು ವಿಷ್ಯಗಳು ಗೌಪ್ಯವಾಗಿ ಉಳಿಯೋದೇ ಚೆನ್ನ'' ಪೀಠಿಕೆ ಹಾಕಿದಾಗ ಆಕೆ ''ಹೌದು, ಮನಸ್ಸಿಗೆ ಘಾಸಿ ತರೋ ವಿಚಾರಗಳು ಮುಚ್ಚಿಟ್ಟರೇ ತಪ್ಪೇನಿಲ್ಲ'' ಎಂದರು. ಅಂದು ಮಗ ಬಂದಾಗ ಆಕೆಯ ಮನದಲ್ಲಿ ಮೂಡಿದ ಅನುಮಾನ ಸೊಸೆಗಾಗಿ ಮಾಡಿಸಿಟ್ಟ ಮಾಂಗಲ್ಯದ ಸರವನ್ನು ಮುರುಳಿಗೆ ಕೊಟ್ಟಿದ್ದನ್ನು ಇಂದಿಗೂ ಗಂಡನ ಮುಂದೆ ಪ್ರಸ್ತಾಪಿಸಿರಲಿಲ್ಲ.

ಸ್ವಲ್ಪ ಧೈರ್ಯ ಬಂತು ಸತ್ಯನಾರಾಯಣ್‌ಗೆ. ''ಹತ್ತಾರು ಸಾವಿರ ಸಂಬಳ ಬರೋಂಥ ದೊಡ್ಡ ಕೆಲ್ಸ ಸಿಕ್ಕಿದೆ ಮುರುಳಿಗೆ. ಒಳ್ಳೆಯ ಕಡೆ ಸಂಬಂಧಗಳೇ ಬರುತ್ತೆ. ನಮ್ಗೆ ಅಂಥ ಖರ್ಚೇನು ಇರೋಲ್ಲ. ಅವ್ನ ವಿವಾಹಕ್ಕೇಂತ ಇಟ್ಟಿರೋ ಋಣದ ಕಾರ್ಗಿಲ್ ಯೋಧರ ಪರಿಹಾರ ನಿಧಿಗೆ ಕೊಟ್ಟಿಡೋಣಾಂತ. ಅದು ಭಾರತೀಯ ನಾಗರೀಕನಾಗಿ ನನ್ನ ಕರ್ತವ್ಯ. ಅಲ್ಲಿ ಗಡಿಯಲ್ಲಿ ಹೋರಾಡಿ ಮಡಿದವ್ರು ಕೂಡ ನಮ್ಮ ಮಕ್ಳೇ ಅಲ್ವಾ ! ಅವ್ರ ಕುಟುಂಬದ ಜವಾಬ್ದಾರಿ ಇಡೀ ಭಾರತೀಯರಿಗೆ ಸೇರಿದೆ. ನಮ್ಮದೊಂದು ಇಂದು ಸಾಗರಕ್ಕೆ ಸೇರಿ ಪುನೀತವಾಗ್ಲಿ'' ಎಂದರು.

ಅಭಿಮಾನದಿಂದ ಗಂಡನ ಕಡೆ ನೋಡಿದರು ಸುಕನ್ಯ. ಚಿಕ್ಕ ಸತ್ಯನಾರಾಯಣ ಭವನದ ಮಾಲೀಕನಿಗೆ ಹೃದಯ ವೈಶಾಲ್ಯವಿದೆಯೆಂದುಕೊಂಡರು.

''ಹಾಗೇ ಮಾಡಿ! ನಿಮ್ಮ ಪ್ರಕಾರ ಮುರುಳಿ ಮದ್ವೆಗೆ ನಮ್ಮ ಖರ್ಚೇನು ಇರೋಲ್ಲ'' ಅಂದ ಸುಕನ್ಯ ಕಣ್ಣಲ್ಲಿ ಕಂಬನಿಯ ತುಂತುರು ಇತ್ತು.

ಒಂದು ಒಳ್ಳೆಯ ಕೆಲಸ ಮಾಡಬೇಕೆಂದುಕೊಂಡಾಗ ತಕ್ಷಣ ಮಾಡುವುದು ಸರಿಯೆಂದು ಅವರ ಅಭಿಪ್ರಾಯ.

''ಸೇಠ್ ನಂಗೊಂದಿಷ್ಟು ಕೆಲ್ಸ ಹೇಳಿದ್ದಾರೆ. ಹಣನ ಡ್ರಾ ಮಾಡ್ಕೊಂಡ್ಹೋಗಿ ಪತ್ರಿಕೆಯ ಆಫೀಸಿಗೆ ಕೊಟ್ಬಂದು ಊಟ ಮಾಡ್ತೀನಿ. ಅಡ್ಗೆ ಮುಚ್ಚಿಟ್ಟು ನೀನು ಕಾನ್ವೆಂಟ್‌ಗೆ ಹೋಗು'' ತಕ್ಷಣ ಸಿದ್ಧವಾದರು.

ಇವರು ಬಸ್ಸು ಸ್ಟಾಪ್‌ಗೆ ಬಂದು ನಿಲ್ಲುವ ವೇಳೆಗೆ ವಿಶ್ವ ಆಟೋದಿಂದ ಇಳಿದು ಅವರತ್ತ ಬಂದ, ''ಅಣ್ಣ ನೀವು ಬಂದಿದ್ದು ಗೊತ್ತಾಯ್ತು'' ಅವರ ಕೈ ಹಿಡಿದ ಚೀಲ ಭಾರದಿಂದ ಜಗ್ಗುತ್ತಿತ್ತು.

''ಹೇಗಿದ್ದಿ, ವಿಶ್ವ ? ಆಗಾಗ ಸಿಟಿಯಲ್ಲಿ ಒಂದಿಷ್ಟು ಕೆಲ್ಸ ಇರುತ್ತೆ. ಮೊನ್ನೆ ಸಮಯ ಇತ್ತು, ನಿನ್ನ ಕೂಡ ನೋಡೋಣಾಂತ ಅನ್ನಿಸ್ತು'' ಎಂದರು ಸರಳವಾಗಿ.

ಇವರು ಪತ್ರಿಕಾಲಯಕ್ಕೆ ಬಂದಿದ್ದ ಸುದ್ದಿಯನ್ನು ವಾಚ್‌ಮನ್ ಮುಟ್ಟಿಸಿದಾಗ ಹೆದರಿದ್ದ. ಇವರೇ ಎನ್ನುವ ಅಂದಾಜು ಕೂಡ. ಅವನಿಗೆ ಒಂದಿಷ್ಟು ಹಣ ಬರಬೇಕಿದ್ದರಿಂದ ಅದನ್ನು ಪಡೆಯಲೆಂದು ಪತ್ರಿಕಾಲಯಕ್ಕೆ ಹೋಗಿದ್ದ. ಆಗ ವಿಷಯ ತಿಳಿದು ಹೌಹಾರಿದ್ದ. ಮುರುಳಿಯ ಸುಳ್ಳಿನಲ್ಲಿ ತನ್ನ ಪಾಲು ಎಷ್ಟಿದೆಯೆಂದು ಲೆಕ್ಕ ಹಾಕಿ ಅವನಿಗೆ ಸಾಕಾಗಿ ಹೋಗಿತ್ತು.

''ನಾನು ಈಗ ಅಲ್ಲಿ ಕೆಲ್ಸ ಮಾಡ್ತಾ ಇಲ್ಲ. ಬೇರೆ ಕಡೆ ಹೋಗ್ತಾ ಇದ್ದೀನಿ'' ಉಸುರಿದ ಮೆಲ್ಲಗೆ. ''ಗೊತ್ತಾಯ್ತು, ಒಂದಿಷ್ಟು ಕೆಲ್ಸ ಇದೆ ಸಿಟಿಯಲ್ಲಿ ಬೇಗ ಮುಗಿಸ್ಕೊಂಡ್ಬಂದ್ಬಿಡ್ತೀನಿ'' ಹೇಳಿದರು.

''ಇವತ್ತು ಇಡೀ ದಿನ ರಜ. ನಾನು ನಿಮ್ಜೊತೆ ಸುತ್ತಾಡಿಕೊಂಡು ಬರ್ತೀನಿ. ಈಗ ನಾನ್ಹೋದರೆ ಅಮ್ಮ ಕೂಡ ಕಾನ್ವೆಂಟ್‌ಗೆ ಹೋಗ್ಬಿಡ್ತಾರೆ'' ಅವರ ಜೊತೆ ಅವನು ಕೂಡ ಹೊರಡಲು ಉತ್ಸುಕನಾದ.

''ಒಳ್ಳೇದೇ ಆಯ್ತು, ಬೇಗ ಹಿಂದಿರ್ಗೋಣ'' ಎಂದರು.

ಇಬ್ಬರು ಸಿಟಿ ಬಸ್ಸು ಹತ್ತಿ ಮೆಜೆಸ್ಟಿಕಿನಲ್ಲಿ ಇಳಿದಾಗ ''ವಿಶ್ವ, ಈ ಚೆಕ್ ಡ್ರಾ ಮಾಡ್ಕೊಂಡ್ ಹಣ ತಗೊಂಡ್ಹೋಗಿ ಕಾರ್ಗಿಲ್ ನಿಧಿಗೆ ಕೊಟ್ಬಿಡು. ನನ್ನ ಹೆಸರು ಹೇಳೋದ್ಬೇಡ. ನಾನು ನನ್ನ ಕೆಲ್ಸ ಮುಗಿಸ್ಕೊಂಡು ಪೇಪರ್ ಆಫೀಸ್ ಹತ್ರ ಬರ್ತೀನಿ. ಇಬ್ರೂ ಒಟ್ಟಿಗೆ ವಾಪ್ಸು ಹೋಗೋಣ'' ಎಂದವರು ಅವನನ್ನು ಬೀಳ್ಕೊಟ್ಟು ಜನರಲ್ಲಿ ಕರಗಿ ಹೋದರು. ಹಿಂದಿಗಿಂತ ಈಗ ತುಂಬ ಚಟುವಟಿಕೆಯಾಗಿ ಕಂಡರು ಸತ್ಯನಾರಾಯಣ.

ಕೈಯಲ್ಲಿಡಿದ ಚೆಕ್ ನೋಡಿದ. ಇಪ್ಪತ್ತು ಸಾವಿರದಷ್ಟು ಅಮೌಂಟ್ ಬರೆದು ಸಹಿ

ಮಾಡಿದ್ದರು. ನೇರವಾಗಿ ಚೆಕ್ ಕೊಡೋದರಿಂದ ತಮ್ಮ ಹೆಸರು ತಿಳಿಯುತ್ತದೆಯೆಂದು ಈ ಅನುಸರಣೆ ಕೈಗೊಂಡಿರಬೇಕೆಂದುಕೊಂಡ.

ಹಣ ತಲುಪಿಸಿ ಪತ್ರಿಕಾಲಯದಿಂದ ಹೊರಗೆ ಬರುವ ವೇಳೆಗೆ ದಢ ದಢ ಮೆಟ್ಟಿಲೇರುತ್ತಿದ್ದ ಅಲಕಾ ನಿಂತು, ''ಅರೇ ವಿಶ್ವ'' ಎಂದು ಮೆಟ್ಟಿಲಿಳಿದು ಕೆಳಗೆ ಬಂದು ''ನೀವು ನಮ್ಮಲ್ಲಿ ಕೆಲ್ಸ ಬಿಟ್ರಿ ಯಾಕೇಂತ ಕೇಳಬಹುದಾ ?'' ಸ್ವಲ್ಪ ಸೀರಿಯಸ್ಸಾಗಿ ಪ್ರಶ್ನಿಸಿದಳು.

''ಸ್ವಲ್ಪ ಅನಾನ್ಕೂಲ ಮೇಡಮ್. ಆ ಸೆಕ್ಷನ್‌ನಲ್ಲಿ ಕೆಲ್ಸ ಮಾಡೋಡ್ಬೇಡಾಂತ ಡಾಕ್ಟ್ರು ತಿಳಿಸಿದ್ರು'' ಸಂಕೋಚದಿಂದ ಉತ್ತರಿಸಿದ. ಆ ವೇಳೆಗೆ ಸತ್ಯನಾರಾಯಣ ಕೂಡ ಬಂದಿದ್ದರಿಂದ ಅನಾಮತ್ತಾಗಿ ಅವಳ ನೋಟ ಅತ್ತ ಹರಿದಿದ್ದು ಆಕಸ್ಮಿಕ, ''ಅರೇ, ಇವ್ರು ಥೇಟು ನಮ್ಮ ಮುರುಳಿ ತಂದೆ ಇದ್ದಂಗಿಲ್ವಾ ! ನೀನು ಕೊಟ್ಟ ಫೋಟೋಗ್ರಾಫ್‌ನಲ್ಲಿ ಇನ್ನಷ್ಟು ಯಂಗ್ ಆಗಿದ್ರು. ಎಕ್ಸ್‌ಕ್ಯೂಜ್ ಮಿ ಸರ್'' ಎಂದು ಅವರ ಬಳಿ ಸಮೀಪಿಸಿದವಳೇ ''ನಿಮ್ಮ ಹೆಸರು ಕೇಳಬಹುದಾ ?''

''ಸತ್ಯನಾರಾಯಣ'' ಅರಿವಿಲ್ಲದೆ ಅವರ ಬಾಯಿಂದ ಬಂತು. ಅಂದು ಮುರುಳಿಯ ಜೊತೆ ಕಾರಿನಿಂದ ಇಳಿದ ಯುವತಿಯನ್ನು ನೋಡಿದ್ದರು. ಮುಖ ನಿಲುವು ಸರಿಯಾಗಿ ಕಂಡಿರಲಿಲ್ಲ, ಅದೇ ಅವರಿಗೆ ಇಲ್ಲಿ ಕೈ ಕೊಟ್ಟಿದ್ದು. ಬಹುಶಃ ತಿಳಿದಿದ್ದರೇ ಮಗನ ಸುಳ್ಳನ್ನು ನಿಜ ಮಾಡಲು ತಮ್ಮ ಸಾವನ್ನು ಒಪ್ಪಿಕೊಂಡು ಸುಳ್ಳು ಹೇಳುತ್ತಿದ್ದರೇನೋ ! ಅದು ಆ ಸಂದರ್ಭಕ್ಕೆ ಅನ್ವಯಿಸುವ ವಿಷಯ.

ಸಂದರ್ಭ ಸುತ್ತಲ ಪರಿಸರ ಒಂದನ್ನು ಕೂಡ ಗಮನಿಸದೇ ಬಗ್ಗಿ ಅವರ ಕಾಲಿಗೆ ನಮಸ್ಕರಿಸಿ, ''ಡೋಂಟ್ ಮೈಂಡ್ ಸರ್, ನಾನು ನಮ್ಮ ಮಾವನವ್ರನ್ನ ಜೀವಂತವಾಗಿ ನೋಡಿಲ್ಲ, ಅವ್ರ ಫೋಟೋಗ್ರಾಫ್ ಇದೆ. ಥೇಟು ನಿಮ್ಮಂಗೆ. ನಿಮ್ಮ ಮುಖದಲ್ಲಿನ ಪ್ರಸನ್ನತೆಯೇ ಅವರದು ಕೂಡ. ಬಹುಶಃ ನೆಂಟರು ಅಂಥದ್ದೆಲ್ಲ'' ಅವಳ ತಲೆ ಚುರುಕಾಗಿ ಕೆಲಸ ಮಾಡತೊಡಗಿತು.

''ನಾನು ಒಂಟಿ. ಅಂಥ ಬಂಧು ಬಳಗ ಕೂಡ ಇಲ್ಲ, ಒಬ್ಬರಂಗೆ ಏಳು ಜನ ಇರ್ತಾರೇಂತ ಅಂತಾರೆ. ಈ ಬಣ್ಣ ನಿಲುವು ಇಂಡಿಯನ್‌ದೇ. ನನ್ನ ಬಿಟ್ಟು ಮಿಕ್ಕ ಆರು ಜನ ಕೂಡ ಭಾರತದಲ್ಲೇ ಇರ್ಬೇಕು. ಈಗಾಗ್ಲೇ ಒಬ್ರೂ ಮಿಸ್ ಆಗಿದ್ದಾರೆ'' ತಮಾಷೆಯಿಂದ ಮಾತಾಡಿದರು.

ಅಲಕಾ ಅರ್ಜೆಂಟ್‌ನಲ್ಲಿ ಇದ್ದಳು. ಈ ಪತ್ರಿಕಾಲಯಕ್ಕೆ ಬಂದಿದ್ದು ಕೂಡ ವಿಶೇಷವಾದ ಜರೂರು ಕೆಲಸದ ಮೇಲೆ. ಆದ್ದರಿಂದ ಹೆಚ್ಚು ವೇಳೆ ವಿನಿಯೋಗಿಸಿಕೊಳ್ಳು ವಂತಿರಲಿಲ್ಲ.

''ಸಾರಿ....'' ಎಂದು ಎರಡು ಮೆಟ್ಟಿಲೇರಿದವಳು ನಿಂತು ಮೇಲಿನ ದುಪ್ಪಟ್ಟು ಸರಿ ಮಾಡಿಕೊಳ್ಳುತ್ತ ''ವಿಶ್ವ, ದಯವಿಟ್ಟು ಐಶ್ವರ್ಯಗೆ ಬಂದ್ನೋಡಿ. ಖಂಡಿತ ಮಿಸ್ ಮಾಡ್ಬೇಡಿ'' ಎಂದು ಮಾಯವಾದಳು.

ತೀರಾ ಸೋತು ಹೋದ ವಿಶ್ವ. ಮುರುಳಿ ಪರಿಚಯಿಸದೇ ಆರಾಮಾಗಿ ಮಾವ, ಸೊಸೆ ಭೇಟಿಯಾಗಿ ಹೋಗಿತ್ತು. ಇದನ್ನು ನಾಸ್ತಿಕರು ಆಕಸ್ಮಿಕ ಅನ್ನಬಹುದು. ಆಸ್ತಿಕರು ದೈವದ ಕೈವಾಡ ಅನ್ನುತ್ತಾರೆ.

''ವಿಶ್ವ, ಬಂದ ಕೆಲ್ಸವಾಯ್ತು ? ಹೋಗೋಣ'' ಎಂದರು ಸತ್ಯನಾರಾಯಣ. ಗೊತ್ತಾಗಿದೆಯೆಂದು ಮನದಟ್ಟಾದರೂ ಅಪರಾಧಿ ಸ್ಥಾನದಲ್ಲಿ ನಿಲ್ಲಿಸಿ ಶಿಕ್ಷಿಸಲು ಅವಳ ಮನ ಒಪ್ಪಲಿಲ್ಲ.

''ಅಣ್ಣ....'' ಎಂದ.

ಅವನ ಕೈ ಹಿಡಿದುಕೊಂಡ ಸತ್ಯನಾರಾಯಣ ''ಬಾ, ಹೋಗೋಣ'' ತಮಗೆ ಅರಿವಾಗಿದೆಯೆಂದು ತೋರಿಸಿಕೊಳ್ಳುವುದು ಬೇಕಿರಲಿಲ್ಲ.

ಇಬ್ಬರು ಸಿಟಿ ಬಸ್ಸು ಹತ್ತಿ ಭವಾನಿನಗರಕ್ಕೆ ಬಂದರು. ಅವರೆಗೂ ಅಪ್ಪಿತಪ್ಪಿ ಒಂದು ಮಾತು ಕೂಡ ಇಬ್ಬರು ಆಡಲಿಲ್ಲ. ಇಂಥದ್ದೇ ವಿಷಯಕ್ಕಾಗಿ ಸುಳ್ಳು ಹೇಳಿದ್ದಾನೆಂದು ಪೂರ್ತಿ ಅರಿವಾಗದಿದ್ದರೂ ಶಿವಶಂಕರ ಪಿಳ್ಳೆಯವರ ಅಳಿಯ, ಚೆಲುವಾದ ವಿದ್ಯಾವಂತ ಯುವತಿಯ ಗಂಡ, ಶ್ರೀಮಂತಿಕೆಯ ಜೊತೆಯಲ್ಲಿ ಸಮಾಜದಲ್ಲಿ ಸ್ಥಾನಮಾನಗಳೂ ಕೂಡ ಲಭ್ಯವಾಗಿತ್ತು. ಇಷ್ಟಕ್ಕಾಗಿ ಅವನು ಮಾಡಿದ್ದು ಒಂದು ಸಣ್ಣ ತಪ್ಪು. ಒಂದೇ ಒಂದು ಸುಳ್ಳು, ಒಂದಿಷ್ಟು ತ್ಯಾಗ. ಇದೇನು ಹೆಚ್ಚೆಗೆಯೆನಿಸಿರಲಿಲ್ಲ ಅವರಿಗೆ.

''ನಂದು ಊಟ ಆಗಿಲ್ಲ. ಇಬ್ರೂ ಮಾಡೋಣ'' ಕ್ವಾರ್ಟರ್ಸ್ ಕಡೆ ಹೆಜ್ಜೆ ಹಾಕಿದರು. ವಿಶ್ವನಿಗೆ ದಿಕ್ಕೆ ತೋಚದಂತಾಗಿತ್ತು. ಒಂದು ರೀತಿಯ ಭಯ. ಸತ್ಯನಾರಾಯಣಗೆ ಹೇಗೆ ಎಷ್ಟು ಗೊತ್ತು ? ತಾನು ಇಲ್ಲಿ ಶಾಮೀಲಾಗಿದ್ದೀನೀಂತ ತಿಳಿಯಬಹುದೇ ಆಮೇಲೆ ಬರೀ ಅಲಕಾನ ನೋಡಿದ್ದು ತಾನೇ ಅಂತ ಸಮಾಧಾನವಾದರೂ ಏರಿದ ಹೃದಯದ ಬಡಿತವಂತು ಇಳಿಯಲಿಲ್ಲ.

ಬೀಗ ತೆಗೆದ ಸತ್ಯನಾರಾಯಣ ಹೋಗಿ ಕೈಕಾಲು ಮುಖ ತೊಳೆದುಕೊಂಡು ಬಂದು ''ವಿಶ್ವ, ನೀನು ಕೈ ಕಾಲು ಮುಖ ತೊಳ್ಕೊಂಡ್ ಬಂದ್ಬಿಡು. ಇವತ್ತು ಭಯಂಕರವಾದ ಹಸಿವು ಮಾರಾಯ? ನಂಗೆ ಸತ್ಯನಾರಾಯಣ ಭವನದಲ್ಲಿ ಹಸಿವು ಅನ್ನೋದು ಕಾಣ್ತಾ ಇರ್ಲಿಲ್ಲ, ಹಸಿವು ಜಾಸ್ತಿ ಆಗಿದೆ'' ಅತ್ಯಂತ ಸಲಿಗೆಯಿಂದ ಹೇಳಿದರು.

ಹಿತ್ತಲಲ್ಲಿ ಹೋಗಿ ಮುಖ ತೊಳೆದ ನಂತರ ಯೋಚಿಸಿದ. ಅಲಕಾ ಯಾರೆಂದು ಪ್ರಶ್ನಿಸಿದರೇ? ಉತ್ತರ ಸುಲಭ, ಅಷ್ಟೇ ಜಟಿಲ. ಅಲಕಾ ಪತ್ರಿಕೆಯ ಶಿವಶಂಕರ ಪಿಳ್ಳೆಯವರ ಮಗಳೆಂದು ಹೇಳಬಹುದು? ಮಿಕ್ಕಿದ್ದು?

ವಿಶ್ವ ಬರುವುದು ವೇಳೆಗೆ ಎರಟು ತಟ್ಟೆಗಳಿಗೆ ಬಡಿಸಿ ಆಗಿತ್ತು. ಬರೀ ಸೌತೆಕಾಯಿ ಮಜ್ಜಿಗೆ ಹುಳಿ ಜೊತೆ ಟೊಮೊಟೊ ಸಾರು. ಎಲ್ಲ ರುಚಿಯಾಗಿಯೇ ಇತ್ತು. ಒಂದೊಂದು ತುತ್ತು ನುಂಗಬೇಕಾದರೂ ವಿಶ್ವ ಪ್ರಯಾಸ ಪಡಬೇಕಾಯಿತು.

"ವಿಶ್ವ, ಈಗ ಎಲ್ಲಿ ಕೆಲ್ಸ ಮಾಡ್ತಾ ಇದ್ದೀಯಾ ?" ಕೇಳಿದರು.

ಸುಳ್ಳಾಡಲು ನಾಲಿಗೆ ಹಿಂಜರಿಯಿತು-

"ಶಾಂತಿ ಥಿಯೇಟರಿನಲ್ಲಿ ಟಿಕೇಟ್ ಕೊಡ್ತಾ ಇದ್ದೀನಿ. ಬೇರೆ ಕೆಲಸ್ಕ್ಕೂ ಪ್ರಯತ್ನ ಪಡ್ತಾ ಇದ್ದೀನಿ. ಸದ್ಯದಲ್ಲೇ ಯಾವುದಾದ್ರೂ ಸಿಗಬಹುದು" ಈಗ ಎಲ್ಲಾ ಪದಗಳನ್ನು ಜೋಡಿಸುವ ವೇಳೆಗೆ ಅವನು ಸಾಕು ಸಾಕಾದ.

"ವಿಶ್ವ ಏನು ತಿಳ್ಕೋಬೇಡ. ಅವರಾಗಿ ನಿನ್ನ ಕೆಲ್ಸದಿಂದ ತೆಗೆದರಾ ? ಅಥ್ವಾ ನೀನಾಗಿ ಬಿಟ್ಯಾ?" ಕೇಳಿದರು. ಇದರ ಹಿಂದೆ ಭಾವಿ ಓನರ್‌ನ ಕೈವಾಡವೇನಾದರೂ ಇದೆಯಾ ಎಂದು ಅವರ ಭಯ.

"ಅಯ್ಯೋ ಅವರಾಗಿ ಕೆಲ್ಸದಿಂದ ತೆಗ್ದು ಹಾಕಿಲ್ಲ, ನಾನಾಗೆ ಬಿಟ್ಟೆ. ಆ ಎನ್ವೈರ್‌ಮೆಂಟ್‌ನಲ್ಲಿ ಕೆಲ್ಸ ಮಾಡೋದ್ಬೇಡಾಂತ ಡಾಕ್ಟ್ರು ಸಲಹೆ ಕೊಟ್ರು. ಸರ್ವಿಸ್ ಹೋಯ್ತು. ಇಲ್ಲಿ ಸಂಬ್ಳನು ಕಡ್ಮೇ. ಆದರೆ ಮಾನಸಿಕ ಆರೋಗ್ಯ ಸುಧಾರಿಸಿದೆ" ಎಲ್ಲಾ ಒಟ್ಟಿಗೆ ಹೇಳಿ ಮುಗಿಸಿದ ವಿಶ್ವ.

ಸತ್ಯನಾರಾಯಣ ಅವನ ಕಣ್ಣಲ್ಲಿ ಕಣ್ಣಿಟ್ಟು ನೋಡಿದರು. ಹೇಳಿದ್ರಲ್ಲಿ ಎಷ್ಟರ ಮಟ್ಟಿಗಿನ ಸತ್ಯ ಇದೆಯೆಂದು ಅವರ ಮನ ಬಗೆದು ನೋಡುವಂತೆ ಕಂಡಿತು.

"ಹೋಗ್ಲಿ ಬಿಡು. ಮಾನಸಿಕ ನೆಮ್ದಿ ಮುಖ್ಯ. ಇನ್ನೊಂದ್ಮಾತು ಹೇಳಲಾ ವಿಶ್ವ?" ಎಂದು ಕೇಳಿದಾಗ ವಿಶ್ವನ ಮುಖ ಕಪ್ಪಿಟ್ಟಿತು "ಹೇಳಿ ಅಣ್ಣ" ಅಂದ. ಅವನ ಸ್ವರದ ಕಂಪನ ಸತ್ಯನಾರಾಯಣ ಅರಿವಿಗೆ ಬಂತು. "ಇಲ್ಲಿಂದ್ಲು ಬಿ.ಟಿ. ಎಸ್. ಇದೆ. ರೂಮು ಅಡ್ಗೇ ಅಂತದ್ದೆಲ್ಲ ಯಾಕೆ ಬೇಕು? ನಿಂಗೆ ಅಭ್ಯಂತರವಿಲ್ಲದಿದ್ದರೇ ಇಲ್ಲಿಂದಲೇ ಓಡಾಡು" ಎಂದರು. ನಮ್ಮ ಮಗನಿಂದ ಆದ ಅನ್ಯಾಯಕ್ಕೆ ನ್ಯಾಯ ಒದಗಿಸುವಂತೆ ಕಂಡರು. ಅವನು ಅಲ್ಲಿ ಕೆಲಸ ಬಿಟ್ಟಿದ್ದಕ್ಕೆ ತಮ್ಮ ಮಗನೇ ಕಾರಣ ಎನ್ನುವ ಅಭಿಪ್ರಾಯ ಅವರದು.

ವಿಶ್ವನ ಕಣ್ಣಲ್ಲಿ ನೀರು ತುಂಬಿತು. ಬಗ್ಗಿ ಅವರ ಎರಡೂ ಕಾಲುಗಳನ್ನು ಹಿಡಿದಾಗ, ಹಿಂದಕ್ಕೆ ಸರಿದ ಸತ್ಯನಾರಾಯಣ "ನಂಗೆ ಇದು ಇಷ್ಟ ಆಗೋಲ್ಲ. ಇದ್ರಲ್ಲಿ ನನ್ನ ಸ್ವಾರ್ಥನು ಇದೆ. ಸೇಠ್ ಹಗಲೆಲ್ಲ ವಿಧಾನಸೌಧ, ಆಫೀಸ್ ಇಂತ ಓಡಾಡಿಸ್ತಾರೆ. ಆ ತಾಪತ್ರಯ ನಂಗೆ ತಪ್ಪಿ ನಿನ್ನ ಕೊರಳಿಗೆ ಬೀಳುತ್ತೆ" ನಗುತ್ತ ಹೇಳಿ ಹಿಡಿದೆತ್ತಿದರು.

ಒಬ್ಬ ಮಗ ತಮ್ಮಿಂದ ದೂರ ಹೋದ ಚಿಂತೆಗಿಂತ ಇನ್ನೊಬ್ಬ ಮಗ ತಮಗೆ ಸಿಕ್ಕ ಎನ್ನುವ ಸಂತೋಷವೇ ಅಧಿಕವಾಗಿತ್ತು.

"ಈ ತಿಂಗ್ಳು ಬೇಡ. ಮುಂದಿನ ತಿಂಗ್ಳು ಮೊದಲ ವಾರದಲ್ಲಿ ಬಂದ್ಬಿಡು. ಅದು ನಿಂಗೆ ಇಷ್ಟವಾದರೇ ಮಾತ್ರ" ಒತ್ತಿ ಹೇಳಿದರು. ವಿಶ್ವ ಕಣ್ಣೀರು ತೊಡೆದುಕೊಂಡ. "ಖಂಡಿತ ಅಣ್ಣ, ದೇವರು ನಂಗೆ ನಿಜ್ವಾಗ್ಲೂ ಅನ್ಯಾಯ ಮಾಡ್ಲಿಲ್ಲ" ಎಂದ. ಅವನಿಗೆ ಕುಣಿದಾಡುವಷ್ಟು ಸಂತೋಷ. ಶಿಕ್ಷೆ ವರವಾಗಿ ಪರಿಣಮಿಸಿತ್ತು.

ಸತ್ಯನಾರಾಯಣ್ ಮಾತನಾಡಲಿಲ್ಲ.

❑ ❑ ❑

ಷೇಕ್ಸ್‌ಪಿಯರ್ ಇನ್ ಲವ್ ಫಿಲಂ ನೋಡಲು ಹೋಗಿ ಥಿಯೇಟರಿನಲ್ಲಿ ಕೂತ ಮುರುಳಿ, ಅಲಕಾ ಲವ್ ಮೂಡ್‌ನಲ್ಲಿಯೇ ಇದ್ದರು. ಏಳು ಆಸ್ಕರ್ ಪ್ರಶಸ್ತಿಗಳನ್ನು ಕಬಳಿಸಿದ ಚಿತ್ರ ವಿಮರ್ಶಕರ ಮತ್ತು ಪ್ರೇಕ್ಷಕರ ಕುತೂಹಲವನ್ನು ಕೆರಳಿಸಿತ್ತು. ಆ ಲೇಖಕನ ಪ್ರಸಿದ್ಧ ರೋಮಿಯೋ, ಜೂಲಿಯಟ್ ನಾಟಕದ ನೆನಪಲ್ಲಿ ಷೇಕ್ಸ್‌ಪಿಯರ್ ಪ್ರೇಮ ಪ್ರಕರಣದ ಅಮರ ಸ್ಮಾರಕವಾಗಿ ಚಿತ್ರಿತವಾದ ಚಲನಚಿತ್ರ.

ಹೆಚ್ಚಿನ ಒತ್ತು ಕೊಟ್ಟಿದ್ದು ಷೇಕ್ಸ್‌ಪಿಯರ್ ಕಾಲದ ಮನೆ, ರಸ್ತೆ, ಕಟ್ಟಡ ಜನರ ಉಡುಪು, ಓಡಾಟ, ನಾಟಕ, ನಟರ ವರ್ತನೆ, ಎಲಿಜಬೆತ್ ರಾಣಿಯ ಪ್ರಭುತ್ವದ ದಿನಗಳ ಪುನರ್ ಸೃಷ್ಟಿ ಮಾಡಿರುವುದೇ ಚಿತ್ರದ ಹೆಗ್ಗಳಿಕೆ. ಹದಿನಾಲ್ಕು ನಿಮಿಷ ತೆರೆಯ ಮೇಲೆ ಕಾಣಿಸಿಕೊಳ್ಳುವ ಎಲಿಜಬೆತ್ ರಾಣಿ ತನ್ನ ಅಸ್ತಿತ್ವಕ್ಕೆ ಮುದ್ರೆ ಒತ್ತಿದ್ದಾಳೆ. ನೋಡುಗರನ್ನು ಆ ಕಾಲಕ್ಕೆ ಸೆಳೆದತೆ ಕಂಡಿತು.

ಎಷ್ಟು ತನ್ಮಯತೆಯಿಂದ ಅಲಕಾ ಚಿತ್ರವನ್ನು ವೀಕ್ಷಿಸುತ್ತಿದ್ದಳೆಂದರೆ ತೋಳಿನ ಮೇಲೆ ಬಿದ್ದ ಮುರುಳಿಯ ಕೈಯನ್ನು ಪಕ್ಕಕ್ಕೆ ಸರಿಸಿದಳು. ಥಿಯೇಟರ್‌ನಿಂದ ಹೊರಗೆ ಬಂದಾಗ ಪ್ರೇಮಿಯನ್ನು ಕೂಡಿದ ತರುಣಿ ಹೇಳಿದ ಒಂದು ಮಾತು ಅವಳ ಹೃದಯವನ್ನು ಮೃದುವಾಗಿ ತಟ್ಟಿತು 'I Love you beyond poetry' - ಎಂಥ ಕಾವ್ಯವನ್ನು ನನ್ನ ಪ್ರೇಮ ಮೀರಿದೆಯೆನ್ನುವ ಮಾತನ್ನು.

ಕಾರಿನಲ್ಲಿ ದಾರಿಯುದ್ದಕ್ಕೂ ಆ ಚಿತ್ರದ ಬಗ್ಗೆ ಮಾತಾಡುತ್ತಿದ್ದವಳು ಐಶ್ವರ್ಯಗೆ ಬಂದ ಕೂಡಲೆ, ''ವಿಶ್ವ, ನಮ್ಮಲ್ಲಿ ಕೆಲಸದಲ್ಲಿ ಇಲ್ವಾ ? ನಾನು ಆ ಬಿಲ್ಡಿಂಗ್ ಓಡಾಟದಲ್ಲಿದ್ದೆ. ಪತ್ರಿಕೆ ನಿಮ್ಗೂ, ಡ್ಯಾಡ್‌ಗೂ ಬಿಟ್ಟಿದ್ದೆ.''

''ಹೌದು'' ಅಂದ ಅನಾಸಕ್ತಿಯಿಂದ ''ಮೊದ್ಲು ನನ್ನ ನೋಟೀಸ್‌ಗೆ ಬರ್ಲಿಲ್ಲ. ಅನಾರೋಗ್ಯದ ಕಾರಣ ಮುಂದೊಡ್ಡಿ ರೆಸಿಗ್ನೇಷನ್ ಕೊಟ್ಟಿದ್ದ. ಅದು ಅಕ್ಸೆಪ್ಟ್ ಆದ್ಮೇಲೆ ತಿಳಿದಿದ್ದು''.

ತಟ್ಟನೇ ಅವನತ್ತ ತಿರುಗಿದಳು. ಅವನ ನೋಟದಲ್ಲಿ ಧೀರತೆ ಇರಲಿಲ್ಲ. ''ಕೆಲವು ತೀರಾ ಪರ್ಸನಲ್ ಒಪ್ಕೋತೀನಿ. ನಮ್ಮ ಮ್ಯಾರೇಜ್ ಆಗೋಕೆ ಮೊದ್ಲಿನಿಂದ ವಿಶ್ವ ನಮ್ಮ ಪತ್ರಿಕೆಯಲ್ಲಿ ಇದ್ದ. ಫ್ರೆಂಡ್ ಅಂದ್ಮೇಲೆ ಒಂದಿಷ್ಟು ಸಹಾಯ ಮಾಡೋದು ಅನಿವಾರ್ಯ. ಕರ್ತವ್ಯ ಕೂಡ. ತಿಳಿದ್ಮೇಲಾದ್ರು ಸಂಪರ್ಕಿಸಿ ಕಾರಣ ತಿಳ್ಕೋ ಬೇಕಿತ್ತು. ಸ್ನೇಹದ ಬಗ್ಗೆ ಇಷ್ಟೊಂದು ನೆಗ್ಲೆಕ್ಟ್- ಒಂದ್ಸಲ ಕಳ್ಕೊಂಡ್ಮೇಲೇ ಹಣ, ಕೀರ್ತಿ ಹೇಗಾದ್ರೂ ಸಂಪಾದಿಸ್ಕೋ ಬಹ್ದು. ಆಪ್ತ ಸಂಬಂಧಗಳ ಪ್ರೀತಿ, ಆಹ್ಲಾದಕರ ಸ್ನೇಹ ಸಂಪಾದಿಸಿಕೊಳ್ಳೋಕಾಗೋಲ್ಲ. ನಿಮ್ಗೇ ಯಾರಿಲ್ಲದಿದ್ರೂ ಒಬ್ಬ ಫ್ರೆಂಡ್ ಆದ್ರೂ ಇದ್ದಾನೇಂತ ಅಂದ್ಕೊಂಡಿದ್ದೆ. ಬಹುಶಃ ನೀವು ತುಂಬ ಅನ್ ಲಕ್ಕೀ'' ಸ್ವಲ್ಪ ಖಾರವಾಗಿಯೇ ಜಾಡಿಸಿದಳು.

ಒಂದೊಂದು ಮಾತು ಭರ್ಜಿಯಂತೆ ಅವನ ಹೃದಯವನ್ನು ಚುಚ್ಚಿ ಗಾಯ ಗೊಳಿಸಿತು. ಎಲ್ಲ ವಿಷಯದಲ್ಲೂ ಅಲಕಾ ಅವನ ಪಾಲಿಗೆ ಮಯೂರಿ. ಆದರೆ ಕೆಲವು ವಿಷಯಗಳಲ್ಲಿ ಅವಳ ನಿರ್ಧಾರಗಳು ಎಷ್ಟು ಬಲವಾಗಿರುತ್ತದೆಯೆಂದರೇ ಯಾರು ಅಲ್ಲಾಡಿಸಲು ಸಾಧ್ಯವಾಗಿರಲಿಲ್ಲ.

''ಈಗ ಇರೋ ಬಿಜಿಯಲ್ಲಿ ನಂಗೆ ಮೀಟ್ ಮಾಡೋಕೆ ಆಗ್ಲಿಲ್ಲ. ಅವನಾದ್ರೂ ಬರ್ಬೇಕಿತ್ತು. ಸೋ ಸಾರಿ, ನಾಳೆನೇ ಹೋಗಿ ಮೀಟ್ ಮಾಡ್ತೀನಿ'' ವಿಧಿ ಇಲ್ಲದೆ ಅಪಾಲಜಿ ಕೇಳಿದ.

ಮುರುಳಿಯ ಸನ್ನಿಹದಲ್ಲಿ ಕೂತು ''ಡೋಂಟ್ ಮಿಸ್ಟೇಕ್ ಮಿ. ನಾನೆಷ್ಟು ಸಫರ್ ಆಗಿದ್ದೀನಿ ಗೊತ್ತಾ. ಡ್ಯಾಡ್ ಎಲ್ಲಾ ಆಗಿ ಬೆಳೆಸಿದ್ರೂಂತ ಅಂದ್ಕೊಂಡ್ರು ಅದು ಸಾಧ್ಯನಾ? ಪ್ರತಿಯೊಂದು ಸಂಬಂಧಕ್ಕೂ ಅದೇ ಆದ ರುಚಿ ಇರುತ್ತೆ. ಅನನ್ಯತೆ ಇರುತ್ತೆ. ನಾನು ಸುಶೀಲ ಮನೆಗೆ ಹೋಗ್ತಾರ ಇರೋದಿಕ್ಕೆ ಇದು ಒಂದು ಕಾರಣ. ನಂಗೆ ನನ್ನ ಮಮ್ಮಿ ಸಿಗೋದಾದರೇ ಈ ಎಲ್ಲಾ ಶ್ರೀಮಂತಿಕೆಯನ್ನು ನಿಂತ ನಿಲುವಿನಲ್ಲೇ ಧಾನ ಮಾಡಿ ಬಿಡಬಲ್ಲೇ. ಆದರೆ ನನ್ನ ಅಮ್ಮ ನಂಗೆ ಸಿಗಲು ಸಾಧ್ಯವೇ ತಾಯ ವಾತ್ಸಲ್ಯದಲ್ಲಿ ಮಿಂದು ಪುನೀತಳಾಗೋ ಭಾಗ್ಯ ನಂಗೆ ದೈವ ಕರುಣಿಸಲಿಲ್ಲ. ಆದ್ರೂ ನಂಗೂ ಒಂದು ಅವಕಾಶ ಇತ್ತು. ಆಗ ನಾನು ವಿವೇಕಿಯಾಗ್ಬೇಕಿತ್ತು. ವಿವಾಹ ಬದ್ಧಿಗೊಂಡು ತಿರುವು. ಎಷ್ಟು ಸಂಬಂಧಗಳು ಕೂಡಿ ಬರ್ಬೇಕು. ನಿಮ್ಗೇ ಯಾರು ಇಲ್ಲದ್ದೇ ನನಗೆ ನಾನು ವಿಧಿಸ್ಕೊಂಡ ಶಿಕ್ಷೆ. ಅತ್ತೆ, ಮಾವ, ಮೈದುನ ನಾದಿನಿ ಇಂಥದೆಲ್ಲ ಎಷ್ಟೊಂದು ಚೆನ್ನ. ಈ ವಿಷ್ಯದಲ್ಲಿ ನಾನು ತೀರಾ ಬಡವಳು. ನಂಗೇನು ಇಲ್ಲ'' ಮನಸ್ಸು ತೆರೆದಿಟ್ಟ ಮೇಲೆ ಬಿಕ್ಕಿ ಬಿಕ್ಕಿ ಅತ್ತಳು.

ಕೈ ಕಾಲುಗಳನ್ನು ಛೇದಿಸಿದ ಒಬ್ಬ ಅಂಗವಿಕಲನ ಫೀಲಿಂಗ್‌ಗೆ ಒಳಗಾದ. ಅವನಿದ್ದ ಸ್ಥಿತಿಯಲ್ಲಿ ಅಲಕಾನ ಬಾಹುಗಳಲ್ಲಿ ತುಂಬಿಕೊಂಡು ಸಂತೈಯಿಸುವ ಸ್ಥಿತಿಯಲ್ಲಿ ಇರಲಿಲ್ಲ. ಹೆತ್ತವಳಿಗಾಗಿ ಅಲಕಾ ತನ್ನ ಶ್ರೀಮಂತಿಕೆಯನ್ನು ಧಾನ ಮಾಡಲು ಸಿದ್ಧಳಿದ್ದಳು. ಆದರೆ ಇವನು ಶ್ರೀಮಂತಿಕೆಗಾಗಿ ಹೆತ್ತವರನ್ನು ಸಾಯಿಸಿದ್ದ. ಎಂಥ ಘೋರ ಅಪರಾಧ. ಸಂಬಂಧಗಳ ಬಗ್ಗೆ ಇಷ್ಟೊಂದು ಒಲವನ್ನಿಟ್ಟುಕೊಂಡ ಅವಳು ಖಂಡಿತ ತನ್ನನ್ನು ಕ್ಷಮಿಸಲಾರಳೆಂಬ ತೀರ್ಮಾನಕ್ಕೆ ಬಂದ.

''ಪ್ಲೀಸ್ ಅಲಕಾ ಕಂಟ್ರೋಲ್ ಯುವರ್ ಸೆಲ್ಫ್. ನಾನೇನ್ಮಾಡ್ಲಿ ?'' ಹಲುಬಿದನೆ ವಿನಃ ಸರಿಯಾಗಿ ಸಂತೈಯಿಸಲಾರದೇ ಹೋದ. ಹೊರಗಡೆಯ ಬಾಲ್ಕನಿಯ ಕತ್ತಲಲ್ಲಿ ಹೋಗಿ ಕೂತ. 'ಅಮ್ಮ' ಎಂದು ಜೋರಾಗಿ ಕೂಗಬೇಕೆನಿಸಿತು. ತನ್ನ ಕೂಗು ಅಲ್ಲಿಗೆ ಹೋಗಿ ಮುಟ್ಟಬಹುದು.

ಅಲಕಾಗೆ ಗಂಡನ ನಡತೆಯಿಂದ ನಿರಾಶೆಯಾದರೂ ತನ್ನ ಮಾತುಗಳಿಂದ ಹರ್ಟ್ ಆಗಿರಬಹುದೆಂದು ಅವನನ್ನು ಅರಸಿಕೊಂಡು ಬಂದಳು ''ಸರಿ ಮುರುಳಿ ನನ್ನ ಮನಸ್ಸಿನ ನರಳಿಕೆಯನ್ನು ನಿಮ್ಮಂದೆ ಬಚ್ಚಿಟ್ಟನೇ ವಿನಹ ನಿನ್ನ ನೋಯಿಸಲು ಅಲ್ಲ. ವಿಶ್ವನ ಭೇಟಿ ಮಾಡಿ

ಏನಾದರೂ ಸಹಾಯ ಮಾಡಲಿಕ್ಕೆ ಸಾಧ್ಯವಾಂತ ವಿಚಾರ್ಸು. ನಮ್ಮ ಎಸ್ಟೇಟ್‌ನಲ್ಲಿ ಬೇಕಾದ್ರೇ ಕೆಲ್ಸ ಕೊಡೋಣ. ಮೊನ್ನೆ ವಿಶ್ವ ಸಿಕ್ಕಿದ್ದ, ನಾನು ಬರ ಹೇಳ್ದೇ. ಅದೇ ಸಮಯದಲ್ಲಿ ಥೇಟು ಭಾವಚಿತ್ರದಲ್ಲಿರುವ ನಿಮ್ತಂದೆ ಅಂಥ ವ್ಯಕ್ತಿನ ನೋಡ್ದೇ. ಏನೇನು ವ್ಯತ್ಯಾಸವಿಲ್ಲ, ನಿಮ್ತಂದೆ ಈ ವಯಸ್ಸಿನಲ್ಲಿ ಇದೇ ತರಹ ಇರ್ತಾ ಇದ್ರು. ನಂಗೆಷ್ಟು ಸಂತೋಷ ಆಯ್ತುಗೊತ್ತಾ? ಅವ್ರು ಒಪ್ಕೊ ಹಾಗಿದ್ದರೇ ಜೊತೆಯಲ್ಲಿ ಕರೆ ತಂದು ಬಿಡೋಂಥ ಹುಚ್ಚು ಯೋಚ್ನೆ ಕೂಡ ಬಂತು. ಸುಶೀಲ ಮಾವನವ್ರಿಗೆ ಅವ್ರು ಮೆಚ್ಚಿನ ಸೊಸೆಯಂತೆ. ಇವ್ರು ಮಾಡೋ ಗೊಚ್ಚು ಪಲ್ಯ ಎಲ್ಲಾ ಅವ್ರಿಗೆ ಇಷ್ಟನಂತೆ'' ಬಡಬಡಿಸಿದಳು. ಅಷ್ಟು ಬುದ್ಧಿವಂತ ಹೆಣ್ಣು ಇಂಥ ವಿಷಯಗಳು ಬಂದಾಗ ಎಷ್ಟೊಂದು ಸೆಂಟಿಮೆಂಟಲ್ಲಾಗಿ ಯೋಚಿಸುತ್ತಾಳೆಂದು ಅಚ್ಚರಿಗೊಂಡ.

ಸುಶೀಲ ಮನೆಯ ವಾತಾವರಣ ಮದುವೆ ಅವೆಲ್ಲ ಮಡದಿಯ ಮೇಲೆ ತೀವ್ರವಾದ ಪರಿಣಾಮ ಬೀರಿದೆಯೆಂದುಕೊಂಡ.

''ನಾನು ವಿಶ್ವನ್ನ ನೋಡ್ಕೊಂಡ್ಬರ್ತೀನಿ'' ಎಂದು ಹೇಳಿದ.

ಮುರುಳಿಗೆ ಈ ಮಾತುಗಳನ್ನೆಲ್ಲ ಕೇಳುವ ತಾಳ್ಮೆ ಇಲ್ಲವೆಂದುಕೊಂಡು ''ಓ.ಕೆ. ಸಾಧ್ಯವಾದರೇ ನಾಳೆ ಬಂದು ಮೀಟ್ ಮಾಡೋಕ್ಹೇಳಿ'' ಎಂದು ತನ್ನ ಪಾಡಿಗೆ ತಾನು ಲೈಬ್ರರಿಗೆ ಹೋದಳು ಅಲಕಾ. ಈಗೀಗ ಅನ್ನಿಸುತ್ತಿತ್ತು, ಮುರುಳಿಯಲ್ಲಿ ಹೆಚ್ಚು ಮೆಚ್ಚಿಕೊಳ್ಳುವಂಥ ಗುಣಗಳು ಇಲ್ಲವೆಂದು. ಅಂಥ ದೊಡ್ಡ ಎಕ್ಸ್‌ಪೆಕ್ಟೇಷನ್ ಇಲ್ಲದಿದ್ದರೂ ಹೆತ್ತವರ ಬಗ್ಗೆ ಗೌರವ, ಒಲವು, ಅಭಿಮಾನ- ಅದೆಲ್ಲ ಇರುವುದು ಉತ್ತಮ ಸಂಸ್ಕಾರದ ಲಕ್ಷಣಗಳೆನಿಸಿತ್ತು.

ಕಾರು ಗೇಟು ದಾಟಿದನ್ನು ಮೇಲಿನ ಬಾಲ್ಕನಿಯಿಂದ ನೋಡಿದಳು. ತಂದೆಯ ಜಾಣ್ಮೆ ಕೆಲಸದ ಬಗ್ಗೆ ಅಪಾರವಾದ ನಂಬಿಕೆ ಇತ್ತು, ಅದಕ್ಕಾಗಿ ತನ್ನ ಬಾಳ ಸಂಗಾತಿಯ ಆಯ್ಕೆಯನ್ನು ಪೂರ್ತಿಯಾಗಿ ಅವರಿಗೆ ಬಿಟ್ಟಿದ್ದು.

ಮುರುಳಿ ಕಾರನ್ನು ಮಾಮೂಲಿ ಸ್ಥಳದಲ್ಲಿ ಪಾರ್ಕ್ ಮಾಡಿ ಹೋದಾಗ ಗೇಟು ತೆಗೆದಿದ್ದರೂ ವೆಂಕಟಾಚಲ ಮನೆಯ ಬಾಗಿಲಿಗೆ ಬೀಗ ಇದ್ದಿದ್ದು ನೋಡಿ ಸಮಾಧಾನವೆನಿಸಿತ್ತು. ಅಲ್ಲಿ ವಿಶ್ವ ಕೆಲಸ ಬಿಟ್ಟ ಮೇಲೆ ಅವನನ್ನು ನೋಡಿಯೇ ಇರಲಿಲ್ಲ. ಇಂದು ಕೂಡ ಅಳುಕಿನಿಂದಲೇ ಅವನನ್ನು ಭೇಟಿ ಮಾಡಬೇಕಿತ್ತು.

ಪೇಪರ್‌ಗಳನ್ನು ಜೋಡಿಸಿಡುತ್ತಿದ್ದ ವಿಶ್ವ ಹೆಜ್ಜೆಯ ಸದ್ದಿಗೆ ಇತ್ತ ನೋಟ ಹರಿಸಿದ ''ಓ, ಮುರುಳಿನಾ ?'' ಎಂದ ರಾಗವಾಗಿ, ಸ್ವಾಗತದಲ್ಲಿ ಅಂತಹ ಆತ್ಮೀಯತೆಯನ್ನೇನು ವ್ಯಕ್ತಪಡಿಸಲಿಲ್ಲ.

ಒಳಗೆ ಬಂದ ಮುರುಳಿ ಅಲ್ಲಿದ್ದ ಸ್ಟೂಲು ಮೇಲೆ ಕೂತು, ''ನೀನ್ಯಾಕೆ ಕೆಲ್ಸ ಬಿಟ್ಟಿದ್ದು? ನಂಗೊಂದು ಮಾತಾದ್ರೂ ಹೇಳಬಹುದಿತ್ತು'' ಹೆದರುತ್ತಲೇ ಮಾತಾಡಿದ್ದ.

ತನ್ನ ಪಾಡಿಗೆ ತಾನು ಪೇಪರ್‌ಗಳನ್ನು ಕಟ್ಟಿ ಮುಗಿಸಿ ಒಂದೆಡೆ ಇಟ್ಟು ಬಂದು ಅವನ ಮುಂದೆ ನಿಂತ. ''ನಂಗೆ ಅಲ್ಲಿ ಕೆಲ್ಸ ಮಾಡೋಕೆ ಇಷ್ಟವಿರ್ಲಿಲ್ಲ, ನಿಂಗೆ ಹೇಳೋ ಅಗತ್ಯನೂ ನಂಗೇ ಕಾಣ್ಲಿಲ್ಲ'' ಎಂದ ಖಾರವಾಗಿ.

ಎದ್ದ ಮುರುಳಿ ಆತ್ಮೀಯವಾಗಿ ಅವನ ಹೆಗಲ ಮೇಲೆ ಕೈ ಹಾಕಿ, ''ನಾನು ಅಲ್ಲಿ ನೆಲೆ ನಿಲ್ಲೋಕೆ ನೀನು ಕಾರಣವಾದೆ. ನೀನು ಕೆಲ್ಸ ಬಿಡೋಕೆ ನಾನು ಕಾರಣವಾದೆ. ಇದು ನನ್ನ ನೋಯಿಸ್ತಾ ಇದೇ ಕಣೋ'' ನುಡಿದ.

ಗೆಳೆಯನನ್ನು ದೀರ್ಘವಾಗಿ ನೋಡಿ ''ಮೇಡಮ್‌ನೋರು ಈ ವಿಷ್ಯ ಪ್ರಸ್ತಾಪಿಸಿದ್ರಾ? ಹಿಂದಿನ ನೆನಪುಗಳು ನಿಂಗೆ ಇಷ್ಟವಿರ್ಲಿಲ್ಲ. ಅವು ನಿನ್ನ ನೋಯಿಸುತ್ತೆ. ಅದೆಲ್ಲ ನಂಗೆ ಗೊತ್ತು. ಆದ್ರೂ ನಿನ್ನಿಂದ ಒಂದು ದೊಡ್ಡ ಉಪಕಾರ ನಂಗೆ ಆಗಿದೆ. ಅದಕ್ಕಾಗಿಯೇ ಜೀವನಪೂರ್ತಿ ನಿಂಗೆ ಕೃತಜ್ಞನಾಗಿರಬೇಕು. ನನ್ನಿಂದ ನಿಂಗೇನಾಗ್ಬೇಕಿದೆ ?'' ನೇರವಾಗಿಯೇ ಮಾತಿಗೆ ಇಳಿದ.

ಮುರುಳಿ ಕಣ್ಣೀರು ಸುರಿಸಿ ಮೆತ್ತಗೆ ಮಾಡಿದ.

''ಹೇಗಿದ್ದಾರೆ ಅಮ್ಮ ಅಣ್ಣ? ಪದೇ ಪದೇ ಹೋಗಿ ಮಾನಸಿಕ ಕ್ಷೋಭೆಯಿಂದ ನರಳೋಕೆ ನಾನು ಹೆದರ್ತೀನಿ'' ಮನದ ಭಯ ಸ್ಪಷ್ಟಪಡಿಸಿದ. ಆ ಮಾತಿಗೆ ವಿಶ್ವ ಮೌನವಹಿಸಿದ. ''ಅಮ್ಮ ಅಣ್ಣನ ಬಗ್ಗೆ ಹೇಳ್ಲೇ ಇಲ್ಲ ?'' ಮತ್ತೇ ಕೇಳಿದ.

''ಚೆನ್ನಾಗಿದ್ದಾರೆ. ನಂಗೆ ಬುಧವಾರ ರಜ. ಅಂದು ಹೋಗಿದ್ದೆ. ಹಿಂದೆ ನಿರೀಕ್ಷಿಸಿದ್ದ ಬದ್ಕು ಈಗ ಸಿಕ್ಕಿದೆ. ಇಂಡಿಯನ್ ಎಕ್ಸ್‌ಪ್ರೆಸ್ ಪತ್ರಿಕಾಲಯದಲ್ಲಿ ಮೇಡಮ್ ಸಿಕ್ಕಿ ಬರೋದಿಕ್ಕೆ ಹೇಳಿದ್ರೂ. ನಾನು ಬರ್ಲಿಲ್ಲ. ಮತ್ತೆಂದೂ ಮೀಟ್ ಮಾಡೋ ಉದ್ದೇಶವಿಲ್ಲ. ಕೇಳಿದರೇ ಅದ್ಕೆ ನೀನು ಏನು ಬೇಕಾದ್ರೂ ಹೇಳ್ಕೋ. ಆ ಸಂದರ್ಭದಲ್ಲಿ ನಿಮ್ತಂದೆ ಅಲ್ಲಿದ್ರೂ. ಬಹುಶಃ ಅಲಕಾ ಮೇಡಮ್‌ನ ಒಳ ಮನಸ್ಸು ಅವ್ರನ್ನ ಗುರ್ತು ಹಿಡಿಯಿತೇನೋ, ನಮ್ರತೆಯಿಂದ ಕಾಲಿಗೆ ನಮಸ್ಕರಿಸಿದರು. ಗೌರವದಿಂದ ಮಾತಾಡಿಸಿದ್ರು. ನನ್ನ ಮಾವನವ್ರ ತದ್ರೂಪಿ ನೀವು'' ಎಂದು ಒಂದಷ್ಟು ವಿಚಾರಿಸ್ಕೊಂಡ್ರು. ನೀನು ಸತ್ತ ಅಂತ ಹೇಳಿದ ವ್ಯಕ್ತಿನ ದೇವರು ತಂದು ಸೊಸೆಯ ಮುಂದೆ ನಿಲ್ಲಿಸಿದ್ರೂ. ಇದ್ಕೆಲ್ಲ ನೀನೇನು ಹೇಳ್ತೀಯಾ ?''

ಸ್ನೇಹಿತನ ಮಾತುಗಳಿಗೆ ಪೂರ್ತಿ ಬೆವೆತು ಹೋದ. ಅಲಕಾ ಸಿವಿಲ್ ಇಂಜಿನಿಯರಿಂಗ್ ಓದಿದರೂ ಅವಳದು ಪತ್ರಿಕಾ ಮನಸ್ಸೆಂದು ಅವನ ಅರಿವಿಗೆ ಬಂದಿತ್ತು. ಅವಳಲ್ಲಿ ಕ್ಯಾಚಿಂಗ್ ಫವರ್ ಹೆಚ್ಚಾಗಿದೆಯೆಂದು ಮುರುಳಿಯ ಗಮನಕ್ಕೆ ಬಂದಿತ್ತು. ತೀವ್ರವಾಗಿ ಚಿಂತೆಗೊಳಗಾದ.

ಮುಷ್ಟಿಯಲ್ಲಿ ಬಿಗಿ ಹಿಡಿದು ಗಾಳಿಯಲ್ಲಿ ಗುದ್ದಿದ, ''ನಾನು ದೊಡ್ಡ ತಪ್ಪು ಮಾಡ್ಬಿಟ್ಟೆ. ನಂಗೆ ಕ್ಷಮೇನೆ ಇಲ್ಲ. ಇದ್ರಿಂದ ಬಿಡುಗಡೆ ಹೇಗೆ?'' ನೋವಿನಿಂದ ಒಡ್ಡಾಡಿದ ಮುರುಳಿಗೆ ಒಂದೇ ಒಂದು ಮಾತು ಹೇಳಿದ ''ಸತ್ಯನ ಅಲಕಾಗೆ ತಿಳ್ಸಿ ಬಿಡು.''

ವಿಶ್ವನ ಮಾತಿಗೆ ಅವನಲ್ಲಿನ ಶಕ್ತಿಯೇ ಉಡುಗಿತು. ತಂದೆ, ಮಗಳು ಅವನನ್ನು ಕ್ಷಮಿಸುವ ಜನರಂಗೆ ಕಾಣಲಿಲ್ಲ. ಅಕಸ್ಮಾತ್ ಕ್ಷಮಿಸಿದರೂ ಅವರೊಂದಿಗಿನ ಮುಂದಿನ ಜೀವನ ನರಕ ಸದೃಶವೆನಿಸಿತು.

``ನೀನು ಹೇಳೋಲ್ಲ. ಈಗ ನೀನು ಗಳಿಸಿಕೊಂಡಿದ್ದೆಲ್ಲ ಕಳ್ಕೋ ಬೇಕಾಗುತ್ತೆ. ಶಿವಶಂಕರ್ ಪಿಳ್ಳೆ ಡೈವೋರ್ಸ್ ಕೊಡ್ಸಿ ಮಗ್ಳಿಗೆ ಮದ್ವೇ ಮಾಡ್ತಾರೆ. ಮಾಡಿಕೊಳ್ಳಿ ಬಿಡು. ಈ ನರಕ ಯಾತನೆ ತಪ್ಪುತ್ತೆ. ಆರಾಮಾಗಿ ನಿನ್ತಂದೆ ತಾಯಿ ಜೊತೆ ಇರ್ಬಹ್ದು. ಭವಾನಿ ಕಾನ್ವೆಂಟ್‌ನ ಫೌಂಡರ್ ಸೇಠ್‌ಗೆ ನಿಮ್ತಂದೆಯೆಂದರೇ ಅಭಿಮಾನ. ನಿಂಗೊಂದು ಕೆಲ್ಸನು ಸಿಗ್ಬಹ್ದು. ಆಮೇಲೆ ಒಂದು ಒಳ್ಳೆ ಹುಡ್ಗಿ ಜೊತೆ ನಿನ್ನ ವಿವಾಹನು ಆಗ್ಬಹ್ದು. ಈ ಮಾತುಗಳೆಲ್ಲ ನಂದೇ'' ಹೇಳಿದ ಗಟ್ಟಿಯಾಗಿ ವಿಶ್ವ.

ತಲೆ ಅಡ್ಡಡ್ಡ ದಿಟ್ಟಿಸಿ ಆಡಿಸಿ ಬಿಟ್ಟ ಮುರುಳಿ.

``ಅಲಕಾನ ಕಳ್ದುಕೊಂಡು ನಾನು ಬದ್ಕಲಾರೆ. ಈಗೀಗ ಅಲ್ಲಿನ ಬದ್ಕಿಗೆ ಹೊಂದಿಕೊಳ್ತಾ ಇದ್ದೀನಿ. ಖಂಡಿತ ಹಿಂದಕ್ಕೆ ಬರಲಾರೆ'' ಕಟ್ಟುನಿಟ್ಟಾಗಿ ಹೇಳಿದ. ಇದು ವಿಶ್ವನ ಊಹೆಯೂ ಕೂಡ ``ಕರೆಕ್ಟ್ ಆಮೇಲೆ ಕೂಡ ನೀನು ಸುಖವಾಗಿರ್ಲಾರೆ. ಸಾವಿನೊಂದಿಗೆ ನಮೂದಿಸಿ ಅಮ್ಮ, ಅಣ್ಣನಿಂದ ನಿಂಗೇನು ತೊಂದರೆ ಆಗೋಲ್ಲ. ಮತ್ತೆಂದು ನನ್ನ ಭೇಟಿ ಮಾಡೋಕೆ ಬರಬೇಡ. ನಾನು ಕೂಡ ರೂಮು ಖಾಲಿ ಮಾಡಿ ಭವಾನಿ ನಗರಕ್ಕೆ ಹೋಗ್ಬಿಡ್ತೀನಿ. ನಾನೇನು ಅವ್ರಿಗೆ ಹೇಳ್ಬೇಕಿಲ್ಲ. ಅವ್ರು ಕೂಡ ನನ್ನನ್ನೇನು ಕೇಳೋಲ್ಲ. ನಿನ್ನ ಲೈಫ್ ನಿಂದೆ. ಹೇಗೆ ಬೇಕಾದ್ರೂ ಎನ್‌ಜಾಯ್ ಮಾಡ್ಕೋ'' ದೃಢವಾಗಿ ಹೇಳಿದ. ಅವನಾಗಿ ಮುರುಳಿಯ ಭವಿಷ್ಯಕ್ಕೆ ಮುಳ್ಳಾಗಲಾರ.

ಬಹಳ ನಿಧಾನವಾಗಿ ಮುರುಳಿ ಮೇಲೆದ್ದ. ಅಲಕಾ ಮಾತು ನೆನಪಾಯಿತು. ಸ್ವಲ್ಪ ಹಿಂಜರಿದ.

``ಒಮ್ಮೆ ಅಲಕಾ ಮೇಡಮ್ ಸಿಕ್ಕಿ ಹೊಸ್ದಾಗಿ ರೂಪುಗೊಳ್ಳುತಿರೋ ನಿಮ್ಮ ಅರಮನೆನ ಕರ್ಕೊಂಡ್ಹೋಗಿ ತೋರಿಸಿದ್ರು. ಅದು ತಾನಾಗಿ ಅವ್ರಿಗೆ ಕಾಣ ಸಿಕ್ಕಿದ್ದೆಲ್ಲ ಆದೊಂದು ಆಕಸ್ಮಿಕ. ಅವ್ರ ಮುಂದೆ ನಿಂತು ಮಾತಾಡೋ ಅರ್ಹತೆ ಕೂಡ ನಮ್ಗಿಲ್ಲ. ನೀನು ಸಾಯಿಸಿದ ಅಮ್ಮನನ್ನ ಮತ್ತೆ ಬದುಕಿಸಿ ಆ ಸುಂದರ ಬಂಗ್ಲೆಗೆ ಸುಕನ್ಯ ಅಂತ ಹೆಸರು ಇಟ್ಟಿದ್ದಾರೆ. ವಾಟ್ ಎ ಗ್ರೇಟ್. ರಿಯಲೀ ಫೆಂಟಾಸ್ಟಿಕ್ ಲೇಡಿ. ಮಾನವ ಸಂಬಂಧಗಳ ಅರ್ಥ ತಿಳಿಯ ಬೇಕಾದರೇ ಅಲಕಾ ಮೇಡಮ್ ಅಂಥವ್ರನ್ನು ಭೇಟಿ ಮಾಡ್ಬೇಕು'' ಗದ್ಗದ ಕಂಠದಿಂದ ಉಸುರಿದ ವಿಶ್ವ.

ಮುರುಳಿಗೆ ನಿಲ್ಲಲೆ ಕಷ್ಟವಾಯಿತು. ಮಡದಿಯ ಎತ್ತರಕ್ಕೆ ಆಕಾಶಕ್ಕೆ ಏರಿದಂತೆಲ್ಲ ಅವನು ಕುಬ್ಜನಾದ ಫೀಲಿಂಗ್‌ಗೆ ಒಳಗಾಗುತ್ತಿದ್ದ. ಮುಖ ಪಕ್ಕಕ್ಕೆ ತಿರುಗಿಸಿ ಕಣ್ಣೀರು ತೊಡೆದುಕೊಂಡಾಗ ವಿಶ್ವ ಅವನ ಭುಜದ ಮೇಲೆ ಕೈ ಇಟ್ಟ.

``ಮುರುಳಿ, ವಿವಾಹದ ಹಿಂದಿನ ಎಲ್ಲಾ ಪ್ರದೇಶಗಳನ್ನು, ಸಂದರ್ಭಗಳನ್ನು ವ್ಯಕ್ತಿಗಳನ್ನು ಮರುತುಬಿಡು. ಇಷ್ಟಪಟ್ಟ ಬದ್ಕು ಸಿಕ್ಕಿದೆ. ಬೇಗ ನೀನು ಪೂರ್ತಿಯಾಗಿ ಹೊಂದಿಕೊಳ್ಳಬಲ್ಲೆ ಎನ್ನುವ ನಂಬ್ಕೇ ಇದೆ. ಕಣ್ಣೀರುನಿಂದ ಏನು ಪ್ರಯೋಜನವಿಲ್ಲ. ಪರಿಸ್ಥಿತಿಯನ್ನು ಮಿದುಳಿನಿಂದ ನಿಭಾಯಿಸ್ಕೋ. ಹೊತ್ತಾಯ್ತು ಇನ್ನು ಹೋಗು ಮುರುಳಿ.

ಇನ್ಮೇಲೆ ನಾವಿಬ್ರೂ ಕನಿಷ್ಟ ಪರಿಚಿತರು ಕೂಡ ಅಲ್ಲ'' ಅಂದಾಗ ಮುರುಳಿ ಅವನನ್ನು ಆವೇಗದಿಂದ ಅಪ್ಪಿಕೊಂಡ.

ಗೇಟಿನವರೆಗೂ ಮಾತ್ರ ಬಂದು ಬೀಳ್ಕೊಟ್ಟ.

ಕಾರಿನಲ್ಲಿ ಕೂಡುತ್ತ ಓಡಾಡುತ್ತಿದ್ದ ಜನರನ್ನು ನೋಡಿದ. ಆಟೋಗೆ ಕಾಯುವ ಜನ. ಬಸ್ಸಿನಲ್ಲಿನ ನೂಕುನುಗ್ಗಲಿನಲ್ಲಿ ಒದ್ದಾಡುವ ಶರೀರಗಳ ಹಿಂಸೆಯನ್ನು ನೆನೆಸಿಕೊಂಡು ಬೆಚ್ಚಿದ.

ತೇಲುತ್ತ ಹೋಗಿ ಇಂಡಿಕಾ ಐಶ್ವರ್ಯ ಮುಂದೆ ನಿಂತಾಗ ಸೆಲ್ಯೂಟ್ ಹೊಡೆದು ವಾಚ್‌ಮನ್ ಗೇಟು ತೆಗೆದಾಗ ಅವನೆದೆ ಅಭಿಮಾನದಿಂದ ಉಬ್ಬಿತು. ಮನಸ್ಸಿಗೆ ಹಿತವೆನಿಸಿತು. ಮಿದುಳು ಕುಣಿದು ಕುಪ್ಪಳಿಸಿತು. ಸುಳ್ಳಿನ ಬಗ್ಗೆ ನೋವೆನಿಸಲಿಲ್ಲ. ಈಗ ಸುಕನ್ಯ, ಸತ್ಯನಾರಾಯಣ್‌ಗೆ ಆರ್ಥಿಕವಾಗಿಯಾಗಲೀ, ಬೇರೆ ರೀತಿಯಾಗಲೀ ತನ್ನ ಆಗತ್ಯ ಅವರಗಿಲ್ಲವೆಂದುಕೊಂಡ.

❑ ❑ ❑

ಅಂದು ಸತ್ಯನಾರಾಯಣ ಆಫೀಸ್ ಕೆಲಸದ ಸಲುವಾಗಿ ವಿದ್ಯಾ ಇಲಾಖೆಗೆ ಹೋಗಬೇಕಿತ್ತು. ಸ್ನಾನ ಮುಗಿಸಿದವರು ಅಡಿಗೆಯ ಮನೆಯ ಬಾಗಿಲಲ್ಲಿ ಬಂದು ನಿಂತರು.

''ವಿಶ್ವ ಮೊದ್ಲಿನ ಕೆಲ್ಸ ಬಿಟ್ಟ. ಈಗಿರೋ ಕೆಲ್ಸದಿಂದ ಕೂಡ ಅಂಥ ಒಳ್ಳೆ ಸಂಬ್ಳವೇನು ಇಲ್ಲ. ನಾನೊಂದು ಯೋಚ್ನೇ ಮಾಡಿದ್ದೀನಿ. ಆ ಹುಡ್ಗನು ಅಂಥ ಮಹತ್ವಾಕಾಂಕ್ಷಿಯಲ್ಲದಿದ್ದರೆ ಸೇಠ್ ಅವ್ರ ಬಳಿ ಅವ್ನಿಗೊಂದು ಕೆಲ್ಸ ಕೇಳೋಣಾಂತ'' ಮನದಲ್ಲಿದ್ದದ್ದನ್ನು ಹೆಂಡತಿಯ ಮುಂದೆ ಬಿಚ್ಚಿಟ್ಟರು.

ಈಗ ಸುಕನ್ಯ ಮನಸ್ಸು ಇನ್ನಷ್ಟು ಧಾರಾಳವಾಗಿತ್ತು. ಕಾನ್ವೆಂಟ್‌ಗೆ ಬರುವ ಪುಟ್ಟ ಮಕ್ಕಳ ನಡುವಿನ ಒಡನಾಟ ತೀರಾ ಹಿತವೆನಿಸಿತ್ತು.

''ಖಂಡಿತ, ಮೊದ್ಲಿನ ಕೆಲ್ಸ ಯಾಕೆ ಬಿಟ್ಟ?'' ಕುದಿಯುತ್ತಿದ್ದ ಹುಳಿಯಲ್ಲಿನ ಸೌಟನ್ನು ಬಿಟ್ಟು ಹಾಗೆಯೇ ಬಂದರು, ನಿಜ ಅವರ ಮನಸ್ಸಿಗೆ ಗೊತ್ತಿದ್ದರೂ ಹೇಳಲು ಸಿದ್ಧವಿಲ್ಲ. ''ಏನೋ, ಅಲ್ಲಿ ಮನಸ್ಸಿಗೆ ತೀರಾ ಕಿರಿಕಿರಿ ಆಗ್ತಾ ಇತ್ತು. ಅದ್ಕೆ ಕೆಲ್ಸ ಬಿಟ್ಟೇಂತ ಅಂತ ಅಂದ. ನಂಗೂ ಕೇಳೋಕೆ ಇಷ್ಟವಾಗಲಿಲ್ಲ.''

''ಹೋಗ್ಲಿ ಬಿಡಿ, ಸೇಠ್ ಅವರೊಂದಿಗೆ ಮಾತಾಡಿ. ಅವ್ರು ಕೊಡೋ ಕೆಲ್ಸ ವಿಶ್ವನ ಮೆಂಟಾಲಿಟಿಗೆ ಒಗ್ಗಿಕೊಳ್ಳಬೇಕು'' ಎಂದು ಸುಕನ್ಯ. ಸತ್ಯನಾರಾಯಣ ಜೋರಾಗಿ ನಕ್ಕರು. ''ವಿಶ್ವ ಆ ಪೈಕಿಯಲ್ಲ ಬಿಡು. ನಾರಾಯಣಪುರದ ಪುಟ್ಟ ಹೋಟೆಲ್‌ಗೆ ನಾವು ಹೊಂದಿಕೊಳ್ಳೋಕೆ ಪರಿಸ್ಥಿತಿಗಳು ಸಂದರ್ಭಗಳೇ ಕಾರಣವಾಯ್ತು. ಪಂಡಿತರ ಮನೆಗೊಂದು ಪತ್ರ ಬರ್ದು ಜೇಬಿನಲ್ಲಿ ಇಟ್ಕೊಂಡಿದ್ದೀನಿ. ಹೋಗ್ತಾ ಪೋಸ್ಟ್ ಮಾಡ್ಬಿಡ್ತೀನಿ. ಅವ್ರು ಮುರುಳಿಗಾಗಿ ಕಾಯಬಾರ್ದಲ್ಲ.''

ಸುಕನ್ಯ ಹ್ಞೂಗುಟ್ಟಿದರು. ಅದು ಅವರಿಗೆ ಸರಿಯೆನಿಸಿತ್ತು. ಮುರುಳಿಯ ಬಗ್ಗೆ ಒಂದು ನಿರ್ಧಾರಕ್ಕೆ ಬರಲಾರದೆ ಹೋಗಿದ್ದರು. ಕೆಲವು ಕನಸು ಬರೀ ಕನಸುಗಳೇ- ಆಕೆಯ ಎದೆ ಭಾರವಾಯಿತು.

ತೀರಾ ಹೆಂಡತಿಯ ಸಾಮೀಪ್ಯಕ್ಕೆ ಹೋಗಿ ''ನಾನು ನಿನ್ನ ಯಾವ ರೀತಿ ಕ್ಷಮೆ ಕೇಳ್ಲಿ? ಮಗನ ಜೊತೆ ಇರೋ ಆಸೆ ಹೊತ್ತು ಇಲ್ಲಿಗ್ಬಂದಿದ್ದು. ಈಗ... ''ಮಾತು ಮುಂದುವರಿಸ ಲಾರದೆ ಹೋದಾಗ ಸುಕನ್ಯ ''ಬೇಡ ಬಿಡಿ, ಅವ್ನು ಸುಖವಾಗಿದ್ದಾನೆ ಅಷ್ಟು ಸಾಕು. ಸ್ವಂತ ಮಗನ್ಗಿಂತ ಚಂದ್ರು, ಮಲ್ಯ, ಲಕ್ಕ ನಮ್ಮನ್ನ ಹಚ್ಕೊಂಡಿದ್ರು. ನಿರ್ದಾಕ್ಷಿಣ್ಯವಾಗಿ ಅವ್ರನ್ನ ಬಿಟ್ಟು ಬಂದಿದ್ದಕ್ಕೆ ಶಿಕ್ಷೆಯೇನೋ ಅಂದ್ಕೊಂಡ್ರು ಅಲ್ಲಾಂತ ಅನ್ನಿಸುತ್ತೆ. ನಮ್ಮ ಬುದಕಿನ ಹೆಜ್ಜೆಗಳು ಇಲ್ಲಿ ಇದ್ವು. ಪುಟಾಣಿಗಳ ಜೊತೆ ಸಮಯ ಸರಿಯೋದೇ ಗೊತ್ತಾಗ್ತೊಲ್ಲ'' ಎಂದರು. ಎಲ್ಲೋ ಒಂದು ಕಡೆ ಕಸಿದುಕೊಂಡ ದೇವರು ಮತ್ತೊಂದು ಕಡೆಯಿಂದ ಕೊಡುತ್ತಾನೆ. ಇದು ದೈವದ ವಿಸ್ಮಯಕಾರಿ ಆಟವೆನಿಸಿತು ಆಕೆಗೆ.

ಹೆಂಡತಿಯ ಮಾತುಗಳು ಉತ್ಪ್ರೇಕ್ಷೆಯಲ್ಲ.

ಗಂಡ, ಹೆಂಡತಿ ಜೊತೆಯಾಗಿಯೇ ಕಾನ್ವೆಂಟ್‌ಗೆ ಬಂದರೂ ಕೆಲವು ಪೇಪರ್‌ಗಳನ್ನು ಹಿಡಿದು ಸಿಟಿಗೆ ಹೋದವರು ಬಂದಿದ್ದು ಸಂಜೆಯೇ. ಸ್ಕೂಲು ಸಮಯ ಮುಗಿದಿದ್ದರೂ ಸುಕನ್ಯ ಹುಡುಕಾಡುತ್ತಿದ್ದರು.

''ಏನು ಹುಡುಕ್ತಾ ಇದ್ದೀಯಾ ?'' ಕೇಳಿದರು ಸತ್ಯನಾರಾಯಣ.

''ಸೇಟ್ ಬಂದಿದ್ದರು. ಆ ಸಮಯಕ್ಕೆ ಒಂದು ಹುಡ್ಗಿ ಬಂದಿತ್ತು. ಮಾತು, ನಗು ಎಲ್ಲವು ಚೆನ್ನವೇ. ಗೃಹಪ್ರವೇಶದ ಇನ್ವಿಟೇಷನ್ ಕೊಟ್ಟು ನಾಳೆ ಗೃಹಪ್ರವೇಶಕ್ಕೆ ಬರಲೇ ಬೇಕೂಂತ ಪ್ರಾಮಿಸ್ ಮಾಡ್ಸಿಕೊಂಡ್ಹೋದ್ಲು. ಸೇಠ್ ಕೂಡ ತುಂಬಾ ಬೇಕಾದವ್ರು ಖಂಡಿತ ಹೋಗ್ಬನಿಂತ ಹೇಳಿದ್ರು. ಆಹ್ವಾನ ಪತ್ರಿಕೆನೋ ಎಲ್ಲೋ ಹೋಗಿದೆ'' ಪೇಚಾಡಿಕೊಂಡರು. ಬಂದ ಯುವತಿ ಸಮ್ಮೋಹನ ಅಸ್ತ್ರ ಬೀರಿ ಹೋಗಿದ್ದಳು.

ಸತ್ಯನಾರಾಯಣ ಕೂಡ ಹೆಂಡತಿಯೊಂದಿಗೆ ಹುಡುಕಾಡಿ ಸೋತರು.

''ಹೋಗ್ಲಿ ಬಿಡು ಸುಕನ್ಯ. ಸೇಠ್‌ಗೆ ಬೇಕಾದ ಜನ ಇರ್ಬಹ್ದು. ಅದ್ಕೇ ಒತ್ತಾಯವೇರಿ ಹೋಗಿರಬಹ್ದು. ಹೆಸರು, ವಿಳಾಸ ನೆನಪಿದ್ದರೇ ಸಾಕು'' ಎಂದರು ಸತ್ಯನಾರಾಯಣ.

ತಲೆಯ ಮೇಲೆ ಕೈ ಇಟ್ಟುಕೊಂಡರು ಸುಕನ್ಯ. ಶಾಲೆಯ ಸಮಯವಾದ್ದುದರ ಜೊತೆಗೆ ಬಂದ ಯುವತಿಯ ಮಾತಿನ ಮೋಡಿಯಲ್ಲಿ ಕೊಟ್ಟ ಆಹ್ವಾನ ಪತ್ರಿಕೆ ತೆರೆದು ಕೂಡ ನೋಡಿರಲಿಲ್ಲ. ಕೊಟ್ಟವರ ಉದ್ದೇಶವು ಅದೇ ಆಗಿತ್ತು. ಇಲ್ಲದ ಆಹ್ವಾನ ಪತ್ರಿಕೆ ಹುಡುಕಿದರೇ ಹೇಗೆ ಸಿಕ್ಕೀತು.

ನೆನಪಿಸಿಕೊಂಡವರಂತೆ ಸುಕನ್ಯ ''ಆ ರಿಜಿಸ್ಟರ್‌ನಲ್ಲಿರ್ಬೇಕು. ವಿಸಿಟರ್ ಪುಸ್ತಕದಲ್ಲಿ ಆ ಯುವತಿ ಕೂಡ ಬರೆದ್ಲು'' ಎಂದು ಆತುರಾತರುವಾಗಿ ಆ ಪುಸ್ತಕವನ್ನು ತಿರುವಿದರು. ಇಂದಿನ ವಿಸಿಟರ್ ಅವಳೊಬ್ಬಳೇ.

Life is a Challenge - Meet it

Life is a Dream - Realise it

Life is a Game - Play it

Life is a Love - Enjoy it

ಭಗವದ್ಗೀತೆ ಓದೋಕೆ ಸಮಯ, ಮನಸ್ಸು ಪಕ್ವತೆ ಎಲ್ಲಾ ಬೇಕು. ಈ ಪುಟ್ಟ ಒಕ್ಕಣೆಯಲ್ಲಿ ಜೀವನದ ಸೂತ್ರ ಅಡಗಿದೆ. ಅರಿತು ಅಡಿಯಿಟ್ಟರೇ ಗೆಲುವಿನ ಹೆಜ್ಜೆಗಳೇ - ಇದು ದೈವದ ಪಿಸು ನುಡಿಗಳು.

ಇಷ್ಟು ಬರೆದು ಸಹಿ ಹಾಕಿದ್ದಳು. ಎಷ್ಟೇ ಪ್ರಯತ್ನಿಸಿದರೂ ಸಹಿಯನ್ನು ಬಿಡಿಸಿ ಓದಲಾಗಲಿಲ್ಲ. ಅದನ್ನು ಹಾಕಿದವರ ಉದ್ದೇಶವು ಅಷ್ಟೇ. ಒಂದಲ್ಲ ಹತ್ತು ಸಲ ಓದಿಕೊಂಡ ದಂಪತಿಗಳ ಮುಖದಲ್ಲಿ ಹಸನ್ಮುಖತೆ ತೇಲಿತು. ಮೆಚ್ಚಿಗೆಯ ಮಹಾಪೂರವೇ ಅವರುಗಳ ಕಣ್ಣುಗಳಲ್ಲಿ ಇತ್ತು.

"ಎಂಥ ಹುಡ್ಗೀ ! ಹೆಸರು ವಿಚಾರಿಸಲಿಲ್ವಾ ?" ಕೇಳಿದರು ಸತ್ಯನಾರಾಯಣ. "ಕೇಳ್ದೇ, ಯಾವ್ದೊ ಒಂದು ಒಗಟು ಹೇಳಿ, ಜೊತೆಗೊಂದು ಕ್ಲೂ ಕೊಟ್ಟು ಹೋದ್ಲು. ಭಾರತದ ಒಂದು ಪವಿತ್ರವಾದ ನದಿಯ ಹೆಸರಂತೆ. ಎಲ್.ಕೆ.ಜಿ.ಯ ಶಶಿ ಬಿದ್ದು ಗಾಯ ಮೂಡ್ಕೊಂಡಿದ್ದರಿಂದ ನನ್ನ ಗಮನ ಆ ಕಡೆ ಇತ್ತು ಪೇಚಾಡಿಕೊಂಡರು. ಸತ್ಯನಾರಾಯಣ ಸೀರಿಯಸ್ಸಾಗಿ ತೆಗೆದುಕೊಳ್ಳದಿದ್ದರೂ ಓದಿದ ಒಕ್ಕಣೆ ಅವರನ್ನು ಆವರಿಸಿತ್ತು. ಜೊತೆಗೆ ಆ ಯುವತಿಯನ್ನು ನೋಡುವ ಕುತೂಹಲ ಕೂಡ.

ಬೆಳಿಗ್ಗೆ ಆರಕ್ಕೆ ಸರಿಯಾಗಿ ಅವರ ಕ್ವಾರ್ಟರ್ಸ್‌ನ ಮುಂದೆ ಒಂದು ಓಪಲ್ ಆಸ್ಟ್ರಾ ಕಾರು ಬಂದು ನಿಂತಾಗ ಆಗ ತಾನೇ ಸ್ನಾನ ಮುಗಿಸಿಕೊಂಡು ಬಂದ ಸತ್ಯನಾರಾಯಣ ಹೊರಗೆ ಇಣಕಿದರು.

"ಮೇಡಮ್ ಕಾರು ಕಳಿಸಿದ್ದಾರೆ. ದಯವಿಟ್ಟು ತಾವು ಬೇಗ ಬರ್ಬೇಕಂತೆ" ವಿನಯದಿಂದ ಹೇಳಿದಾಗ ಸತ್ಯನಾರಾಯಣಗೆ ಏನೇನು ಅರ್ಥವಾಗಲಿಲ್ಲ. ಸೇಠ್‌ಗೆ ಬೇಕಾದ ಜನ - ಹೋಗೋಣಾಂತ ಅಂದುಕೊಂಡಿದ್ದರು. ಆದರೆ ಕಾರು ಕಳಿಸುವಂಥ ಆತ್ಮೀಯರು ತಮಗೆ ಯಾರಿದ್ದಾರೆ. "ವಿಳಾಸ ತಪ್ಪಾಗಿರಬಹುದು" ಅಂದ ಕೂಡಲೇ ಅವನು ಜೇಬಿನಿಂದ ಒಂದು ಚೀಟಿ ತೆಗೆದು ಅವರ ಕೈಗೆ ಕೊಟ್ಟು ನಿಂತ. ಅಡ್ರಸ್ ಸರಿಯಾಗಿಯೇ ಇತ್ತು. ಹಿಂದಿರುಗಿಸಿ ಒಳಕ್ಕೆ ಬಂದರು. "ಸುಕನ್ಯ, ಕಾರು ಬಂದಿದೆ. ನೆನ್ನೆ ಬಂದ ಹುಡ್ಗೀ ಕಳಿಸಿರ್ಬೇಕು."

ಕೂದಲನ್ನು ಗಂಟಾಕಿಕೊಳ್ಳುತ್ತ ಅಡಿಗೆ ಮನೆಯಿಂದ ಬಂದ ಸುಕನ್ಯ, "ಆಕೆ ಹೇಳ್ದಾಗ ಅದ್ನ ನಾನು ಸೀರಿಯಸ್ಸಾಗಿ ತಗೊಳ್ಳಿಲ್ಲ. ನಮ್ಗೇ ಕಾರಿನ ಅಗತ್ಯವೇನಿತ್ತು ?" ಪೇಚಾಡಿ ಕೊಂಡರು. ಒಂದು ರೀತಿಯ ಸಂಕೋಚವೇ.

''ಈಗೇನ್ಮಾಡೋದು ?'' ಸತ್ಯನಾರಾಯಣ ಕೇಳಿದರು.

''ಕಾರುನ ಕಳ್ಸಿ ಬಿಡಿ. ಸಿಟಿ ಬಸ್ಸಿಡಿದು ಹೋಗೋಣ'' ಸಲಹೆ ಕೊಟ್ಟರು. ಹೊರಗೆ ಬಂದ ಸತ್ಯನಾರಾಯಣ ''ನೀನ್ಹೋಗಪ್ಪ, ನಾವುಗಳು ಬರ್ತೀವಿ'' ಎಂದು ಹೇಳಿದಾಗ. ಕಾರಿನ ಬಳಿ ನಿಂತವನು ನಾಲ್ಕು ಹೆಜ್ಜೆ ಮುಂದಕ್ಕೆ ಬಂದ, ''ನಿಮ್ಮನ್ನು ಜೊತೆಯಲ್ಲಿ ಕರ್ಕೊಂಡ್ಬರ್ಬೇಕೂಂತ ಹೇಳಿದ್ದಾರೆ. ಈಗಿನ್ನು ಆರು ಹತ್ತು. ಏಳು ಮೂವತ್ತೈದು ನಿಮಿಷಕ್ಕೆ ಗೃಹ ಪ್ರವೇಶದ ಮುಹೂರ್ತ'' ನಿವೇದಿಸಿದ.

ಮತ್ತೆ ಸತ್ಯನಾರಾಯಣ ಒಳಗೆ ಬಂದು, ''ಬದ್ಕೇ ಒಂದು ವಿಸ್ಮಯಗಳ ಸಂತೆ. ಏಳುಗಂಟೆ ಮೂವತ್ತೈದು ನಿಮಿಷಕ್ಕೆ ಗೃಹ ಪ್ರವೇಶವಂತೆ. ನಾವು ಇಲ್ಲಿ ಕಾರು ನಿಲ್ಸಿಕೊಂಡರೇ ಹೇಗೆ. ನಮ್ಮನ್ನ ಕರ್ಕೊಂಡೇ ಬರ್ಬೇಕೂಂತ ಹೇಳ್ದ ಪುಣ್ಯಾತ್ಗಿತ್ತಿ ಯಾರೋ ? ಬೇಗ ರೆಡಿಯಾಗ್ಬಿಡು'' ಅವಸರಿಸಿದರು.

ತಮ್ಮ ಹತ್ತಿರವಿದ್ದ ರೇಶಿಮೆ ಸೀರೆಯುಟ್ಟವರು, ತವರು ಮನೆಯವರು ಕೊಟ್ಟಿದ್ದ ಉಪಯೋಗಿಸದೇ ತಮ್ಮ ಬಳಿಯಿದ್ದ ಬೆಳ್ಳಿಯ ನೀಲಾಂಜನವನ್ನು ಪ್ಯಾಕ್ ಮಾಡಿಕೊಂಡರು. ನಾಳೆಯ ಬಗೆಗಿನ ಯೋಚನೆ ಬೇಡವೆನಿಸಿತ್ತು.

''ಬಹಳ ಅಕ್ಕರೆಯಿಂದ ಗೌರವದಿಂದ ಗೃಹ ಪ್ರವೇಶಕ್ಕೆ ಕರೆದಿದ್ದಾಳೆ. ಈ ನೀಲಾಂಜನ ಕೊಟ್ಟು ಬಿಡೋಣಾಂತ''ಗಂಡನ ಮುಂದೆ ಹಿಡಿದಾಗ ಅಭಿಮಾನದಿಂದ ಹೆಂಡತಿಯನ್ನು ನೋಡಿದರು, ''ಒಳ್ಳೆದೇ, ಗೃಹ ಪ್ರವೇಶಕ್ಕೆ ಹೋಗುವಾಗ, ಗೃಹ ಪ್ರವೇಶ ಮಾಡುವ ಜನರ ಮನೆಯ ದೇವರ ಫೋಟೋ ವಿಗ್ರಹ ಅಂಥದ್ದು ಕೊಡೋದು ಒಂದು ಸತ್ ಸಂಪ್ರದಾಯ. ಇರೋ ಎರಡು ಗಣಪತಿ ವಿಗ್ರಹಗಳಲ್ಲಿ ಒಂದನ್ನು ಕೊಟ್ಟರೇ ಹೇಗೆ ?'' ಅದೂ ಇಬ್ಬರಿಗೂ ಸರಿಯೆನಿಸಿತು.

ಅವೆಲ್ಲ ಸುಕನ್ಯ ಸಂಗ್ರಹಣೆಯೇ. ಒಂದು ಅಪ್ಪನ ಮನೆಯಿಂದ ಆಕೆಗೆ ಉಡುಗೊರೆಯಾಗಿ ಬಂದಿದ್ದರೇ ಮತ್ತೊಂದನ್ನು ತಾವೇ ಕೊಂಡಿದ್ದರು. ತಾವು ಕೊಂಡಿದ್ದ ಒಂದು ಬೆಳ್ಳಿಯ ಗಣಪತಿಯನ್ನು ಕೊಡಲು ಇಚ್ಛಿಸಿದರು.

ದಂಪತಿಗಳನ್ನು ಹೊತ್ತ ಕಾರು ಹೋಗಿ ಒಂದು ಕಡೆ ನಿಂತಾಗ ಓಲಗದ ಸದ್ದು ಕೇಳಿಸುತ್ತಿತ್ತು. ಇಡೀ ರೋಡುಗೆ ಚಪ್ಪರ ಹಾಕುವಂತೆ ತಿರುವಿನವರೆಗೂ ಕಮಾನುಗಳನ್ನು ನಿರ್ಮಿಸಿದ್ದರು. ತುಂಬ ಶ್ರೀಮಂತರ ಮನೆಯ ಗೃಹ ಪ್ರವೇಶ ಇರಬೇಕೆಂದು ಕೊಂಡರು. ಉದ್ವೇಗ ಅಂಥದೇನು ಅವರುಗಳನ್ನು ಅವಸರಿಸದಿದ್ದರೂ, ಕೆಲವು ಪ್ರಶ್ನೆಗಳು ಅವರನ್ನು ಕಾಡುತ್ತಿತ್ತು.

ಕಾರಿನಿಂದ ಇಳಿಯುವ ವೇಳೆಗೆ ಮಂಗಳ ವಾದ್ಯಗಳೊಂದಿಗೆ ಬಂದ ಯುವತಿಯನ್ನು ನೋಡಿ ಸತ್ಯನಾರಾಯಣ ಹುಬ್ಬೇರಿತು. ಅಂದು ಕಾರ್ಗಿಲ್ ಸಂತಸ್ತರ ನಿಧಿಗೆ ಹಣ ಸಲ್ಲಿಸಲು ವಿಶ್ವನನ್ನು ಕಳಿಸಿದ ದಿನ ಅಲ್ಲೇ ಈ ಯುವತಿಯನ್ನು ನೋಡಿದ್ದರು.

ಎಲ್ಲಾ ನೆನಪಾಯಿತು. ತಾನು ಅವಳ ಮಾವನ ತದ್ರೂಪಿಯೆಂದು ಇಷ್ಟೊಂದು ಮರ್ಯಾದೆಯೇ.

ಇಂದು ಮೈ ತುಂಬ ಒಡವೆ ತೊಟ್ಟು ತಲೆ ತುಂಬ ಹೂ ಮುಡಿದು ದೊಡ್ಡ ಚಿನ್ನದ ಬಾರ್ಡರ್‌ನ ಮೆರೂನ್ ಕಲರ್ ಕಾಂಜೀವರಂ ಸೀರೆಯುಟ್ಟ ಹೆಣ್ಣು ದಂತದ ಪುತ್ಥಳಿಯಂತೆ ಶೋಭಿಸುತ್ತಿದ್ದಳು. ಆದೂ ಇವರುಗಳು ಎಲ್ಲೋ ದಾರಿ ತಪ್ಪಿದಾರೆಂದು ಕೊಂಡರು.

''ಬಹುಶಃ ನೀವುಗಳು ಅಂದ್ಕೊಂಡ ವ್ಯಕ್ತಿಗಳು ನಾವು ಅಲ್ಲ'' ತಡವರಿಸದೇ ಹೇಳಿದರು ಸತ್ಯನಾರಾಯಣ. ''ನೋ ನನ್ಮಗ್ಳು ಹಾಗೆಲ್ಲ ತಪ್ಪು ಮಾಡೋಲ್ಲ. ಸಾಕಷ್ಟು ಶೋಧನೆ ಮಾಡಿಯೇ ನಿಮ್ಮನ್ನು ಹಿಡಿದಿರೋದು. ಆಮೇಲೆ ಮಾತಾಡ್ಬಹ್ದು. ಮುಹೂರ್ತ ಘಟಿಸಿ ಹೋಗುತ್ತೆ ಬನ್ನಿ'' ಶಿವಶಂಕರ ಇಳ್ಳೆ ಅವಸರಿಸಿ ಕರೆದೊಯ್ದರು. ಅಲಕಾ ಒಂದು ಮಾತು ಕೂಡ ಆಡಲಿಲ್ಲ.

ವಿಶಾಲವಾದ ಕಾಂಪೌಂಡ್‌ನಲ್ಲಿ ಕಾಲಿಟ್ಟಾಗ, ''ಸುಕನ್ಯ'' ಹಿತ್ತಾಳೆಯಲ್ಲಿ ರೂಪುಗೊಂಡ ಅಮೃತ ಶಿಲೆಯ ಮುಖದ್ವಾರದ ಮೇಲಿನ ಅಕ್ಷರಗಳು ಸ್ವಾಗತಿಸಿದಾಗ ಬೆಚ್ಚಿ ಬಿದ್ದರು. ಏನೇನು ತೋಚಲಿಲ್ಲ. ಮಂಗಳವಾದ್ಯಗಳು ಮೊಳಗುತ್ತಿದ್ದವು.

ಶಿವಶಂಕರ್ ಪಿಳ್ಳೆ ಮುಂದಿನ ಆಸನಗಳಲ್ಲಿ ಅವರನ್ನು ಕೂರಿಸಿ ಹೋದರು. ಸತ್ಯನಾರಾಯಣ ಪೂಜೆ, ಹೋಮಕ್ಕೆ ವೇದಿಕೆ ಸಿದ್ಧಪಡಿಸಿದ್ದರು. ಅತಿಥಿಗಳಿಂದ ಕಂಗೊಳಿಸುತ್ತಿತ್ತು - ಹೊಸ ಬಂಗ್ಲೇ.

ಬಂದ ಅತಿಥಿಗೆ ಮೇಲಿನ ಭಾಗವನ್ನು ತೋರಿಸುವ ಸಂಭ್ರಮದಲ್ಲಿದ್ದ ಅವನನ್ನು ಕರೆ ತಂದು ಮಣೆಯ ಮೇಲೆ ಕೂಡಿಸಿದರು. ಅಲಕಾ ಪಕ್ಕದಲ್ಲಿ. ಅಂಗೈಯನ್ನು ಮುರಳಿಯ ಮುಂದಿಡಿದಳು. ಸುಕನ್ಯ ಮಗನಿಗೆ ಕೊಟ್ಟ ಮಾಂಗಲ್ಯದ ಸರ.

ಎರಡು ದಿನದ ಹಿಂದೆ ಅಲಕಾ ಆ ಸರನ ಅವನ ಮುಂದಿಡಿದು, ''ಇದೇನಿದು ಕೇಳಿದ್ದಳು. ಅವನಿಗೆ ಕುತ್ತಿಗೆಯ ಪ್ರಾಣ ಬಾಯಿಗೆ ಬಂದಿತ್ತು. ತೀರಾ ಸುಳ್ಳಿನಿಂದ ಪ್ರಮಾದಕ್ಕೆ ದಾರಿಯಾಗಬಹುದೆಂದು ಹೆದರಿದ.

''ನಮ್ಮಮ್ಮ ಬದ್ಕಿದ್ದಾಗ ಸೊಸೆಗೇಂತ ಮಾಡ್ಸಿದ್ದು. ವಿವಾಹದ ಸಮಯದಲ್ಲಿ ಹಿಂಜರಿದೆ. ನಿನ್ನ ತಂದೆ ಸಮಸ್ತವನ್ನು ವಹಿಸಿಕೊಂಡಿರುವಾಗ ಎಲ್ಲಿ ಬೇಜಾರು ಮಾಡ್ಕೋತಾರೋಂತ ಸುಮ್ಮನಾದೆ'' ಅರ್ಧ ಸತ್ಯವನ್ನು ನುಡಿದು ಬಚಾವ್ ಆಗಿದ್ದ.

''ಒಳ್ಳೆ ದಿನ, ಒಳ್ಳೆ ಮುಹೂರ್ತ, ಆಶೀರ್ವದಿಸೋಕೆ ಹಿರಿಯರು ಇದ್ದಾರೆ. ನನ್ನ ಕುತ್ತಿಗೆಗೆ ಹಾಕ್ಬಿಡಿ'' ಎಂದಳು. ಟೆನ್ಷನ್ ಕಮ್ಮಿಯಾಗಲು ಇದೊಂದೆ ಉತ್ತಮ ದಾರಿಯೆನಿಸಿತು. ಕುತ್ತಿಗೆಗೆ ಹಾಕಿದಾಗ ಹತ್ತಾರು ಕಡೆಯಿಂದ ಬಂದ ಅಕ್ಷತೆಗಳು ಅವರನ್ನು ಆಶೀರ್ವದಿಸಿತು.

ಆಗ ಅಲಕಾ ಸುಕನ್ಯ, ಸತ್ಯನಾರಾಯಣ ದಂಪತಿಗಳ ಕಡೆ ನೋಡಿದಳು. ಆದಿ ದಂಪತಿಗಳಂತೆ ಕಂಡರು. ಸಮಸ್ತವನ್ನು ಪಡೆದುಕೊಂಡವರಂತೆ ಹರ್ಷಿಸಿದಳು. ಈ ದಿನ ಬದುಕಿನಲ್ಲಿಯೇ ಮಹತ್ತರ ದಿನವಾಗಿ ದಾಖಲಿಸಿಪಡುತ್ತದೆಯೆಂದುಕೊಂಡಿತು ಅವಳ ಮನ.

ಪೂಜೆ, ಹವನ, ಹೋಮ ಪೂರ್ತಿಯಾಗುವಷ್ಟರಲ್ಲಿ ಒಂದೆರಡು ಸಲ ಬಂದು ಶಿವಶಂಕರ ಪಿಳ್ಳೆ ಮಾತಾಡಿಸಿಕೊಂಡು ಹೋದರು. ಸಮಾಜದ ಗಣ್ಯ ವ್ಯಕ್ತಿಗಳ ಮೊದಲಿನ ಸಾಲಿನಲ್ಲಿದ್ದ ಅವರ ಮನೆಯ ಗೃಹ ಪ್ರವೇಶಕ್ಕೆ ಬಂದವರೆಲ್ಲ ಹೆಚ್ಚು ಕಡಿಮೆ ಗಣ್ಯರೇ.

ಬಂದ ಬಂದ ಜನ ವಿಶ್ ಮಾಡಿ ಉಡುಗೊರೆ ಕೊಟ್ಟು ಹೊರಡುತ್ತಿದ್ದರು. ಅವರೆಲ್ಲ ತುಂಬ ಬಿಜಿಯಾದ. ಸತ್ಯನಾರಾಯಣ ಸುಕನ್ಯ ಒಂದು ಮಾತಾಡದೇ ಗೊಂಬೆಗಳಂತೆ ಕೂತಿದ್ದರು. ಸಂದರ್ಭ ಆಕಸ್ಮಿಕವಿರಬಹುದು ಇಂಥ ನಿರೀಕ್ಷೆ ಅಲ್ಪ ಸ್ವಲ್ಪ ಇತ್ತು. ಶಿವಶಂಕರ ಪಿಳ್ಳೆಯವರ ಅಳಿಯನಾಗಿ ಗುರ್ತಿಸಲ್ಪಡುವ ಮಗ ತಮ್ಮಿಂದ ದೂರವಾಗಿದ್ದಾನೆಂದು ಗೊತ್ತಾಗಿತ್ತು.

''ನಾವುಗಳು ಹೊರಡೋಣ'' ಎಂದರು ಸತ್ಯನಾರಾಯಣ.

''ಆಯ್ತು ಮುರುಳಿ ನಮ್ಮನ್ನು ಗಮನಿಸಿಲ್ಲ, ಗಮನಿಸೋದು ಬೇಡ. ಆ ಹುಡ್ಗಿ ಯಾವ ಉದ್ದೇಶ ಇಟ್ಕಂಡ್ ನಮ್ಮನ್ನ ಕರೆಸಿದಳೋ! ಉಡುಗೊರೆ ಕೊಟ್ಟೇ ಹೋಗೋಣ'' ಅಂದ ಸುಕನ್ಯ ಅಲ್ಲೇ ನಿಂತ ಒಬ್ಬ ಯುವತಿಯನ್ನು ಕರೆದು ''ಇದ್ನಾ ಅಲಕಾಗೆ ಕೊಟ್ಬಿಡಿ'' ಮೇಲೆದ್ದರು.

ಎದ್ದು ಬಂದ ಅಲಕಾ ತಂದೆಯ ಜೊತೆಗೂಡಿ ಬಂದು ಅವರಿಬ್ಬರ ಕೈಗಳನ್ನು ಹಿಡಿದು ಕರೆದೊಯ್ದು ಪ್ರತ್ಯೇಕವಾದ ಆಸನಗಳ ಮೇಲೆ ಕೂಡಿಸಿ ಕಣ್ತುಂಬಿ ಅವರ ಕಾಲು ಮುಟ್ಟಿ ನಮಸ್ಕರಿಸಿದಾಗ ಸುಕನ್ಯಗೆ ಅಳು ತಡೆಯದಾಯಿತು.

ಈವರೆಗೂ ಮುರುಳಿ ಅವರುಗಳನ್ನು ಗಮನಿಸಿರಲಿಲ್ಲವೆಂದರೇ, ಅವನಂತು ಭೂಮಿಯ ಮೇಲಿರಲಿಲ್ಲ. ಶ್ರೀಮಂತ ಸ್ವಪ್ನ ಲೋಕದಲ್ಲಿ ಹಾರಾಡುತ್ತಿದ್ದ. ಅಲ್ಲಿನ ಅವನ ಜನರೇ ಬೇರೆ.

''ನಾನೇನಾದ್ರೂ ತಪ್ಪು ಮಾಡಿದ್ರೇ ದಯವಿಟ್ಟು ಕ್ಷಮ್ಸಿ'' ಅಂದವಳ ಕೈಯಲ್ಲಿ ಸೀರೆ ಪ್ಯಾಕೆಟ್ ಇಟ್ಟು ''ತೀರಾ ಸಣ್ಣ ಉಡುಗೊರೆ'' ಅಂದರು ಕಷ್ಟದಿಂದ.

ಹಿರಿಯರಿಗೆ ಪಾದಪೂಜೆ ಮಾಡಲು ಪುರೋಹಿತರು ಉದ್ಯುಕ್ತರಾದಾಗ ಯಾರೊಂದಿಗೋ ಮಾತಾಡುತ್ತಿದ್ದ ಮುರುಳಿಯನ್ನು ಕರೆ ತಂದಳು. ಅವಾಕ್ಕಾದ ಸತ್ತರೆಂದು ಹೇಳಿದ ಜರನ್ನು ಜೀವಂತವಾಗಿ ನೋಡಲಾರದೇ ಹೋದ. ಪುರೋಹಿತರು ಹೇಳಿದಂತೆ ಮಾಡಿದ. ಇವರದಾದ ಮೇಲೆ ದಂಪತಿಗಳು ಶಿವಶಂಕರ ಪಿಳ್ಳೆಗಳಿಗೆ ಪಾದಪೂಜೆ ಮಾಡಿದರು.

ಈಗಾಗಲೇ ಅಳಿಯ ತಾಯ್ತಂದೆಯರಿಲ್ಲದ ಅನಾಥನೆಂದು ಜಗತ್ ಜಾಹೀರು ಆಗಿದ್ದರಿಂದ ಅವರುಗಳನ್ನು ಯಾರಿಗೂ ಪರಿಚಯಿಸಲಾರರು. ಹಾಗೇನಾದರೇ ಸಮಾಜ ದೃಷ್ಟಿಯಲ್ಲಿ ಮುರುಳಿ ತೀರಾ... ಕೆಳಗಿಳಿಯುತ್ತಾನೆ. ಯಾರು ಅವನನ್ನು ಗೌರವಿಸರು. ಕೈಕೆಳಗೆ ಕೆಲಸ ಮಾಡುವ ಜನ ಕೂಡ ಅವಹೇಳನ ಮಾಡುತ್ತಾರೆ.

ಗಣಪತಿ ಮತ್ತು ನೀಲಾಂಜನ ಅಲಕಾ ಕೈಗಿಟ್ಟ ಸತ್ಯನಾರಾಯಣ, ಸುಕನ್ಯ ತಲೆ ಸವರಿ ''ನಿಂಗೆ ಒಳ್ಳೆಯದು ಆಗ್ಲಿ ಮಗು'' ಅಂದರು. ಅವಳ ಕಣ್ಣಲ್ಲಿ ಇದ್ದಿದ್ದು ಆನಂದ ಬಾಷ್ಪ ಮುರುಳಿ ಬಂದವರನ್ನು ಗಮನಿಸಲು ಅವರೊಡನೆ ಸೇರಿ ಹೋದ. ಮುಂದೇನು ? ಅಲಕಾ ಅವನ ಅಂದಾಜು ಮೀರಿ ಬೆಳೆದಿದ್ದಳು. ಅವಳ ಎತ್ತರ ಲೆಕ್ಕ ಹಾಕದೇ ಕುಸಿದಿದ್ದ.

ಊಟದ ಪಂಕ್ತಿಗೆ ಕರೆದೊಯ್ದು ಕೂಡಿಸಿ ತಾನೇ ಬಡಿಸಿ ಸಂಭ್ರಮಿಸುತ್ತಿದ್ದ ಅವಳನ್ನು ನೋಡುವುದೇ ಒಂದು ಹಬ್ಬನಿಸಿದರೂ ಯಾಕೋ ಇಲ್ಲಿಂದ ಆದಷ್ಟು ಬೇಗ ಹೋಗಲು ಅವರ ಮನಗಳು ಚಡಪಡಿಸುತ್ತಿದ್ದವು.

ನಿಶ್ಶಬ್ದವಾಗಿ ಕರೆದೊಯ್ದು ಎಲ್ಲವನ್ನು ತೋರಿಸಿಕೊಂಡು ಒಂದು ರೂಮಿಗೆ ಕರೆದೊಯ್ದವಳು ಸುಕನ್ಯ ಹೆಗಲ ಮೇಲೆ ತಲೆ ಇಟ್ಟು ಬಿಕ್ಕಳಿಸಿದಳು. ಮಾತೇ ಇಲ್ಲ ಮೂಕರಾಗಿದ್ದರು. ಅವರ ಹೃದಯಕ್ಕೆ ಅಳಬೇಕೋ, ನಗಬೇಕೋ ಗೊತ್ತಾಗದೇ ಒಯ್ದಾಡುತ್ತಿತ್ತು.

''ನಾವು ಬರ್ತೀವಮ್ಮ ಅಲಕಾ'' ಅಂದರು ಸತ್ಯನಾರಾಯಣ. ಅವಳ ವಿದ್ಯೆ ಮತ್ತು ಸಂಸ್ಕಾರವನ್ನು ಲೆಕ್ಕ ಹಾಕಲಾರದೆ ಹೋಗಿದ್ದರು. ಅಲಕಾ ಮಾತಾಡುವ ಸ್ಥಿತಿಯಲ್ಲಿ ಇರಲಿಲ್ಲ.

ಅಷ್ಟರಲ್ಲಿ ಯಾರೋ ಹಿಂಡು ಜನ ಅವಳನ್ನು ಹುಡುಕಿಕೊಂಡು ಬಂದಿದ್ದರಿಂದ ''ನೀನು ತುಂಬ ಬುದ್ಧಿವಂತೆ''ಕೆನ್ನೆ ತಟ್ಟಿದರು. ಮಗನದು ದೊಡ್ಡ ಅಪರಾಧವಾದರೂ ಇಂಥ ಹುಡುಗಿಯನ್ನು ಕೈ ಹಿಡಿದಿದ್ದು ಸಂತೋಷವೆನಿಸಿತು.

ಸತ್ಯನಾರಾಯಣ, ಸುಕನ್ಯ ನಾಲ್ಕಾರು ಕಡೆ ಓಡಾಡಿದ ನಂತರವೇ ಕೆಳಗೆ ಬರುವ ದಾರಿ ಗೋಚರಿಸಿದ್ದು. ಜನಗಳ ಮಧ್ಯದಿಂದ ನುಸುಳಿಕೊಂಡು ಹೊರ ಬರುವ ವೇಳೆಗೆ ಅಲಕಾ ಅಲ್ಲೇ ಇದ್ದಳು.

ಸುಕನ್ಯ ಪಕ್ಕದಲ್ಲಿ ನಿಂತು ಫಳ ಫಳ ವಿರಾಜಿಸುತ್ತಿದ್ದ ''ಸುಕನ್ಯ'' ಎನ್ನುವ ಹೆಸರನ್ನು ತೋರಿಸಿದಳು.

''ಇದು ನನ್ನ ಅತ್ತೆ ಹೆಸರು. ನಂಗೆ ತುಂಬಾ ತುಂಬಾ ಇಷ್ಟವಾದವರು. ತಾಯಿಯ ನಂತರದ ಸ್ಥಾನ ಅವರದ್ದೇ. ನಂಗಂತೂ ತಾಯಿಯ ಮಡಿಲಲ್ಲಿ ಬೆಳೆಯೋ ಅದೃಷ್ಟವಿರ್ಲಿಲ್ಲ. ಈಗ ಅತ್ತೆ ಮಡಿಲು ತಾಯಿ ಮಡಿಲಿನಷ್ಟೇ ತಂಪು.''

ಸುಕನ್ಯ ಕೆಳ ತುಡಿಯನ್ನು ಹಲ್ಲಿನಡಿಯಲ್ಲಿ ಕಚ್ಚಿಡಿದರು. ಇದೆಂಥ ಪರಿಸ್ಥಿತಿ ಸಂದರ್ಭ ? ಎಷ್ಟೇ ಪ್ರಯತ್ನಿಸಿದರೂ ಮಾತಾಡಲಾಗಲಿಲ್ಲ.

''ಹೆಸರು ಚೆನ್ನಾಗಿದೆ ಅಲ್ವಾ ?''ಕೇಳಿದರು.

''ತುಂಬ ಚೆನ್ನಾಗಿದೆ. ನಮ್ಮನ್ನು ಕರ್ರು ಆತ್ಮೀಯವಾಗಿ ಉಪಚರಿಸಿದ್ದಕ್ಕೆ ಧನ್ಯವಾದಗಳು'' ಸತ್ಯನಾರಾಯಣ್ ಹೇಳಿದ ಕೂಡಲೇ ಅವರ ಕೈಗಳನ್ನು ಹಿಡಿದುಕೊಂಡಳು. ಮನದ ಮಾತುಗಳನ್ನು, ಭಾವನೆಗಳನ್ನು ವ್ಯಕ್ತಪಡಿಸಲಾರದೇ ಹೋದಾಗ, ಕಣ್ಣುಗಳೇ ಅವನ್ನೆಲ್ಲ ನಿವೇದಿಸಿಕೊಂಡಿತು.

ಯಾಕೋ ಈ ವಾತಾವರಣದಿಂದ, ಅಲಕಾಳಿಂದ ಸ್ವಲ್ಪ ಬೇಗನೇ ಹೋಗಬೇಕೆನಿಸಿತು.

''ಬರ್ತೀವಿ'' ಎಂದರು.

ಕಾರಿನವರೆಗೂ ಜೊತೆಯಲ್ಲಿ ಬಂದಳು. ಈಗಾಗಲೇ ಪಾದಪೂಜೆಯ ಸಂದರ್ಭದಲ್ಲಿ ಕೊಟ್ಟ ಉಡುಗೊರೆ ಹಣ್ಣು, ಹೂಗಳನ್ನು ಕಾರಿನಲ್ಲಿ ತಂದಿರಿಸಿದ್ದರು.

''ನಾವು ಬಸ್ಸಿನಲ್ಲಿ ಹೋಗಿ ಬಿಡ್ತಾ ಇದ್ವಿ. ಹತ್ತಿರದಲ್ಲೆ ಬಸ್ಸು ಸ್ಟಾಪ್, ಆಟೋ ಸ್ಟಾಂಡ್ ಎಲ್ಲ ಇದೆ'' ಸಂಕೋಚಿಸದೇ ಹೇಳಿದರು ಸತ್ಯನಾರಾಯಣ.

ಅಲಕಾ ಹೂ ಬಿರಿದಂತೆ ಸಣ್ಣಗೆ ನಕ್ಕಳು.

''ಕರೆಸಿಕೊಂಡಷ್ಟೇ ಜೋಪಾನವಾಗಿ ಕಳ್ಸಿಕೊಡೋದು ಕೂಡ ಧರ್ಮ, ಕರ್ತವ್ಯ ಸಂತೋಷ ಕೂಡ'' ಎಂದು ತಾನೇ ಕಾರಿನ ಡೋರ್ ತೆಗೆದು ಅವರುಗಳು ಹತ್ತಿಕೊಂಡ ನಂತರ ವಿಂಡ್ ಬಳಿ ಬಗ್ಗಿ, ''ನಾನು ಆಗಾಗ ಬರಬಹುದಲ್ಲ!'' ಅವಳ ಕಣ್ಣುಗಳಲ್ಲಿ ಗೆಲುವಿನ ತೃಪ್ತಿ ಇತ್ತು.

ಇಬ್ಬರು ಮಾತೇ ಆಡಲಿಲ್ಲ. ಕಣ್ಣುಗಳು ಒಪ್ಪಿಗೆ ಸೂಚಿಸಿತೇನೋ ! ಹಿಂದಕ್ಕೆ ಸರಿದಳು. ಕಾರಿನ ಚಕ್ರಗಳು ಮುಂದಕ್ಕೆ ಚಲಿಸಿದವು.

ಬಂಗಲೆಯ ಮೇಲಿನ ಈ ಕಡೆಯ ಬಾಲ್ಕನಿಯಲ್ಲಿ ನಿಂತು ಇತ್ತಲೇ ನೋಟ ಹರಿಸುತ್ತಿದ್ದ ಮುರುಳಿ ದಿಗ್ಭ್ರಾಂತನಾಗಿದ್ದ. ಮುಂದೇನು? ಅಲಕಾ ಕ್ಷಮಿಸಬಹುದಾ? ಅವಳು ಯಾವುದೇ ಸುಳಿವು ನೀಡದೇ ಅವರುಗಳನ್ನು ಕರೆತಂದು ಸೋಜಿಗವನ್ನುಂಟು ಮಾಡಿದ್ದಳು.

ಆಗ ತಾನೇ ಹೂವಿನ ಬುಕ್ಕೆ ಹಿಡಿದು ಆಟೋದಿಂದ ಇಳಿದ ವಿಶ್ವನೊಂದಿಗೆ ಮಾತಾಡುತ್ತ 'ಸುಕನ್ಯ' ಪ್ರವೇಶಿಸಿದ ಅಲಕಾ ಸಂಭ್ರಮದಿಂದಿದ್ದಳು.